കേരളത്തിലെ
കമ്യൂണിസ്റ്റ് പ്രസ്ഥാനം

ഉദ്ഭവവും വളർച്ചയും

keralathile communist prasthanam
udhbhavavum valarchayum

•

e m s namboodiripad

•

first edition
april 1995

•

second edition
october 2008

•

third edition
march 2017

•

typesetting & published
chintha publishers, thiruvananthapuram

•

•

cover
midas

•

വിതരണം

ദേശാഭിമാനി ബുക്ക് ഹൗസ്

H O തിരുവനന്തപുരം-695 035
phone: 0471-2303026, 6063026
www.chinthapublishers.com
chinthapublishers@gmail.com

ബ്രാഞ്ചുകൾ

ഹെഡ്ഡാഫീസ് ബ്രാഞ്ച് കുന്നുകുഴി • സ്റ്റാച്യു തിരുവനന്തപുരം • കെ എസ് ആർ ടി സി ബസ് സ്റ്റേഷൻ ആലപ്പുഴ • കെ എസ് ആർ ടി സി ബസ് സ്റ്റേഷൻ എറണാകുളം • മച്ചിങ്ങൽ ലെയിൻ തൃശൂർ • ഐ ജി റോഡ് കോഴിക്കോട് • മാവൂർ റോഡ് കോഴിക്കോട് • എൻ ജി ഒ യൂണിയൻ ബിൽഡിങ് കണ്ണൂർ • സെൻട്രൽ ബസ് ടെർമിനൽ കോംപ്ലക്സ് താവക്കര കണ്ണൂർ

CR - 1617 / 4142
ISBN - 978-81-26201-89-1

കേരളത്തിലെ
കമ്മ്യൂണിസ്റ്റ് പ്രസ്ഥാനം
ഉദ്ഭവവും വളർച്ചയും

ഇ എം എസ് നമ്പൂതിരിപ്പാട്

ചിന്ത പബ്ലിഷേഴ്സ്
തിരുവനന്തപുരം-695 035

ഇ എം എസ്

1909 ജൂൺ 14-ന് ഏലങ്കുളത്ത് ജനിച്ചു. പിതാവ് പരമേശ്വരൻ നമ്പൂതിരിപ്പാട്. മാതാവ് വിഷ്ണുദത്ത. ഭാര്യ ആര്യ അന്തർജനം. മക്കൾ മാലതി, ശ്രീധരൻ, രാധ, ശശി. ബി എയ്ക്ക് പഠിക്കുമ്പോൾ സിവിൽ നിയമ ലംഘനത്തിൽ പങ്കെടുക്കാൻ കോളേജ് വിട്ടിറങ്ങി. പി കൃഷ്ണപിള്ള മുതലായവരോട് ചേർന്ന് 1934-ൽ കേരള കോൺഗ്രസ് സോഷ്യലിസ്റ്റ് പാർട്ടി രൂപീകരിച്ചു. 1934 മുതൽ 1940 വരെ കോൺഗ്രസ് സോഷ്യലിസ്റ്റ് പാർട്ടിയുടെ അഖിലേന്ത്യാ ജോയിന്റ് സെക്രട്ടറി. 1934-ലും 1938-40-ലും കെ പി സി സി സെക്രട്ടറി. കേരളത്തിൽ കമ്യൂണിസ്റ്റ് പാർട്ടി സ്ഥാപകരിലൊരാൾ. 1941 മുതൽ പാർട്ടിയുടെ കേന്ദ്രകമ്മിറ്റി മെമ്പർ. 1950 മുതൽ പൊളിറ്റ് ബ്യൂറോ മെമ്പർ. 1953, 1954, 1955-56 വർഷങ്ങളിൽ ആക്ടിംഗ് സെക്രട്ടറി. 1962-63-ൽ ജനറൽ സെക്രട്ടറി. 1978 മുതൽ 1991 വരെ സി പി ഐ (എം) ജനറൽ സെക്രട്ടറി. സി പി ഐ (എം) പൊളിറ്റ് ബ്യൂറോ മെമ്പർ, *മാർക്സിസ്റ്റ് സംവാദ*ത്തിന്റെ പത്രാധിപർ, എ കെ ജി പഠനഗവേഷണകേന്ദ്രം ഡയറക്ടർ എന്നീ നിലകളിലും പ്രവർത്തിച്ചു. 1939-ൽ മദിരാശി അസംബ്ലിയിലേക്ക് തിരഞ്ഞെടുക്കപ്പെട്ടു. 1957, 1960, 1965, 1977 എന്നീ വർഷങ്ങളിൽ കേരള അസംബ്ലിയിലേക്ക് തിരഞ്ഞെടുക്കപ്പെട്ടു. 1957-59ലും 1967-69ലും കേരളത്തിലെ മുഖ്യമന്ത്രി. 1998 മാർച്ച് 19ന്അന്തരിച്ചു.

ഉള്ളടക്കം

1

1989 പുതുവത്സരദിനം

കമ്യൂണിസ്റ്റ് (മാർക്സിസ്റ്റ്) പാർട്ടിയുടെ പതിമൂന്നാം കോൺഗ്രസിന്റെ സമാപനത്തോടനുബന്ധിച്ച് 1989-ലെ പുതുവത്സരദിനത്തിൽ തിരുവനന്തപുരത്ത് ഒരു വമ്പിച്ച പ്രകടനം നടക്കുകയുണ്ടായി. ഇത്ര വലിയ ഒരു ജനസഞ്ചയത്തിന് ഇതിന് മുമ്പൊരിക്കലും കേരളം സാക്ഷ്യം വഹിച്ചിട്ടില്ല. കോൺഗ്രസിൽ പങ്കെടുത്ത മൂന്ന് ഡസനിൽപരം വിദേശപ്രതിനിധികളടക്കം എല്ലാവരെയും ആ റാലി അദ്ഭുതപരതന്ത്രരാക്കി. കേരളത്തിലെ അധ്വാനിക്കുന്ന ജനവിഭാഗങ്ങൾക്കിടയിൽ സി പി ഐ (എം) ആർജിച്ച സ്നേഹാദരങ്ങളുടെ ഒരു സൂചകം കൂടിയായിരുന്നു ആ പടുകൂറ്റൻ പ്രകടനം.

ഈ റാലിക്കുമുമ്പ് പ്രതിനിധി സമ്മേളനത്തിൽ അഞ്ചുദിവസം നീണ്ടുനിന്ന സജീവ ചർച്ച നടക്കുകയുണ്ടായി. ഐകകണ്ഠ്യേന അംഗീകരിക്കപ്പെട്ട രാഷ്ട്രീയ പ്രമേയവും രാഷ്ട്രീയ-സംഘടനാ റിപ്പോർട്ടും; തുടർന്ന് കേന്ദ്രകമ്മിറ്റി ഏകകണ്ഠമായി തിരഞ്ഞെടുക്കപ്പെട്ടത്; കേന്ദ്രകമ്മിറ്റിയുടെ ഒന്നാമത്തെ യോഗത്തിൽവെച്ച് ജനറൽ സെക്രട്ടറിയും പൊളിറ്റ് ബ്യൂറോയും സെക്രട്ടേറിയറ്റും ഐകകണ്ഠ്യേന തിരഞ്ഞെടുക്കപ്പെട്ടത് - ഇതെല്ലാം കാണിക്കുന്നത് പാർട്ടിയുടെ നേതാക്കളും അണികളും തമ്മിലുള്ള ഐക്യവും ആശയപ്പൊരുത്തവുമാണ്.

ഇന്ത്യൻ കമ്യൂണിസ്റ്റ് പാർട്ടിയുടെ ചരിത്രത്തിൽ കഴിഞ്ഞ അരനൂറ്റാണ്ട് കാലം കേരളം വഹിച്ച സുപ്രധാന പങ്കിനെയാണ് ഇതെല്ലാം ഓർമിപ്പിക്കുന്നത്. താരതമ്യേന ഏറെ വൈകിയിട്ടാണ് പാർട്ടിയുടെ ഒരു യൂണിറ്റ് ഇവിടെ രൂപീകൃതമായതെങ്കിലും രാഷ്ട്രീയവും ആശയപരവുമായ സമരങ്ങളുടെ അഭിമാനാവഹമായ റെക്കോഡ് തന്നെ ഈ

സംസ്ഥാനത്തിനുണ്ട്. പാർട്ടിയുടെ ചരിത്രത്തിലെ മൂന്ന് സംഭവങ്ങൾ, പ്രത്യേകിച്ചും എടുത്തുപറയേണ്ടവയായിട്ടുണ്ട്.

1937-ൽ ഔപചാരികമായി രൂപീകൃതമായ പാർട്ടിയുടെ കേരളഘടകം അന്ന് പ്രവർത്തിച്ചിരുന്നത് ഒളിവിലായിരുന്നു. എന്നാൽ സ്ഥാപിക്കപ്പെട്ട് ഒരു കൊല്ലത്തിനുള്ളിൽതന്നെ ഒരു സുപ്രധാന രാഷ്ട്രീയ പ്രക്ഷോഭത്തിന് പാർട്ടി നേതൃത്വം നൽകി. ആലപ്പുഴയിലെ തൊഴിലാളികളുടെ 1938-ലെ രാഷ്ട്രീയ പൊതുപണിമുടക്കാണത്. ഈ പൊതുപണിമുടക്കിന്റെ പ്രാധാന്യം ഇതാണ്: തിരഞ്ഞെടുക്കപ്പെട്ട നിയമസഭയോട് ഉത്തരവാദിത്തമുള്ള ഒരു ജനാധിപത്യ ഗവൺമെന്റ് രൂപീകരിക്കണം എന്നതായിരുന്നു പണിമുടക്കിനാധാരമായ ആവശ്യപ്രഖ്യാപന രേഖയിലെ ഒന്നാമത്തെ ഇനം. 'ഉത്തരവാദഭരണം' എന്ന അതേ ആവശ്യം ഉന്നയിച്ചുകൊണ്ട് ബൂർഷ്വാസിയുടെ നേതൃത്വത്തിലുള്ള തിരുവിതാംകൂർ സ്റ്റേറ്റ് കോൺഗ്രസും സിവിൽ നിസ്സഹകരണ പ്രസ്ഥാനം ആരംഭിച്ചു കഴിഞ്ഞിട്ടുണ്ടായിരുന്നു. ബൂർഷ്വാസിയുടെ നേതൃത്വത്തിലുള്ള ഒരു രാഷ്ട്രീയ സമരമായിരുന്നു അത്. ആ സമരത്തിൽ സംഘടിത തൊഴിലാളിവർഗം ഒരു സ്വതന്ത്രശക്തിയായി പങ്കെടുത്തു. ഉത്തരവാദഭരണപ്രക്ഷോഭം തിരുവിതാംകൂർ സ്റ്റേറ്റിൽ മാത്രമായി ഒതുങ്ങിനിന്നെങ്കിലും, ഇന്നത്തെ കേരള സംസ്ഥാനത്തിലെ മറ്റ് പ്രദേശങ്ങളിലെ സോഷ്യലിസ്റ്റുകാരുടെയും കമ്യൂണിസ്റ്റുകാരുടെയും മൗലിക ജനാധിപത്യവാദികളുടെയും പിന്തുണ ആ സമരത്തിനുണ്ടായിരുന്നു.

ഒരു പതിറ്റാണ്ട് കഴിയുംമുമ്പ്, 1946-ൽ ആലപ്പുഴയിലെ അതേ തൊഴിലാളിവർഗം തന്നെയാണ് ഐതിഹാസികമായ പുന്നപ്ര-വയലാർ സമരം നടത്തിക്കൊണ്ട് ചരിത്രം സൃഷ്ടിച്ചത്. അഖിലേന്ത്യാ പ്രാധാന്യത്തിന്റെ കാര്യത്തിൽ, ആ സമരത്തെ രണ്ടാം സ്ഥാനത്തേക്ക് തള്ളാൻ തെലങ്കാന സമരം മാത്രമേയുള്ളു. ഈ രണ്ട് സമരങ്ങൾക്കും 1946-47 കാലത്ത് രാജ്യത്തിന്റെ വിവിധ ഭാഗങ്ങളിൽ നടന്ന മറ്റനേകം സമരങ്ങൾക്കും നേതൃത്വം നൽകിയ കമ്യൂണിസ്റ്റ് പാർട്ടി, അതുവഴി ഒരു ദേശീയ ശക്തിയായി ഉയർന്നു -- സ്വാതന്ത്ര്യസമരത്തിൽ ബൂർഷ്വാ നേതൃത്വവുമായി പൂർണമായും ഒന്നിച്ചുകൊണ്ടും എന്നാൽ അതേ അവസരത്തിൽതന്നെ അവരിൽനിന്ന് സ്വതന്ത്രമായും നിൽക്കുന്ന ഒരു ദേശീയശക്തി.

ഒരു പതിറ്റാണ്ടിനുശേഷം കേരളം വീണ്ടും ചരിത്രം സൃഷ്ടിച്ചു. പുതിയതായി രൂപീകൃതമായ കേരള സംസ്ഥാനത്തിന്റെ ഒന്നാം നിയമസഭയിലേക്ക് തിരഞ്ഞെടുപ്പ് നടന്നപ്പോൾ, ഇന്ത്യയിലെ ഒരു സംസ്ഥാനത്ത് ആദ്യമായി കമ്യൂണിസ്റ്റ് ഗവൺമെന്റ് അധികാരത്തിൽ വന്നപ്പോഴാണത്. കേന്ദ്രഗവൺമെന്റ് പിരിച്ചുവിടുന്നതിനുമുമ്പ് 28 മാസക്കാലം ആ ഗവൺമെന്റ് നടത്തിയ ഭരണംമൂലം ദേശീയ രാഷ്ട്രീയത്തിൽ ഇന്ത്യൻ കമ്യൂണിസ്റ്റ് പാർട്ടി ഒരു നിർണായകശക്തിയായി ഉയർന്നു. സംസ്ഥാനത്തിനുള്ളിൽ, കരുത്തുറ്റ പ്രതിപക്ഷശക്തിയായി, ബൂർഷ്വാ

സിയുടെ നേതൃത്വത്തിലുള്ള കോൺഗ്രസിന്റെ പ്രധാന പ്രതിയോഗിയായി വളർന്നുവന്നു.

തുടർന്നുവന്ന പതിറ്റാണ്ട് (1960-കൾ) ഇന്ത്യൻ കമ്യൂണിസ്റ്റ് പാർട്ടിയിലെ 1964-ലെ പിളർപ്പിലേക്ക് നയിച്ച ഉൾപ്പാർട്ടി സമരങ്ങളുടെ പര്യവസാനത്തിന് സാക്ഷ്യം വഹിച്ചു. അതിൽനിന്ന് രണ്ട് കമ്യൂണിസ്റ്റ് പാർട്ടികൾ രൂപംകൊണ്ടു — സി പി ഐ (എം) ഉം സി പി ഐയും. മുമ്പ് അവിഭക്ത സി പി ഐ വഹിച്ചിരുന്ന സ്ഥാനത്തേക്കുള്ള യഥാർഥ അവകാശിയായി ഉയർന്നത് സി പി ഐ (എം) ആണെന്ന്, തുടർന്ന് 1965-ൽ നടന്ന ഇടക്കാല തിരഞ്ഞെടുപ്പ് തെളിയിച്ചു. അന്ന് തൊട്ടിന്നേവരെ, സംസ്ഥാനത്തിലെ പ്രമുഖ രാഷ്ട്രീയ പാർട്ടിയായി സി പി ഐ (എം) തുടർന്നു വരുന്നു — കോൺഗ്രസിനേക്കാളും ശക്തമാണത്. കോൺഗ്രസ് (ഇ)യുടെ നേതൃത്വത്തിലുള്ള ജാതി-മതശക്തികളുടെ കൂട്ടുകെട്ടിനെ, 1987-ൽ ഇടതുപക്ഷ-ജനാധിപത്യ-മതനിരപേക്ഷ പ്രതിപക്ഷത്തിന് തിരഞ്ഞെടുപ്പിൽ പരാജയപ്പെടുത്താൻ കഴിഞ്ഞത് ഇതുമൂലമാണ്.

ഇത്തരത്തിലുള്ള സംഭവവികാസങ്ങൾ രാജ്യത്തിലെങ്ങും നടന്നുകൊണ്ടിരിക്കുകയായിരുന്നു. ഇടതുപക്ഷ ജനാധിപത്യ മുന്നണിക്ക് കേരളത്തിൽ ലഭിച്ച തിരഞ്ഞെടുപ്പ് വിജയവും പശ്ചിമബംഗാളിലും മറ്റ് ചില സംസ്ഥാനങ്ങളിലും കോൺഗ്രസ് (ഇ)ക്ക് ഏൽക്കേണ്ടിവന്ന നിരവധി പരാജയങ്ങളും എല്ലാം സൂചിപ്പിച്ചത് രാജീവ്ഗാന്ധി ഗവൺമെന്റിനെ താഴത്തിറക്കുക എന്നത് യാഥാർഥ്യബോധത്തോടുകൂടിയ ഒരു ലക്ഷ്യമാണ് എന്നാണ്. സി പി ഐ(എം) ന്റെ അഖിലേന്ത്യാ നേതൃത്വവും മറ്റ് ചില ഇടതുപക്ഷ-പ്രതിപക്ഷ ശക്തികളും ചേർന്ന് രാജീവ്ഗാന്ധി ഗവൺമെന്റിനെ സ്ഥാനഭ്രഷ്ടമാക്കി, അതിന്റെ സ്ഥാനത്ത് ഒരു ബദൽ മതനിരപേക്ഷസഖ്യത്തെ അധികാരത്തിലേറ്റുക എന്ന ആശയം മുന്നോട്ടുവെച്ചു.

1989-ലെ നവവത്സരദിനത്തിൽ തിരുവനന്തപുരത്ത് നടന്ന പടുകൂറ്റൻ പ്രകടനം, അതിനുമുമ്പ് രാജ്യത്തെങ്ങും സംസ്ഥാനതലത്തിലും ജില്ലാതലത്തിലും അതിലും താഴെ നിലവാരങ്ങളിലും പാർട്ടിസമ്മേളനത്തോടനുബന്ധിച്ച് നടന്ന പ്രകടനങ്ങൾ — ഇവയെല്ലാം തെളിയിച്ചത്, പാർട്ടിയുടെ അണികളും അനുഭാവികളും പാർട്ടിക്ക് പിന്നിൽ ഒറ്റക്കെട്ടായി ഉറച്ചുനിൽക്കുന്നുവെന്നാണ്. ഇത്ര ശക്തമായ ഐക്യത്തിലേക്കും കെട്ടുറപ്പിലേക്കും നയിക്കുന്ന ഉൾപ്പാർട്ടി ചർച്ച നടത്തുന്നുണ്ട് എന്ന് അവകാശപ്പെടാൻ ഏതെങ്കിലും ബൂർഷ്വാ പാർട്ടിക്ക് കഴിയുമോ?

പാർട്ടിയുടെ ഉൾക്കരുത്തിന്റെ ഈ പ്രകടനം കണ്ടമ്പരന്ന, പാർട്ടിയിലെ നേതാക്കന്മാരും അണികളും അനുഭാവികളും തമ്മിലുള്ള ഐക്യത്തിന്റെ ശക്തി കണ്ടമ്പരന്ന, പ്രതിയോഗികൾ അന്തഃസാരശൂന്യമായ ഒരു ചോദ്യം ഉന്നയിക്കാനാണ് മുതിർന്നത് : തിരുവനന്തപുരം കോൺഗ്രസിനെ, പതിമൂന്നാം കോൺഗ്രസ് എന്ന് വിളിക്കുന്നത് ശരി

യാണോ എന്നാണവരുടെ ചോദ്യം. എന്തൊക്കെയായാലും, മുമ്പത്തെ 12 കോൺഗ്രസുകളിൽ 6 എണ്ണവും നടത്തിയത് അവിഭക്ത സി പി ഐയാണ് എന്നവർ വാദിക്കുന്നു. അവിഭക്ത സി പി ഐയുടെ ആറ് കോൺഗ്രസുകൾ കഴിഞ്ഞതിൽ പിന്നീട് മാത്രം രൂപംകൊണ്ട സി പി ഐ (എം)ന് അവയ്ക്കുമേൽ അവകാശം ഉന്നയിക്കാൻ കഴിയുന്നത് എങ്ങനെയാണ് എന്നാണവരുടെ ചോദ്യം. അവരുടെ അഭിപ്രായത്തിൽ ഏഴാം കോൺഗ്രസിന്റെ (1964) കാലത്ത് മാത്രമാണ് സി പി ഐ (എം) രൂപംകൊണ്ടത്. അതിനാൽ സി പി ഐ (എം)ന്റെ ഒന്നാം കോൺഗ്രസ് എന്ന് അതിനെ വിളിക്കാം. മറ്റൊരു വിധത്തിൽ പറഞ്ഞാൽ, 1989-ലെ കോൺഗ്രസ്, ഏഴാം കോൺഗ്രസ് മാത്രമാണ് — അങ്ങനെ പോകുന്നു അവരുടെ വാദം.

ഈ വിധത്തിൽ വാദിക്കുന്നവർ മറച്ചുവെക്കാൻ ആഗ്രഹിക്കുന്ന ഒരു വസ്തുതയുണ്ട്: 1964-നുമുമ്പ് ആറ് കോൺഗ്രസുകൾ നടത്തിയ അവിഭക്ത സി പി ഐ, ആ വർഷത്തിൽ രണ്ടായി പിളരുകയാണുണ്ടായത്. സി പി ഐയുടെ യഥാർഥ പിൻഗാമികൾ തങ്ങളാണെന്ന് അതിൽ ഓരോ വിഭാഗവും അവകാശപ്പെടുകയും ചെയ്തു. കൽക്കത്തയിൽ ചേർന്ന ഏഴാം കോൺഗ്രസിൽ തങ്ങളാണ് യഥാർഥ സി പി ഐക്കാർ എന്ന് സി പി ഐ (എം) പ്രഖ്യാപിച്ചു. പിന്നീട് ബോംബെയിൽ ചേർന്ന ഏഴാം കോൺഗ്രസിൽ സി പി ഐക്കാരും അതേ അവകാശവാദം ഉന്നയിച്ചു. പരസ്പര മത്സരത്തോടുകൂടിയ ഈ രണ്ട് അവകാശവാദങ്ങൾ പൂർണമായും കാൽനൂറ്റാണ്ടുകാലത്തോളം (1964-തൊട്ട് 1989-വരെ) കടുത്ത പരിശോധനകൾക്ക് വിധേയമാക്കപ്പെട്ടു.

തിരുവനന്തപുരത്ത് ചേർന്ന സി പി ഐ (എം)ന്റെ പതിമൂന്നാം കോൺഗ്രസ് ആ പരിശോധനയുടെ ഫലം സംഗ്രഹിച്ചു വിലയിരുത്തി. മാർച്ചിൽ കൽക്കത്തയിൽ ചേർന്ന സി പി ഐയുടെ പതിനാലാം കോൺഗ്രസ് അവരുടെ വീക്ഷണകോണിൽ നിന്നുകൊണ്ട് ചെയ്തതും അതുതന്നെയാണ്. അതിനാൽ സി പി ഐ (എം)ന്റെ തിരുവനന്തപുരം കോൺഗ്രസിനെ ആ പാർട്ടിയുടെ ഏഴാം കോൺഗ്രസായി കണക്കാക്കണമെങ്കിൽ സി പി ഐയുടെ കൽക്കത്താ കോൺഗ്രസിനെ ആ പാർട്ടിയുടെ എട്ടാം കോൺഗ്രസായി കണക്കാക്കണം. 1964-ൽ ചേർന്ന ഈ രണ്ട് പാർട്ടികളുടെയും കോൺഗ്രസുകളെ ഒന്നുകിൽ ആ പാർട്ടികളുടെ ഒന്നാം കോൺഗ്രസായി കണക്കാക്കണം; അല്ലെങ്കിൽ ഏഴാം കോൺഗ്രസായി കണക്കാക്കണം. അവ രണ്ടും സംയുക്തമായി മുമ്പു തന്നെ ആറ് കോൺഗ്രസുകൾ നടത്തിക്കഴിഞ്ഞിട്ടുണ്ടല്ലോ.

മൂന്ന് പ്രധാന പ്രശ്നങ്ങളെ ആസ്പദിച്ചാണ് 1964-ലെ പിളർപ്പുണ്ടായത്: (1) ഭരണവർഗങ്ങളോടും അവരുടെ പാർട്ടിയായ കോൺഗ്രസിനോടും ഉള്ള സമീപനം. (2) ലോക കമ്യൂണിസ്റ്റ് പ്രസ്ഥാനത്തിൽ ഗുരുതരമായ ഒരു ഭിന്നിപ്പിന് ഇടയാക്കിയ അഭിപ്രായവ്യത്യാസങ്ങൾ. (3) ഇന്ത്യാ-ചൈനാ അതിർത്തിത്തർക്കത്തോടുള്ള സമീപനവും അതി

നെക്കുറിച്ചുള്ള ഇന്ത്യൻ കമ്യൂണിസ്റ്റുകാരുടെ നിലപാടും. ഈ മൂന്ന് പ്രശ്നങ്ങളിൽ ഓരോന്നിലും സി പി ഐ (എം) കൈക്കൊണ്ട നിലപാട്, ഏറക്കുറെ ശരിയായിരുന്നു; സി പി ഐയുടേത് ശരിയല്ലായിരുന്നു. അങ്ങനെ, ആദ്യം അവിഭക്ത സി പി ഐക്കുള്ളിലും പിന്നീട് (അതിനെത്തുടർന്ന്) നിലവിൽവന്ന രണ്ട് പാർട്ടികൾ തമ്മിൽത്തമ്മിലും നടന്ന തീവ്രമായ ആശയസമരത്തിന്റെ പര്യവസാനമായിരുന്നു സി പി ഐ (എം)ന്റെ പതിമൂന്നാം കോൺഗ്രസ്.

1990 മാർച്ച് രണ്ടാംവാരത്തിൽ നടന്ന സി പി ഐയുടെ പതിനാലാം കോൺഗ്രസ് രണ്ടുകാര്യങ്ങൾ വ്യക്തമാക്കി: ഒന്നാമത്, പിളർപ്പിന് മുമ്പുള്ള സി പി ഐയിൽ ഭിന്നിപ്പിനിടയാക്കിയ മൂന്ന് പ്രശ്നങ്ങളോടുള്ള സമീപനത്തിന്റെ കാര്യത്തിലും സി പി ഐ മാറ്റം വരുത്തേണ്ടതുണ്ട്. എന്നാൽ രണ്ടാമത്; ഈ മൂന്ന് പ്രശ്നങ്ങളിൽ ഒന്നിന്റെ കാര്യത്തിലും ദൃഢവും തുറന്നടിച്ചതുമായ ഒരു നിലപാട് സ്വീകരിക്കാൻ അവർക്ക് കഴിയില്ല. അതിനാൽ 1964-ലെ പരിപാടി പരിഷ്കരിക്കുമെന്ന് സി പി ഐ പ്രഖ്യാപിച്ചിരുന്നുവെങ്കിലും അവർക്കങ്ങനെ ചെയ്യാൻ കഴിഞ്ഞില്ല. സമകാലീന രാഷ്ട്രീയ പ്രശ്നങ്ങളെ സംബന്ധിച്ചാണെങ്കിൽ, "ബൂർഷ്വാ പ്രതിപക്ഷ പാർട്ടികളുമായി ഐക്യവും സമരവും" എന്ന ആശയത്തോടുള്ള ചാഞ്ചാട്ട മനോഭാവം ഉപേക്ഷിക്കാൻ അവർക്ക് കഴിഞ്ഞതുമില്ല. ഇന്ത്യാ-ചൈനാ സംഘട്ടനത്തിന്റെ കാര്യത്തിൽപോലും 1964-ലെ പിളർപ്പിന് മുമ്പും പിമ്പും അവർ സ്വീകരിച്ച സങ്കുചിത നിലപാട് ഇപ്പോഴും ഉപേക്ഷിച്ചു കഴിഞ്ഞിട്ടില്ല. മറ്റൊരു വിധത്തിൽ പറഞ്ഞാൽ പൂർണമായും കാൽനൂറ്റാണ്ട് കാലത്തോളം സി പി ഐ ചെന്നകപ്പെട്ട വ്യതിയാനത്തിൽനിന്ന് അവർക്ക് മോചനം ലഭിക്കണമെങ്കിൽ അവർ ഏറെദൂരം മുന്നോട്ട് പോകേണ്ടിയിരിക്കുന്നു.

ഇന്ത്യയിൽ അവിഭക്ത കമ്യൂണിസ്റ്റ് പ്രസ്ഥാനം കെട്ടിപ്പടുത്ത മഹത്തായ പാരമ്പര്യത്തിന്റെ യഥാർഥ അവകാശികൾ സി പി ഐ (എം)കാരാണ് എന്ന ബഹുജന വിളംബരമാണ് 1989 ജനുവരി 1-ന്റെ തിരുവനന്തപുരത്തെ പടുകൂറ്റൻ റാലിയിലൂടെ നാം കണ്ടത്. ഇതെങ്ങനെ സംഭവിച്ചു? കേരളത്തിൽ കമ്യൂണിസ്റ്റ് പാർട്ടിയുടെ രൂപീകരണത്തിലേക്ക് നയിച്ച ശക്തികൾ ഏതൊക്കെയായിരുന്നു? അതെങ്ങനെ രണ്ടായി ഭിന്നിച്ചു? ആ രണ്ട് പാർട്ടികളും തമ്മിലുള്ള ആശയസമരം ആത്യന്തികമായി, സി പി ഐ (എം) തങ്ങളുടെ മേധാവിത്വം സ്ഥാപിക്കുന്നതിൽ ചെന്നെത്തിയതെങ്ങനെയാണ്? സമീപകാല ഇന്ത്യൻ കമ്യൂണിസ്റ്റ് പ്രസ്ഥാനത്തെക്കുറിച്ചുള്ള ഏത് ചർച്ചയിലും സ്വാഭാവികമായും പൊന്തിവരാവുന്ന ചോദ്യങ്ങളാണിവ. ഈ ചോദ്യങ്ങൾക്ക് ഉത്തരം പറയാനാണ് ഞാൻ ഈ പുസ്തകത്തിൽ ശ്രമിച്ചിരിക്കുന്നത്.

എന്നാൽ ഇന്ത്യൻ കമ്യൂണിസ്റ്റ് പാർട്ടിയുടെ കേരളത്തിലെ കഥയുടെ വിവരണത്തിൽ മാത്രമായി നമുക്ക് ഏറെക്കുറെ ഒതുങ്ങിനിൽക്കാം. മൂന്ന് വാല്യങ്ങളുള്ള ഒരു പുസ്തകത്തിൽ (മലയാളത്തിൽ)

ഇതിന് ഞാൻ മുമ്പ് ശ്രമിച്ചതാണ്. ആ പഠനത്തിൽ അവതരിപ്പിച്ച വസ്തുതകളെ ഉപജീവിച്ചാണ്, അവ സംഗ്രഹിച്ച് ഒറ്റ വാള്യമാക്കിയാണ്, ഈ പുസ്തകം രചിച്ചിട്ടുള്ളത്:

എന്നാൽ പഠനത്തിന്റെ ശ്രദ്ധാകേന്ദ്രം കേരളമായിരിക്കുമ്പോൾതന്നെ അതിന്റെ പശ്ചാത്തലമെന്ന നിലയിൽ അഖിലേന്ത്യാ സംഭവവികാസങ്ങൾ അവതരിപ്പിക്കപ്പെടുന്നതാണ്. എന്നുമാത്രമല്ല പാർട്ടി കെട്ടിപ്പടുക്കുന്നതിനും വളരുന്നതിനും ഇടയാക്കിയ സമരങ്ങളിൽ സജീവമായ പങ്ക് വഹിച്ച ഒരാൾ എന്ന നിലയിൽ, ഈ ലേഖകന് വ്യക്തിപരമായി ഉണ്ടായ അനുഭവങ്ങളെയും ഓർമകളെയും ആസ്പദിച്ചാണ്, അത്രയൊന്നും ഗവേഷണങ്ങളെ ആശ്രയിച്ചല്ല ഇതെഴുതപ്പെട്ടിട്ടുള്ളത്. അതിനാൽ വിശകലനങ്ങളിൽ ഒരളവോളം ആത്മനിഷ്ഠത കടന്നുകൂടാൻ ഇടയുണ്ട്. എന്നാൽ 1964-ലെ പിളർപ്പിന് മുമ്പും പിമ്പും പാർട്ടി നടത്തിയിട്ടുള്ള തുടർച്ചയായ സ്വയം വിമർശനപരമായ വിലയിരുത്തലുകളെ അടിസ്ഥാനപ്പെടുത്തിയാണ് ഈ വിവരണം നൽകപ്പെടുന്നതെന്ന മെച്ചം ഇതിനുണ്ട്.

2

സി പി ഐ മുപ്പതുകളുടെ മധ്യത്തിൽ

കമ്യൂണിസ്റ്റ് പാർട്ടി ഓഫ് ഇന്ത്യയുടെ ഒന്നാമത്തെ കേരള യൂണിറ്റ് കോഴിക്കോട്ട് ഒരു രഹസ്യയോഗത്തിൽവെച്ച് രൂപീകൃതമായത് 1937 ജൂലായിലാണ്. കേരളത്തിൽ സജീവമായി പ്രവർത്തിച്ചുവന്ന നാല് കോൺഗ്രസ് സോഷ്യലിസ്റ്റുകാരും ആ യോഗത്തിന് മാർഗ നിർദേശം നൽകാൻ മദിരാശിയിൽനിന്ന് വന്നെത്തിയ ഒരു കേന്ദ്രകമ്മിറ്റി അംഗവും (എസ് വി ഘാട്ടെ) ആണ് ആ യോഗത്തിൽ പങ്കെടുത്തത്.

ആ നാലുപേരിൽ ഒരാളായ അന്തരിച്ച എൻ സി ശേഖർ 'കമ്യൂണിസ്റ്റ് ലീഗ്' എന്ന് സ്വയം വിളിച്ചുവന്ന തിരുവനന്തപുരത്തെ ഒരു പ്രാദേശിക സംഘടനയിലെ അംഗമായിരുന്നു. 1931-ൽ രൂപീകൃതമായ ആ സംഘടന കമ്യൂണിസത്തിന്റെ പൊതുപ്രചാരണത്തിനുവേണ്ടി ചില പ്രവർത്തനങ്ങളൊക്കെ നടത്തിയിരുന്നു; പ്രസ് തൊഴിലാളികളുടെ ഒരു യൂണിയനും സംഘടിപ്പിച്ചിരുന്നു. എന്നാൽ അന്നത്തെ തിരുവിതാംകൂർ സ്റ്റേറ്റിലെ രാഷ്ട്രീയ പ്രസ്ഥാനങ്ങളുമായി അതിന് യാതൊരു ബന്ധവും ഉണ്ടായിരുന്നില്ല. രാജ്യത്തിലെ മറ്റ് ഭാഗങ്ങളിലെ പ്രസ്ഥാനങ്ങളുമായുള്ള ബന്ധത്തിന്റെ കാര്യം പിന്നെ പറയേണ്ടതില്ലല്ലോ. 1934-ൽ കോൺഗ്രസ് സോഷ്യലിസ്റ്റ് പാർട്ടി രൂപീകൃതമായപ്പോൾ ശേഖർ അതിൽ ചേർന്നു; കോഴിക്കോട്ടെ ട്രേഡ് യൂണിയൻ പ്രസ്ഥാനത്തിലും രാഷ്ട്രീയ പ്രസ്ഥാനത്തിലും പ്രവർത്തിച്ചുതുടങ്ങി.

ആ യോഗത്തിൽ പങ്കെടുത്ത മറ്റൊരാൾ അന്തരിച്ച കെ ദാമോദരനായിരുന്നു. അദ്ദേഹവും കോൺഗ്രസ് സോഷ്യലിസ്റ്റ് ആയിരുന്നു. എന്നാൽ കാശിവിദ്യാപീഠത്തിലെ വിദ്യാർഥിയായിരിക്കുമ്പോൾ അദ്ദേഹം വാരണാസിയിലെ കമ്യൂണിസ്റ്റ് സംഘടനയുമായി ദൃഢമായ ബന്ധം സ്ഥാപിച്ചിരുന്നു. വാരണാസിയിലേക്ക് പോകുന്നതിനുമുമ്പ് അദ്ദേഹം കേരളത്തിൽ കോൺഗ്രസ് സോഷ്യലിസ്റ്റുകാരനായി പ്രവർത്തിച്ചുവ

ന്നു. കേരളത്തിലേക്ക് തിരിച്ചുവന്നതാകട്ടെ കമ്യൂണിസ്റ്റുകാരനായ കോൺഗ്രസ് സോഷ്യലിസ്റ്റായിട്ടാണുതാനും.

മറ്റ് രണ്ടു പേരാകട്ടെ (അന്തരിച്ച പി കൃഷ്ണപിള്ളയും ഞാനും) കോൺഗ്രസ് സോഷ്യലിസ്റ്റ് പാർട്ടിയുടെ നേതാക്കന്മാരായിരുന്നു. കേരളത്തിലെ കോൺഗ്രസ് സോഷ്യലിസ്റ്റ് പാർട്ടിയുടെ സെക്രട്ടറിയായി അന്ന് പ്രവർത്തിച്ചുവന്ന കൃഷ്ണപിള്ള കേരള പ്രവിശ്യാ കോൺഗ്രസ് കമ്മിറ്റിയിലെ മുൻ വർക്കിങ് കമ്മിറ്റി അംഗവും ആയിരുന്നു. അഖിലേന്ത്യാ കോൺഗ്രസ് സോഷ്യലിസ്റ്റ് പാർട്ടിയുടെ നാല് ജോയിന്റ് സെക്രട്ടറിമാരിൽ ഒരാളായിരുന്നു ഞാൻ. അതിന് പുറമെ കുറച്ചുകാലം ഞാൻ കെ പി സി സിയുടെ സെക്രട്ടറിയുമായിട്ടുണ്ട്. കോഴിക്കോട് യോഗം നടക്കുമ്പോൾ ഞാൻ കെ പി സി സിയുടെ ഓർഗനൈസിങ് സെക്രട്ടറിയായിരുന്നു.

സി പി ഐയുടെ കേന്ദ്രകമ്മിറ്റിയിലെ ഒരംഗത്തിന്റെ സാന്നിധ്യത്തിൽ ഈ നാല് കോൺഗ്രസ് സോഷ്യലിസ്റ്റ് പാർട്ടി പ്രവർത്തകർ ഒത്തുകൂടിയത് അതിനും രണ്ടുകൊല്ലം മുമ്പ് ആരംഭിച്ച ഒരു പ്രക്രിയയുടെ പര്യവസാനം എന്ന നിലയ്ക്കായിരുന്നു. മദിരാശി ആസ്ഥാനമാക്കി പ്രവർത്തിക്കുന്ന സി പി ഐയിലെ മറ്റൊരു കേന്ദ്രകമ്മിറ്റി അംഗമായ പി സുന്ദരയ്യയുമായി രണ്ട് കോൺഗ്രസ് സോഷ്യലിസ്റ്റ് പാർട്ടി പ്രവർത്തകർ (കൃഷ്ണപിള്ളയും ഞാനും) ആദ്യം കണ്ടുമുട്ടിയതാണ് ആ സംഭവം. സുന്ദരയ്യയും ഘാട്ടെയും പിന്നീട് പലതവണ കേരളത്തിൽ വരികയുണ്ടായി; കേരളത്തിലെ കോൺഗ്രസ് സോഷ്യലിസ്റ്റ് പാർട്ടി പ്രവർത്തകരുമായി ബന്ധംവെക്കുകയുണ്ടായി; കോൺഗ്രസ് സോഷ്യലിസ്റ്റ് പാർട്ടിയുടെ പ്രവർത്തകന്മാരിലും പ്രവർത്തനങ്ങളിലും തങ്ങളുടെ സ്വാധീനം ചെലുത്തുകയുണ്ടായി.

കേരളത്തിലെ കോൺഗ്രസ് സോഷ്യലിസ്റ്റ് പാർട്ടിയിലെ മഹാഭൂരിപക്ഷം പേരും (നേതാക്കന്മാരെന്നപോലെ അണികളും പാർട്ടി അംഗങ്ങളും) വിശ്വസ്തരായ കോൺഗ്രസ് സോഷ്യലിസ്റ്റുകാരായിരിക്കുമ്പോൾതന്നെ ക്രമേണ കമ്യൂണിസ്റ്റ് പാർട്ടിയിലേക്ക് നീങ്ങിത്തുടങ്ങി എന്നതായിരുന്നു അതിന്റെ ഫലം. കേരളത്തിലെ കോൺഗ്രസ് സോഷ്യലിസ്റ്റുകാർക്കും കമ്യൂണിസ്റ്റുകാർക്കും അവരുടെ അഖിലേന്ത്യാ സുഹൃത്തുക്കളുമായി പതിവായി ബന്ധംവെക്കുന്നതിനുള്ള വേദികളായിരുന്നു കോൺഗ്രസ് സോഷ്യലിസ്റ്റ് പാർട്ടിയുടെയും അഖിലേന്ത്യാ കിസാൻസഭയുടെയും അഖിലേന്ത്യാ കോൺഗ്രസ് കമ്മിറ്റിയുടെയും മറ്റും അഖിലേന്ത്യാ സമ്മേളനങ്ങൾ. കേരളത്തിലെ കമ്യൂണിസ്റ്റ് പാർട്ടിയുടെ ഒന്നാമത്തെ യൂണിറ്റ് രൂപീകരിക്കപ്പെട്ട കേരള കോൺഗ്രസ് സോഷ്യലിസ്റ്റുകാരുടെ അണ്ടർഗ്രൗണ്ട് യോഗത്തിൽ കേന്ദ്രകമ്മിറ്റി അംഗം ഘാട്ടെ സന്നിഹിതനായത് ഈ പ്രക്രിയയുടെ യുക്തിസഹമായ ഒരു പര്യവസാനം മാത്രമായിരുന്നു.

ഘാട്ടെയെയും സുന്ദരയ്യയെയും പോലുള്ള കേന്ദ്രകമ്മിറ്റി അംഗ

ങ്ങൾ പരസ്യമായി പ്രവർത്തിച്ചുകൊണ്ടിരുന്നുവെങ്കിലും അവർ കമ്യൂണിസ്റ്റുകാരായി അറിയപ്പെട്ടിരുന്നുവെങ്കിലും പാർട്ടിക്ക് പരസ്യമായി പ്രവർത്തിക്കാൻ കഴിയുമായിരുന്നില്ല. പുതിയതായി രൂപംകൊണ്ട ഇന്ത്യൻ കമ്യൂണിസ്റ്റ് പാർട്ടിയെ ബ്രിട്ടീഷ് ഗവൺമെന്റ് 1934-ൽ നിയമവിരുദ്ധമായി പ്രഖ്യാപിച്ചതാണ് അതിന് കാരണം.

ഇന്ത്യൻ കമ്യൂണിസ്റ്റ് പാർട്ടിയുടെ അന്നത്തെ പ്രധാന കേന്ദ്രങ്ങൾ ബോംബെയും കൽക്കത്തയും പഞ്ചാബും ആയിരുന്നു. എന്നാൽ മദിരാശിയിലേക്കും പാർട്ടി അതിന്റെ പ്രവർത്തനം വ്യാപിപ്പിച്ചു തുടങ്ങിയിരുന്നു. ആന്ധ്രയിലെ ഒരു വിദ്യാർഥിയായ സുന്ദരയ്യയെയും ആന്ധ്രയിൽനിന്നും തമിഴ്നാട്ടിൽ നിന്നുമുള്ള മറ്റേതാനും വിദ്യാർഥികളെയും യുവാക്കളെയും സി പി ഐയുടെ ഊർജസ്വല സംഘാടകനായ അമീർ ഹൈദർഖാൻ പാർട്ടിയിൽ ചേർത്തുകഴിഞ്ഞിരുന്നു. ആന്ധ്രയിലും തമിഴ്നാട്ടിലും ശരിയായ യൂണിറ്റുകൾ രൂപീകരിക്കുന്ന കാര്യത്തിലും അദ്ദേഹം വിജയിച്ചു. എന്നാൽ തെക്കോട്ട് കേരളത്തിലേക്ക് യാത്ര ചെയ്തുകൊണ്ടിരിക്കുമ്പോൾ അദ്ദേഹം അറസ്റ്റ് ചെയ്യപ്പെട്ടു. അതിനാൽ കേരളത്തിലെ ഊർജസ്വലരായ യുവാക്കളുമായി ബന്ധംവെക്കാൻ അദ്ദേഹത്തിന് കഴിഞ്ഞില്ല. കേരളത്തിലെ സമരവീര്യമുള്ള ചെറുപ്പക്കാർ നേരിട്ട് കമ്യൂണിസ്റ്റ് പാർട്ടിയിലേക്ക് വരികയല്ല ഉണ്ടായത്; കോൺഗ്രസ് സോഷ്യലിസ്റ്റ് പാർട്ടിയിലൂടെ കമ്യൂണിസ്റ്റ് പാർട്ടിയിലേക്ക് എത്തിച്ചേരുകയാണുണ്ടായത് എന്നാണ് ഞാനുദ്ദേശിക്കുന്നത്.

സി പി ഐയുടെ പ്രവർത്തനങ്ങളെക്കുറിച്ചോ നിലനിൽപ്പിനെക്കുറിച്ചോ അന്ന് കേരളത്തിലെ ഇടതുപക്ഷ കോൺഗ്രസുകാർക്ക് അറിവുണ്ടായിരുന്നില്ല; ജവാഹർലാൽ നെഹ്റുവിനെയും സുഭാഷ് ചന്ദ്രബോസിനെയും പോലുള്ള കോൺഗ്രസിലെ അഖിലേന്ത്യാ ഇടതുപക്ഷ നേതാക്കന്മാരുടെ പ്രവർത്തനങ്ങളിൽ അവർക്ക് മതിപ്പുണ്ടായിരുന്നുതാനും. അതിനാൽ അവരെ സംബന്ധിച്ചിടത്തോളം ഈ പ്രക്രിയ സ്വാഭാവികമാണ്. കോൺഗ്രസ് നേതാക്കളെ സംബന്ധിച്ച് അവർക്കുണ്ടായിരുന്ന വ്യാമോഹം അവസാനിച്ചുകഴിഞ്ഞിരുന്നു; എന്നാൽ കമ്യൂണിസ്റ്റ് പാർട്ടിയുമായി യാതൊരു ബന്ധവുമുണ്ടായിരുന്നതുമില്ല. അതിനാൽ കോൺഗ്രസ് സോഷ്യലിസ്റ്റ് പാർട്ടിയുടെ രൂപീകരണത്തെ അവർ സ്വാഗതം ചെയ്തു. സോഷ്യലിസ്റ്റുകാർ എന്ന നിലയിൽ തങ്ങൾ നടത്തിയ പ്രവർത്തനങ്ങൾ, തങ്ങൾ കമ്യൂണിസ്റ്റ് പാർട്ടിയിൽ ചേരുകയാണെങ്കിൽ എത്രയും പൂർണമായിത്തീരുമെന്ന് കമ്യൂണിസ്റ്റ് പാർട്ടിയുമായി ആദ്യം ബന്ധംവെച്ച ഘട്ടത്തിൽതന്നെ അവർക്ക് ബോധ്യമായി. അങ്ങനെ അവർ കേരളത്തിലെ ഒന്നാമത്തെ തലമുറയിൽപ്പെട്ട കമ്യൂണിസ്റ്റുകാരായിത്തീർന്നു — ഈ വസ്തുത പരസ്യമായി അറിയപ്പെട്ടിരുന്നില്ലെങ്കിലും. പുറത്തേക്ക് കോൺഗ്രസ് സോഷ്യലിസ്റ്റുകാർ എന്നാൽ യഥാർഥത്തിൽ കമ്യൂണിസ്റ്റുകാർ. ഇതായിരുന്നു അവരുടെ സ്വഭാവം.

കോഴിക്കോടു ചേർന്ന യോഗത്തിൽ പങ്കെടുത്ത അഞ്ചാമത്തെ ആൾ സി പി ഐയുടെ കേന്ദ്രകമ്മിറ്റി അംഗമായ ഘാട്ടെ ആയിരുന്നു. ഒരു പതിറ്റാണ്ടിലേറെക്കാലമായി അദ്ദേഹം പാർട്ടി അംഗമായി പ്രവർത്തിക്കുകയാണ്. ബോംബെയിലെ ഉശിരൻ ട്രേഡ് യൂണിയൻ പ്രസ്ഥാനത്തിന്റെ സജീവ സംഘാടകനായി 1920-കളുടെ തുടക്കംതൊട്ടേ പ്രവർത്തിച്ചുവരുന്ന അദ്ദേഹം, അന്ന് പരസ്യമായി പ്രവർത്തിച്ചുകൊണ്ടിരുന്ന കമ്യൂണിസ്റ്റ് പാർട്ടിയിലെ അംഗമായിരുന്നു. ഊർജസ്വലരായ ട്രേഡ് യൂണിയൻ പ്രവർത്തകരും കമ്യൂണിസ്റ്റുകാരുമായ മറ്റ് മുപ്പതിൽപരം സഖാക്കളോടൊപ്പം മീററ്റ് (കമ്യൂണിസ്റ്റ് ഗൂഢാലോചന) കേസിൽ അറസ്റ്റുചെയ്ത് ശിക്ഷിക്കപ്പെട്ട അദ്ദേഹം, സി പി ഐയുടെ പുതിയതായി രൂപീകൃതമായ കേന്ദ്രകമ്മിറ്റിയിൽ അംഗമായി തിരഞ്ഞെടുക്കപ്പെട്ടു. മറ്റൊരു കേന്ദ്രകമ്മിറ്റി അംഗമായിരുന്ന സുന്ദരയ്യയോടൊപ്പം അദ്ദേഹം ദക്ഷിണേന്ത്യയിലെ പാർട്ടി പ്രവർത്തനത്തിന് മേൽനോട്ടം വഹിക്കുകയായിരുന്നു.

സുന്ദരയ്യയും ഘാട്ടെയും ഉൾപ്പെടെയുള്ള കേന്ദ്രകമ്മിറ്റിയോടുകൂടിയ പാർട്ടി, ഒന്നര പതിറ്റാണ്ട് മുമ്പുതന്നെ നിലവിലുണ്ടായിരുന്നു – സംഘടിതവും ഏകീകൃതവുമായ ഒരു അഖിലേന്ത്യാ സംഘടന എന്ന നിലക്കല്ല, മറിച്ച് രാജ്യത്തെങ്ങും രൂപീകരിക്കപ്പെട്ട് പ്രവർത്തിച്ചുവരുന്ന ഒറ്റപ്പെട്ട ഗ്രൂപ്പുകൾ എന്ന നിലക്കാണെന്ന് മാത്രം. ഒന്നാം ലോകമഹായുദ്ധത്തിന് ശേഷം ഏറെ വർഷങ്ങൾ കഴിയുംമുമ്പുതന്നെ അവ രൂപീകരിക്കപ്പെട്ട് പ്രവർത്തനം ആരംഭിച്ചിട്ടുണ്ടായിരുന്നു. എന്നാൽ അവയുടെ പ്രവർത്തനം പ്രധാനമായും ബോംബെയിലും കൽക്കത്തയിലും പഞ്ചാബിലും ഒരതിർത്തിവരെ മദിരാശിയിലും മാത്രമായി ഒതുങ്ങിനിന്നു. സംയോജിതമായ ഒരു അഖിലേന്ത്യാ കേന്ദ്രം അന്ന് ഉണ്ടായിരുന്നില്ല.

യഥാർഥം പറഞ്ഞാൽ ഒരു കേന്ദ്രനേതൃത്വ സംവിധാനം ഉണ്ടാക്കുന്നതിനുള്ള ആദ്യത്തെ ശ്രമം നടന്നത് ഇന്ത്യക്ക് പുറത്തുവെച്ചാണ് – സോവിയറ്റ് നഗരമായ താഷ്കെന്റിൽ. വിദേശത്ത് പാർക്കുന്ന ചില ഇന്ത്യൻ വിപ്ലവകാരികളാണ് 1920-ലെ ആ ആദ്യസംരംഭത്തിൽ പങ്കെടുത്തത്. കമ്യൂണിസ്റ്റ് ഇന്റർനാഷണലിൽനിന്ന് അവർക്ക് പിന്തുണയും മാർഗനിർദേശവും ലഭിക്കുകയും ചെയ്തു. എന്നാൽ പുതിയതായി രൂപീകരിക്കപ്പെട്ട ഈ കമ്മിറ്റിക്ക് സംഘടനയിൽ പൂർണ അംഗത്വപദവി നൽകാൻ ഇന്റർനാഷണൽ തയ്യാറായില്ല; ഉപദേശക പദവി മാത്രമേ അതിന് നൽകിയുള്ളു. താഷ്കെന്റ് ഗ്രൂപ്പുമായി സഹകരിച്ച് പ്രവർത്തിക്കാൻ സന്നദ്ധരല്ലാതിരുന്ന മറ്റ് ഇന്ത്യൻ വിപ്ലവകാരികളുടെ ഗ്രൂപ്പുകളും ഇന്ത്യക്ക് പുറത്തുണ്ടായിരുന്നതാണ് അതിന് കാരണം.

ആ ഗ്രൂപ്പിന്റെ രൂപീകരണവും അതിന്റെ പ്രവർത്തനങ്ങളും മൂലം ഇന്ത്യൻ വിപ്ലവകാരികൾ കമ്യൂണിസത്തിലേക്ക് കൂടുതൽ കൂടുതൽ ആകർഷിക്കപ്പെട്ടു. അവർ ഇന്ത്യയിൽ കൂടുതൽ കമ്യൂണിസ്റ്റ് ഗ്രൂപ്പു

കൾ രൂപീകരിച്ചു. കമ്യൂണിസ്റ്റ് പാർട്ടി ഓഫ് ഇന്ത്യ എന്ന് സ്വയം വിശേഷിപ്പിച്ച താഷ്കെന്റ് ഗ്രൂപ്പ് പ്രസിദ്ധീകരിച്ച ലേഖനങ്ങളും എഴുതിയ കത്തുകളും മറ്റ് വിധത്തിൽ അവർ സ്ഥാപിച്ച തന്ത്രബന്ധങ്ങളും കോൺഗ്രസിനെ പരിഷ്കരിക്കുന്നതിന് സഹായിച്ചു.

അഹമ്മദാബാദിൽ ചേർന്ന ഇന്ത്യൻ നാഷണൽ കോൺഗ്രസിന്റെ 1921-ലെ സമ്മേളനം ഇന്ത്യൻ കമ്യൂണിസ്റ്റ് പ്രസ്ഥാനത്തിന്റെ ചരിത്രത്തെ സംബന്ധിച്ചിടത്തോളം ഒരു വഴിത്തിരിവ് തന്നെയായിരുന്നു. കോൺഗ്രസിന്റെ ചരിത്രത്തിൽ ആദ്യമായി, ആ സമ്മേളനത്തിൽ സന്നിഹിതരായിരുന്ന പ്രതിനിധികൾക്കിടയിൽ ഇന്ത്യൻ കമ്യൂണിസ്റ്റ് പാർട്ടിയുടെ പേരിൽ പുറപ്പെടുവിച്ച ഒരു മാനിഫെസ്റ്റോ വിതരണം ചെയ്യപ്പെട്ടു. കോൺഗ്രസിന്റെ ലക്ഷ്യങ്ങളുടെ കാര്യത്തിൽ വ്യക്തമായ ഒരു നിർവചനം ഉണ്ടാക്കണമെന്ന് അത് ആവശ്യപ്പെട്ടു - ബ്രിട്ടീഷ് സാമ്രാജ്യത്വവുമായുള്ള എല്ലാ ബന്ധങ്ങളും പൂർണമായും വിച്ഛേദിക്കണം; തൊഴിലാളിവർഗത്തിന്റെയും കർഷകജനസാമാന്യത്തിന്റെയും സമരങ്ങൾക്ക് പൂർണമായ പിന്തുണ നൽകണം. ഉൽപ്പതിഷ്ണുക്കളായ കോൺഗ്രസുകാരിൽപ്പെട്ട ഒരാളായ മൗലാന ഹസ്റത്ത് മൊഹാനി പൂർണസ്വാതന്ത്ര്യത്തെ അനുകൂലിക്കുന്ന ഒരു പ്രമേയം ആ സമ്മേളനത്തിൽ അവതരിപ്പിച്ചുവെന്നതിൽ നിന്ന് ആ മാനിഫെസ്റ്റോ കോൺഗ്രസുകാരിൽ ചെലുത്തിയ സ്വാധീനം എത്രയാണെന്ന് ഊഹിക്കാവുന്നതേയുള്ളു. സമ്മേളന പ്രതിനിധികളിൽ ഭൂരിഭാഗവും ആ പ്രമേയത്തെ എതിർത്തതുമൂലം അത് തള്ളിപ്പോയി എന്നത് ശരിതന്നെ. എന്നാൽ കമ്യൂണിസ്റ്റ് പാർട്ടിയുടെ മാനിഫെസ്റ്റോ കോൺഗ്രസ് പ്രതിനിധികളുടെ കൈകളിൽ എത്തിച്ചേർന്ന അതേ സമ്മേളനത്തിൽതന്നെ, അങ്ങനെയൊരു പ്രമേയം അവതരിപ്പിക്കപ്പെട്ടുവെന്ന വസ്തുത എടുത്തുകാണിക്കുന്നത്, സാമ്രാജ്യത്വവിരുദ്ധ പ്രസ്ഥാനത്തിൽ കമ്യൂണിസം ഒരു ആശയം എന്ന നിലയിൽ വേരുപിടിച്ചുതുടങ്ങി എന്നാണ്.

ചുമരെഴുത്ത് കണ്ട ഉടൻതന്നെ ബ്രിട്ടീഷ് ഗവൺമെന്റ് നടപടി ആരംഭിച്ചു. മോസ്കോവിൽനിന്ന് തിരിച്ചുവന്നവരെ ഉൾപ്പെടുത്തിക്കൊണ്ട് ഗവൺമെന്റ്, കമ്യൂണിസ്റ്റ് ഗൂഢാലോചനക്കേസ് ചാർജ് ചെയ്തു. അതിന്റെ ഉദ്ദേശ്യം വളരെ വ്യക്തമായിരുന്നു: കമ്യൂണിസം എന്ന ആശയത്തെയും സിദ്ധാന്തത്തെയും കുറ്റവിചാരണ ചെയ്യുക; ഇന്ത്യക്ക് പുറത്തുനിന്ന് ഇന്ത്യയിലേക്ക് പടർന്നുകൊണ്ടിരിക്കുന്ന 'വിഷാണു'ക്കളെക്കുറിച്ച് ജനങ്ങൾക്ക് മുന്നറിയിപ്പ് നൽകുക. എന്നാൽ ഭരണാധികാരികളുടെ ഈ പദ്ധതി, അവരിലേക്കുതന്നെ തിരിച്ചടിച്ചു. കേസിന്റെ വിചാരണക്ക് നൽകിയ പ്രസിദ്ധി കമ്യൂണിസ്റ്റ് ആശയങ്ങൾ പ്രചരിക്കുന്നതിനാണ് സഹായകമായത്. ഒറ്റക്കൊറ്റക്ക് ചിതറിക്കിടന്ന കമ്യൂണിസ്റ്റ് ഗ്രൂപ്പുകൾക്ക് ആ പ്രവർത്തനത്തിലൂടെ വലിയ ഉത്തേജനം ലഭിച്ചു - കമ്യൂണിസ്റ്റ് ആശയങ്ങൾ പ്രചരിപ്പിക്കുന്നതിനിടയിൽ അവർക്ക് കടുത്ത ദുരിതങ്ങളും കഷ്ടനഷ്ടങ്ങളും സഹിക്കേണ്ടിവന്നുവെങ്കിലും.

കമ്യൂണിസ്റ്റ് പാർട്ടി ഓഫ് ഇന്ത്യ എന്ന പേരിൽ അറിയപ്പെട്ടിരുന്ന താഷ്കെന്റ് ഗ്രൂപ്പ് നടത്തിയ പ്രക്ഷോഭ-പ്രചാരണ പ്രവർത്തനങ്ങളുടെയും രാജ്യത്തെങ്ങുമുള്ള സജീവ കമ്യൂണിസ്റ്റ് ഗ്രൂപ്പുകൾ നടത്തിയ ഊർജസ്വലമായ പ്രവർത്തനങ്ങളുടെയും ഫലമായി ഐതിഹാസികമായ മറ്റൊരു വഴിത്തിരിവും സംജാതമായി. 1925-ൽ യു പിയിലെ കാൺപൂരിൽ ഒരു അഖിലേന്ത്യാ കമ്യൂണിസ്റ്റ് സമ്മേളനം പരസ്യമായി ത്തന്നെ നടന്നു; അങ്ങനെ നിയമപരമായി പ്രവർത്തിക്കുന്ന ഇന്ത്യൻ കമ്യൂണിസ്റ്റ് പാർട്ടി ഇന്ത്യൻ മണ്ണിൽവച്ച് സംഘടിപ്പിക്കപ്പെട്ടു. അതോടൊപ്പംതന്നെ ഇന്ത്യൻ തൊഴിലാളി-കർഷക പാർട്ടി എന്ന മറ്റൊരു സംഘടനയും സ്ഥാപിതമായി. വിശാലമായ അടിസ്ഥാനത്തിലുള്ള ഒരു സംഘടനയായിരുന്നു അത്. കമ്യൂണിസ്റ്റുകാരല്ലാത്ത തൊഴിലാളിവർഗ വിപ്ലവകാരികളും അതിൽ ഉണ്ടായിരുന്നു.

തൊഴിലാളി-കർഷക പാർട്ടിയുടെ പ്രവർത്തനങ്ങൾ ജനങ്ങളിൽ വമ്പിച്ച സ്വാധീനം ചെലുത്തുകയുണ്ടായി. റഷ്യൻ വിപ്ലവത്തിന്റെ പാഠങ്ങളും സന്ദേശങ്ങളും വ്യാപകമായ നിലയിൽത്തന്നെ പ്രചരിപ്പിക്കപ്പെട്ടു. രാജ്യത്തെങ്ങും ഉശിരൻ ട്രേഡ് യൂണിയനുകളും യുവാക്കളുടെ സമരസംഘടനകളും സ്ഥാപിതമായി. ബോംബുരാഷ്ട്രീയത്തിൽ പൂർണമായ വിശ്വാസമുണ്ടായിരുന്ന ദേശീയ വിപ്ലവകാരികൾ കമ്യൂണിസത്തിലേക്ക് ദ്രുതഗതിയിൽ പരിവർത്തനം ചെയ്യപ്പെട്ടു. ഈ പ്രവണതയുടെ ഒരു പ്രമുഖ പ്രതിനിധിയാണ് ഭഗത്സിങ്ങ്.

കമ്യൂണിസ്റ്റുകാരുടെയും അതുപോലെതന്നെ തൊഴിലാളി-കർഷകപാർട്ടിയുടെയും പ്രവർത്തനങ്ങളുടെ സ്വാധീനം കോൺഗ്രസിനുള്ളിലും പ്രകടമായി. 1927-ൽ ചേർന്ന കോൺഗ്രസിന്റെ സമ്മേളനത്തിൽ പൂർണസ്വാതന്ത്ര്യത്തിന് ആഹ്വാനം ചെയ്യുന്ന ഒരു പ്രമേയം അംഗീകരിക്കുകയുണ്ടായി-മുമ്പ് അഹമ്മദാബാദ് സമ്മേളനത്തിൽ അവർ തള്ളിക്കളഞ്ഞ അതേ പ്രമേയം തന്നെ. കോൺഗ്രസിനുള്ളിൽ ഇങ്ങനെ ദ്രുതഗതിയിൽ മാറ്റങ്ങൾ വന്നുകൊണ്ടിരിക്കുമ്പോൾ 'ഇന്റിപെൻഡൻസ് ഓഫ് ഇന്ത്യാ ലീഗി'നെ പോലുള്ള പുതിയ സമര സംഘടനകളും നിലവിൽ വന്നുതുടങ്ങി. പൂർണസ്വാതന്ത്ര്യം എന്ന പ്രമേയം അംഗീകരിക്കുന്നതിലേക്ക് കോൺഗ്രസിനെ കൊണ്ടെത്തിച്ചത് ഈ പ്രക്രിയയാണ്-1927-ലെ പരമമായ ലക്ഷ്യമായിട്ടല്ല മറിച്ച് രാജ്യവ്യാപകമായ സമരം കെട്ടഴിച്ചുവിടുന്നതിനുള്ള അടിയന്തരലക്ഷ്യം എന്ന നിലക്കാണ് ആ പ്രമേയം അംഗീകരിക്കപ്പെട്ടത്.

എന്നാൽ അതിനോടുള്ള ബ്രിട്ടീഷ് ഭരണാധികാരികളുടെ പ്രതികരണം ആദ്യത്തേതിന്റെ ആവർത്തനം തന്നെയായിരുന്നു. 1925-ൽ കാൺപൂരിൽവെച്ച് ഇന്ത്യൻ കമ്യൂണിസ്റ്റ് പാർട്ടിയുടെ അഖിലേന്ത്യാ സമ്മേളനം പരസ്യമായി ചേരുകയും അവിടെവെച്ച് അഖിലേന്ത്യാ കമ്യൂണിസ്റ്റ് പാർട്ടി രൂപീകരിക്കുകയും ചെയ്തതിനെത്തുടർന്ന് ബ്രിട്ടീഷ് ഗവൺമെന്റ് കാൺപൂർ ഗൂഢാലോചനക്കേസ് കെട്ടിച്ചമച്ചു.

പിന്നീട് 1928-ൽ മീറത്തിൽ തൊഴിലാളി-കർഷക പാർട്ടിയുടെ അഖിലേന്ത്യാ സമ്മേളനം ചേർന്നതിനെത്തുടർന്ന് മീറത്തിൽ മറ്റൊരു ഗൂഢാലോചനക്കേസ് ചാർജ് ചെയ്തു. നാലിലധികം കൊല്ലക്കാലം നീണ്ടുപോയ ആ കേസ് ദേശീയ പ്രസ്ഥാനത്തിനുള്ളിൽ വമ്പിച്ച താൽപര്യമുണർത്തിവിടുകയുണ്ടായി. കാരണം സ്വാതന്ത്ര്യ പ്രസ്ഥാനത്തിന് നേർക്കുള്ള ഒരാക്രമണം എന്ന നിലക്കാണ് ഈ ഗൂഢാലോചനക്കേസുകളെ ദേശീയ പ്രസ്ഥാനത്തിന്റെ നേതാക്കൻമാർ കണ്ടത്. കമ്യൂണിസ്റ്റ് ആശയങ്ങൾ വ്യാപകമായി പ്രചരിപ്പിക്കുന്നതിന് ഈ ഗൂഢാലോചനക്കേസുകളുടെ വിചാരണ നടപടികൾ ഒരിക്കൽകൂടി കാരണമായി; കമ്യൂണിസ്റ്റ് പാർട്ടിയുടെ തത്വശാസ്ത്രവും പരിപാടികളും കൂടുതൽ കൂടുതൽ ആളുകളറിയാനിടയായി. അതെന്തായാലും അസംഘടിതമായിക്കിടന്നിരുന്ന കമ്യൂണിസ്റ്റ് പാർട്ടയുടെ വായ് നാലുകൊല്ലത്തിലധികം കാലം അടച്ചുമൂടാൻ ബ്രിട്ടീഷ് ഗവൺമെന്റിന് കഴിഞ്ഞു.

ബഹുജനസ്വാധീനത്തിന്റെ കാര്യത്തിലും ശക്തിയുടെ കാര്യത്തിലും അനുക്രമം വളർന്നുകൊണ്ടിരുന്ന സ്വാതന്ത്ര്യപ്രസ്ഥാനത്തിന്റെ ഉള്ളടക്കത്തെ എങ്ങനെയാണ് മനസിലാക്കുകയും വിലയിരുത്തുകയും ചെയ്യേണ്ടത് എന്ന പ്രശ്നത്തിന്മേൽ ഗുരുതരമായ അഭിപ്രായവ്യത്യാസങ്ങൾ ഉയർന്നുവന്നതിനാൽ രാജ്യത്തങ്ങുമിങ്ങും ചിതറിക്കിടക്കുന്ന കമ്യൂണിസ്റ്റ് ഗ്രൂപ്പുകളെ ഒന്നിപ്പിക്കുന്നതിനും പ്രബലപ്പെടുത്തുന്നതിനും തടസം നേരിട്ടു. കോൺഗ്രസിന്റെ നേതൃത്വത്തിലുള്ള ബഹുജനസമരങ്ങളിൽനിന്ന് സ്വയം അകന്നുനിൽക്കാൻ കമ്യൂണിസ്റ്റുകാരെ പ്രോത്സാഹിപ്പിക്കുന്ന ഒരു ഇടതുപക്ഷ സെക്ടേറിയൻ പ്രവണത നിലവിലുണ്ടായിരുന്നു. ഇന്ത്യൻ കമ്യൂണിസ്റ്റുകാർക്കിടയിലുള്ള പ്രശ്നങ്ങൾ പരിഹരിക്കാൻ സഹായകരമാകുമെന്ന് പ്രതീക്ഷിക്കപ്പെട്ടിരുന്ന കമ്യൂണിസ്റ്റ് ഇന്റർനാഷണലിന് അതിന് കഴിയാതെവന്നപ്പോൾ കാര്യം കൂടുതൽ വഷളായി. ബ്രിട്ടീഷ് ഭരണാധികാരികളുടെ മർദനനയങ്ങൾ മാത്രമല്ല അതിന് കാരണം; ആശയപരവും രാഷ്ട്രീയവുമായ ദൗർബല്യങ്ങളും അതിന് കാരണമാണ്. ബ്രിട്ടീഷ് ഗവൺമെന്റിന്റെ ഭീകരമായ ആക്രമണം ഏറ്റവും കൂടുതൽ സഹിക്കേണ്ടിവന്നത് കമ്യൂണിസ്റ്റുകാരായിരുന്നുവെങ്കിലും വളർന്നുവരുന്ന ഉശിരൻ സ്വാതന്ത്ര്യസമര പ്രസ്ഥാനത്തിന്റെ സമരനായകൻമാരായി കമ്യൂണിസ്റ്റുകാർ കണക്കാക്കപ്പെട്ടില്ല എന്നതായിരുന്നു അതിന്റെ ഫലം.

ഭിന്നിപ്പ് ഇല്ലാതാക്കുന്നതിനും ഐക്യം വളർത്തുന്നതിനും കമ്യൂണിസ്റ്റ് ഇന്റർനാഷണൽ മുൻകൈയെടുത്തപ്പോൾ (സഹോദര പാർട്ടികൾ ഇന്ത്യൻ കമ്യൂണിസ്റ്റുകാർക്കയച്ച സൗഹൃദപരമായ കത്തുകളിലൂടെയാണ് സാമ്രാജ്യത്വവിരുദ്ധ പരിപാടിയുടെ അടിസ്ഥാനത്തിൽ അവരുടെ അണികളെ ഒന്നിപ്പിക്കാൻ ശ്രമിച്ചത്) ഒരു പുതിയ അധ്യായം തുറക്കുകയായി. മീറത്ത് ഗൂഢാലോചനക്കേസിലൂടെ ഇരുമ്പഴികൾക്കുള്ളിൽ അടയ്ക്കപ്പെട്ട സഖാക്കളെ ഇതിനകം വിട്ടയച്ചിരുന്നു. അതി

നാൽ ഒരു ഏകീകൃത അഖിലേന്ത്യാ നേതൃത്വം രൂപീകരിക്കാൻ കഴിയുമായിരുന്നു. പി സി ജോഷിയായിരുന്നു ജനറൽ സെക്രട്ടറി; അന്ന് രൂപീകരിക്കപ്പെട്ട കേന്ദ്രകമ്മിറ്റിയിൽ സുന്ദരയ്യയും ഘാട്ടെയും അംഗങ്ങളായിരുന്നു. അഖിലേന്ത്യാതലത്തിൽ കേന്ദ്രകമ്മിറ്റിയോടുകൂടി കമ്യൂണിസ്റ്റ് പാർട്ടി പുനഃസംഘടിപ്പിക്കപ്പെട്ടതിനെത്തുടർന്ന് 1937-ൽ കേരളത്തിൽ രൂപീകൃതമായതടക്കം നിരവധി പ്രവിശ്യാ കമ്മിറ്റികളും രൂപീകൃതമായി.

3

ഇടതുദേശീയ രാഷ്ട്രീയത്തിൽ നിന്ന് തൊഴിലാളിവർഗ രാഷ്ട്രീയത്തിലേക്ക്

കോൺഗ്രസ് സോഷ്യലിസ്റ്റ് പാർട്ടിയുടെ രൂപീകരണവും ആ പാർട്ടിയും കമ്യൂണിസ്റ്റ് പാർട്ടിയും തമ്മിൽ ക്രമേണ ഉണ്ടായിവന്ന അടുപ്പവും കേരളത്തിലെ രാഷ്ട്രീയപ്രസ്ഥാനത്തിന്റെ സ്വഭാവത്തിൽ മൗലികമായ ഒരു മാറ്റത്തിനിടയാക്കി. ദേശീയ സ്വാതന്ത്ര്യ പ്രസ്ഥാനത്തിനകത്ത് വ്യക്തമായ ഒരു തൊഴിലാളിവർഗ പ്രവണത ഉരുത്തിരിഞ്ഞുവന്നതായിരുന്നു അതിന്റെ പ്രത്യേകത.

രാജ്യത്തിന്റെ മറ്റ് ഭാഗങ്ങളോട് താരതമ്യപ്പെടുത്തുമ്പോൾ ഇന്ത്യൻ നാഷണൽ കോൺഗ്രസിന്റെ ഒരു പ്രാദേശിക യൂണിറ്റ് രൂപീകരിക്കുന്നതുപോലും ഏറെ വൈകിയിട്ടാണ്. കോൺഗ്രസ് രൂപംകൊണ്ടതിൽ പിന്നീട്, ഏതാണ്ട് മൂന്ന് പതിറ്റാണ്ടോളംകാലം, അതിന്റെ ഒരു പ്രാദേശിക യൂണിറ്റ്, അന്നത്തെ ബ്രിട്ടീഷ് പ്രവിശ്യയായ മദിരാശിയുടെ ഭാഗമായിരുന്ന മലബാർ ജില്ലയിലോ കൊച്ചി, തിരുവിതാംകൂർ നാട്ടുരാജ്യങ്ങളിലോ രൂപീകരിക്കപ്പെടുകയുണ്ടായില്ല. ആനി ബസന്റിന്റെ നേതൃത്വത്തിൽ ഹോംറൂൾ ലീഗിന്റെ രൂപീകരണത്തെത്തുടർന്ന് (ഒന്നാം ലോകമഹായുദ്ധത്തിന്റെ അവസാനത്തോടടുപ്പിച്ചാണ്) മലബാർ ജില്ലയുടെ ആസ്ഥാനമായ കോഴിക്കോട് രാഷ്ട്രീയ പ്രവർത്തനങ്ങളുടെ ആരംഭം ദൃശ്യമായത്.

എന്നാൽ കോൺഗ്രസിന്റെ ഒരു സ്ഥിരം പ്രാദേശിക കമ്മിറ്റി മലബാറിൽ രൂപീകരിക്കപ്പെടുന്നതിന്, ഗാന്ധിജിയുടെ നേതൃത്വത്തിലുള്ള നിസ്സഹകരണ-ഖിലാഫത്ത് പ്രസ്ഥാനം ഉയർന്നുവരുന്നതുവരെ, കാത്തിരിക്കേണ്ടിവന്നു. കേരളത്തിന്റെ വടക്കൻ മേഖലയിലെ രാഷ്ട്രീയ പ്രസ്ഥാനത്തിൽ ഒരു പുതിയ ഘട്ടം അതോടെ ആരംഭിച്ചു എന്ന കാര്യത്തിൽ തർക്കമില്ല. അതിനുശേഷം രണ്ടുകൊല്ലക്കാലം കേരളത്തിന്റെ ഈ പ്രദേശം രാഷ്ട്രീയ പ്രക്ഷോഭംകൊണ്ട് സജീവമാ

യിത്തീർന്നു. കേരളത്തിലെ ജനങ്ങളെ സംബന്ധിച്ചിടത്തോളം, രാഷ്ട്രീയ വിദ്യാഭ്യാസത്തിലെ യഥാർഥ ബാലപാഠമായിരുന്നു, വിപുലമായ ഈ ബഹുജനപ്രസ്ഥാനം. എന്നാൽ അത് ഓർക്കാപ്പുറത്ത് വർഗീയകലാപമായി പരിവർത്തനം ചെയ്യപ്പെട്ടപ്പോൾ, (ബ്രിട്ടീഷ് ഭരണാധികാരികൾ അതിനെ പൈശാചികമായി അടിച്ചമർത്തുകയാണുണ്ടായത്) ആ രാഷ്ട്രീയ പ്രവർത്തനം പെട്ടെന്ന് നിലച്ചുപോയി. ഈ ക്രൂരമായ അനുഭവത്തിനുശേഷം, ഏതാണ്ട് ഒരു പതിറ്റാണ്ടോളംകാലം കേരളത്തിന്റെ മലബാർമേഖല നിശ്ചലമായി കിടക്കുകയായിരുന്നു.

എന്നാൽ കേരളത്തിന്റെ പ്രധാന ഭാഗമായ തിരുവിതാംകൂർ കൊച്ചി നാട്ടുരാജ്യങ്ങൾ ആ വൈകിയ വേളയിലും സജീവരാഷ്ട്രീയത്തിന് അസ്പൃശ്യമായിത്തന്നെ സ്ഥിതിചെയ്തു. നാട്ടുരാജ്യങ്ങളിലെ രാജാക്കന്മാർ ഇന്ത്യൻ ഭരണാധികാരികളാണ്, വിദേശികളല്ല, അതിനാൽ സ്വാതന്ത്ര്യസമര പ്രസ്ഥാനം ബ്രിട്ടീഷ് ഇന്ത്യയിൽ ഒതുങ്ങിനിന്നാൽ മതി എന്ന അഭിപ്രായമാണ് നിസ്സഹകരണ-ഖിലാഫത്ത് പ്രസ്ഥാനങ്ങളുടെ നേതൃത്വത്തിനുണ്ടായിരുന്നത്. നാട്ടുരാജ്യങ്ങളുടെ 'ആഭ്യന്തര കാര്യങ്ങളിൽ' സ്വാതന്ത്ര്യപ്രസ്ഥാനത്തിന്റെ സംഘാടകർ 'ഇടപെടേണ്ടതില്ല' എന്നർഥം. അതിനാൽ കേരളത്തിലെ നാട്ടുരാജ്യങ്ങളിലെ കോൺഗ്രസുകാർ, 'രചനാത്മക പരിപാടിയി'ലെ ഖാദി, ഹിന്ദി തുടങ്ങിയ ഇനങ്ങൾക്ക് പ്രചാരം നൽകുകയല്ലാതെ മറ്റൊന്നിലും ഏർപ്പെട്ടിരുന്നില്ല.

1920-കളുടെ അവസാനമായപ്പോഴേ ഈ അവസ്ഥയിൽ യഥാർഥ മാറ്റം വരികയുണ്ടായുള്ളു. ദേശീയ പ്രസ്ഥാനത്തിന്റെ ലക്ഷ്യമായി പൂർണസ്വാതന്ത്ര്യം അംഗീകരിക്കുന്നതിന്റെ പ്രസക്തിയെക്കുറിച്ച് രാജ്യവ്യാപകമായി നടന്ന ചർച്ച; ഭഗത്സിങ്ങും അദ്ദേഹത്തിന്റെ സഹപ്രവർത്തകരും, അതുപോലെതന്നെ നെഹ്റുവിനെപ്പോലെയുള്ള കോൺഗ്രസ് നേതാക്കന്മാരും പ്രചരിപ്പിച്ച ഇടതുപക്ഷ ആശയങ്ങൾ - ഇതെല്ലാം യുവാക്കളും വിദ്യാർഥികളും അടങ്ങുന്ന ഒരു പുതിയ തലമുറയുടെ ഭാവനയെ തട്ടിയുണർത്തി. തിരുവിതാംകൂർ-കൊച്ചി രാജ്യങ്ങളിലും ഇത്തരം ചലനങ്ങളുണ്ടായി. നാട്ടുരാജ്യങ്ങളിൽ ഉത്തരവാദഭരണം വേണമെന്ന ആവശ്യം രാഷ്ട്രീയ പ്രവർത്തകർ ഉന്നയിക്കാൻ തുടങ്ങി.

ദേശവ്യാപകമായ പ്രക്ഷോഭത്തിന്റെ ഭാഗമായി കേരളത്തിന്റെ മലബാർ മേഖലയിൽ ആരംഭിച്ച ഉപ്പുസത്യഗ്രഹത്തിന് ആവേശം പകർന്നുകൊടുത്തത് ഈ പ്രക്ഷോഭങ്ങളാണ്. ഈ സത്യഗ്രഹത്തിൽ പങ്കെടുത്ത നൂറുകണക്കിന് യുവാക്കളും ഏതാനും യുവതികളും ജയിലിൽ അടയ്ക്കപ്പെട്ടു. അവിടെവെച്ച്, മറ്റ് സംസ്ഥാനങ്ങളിൽനിന്ന് വന്ന തടവുകാരിൽനിന്ന് പകർന്നുകിട്ടിയ ഇടതുപക്ഷ ആശയങ്ങളും കാഴ്ചപ്പാടുകളും അവരിൽ സ്വാധീനം ചെലുത്തി. കേരളത്തിന്റെ എല്ലാ ഭാഗങ്ങളിലും (ആയിരക്കണക്കിന് വളണ്ടിയർമാർ ഉപ്പുസത്യഗ്രഹംവഴി

രാഷ്ട്രീയപ്രക്ഷോഭത്തിലേക്ക് വന്നു, മലബാറിൽ പ്രത്യേകിച്ചും) സ്വാതന്ത്ര്യസമര പ്രസ്ഥാനത്തിൽ വ്യക്തമായ ഒരു ഇടതുപക്ഷ പ്രവണത ദൃശ്യമാകുന്നതിന്റെ ആരംഭമായി ഇതിനെ കണക്കാക്കാം.

എന്നാൽ കമ്യൂണിസ്റ്റ് ആശയങ്ങളെ സംബന്ധിച്ചിടത്തോളം, കേരളം അപ്പോഴും പൂർണമായും അസ്പൃശ്യമായിത്തന്നെ നിലകൊണ്ടു. കമ്യൂണിസ്റ്റ്-സോഷ്യലിസ്റ്റ് പ്രസ്ഥാനത്തിന്റെ വളർച്ചയെക്കുറിച്ച് അക്കാലത്തെ രാഷ്ട്രീയപ്രവർത്തകർക്ക് ലഭ്യമായിരുന്ന ഒരേയൊരു വിവരം, ഇടതു ദേശീയ വിപ്ലവകാരികളെ സംബന്ധിച്ചുള്ള ലേഖനങ്ങളിൽ നിന്നാണ് ലഭിച്ചിരുന്നത്. കമ്യൂണിസ്റ്റുകാരെക്കുറിച്ചാകട്ടെ, അവർക്ക് ഏറെക്കുറെ ഒരറിവും ലഭിച്ചിരുന്നില്ല. എന്നാൽ പത്രറിപ്പോർട്ടുകളിലെ വരികൾക്കിടയിലൂടെ ചോർന്നുകിട്ടുന്ന അപൂർവമായ വിവരങ്ങൾ രാജ്യത്തിന്റെ മറ്റ് ഭാഗങ്ങളിൽ നടന്നുകൊണ്ടിരിക്കുന്ന വമ്പിച്ച പരിവർത്തനങ്ങളെക്കുറിച്ച് യുവസത്യഗ്രഹികളെ ബോധവാൻമാരാക്കി. 1931-ൽ തിരുവനന്തപുരത്ത് കമ്യൂണിസ്റ്റ് ലീഗും 1934-ൽ മലബാറിൽ കോൺഗ്രസ് സോഷ്യലിസ്റ്റ് പാർട്ടിയും രൂപീകരിക്കുന്നതിനിടയാക്കിയത് ഈ രാഷ്ട്രീയബോധമാണ്. ഉപ്പുസത്യഗ്രഹത്തിൽ പങ്കെടുത്തവരിൽ മിക്കവരും ഇടതുപക്ഷ കോൺഗ്രസുകാരായി സ്വയം മാറി; അവരിൽതന്നെ ഭൂരിപക്ഷം പേരും കോൺഗ്രസ് സോഷ്യലിസ്റ്റ് പാർട്ടി രൂപംകൊണ്ടപ്പോൾ ആ പാർട്ടിയിൽ ചേർന്നു. പുതിയ കോൺഗ്രസ് സോഷ്യലിസ്റ്റ് പാർട്ടിയുടെ ആസ്ഥാനവും പ്രധാന ബഹുജനാടിത്തറയും കേരളത്തിലെ മലബാർ ഭാഗത്തായിരുന്നു (കോഴിക്കോട്)വെങ്കിലും തിരുവിതാംകൂർ-കൊച്ചി നാട്ടുരാജ്യങ്ങളിലും അധികം താമസിയാതെ ആ പാർട്ടി ബന്ധങ്ങൾ സ്ഥാപിച്ചു.

ഇടതുപക്ഷ കോൺഗ്രസുകാരായി പ്രവർത്തനം ആരംഭിച്ച, യുവതീയുവാക്കൾ, ഈ സാഹചര്യത്തിൽ, തങ്ങളുടെ രാഷ്ട്രീയ പ്രവർത്തനങ്ങളുടെ കേന്ദ്രമായി കോൺഗ്രസിനെതന്നെയാണ് കണ്ടത് എന്നത് തികച്ചും സ്വാഭാവികമാണ്. അഖിലേന്ത്യാ കോൺഗ്രസ് സോഷ്യലിസ്റ്റ് പാർട്ടിനേതാക്കൾ നിർദേശിച്ചതുപോലെ, കോൺഗ്രസിനുള്ളിൽ നിന്നുകൊണ്ടുതന്നെ പ്രവർത്തിക്കുന്നതാണ് യുക്തമെന്നവർ മനസിലാക്കി- കോൺഗ്രസ് സംഘടനയിലെ വലതുപക്ഷ നേതാക്കന്മാരുടെ ഒത്തുതീർപ്പുനയങ്ങളോട് നിരന്തരം സമരം നടത്തിക്കൊണ്ടേ അത് കഴിയുമായിരുന്നുള്ളുവെങ്കിലും.

ഇടതുപക്ഷ കോൺഗ്രസുകാർ ഗാന്ധിയുടെ ആശയങ്ങൾക്കും പാർലമെന്ററി പ്രവർത്തനങ്ങൾക്കും എതിരായി നടത്തിക്കൊണ്ടിരുന്ന സമരങ്ങളാണ്, അവരെ, അവരുടെ വലതുപക്ഷ സഹപ്രവർത്തകരിൽനിന്നും വലതുപക്ഷ നേതാക്കന്മാരിൽനിന്നും വേർതിരിച്ചു നിർത്തിയത്. സോഷ്യലിസ്റ്റുകാർ എന്ന് സ്വയം വിളിച്ചുവന്ന കോൺഗ്രസുകാരുടെ ഒരു യോഗം 1934 മെയ് മാസത്തിൽ കോഴിക്കോട് നടന്നു. കേരളത്തിൽ കോൺഗ്രസ് സോഷ്യലിസ്റ്റ് പാർട്ടിയുടെ ഒരു കമ്മിറ്റി രൂപീകരി

ക്കാൻ തീരുമാനിച്ചത് ആ യോഗത്തിൽവെച്ചാണ്. അന്തരിച്ച കൃഷ്ണ പിള്ളയായിരുന്നു കമ്മിറ്റിയുടെ സെക്രട്ടറി. അഖിലേന്ത്യാ കോൺഗ്രസ് സോഷ്യലിസ്റ്റ് പാർട്ടി രൂപീകരിക്കുന്നതിനുള്ള തയ്യാറെടുപ്പ് നടത്തുന്ന തിനായി പട്നയിൽ വിളിച്ചുചേർത്ത യോഗത്തിൽ സംബന്ധിക്കാൻ ഞാൻ പോകണമെന്നും കോഴിക്കോട്ടെ യോഗം തീരുമാനിച്ചു. അതി നാൽ സജീവകോൺഗ്രസുകാരായി തുടർന്നുകൊണ്ടുതന്നെ, ഇടതു പക്ഷ കോൺഗ്രസുകാരെ ഒരു പുതിയ പാർട്ടിയിൽ ഒന്നിപ്പിച്ചുകൊണ്ടു വരിക എന്നത്, കോഴിക്കോട് യോഗം ചേർന്നവരെ സംബന്ധിച്ചിട ത്തോളം, സ്വാഭാവികമായ മാർഗം മാത്രമായിരുന്നു.

കോൺഗ്രസ് സോഷ്യലിസ്റ്റ് പാർട്ടിയുടെ യൂണിറ്റുകൾ രൂപീകൃത മായ മറ്റ് സംസ്ഥാനങ്ങളിലും, അതേ വിധത്തിലുള്ള സംഭവവികാസ ങ്ങൾ നടക്കുകയുണ്ടായി. എന്നാൽ പ്രധാനമായ ഒരു വ്യത്യാസമുണ്ടാ യിരുന്നു; കോൺഗ്രസ് സോഷ്യലിസ്റ്റ് പാർട്ടിയായി സ്വയം മാറിത്തീർന്ന കേരളത്തിലെ യുവ കോൺഗ്രസുകാരെ, സോഷ്യൽ ഡമോക്രസി യുടെ കമ്യൂണിസ്റ്റ് വിരുദ്ധ മനോഭാവമോ വലതുപക്ഷ ആശയഗ തിയോ തൊട്ടുതീണ്ടിയിട്ടുണ്ടായിരുന്നില്ല. മറ്റ് പല സംസ്ഥാനങ്ങളി ലെയും സ്ഥിതിക്ക് കടകവിരുദ്ധമായിരുന്നു ഇത്. ആദ്യത്തെ സോഷ്യ ലിസ്റ്റ് രാഷ്ട്രമായ യു എസ് എസ് ആറിൽ നടക്കുന്ന സംഭവങ്ങളെക്കു റിച്ച് പത്രങ്ങളിലും ആനുകാലികങ്ങളിലും വരുന്ന ലേഖനങ്ങൾ വായി ച്ചാണ്, ഇവിടെ കേരളത്തിൽ, സോഷ്യലിസത്തെക്കുറിച്ചുള്ള ആശയ ങ്ങൾ രൂപം കൊണ്ടത്.

അഭൂതപൂർവമായ ഒരു സാമ്പത്തിക പ്രതിസന്ധിയിൽപ്പെട്ട് മുത ലാളിത്തലോകം നട്ടംതിരിയുന്ന അവസരത്തിലാണ്, സോവിയറ്റ് യൂണിയൻ ഒന്നാം പഞ്ചവത്സരപദ്ധതിയിലൂടെ വമ്പിച്ച നേട്ടങ്ങൾ കൈവരിച്ചത്. ഈ വസ്തുത കേരളത്തിലെ കോൺഗ്രസ് സോഷ്യലി സ്റ്റുകാരെ ഹഠാദാകർഷിച്ചിരുന്നതിനാൽ അവർക്ക് സോവിയറ്റ് യൂണി യനോട് യാതൊരു ശത്രുതാഭാവവും ഉണ്ടായിരുന്നില്ല (എന്നാൽ കോൺഗ്രസ് സോഷ്യലിസ്റ്റ് പാർട്ടിയുടെ അഖിലേന്ത്യാ നേതാക്കന്മാ രിൽ പലർക്കും സോവിയറ്റ് യൂണിയനോട് ശത്രുത ഉണ്ടായിരുന്നു). സോവിയറ്റ് യൂണിയനോടുള്ള ആരാധനാ മനോഭാവം, ആ രാഷ്ട്ര ത്തിന്റെ അനുഭവങ്ങളിൽനിന്ന് പാഠങ്ങൾ പഠിക്കാനുള്ള താൽപര്യം, ബ്രിട്ടീഷ് ഭരണത്തിലുള്ള ഇന്ത്യയെ സാറിസ്റ്റ് റഷ്യയോടും ഇന്ത്യൻ സ്വാതന്ത്ര്യസമരത്തെ റഷ്യയിലെ ഒക്ടോബർ വിപ്ലവത്തോടും താരത മ്യപ്പെടുത്താനുള്ള പ്രവണത-ഇടതുപക്ഷ ദേശീയതയിൽനിന്ന് കോൺഗ്രസ് സോഷ്യലിസത്തിലേക്കും അവിടെനിന്ന് കമ്യൂണിസത്തി ലേക്കും നീങ്ങാൻ കേരളത്തിലെ സോഷ്യലിസ്റ്റുകാരെ പ്രേരിപ്പിച്ചത് മേൽപ്പറഞ്ഞ ഘടകങ്ങളാണ്. കോൺഗ്രസ് സോഷ്യലിസ്റ്റ് പാർട്ടി രൂപീ കരിച്ച് രണ്ടുകൊല്ലം കഴിയുന്നതിനുമുമ്പുതന്നെ, സുന്ദരയ്യയെയും ഘാട്ടെയെയും പോലുള്ള കമ്യൂണിസ്റ്റ് നേതാക്കളുമായി അവർ നിരന്തരം

ബന്ധംവെക്കാൻ തുടങ്ങിയത് അതുകൊണ്ടാണ്.

ഉപ്പുസത്യഗ്രഹത്തിൽ പങ്കെടുത്തവരിൽ ഭൂരിഭാഗവും കൃഷിക്കാരോ മറ്റ് ഗ്രാമീണ ദരിദ്രവിഭാഗങ്ങളുടെ പ്രതിനിധികളോ ഗ്രാമീണ മേഖലയിലെ ബുദ്ധിജീവികളോ (ഉദാഹരണത്തിന് സ്കൂൾ അധ്യാപകർ) പട്ടണങ്ങളിലെ കൂലിത്തൊഴിലാളികളോ ആയിരുന്നു എന്നതാണ്, കേരളത്തിലെ കോൺഗ്രസ് സോഷ്യലിസ്റ്റുകാർ കമ്യൂണിസ്റ്റുകാരായി പെട്ടെന്ന് മാറാനിടവരുത്തിയ മറ്റൊരു പ്രധാന ഘടകം. ഉപ്പുസത്യഗ്രഹത്തിന്റെ കാലത്തെ വളണ്ടിയർ ക്യാമ്പുകളിൽവെച്ച്, സമ്പന്നരും സവർണരുമായ നേതാക്കന്മാരും വളണ്ടിയർമാരിൽ മഹാഭൂരിപക്ഷം വരുന്ന സാധാരണക്കാരും തമ്മിൽ കടുത്ത വാഗ്വാദം നടക്കുമായിരുന്നു. കേരളത്തിലെ കോൺഗ്രസ് സോഷ്യലിസ്റ്റ് പാർട്ടിയുടെ സമുന്നത സ്ഥാപകനേതാവായ കൃഷ്ണപിള്ളതന്നെ, യഥാർഥത്തിൽ, ഇതിൽ രണ്ടാമത് പറഞ്ഞ വിഭാഗത്തിൽനിന്ന് വന്ന വ്യക്തിയാണ്. പാപ്പരായിത്തീർന്ന ഒരു കർഷകകുടുംബത്തിൽനിന്ന് വന്ന അദ്ദേഹത്തിന് സ്കൂൾ-കോളേജ് വിദ്യാഭ്യാസമൊന്നും നേടാൻ കഴിഞ്ഞിരുന്നില്ല. എന്നാൽ കോൺഗ്രസ് വളണ്ടിയർമാർക്കിടയിൽ അദ്ദേഹത്തിന് ഉയർന്ന സ്ഥാനം നേടാൻ കഴിഞ്ഞു. അദ്ദേഹം വൻകിട കോൺഗ്രസുകാരുടെ ആക്രമണ ലക്ഷ്യമായിത്തീരുകയും ചെയ്തു.

സംസ്ഥാനത്തെ ഏറ്റവും പ്രധാനമായ രാഷ്ട്രീയപ്രസ്ഥാനത്തിന്റെ ഉയർന്ന നേതൃത്വത്തിലേക്ക് ഗ്രാമീണ ദരിദ്രരുടെ അണികളിൽനിന്ന് ഉയർന്നുവന്ന എത്രയോ വ്യക്തികളിൽ ഒരാൾ മാത്രമാണ് കൃഷ്ണപിള്ള. അദ്ദേഹത്തെത്തുടർന്ന് മറ്റെത്രയോ പേർ വന്നു - ബീഡിതൊഴിലാളികളും തുണിമിൽ തൊഴിലാളികളും മറ്റ് ഫാക്ടറി തൊഴിലാളികളും വന്നു. താന്താങ്ങളുടെ യൂണിയനുകളുടെ സംഘാടകരായിത്തീർന്ന അവർ, അതേ അവസരത്തിൽതന്നെ ഇടതുപക്ഷാഭിമുഖ്യമുള്ള രാഷ്ട്രീയ പ്രസ്ഥാനത്തിന്റെ പ്രവർത്തകരുമായിത്തീർന്നു. അവരിൽ പലരും, പിന്നീട് സംസ്ഥാനത്തെ ഏറ്റവും ശക്തമായ രാഷ്ട്രീയ പാർട്ടിയായ കമ്യൂണിസ്റ്റ് പാർട്ടിയുടെ അംഗീകൃത നേതാക്കളായും അഭിവന്ദ്യരായ ജനനേതാക്കളായും ഉയർന്നു. കർഷകതൊഴിലാളികളും മറ്റ് ഗ്രാമീണവിഭാഗങ്ങളിൽ പെട്ടവരും പാർട്ടിയുടെയും പൊതു രാഷ്ട്രീയ പ്രസ്ഥാനത്തിന്റെയും അധികൃതസ്ഥാനങ്ങളിലേക്ക് ഉയർന്നുവന്നതിന്റെ നിരവധി ഉദാഹരണങ്ങൾ ചൂണ്ടിക്കാണിക്കാനുണ്ട്. കേരളത്തിന്റെ രാഷ്ട്രീയ മുഖച്ഛായതന്നെ, അങ്ങനെ മാറുകയായിരുന്നു; ഉപരിവർഗങ്ങൾക്ക് നേതൃത്വത്തിലുണ്ടായിരുന്ന കുത്തകാധിപത്യം അങ്ങനെ, ക്രമേണ തകർന്നു വരികയായിരുന്നു.

കോൺഗ്രസ് സോഷ്യലിസ്റ്റുകാരുടെയും കമ്യൂണിസ്റ്റുകാരുടെയും ആദ്യവർഷങ്ങളിലെ പ്രവർത്തനം, നിരവധി ട്രേഡ് യൂണിയനുകളും കർഷക സംഘങ്ങളും മറ്റ് ബഹുജന സംഘടനകളും ഉയർന്നുവരുന്നതിനിടയാക്കി. കോൺഗ്രസ് സോഷ്യലിസ്റ്റ് പാർട്ടിയുടെയും കമ്യൂ

ണിസ്റ്റ് പാർട്ടിയുടെയും മാത്രമല്ല, പാർട്ടിയുടെ നേതൃത്വത്തിലുള്ള കോൺഗ്രസിന്റെയും അവിഭാജ്യഘടകങ്ങളായിത്തീർന്നു, അവ. സോഷ്യലിസ്റ്റുകാരുടെ നേതൃത്വത്തിലുള്ള ഒന്നാമത്തെ കേരള പ്രവിശ്യാ കോൺഗ്രസ് കമ്മിറ്റിതന്നെ (1934-35), തൊഴിലാളികളുടെ ട്രേഡ് യൂണിയനുകളും കൃഷിക്കാരുടെ കർഷകസംഘങ്ങളും സംഘ ടിപ്പിക്കുന്നതിനും അവയ്ക്ക് മാർഗനിർദേശം നൽകുന്നതിനുമായി പ്രത്യേക സബ്കമ്മിറ്റികൾ രൂപീകരിക്കുകയുണ്ടായി എന്നതാണ് യാഥാർഥ്യം. കമ്യൂണിസ്റ്റ് പാർട്ടിയുടെ ഒന്നാമത്തെ യൂണിറ്റ് രൂപീകൃത മായപ്പോഴേക്ക് പാർട്ടി ആദ്യമായി രൂപംകൊണ്ട മലബാറിലെ മാത്രമല്ല, തിരുവിതാംകൂർ-കൊച്ചി നാട്ടുരാജ്യങ്ങളിലെയും ഏതാണ്ടെല്ലാ വ്യവ സായകേന്ദ്രങ്ങളിലും യൂണിയനുകൾ രൂപീകരിക്കപ്പെട്ടു കഴിഞ്ഞി രുന്നു.

ട്രേഡ് യൂണിയനുകളുടെ ഒന്നാമത്തെ അഖിലകേരള സമ്മേളനം 1935-ൽ കോഴിക്കോട്ടാണ് നടന്നത്. കേരളത്തിലെ തിരു-കൊച്ചി മേഖ ലയിൽനിന്ന് നിരവധി പ്രതിനിധികൾ ആ സമ്മേളനത്തിനെത്തിച്ചേർന്നി ട്ടുണ്ടായിരുന്നു. ഇതിനെത്തുടർന്ന്, മലബാറിൽ ജന്മിമാർക്ക് (ഭൂപ്രഭു ക്കൾ) മേധാവിത്വമുള്ള പ്രദേശങ്ങളിൽ കർഷകസംഘങ്ങളും രൂപീകരി ക്കപ്പെട്ടു. കോൺഗ്രസ് സോഷ്യലിസ്റ്റുകാർ കമ്യൂണിസ്റ്റുകാരായി മാറി ക്കഴിഞ്ഞപ്പോഴേക്ക്, മലബാർ ജില്ലയിലങ്ങോളമിങ്ങോളം ഉശിരൻ കർഷക സംഘടന നിലവിൽവന്നു കഴിഞ്ഞിരുന്നു. പരസ്പര സഖ്യ ത്തിലായ കൃഷിക്കാരും തൊഴിലാളികളും കോൺഗ്രസ്-സോഷ്യലിസ്റ്റ് -കമ്യൂണിസ്റ്റ് പാർട്ടിയുടെ നേതൃത്വത്തിലുള്ള സാമ്രാജ്യത്വവിരുദ്ധ പ്രസ്ഥാനവുമായും സഖ്യത്തിലായി. ചുരുക്കിപ്പറഞ്ഞാൽ, അന്നത്തെ രാഷ്ട്രീയ സ്ഥിതിയുടെ പ്രധാന സവിശേഷത ഇതായിരുന്നു.

കേരളത്തെ സംബന്ധിച്ചിടത്തോളം ട്രേഡ് യൂണിയൻ പ്രസ്ഥാ നമോ കർഷക പ്രസ്ഥാനമോ ഒരു പുതുമയേ ആയിരുന്നില്ല. പല കൊല്ലങ്ങളായി, അവ നിലവിലുണ്ടായിരുന്നു. എന്നാൽ ആദ്യകാലത്തെ ട്രേഡ് യൂണിയനുകൾ പരിഷ്കരണവാദപരമായ രൂപത്തിലാണ് സംഘടിപ്പിക്കപ്പെട്ടിരുന്നത്; മലബാറിൽ ഉൽപ്പതിഷ്ണുക്കളായ രാഷ്ട്രീയക്കാരും തിരുവിതാംകൂർ-കൊച്ചി മേഖലയിൽ ജാതിനേതാ ക്കളുമാണ് അവയെ നയിച്ചിരുന്നത്, കർഷകപ്രസ്ഥാനത്തെപ്പറ്റി പറയു കയാണെങ്കിൽ, കുടിയാൻ വ്യവസ്ഥയിൽ പരിഷ്കാരങ്ങൾ വരുത്തുന്ന തിനുവേണ്ടിയുള്ള പ്രക്ഷോഭങ്ങളിൽ മാത്രമായി അത് ഒതുങ്ങിനിന്നു. കുടിയാന്മാരിൽതന്നെ സാമാന്യം ഭേദപ്പെട്ട വിഭാഗങ്ങളുടെ താൽപര്യ ങ്ങളെയാണത് സേവിച്ചിരുന്നത്.

എന്നാൽ ഇപ്പോൾ സംഭവിച്ചുകൊണ്ടിരുന്ന മാറ്റത്തിൽ, മേൽപ്പ റഞ്ഞ രണ്ടു പ്രസ്ഥാനങ്ങളുടെയും രാഷ്ട്രീയവൽക്കരണംകൂടി ഉൾപ്പെ ടുന്നുണ്ട്; അങ്ങനെ അവയെ സ്വാതന്ത്ര്യസമരത്തിന്റെ ഭാഗമാക്കി ത്തീർക്കുകയും ചെയ്യുന്നു. കർഷക പ്രസ്ഥാനത്തിനകത്താകട്ടെ,

എല്ലാ വിഭാഗത്തിൽപെട്ട കുടിയാന്മാരിലേക്കും രാഷ്ട്രീയവൽക്കരണം വ്യാപിച്ചു കഴിഞ്ഞിരുന്നു-ഭൂരഹിതരായ ഗ്രാമീണ തൊഴിലാളികളിലേക്കുകൂടി അത് വ്യാപിച്ചിരുന്നു. കോൺഗ്രസിന്റെ നേതൃത്വത്തിലുള്ള സാമ്രാജ്യത്വ വിരുദ്ധ പ്രസ്ഥാനത്തിനും സംഘടനക്കുള്ളിൽ സോഷ്യലിസ്റ്റുകാർക്കും കമ്യൂണിസ്റ്റുകാർക്കും ഇത്രയധികം പ്രാമുഖ്യമുള്ള കോൺഗ്രസിനും കൂടുതൽ വളർച്ച കൈവരുത്താൻ മേൽപറഞ്ഞ സ്വഭാവത്തോടുകൂടിയ ഒരു തൊഴിലാളി-കർഷക പ്രസ്ഥാനത്തിനേ കഴിയൂ.

അങ്ങനെ, ലെനിൻ നിർവചിച്ച വിധത്തിലുള്ള ‘സാമ്പത്തികമാത്രവാദ’ത്തിൽനിന്ന് മോചിതമായ, കേരളത്തിലെ പുതിയ തൊഴിലാളിവർഗ-കർഷകപ്രസ്ഥാനം, എല്ലാവിധത്തിലുമുള്ള ചൂഷണത്തിനും മർദനത്തിനും എതിരായി തുറന്നടിച്ച നിലപാട് സ്വീകരിച്ചുകൊണ്ട് “ജനങ്ങളുടെ യഥാർഥ താൽപര്യസംരക്ഷകരാ”യിത്തീർന്നു. സോഷ്യലിസ്റ്റ്-കമ്യൂണിസ്റ്റ് മുന്നണിപ്പടയുടെ നേതൃത്വത്തിലുള്ള അത്തരമൊരു തൊഴിലാളിവർഗ-അർധതൊഴിലാളിവർഗ പ്രസ്ഥാനത്തിലേക്ക് എല്ലാ വർഗങ്ങളിലുംപെട്ട ഉൽപ്പതിഷ്ണുക്കളും പുരോഗമനവാദികളും സ്വാഭാവികമായും ആകർഷിക്കപ്പെട്ടു. കേരളത്തെ സംബന്ധിച്ചിടത്തോളം ഇത് തികച്ചുമൊരു പുതിയ സംഭവവികാസമായിരുന്നു.

4

പ്രഭാതം

കോൺഗ്രസ് സോഷ്യലിസ്റ്റ് പാർട്ടി രൂപീകരിക്കപ്പെട്ട് ഏതാനും മാസങ്ങൾക്കുള്ളിൽ, ഒരു പുതിയ മലയാളം വാരിക പ്രസിദ്ധീകരിക്കപ്പെട്ടുതുടങ്ങി. *പ്രഭാതം* എന്നായിരുന്നു അതിന്റെ പേര്. സോഷ്യലിസ്റ്റ് ആശയങ്ങൾ പ്രചരിപ്പിക്കാൻ പ്രതിജ്ഞാബദ്ധമായ ഒരു പാർട്ടിയുടെ ഔദ്യോഗിക മുഖപത്രം എന്ന നിലയിൽ, മലയാള പത്രപ്രവർത്തനരംഗത്ത്, അത് തികച്ചും പുതിയ ഒരു സംഭവമായിരുന്നു.

അതിനുമുമ്പും ചില ഇടതുപക്ഷ പ്രസിദ്ധീകരണങ്ങൾ സോഷ്യലിസ്റ്റ് ആശയങ്ങൾ പ്രചരിപ്പിച്ചിരുന്നു. എന്നാൽ അവയ്ക്ക് വലിയ സ്വാധീനമൊന്നും ചെലുത്താൻ കഴിഞ്ഞില്ല. അവ ചെറിയ പത്രങ്ങളായിരുന്നു. ഏറെക്കാലം നിലനിന്നില്ല എന്നതാണ് ഒന്നാമത്തെ കാര്യം. അധ്വാനിക്കുന്ന വിഭാഗങ്ങളുടെ ഏതെങ്കിലും ബഹുജനപ്രസ്ഥാനവുമായോ സുസംഘടിതമായ ഇടതുപക്ഷ പാർട്ടികളുമായോ അവയ്ക്ക് ബന്ധമുണ്ടായിരുന്നില്ല എന്നതാണ് അതിനേക്കാൾ കൂടുതൽ പ്രധാനപ്പെട്ട കാര്യം.

കേരളത്തിന്റെ മലബാർ ഭാഗത്ത് *പ്രഭാതം* പ്രത്യക്ഷപ്പെടാൻ തുടങ്ങിയ അതേകാലത്തുതന്നെ, തിരുവനന്തപുരത്തുനിന്ന് ഒരു വാരിക പ്രസിദ്ധീകരിക്കപ്പെട്ടിരുന്നു. ബാലകൃഷ്ണപിള്ള എന്ന പ്രഗത്ഭ പത്രപ്രവർത്തകന്റെ പത്രാധിപത്യത്തിലുള്ള *കേസരി*യായിരുന്നു അത്. എന്നാൽ *പ്രഭാത*ത്തിന്റെ കാര്യത്തിൽനിന്ന് വ്യത്യസ്തമായി, *കേസരി* ഒരു വ്യക്തിയുടെ ആഭിമുഖ്യത്തിലുള്ള സംരംഭമായിരുന്നു; മാത്രമല്ല യാതൊരു വിപ്ലവസംഘടനയുമായും അതിന് ബന്ധവും ഉണ്ടായിരുന്നില്ല.

സർവതോമുഖമായ സാമൂഹ്യ-സാംസ്കാരിക പരിവർത്തനം നടന്നുകാണണമെന്ന് ആഗ്രഹിച്ചിരുന്ന ഒരു നല്ലവിഭാഗം ഉൽപ്പതിഷ്ണുക്കളായ ബുദ്ധിജീവികളെയും രാഷ്ട്രീയ പ്രവർത്തകരെയും *കേസരി*യും അതിന്റെ പത്രാധിപരും ആകർഷിച്ചുവെന്നത് യാഥാർഥ്യം തന്നെ.

എന്നാൽ കേരളത്തിലെ യുവജനങ്ങളുടെ അവബോധത്തിൽ സമൂലപരിവർത്തനം വരുത്തുന്ന കാര്യത്തിൽ *കേസരി*യും അതിന്റെ പത്രാധിപരും വഹിച്ച പങ്കിനെ ഒട്ടും കുറച്ചുകാണാതെതന്നെ പറയട്ടെ, ഈ സംസ്ഥാനത്തിലെ രാഷ്ട്രീയ സംഭവവികാസങ്ങളിൽ സ്ഥായിയായ ഒരു സ്വാധീനവും അതിന് ചെലുത്താൻ കഴിഞ്ഞില്ല. മുമ്പത്തെ ഇടതുപക്ഷ പ്രസിദ്ധീകരണങ്ങൾക്കെന്നപോലെ *കേസരി*ക്കും, അധ്വാനിക്കുന്ന ജനവിഭാഗങ്ങളുടെ വളർന്നുവരുന്ന സംഘടനകളിലോ പ്രസ്ഥാനങ്ങളിലോ യാതൊരു വേരുകളും ഉണ്ടായിരുന്നില്ല എന്നതാണതിന് കാരണം.

ഇടതുപക്ഷാഭിമുഖ്യമുള്ള പ്രസിദ്ധീകരണങ്ങളിൽനിന്ന് *പ്രഭാതം* വേറിട്ടുനിൽക്കുന്നത് ഇവിടെയാണ്. സി എസ് പിയുടെ ഒരു സംഘാടകനും പ്രക്ഷോഭകനുമാണെന്ന് *പ്രഭാതം* സ്വയം തെളിയിച്ചു - *എന്ത് ചെയ്യണം* എന്ന തന്റെ പ്രസിദ്ധ ഗ്രന്ഥത്തിൽ ലെനിൻ നിർദേശിച്ച രീതിയിൽ തന്നെയായിരുന്നു ഏറെക്കുറെ അതിന്റെ പ്രവർത്തനം.

ഈ അർഥത്തിലെടുത്താൽ, പ്രഭാതം എന്ന പേര് ഒരു പുതിയ യുഗപ്പിറവിയെക്കുറിച്ച് പ്രഘോഷിക്കുന്ന പത്രം എന്ന നിലയിൽ ബോധപൂർവം തെരഞ്ഞെടുക്കപ്പെട്ടതാണെന്ന് തോന്നിയേക്കാം. എന്നാൽ സത്യവുമായി അതിന് യാതൊരു ബന്ധവുമില്ല. ആ പ്രസിദ്ധീകരണത്തിന്റെ പേര് *പ്രഭാത*മെന്നായിപ്പോയത് തീർത്തും യാദൃച്ഛികമായിട്ടാണ്.

ഒരു മൗലിക പരിഷ്കരണ പ്രസ്ഥാനത്തിലെ രാഷ്ട്രീയ പ്രവർത്തകരെ സംബന്ധിച്ചിടത്തോളം, ഒരു പുതിയ വാരിക തുടങ്ങാനുള്ള അനുവാദം ബ്രിട്ടീഷ് ഭരണാധികാരികളിൽനിന്ന് ലഭിക്കുക എന്നത് വളരെ വിഷമകരമായിരുന്നു; ഏറെക്കുറെ അസാധ്യം തന്നെയായിരുന്നു. എന്നാൽ പ്രഭാതം എന്ന പേരിലുള്ള ഒരു പത്രം ഇറക്കുന്നതിനുള്ള അംഗീകാരം അപ്പോൾ നിലവിലുണ്ടായിരുന്നു. *പ്രഭാതം* എന്ന ഒരു പ്രഭാതദിനപത്രം ഇറക്കിക്കൊണ്ടിരുന്ന ഒരു മാന്യദേഹം, സാമ്പത്തിക പരാധീനതകൾ കാരണം അതിന്റെ പ്രസിദ്ധീകരണം നിർത്തിവെച്ചിരിക്കുകയായിരുന്നു. അച്ചടിക്കാനുള്ള യന്ത്രത്തോടൊപ്പം ആ പത്രവും വിൽക്കാൻ അദ്ദേഹം തയ്യാറായി. അതിനാൽ ആ അച്ചടിയന്ത്രവും പത്രം ഇറക്കാനുള്ള അവകാശവും വിലയ്ക്ക് വാങ്ങാൻ കോൺഗ്രസ് സോഷ്യലിസ്റ്റ് പാർട്ടിയുടെ സംഘാടകർ തീരുമാനിച്ചു. ആ തീരുമാനം നടപ്പാക്കുകവഴിയാണ് സി എസ് പിയുടെ പുതിയ ഔദ്യോഗിക മുഖപത്രം ഒരു വാരികയായി പ്രസിദ്ധീകരിച്ചു തുടങ്ങിയത്.

ഉദ്ഘാടനം കഴിഞ്ഞ് എട്ടുമാസം ആവുന്നതിനുമുമ്പുതന്നെ *പ്രഭാത*ത്തിന്റെ പ്രസിദ്ധീകരണം നിർത്തിവെക്കേണ്ടിവന്നു. അതിൽ പ്രസിദ്ധീകരിച്ചിരുന്നതെല്ലാം ജില്ലാ അധികാരികൾ സൂക്ഷ്മപരിശോധനക്ക് വിധേയമാക്കിയിരുന്നു. അതിനുമുമ്പിൽ തടസം സൃഷ്ടിക്കാൻ ശ്രമിച്ചിരുന്നുവെന്നതാണ് അതിന് കാരണം. അതിന്റെ പത്രാധിപരായ എന്നെ ഒരിക്കൽ ജില്ലാ കളക്ടർ വിളിച്ച്, അതിൽ പ്രസിദ്ധീകരിക്കപ്പെട്ട ഏതോ ഒരു ലേഖനത്തിന്റെ പേരിൽ താക്കീത് തരികപോലും ഉണ്ടായി. തുടർന്ന് ആ പത്രത്തിൽ പ്രസിദ്ധീകരിക്കപ്പെട്ട ഒരു വാർത്തയുടെ

പേരിൽ സെക്യൂരിറ്റി കെട്ടിവെക്കണമെന്ന് അധികൃതർ ആവശ്യപ്പെട്ടു. പത്രത്തിന് കെട്ടിവെക്കാൻ കഴിയുന്നതിനപ്പുറമുള്ള ഒരു തുകയാണ് അധികൃതർ സെക്യൂരിറ്റിയായി ആവശ്യപ്പെട്ടത്. സോഷ്യലിസ്റ്റ് പത്രപ്രവർത്തനത്തിന്റെ ആദ്യസംരംഭം അങ്ങനെ അവസാനിച്ചു.

എന്നാൽ മൂന്ന് കൊല്ലത്തിനുള്ളിൽ ബ്രിട്ടീഷ് ഇന്ത്യയിലെ രാഷ്ട്രീയസ്ഥിതി ആകെ മാറിമറിഞ്ഞു. ഗവൺമെന്റ് ഓഫ് ഇന്ത്യാ നിയമം (1935) അനുസരിച്ച് നടന്ന ആദ്യത്തെ പ്രവിശ്യാ തിരഞ്ഞെടുപ്പുകളിൽ മദിരാശിയടക്കം അരഡസൻ സംസ്ഥാനങ്ങളിൽ കോൺഗ്രസ് വിജയിച്ചു. നിയമസഭയോട് ഉത്തരവാദിത്തമുള്ള മന്ത്രിസഭകൾ 1937 ജൂലായ് മാസത്തിൽ അധികാരമേറ്റു. കോൺഗ്രസ് പ്രതിപക്ഷത്തായിരുന്നപ്പോൾ പുറപ്പെടുവിച്ച പല ഉത്തരവുകളും ഈ മന്ത്രിസഭ തിരുത്തി. *പ്രഭാത*ത്തിനോട് സെക്യൂരിറ്റി കെട്ടിവെക്കാൻ ആവശ്യപ്പെടുന്ന ഉത്തരവും അങ്ങനെ റദ്ദാക്കിയവയിൽപെടും. അങ്ങനെ വീണ്ടും പത്രം പ്രസിദ്ധീകരിക്കുന്നതിനുള്ള സാധ്യത തെളിഞ്ഞു. 1938 ആദ്യത്തിൽ പത്രം വീണ്ടും ആരംഭിച്ചു. 1939 ഒക്ടോബർവരെ പ്രസിദ്ധീകരണം തുടർന്നു. എന്നാൽ യുദ്ധം പൊട്ടിപ്പുറപ്പെടുകയും കോൺഗ്രസ് മന്ത്രിസഭ രാജിവെക്കുകയും ഗവർണർ ഭരണം കെട്ടിയേൽപ്പിക്കപ്പെടുകയും ചെയ്തതോടെ പത്രം വീണ്ടും നിർത്തേണ്ടിവന്നു.

*പ്രഭാത*ത്തിന്റെ ഏതാനും മാസത്തെ ഒന്നാമൂഴക്കാലത്ത് അത് തനി കോൺഗ്രസ് സോഷ്യലിസ്റ്റ് ജിഹ്വയായിരുന്നു. കേരളത്തിലെ പ്രശ്നങ്ങളെ സംബന്ധിച്ച ലേഖനങ്ങളൊഴിച്ചാൽ ആ പത്രത്തിൽ പ്രസിദ്ധീകരിക്കപ്പെട്ടവയെല്ലാംതന്നെ, കോൺഗ്രസ് സോഷ്യലിസ്റ്റ് പാർട്ടിയുടെ അഖിലേന്ത്യാ മുഖപത്രത്തിൽനിന്ന് എടുത്തവയായിരുന്നു. കമ്യൂണിസ്റ്റ് പാർട്ടി ശരിയായ വിധത്തിൽ സംഘടിപ്പിക്കപ്പെട്ടു കഴിഞ്ഞിരുന്നുവെങ്കിലും അതിന് നിരോധനം ഉണ്ടായിരുന്നു. അതിനാൽ നിയമപരമായി ഒരു പാർട്ടി പത്രം പുറത്തിറക്കാൻ കഴിയുമായിരുന്നില്ല. കേരളത്തിലെ കോൺഗ്രസ് സോഷ്യലിസ്റ്റുകാർക്ക് കമ്യൂണിസ്റ്റ് പാർട്ടിയുമായി എന്തെങ്കിലും ബന്ധമുണ്ടായിരുന്നതുമില്ല. 1935 ഒക്ടോബറിൽ മാത്രമാണ് ആദ്യബന്ധങ്ങൾ സ്ഥാപിക്കപ്പെട്ടത്-അതായത് *പ്രഭാത*ത്തിന്റെ പ്രസിദ്ധീകരണം നിലച്ചതിനുശേഷം മാത്രം.

എന്നാൽ 1938-39 ആയപ്പോഴേക്ക്, കേരളത്തിലെ കോൺഗ്രസ് സോഷ്യലിസ്റ്റുകാർ കമ്യൂണിസ്റ്റ് പാർട്ടിയുടെ അഖിലേന്ത്യാ നേതൃത്വവുമായി ബന്ധം സ്ഥാപിച്ചുകഴിഞ്ഞിരുന്നുവെന്ന് മാത്രമല്ല, പാർട്ടിയുടെ ഒന്നാമത്തെ കേരള യൂണിറ്റ് രൂപീകരിച്ചും കഴിഞ്ഞിരുന്നു. അതിനാൽ അവർ രഹസ്യമായി പ്രവർത്തിക്കുന്ന കമ്യൂണിസ്റ്റ് പാർട്ടി അംഗങ്ങളായിരുന്നു. അക്കാലത്ത് കമ്യൂണിസ്റ്റ് പാർട്ടിയുടെ അഖിലേന്ത്യാ നേതൃത്വം അതിന്റെ മുഖപത്രം പരസ്യമായും നിയമവിധേയമായും പ്രസിദ്ധീകരിച്ചുകൊണ്ടിരുന്നു. ബോംബെയിൽനിന്നുള്ള *നാഷണൽ ഫ്രണ്ട്* ആയിരുന്നു അത്. ഈ പരിതഃസ്ഥിതിയിൽ 1938-39ൽ രണ്ടാ

മതും പ്രസിദ്ധീകരണം ആരംഭിച്ച *പ്രഭാതം* കോൺഗ്രസ് സോഷ്യലിസ്റ്റ് പാർട്ടിയുടെയും കമ്യൂണിസ്റ്റ് പാർട്ടിയുടെയും മുഖപത്രമായി പ്രവർത്തിച്ചു. അതിനാൽ മലയാളത്തിലെ ആദ്യത്തെ കമ്യൂണിസ്റ്റ് മുഖ പത്രമായി *പ്രഭാത*ത്തെ കണക്കാക്കാം.

1935-ലെയും 1938-39ലെയും *പ്രഭാത*ത്തിന്റെ പ്രസിദ്ധീകരണം, കേരളത്തിലെ മലബാർ പ്രദേശത്തെ ഒരു പ്രത്യേക രാഷ്ട്രീയ പരിതഃസ്ഥി തിയിലാണ് നടന്നുവന്നത്. കേരള പ്രദേശ് കോൺഗ്രസ് കമ്മിറ്റിയിൽ കോൺഗ്രസ് സോഷ്യലിസ്റ്റ് നേതാക്കന്മാർക്ക് ഭൂരിപക്ഷമുണ്ടായിരുന്ന തുകൊണ്ട് മലബാറിലെ കോൺഗ്രസ് സംഘടന അവരുടെ നിയന്ത്ര ണത്തിലായിരുന്നുവെന്നതാണ് ആ സവിശേഷത. അക്കാലത്ത് കെ പി സി സിയുടെ സെക്രട്ടറിയായിരുന്നു ഈ ലേഖകൻ. അങ്ങനെ ഫലത്തിൽ, ഇടതുപക്ഷ നേതൃത്വത്തിലുള്ള കോൺഗ്രസ് കമ്മിറ്റിയുടെ മുഖപത്ര മായിത്തീർന്നു, *പ്രഭാതം.* കേരള പ്രവിശ്യാ കോൺഗ്രസ് കമ്മിറ്റിയുടെ ആസ്ഥാനമായിരുന്ന അതേ കെട്ടിടത്തിൽ തന്നെയായിരുന്നു ആ പത്ര ത്തിന്റെ മാനേജ്മെന്റ് ആപ്പീസും പത്രാധിപ ആപ്പീസും പ്രവർത്തിച്ചിരുന്നത്.

ട്രേഡ് യൂണിയൻ-കർഷക-വിദ്യാർഥി പ്രക്ഷോഭങ്ങളുടെ വേലി യേറ്റത്തിന്റെ നടുക്കുവെച്ചാണ് *പ്രഭാതം* ഉദയം ചെയ്തത് എന്നതി നാൽ വളർന്നുവരുന്ന ഇത്തരം ബഹുജനപ്രസ്ഥാനങ്ങളുടെ പ്രശ്നങ്ങ ളെക്കുറിച്ച് ആ പത്രം ചർച്ച ചെയ്യുകയുണ്ടായി. 1935-ൽ *പ്രഭാതം* പല ലേഖനപരമ്പരകളും പ്രസിദ്ധീകരിച്ചു. മലബാറിലെ കർഷകപ്രസ്ഥാന ത്തിന്റെ തുടർന്നുള്ള വളർച്ചയ്ക്ക് അടിത്തറയായിത്തീർന്നത് ആ ലേഖ നങ്ങളാണ്. തൊഴിലാളിവർഗത്തിന്റെയും കൃഷിക്കാരുടെയും വിദ്യാർഥികളുടെയും വളർന്നുവരുന്ന സമരങ്ങളെക്കുറിച്ചുള്ള യഥാർഥ ചിത്രം കാഴ്ചവെക്കുന്ന ലേഖനങ്ങളും കുറിപ്പുകളും മറ്റും *പ്രഭാതം* പ്രസിദ്ധീകരിച്ചു. 1938-39 കാലത്ത് അത് പുനഃപ്രകാശനം ചെയ്യപ്പെട്ടു തുടങ്ങിയപ്പോഴേക്ക്, ഈ പ്രസ്ഥാനങ്ങൾ വമ്പിച്ച വളർച്ച നേടിക്കഴി ഞ്ഞിരുന്നു. പ്രബുദ്ധരായ അധ്വാനിക്കുന്ന ജനങ്ങൾ സ്വയം സംഘടി ക്കുന്നതും പ്രക്ഷോഭം നടത്തുന്നതും എങ്ങനെയാണെന്നതിനെക്കു റിച്ച് പത്രപംക്തികൾ വ്യക്തമായ രൂപം നൽകി.

കേരളത്തിലെ മലബാർ മേഖലയിൽ നിന്നാണ് *പ്രഭാതം* പ്രസി ദ്ധീകരിക്കപ്പെട്ടിരുന്നതെങ്കിലും കൊച്ചിയിലെയും തിരുവിതാംകൂറി ലെയും വിദ്യാർഥി-യുവജന-ട്രേഡ് യൂണിയൻ പ്രസ്ഥാനങ്ങളുമായി മാത്രമല്ല, വളർന്നുവരുന്ന രാഷ്ട്രീയ പ്രസ്ഥാനവുമായും അതിന് വിപു ലമായ ബന്ധങ്ങളുണ്ടായിരുന്നു. കൊച്ചിക്കും തിരുവിതാംകൂറിനും അവയുടേതായ രാഷ്ട്രീയ പ്രശ്നങ്ങളുണ്ടായിരുന്നു. ശക്തമായ ഒരു രാഷ്ട്രീയ മുന്നേറ്റത്തിന് കരുത്ത് പകർന്നുകൊടുക്കാൻ കഴിയത്തക്ക വിധത്തിൽ വളർന്നുവരുന്ന പ്രശ്നങ്ങളായിരുന്നു അവ. ഈ രണ്ട് നാട്ടു രാജ്യങ്ങളിലും ഉശിരൻ രാഷ്ട്രീയ പ്രസ്ഥാനങ്ങൾ ഉയർന്നുവരുന്നതിന് സഹായിച്ചുകൊണ്ട് (പരസ്പരം സഹകരിക്കുന്നതും കേരളത്തിലെ

ങ്ങുമുള്ള ദേശീയ പ്രസ്ഥാനവുമായി സഹകരിക്കുന്നതും ആയ രാഷ്ട്രീയ പ്രസ്ഥാനങ്ങൾ) *പ്രഭാതം*, ഈ പ്രശ്നങ്ങളെ സസൂക്ഷ്മം വീക്ഷിച്ചു. ഈ അർഥത്തിൽ പറഞ്ഞാൽ, മലബാറിലാണ് ഈ പത്രം ഭൗതികമായി വേരുറപ്പിച്ചിരുന്നതെങ്കിലും ഒരു അഖില കേരള പ്രസിദ്ധീകരണത്തിന്റെ കേന്ദ്രബിന്ദുവായി അത് മാറി.

സോഷ്യലിസ്റ്റ് ആശയങ്ങൾക്ക് പ്രചാരം കൊടുക്കുന്നതിൽ *പ്രഭാതം* വലിയ ശ്രദ്ധ പതിപ്പിച്ചു; പ്രഥമ സോഷ്യലിസ്റ്റ് രാഷ്ട്രത്തിൽ അതെങ്ങനെയാണ് പ്രയോഗത്തിൽ വരുത്തുന്നതെന്ന് വിശദീകരിച്ചു. ലേഖനങ്ങൾ, വായനക്കാരുടെ ചോദ്യങ്ങളും പത്രാധിപരുടെ മറുപടിയും എന്ന പതിവ് പംക്തി-എന്താണ് സോഷ്യലിസം എന്നും അതെങ്ങനെയാണ് പ്രയോഗത്തിൽ വരുന്നതെന്നും മനസിലാക്കാൻ ഇതെല്ലാം വായനക്കാരെ സഹായിച്ചു. സാന്ദർഭികമായി പറയട്ടെ, *പ്രഭാത*ത്തിൽ അന്ന് ആരംഭിച്ച *ചോദ്യങ്ങൾക്ക് മറുപടി* എന്ന പംക്തി പിന്നീടുള്ള കേരളത്തിലെ എല്ലാ കമ്യൂണിസ്റ്റ് പത്രങ്ങളിലും (ഇന്നത്തെ *ചിന്ത*യടക്കം) തുടർന്നുവരുന്നു.

കേരളത്തിൽ മാത്രമല്ല, രാജ്യത്തങ്ങോളമിങ്ങോളം അലയടിച്ച പുതിയ പുരോഗമന സാഹിത്യ പ്രസ്ഥാനത്തിന്റെ പ്രശ്നങ്ങളുടെ നേർക്ക് *പ്രഭാത*ത്തിന് ശ്രദ്ധ തിരിക്കാൻ കഴിഞ്ഞില്ല. പുരോഗമന സാഹിത്യ പ്രസ്ഥാനത്തിന്റെ ഔപചാരികമായ ഉദ്ഘാടനം 1936-ൽ നടക്കുന്നതിനുമുമ്പുതന്നെ, "കല കലയ്ക്കുവേണ്ടി" എന്ന പിന്തിരിപ്പൻ വാദത്തെ ശക്തിയായി ചെറുക്കുന്നതിന്റെ ഭാഗമായി ചെറുകഥകളും കവിതകളും പുസ്തകനിരൂപണങ്ങളും മറ്റും *പ്രഭാതം* പ്രസിദ്ധീകരിച്ചു തുടങ്ങിയിരുന്നു. തൊഴിലാളികളുടെയും കൃഷിക്കാരുടെയും ഇടയിൽനിന്ന് കവികളും നാടകകൃത്തുക്കളും ചെറുകഥാകാരന്മാരും നടൻമാരും ഗായകൻമാരും ഉയർന്നുവന്നു. ജനകീയാംഗീകാരം നേടിയ *പാട്ടബാക്കി, രക്തപാനം* എന്നീ രണ്ട് ആദ്യകാല നാടകങ്ങൾ എത്രയോ സ്ഥലങ്ങളിൽ അരങ്ങേറി. മറ്റൊരു വിധത്തിൽ പറഞ്ഞാൽ സാമ്പത്തികവും രാഷ്ട്രീയവും ആയ മോചനത്തിനുവേണ്ടി മാത്രമല്ല, സാംസ്കാരികമായ മുന്നേറ്റത്തിനുവേണ്ടിക്കൂടി സമരം ചെയ്യാനും പ്രക്ഷോഭം നടത്താനും സന്നദ്ധരായി തൊഴിലാളി വർഗവും കർഷകജനസാമാന്യവും മുന്നോട്ടുവന്നു. പാർട്ടിയെയും പ്രസ്ഥാനത്തെയും വളർത്തിക്കൊണ്ടുവന്നപോലെതന്നെ, സർവതോമുഖമായ സാമൂഹ്യ-സാംസ്കാരിക, സാമ്പത്തിക-രാഷ്ട്രീയ നവോത്ഥാനത്തിനും *പ്രഭാതം* അതിന്റെ സംഭാവന നൽകുകയായിരുന്നു. ഉശിരൻ ദേശീയതയുടെ ആധാരമായി മാത്രമല്ല, വർഗസമരത്തിന്റെ സന്ദേശം അധ്വാനിക്കുന്ന ജനവിഭാഗങ്ങളിലും സാമൂഹ്യവും സാംസ്കാരികവുമായ ആധുനികവൽക്കരണത്തിന്റെ സന്ദേശം ബുദ്ധിജീവികളിലും എത്തിക്കുന്ന മാധ്യമമായി പ്രവർത്തിക്കാൻ കഴിയുമെന്ന് *പ്രഭാതം* തെളിയിച്ചു. പ്രഭാതം എന്ന പേര് ആ പത്രത്തിന് ലഭിച്ചത് ഒരു ചരിത്രയാദൃച്ഛികത കൊണ്ടാണെങ്കിലും അതിന്റെ ആവിർഭാവം ഒരു പുതിയ യുഗത്തിന്റെ, ഉദയത്തിന്റെ നാന്ദികുറിക്കുകതന്നെ ചെയ്തു.

5

ആദ്യത്തെ അഖില കേരള രാഷ്ട്രീയപാർട്ടി

കേരളത്തിൽ കോൺഗ്രസ് സോഷ്യലിസ്റ്റ് പാർട്ടി രൂപീകരിക്കപ്പെടുന്നതിന് കാൽനൂറ്റാണ്ട് മുമ്പ് മലയാളത്തിൽ ഒരു ചെറിയ പുസ്തകം പ്രസിദ്ധീകൃതമാവുകയുണ്ടായി. *കാറൽ മാർക്സ്* എന്നായിരുന്നു അതിന്റെ പേര്. തിരുവനന്തപുരത്തെ ഒരു പത്രപ്രവർത്തകനായ രാമകൃഷ്ണപിള്ളയായിരുന്നു അതിന്റെ കർത്താവ്.

ഒരു പത്രപ്രവർത്തകനെന്ന നിലയിൽ അദ്ദേഹം തിരുവിതാംകൂറിലെ ദിവാന്റെ ദുഷ്ചെയ്തികളെ തുറന്നുകാണിക്കുന്നതിൽ വ്യാപൃതനായി. അതിനാൽ സ്വാഭാവികമായും അദ്ദേഹം അധികൃതരുടെ അനിഷ്ടത്തിന് പാത്രമായിത്തീർന്നു. തിരുവിതാംകൂർ രാജ്യത്തിൽനിന്ന് അദ്ദേഹം നാടുകടത്തപ്പെട്ടു. അദ്ദേഹത്തിന് തന്റെ അവസാനനാളുകൾ മലബാറിൽ കഴിച്ചുകൂട്ടേണ്ടിവന്നു. തടവുശിക്ഷക്ക് വിധേയനാവുകയും ബർമയിലെ മണ്ഡാലയിലേക്ക് നാടുകടത്തപ്പെടുകയും ചെയ്ത ലോകമാന്യ തിലകന്റെ സമകാലീനനായിരുന്നു രാമകൃഷ്ണപിള്ള. തങ്ങളുടെ രാഷ്ട്രീയ പ്രവർത്തനങ്ങൾ കാരണം പീഡനങ്ങൾക്ക് ഇരയാകേണ്ടിവന്ന തിരുവിതാംകൂറിലെ ആദ്യകാല പ്രവർത്തകരിൽ ഒരാളായിരുന്നു അദ്ദേഹം. എന്നാൽ ഇവിടെ ഒരു വ്യത്യാസം ഉണ്ടായിരുന്നു. ശക്തമായ ബ്രിട്ടീഷ് സാമ്രാജ്യത്വത്തോടാണ് തിലകൻ പടവെട്ടിക്കൊണ്ടിരുന്നത്; ബ്രിട്ടീഷ് സാമ്രാജ്യത്വത്തിൻ കീഴിലെ സാമന്തരാജ്യങ്ങളിലൊന്നിന്റെ ദിവാനുനേരെയാണ് രാമകൃഷ്ണപിള്ള കലാപക്കൊടി ഉയർത്തിയത്. എന്നിട്ടും അധികാരസ്ഥാനത്തിരിക്കുന്നവർക്കെതിരായി തന്റെ ശക്തമായ തൂലിക ചലിപ്പിച്ചതിന് പീഡനത്തിനിരയാകേണ്ടിവന്ന സംസ്ഥാനത്തെ ആദ്യത്തെ വ്യക്തി എന്ന നിലയിൽ, മുൻ തിരുവിതാംകൂർ സ്റ്റേറ്റിൽ മാത്രമല്ല, ഇന്നത്തെ കേരളത്തിലുടനീളം അദ്ദേഹം അനുസ്മരിക്കപ്പെടുന്നു.

രാമകൃഷ്ണപിള്ളയെപ്പോലെ ഒരാൾ വടക്കേ ഇന്ത്യയിലും ഉണ്ടായിരുന്നു-ലാല ഹർദയാൽ. വടക്കേ ഇന്ത്യയിലെ വിപ്ലവ പ്രസ്ഥാനത്തിന്റെ ആദ്യ നേതാക്കളിൽ ഒരാളായിരുന്നു അദ്ദേഹം. എന്നാൽ ഹർദയാലിൽനിന്ന് വ്യത്യസ്തമായി രാമകൃഷ്ണപിള്ള മിതവാദിയായ ഉൽപ്പതിഷ്ണുവായിരുന്നു. പക്ഷേ സേച്ഛാധിപതിയായ ദിവാന്റെ ദുഷ്ചെയ്തികൾ കണ്ട് സഹിച്ചിരിക്കാൻ അദ്ദേഹത്തിന് കഴിയുമായിരുന്നില്ല. ഇവർ രണ്ടുകൂട്ടരും ചെയ്ത ഒരു കാര്യമുണ്ട്: കാൾ മാർക്സിന്റെ ലഘുജീവചരിത്രത്തിന്റെ കർത്താക്കളാണ് ഇരുവരും. ആധുനിക സോഷ്യലിസത്തിന്റെ സ്ഥാപകനെ ഒരാൾ മലയാളി വായനക്കാർക്കും മറ്റേയാൾ ഹിന്ദിവായനക്കാർക്കും പരിചയപ്പെടുത്തിക്കൊടുത്തു.

പിള്ളയുടെ മേൽ നിപതിച്ച ഗവൺമെന്റിന്റെ കടുത്ത രോഷത്തിനോ കാൾ മാർക്സിന്റെ ജീവചരിത്രത്തിനോ കേരളത്തിലെ രാഷ്ട്രീയത്തിൽ ദൂരവ്യാപകമായ എന്തെങ്കിലും സ്വാധീനം ചെലുത്താൻ കഴിഞ്ഞില്ല. സംസ്ഥാനത്തിലെ അന്നത്തെ മലബാർ പ്രദേശം, ബ്രിട്ടീഷ് ഭരണാധികാരികളുടെ ശക്തമായ രാഷ്ട്രീയ-സാംസ്കാരിക സ്വാധീനത്തിലായിരുന്നു. തിരുവിതാംകൂർ-കൊച്ചി മേഖലയിലാകട്ടെ, മുകളിൽ കൊട്ടാരസേവയും അടിയിൽ ജാതിസംഘടനകളും അല്ലാതെ മറ്റ് രാഷ്ട്രീയമൊന്നും ഉണ്ടായിരുന്നതുമില്ല. സംസ്ഥാനത്ത് ഒരു രാഷ്ട്രീയപ്രസ്ഥാനം ഉടലെടുത്തത് പിള്ള അന്തരിച്ച് (1912-ൽ) ഏതാണ്ട് ഒരു പതിറ്റാണ്ട് കഴിഞ്ഞതിൽ പിന്നീട് മാത്രമാണ് - അതു തന്നെ മലബാർ മേഖലയിൽ മാത്രവും.

മഹാത്മാഗാന്ധിയുടെ നേതൃത്വത്തിലുണ്ടായ നിസ്സഹകരണ-ഖിലാഫത്ത് പ്രസ്ഥാനത്തെക്കുറിച്ചാണ് ഇവിടെ സൂചിപ്പിക്കുന്നത്. അഭ്യസ്തവിദ്യരായ ഇടത്തരക്കാരെയും ഒരുവിഭാഗം കൃഷിക്കാരെയുമാണ് അത് സ്വാധീനിച്ചത്. പക്ഷേ അത് ഏറെക്കുറെ മലബാർ മേഖലയിൽ മാത്രമായി ഒതുങ്ങിനിന്നു. തിരുവിതാംകൂർ-കൊച്ചി മേഖലയിലെ ബുദ്ധിജീവികളുടെയും സാധാരണക്കാരുടെയും ഭാവനയെ അത് തട്ടിയുണർത്തിയെങ്കിലും, ഈ വിഭാഗം ജനങ്ങളെ പൊതുവായ ഒരു പ്രസ്ഥാനത്തിന് കീഴിൽ ഫലപ്രദമായി അണിനിരത്താൻ കഴിഞ്ഞില്ല. നാട്ടുരാജ്യങ്ങളിൽ യാതൊരു രാഷ്ട്രീയ പ്രസ്ഥാനവും സംഘടിപ്പിക്കേണ്ടതില്ല എന്ന് മഹാത്മാഗാന്ധിയുടെ നേതൃത്വത്തിലുള്ള മഹാപ്രസ്ഥാനം, നിർബന്ധം പിടിച്ചതായിരുന്നു അതിന് കാരണം. 1920-21-ൽ ഔപചാരികമായി സംഘടിപ്പിക്കപ്പെട്ട കേരള പ്രവിശ്യാ കോൺഗ്രസ് കമ്മിറ്റിയാകട്ടെ ഫലത്തിൽ മലബാർ കോൺഗ്രസ് കമ്മിറ്റിയായിരുന്നുതാനും.

എന്നാൽ കോൺഗ്രസ് സോഷ്യലിസ്റ്റ് പാർട്ടി രൂപീകൃതമായപ്പോഴേക്ക് സ്ഥിതിഗതികൾ തിരിച്ചറിയാൻ കഴിയാത്ത വിധത്തിലുള്ള മാറ്റങ്ങൾ വന്നുകഴിഞ്ഞിട്ടുണ്ടായിരുന്നു. കോൺഗ്രസിനുള്ളിലെ ഇടതുപക്ഷ പ്രസ്ഥാനം (പുതിയതായി രൂപീകൃതമായ കോൺഗ്രസ് സോഷ്യലിസ്റ്റ് പാർട്ടിയാണ് അതിന്റെ ഏറ്റവും നല്ല മാതൃക) ബ്രിട്ടീഷുകാരുടെ

ഭരണത്തിലുള്ള ഇന്ത്യയിലെ ജനങ്ങളുടെയെന്നപോലെ നാട്ടുരാജ്യങ്ങളിലെ ജനങ്ങളുടെയും ശ്രദ്ധ പിടിച്ചുപറ്റി. നാട്ടുരാജ്യങ്ങളോട് കോൺഗ്രസ് കൈക്കൊള്ളുന്ന നയം പൂർണമായും മാറ്റണം എന്നതായിരുന്നു കോൺഗ്രസ് സോഷ്യലിസ്റ്റ് പാർട്ടി ആദ്യകാലത്ത് ഉയർത്തിയ മുദ്രാവാക്യങ്ങളിൽ ഒന്ന്. നാട്ടുരാജ്യങ്ങളിൽ ഉയർന്നുവരുന്ന രാഷ്ട്രീയ പ്രശ്നങ്ങളുമായി ബന്ധപ്പെട്ട പ്രവർത്തനങ്ങളിൽ കോൺഗ്രസ് കമ്മിറ്റികൾ സ്വയം ഉൾപ്പെടാൻ പാടില്ല എന്ന് തീരുമാനിച്ചിട്ടുണ്ടായിരുന്നു. ഈ നിരോധനം നീക്കണമെന്ന് പാർട്ടിയുടെ സമ്മേളനങ്ങളും കമ്മിറ്റികളും കോൺഗ്രസ് സംഘടനയിൽ സജീവമായി പ്രവർത്തിച്ചുകൊണ്ടിരുന്ന സോഷ്യലിസ്റ്റുകാരും അസന്ദിഗ്ധമായി ആവശ്യപ്പെട്ടുകൊണ്ടിരുന്നു. സോഷ്യലിസ്റ്റ് പാർട്ടിയുടെ സിദ്ധാന്തത്തെയും പരിപാടിയെയും മൗലികമായി എതിർത്തിരുന്നവരടക്കം രാഷ്ട്രീയബോധമുള്ളവരെല്ലാം, അതിനാൽ, പാർട്ടിയുടെ വളർച്ചയിൽ താൽപര്യം കാണിച്ചു. കേരളത്തിലെ നാട്ടുരാജ്യപ്രദേശങ്ങളിലേക്ക് തങ്ങളുടെ പ്രവർത്തനങ്ങൾ വ്യാപിപ്പിക്കാൻ, കേരള പ്രദേശ് കോൺഗ്രസ് കമ്മിറ്റിയുടെ നിയന്ത്രണം കൈക്കലാക്കിയിരുന്ന ഇടതുപക്ഷക്കാർ, ഈ അവസരം ഉപയോഗിച്ചു.

ഇടതുപക്ഷ നേതൃത്വത്തിലുള്ള കേരളത്തിലെ ഒന്നാമത്തെ പ്രവിശ്യാ കോൺഗ്രസ് കമ്മിറ്റിയുടെ സെക്രട്ടറിയായിരുന്ന എ കെ ഗോപാലൻ 1934-ൽ തിരു-കൊച്ചിയിൽ ഒരു പര്യടനം നടത്തുകയും കോൺഗ്രസിലേക്ക് അംഗങ്ങളെ ചേർക്കുകയുമുണ്ടായി. സോഷ്യലിസത്തിന് പ്രചാരം നൽകാൻ ഈ സന്ദർഭം അദ്ദേഹം പ്രയോജനപ്പെടുത്തി. തിരുവിതാംകൂർ ദിവാനെ ഇത് പ്രകോപിതനാക്കി. ആ നാട്ടിൽ കോൺഗ്രസ് പ്രവർത്തനങ്ങൾ നടത്തുന്നതിൽ അദ്ദേഹം നിയന്ത്രണങ്ങൾ ഏർപ്പെടുത്തി. എന്നാൽ ബ്രിട്ടീഷ് ഗവൺമെന്റിന്റെ നേരിട്ടുള്ള ഭരണം നടക്കുന്ന മലബാറിലും തിരുവിതാംകൂർ-കൊച്ചി നാട്ടുരാജ്യങ്ങളിലും നടക്കുന്ന രാഷ്ട്രീയ പ്രവർത്തനങ്ങളെ തമ്മിൽ ബന്ധിപ്പിക്കാൻതന്നെയാണ് ഇടതുപക്ഷ നേതൃത്വത്തിലുള്ള കോൺഗ്രസ് പ്രസ്ഥാനം തീരുമാനിച്ചിരുന്നത്.

അക്കാലത്തെ പൊതുവിലുള്ള രാഷ്ട്രീയ പശ്ചാത്തലത്തിൽ വേണം ഈ സംഭവവികാസങ്ങൾ വീക്ഷിക്കാൻ. ബ്രിട്ടീഷ് ഭരണാധികാരികളും ഇന്ത്യയുടെ ദേശീയ നേതാക്കന്മാരും തമ്മിൽ നടന്നുവന്ന ചർച്ചകളും അതുപോലെതന്നെ ദേശീയ നേതാക്കൻമാർക്കിടയിലെ വിവിധ ഗ്രൂപ്പുകൾ തമ്മിൽ നടന്നുവന്ന വാഗ്വാദങ്ങളും ബ്രിട്ടീഷ് ഇന്ത്യയിലെയും നാട്ടുരാജ്യങ്ങളിലെയും ജനങ്ങളിൽ ചലനങ്ങൾ സൃഷ്ടിച്ചുകൊണ്ടിരുന്നു. ബ്രിട്ടീഷ് ഇന്ത്യയുടെ ഭാവി, നാട്ടുരാജ്യങ്ങളും ബ്രിട്ടീഷ് ഭരണാധികാരികളും തമ്മിലുള്ള ബന്ധം, ബ്രിട്ടീഷ് ഇന്ത്യയിലെ സ്വാതന്ത്ര്യസമര പ്രസ്ഥാനത്തോട് നാട്ടുരാജ്യങ്ങളിലെ ഭരണാധികാരികൾക്കുള്ള സമീപനം തുടങ്ങിയ പ്രശ്നങ്ങളെക്കുറിച്ച് ചൂടുപിടിച്ച ചർച്ചകൾ നടന്നു. കോൺഗ്രസ് സംഘടിപ്പിച്ചതും മഹാത്മാഗാന്ധി

നേതൃത്വം നൽകിയതുമായ ഉപ്പുസത്യഗ്രഹം, കോൺഗ്രസിന്റെ പ്രക്ഷോഭത്തെ തണുപ്പിക്കുന്നതിനുവേണ്ടി ബ്രിട്ടീഷ് ഗവൺമെന്റ് വിളിച്ചുചേർത്ത വട്ടമേശസമ്മേളനം, ആ സമ്മേളനത്തിലെ നടപടികൾ, ബ്രിട്ടീഷ് പാർലമെന്റിലും ഇന്ത്യയുടെ കേന്ദ്ര നിയമനിർമാണസഭയിലും നടന്ന ചർച്ചകൾ-നാട്ടുരാജ്യങ്ങളെയും അവയിലെ ഭരണാധികാരികളെയും ജനങ്ങളെയും സംബന്ധിച്ച പ്രശ്നം രാഷ്ട്രീയ ചിന്തകരുടെയും രാഷ്ട്രീയ പ്രവർത്തകരുടെയും സജീവ പരിഗണനക്ക് കൊണ്ടുവരുന്നതിന് ഇതെല്ലാം സഹായകമായി. ഈ ചർച്ചകളുമായി നേരിട്ട് ബന്ധപ്പെട്ടവയായിരുന്നു കോൺഗ്രസ് സോഷ്യലിസ്റ്റുകാർ ഉയർത്തിയ മുദ്രാവാക്യങ്ങളും ആവശ്യങ്ങളും. അതുകൊണ്ട് പുതിയ പാർട്ടിയുടെ പ്രവർത്തനങ്ങൾ തിരു-കൊച്ചി ഭാഗത്തേക്ക് വളരെ വേഗത്തിൽ വ്യാപിച്ചു-കോൺഗ്രസ് സോഷ്യലിസ്റ്റ് പാർട്ടിയുടെ ആദ്യകാല സംഘാടകരും നേതാക്കൻമാരും മിക്കവാറും മലബാറിൽ നിന്നുള്ളവരായിരുന്നുവെങ്കിലും.

ഇന്നത്തെ കേരളത്തിലെ അന്നത്തെ മലബാർ, കൊച്ചി, തിരുവിതാംകൂർ എന്നീ മൂന്ന് മേഖലകളെയും ഇടതുപക്ഷ സ്വഭാവത്തോടുകൂടിയ കോൺഗ്രസ് സംഘടനയുടെ വളർച്ച സ്വാധീനിച്ചുവെങ്കിലും പുതിയ ഉശിരൻ ട്രേഡ് യൂണിയൻ പ്രസ്ഥാനം ഉയർന്നുവരുന്നതിന് ഇടതുപക്ഷ രാഷ്ട്രീയ നേതൃത്വം ഇടയാക്കിയെങ്കിലും, കൊച്ചി-തിരുവിതാംകൂർ നാട്ടുരാജ്യങ്ങളിലെയും ബ്രിട്ടീഷ് ഭരണത്തിലുള്ള മലബാറിലെയും സ്ഥിതികൾ തമ്മിൽ ഒരു പ്രധാന വ്യത്യാസം ഉണ്ടായിരുന്നു. ഇരുപതുകളിലും മുപ്പതുകളുടെ ആദ്യകാലത്തും സ്വാതന്ത്ര്യസമരത്തിൽ പങ്കെടുത്തതിന്റെ അനുഭവം ഏറെക്കുറെ ജാതി-മത വ്യത്യാസങ്ങൾക്കതീതമായി ദേശീയതയെ കാണുന്ന ഒരു മേഖലയാക്കി മലബാറിനെ മാറ്റിയിരുന്നു. നേരെമറിച്ച് തിരുവിതാംകൂറും കൊച്ചിയും ആകട്ടെ, ജാതി-മത രാഷ്ട്രീയത്തിന്റെ സ്വാധീനത്തിന് കൂടുതൽ പ്രത്യക്ഷമായിത്തന്നെ വിധേയമായിരുന്നു. ഇരുപതുകളുടെ ആദ്യവർഷങ്ങളിൽ തന്നെ ജാതി-മതാതീതമായ ദേശീയ പ്രസ്ഥാനത്തിന് മലബാർ ജന്മം നൽകി (ഇന്ത്യൻ നാഷണൽ കോൺഗ്രസ് അതിന്റെ പ്രതീകമായിരുന്നു). എന്നാൽ അതേ അവസരത്തിൽതന്നെ സവർണാവർണ ഹിന്ദു സംഘടനകളുടെയും മുസ്ലീം - ക്രിസ്ത്യൻ സംഘടനകളുടെയും മേധാവിത്വത്തിലായിരുന്നു കൊച്ചിയും തിരുവിതാംകൂറും. ഈ രണ്ടു നാട്ടുരാജ്യങ്ങളിലെയും പൊതുജനാഭിപ്രായം രൂപപ്പെടുത്തുന്നതിൽ ഈ സംഘടനകൾ സുപ്രധാന പങ്ക് വഹിക്കുകയുണ്ടായി.

അവർണഹിന്ദുക്കളും അഹിന്ദുക്കളും സവർണഹിന്ദു മേധാവിത്വത്തിനെതിരായി നടത്തിയ കലാപത്തിന്റെ രൂപത്തിലാണ് കേരളത്തിലെ നാട്ടുരാജ്യങ്ങളിൽ ജനാധിപത്യത്തിനുവേണ്ടിയുള്ള ആവശ്യം യഥാർഥത്തിൽ പ്രത്യക്ഷപ്പെട്ടതുതന്നെ. സ്വരാജ് എന്ന ആശയവും സ്വരാജ് നേടിയെടുക്കുന്നതിനുള്ള പ്രത്യക്ഷസമരവും ആണ് മലബാ

റിലെ സാധാരണക്കാരായ ജനങ്ങളെ തട്ടിയുണർത്തിയതെങ്കിൽ സവർണ ഹിന്ദുമേധാവിത്വത്തിൽനിന്ന് അഹിന്ദുക്കൾക്കും അവർണ ഹിന്ദുക്കൾക്കും സംരക്ഷണം നൽകണമെന്ന ആവശ്യമാണ് തിരുവിതാംകൂറിലെയും കൊച്ചിയിലെയും സാധാരണക്കാരെ തട്ടിയുണർത്തിയത്. സാമൂഹ്യസമത്വത്തിനുവേണ്ടി 'കീഴ്ജാതി'ക്കാരും വിവാഹം കുടുംബം തുടങ്ങിയ കാര്യങ്ങളിൽ പരിഷ്കരണം വരുത്തുന്നതിനുവേണ്ടി മേൽജാതിക്കാരും ഉണ്ടാക്കിയ സംഘടനകളും പ്രസ്ഥാനങ്ങളും നടത്തിയ പ്രക്ഷോഭങ്ങളാണ്, സാമൂഹ്യ ജീവിതം ആധുനികവൽക്കരിക്കുന്നതിനുള്ള ജനകീയാഭിലാഷത്തിന്റെ സാമൂഹ്യ-രാഷ്ട്രീയ ബോധത്തിന്റെ ആദ്യ സ്ഫുലിംഗങ്ങൾ.

ശരിയായ രാഷ്ട്രീയ പ്രവർത്തനത്തെക്കുറിച്ച് പറയുകയാണെങ്കിൽ തിരുവിതാംകൂറിൽ രൂപീകരിക്കപ്പെട്ട ആദ്യത്തെ രാഷ്ട്രീയ സംഘടന (തിരഞ്ഞെടുക്കപ്പെട്ട നിയമസഭയോട് ഉത്തരവാദിത്തമുള്ള ഒരു ഗവൺമെന്റിനുവേണ്ടി സ്വേച്ഛാധിപത്യവിരുദ്ധമായ സമരം എന്ന മുദ്രാവാക്യത്തോടെ) സംയുക്ത രാഷ്ട്രീയ കോൺഗ്രസ് ആയിരുന്നു. മൂന്ന് ജാതി-മതവിഭാഗങ്ങളുടെ ഒരു കൂട്ടുകെട്ടായിരുന്നു അത്: ഹിന്ദുക്കളുടെ ഇടയിൽനിന്നുള്ള ഈഴവരും ക്രിസ്ത്യാനികളും മുസ്ലിങ്ങളും ചേർന്ന കൂട്ടുകെട്ട്. പിന്നീട് ക്രമേണ തിരുവിതാംകൂർ സ്റ്റേറ്റ് കോൺഗ്രസ് ആയി മാറിയത് ഈ സംഘടനയാണ്. ആ സമയമായപ്പോഴേക്ക് സവർണഹിന്ദുക്കളടക്കം മറ്റ് സമുദായങ്ങളിൽ നിന്നുള്ള നിരവധി നേതാക്കൻമാരും അതിൽ ചേർന്നുകഴിഞ്ഞിരുന്നു.

ഈ കൂട്ടുകെട്ടിനോട് സ്വീകരിക്കേണ്ട സമീപനം എന്തായിരിക്കണം എന്നതാണ് പുതിയതായി രൂപീകൃതമായ കോൺഗ്രസ് സോഷ്യലിസ്റ്റ് പാർട്ടിയെ അഭിമുഖീകരിച്ച ഒന്നാമത്തെ പ്രധാന പ്രശ്നം. ഈ പ്രശ്നത്തെക്കുറിച്ച് വലതുപക്ഷ കോൺഗ്രസ് നേതാക്കന്മാരും കോൺഗ്രസ് സോഷ്യലിസ്റ്റുകാരും തമ്മിൽ ശക്തിയായ അഭിപ്രായസംഘട്ടനംതന്നെ നടന്നു. ജാതിയുടെയോ മതവിഭാഗത്തിന്റെയോ അടിസ്ഥാനത്തിൽ ഉള്ള ഏതൊരു സംഘടനയും, പരമാർഥം പറഞ്ഞാൽ വർഗീയമാണ്, അതുകൊണ്ട് ദേശീയവിരുദ്ധമാണ് എന്ന നിലപാടാണ് വലതുപക്ഷ കോൺഗ്രസുകാർ കൈക്കൊണ്ടത്. എന്നുമാത്രമല്ല, അഹിന്ദുക്കളായ ന്യൂനപക്ഷ മതവിഭാഗങ്ങൾക്കും (ഹരിജനങ്ങളടക്കമുള്ള) അടിച്ചമർത്തപ്പെട്ട അവർണഹിന്ദുക്കൾക്കും സംരക്ഷണം ലഭിക്കണമെന്ന ആവശ്യം (ഗവൺമെന്റ് ജോലിക്കും വിദ്യാഭ്യാസ സ്ഥാപനങ്ങളിലും സംവരണം ഏർപ്പെടുത്തണം എന്ന ആവശ്യമടക്കം) പിന്തിരിപ്പനും ദേശീയവിരുദ്ധവുമായ ആവശ്യമായിട്ടാണവർ കണ്ടത്. അതിനാൽ സംയുക്ത രാഷ്ട്രീയ കോൺഗ്രസിനെയും അതിന്റെ പുതിയ രൂപമായ തിരുവിതാംകൂർ സ്റ്റേറ്റ് കോൺഗ്രസിനെയും പിന്തിരിപ്പൻ സംഘടനയായിക്കണ്ട് അവർ എതിർത്തു.

യഥാർഥം പറഞ്ഞാൽ തിരുവിതാംകൂർ ദേശീയ കോൺഗ്രസ്

എന്ന ഒരു പാർട്ടിയുടെ രൂപീകരണത്തിന് സഹായം നൽകിയ ദിവാൻഭരണം, അതൊരു 'യഥാർഥ ദേശീയതാവാദി' - ദേശാഭിമാന സംഘടനയാണെന്ന് പറഞ്ഞ് അതിന്റെ ഗുണഗണങ്ങൾ വാഴ്ത്തുകയും അതിന് പ്രോത്സാഹനം നൽകുകയും ഉണ്ടായി. കോൺഗ്രസിന്റെ മറ്റൊരു പതിപ്പായിരുന്നു അത്. ജാതി-മത സംഘടനകളുടെ ഒത്തുചേരൽ എന്ന ആദ്യകാല രൂപത്തിൽനിന്നും അഹിന്ദുക്കളുടെയും അവർണഹിന്ദുക്കളുടെയും സംരക്ഷണത്തിനുവേണ്ടി നിലനിൽക്കുന്ന സംഘടന എന്നുള്ള മേൽവിലാസത്തിൽനിന്നും സ്റ്റേറ്റ് കോൺഗ്രസിന് മോചനം ലഭിക്കാൻ ഏറെക്കാലം പിടിച്ചു.

അതേ വിധത്തിലല്ലെങ്കിലും അതിന് സമാനമായ സംഭവവികാസം കൊച്ചിയിലും ഉണ്ടായി. ഉത്തരവാദഭരണം വേണമെന്ന ആവശ്യത്തോട് ഇവിടത്തെ ഭരണാധികാരിയും ഭരണസംവിധാനവും കൂടുതൽ ഉദാരമായ സമീപനമാണ് കൈക്കൊണ്ടത്. യഥാർഥം പറഞ്ഞാൽ ഒരുപിടി പരിഷ്കാരങ്ങൾ പ്രഖ്യാപിച്ച് നടപ്പാക്കി; നിയമസഭയോട് ഉത്തരവാദിത്തമുള്ള, തിരഞ്ഞെടുക്കപ്പെട്ട മന്ത്രിയിലേക്ക് ചുരുക്കം ചില അപ്രധാനവകുപ്പുകൾ കൈമാറുകയും ചെയ്തു. കൊച്ചി കോൺഗ്രസ് എന്ന പേരിൽ ഒരു സംഘടന രൂപീകരിക്കപ്പെട്ടിട്ടുണ്ടായിരുന്നു. അതിന്റെ നേതാവിനെ മന്ത്രിയായി നിയമിച്ചു. തിരുവിതാംകൂറിലെ സംയുക്ത രാഷ്ട്രീയ കോൺഗ്രസിനെയും തുടർന്നുണ്ടായ തിരുവിതാംകൂർ സ്റ്റേറ്റ് കോൺഗ്രസിനെയുംപോലെതന്നെ, ഈ സംഘടനയും അഹിന്ദുക്കളോടും അവർണഹിന്ദുക്കളോടും ഒപ്പം നിന്നു; ഗവൺമെന്റ് ജോലികളിലും വിദ്യാഭ്യാസ സ്ഥാപനങ്ങളിലും സംവരണം വേണമെന്നതായിരുന്നു അവരുടെ പ്രധാന ആവശ്യം.

സംയുക്ത രാഷ്ട്രീയ കോൺഗ്രസിന്റെ രൂപീകരണത്തെയും തുടർന്ന് തിരുവിതാംകൂർ സ്റ്റേറ്റ് കോൺഗ്രസിലേക്കുള്ള അതിന്റെ പരിവർത്തനത്തെയും കൊച്ചി കോൺഗ്രസ് ജന്മംകൊണ്ടതിനെയും (ക്രമേണ കമ്യൂണിസ്റ്റുകാരായി മാറിക്കൊണ്ടിരുന്ന) കോൺഗ്രസ് സോഷ്യലിസ്റ്റുകാർ ചരിത്രപരമായ ഒരു വീക്ഷണകോണിൽ നിന്നുകൊണ്ടും വ്യക്തമായ വർഗ-രാഷ്ട്രീയ സമീപനത്തോടും കൂടിയാണ് വിലയിരുത്തിയത്. മലബാറിലെ കോൺഗ്രസ് സംഘടനയുടെയും കേരളത്തിലെ നാട്ടുരാജ്യങ്ങളിലെ ജാതി-മത സംഘടനകളുടെയും വർഗസ്വഭാവം വിലയിരുത്തിയ സോഷ്യലിസ്റ്റുകാർ, അവയെല്ലാംതന്നെ, ഉയർന്നുവരുന്ന ബൂർഷ്വാസിയുടെ പ്രതിനിധികളും നേതാക്കളും ആണെന്ന് കണ്ടു. മലബാറിൽ അവർ ബ്രിട്ടീഷ് ഭരണാധികാരികളോട് പോരാടി; നാട്ടുരാജ്യങ്ങളിലാകട്ടെ, സവർണഹിന്ദുക്കൾക്ക് മേധാവിത്വമുള്ള രാജഭരണത്തിനെതിരായി പോരാടി. അവ രണ്ടുമെടുത്താൽ രണ്ടിലും പൊതുവായ ഒരു രാഷ്ട്രീയ പ്രസ്ഥാനം ദൃശ്യമാണ്: മൊത്തത്തിൽ പറഞ്ഞാൽ സാമ്രാജ്യത്വവിരുദ്ധ-ഫ്യൂഡൽവിരുദ്ധ പ്രസ്ഥാനമാണത്. ബ്രിട്ടീഷ് ഭരണത്തിനും നാട്ടുരാജാക്കന്മാരുടെ ഭരണത്തിനും

എതിരായുള്ള സമരത്തിൽ സജീവതാൽപര്യമുള്ള, തൊഴിലാളിവർഗ ത്തിന്റെ പ്രതിനിധികളായ സോഷ്യലിസ്റ്റുകാർ, മലബാറിലെ കോൺഗ്രസ് പ്രസ്ഥാനത്തിനും തിരുവിതാംകൂർ-കൊച്ചി മേഖലയിലെ ഭരണകൂട വിരുദ്ധ പ്രക്ഷോഭകർക്കും പിന്തുണ നൽകാൻ കടപ്പെട്ടവരാ യിരുന്നു.

തിരുവിതാംകൂറിലെയും കൊച്ചിയിലെയും രാജഭരണവിരുദ്ധ പ്രക്ഷോഭം, തുടക്കത്തിൽ ജാതി-മത പ്രസ്ഥാനത്തിന്റെ രൂപമാണ് കൈക്കൊണ്ടത് എന്നത് ശരിതന്നെ. എന്നാൽ സാരാംശത്തിൽ അത് മതനിരപേക്ഷവും ജനാധിപത്യപരവും ആയിരുന്നു. സവർണഹിന്ദുക്ക ളുടെ അടിച്ചമർത്തലിൽനിന്ന് അഹിന്ദുക്കളെയും അവർണഹിന്ദുക്ക ളെയും രക്ഷിക്കുക എന്ന മുദ്രാവാക്യം, അതിനാൽ അടിസ്ഥാനപര മായി പറഞ്ഞാൽ ജനാധിപത്യപരമായിരുന്നു — ജാതി-മത സംജ്ഞാ രൂപത്തിലാണ് അക്കാലത്ത് അത് അവതരിപ്പിക്കപ്പെട്ടിരുന്നതെങ്കിലും.

എന്നാൽ അതേ അവസരത്തിൽതന്നെ, ഒരു സ്വതന്ത്ര രാഷ്ട്രീയ ഗ്രൂപ്പ് എന്ന നിലയിൽ പ്രവർത്തിച്ചിരുന്ന സോഷ്യലിസ്റ്റുകാർ, അവരുടെ മൗലിക വർഗസമീപനത്തിന് പ്രചാരം നൽകുകയും ചെയ്തു. യഥാർഥം പറഞ്ഞാൽ ജാതീയതക്കും വർഗീയതക്കും ശരിക്കും എതി രായിട്ടുള്ളത് അതാണുതാനും. ഓരോ പ്രത്യേക ജാതിയിലും മതവിഭാ ഗത്തിലുംപെട്ട മഹാഭൂരിപക്ഷം വരുന്ന പാവങ്ങളെയും അതേ ജാതി-മത വിഭാഗങ്ങളിൽപെട്ട ചെറു ന്യൂനപക്ഷം വരുന്ന പണക്കാരെയും 'തുല്യ'മായിക്കണ്ട ജാതി-മത നേതാക്കൻമാർ അവരെ മറ്റ് ജാതി-മത ങ്ങളിൽപെട്ട അവരുടെ വർഗസഹോദരന്മാർക്ക് എതിരായി അണിനിര ത്തി. എന്നാൽ സോഷ്യലിസ്റ്റുകാരും കമ്യൂണിസ്റ്റുകാരും ആകട്ടെ എല്ലാ ജാതികളിലും മതങ്ങളിലുംപെട്ട ദരിദ്ര ജനവിഭാഗങ്ങളെ, ജാതി-മതങ്ങ ളുടെ അതിർവരമ്പുകൾ മുറിച്ചുകടന്നുകൊണ്ട്, പണക്കാർക്ക് എതി രായി അണിനിരത്തി. അധഃസ്ഥിതരായ ജാതിക്കാരുടെയും മതന്യൂനപ ക്ഷങ്ങളുടെയും താൽപര്യങ്ങൾ സംരക്ഷിക്കാൻ നിലകൊണ്ട സോഷ്യ ലിസ്റ്റുകാരും കമ്യൂണിസ്റ്റുകാരും എല്ലാ ജാതികളിലും മതങ്ങളിലും ഉൾപ്പെട്ട ദരിദ്രർക്കും ഇടത്തരക്കാർക്കും ഇടയിൽ വർഗ ഐക്യ ദാർഢ്യം വളർത്തിയെടുക്കാനാണ് ശ്രമിച്ചത്.

കേരളത്തിന്റെ മൂന്ന് മേഖലകളിലും അത്തരം ഒരു രാഷ്ട്രീയ സമീപനം അംഗീകരിച്ചതുകൊണ്ട് തിരുവിതാംകൂറിലേക്കും കൊച്ചിയി ലേക്കും തങ്ങളുടെ സംഘടനയും സ്വാധീനവും ദ്രുതഗതിയിൽ വ്യാപി പ്പിക്കാൻ സോഷ്യലിസ്റ്റുകാർക്ക് കഴിഞ്ഞു. 1937-ൽ തിരുവിതാംകൂറിൽ സ്റ്റേറ്റ് കോൺഗ്രസ് രൂപീകരിക്കുകയും കൊച്ചിയിൽ കൊച്ചി കോൺഗ്രസ് പ്രവർത്തനം ആരംഭിക്കുകയും ചെയ്തപ്പോഴേക്ക് ഈ രണ്ട് സംഘടനകളിലും സോഷ്യലിസ്റ്റുകാർക്കും കമ്യൂണിസ്റ്റു കാർക്കും സുപ്രധാന സ്ഥാനങ്ങൾ വഹിക്കാൻ കഴിഞ്ഞു-മലബാറിലെ ഇന്ത്യൻ നാഷണൽ കോൺഗ്രസിൽ അവർക്ക് സ്ഥാനങ്ങൾ വഹി

ക്കാൻ കഴിഞ്ഞതുപോലെതന്നെ. ശക്തമായ ബഹുജനാടിത്തറ വളർത്തിയെടുത്ത സോഷ്യലിസ്റ്റുകാർ 1937-38 ആയപ്പോഴേക്ക് കേരളത്തിന്റെ ഈ മൂന്ന് മേഖലകളിലുമുള്ള ദേശീയ സംഘടനകളിൽ നിർണായക സ്ഥാനങ്ങൾ വഹിക്കത്തക്ക നിലയിലേക്ക് വളർന്ന് ശക്തി പ്രാപിച്ചുകഴിഞ്ഞിരുന്നു. 1937-38-ൽ മറ്റൊരു പാർട്ടിക്കും മറ്റൊരു സംഘടനക്കും അഖില കേരള രാഷ്ട്രീയ പാർട്ടി എന്ന സ്ഥാനം നേടാൻ കഴിഞ്ഞിരുന്നില്ല.

6

എല്ലാ അർഥത്തിലും ഫ്യൂഡൽവിരുദ്ധം

സംസ്ഥാനത്തിലെ ഒന്നാമത്തെ അഖില കേരള രാഷ്ട്രീയ പാർട്ടി എന്ന നിലയിൽ കോൺഗ്രസ് സോഷ്യലിസ്റ്റുകാർ ഉയർന്നുവന്നത് ഒന്നിലധികം അർഥത്തിൽ, അവരെ യഥാർഥ ഫ്യൂഡൽവിരുദ്ധ ശക്തിയാക്കിത്തീർത്തു.

കേരളത്തിലെ മലബാർ ഭാഗത്തെന്നപോലെ നാട്ടുരാജ്യങ്ങളിലും തിരഞ്ഞെടുപ്പിലൂടെയുള്ള ജനാധിപത്യം എന്ന ആവശ്യത്തിനുവേണ്ടി വിട്ടുവീഴ്ചയില്ലാതെ സമരം ചെയ്യുന്ന പാർട്ടി എന്ന പദവിയാണല്ലോ അവർ ആർജിച്ചത്. രാജ്യത്തെങ്ങും ബ്രിട്ടീഷ് ഇന്ത്യാ പ്രവിശ്യകളെന്നും നാട്ടുരാജ്യങ്ങളെന്നും ഉള്ള വ്യത്യാസം ഇല്ലാതാക്കാനുള്ള സമരത്തിന് അവർ തയ്യാറാണ് എന്നായിരുന്നു രാഷ്ട്രീയമായി അതിന്റെ അർഥം. 1920-ൽ കോൺഗ്രസ് അംഗീകരിച്ച ഭാഷാസംസ്ഥാനങ്ങൾ എന്ന സങ്കൽപ്പനത്തിന് അനുരോധമായിരുന്നു അത്.

ഭാഷാസംസ്ഥാനത്തെക്കുറിച്ചുള്ള കോൺഗ്രസിന്റെ സങ്കൽപ്പനം ആ പാർട്ടിയുടെ ഭരണഘടനാപരമായ ആഭ്യന്തര ഘടനക്കുള്ളിൽ മാത്രമായി ഒതുങ്ങിനിന്നു എന്ന കാര്യത്തിൽ തർക്കമില്ല. രാഷ്ട്രീയമായി പറഞ്ഞാൽ നാട്ടുരാജ്യങ്ങൾ തുടർന്നും നിലനിർത്തണമെന്ന് മാത്രമല്ല അവയുടെ 'ആഭ്യന്തരകാര്യങ്ങളിൽ' ഇടപെടരുതെന്നും കോൺഗ്രസിന് നിർബന്ധമുണ്ടായിരുന്നു. എന്നാൽ ഇതിന് കടകവിരുദ്ധമായി യുക്ത്യധിഷ്ഠിതമായ നിലപാടാണ് ഇടതുപക്ഷക്കാർ കൈക്കൊണ്ടത്. നാട്ടുരാജ്യങ്ങൾ ഇല്ലാതാക്കുക; തുടർന്ന് ഒരേ ഭാഷ സംസാരിക്കുന്ന എല്ലാവരും ഭാഷാപരമായി പുനഃസംഘടിപ്പിക്കപ്പെട്ട ഒരു സംസ്ഥാനത്തിൽ വരത്തക്കവിധത്തിൽ നിലവിലുള്ള ബ്രിട്ടീഷ് ഇന്ത്യൻ പ്രവിശ്യകളും നാട്ടുരാജ്യങ്ങളും വീണ്ടും വിഭജിക്കുക.

എന്നാൽ ഇതൊരു വിദൂരലക്ഷ്യം മാത്രമായിരുന്നു. ഭാവിയിലെ ഈ ലക്ഷ്യത്തിൽ ഊന്നിക്കൊണ്ട് സോഷ്യലിസ്റ്റ്-കമ്യൂണിസ്റ്റ് പ്രസ്ഥാനം മറ്റ് ഇടതുപക്ഷ കോൺഗ്രസുകാരോടൊപ്പം തങ്ങളുടെ പ്രക്ഷോഭ പ്രവർത്തനങ്ങൾ തുടർന്നുകൊണ്ടിരുന്നു. പ്രായോഗികമായി പറഞ്ഞാൽ ആസന്നഭാവിയിൽ നേടിയെടുക്കാൻ കഴിയുന്ന ലക്ഷ്യമായിരുന്നില്ല അത്. ഈ ലക്ഷ്യം വെച്ചുകൊണ്ടുള്ള ഒരു പ്രക്ഷോഭത്തെയും, 1930-കളിലും 40-കളിലും ബ്രിട്ടീഷ് ഭരണാധികാരികളോ നാട്ടുരാജ്യങ്ങളിലെ ഭരണാധികാരികളോ വെച്ചുപൊറുപ്പിക്കുമായിരുന്നില്ല. അതുകൊണ്ടാണ് ബ്രിട്ടീഷ് പ്രവിശ്യകളിലേതുപോലുള്ള പാർലമെന്ററി ജനാധിപത്യം (നിയമസഭയോട് ഉത്തരവാദിത്തമുള്ള തിരഞ്ഞെടുക്കപ്പെട്ട ഗവൺമെന്റുകൾ) പ്രാവർത്തികമാക്കുകയാണ് അടിയന്തരലക്ഷ്യം എന്ന് സോഷ്യലിസ്റ്റുകാരും കമ്യൂണിസ്റ്റുകാരും (മറ്റ് ഇടതുപക്ഷ പ്രസ്ഥാനങ്ങളോടൊപ്പം) അംഗീകരിച്ചത്.

ഉത്തരവാദഭരണം എന്ന അടിയന്തരലക്ഷ്യത്തിനുവേണ്ടി സമരം ചെയ്യുന്ന അവസരത്തിൽതന്നെ, ആത്യന്തിക ലക്ഷ്യത്തിനുവേണ്ടി (നാട്ടുരാജ്യങ്ങൾ ഇല്ലാതാക്കുകയും ഭാഷാ സംസ്ഥാനങ്ങൾ രൂപീകരിക്കുന്നതിനുവേണ്ടി ബ്രിട്ടീഷ് പ്രവിശ്യകളുടെയും നാട്ടുരാജ്യങ്ങളുടെയും അതിർത്തികൾ പുനർനിർണയം നടത്തുകയും ചെയ്യുക എന്ന ലക്ഷ്യത്തിനുവേണ്ടി) പ്രചാരണ-പ്രക്ഷോഭ പ്രവർത്തനങ്ങൾ നടത്തിക്കൊണ്ടിരുന്നതിന്റെ ഖ്യാതി 1930-കളിലെ കോൺഗ്രസ് സോഷ്യലിസ്റ്റുകാർക്കുള്ളതാണ്.

അഖിലേന്ത്യാ തലത്തിൽ 1947 ആഗസ്ത് 15-നുണ്ടായ രാഷ്ട്രീയ പരിവർത്തനങ്ങളോടൊപ്പം തിരുവിതാംകൂറിലും കൊച്ചിയിലും (ഇന്ത്യയിലെ മറ്റെല്ലാ നാട്ടുരാജ്യങ്ങളിലുമെന്നപോലെ) ഉത്തരവാദഭരണം സ്ഥാപിതമായതോടെ ഈ ദ്വിമുഖ പ്രക്ഷോഭത്തിന്റെ യഥാതഥ്യസ്വഭാവം സമർഥിക്കപ്പെട്ടു. ഇതിന്റെ തുടർച്ചയായി ഒരു പതിറ്റാണ്ടിനുശേഷം ആ രണ്ട് നാട്ടുരാജ്യങ്ങളും ഇല്ലാതായി; കേരളം എന്ന പുതിയ സംസ്ഥാനം രൂപംകൊണ്ടു. ആ സമയമായപ്പോഴേക്ക് 1930-കളിലെ കോൺഗ്രസ് സോഷ്യലിസ്റ്റുകാർ കമ്യൂണിസ്റ്റുകാരായി കോൺഗ്രസിനെ വെല്ലുവിളിക്കാനും അതിനെ മാറ്റി ഭരണകക്ഷിയായിത്തീരാനും (1957-ൽ) കഴിയത്തക്കവിധത്തിൽ കരുത്തുറ്റ ഒരു രാഷ്ട്രീയപാർട്ടിയായി മാറിക്കഴിഞ്ഞിരുന്നു.

ഫ്യൂഡൽവിരുദ്ധ സമരത്തിന്റെ രാഷ്ട്രീയമാറ്റത്തിന്റെ വിജയമായിരുന്നു അത്. എന്നാൽ ഈ ഫ്യൂഡൽവിരുദ്ധ സമരത്തിന് മറ്റ് മാനങ്ങളുമുണ്ടായിരുന്നു. നാട്ടുരാജ്യങ്ങൾ ഇല്ലാതാക്കുകയും സംസ്ഥാനത്തൊട്ടുക്കും ഒരേ സ്വഭാവത്തോടുകൂടിയ രാഷ്ട്രീയ വ്യവസ്ഥ സ്ഥാപിക്കുകയും ചെയ്യുക എന്നത് ഒരു ആരംഭം മാത്രമായിരുന്നു; സാമൂഹ്യ-സാംസ്കാരിക മേഖലകളിലെ ഫ്യൂഡൽവിരുദ്ധ സമരവും അതിനെ തുടർന്നുണ്ടായി.

അപ്പോഴും നിലവിലുണ്ടായിരുന്ന തൊട്ടുകൂടായ്മയിലൂടെയും മറ്റ് വിധത്തിലുള്ള സാമൂഹ്യമായ അടിച്ചമർത്തലുകളിലൂടെയും പ്രകടമായ സാമൂഹ്യ-സാംസ്കാരിക ജീവിതത്തിൽ ജാതിവ്യവസ്ഥക്കുള്ള മേധാവിത്വം; വ്യക്തിപരമായി മുൻകൈയെടുക്കാൻ കുടുംബാംഗങ്ങൾക്കുള്ള (സ്ത്രീകൾക്കും പുരുഷന്മാർക്കും) താൽപര്യത്തെ തടഞ്ഞുനിർത്തുന്ന കൂട്ടുകുടുംബവ്യവസ്ഥ; കാലഹരണപ്പെട്ട വിവാഹ-കുടുംബ ജീവിതരീതികൾ-പ്രാങ് മുതലാളിത്ത സമൂഹത്തിന്റെ അവശിഷ്ടങ്ങളായിരുന്നു അവയെല്ലാം; കേരള സമൂഹത്തിന്റെ ആധുനികവൽക്കരണത്തെ തടയുകയോ അഥവാ മന്ദീഭവിപ്പിക്കുകയെങ്കിലുമോ ചെയ്തിരുന്ന ഘടകങ്ങളായിരുന്നു അവയെല്ലാം. സാംസ്കാരിക-സാമൂഹ്യ മേഖലകളിലെ കാലഹരണപ്പെട്ട ഇത്തരം പ്രവണതകൾ അവസാനിപ്പിക്കുന്നതിനുള്ള എത്രയോ പ്രസ്ഥാനങ്ങൾ വളർന്നുവന്നിരുന്നുവെങ്കിലും (അവയിൽ പലതിനും ഏറെ മുന്നേറ്റം നടത്താനും കഴിഞ്ഞിരുന്നു) പ്രാങ് മുതലാളിത്ത സമൂഹത്തിന്റെ സ്വാധീനം അപ്പോഴും വളരെ ശക്തം തന്നെയായിരുന്നു.

ഉദാഹരണത്തിന് രാഷ്ട്രീയ പരിഷ്കാരങ്ങളുടെ കാര്യത്തിൽ താരതമ്യേന ഉദാരമനോഭാവം കാണിച്ചിരുന്ന കൊച്ചി രാജാവ് (തിരഞ്ഞെടുക്കപ്പെട്ട മന്ത്രിമാർ വേണം എന്ന ആവശ്യം അദ്ദേഹം ഭാഗികമായി അംഗീകരിക്കുകയുണ്ടായി) ക്ഷേത്രപ്രവേശനം തുടങ്ങിയ സാമൂഹ്യ-സാംസ്കാരിക പ്രശ്നങ്ങളുടെ കാര്യത്തിൽ യാതൊരു വിട്ടുവീഴ്ചക്കും തയ്യാറില്ലായിരുന്നു. അതുമായി താരതമ്യപ്പെടുത്തുമ്പോൾ സാമൂഹ്യ-സാംസ്കാരിക പ്രശ്നങ്ങളിൽ ഉൽപ്പതിഷ്ണുത്വം കാണിച്ച തിരുവിതാംകൂർ രാജാവ് (ഉദാഹരണത്തിന് ഹിന്ദുക്ഷേത്രങ്ങൾ താഴ്ന്ന ജാതിക്കാർക്ക് തുറന്നു കൊടുക്കുന്നതിനുള്ള അദ്ദേഹത്തിന്റെ വിളംബരത്തിലൂടെ അത് പ്രകടമാക്കപ്പെട്ടു) രാഷ്ട്രീയമായ പരിഷ്കാരങ്ങൾ നടപ്പാക്കണമെന്ന ആവശ്യത്തെ ശക്തിയായി എതിർക്കുകയാണുണ്ടായത്. അതുകൊണ്ട് പുരോഗമന രാഷ്ട്രീയ സംഘടനകൾക്ക് ജനാധിപത്യ-രാഷ്ട്രീയ പരിവർത്തനങ്ങൾക്കു വേണ്ടിയെന്നപോലെ തന്നെ സാമൂഹ്യ-സാംസ്കാരിക പരിവർത്തനങ്ങൾക്കുവേണ്ടിയും സമരം ചെയ്യേണ്ടിവന്നു. അതിനാൽ തിരുവിതാംകൂറിൽ ഉത്തരവാദഭരണത്തിനുവേണ്ടിയും കൊച്ചിയിൽ അതിനകംതന്നെ ആരംഭിച്ചുകഴിഞ്ഞിരുന്ന പൂർണമായ ഉത്തരവാദഭരണപ്രക്രിയ പൂർത്തീകരിക്കുന്നതിനുവേണ്ടിയും അവർണ ഹിന്ദുക്കൾക്ക് ഹിന്ദുക്ഷേത്രങ്ങളിൽ പ്രവേശിക്കുകയും ആരാധന നടത്തുകയും ചെയ്യുന്നതിനുള്ള അവകാശങ്ങളടക്കമുള്ള സാമൂഹ്യ-സാംസ്കാരിക സമത്വം സഫലീകരിക്കുന്നതിനുവേണ്ടിയും സോഷ്യലിസ്റ്റ്-കമ്യൂണിസ്റ്റുകാർക്കും അവരുടെ സഖ്യശക്തികൾക്കും സ്വാഭാവികമായും സമരം ചെയ്യേണ്ടിവന്നു. അതിനകം ആരംഭിച്ചു കഴിഞ്ഞ സാമൂഹ്യ-സാംസ്കാരിക പരിഷ്കരണ പ്രക്രിയയുടെ തുടർച്ചയായിരുന്നു അത്.

എന്നാൽ രാഷ്ട്രീയ-സാമൂഹ്യ-സാംസ്കാരിക പ്രവർത്തനങ്ങളേക്കാൾ ഒരുപക്ഷേ കൂടുതൽ പ്രധാനപ്പെട്ട മറ്റൊരു പ്രവർത്തനം അക്കാലത്ത് നടക്കുന്നുണ്ടായിരുന്നു. ഗ്രാമീണമേഖലയിലെ അധ്വാനിക്കുന്ന ജനവിഭാഗങ്ങളും (കുടിയാൻമാരും കർഷകതൊഴിലാളികളും) അതുപോലെതന്നെ കൈത്തൊഴിലുകാരും ഗ്രാമങ്ങളിലെ ബുദ്ധിജീവികളും ഇടത്തരം വിഭാഗങ്ങളും അടക്കം വിപുലമായ ജനവിഭാഗങ്ങളുടെ ജീവിതത്തിനുമേൽ ഫ്യൂഡൽ ജന്മികൾക്കുണ്ടായിരുന്ന അതിശക്തമായ മേധാവിത്വത്തിനെതിരായി നടത്തിവന്ന സാമ്പത്തിക സമരമാണത്. ജന്മിമാരുടെ പിടി ഏറ്റവും ശക്തം മലബാറിലായിരുന്നു; കൊച്ചിയിൽ അത് അത്രതന്നെ ശക്തമായിരുന്നില്ല; മൂന്നിലുംവെച്ച് ഏറ്റവും ദുർബലം തിരുവിതാംകൂർ ഭാഗത്തായിരുന്നു. അതിനാൽ കേരളത്തിന്റെ മറ്റ് ഭാഗങ്ങളെ അപേക്ഷിച്ച് ജന്മിത്തത്തിനെതിരായ കർഷക പ്രക്ഷോഭം ആരംഭിച്ചതും കൂടുതൽ ശക്തിപ്രാപിച്ചതും മലബാർ മേഖലയിലാണ്.

കൊച്ചിയിലെയും തിരുവിതാംകൂറിലെയും സാമാന്യം ഭേദപ്പെട്ട കുടിയാൻമാർ, അഥവാ പ്രത്യേകാവകാശങ്ങളുള്ള കുടിയാന്മാർ, യഥാർഥത്തിൽ ആദ്യമേതന്നെ ചില സൗജന്യങ്ങളൊക്കെ നേടിയെടുത്തിരുന്നു. (എന്നാൽ മലബാറിലെ സ്ഥിതി ഇതിന് കടകവിരുദ്ധമായിരുന്നു). മുപ്പതുകളുടെ ആദ്യവർഷങ്ങളായപ്പോഴേക്ക് മലബാറിലെ ഭേദപ്പെട്ട കുടിയാൻമാർക്കും തിരുവിതാംകൂർ-കൊച്ചി മേഖലകളിലെ അവരുടെ വിഭാഗത്തിൽ പെടുന്നവർ ആദ്യമേ നേടിയെടുത്ത അതേ അവകാശങ്ങൾ സ്വായത്തമാക്കാൻ കഴിഞ്ഞിരുന്നു. എന്നാൽ ഈ പരിഷ്കാരങ്ങളൊക്കെയുണ്ടായിട്ടും കുടിയാൻമാരും കർഷകതൊഴിലാളികളും ഗ്രാമീണമേഖലയിലെ മറ്റ് ദരിദ്രവിഭാഗങ്ങളും അടങ്ങുന്ന മഹാഭൂരിപക്ഷം പേർക്കും തങ്ങളുടെ കുടികിടപ്പിനുപോലും ജന്മിമാരെ ആശ്രയിക്കേണ്ടിവന്നു. 1930-കളിൽ മലബാറിൽ ഉയർന്നുവന്ന പുതിയ കർഷക പ്രസ്ഥാനത്തിനു പിന്നിലെ നിയാമകശക്തിയായിരുന്ന സോഷ്യലിസ്റ്റുകാർ (കമ്യൂണിസ്റ്റുകാർ) അതിനാൽ ഒരു പരിപാടി തയ്യാറാക്കി. തിരുവിതാംകൂറിലും കൊച്ചിയിലും അതുപോലെതന്നെ മലബാറിലും അതിനു മുമ്പ് നടന്ന പ്രചാരണങ്ങളിൽ നിന്നെല്ലാം തികച്ചും വ്യത്യസ്തമായിരുന്നു അത്.

1930-കളുടെ മധ്യത്തോടെ രൂപംകൊണ്ട മലബാറിലെ കർഷക സംഘം കേരളത്തിലെ മൂന്ന് മേഖലകളിലും അക്കാലത്ത് നിലനിന്നിരുന്ന നിയമങ്ങളേക്കാൾ എത്രയോ പുരോഗമനപരമായ പരിപാടി ആവിഷ്കരിച്ചു. എന്നുമാത്രമല്ല, കർഷക പ്രസ്ഥാനത്തിനും അതിന് നേതൃത്വം നൽകിയിരുന്ന പാർട്ടിക്കും ആത്യന്തിക സാമൂഹ്യ-സാമ്പത്തിക സംവിധാനത്തെക്കുറിച്ച് വളരെ വ്യക്തമായ ലക്ഷ്യബോധമുണ്ടായിരുന്നു-ഫ്യൂഡൽ ജന്മിത്തം അവസാനിപ്പിക്കുക എന്നതായിരുന്നു അത്. അടിയന്തര പ്രാധാന്യമുള്ള ആവശ്യങ്ങൾ നേടിയെടുക്കു

ന്നതിനായി കർഷകസംഘത്തിന്റെ നേതൃത്വത്തിൽ നടന്നുവന്ന പ്രക്ഷോഭങ്ങൾക്ക് ഈ ലക്ഷ്യം വളരെയേറെ ശക്തി പകർന്നു. കർഷക പ്രസ്ഥാനത്തെ സംബന്ധിച്ച ഇരട്ടലക്ഷ്യങ്ങൾ (അടിയന്തര പ്രാധാന്യമുള്ള ആവശ്യങ്ങളും ആത്യന്തികലക്ഷ്യവും) രാഷ്ട്രീയരംഗത്തെ ഇരട്ട ലക്ഷ്യങ്ങളോട് (ഉത്തരവാദഭരണവും രാജഭരണം അവസാനിപ്പിക്കുകയും) സമാന്തരമായി കണക്കാക്കാം.

1934-35 കാലത്തും പിന്നീട് 1938-39 കാലത്തും നിലവിലിരുന്ന, ഇടതുപക്ഷാഭിമുഖ്യത്തിലുള്ള കെ പി സി സി മലബാറിലെ ഗ്രാമീണ ദരിദ്രവിഭാഗങ്ങളെ സംഘടിപ്പിക്കുന്നതിന് വലിയ പ്രോത്സാഹനമാണ് നൽകിയത്. ആ സംഘടനയുടെ പ്രാഥമിക യൂണിറ്റുകൾ (വില്ലേജ് കമ്മിറ്റികൾ) ശ്രദ്ധാപൂർവം ബഹുമുഖമായ പ്രവർത്തനങ്ങൾ ആസൂത്രണം ചെയ്തു. അത്തരം പ്രവർത്തനങ്ങളിൽ പ്രാദേശിക കോൺഗ്രസ് കമ്മിറ്റികൾ സ്വയം പങ്കെടുക്കേണ്ടിയിരുന്നു. നിരക്ഷരരുടെയും അർദ്ധസാക്ഷരരുടെയും വിദ്യാഭ്യാസത്തിനുവേണ്ടി നിശാപാഠശാലകൾ ആരംഭിക്കുക; വിദ്യാഭ്യാസം ലഭിച്ചവർക്ക് കൂടുതൽ അറിവ് സമ്പാദിക്കുന്നതിന് ഉതകുന്ന ലൈബ്രറികളും വായനശാലകളും നടത്തുക, വിനോദ കലാപരിപാടികളെ രാഷ്ട്രീയ വിദ്യാഭ്യാസവുമായി കൂട്ടിയിണക്കുന്ന നാടകങ്ങളും മറ്റ് സാംസ്കാരിക കലാരൂപങ്ങളും അവതരിപ്പിക്കുക; വളർന്നുവരുന്ന തലമുറയുടെ കഴിവുകൾ വികസിപ്പിക്കുന്നതിന് കൈയെഴുത്തുമാസികകളും മറ്റും പ്രസിദ്ധീകരിക്കുക; വിവിധ രൂപങ്ങളിലുള്ള കായികവിനോദങ്ങൾ സംഘടിപ്പിക്കുക- കോൺഗ്രസിന്റെ പ്രാഥമിക യൂണിറ്റുകളുടെ പ്രവർത്തന പദ്ധതിയിൽ ഇവയെല്ലാം ഉൾപ്പെട്ടിരുന്നു.

അതേ അവസരത്തിൽതന്നെ കോൺഗ്രസിന്റെ പ്രാഥമിക യൂണിറ്റുകളിലെയും മേൽക്കമ്മിറ്റികളിലെയും പ്രധാന പ്രവർത്തകരായിരുന്ന സോഷ്യലിസ്റ്റ്-കമ്യൂണിസ്റ്റുകാർ കർഷകസംഘങ്ങളെ സമരസംഘടനകളാക്കി മാറ്റുന്നതിനും സഹായിച്ചു. ഇത്തരം രാഷ്ട്രീയ-സംഘടനാ പ്രവർത്തനങ്ങൾ ദേശീയ സംഘടനയുടെ ആഭിമുഖ്യത്തിലായിരുന്നുവെങ്കിലും അവയ്ക്ക് നേതൃത്വം നൽകിയത് സോഷ്യലിസ്റ്റ്-കമ്യൂണിസ്റ്റ് പ്രവർത്തകരായിരുന്നു. കർഷകസംഘത്തിന്റെയും വിദ്യാർഥി-മഹിളാസംഘടനകൾ പോലെയുള്ള ബഹുജനസംഘടനകളുടെയും നിരവധി യൂണിറ്റുകൾ വളർന്നുവരുന്നതിന് അത്തരം പ്രവർത്തനങ്ങൾ സഹായകമായിത്തീർന്നു. ചുരുക്കിപ്പറഞ്ഞാൽ 1930-കളുടെ രണ്ടാം പകുതി അഭൂതപൂർവമായ രാഷ്ട്രീയ പ്രവർത്തനങ്ങൾക്ക് സാക്ഷ്യം വഹിച്ചു. എല്ലാ ജനവിഭാഗങ്ങളിലുംപെട്ട (വിശിഷ്യ ഗ്രാമീണദരിദ്രരിൽപെട്ട) ഏറ്റവും കഴിവുള്ളവരും സമരവീര്യമുള്ളവരുമായ വ്യക്തികളെ ഇത്തരം പ്രവർത്തനങ്ങളിലേക്ക് കൊണ്ടുവരുന്നതിന് കഴിഞ്ഞു.

1937-ൽ കോൺഗ്രസ് മന്ത്രിസഭ അധികാരമേറ്റതിനെത്തുടർന്ന് നിലവിലുള്ള കുടിയായ്മ നിയമം സമൂലമായി പരിഷ്കരിക്കണം എന്ന

ആവശ്യമുന്നയിച്ചുകൊണ്ട് മലബാറിലങ്ങോളമിങ്ങോളം പൊതുയോഗ-പ്രകടന പരമ്പരകൾ നടന്നുവെന്നതായിരുന്നു അതിന്റെയൊക്കെ ഫലം. ജില്ലാ കളക്ടറുടെയും മറ്റ് ഗവൺമെന്റ് ഉദ്യോഗസ്ഥന്മാരുടെയും മുന്നിലും അതുപോലെതന്നെ ഏറ്റവും കുപ്രസിദ്ധരും മർദകവീരന്മാരുമായ ചില ജന്മിമാരുടെ മുന്നിലും ഉശിരൻ പ്രകടനങ്ങൾ നടക്കുക പതിവായി. ജന്മിമാർ മർദകവീരന്മാരായ ചില പ്രദേശങ്ങളിൽ പാട്ടം കൊടുക്കാതിരിക്കുക എന്ന സമരമാർഗംപോലും അവലംബിക്കാൻ കുടിയാന്മാർ തയ്യാറായി. അത്തരം പ്രക്ഷോഭങ്ങളെ തടഞ്ഞുനിർത്താൻ വയ്യാതായപ്പോൾ നിലവിലുള്ള കുടിയാൻ നിയമത്തിന്റെ പ്രവർത്തനത്തെപ്പറ്റി പഠിക്കുന്നതിനും അതിൽ വരുത്തേണ്ട ഭേദഗതികൾ നിർദേശിക്കുന്നതിനും ഒരു കമ്മിറ്റിയെ നിയമിക്കാൻ ഗവൺമെന്റ് സന്നദ്ധമായി. തെളിവെടുപ്പിനായി പ്രധാനപ്പെട്ട വിവിധ കേന്ദ്രങ്ങളിൽ കമ്മിറ്റി സന്ദർശനം നടത്തി. ഇത്തരം തെളിവെടുപ്പുവേളകൾ ബഹുജനപ്രകടനങ്ങൾക്കുള്ള അവസരമായി.

പുറത്ത് ഇത്തരം സംഭവവികാസങ്ങൾ നടന്നുകൊണ്ടിരിക്കുമ്പോൾ കമ്മിറ്റിക്കുള്ളിലെ വലതുപക്ഷ അംഗങ്ങളും ഇടതുപക്ഷ അംഗങ്ങളും തമ്മിൽ നിശിതമായ അഭിപ്രായവ്യത്യാസം ഉയർന്നുവന്നു. വലതുപക്ഷക്കാരായ ഒരു ഡസനിലധികം അംഗങ്ങൾ ഭൂരിപക്ഷ റിപ്പോർട്ട് സമർപ്പിച്ചപ്പോൾ മൂന്ന് ഇടതുപക്ഷ അംഗങ്ങൾ അവരുടെ വിയോജനക്കുറിപ്പും സമർപ്പിച്ചു. അങ്ങനെ ആ കമ്മിറ്റിയുടെ പ്രവർത്തനം വർഗസമരത്തിനുള്ള വേദിയായി മാറി.

ജന്മിമാരിൽനിന്ന് കുടിയാന്മാർക്ക് ലഭിക്കേണ്ട ആനുകൂല്യങ്ങൾ എത്രത്തോളം വിപുലമായിരിക്കണം എന്നതായിരുന്നു കമ്മിറ്റിയിലെ ഭൂരിപക്ഷവും ന്യൂനപക്ഷവും തമ്മിലുള്ള അഭിപ്രായവ്യത്യാസങ്ങൾക്കിടയാക്കിയ ഒരു പ്രശ്നം. പാട്ടവ്യവസ്ഥകൾ, കുടിയാന്മാരെ ഒഴിപ്പിക്കാനോ ഒഴിപ്പിക്കാതിരിക്കാനോ ഉള്ള നിബന്ധനകൾ, പാട്ടം സംബന്ധിച്ച കരാറുകൾ പുതുക്കൽ, പാട്ടത്തിന്റെ നിരക്ക് തുടങ്ങിയ പല പ്രശ്നങ്ങളും ചൂടുപിടിച്ച ചർച്ചക്ക് വിധേയമായി. മൗലികമായ ചില ആശ്വാസനടപടികളൊക്കെ കൈക്കൊള്ളണമെന്ന് ഇടതുപക്ഷം ആവശ്യപ്പെട്ടപ്പോൾ വലതുപക്ഷം അവയെ ശക്തിയായി എതിർത്തു. എന്നാൽ ഇതിനൊക്കെ അതീതമായ മൗലികമായ പ്രശ്നം ജന്മി-ഭൂപ്രഭുത്വം നിലനിൽക്കാൻ അനുവദിക്കണമോ വേണ്ടയോ എന്നതായിരുന്നു. ഫ്യൂഡൽ-ഭൂപ്രഭുത്വം അവസാനിപ്പിക്കണമെന്ന് ഇടതുപക്ഷം ആവശ്യപ്പെട്ടപ്പോൾ വലതുപക്ഷം ആ പ്രശ്നം ഉന്നയിച്ചതുപോലുമില്ല. ഭൂപ്രഭുത്വം അവസാനിപ്പിക്കണം എന്ന് ആവശ്യപ്പെടുന്നവരും ആ ആവശ്യത്തെ എതിർക്കുന്നവരും രണ്ട് തട്ടായിത്തന്നെ നിലകൊണ്ടു.

വിയോജനക്കുറിപ്പെഴുതിയ മൂന്ന് ഇടതുപക്ഷക്കാരിൽ ഒരാളായ എനിക്ക്, ഭൂപ്രഭുത്വം അവസാനിപ്പിക്കണം എന്ന് വാദിച്ചുകൊണ്ട് ഞാൻ സമർപ്പിച്ച കുറിപ്പിന്റെ ഗുരുതരമായ പരിമിതികളെക്കുറിച്ച് നല്ല

ബോധ്യമുണ്ടായിരുന്നു. ഫ്യൂഡൽ (ജൻമി)-ഭൂപ്രഭുത്വം അവസാനിപ്പിക്കുകയും ജന്മിമാർക്ക് നൽകിവരുന്ന വൻതോതിലുള്ള പാട്ടം വേണ്ടെന്നുവെക്കുകയും ആണെങ്കിൽ, അത് സ്വാഭാവികമായും സമ്പദ്സമൃദ്ധമായ നാട്ടിൻപുറത്തിന്റെ വളർച്ചയ്ക്കും വ്യവസായവൽക്കരണത്തിനും ഇടയാക്കും എന്ന സമ്മോഹനമായ ആശയമാണ് എനിക്കുണ്ടായിരുന്നത്. കൃഷി, വ്യവസായം, സാമൂഹ്യ-സാംസ്കാരിക ജീവിതം എന്നിവയുടെ സർവതോമുഖമായ വളർച്ചയ്ക്ക് അവശ്യം വേണ്ട ഉപാധിയാണ് ജന്മിത്തചൂഷണം അവസാനിപ്പിക്കുക എന്നത്. എങ്കിലും പ്രാഥമികവും മൗലികവും ആയ ഈ പരിഷ്കരണത്തെത്തുടർന്ന് മറ്റ് പല കാര്യങ്ങളും നടക്കേണ്ടതുണ്ട് എന്ന് എനിക്കന്ന് മനസ്സിലായില്ല. ഫ്യൂഡൽ ഭൂപ്രഭുത്വത്തോടൊപ്പം മറ്റ് പല ശക്തികളും (വിദേശ കുത്തക മൂലധന മടക്കം) പ്രവർത്തിച്ചിരുന്നു, കാർഷികോൽപ്പന്നങ്ങളുടെ വില നിശ്ചയിച്ചതും വളർന്നുവന്ന മുതലാളിത്ത വ്യവസ്ഥ ഗ്രാമീണ ദരിദ്രജനവിഭാഗങ്ങളുടെ തലയിൽ കെട്ടിയേൽപ്പിച്ച നികുതിഭാരവും കടവും നിർണയിച്ചതും കർഷകവിരുദ്ധ നികുതി വ്യവസ്ഥക്ക് രൂപം നൽകിയതും മറ്റും ഈ ശക്തികളെല്ലാം കൂടിച്ചേർന്നാണ് എന്ന് ഞാനന്ന് കാണുകയുണ്ടായില്ല. ഈ ശക്തികളിൽ ഓരോന്നും ഗ്രാമങ്ങളിലെ ദരിദ്രരെ ഞെരിച്ചമർത്തിക്കൊണ്ടിരുന്നു. മറ്റൊരു വിധത്തിൽ പറഞ്ഞാൽ ഗ്രാമീണ മേഖലയിലെ ദരിദ്ര ജനവിഭാഗങ്ങളെ ചൂഷണം ചെയ്യുകയും അടിച്ചമർത്തുകയും ചെയ്ത എല്ലാ ശക്തികൾക്കും എതിരായ സർവതോമുഖമായ കടന്നാക്രമണത്തിന്റെ തുടക്കമായിരിക്കണം ജൻമി-ഭൂപ്രഭുത്വത്തിനെതിരായ വിജയകരമായ സമരം എന്ന് അന്ന് കണ്ടില്ല; അങ്ങനെ കാണേണ്ടതായിരുന്നു.

സാന്ദർഭികമായി സ്വയം വിമർശനം എന്ന നിലയിൽ ഇതിവിടെ പറഞ്ഞുവെന്നേയുള്ളു. എന്നാൽ ഏകീകൃതവും ജനാധിപത്യപരവും സമ്പദ്സമൃദ്ധവുമായ കേരളം കെട്ടിപ്പടുക്കുന്നതിനുള്ള സമരത്തിന്റെ ഭാഗമായ ഫ്യൂഡൽവിരുദ്ധ സമരം കൂടുതൽ വളർത്തിക്കൊണ്ടുവരുന്നതിന് ഉതകുന്ന എളിയ സംഭാവന നൽകാൻ എന്റെ വിയോജനക്കുറിപ്പിന് കഴിഞ്ഞുവെന്ന് എനിക്ക് അവകാശപ്പെടാവുന്നതാണ്. രാഷ്ട്രീയ പരിഷ്കാരങ്ങൾക്കും സാമൂഹ്യ-സാംസ്കാരിക മുന്നേറ്റങ്ങൾക്കും വേണ്ടിയുള്ള സമരങ്ങൾ എത്രത്തോളം വിജയകരമായിരുന്നാലും ശരി ഫ്യൂഡൽ-ജൻമി-ഭൂപ്രഭുത്വത്തിനെതിരായി വിജയപ്രദമായ സമരം നടത്തി ഗ്രാമീണ ദരിദ്രരുടെമേലുള്ള ചൂഷണവും അടിച്ചമർത്തലും അവസാനിപ്പിക്കുന്നില്ലെങ്കിൽ, ഒരു പുതിയ ജനാധിപത്യ കേരളത്തിന്റെ ആവിർഭാവത്തിലേക്ക് അവ നയിക്കുകയില്ല. രാഷ്ട്രീയ-സാമൂഹ്യ-സാംസ്കാരിക-സാമ്പത്തിക തലങ്ങളിലെല്ലാം ദൃശ്യമായ ഫ്യൂഡൽ വിരുദ്ധസമരത്തെ അപ്പോഴേക്കും സംഘടിത പ്രസ്ഥാനമായി ഉയർന്നു കഴിഞ്ഞിരുന്ന സോഷ്യലിസ്റ്റ്-കമ്യൂണിസ്റ്റ് പ്രസ്ഥാനം പൂർണമായും ഉൾക്കൊണ്ടു എന്നതാണ് പ്രധാന കാര്യം.

7

സാമ്രാജ്യത്വവിരുദ്ധ ഐക്യമുന്നണി

ആയിരത്തി തൊള്ളായിരത്തി മുപ്പത്തിയാറിൽ ലക്നൗവിൽ ചേർന്ന ഇന്ത്യൻ നാഷണൽ കോൺഗ്രസിന്റെ അഖിലേന്ത്യാ സമ്മേളനം, ഇന്ത്യയിലെയും അതുപോലെതന്നെ കേരളത്തിലെയും രാഷ്ട്രീയത്തെ സംബന്ധിച്ചിടത്തോളം ഒരു വഴിത്തിരിവായിരുന്നു. അതിന് രണ്ടുകൊല്ലം മുമ്പ് രൂപീകൃതമായ കോൺഗ്രസ്-സോഷ്യലിസ്റ്റ് പാർട്ടിയെയും ഏതാണ്ട് അതേകാലമായപ്പോഴേക്ക് സ്വയം പുനഃസംഘടിപ്പിക്കപ്പെട്ടു കഴിഞ്ഞിരുന്ന കമ്യൂണിസ്റ്റ് പാർട്ടിയെയും കേന്ദ്രമാക്കിക്കൊണ്ട് സാമ്രാജ്യത്വവിരുദ്ധ ശക്തികളുടെ വിശാലമായ ഐക്യമുന്നണി ഉയർന്നുവരികയാണെന്ന് അത് തെളിയിച്ചു.

ജനങ്ങളുടെ മനോഭാവത്തിൽ, പ്രത്യേകിച്ചും കോൺഗ്രസുകാരുടെ മനോഭാവത്തിൽ, ഉണ്ടായിക്കൊണ്ടിരുന്ന ഇടതുപക്ഷാഭിമുഖ്യത്തെക്കുറിച്ച് വലതുപക്ഷ നേതൃത്വത്തിന് വ്യക്തമായ ധാരണയുണ്ടായിരുന്നു. അതിനാൽ അവർ അറിയപ്പെടുന്ന അഖിലേന്ത്യാ ഇടതുപക്ഷ നേതാവായ ജവാഹർലാൽ നെഹ്റുവിനെ കോൺഗ്രസിന്റെ പ്രസിഡന്റായി തിരഞ്ഞെടുത്തു. ബ്രിട്ടീഷ് ഭരണാധികാരികൾക്കെതിരായി പ്രത്യാക്രമണം നടത്തുന്നതിന് സംഘടനക്ക് പിന്നിൽ അണികളെയും ബഹുജനങ്ങളെയും അണിനിരത്താൻ ഇതാവശ്യമാണെന്ന് അവർ കരുതി. നെഹ്റുവാകട്ടെ, ഇന്ത്യയിലെ ബ്രിട്ടീഷ് ഭരണാധികാരികൾക്കും ആഗോളതലത്തിൽ ഫാസിസത്തിനുമെതിരായി സമരം ചെയ്യുന്ന എല്ലാ സാമ്രാജ്യത്വവിരുദ്ധ ശക്തികളുടെയും ഐക്യമുന്നണിയുണ്ടാക്കി കോൺഗ്രസിനെ മാറ്റിത്തീർക്കുന്നതിന് തന്റെ അധ്യക്ഷപ്രസംഗത്തിലൂടെയും ആ സമ്മേളനത്തിൽ അവതരിപ്പിച്ച് അംഗീകരിക്കപ്പെട്ട പ്രമേയങ്ങളിലൂടെയും ശക്തിയായി ആഹ്വാനം ചെയ്തു.

ഇന്ത്യൻ രാഷ്ട്രീയത്തിൽ വ്യക്തമായ ഇടതുപക്ഷ ചായ്‌വ് പ്രകടമാക്കിയ മറ്റ് പല സുപ്രധാന സമ്മേളനങ്ങളുടെയും വേദിയായിരുന്നു ലക്നൗ. സാമ്രാജ്യത്വവിരുദ്ധ-ഫാസിസ്റ്റ് വിരുദ്ധ മുന്നേറ്റങ്ങളുമായി ഇന്ത്യയിലെ സ്വാതന്ത്ര്യസമര പ്രസ്ഥാനം ബന്ധിപ്പിക്കപ്പെട്ടത് അതിൽവെച്ചാണ്. സാമ്രാജ്യത്വവിരുദ്ധ-ഫാസിസ്റ്റ് വിരുദ്ധ പ്രസ്ഥാനം വളരെയേറെ മുന്നേറ്റം കൈവരിച്ച സ്പെയിൻ, അബിസീനിയ, ഫ്രാൻസ്, മറ്റ് യൂറോപ്യൻ രാജ്യങ്ങൾ തുടങ്ങിയവയെല്ലാം ആ റാലിയിലെ പ്രസംഗങ്ങളിൽ പരാമർശിക്കപ്പെട്ടു. അതിന്റെ അന്തഃസത്ത കോൺഗ്രസ് സമ്മേളനത്തിൽ അവതരിപ്പിക്കപ്പെട്ട പ്രധാന പ്രമേയങ്ങളിലും (ഏറെ മിതമായ രൂപത്തിലാണെങ്കിലും) പ്രതിഫലിച്ചിരുന്നു.

ചിരകാല പ്രാധാന്യമുള്ള മറ്റൊരു സുപ്രധാന സംഭവവികാസം, അഖിലേന്ത്യാ കിസാൻസഭയുടെ രൂപീകരണമായിരുന്നു. രാജ്യത്തിന്റെ വിവിധ ഭാഗങ്ങളിൽ കിസാൻ സംഘടനകളുടെ നേതൃത്വത്തിൽ നടത്തിവന്നിരുന്ന സമരങ്ങളെയും അവയുടെ പ്രവർത്തനങ്ങളെയും സമന്വയിപ്പിക്കാൻ ശ്രമിച്ച ഒരു വേദിയാണത്. ഇന്ത്യയുടെ സാമ്രാജ്യത്വ വിരുദ്ധ പ്രസ്ഥാനത്തിന്റെ അവിഭാജ്യഘടകമാണെന്ന് സ്വയം പ്രഖ്യാപിച്ച കിസാൻസഭ, ഇന്ത്യൻ നാഷണൽ കോൺഗ്രസിന്റെ നേതൃത്വത്തിലുള്ള സാമ്രാജ്യത്വ വിരുദ്ധ പ്രസ്ഥാനവുമായി ഉശിരൻ ഫ്യൂഡൽ വിരുദ്ധസമരങ്ങളെ ബന്ധിപ്പിക്കുന്നതിന് ഉതകുന്ന ഒരു പരിപാടിക്ക് രൂപം നൽകി. ഈ രണ്ട് പ്രസ്ഥാനങ്ങളും പരസ്പരപൂരകങ്ങളാണ് എന്ന കാര്യം വ്യക്തമായിരുന്നു. ഒന്ന് മറ്റൊന്നിന് സഹായവും പിന്തുണയും ആയിത്തീർന്നു.

അധ്വാനിക്കുന്ന ജനവിഭാഗങ്ങളുടെ സമരസംഘടനകളെ കോൺഗ്രസിന്റെ അവിഭാജ്യഘടകമാക്കിത്തീർക്കുന്നതിനായി ട്രേഡ് യൂണിയനുകളെയും കിസാൻസഭകളെയും കോൺഗ്രസുമായി അഫിലിയേറ്റ് ചെയ്യണം എന്ന ഒരു നിർദേശം ഇടതുപക്ഷം മുന്നോട്ടുവെക്കുകയുണ്ടായി. തന്റെ അധ്യക്ഷപ്രസംഗത്തിൽ നെഹ്റു ആ നിർദേശത്തിന് അംഗീകാരം നൽകുകയും ചെയ്തു. എന്നാൽ വലതുപക്ഷത്തു നിന്നുണ്ടായ ശക്തമായ പ്രതിഷേധം മൂലം (അത് അപ്രതീക്ഷിതമായിരുന്നില്ലതാനും) ആ നിർദേശം ഇടതുപക്ഷക്കാരുടെ സ്വപ്നം മാത്രമായി കലാശിച്ചു. പക്ഷേ അത്തരമൊരു സ്വപ്നം നിലനിന്നതുകൊണ്ട് തൊഴിലാളികളുടെയും കൃഷിക്കാരുടെയും സ്വതന്ത്ര സമരസംഘടനകൾ സാമ്രാജ്യത്വവിരുദ്ധ ഐക്യമുന്നണിയുടെ മുഖ്യധാരക്ക് അനുപൂരകമാണ്; അതിനെതിരല്ല എന്ന ധാരണ ഉണ്ടാക്കുന്നതിന് കഴിഞ്ഞു.

അഖിലേന്ത്യാ പുരോഗമന സാഹിത്യസംഘം സ്ഥാപിക്കപ്പെട്ടതാണ് മറ്റൊരു സുപ്രധാന സംഭവവികാസം. സാമ്രാജ്യത്വ വിരുദ്ധ രാഷ്ട്രീയത്തോട് പ്രതിജ്ഞാബദ്ധതയുള്ളവരും എല്ലാ സാമൂഹ്യ-സാംസ്കാരിക പ്രശ്നങ്ങളെയും സമരവീര്യത്തോടെ സമീപിക്കുന്നവരും ആയ എഴുത്തുകാരുടെയും ബുദ്ധിജീവികളുടെയും സംഘടന

യായിരുന്നു അത്. ഉറുദു-ഹിന്ദി സാഹിത്യത്തിലെ അതികായനായ മുൻഷി പ്രേംചന്ദിന്റെ അധ്യക്ഷതയിൽ ഉള്ള ആ സംഘടനക്ക് മഹാകവി ടാഗോർ, കവയത്രിയും രാഷ്ട്രീയക്കാരിയുമായ സരോജനി നായിഡു തുടങ്ങിയവരെപ്പോലെയുള്ള പ്രഗത്ഭ സാഹിത്യകാരന്മാരുടെയും സാഹിത്യകാരികളുടെയും പിന്തുണയും ഉണ്ടായിരുന്നു. അങ്ങനെ സാമ്രാജ്യത്വവിരുദ്ധ രാഷ്ട്രീയത്തോടും മൗലിക സാമൂഹ്യ-സാംസ്കാരിക പരിഷ്കരണത്തോടും പ്രതിജ്ഞാബദ്ധരായ ബുദ്ധിജീവികളുടെ ഒരു പുതിയ പ്രസ്ഥാനത്തിന്റെ ജനനത്തിന് ആ പുതിയ സംഘടന നാന്ദികുറിച്ചു.

വ്യത്യസ്ത തലങ്ങളിൽ നടന്ന ഇത്തരം സംഭവവികാസങ്ങളെ സമന്വയിപ്പിച്ചിരുന്നതും ഇടതുപക്ഷാഭിമുഖ്യമുള്ള കോൺഗ്രസുകാർക്ക് ഉജ്വലമായ നേതൃത്വം നൽകിയിരുന്നതും കോൺഗ്രസ് സോഷ്യലിസ്റ്റുകാരും കമ്യൂണിസ്റ്റുകാരും ആയിരുന്നു (അവർ തങ്ങളുടെ പ്രവർത്തനങ്ങൾ പൂർണമായും സംയോജിപ്പിച്ചു കഴിഞ്ഞിരുന്നു). കോൺഗ്രസ് സമ്മേളനത്തിൽ പങ്കെടുത്തുകൊണ്ടും സാമ്രാജ്യത്വ വിരുദ്ധറാലി, അഖിലേന്ത്യാ കിസാൻ സഭയുടെയും പുരോഗമന സാഹിത്യ സംഘടനയുടെയും സ്ഥാപകസമ്മേളനങ്ങൾപോലുള്ള സംഭവങ്ങളിൽ ഭാഗഭാക്കായിക്കൊണ്ടും ലക്നൗവിൽ കഴിച്ചുകൂട്ടിയ ഒരാഴ്ചക്കാലത്തിനിടയിൽ കേരളത്തിലെ കോൺഗ്രസ് സോഷ്യലിസ്റ്റുകാർ (അവർ അന്ന് കമ്യൂണിസത്തിലേക്കുള്ള പരിവർത്തനദശയിലായിരുന്നു) നിരവധി കാര്യങ്ങൾ മനസിലാക്കുകയുണ്ടായി. അവിടെ വന്നിരുന്ന നിരവധി കമ്യൂണിസ്റ്റുകാരുമായി അവർ സമ്പർക്കം പുലർത്തി. കമ്യൂണിസ്റ്റുകാരുമായും അതുപോലെതന്നെ കോൺഗ്രസ് സോഷ്യലിസ്റ്റ് നേതാക്കൻമാരുമായും ആശയങ്ങളും അനുഭവങ്ങളും കൈമാറിയ അവർക്ക് ഇടതുപക്ഷത്തെ രണ്ട് പ്രധാന പാർട്ടികൾ തമ്മിലുള്ള വ്യത്യാസങ്ങൾ എന്തെന്ന് മനസിലായി; അതുപോലെതന്നെ തങ്ങളും റോയിപക്ഷത്തെ പോലെയുള്ള മറ്റ് ചെറിയ ഗ്രൂപ്പുകളും തമ്മിലുള്ള വ്യത്യാസങ്ങൾ എന്തെന്നും മനസിലായി. അതേ അവസരത്തിൽതന്നെ സോഷ്യലിസ്റ്റുകാരോ കമ്യൂണിസ്റ്റുകാരോ അല്ലാതിരുന്ന നിരവധി ഇടതുപക്ഷ കോൺഗ്രസ് നേതാക്കൻമാരുമായി ബന്ധപ്പെടാനും അവർക്ക് കഴിഞ്ഞു. ലക്നൗവിൽ വെച്ചുണ്ടായ ഈ ബന്ധങ്ങൾ കമ്യൂണിസത്തിലേക്ക് നയിക്കുന്നതിന് അവരെ സഹായിച്ചു എന്ന കാര്യത്തിൽ സംശയമില്ല.

കോൺഗ്രസ് സംഘടനയിലും രാജ്യത്തിനകത്തെ പൊതുരാഷ്ട്രീയത്തിലും ഇടതുപക്ഷത്തിനുള്ള വർധമാനമായ സ്വാധീനം വെളിപ്പെടുത്തുന്ന ഒരു സംഭവം അന്നവിടെ നടന്നു. കോൺഗ്രസ് സംഘടനയുടെ ഉന്നത നയരൂപീകരണസമിതിയായ വർക്കിങ് കമ്മിറ്റിയിലേക്ക് കോൺഗ്രസിന്റെ ചരിത്രത്തിലാദ്യമായി മൂന്ന് കോൺഗ്രസ് സോഷ്യലിസ്റ്റുകാരെ എടുത്തതാണാ സംഭവം. പാർട്ടിയുടെ ജനറൽ

സെക്രട്ടറിയായ ജയപ്രകാശ് നാരായണനും നാഷണൽ എക്സിക്യൂട്ടീവിലെ രണ്ട് ബഹുമാന്യ അംഗങ്ങളായ ആചാര്യ നരേന്ദ്രദേവും അച്യുത് പട്വർധനും ആയിരുന്നു അവർ. സോഷ്യലിസ്റ്റ്-കമ്യൂണിസ്റ്റ് നയങ്ങളുടെ അനുഭാവിയെന്ന് അറിയപ്പെട്ടിരുന്ന പ്രസിഡന്റും (ജവാഹർലാൽ നെഹ്റു) ഈ മൂന്നുപേരും കൂടിച്ചേർന്നാലും വർക്കിങ് കമ്മിറ്റിയിൽ ന്യൂനപക്ഷമേ ആയിരുന്നുള്ളുവെങ്കിലും, ദൃഢമായ ഒരു ഇടതുപക്ഷ ഗ്രൂപ്പായി പ്രവർത്തിച്ച അവർക്ക് ലക്നൗ സമ്മേളനം ഇന്ത്യൻ രാഷ്ട്രീയത്തിന് നൽകിയ സാമ്രാജ്യത്വവിരുദ്ധ കാഴ്ചപ്പാടിനെ പരിപോഷിപ്പിക്കുന്ന കാര്യത്തിൽ വ്യക്തമായ മാർഗനിർദേശം നൽകാൻ കഴിഞ്ഞു. കോൺഗ്രസ് പ്രസിഡന്റ് എന്ന നിലയിൽ നെഹ്റു രണ്ട് കമ്യൂണിസ്റ്റുകാരെയും (അഷ്റഫിനെയും അഹമ്മദിനെയും) ഒരു കോൺഗ്രസ് സോഷ്യലിസ്റ്റുകാരനെയും (ലോഹിയ) എ ഐ സി സി ആപ്പീസിലേക്കെടുത്തു. തലപ്പത്തുണ്ടായ ഈ മാറ്റങ്ങളുടെ രാഷ്ട്രീയ സ്വാധീനം ഒരു വർഷം കഴിഞ്ഞപ്പോൾ ദൃശ്യമായി. ബോംബെയിൽ ചേർന്ന അഖിലേന്ത്യാ കോൺഗ്രസ് കമ്മിറ്റി യോഗത്തിൽവെച്ച് കോൺഗ്രസ് പാർട്ടിയുടെ തിരഞ്ഞെടുപ്പ് മാനിഫെസ്റ്റോ അംഗീകരിക്കപ്പെട്ടപ്പോഴാണത്. 1937 ആദ്യം പ്രവിശ്യാ അസംബ്ലികളിലേക്ക് നടന്ന തിരഞ്ഞെടുപ്പിൽ കോൺഗ്രസിന്റെ പ്രചാരണത്തിന് മൗലികമായ ഒരു കാഴ്ചപ്പാട് കൈവന്നത് ഇതിന്റെ അടിസ്ഥാനത്തിലാണ്.

കേരളത്തിലെ കോൺഗ്രസ്-സോഷ്യലിസ്റ്റ്-കമ്യൂണിസ്റ്റുകാരുടെ രാഷ്ട്രീയ മനോവീര്യം വർധിക്കാൻ ഇതിടയാക്കിയപ്പോൾ ലക്നൗ സമ്മേളനത്തിന് തൊട്ടുമുമ്പ് സംഘടനാപരമായ ഒരു വലിയ തിരിച്ചടിയും അവർക്ക് ഏൽക്കേണ്ടിവന്നു. സോഷ്യലിസ്റ്റുകാരുടെ നേതൃത്വത്തിലുള്ള ഇടതുപക്ഷത്തിന് 1934-തൊട്ട് 1935-മധ്യംവരെ കെ പി സി സിയിൽ ഭൂരിപക്ഷമുണ്ടായിരുന്നു. എന്നാൽ ലക്നൗ സമ്മേളനത്തിന് തൊട്ടുമുമ്പ് നടന്ന സംഘടനാ തിരഞ്ഞെടുപ്പിൽ അവർ തോറ്റുപോയി. അതിനാൽ കേരളത്തിൽനിന്ന് ലക്നൗ സമ്മേളനത്തിൽ പങ്കെടുത്ത പ്രതിനിധികളിൽ ഇടതുപക്ഷക്കാർ ന്യൂനപക്ഷം മാത്രമായിരുന്നു. എന്നാൽ താഴെ തട്ടുകളിലുള്ള പല കോൺഗ്രസ് കമ്മിറ്റികളുടെയും നിയന്ത്രണം അപ്പോഴും അവർക്ക് തന്നെയായിരുന്നു. വലതുപക്ഷത്തിന് മേധാവിത്വമുള്ള കെ പി സി സിയും ഇടതുപക്ഷത്തിന്റെ നേതൃത്വത്തിൽ താഴെ തട്ടുകളിലുള്ള നിരവധി കമ്മിറ്റികളും തമ്മിലുള്ള പല സംഘട്ടനങ്ങൾക്കും 1936-37 കാലഘട്ടം സാക്ഷ്യം വഹിച്ചു.

ലക്നൗ സമ്മേളനത്തിന്റെ സുപ്രധാന സന്ദേശമായ സാമ്രാജ്യത്വ വിരുദ്ധ ഐക്യമുന്നണിയുടെ യഥാർഥ അന്തഃസത്ത ഉൾക്കൊണ്ടത് ഇടതുപക്ഷക്കാരായിരുന്നു. ഏതെങ്കിലും ഒരു പ്രത്യേക കമ്മിറ്റിയിൽ ഇടതുപക്ഷക്കാർ ഭൂരിപക്ഷമായാലും ശരി, ന്യൂനപക്ഷമായാലും ശരി, ലക്നൗവിൽവെച്ച് അംഗീകരിച്ച ഉശിരൻ പ്രമേയങ്ങൾക്ക് പ്രചാരം നൽകുന്നതിൽ അവർ വലതുപക്ഷക്കാരേക്കാൾ എത്രയോ

കൂടുതൽ ആത്മാർഥത കാണിച്ചു. പ്രവിശ്യാ കോൺഗ്രസ് കമ്മിറ്റിയിൽ അവർ ന്യൂനപക്ഷമായിരുന്ന അതേ കാലഘട്ടത്തിൽതന്നെയാണ് കോൺ ഗ്രസ് സംഘടനക്കുള്ളിൽ അവർ ആഴത്തിൽ വേരുറപ്പിച്ചതും. അതുകൊണ്ടാണ് സംഘടനാ സെക്രട്ടറിയുടെ സ്ഥാനം (1937-ലെ പൊതുതിരഞ്ഞെടുപ്പിനുശേഷം ഉണ്ടാക്കപ്പെട്ട പദവിയാണത്) സോഷ്യലിസ്റ്റ്-കമ്യൂണിസ്റ്റ് ഗ്രൂപ്പിന് നൽകാൻ കേരളത്തിലെ വലതുപക്ഷ നേതൃത്വത്തിലുള്ള സംഘടന നിർബന്ധിതമായിത്തീർന്നത്. തങ്ങളുടെ നേതാവ് സംഘടനാ സെക്രട്ടറിയായിരിക്കെ സോഷ്യലിസ്റ്റുകാർ നടത്തിയ പ്രവർത്തനങ്ങളും സോഷ്യലിസ്റ്റ് പാർട്ടി സ്വതന്ത്രമായി നടത്തിയ പ്രവർത്തനങ്ങളും ആണ് തുടർന്ന് (1938-ൽ) ഒരു പുതിയ കെ പി സി സി രൂപീകരിക്കുന്നതിനിടവരുത്തിയത്. ദേശീയ മുസ്ലീങ്ങളുമായി സഖ്യത്തിലായിരുന്ന ഇടതുപക്ഷക്കാർക്ക് അതിൽ ഭൂരിപക്ഷമുണ്ടായിരുന്നു. നേതൃസ്ഥാനങ്ങളിലേക്ക് ആദ്യം 1939-ലും വീണ്ടും 1940-ലും തിരഞ്ഞെടുക്കപ്പെട്ട ദേശീയ മുസ്ലീങ്ങളോട് സഖ്യത്തിലേർപ്പെട്ടിരുന്ന സോഷ്യലിസ്റ്റുകാർക്ക് രണ്ടര കൊല്ലക്കാലം (1938 ജനുവരി തൊട്ട് 1940 സപ്തംബർവരെ) തുടർച്ചയായി സംഘടനയെ സ്വന്തം നിയന്ത്രണത്തിൽ നിർത്താൻ കഴിഞ്ഞു.

ഇടതുപക്ഷക്കാർക്ക് സംഘടനയുടെ മേലുള്ള നിയന്ത്രണം ഒടുവിൽ നഷ്ടപ്പെട്ടത് അവർ തിരഞ്ഞെടുപ്പിൽ തോറ്റുപോയതുകൊണ്ടല്ല, മറിച്ച് പ്രവിശ്യാ സംഘടനയെ അഖിലേന്ത്യാ നേതൃത്വം പിരിച്ചുവിട്ടതുകൊണ്ടാണ് എന്ന കാര്യം ശ്രദ്ധേയമാണ്. ബ്രിട്ടീഷ് ഗവൺമെന്റിന്റെ മർദനനയങ്ങൾക്കെതിരായി പ്രതിഷേധപ്രകടനങ്ങൾ നടത്താൻ ഇടത് നേതൃത്വത്തിലുള്ള കെ പി സി സി ആഹ്വാനം ചെയ്തു എന്നതാണ് പിരിച്ചുവിടുന്നതിന് ഹൈക്കമാന്റ് പറഞ്ഞ കാരണം. കോൺഗ്രസ് പ്രവർത്തനത്തിന്റെ അടിസ്ഥാനമായ അഹിംസാനയത്തിന് ഇത് എതിരാണ് എന്നായിരുന്നു ആരോപണം.

അങ്ങനെ ലക്നൗവിൽ വിഭാവനം ചെയ്യപ്പെട്ട സാമ്രാജ്യത്വവിരുദ്ധ ഐക്യമുന്നണി എന്ന ആശയം പ്രാവർത്തികമാക്കപ്പെട്ട പ്രവിശ്യയാണ് കേരളം. ദ്രുതഗതിയിൽ കമ്യൂണിസ്റ്റുകാരായി മാറിക്കൊണ്ടിരുന്ന കോൺഗ്രസ് സോഷ്യലിസ്റ്റുകാരുടെ സുസംഘടിതമായ ഒരു ഗ്രൂപ്പ് ഇവിടെ ആവിർഭവിച്ചതാണ് അതിന് കാരണം. എന്നാൽ ആ പ്രക്രിയ ഒട്ടുംതന്നെ സുഗമമായിരുന്നില്ല. അഖിലേന്ത്യാ തലത്തിലും കേരളത്തിൽ തന്നെയും വലതുപക്ഷ നേതൃത്വവുമായി കടുത്ത സംഘട്ടനത്തിൽ ഏർപ്പെടേണ്ടിവന്നു. സോഷ്യലിസ്റ്റ്-കമ്യൂണിസ്റ്റുകാർക്ക് കൂടുതൽ കൂടുതൽ ജനപിന്തുണ ലഭിച്ചുകൊണ്ടിരുന്നുവെങ്കിലും ഓരോ കാൽവെപ്പിലും അവർക്ക് മുന്നിൽ വലതുപക്ഷ നേതൃത്വം തടസങ്ങൾ സൃഷ്ടിച്ചുകൊണ്ടിരുന്നു. തൊഴിലാളികളുടെയും കൃഷിക്കാരുടെയും ശക്തിയാർജിച്ചുവന്ന ബഹുജനസംഘടനകളിലൂടെ സോഷ്യലിസ്റ്റ്-കമ്യൂണിസ്റ്റുകാർ തങ്ങളുടെ സ്വതന്ത്രമായ ജനപിന്തുണ വിശാ

ലമാക്കിക്കൊണ്ടിരുന്നതിനാൽ ഈ തടസങ്ങൾ തട്ടിനീക്കുന്നതിന് കഴിഞ്ഞു.

ഇതിനിടെ, രാഷ്ട്രീയത്തിലും സംഘടനയുടെ ഉന്നത നേതൃത്വത്തിലും പ്രധാന സംഭവവികാസങ്ങൾ നടക്കുകയായിരുന്നു. സംഘടനയുടെ തലപ്പത്ത് ഒരു ഇടതുപക്ഷക്കാരനെ ഔപചാരികമായി ഇരുത്തേണ്ടത് ആവശ്യമാണെന്ന് ആദ്യം ബോധ്യപ്പെട്ടിരുന്ന വലതുപക്ഷ നേതൃത്വം തുടർച്ചയായി രണ്ടുതവണ പ്രസിഡന്റ് സ്ഥാനത്തിരിക്കാൻ (1936–38) നെഹ്റുവിനെ അനുവദിച്ചു; ഒരുവട്ടം സുഭാഷ് ചന്ദ്രബോസിനെയും അനുവദിച്ചു. എന്നാൽ ബോസിന് രണ്ടാമതും ആ പദവി നൽകാൻ അവർ സമ്മതിച്ചില്ല. 1939-ലെ പ്രസിഡന്റ് തിരഞ്ഞെടുപ്പിൽ ഇടതുപക്ഷക്കാരുടെയും വലതുപക്ഷക്കാരുടെയും സ്ഥാനാർഥികൾ തമ്മിൽ (ബോസും പട്ടാഭി സീതാരാമയ്യയും തമ്മിൽ) കടുത്ത മത്സരം തന്നെ നടന്നു. ആ മത്സരം ബോസിന്റെ വിജയത്തിലാണ് കലാശിച്ചത്. എന്നാൽ തിരഞ്ഞെടുക്കപ്പെട്ട പ്രസിഡന്റുമായി ഒട്ടുംതന്നെ സഹകരിക്കാൻ തയ്യാറാവാതെ വലതുപക്ഷ നേതൃത്വം സംഘടനക്കുള്ളിൽ ഒരു പ്രതിസന്ധി സൃഷ്ടിക്കുകയാണുണ്ടായത്. പരസ്യമായ പിളർപ്പുണ്ടാവുകയും കോൺഗ്രസ് സംഘടനയിൽ നിന്നുതന്നെ ബോസ് പുറത്താക്കപ്പെടുകയും ആയിരുന്നു അതിന്റെ ഫലം. മുമ്പ് നെഹ്റു പ്രവർത്തക കമ്മിറ്റിയിലേക്ക് എടുത്തിരുന്ന മൂന്ന് സോഷ്യലിസ്റ്റുകാർ അതിനാൽ ആ കമ്മിറ്റിയിൽ തുടരുന്ന പ്രശ്നംതന്നെ ഉണ്ടായിരുന്നില്ല. വലതുപക്ഷ നേതൃത്വത്താൽ അകറ്റിനിർത്തപ്പെട്ട നെഹ്റു തന്നെയും കുറച്ചുകാലം സ്വയം ഒഴിഞ്ഞുനിന്നു. ഒടുവിൽ അവരോടൊത്ത് പോകാൻ അദ്ദേഹം സമ്മതിച്ചു.

അഖിലേന്ത്യാ കോൺഗ്രസ് സംഘടനക്കുള്ളിൽ വലതുപക്ഷക്കാരും ഇടതുപക്ഷക്കാരും തമ്മിൽ നടന്നുവന്ന ഈ സംഘട്ടനത്തിൽ, കേരളം ഒരു പ്രമുഖ പങ്ക് വഹിക്കുകയുണ്ടായി. തിരഞ്ഞെടുപ്പിൽ വോട്ട് ചെയ്യാൻ അവകാശമുണ്ടായിരുന്ന കേരളാ പ്രതിനിധികളിൽ 80 ശതമാനത്തിലധികം പേരും ഇടതുപക്ഷ സ്ഥാനാർഥിക്കാണ് വോട്ടുചെയ്തത്. മറ്റേതൊരു പ്രവിശ്യയെ അപേക്ഷിച്ചും ഇതൊരു റെക്കോഡ് തന്നെയായിരുന്നു. അതേ അവസരത്തിൽത്തന്നെ എല്ലാ സാമ്രാജ്യത്വവിരുദ്ധ ശക്തികളുടെയും ഒരു ഐക്യമുന്നണിയാക്കി കോൺഗ്രസിനെ മാറ്റിത്തീർക്കുക എന്ന നെഹ്റുവിന്റെ കാഴ്ചപ്പാടനുസരിച്ച് കേരളത്തിലെ സോഷ്യലിസ്റ്റ്-കമ്യൂണിസ്റ്റുകാർ ക്രമേണ ഒരു ബഹുജനശക്തിയായി വളരുകയായിരുന്നു.

കെ പി സി സിയിൽ സോഷ്യലിസ്റ്റുകാർ ന്യൂനപക്ഷമായിരുന്നുവെങ്കിലും അവരിൽ ഒരാൾ സംഘടനാ സെക്രട്ടറിയായി തിരഞ്ഞെടുക്കപ്പെട്ടത് 1937-ലാണ്. കേരള പ്രവിശ്യാ കോൺഗ്രസ് കമ്മിറ്റിയുടെ മേൽ സോഷ്യലിസ്റ്റ്-കമ്യൂണിസ്റ്റുകാർ നിയന്ത്രണം വീണ്ടെടുക്കുന്ന പ്രക്രിയ ആരംഭിച്ചത് ആ വർഷത്തിലാണ്. 1936–39 കാലത്ത് ഇടതുപക്ഷത്തിന്റെ നേതൃത്വത്തിൽ ഉണ്ടായിരുന്ന കെ പി സി സിയാണ്

ലക്നൗവിലെ കോൺഗ്രസ് സമ്മേളനം വിഭാവനം ചെയ്ത, കോൺഗ്രസിനെ സാമ്രാജ്യത്വവിരുദ്ധ ഐക്യമുന്നണിയാക്കി വളർത്തിയെടുക്കുക എന്ന ലക്ഷ്യം പ്രാവർത്തികമാക്കിയത്.

ഈ കാലഘട്ടത്തിൽ അധ്വാനിക്കുന്ന ബഹുജനങ്ങൾക്കിടയിൽ കോൺഗ്രസ് രൂഢമൂലമായി എന്നുമാത്രമല്ല അധ്വാനിക്കുന്ന ജനവിഭാഗങ്ങളുടെ സ്വതന്ത്ര സംഘടനകൾ സംസ്ഥാനത്തുടനീളം പൊങ്ങിവരികയും കേരളത്തിൽ മലബാർ ഭാഗത്ത് അവ കെ പി സി സിയുമായി പൂർണമായി സഹകരിച്ച് പ്രവർത്തിക്കുകയും ചെയ്തു. കിസാൻസഭകൾ, വിദ്യാർഥി സംഘടനകൾ, എഴുത്തുകാരുടെയും ബുദ്ധിജീവികളുടെയും സംഘടനകൾ-സംസ്ഥാനത്തെങ്ങുമുള്ള ഉശിരൻ ഫ്യൂഡൽ വിരുദ്ധ-സാമ്രാജ്യത്വവിരുദ്ധ പ്രസ്ഥാനങ്ങൾ എന്നിവയുമായി അവ പൂർണമായും സമന്വയിക്കുകയും ചെയ്തു.

ഇടതുപക്ഷ കോൺഗ്രസുകാർ കോൺഗ്രസ് സോഷ്യലിസ്റ്റുകാരായും അവർ ആത്യന്തികമായി കമ്യൂണിസ്റ്റുകാരായും പരിവർത്തനം ചെയ്യപ്പെടുന്ന പ്രക്രിയ പൂർത്തിയായ കാലഘട്ടം കൂടിയാണത്. 1940-ഓടെ പരസ്യമായി രംഗത്തുവരാനിരുന്ന കമ്യൂണിസ്റ്റുകാർ, അതിനാൽ കോൺഗ്രസിനുള്ളിലും സോഷ്യലിസ്റ്റ് പാർട്ടിക്കുള്ളിലും ഫലപ്രദമായ ഒരുശിരൻ വിഭാഗം രൂപീകരിച്ചു. അതേ അവസരത്തിൽതന്നെ അവർ തൊഴിലാളിവർഗത്തിന്റെ ഒരു സ്വതന്ത്രവർഗ പാർട്ടി രൂപീകരിക്കുകയും ചെയ്തു.

എന്നാൽ അടുത്ത രണ്ട് അധ്യായങ്ങളിൽ നാം കാണാനിരിക്കുന്ന പോലെ, കോൺഗ്രസിനുള്ളിൽ വലതുപക്ഷക്കാരും ഇടതുപക്ഷക്കാരും തമ്മിലും സോഷ്യലിസ്റ്റ് പാർട്ടിക്കുള്ളിൽ കമ്യൂണിസ്റ്റ് വിരുദ്ധരും കമ്യൂണിസ്റ്റുകാരും തമ്മിലും കടുത്ത സംഘട്ടനം നടന്ന പ്രക്രിയയാണത്.

8

കോൺഗ്രസ് മന്ത്രിസഭകൾ

ആയിരത്തി തൊള്ളായിരത്തി മുപ്പത്തിയേഴിൽ ഏഴ് പ്രവിശ്യക ളിൽ രൂപീകരിക്കപ്പെട്ട കോൺഗ്രസ് മന്ത്രിസഭകൾ പ്രവർത്തിക്കേണ്ട തെങ്ങനെ എന്നതായിരുന്നു കോൺഗ്രസിനുള്ളിൽ വലത്-ഇടത് വിഭാ ഗങ്ങൾ ഏറ്റുമുട്ടുന്നതിന് കാരണമായ പ്രശ്നങ്ങളിലൊന്ന്. ഈ പ്രശ്നത്തെ സംബന്ധിച്ച തർക്കത്തിന് നീണ്ട ചരിത്രമുണ്ടുതാനും.

കനത്ത പരാജയത്തിൽച്ചെന്ന് കലാശിച്ച 1932-ലെ നിസ്സഹകരണ പ്രസ്ഥാനത്തിന് ശേഷം ഇടതുപക്ഷവും വലതുപക്ഷവും തമ്മിൽ വ്യക്തമായ വേർതിരിവ് ഉണ്ടായിക്കഴിഞ്ഞിരുന്നു. ആ സമരത്തിന്റെ അനിഷേധ്യ നേതാവായി പരിഗണിക്കപ്പെട്ടിരുന്ന മഹാത്മാഗാന്ധി ഏതാനും മാസങ്ങൾക്കുള്ളിൽതന്നെ സമരം ഉപേക്ഷിച്ചു; ഹരിജന ങ്ങൾക്കുവേണ്ടി പ്രത്യേക തിരഞ്ഞെടുപ്പ് നടത്താം എന്ന ബ്രിട്ടീഷ് ഗവൺമെന്റിന്റെ നിർദേശത്തിൽ പ്രതിഷേധിച്ച് അദ്ദേഹം ജയിലിൽ നിരാഹാരസമരം ആരംഭിച്ചു കഴിഞ്ഞിരുന്നു. നിസ്സഹകരണ പ്രസ്ഥാനം പിൻവലിക്കുന്നതിലേക്ക് നയിച്ച ഒരു പ്രക്രിയയുടെ ആരംഭമായിരുന്നു അത്.

നയംമാറ്റം വേണമെന്ന് വലതുപക്ഷ നേതൃത്വം നിർദേശിച്ചു. 1935 ആദ്യത്തിൽ നടക്കുമെന്ന് പ്രഖ്യാപിക്കപ്പെട്ടിരുന്ന കേന്ദ്രനിയമ നിർമാ ണസഭയിലേക്കുള്ള തിരഞ്ഞെടുപ്പിൽ പങ്കെടുക്കുന്നതിന് ഒരു പാർല മെന്ററി ബോർഡ് രൂപീകരിക്കണമെന്നവർ ആവശ്യപ്പെട്ടു. പ്രത്യക്ഷസ മരത്തിൽനിന്ന് പാർലമെന്ററി പ്രവർത്തനത്തിലേക്ക് മാറണമെന്ന് നിർദേശിച്ച വലതുപക്ഷ നേതാക്കന്മാർക്ക് ഔപചാരികമായി ആ നീക്ക

ത്തിൽനിന്ന് വിട്ടുനിന്ന മഹാത്മാവിന്റെ അനുഗ്രഹാശിസുകളുണ്ടായിരുന്നു. 1934 മെയ് മാസത്തിൽ പട്നയിൽ ചേർന്ന അഖിലേന്ത്യാ കോൺഗ്രസ് കമ്മിറ്റിയോഗവും ഒക്ടോബറിൽ ബോംബെയിൽ ചേർന്ന കോൺഗ്രസിന്റെ അഖിലേന്ത്യാ സമ്മേളനവും മഹാത്മാവിന്റെ അനുഗ്രഹാശിസുകളുണ്ടായിരുന്ന വലതുപക്ഷവും കോൺഗ്രസ് സോഷ്യലിസ്റ്റുകാരുടെ നേതൃത്വത്തിലുള്ള ഇടതുപക്ഷവും തമ്മിലുള്ള കടുത്ത ഏറ്റുമുട്ടലിന്റെ വേദികളായി മാറി.

വലതുപക്ഷക്കാർക്ക് എതിരായി ഇടതുപക്ഷക്കാർ മുഴക്കിയ ഒന്നാമത്തെ യുദ്ധകാഹളം തിരഞ്ഞെടുപ്പ് ബഹിഷ്കരിക്കുക എന്നതായിരുന്നു. പാർലമെന്ററി ബോർഡ് രൂപീകരിക്കുന്നതിനുവേണ്ടി സമരം വേണ്ടെന്നുവെച്ച മഹാത്മാഗാന്ധിയുടെ സമരം തങ്ങൾ ഏറ്റെടുത്തു നടത്തുകയാണ് എന്ന് ഈ ആവശ്യം ഉന്നയിച്ചവർ അവകാശപ്പെട്ടു. പക്ഷേ ഇടതുപക്ഷക്കാർ നടത്തിയ ഈ സമരം ഏറെക്കാലം നീണ്ടുനിന്നില്ല. പാർലമെന്ററി വേദി ഉപയോഗിച്ച് ഗവൺമെന്റ് വിരുദ്ധസമരം നടത്തുക എന്ന പരിപാടിക്ക് ഭൂരിപക്ഷത്തിന്റെ അംഗീകാരം ലഭിച്ചുകഴിഞ്ഞപ്പോൾ (ആദ്യം മെയ്മാസത്തിലെ എ ഐ സി സിയിലും പിന്നീട് ഒക്ടോബറിലെ അഖിലേന്ത്യാ സമ്മേളനത്തിലും) ഇടതുപക്ഷക്കാർ 'വിശ്വസ്തരായ' കോൺഗ്രസുകാരായി മാറി; അവർ ഭൂരിപക്ഷത്തോടൊപ്പം നിന്നു. തിരഞ്ഞെടുപ്പിൽ കോൺഗ്രസിന്റെ വിജയത്തിനുവേണ്ടി അവർ ആത്മാർഥമായി പ്രവർത്തിച്ചു. യഥാർഥം പറഞ്ഞാൽ തിരഞ്ഞെടുപ്പിൽ കോൺഗ്രസ് തൂത്തുവാരുകതന്നെ ചെയ്തു. കേന്ദ്ര നിയമനിർമാണസഭയിലെ തിരഞ്ഞെടുക്കപ്പെട്ട സീറ്റുകളിൽ ഭൂരിപക്ഷവും അവർ നേടിയെടുത്തു. ഓരോ പ്രശ്നത്തിലും ബ്രിട്ടീഷ് ഗവൺമെന്റിന്റെ നിലപാടിനെ തുറന്നുകാണിക്കുന്നതിനുള്ള വേദിയായി സഭാതലം മാറി; ഇന്ത്യയുടെ സ്വയംനിർണയാവകാശത്തിനുവേണ്ടി (1929 -ലെ ലാഹോർ സമ്മേളനം പ്രഖ്യാപിച്ച ലക്ഷ്യത്തിനനുസരിച്ച് ബ്രിട്ടീഷ് ബന്ധം പൂർണമായും വിച്ഛേദിക്കുക) സഭയിൽ പോരാടി.

ഏതാനും മാസങ്ങൾക്കുശേഷം ഇന്ത്യക്കൊരു (1935-ലെ) ഭരണഘടനയുണ്ടായി. തിരഞ്ഞെടുക്കപ്പെട്ട പ്രവിശ്യാ നിയമനിർമാണ സഭകളും നിയമസഭകളോട് ഉത്തരവാദിത്തമുള്ള മന്ത്രിസഭകളും അതിൽ വിഭാവനം ചെയ്യപ്പെട്ടിരുന്നു. അതുവഴി പ്രവിശ്യാ തിരഞ്ഞെടുപ്പുകളിൽ മത്സരിക്കുന്നതിനും അവയിൽ വിജയിക്കുന്നതിനും പ്രവിശ്യാ ഗവൺമെന്റുകൾ രൂപീകരിക്കുന്നതിനും കോൺഗ്രസിന് സാധ്യമായി. ആ ഗവൺമെന്റുകളിലൂടെ കോൺഗ്രസിന്റെ സാമൂഹ്യ-സാമ്പത്തിക-സാംസ്കാരിക നയങ്ങൾ പ്രാവർത്തികമാക്കാമെന്ന അവസ്ഥ വന്നു. ആർക്കും വേണ്ടാത്ത ബ്രിട്ടീഷ് ഗവൺമെന്റുണ്ടാക്കിയ ഭരണഘടനക്ക് എതിരായി സമരം നടത്തുന്നതിന് കഴിവുള്ള കരുത്തുറ്റ ഒരു ദേശീയശക്തിയുടെ ആവിർഭാവത്തിന് അത് സഹായകമാകുമായിരുന്നു.

ഈ സാഹചര്യത്തിൽ പ്രവിശ്യാ നിയമസഭകളിലേക്കുള്ള

തിരഞ്ഞെടുപ്പിൽ കോൺഗ്രസ് മത്സരിക്കുകയും ഭൂരിപക്ഷം നേടുകയും ചെയ്താൽ മതിയോ, അതോ മന്ത്രിസഭകളുണ്ടാക്കാൻ പോകേണ്ടതുണ്ടോ എന്ന ചോദ്യം സ്വാഭാവികമായും ഉയർന്നുവന്നു. ഈ പ്രശ്നത്തിൽ കടുത്ത പോരാട്ടംതന്നെ നടന്നു. ഗവൺമെന്റിൽ പദവികൾ സ്വീകരിക്കുന്നതിന് എതിരായി അഖിലേന്ത്യാ കമ്മിറ്റിതന്നെയുണ്ടാക്കിയ കമ്യൂണിസ്റ്റുകാരും സോഷ്യലിസ്റ്റുകാരും മറ്റ് ഇടതുപക്ഷ കോൺഗ്രസുകാരും വ്യാപകമായ പ്രചാരണം നടത്തിക്കൊണ്ടിരുന്നു. 1937-ൽ ഒരിക്കൽകൂടി കോൺഗ്രസ് പ്രസിഡന്റ് ആയി അവരോധിക്കപ്പെട്ട ജവാഹർലാൽ നെഹ്റു മന്ത്രിപദങ്ങൾ സ്വീകരിക്കുന്നതിനെ എതിർക്കുന്നവർക്ക് പിന്തുണ നൽകാൻ തന്റെ അധ്യക്ഷപ്രസംഗം ഉപയോഗപ്പെടുത്തി. എന്നാൽ ഏതാനും ആഴ്ചകൾക്കുള്ളിൽ ചേർന്ന കോൺഗ്രസ് സമ്മേളനത്തിൽ (അതിൽ അധ്യക്ഷത വഹിച്ചത് അദ്ദേഹം തന്നെയായിരുന്നു) മന്ത്രിപദവികൾ സ്വീകരിക്കാമെന്ന് ഔപചാരികമായി തീരുമാനിക്കപ്പെട്ടു. ബ്രിട്ടീഷ് ഗവൺമെന്റുമായി നടത്തിയ ഏറെ നീണ്ട പൊതുചർച്ചകൾക്കുശേഷമാണ് ആ തീരുമാനം കൈക്കൊണ്ടത്. മദിരാശി അടക്കം (കേരളത്തിലെ മലബാർ മേഖല അന്ന് മദിരാശിയുടെ ഭാഗമായിരുന്നു) ആറ് പ്രവിശ്യകളിൽ കോൺഗ്രസ് മന്ത്രിസഭകൾ രൂപീകരിക്കപ്പെട്ടു.

അതിനാൽ രാജഗോപാലാചാരിയുടെ നേതൃത്വത്തിലുണ്ടായിരുന്ന മദിരാശി മന്ത്രിസഭയുടെ പരിപാടികൾക്കും നയങ്ങൾക്കും പിന്തുണ നൽകാനും അവയ്ക്ക് പ്രചാരം നൽകാനും മലബാറിലെ കോൺഗ്രസ് സോഷ്യലിസ്റ്റുകാരുടെ നേതൃത്വത്തിലുള്ള കെ പി സി സി 1938-39-ൽ നിർബന്ധിതമായി. ഈ പ്രക്രിയക്കിടയിൽ ചില ചില്ലറ നേട്ടങ്ങൾ അതിന് ഉണ്ടാകാതിരുന്നില്ല. ഉദാഹരണത്തിന്, 1935-ൽ നിർത്തിവെച്ചിരുന്ന *പ്രഭാതം* വാരിക പുനഃപ്രസിദ്ധീകരിക്കാനുള്ള അനുവാദം അതിന് ലഭിച്ചു. രാജഗോപാലാചാരി ഗവൺമെന്റ് കൈക്കൊണ്ട നാട്ടിൻപുറങ്ങളിലെ പാവങ്ങളുടെ കടഭാരം കുറക്കുന്നതിനുള്ള നിയമനിർമാണത്തെ പോലെയുള്ള ചില നടപടികൾ ഗ്രാമീണ ദരിദ്ര ജനവിഭാഗങ്ങളുമായുള്ള തങ്ങളുടെ ബന്ധങ്ങൾ ശക്തിപ്പെടുത്തുന്നതിന് മലബാറിലെ ഇടതുപക്ഷക്കാർക്ക് സഹായകമായി. എന്നാൽ മലബാർകൂടി ഉൾക്കൊള്ളുന്ന പ്രവിശ്യയിലെ ഗവൺമെന്റിനെ നയിക്കുന്ന സംഘടനയുടെ ഭാഗമായിരുന്നു അവർ. ആ നിലയ്ക്ക് വലതുപക്ഷത്തിനു മേധാവിത്വമുള്ള ഹൈക്കമാന്റ് പ്രാബല്യത്തിൽ വരുത്തുന്ന അച്ചടക്കം പാലിക്കാൻ അവർ നിർബന്ധിതരായിരുന്നു. ഇടതുപക്ഷത്തോട് ആഭിമുഖ്യമുള്ള പ്രവിശ്യകളിലെ പ്രവിശ്യാ കോൺഗ്രസ് കമ്മിറ്റികളും മന്ത്രിസഭകളും തമ്മിലും അതുപോലെതന്നെ ഇടതുപക്ഷത്തിന്റെ നേതൃത്വത്തിലുള്ള കോൺഗ്രസ് കമ്മിറ്റികളും ഹൈക്കമാന്റും തമ്മിലും സംഘട്ടനം അനിവാര്യമായിത്തീർന്നു.

മദിരാശി പ്രവിശ്യയിൽ കോൺഗ്രസ് മന്ത്രിസഭ രൂപീകരിക്കപ്പെട്ട

തുവഴി രചനാത്മകമായ ചില നേട്ടങ്ങൾ ഉണ്ടായെങ്കിലും ഇടതുപക്ഷ പ്രസ്ഥാനത്തോട് രാജാജി ഗവൺമെന്റ് പ്രകടമാക്കിയ തീർത്തും നിഷേധാത്മകമായ നിലപാട് കാരണം മലബാറിന് ഏറെ ദുരിതങ്ങൾ അനുഭവിക്കേണ്ടിവന്നു. തലശേരിയിൽ ഒരു വിദ്യാർഥി സമ്മേളനത്തിൽ പ്രസംഗിച്ചുകൊണ്ടിരിക്കെ, സി എസ് പിയുടെ ദേശീയ എക്സിക്യൂട്ടീവ് അംഗമായ സോളി എസ് ബാട്‌ലിവാലയെ അറസ്റ്റ് ചെയ്ത് കേസെടുത്തു. അതിന്റെ അനന്തരഫലമായി മലബാറിൽ മാത്രമല്ല, ഇന്ത്യയിലെങ്ങും പ്രതിഷേധ കൊടുങ്കാറ്റ് ആഞ്ഞുവീശി. മദിരാശിയിലെ ഈ നടപടിയെയും കോൺഗ്രസ് ഭരണത്തിലുള്ള മറ്റ് ചില പ്രവിശ്യകളിലെ അതുപോലുള്ള നടപടികളെയും വിമർശിച്ചുകൊണ്ട് കേന്ദ്രത്തിലെ കോൺഗ്രസ് സോഷ്യലിസ്റ്റ് നേതാക്കന്മാർ കോൺഗ്രസ് പ്രസിഡന്റ് ജവാഹർലാൽ നെഹ്റുവിന് എഴുതി. കോൺഗ്രസ് നേതാക്കൻമാർ മന്ത്രിപദത്തിൽ കയറിക്കഴിഞ്ഞാൽ മുമ്പ് പ്രവിശ്യകളിൽ ഭരണം നടത്തിയിരുന്ന ബ്രിട്ടീഷ് ഭരണാധികാരികളെപ്പോലെതന്നെ പെരുമാറുന്നുവെന്നതാണ് ഈ കത്തുകളിലെല്ലാം ആരോപിക്കപ്പെട്ടിരുന്നത്. ഇടതുപക്ഷത്തിന് ഭൂരിപക്ഷമില്ലാത്ത ചിലവയടക്കം പല കോൺഗ്രസ് കമ്മിറ്റികളും ഈ പ്രതിഷേധ പ്രകടനത്തിൽ പങ്കുകൊണ്ടു. മന്ത്രിപദത്തിൽ ഇരിക്കുന്ന കോൺഗ്രസുകാരുടെ ദുഷ്ചെയ്തികളെ അപലപിക്കുന്ന പ്രമേയങ്ങൾ അംഗീകരിച്ചു.

മലബാർ ജില്ലയിലാകട്ടെ, ഇടതുപക്ഷത്തിന്റെ നേതൃത്വത്തിലുള്ള കെ പി സി സിയും മദിരാശി പ്രവിശ്യയിലെ കോൺഗ്രസ് മന്ത്രിസഭയെയും ഹൈക്കമാന്റിനെയും സ്വാധീനിക്കാൻ കഴിവുള്ള വലതുപക്ഷക്കാരും തമ്മിലുള്ള സംഘട്ടനം, വിശിഷ്യ രൂക്ഷമായിരുന്നു. കെ പി സി സിയുടെ നേതൃത്വം സോഷ്യലിസ്റ്റുകാർക്കായിരുന്നു. അബ്ദുൾ റഹ്മാന്റെ നേതൃത്വത്തിലുള്ള ദേശീയ മുസ്ലീങ്ങൾ അവരുടെ സഖ്യശക്തിയായിരുന്നു. അതിനാൽ മലബാറിലെ വലതുപക്ഷ നേതൃത്വവും അവരുടെ ആഭിമുഖ്യത്തിലുള്ള ദിനപത്രവും കെ പി സി സിക്ക് എതിരായി ശകാരം ചൊരിഞ്ഞുതുടങ്ങി; കോൺഗ്രസ് ഹൈക്കമാന്റിന്റെ നിലപാടിന് എതിരായാണ് കെ പി സി സിയുടെ പോക്ക് എന്നായിരുന്നു ആരോപണം. എന്നാൽ മലബാറിലെ ബഹുജനങ്ങൾക്കിടയിൽ തങ്ങളുടെ സ്വാധീനം ശക്തിപ്പെടുത്തുന്നതിന് സോഷ്യലിസ്റ്റ്-കമ്യൂണിസ്റ്റുകാർക്കും അവരുടെ സഖ്യശക്തിയായ ദേശീയ മുസ്ലീങ്ങൾക്കും ഇത് തടസമായിത്തീർന്നില്ല. പ്രവിശ്യാതലം തൊട്ട് ഗ്രാമതലംവരെ സുസംഘടിതമായ കോൺഗ്രസ് കമ്മിറ്റികളുടെ വിപുലമായ ഒരു സംവിധാനം തന്നെ അവർ വളർത്തിയെടുത്തു.

കോൺഗ്രസിനുള്ളിലെ ഇടതുപക്ഷവും വലതുപക്ഷവും തമ്മിലുള്ള സംഘട്ടനം, യഥാർഥം പറഞ്ഞാൽ, സാമ്രാജ്യത്വ വിരുദ്ധ ഐക്യമുന്നണിയെ സംബന്ധിച്ച രണ്ട് വിരുദ്ധസങ്കൽപ്പനങ്ങൾ തമ്മിലുള്ള ഏറ്റുമുട്ടലായിരുന്നു. ബ്രിട്ടീഷ് ഭരണത്തിൽനിന്ന് രാജ്യത്തെ പൂർണ

മായും മോചിപ്പിക്കുക എന്ന ലക്ഷ്യംവെച്ചുകൊണ്ട് അധ്വാനിക്കുന്ന ജനവിഭാഗങ്ങളുടെ ഐക്യമുന്നണിയുണ്ടാക്കുക എന്നതായിരുന്നു അതിലൊരു സങ്കൽപ്പനം. ബ്രിട്ടീഷ് ഗവൺമെന്റുമായി ചർച്ച നടത്തി ഒത്തുതീർപ്പിലെത്തുന്നതിന് ആവശ്യമായ ശക്തി നേടുന്നതിനുള്ള ഉപാധിയായിട്ടാണ് ഐക്യമുന്നണിയെ മറുവിഭാഗക്കാർ കണ്ടത്. അധ്വാനിക്കുന്ന ജനവിഭാഗങ്ങളുടെ വിപുലമായിക്കൊണ്ടിരിക്കുന്ന സംഘടനകളും ഇടതുപക്ഷ ശക്തികളുടെ ആശയപരവും രാഷ്ട്രീയവും ആയ ദൃഢീകരണവും ആയിരുന്നു ഇടതുപക്ഷം അംഗീകരിച്ച നിലപാടിന്റെ അനന്തരഫലം; അതേ അവസരത്തിൽ ഭരണഘടനാപരമായ പരിഷ്കാരങ്ങൾ കൂടുതൽ അനുവദിപ്പിക്കുന്നതിന് യുക്തമായ സമയത്ത് ചർച്ചകൾ നടത്താൻ സ്വയം തയ്യാറെടുത്തുകൊണ്ടിരിക്കുകയായിരുന്നു കോൺഗ്രസ് അധികാരത്തിലുള്ള സംസ്ഥാനങ്ങളും അഖിലേന്ത്യാ കോൺഗ്രസ് ഹൈക്കമാന്റും.

ഭരണഘടനാപരമായ പരിഷ്കാരങ്ങൾ അനുവദിപ്പിക്കുന്നതിനുള്ള ചർച്ചകളിലേക്ക് ബ്രിട്ടീഷ് ഗവൺമെന്റിനെ കൊണ്ടെത്തിക്കാനാണ് വലതുപക്ഷ നേതൃത്വം ശ്രമിക്കുന്നത് എന്നായിരുന്നു 1938-ൽ ഇടതുപക്ഷത്തിന്റെ പ്രസിഡന്റ് സ്ഥാനാർഥിയായിരുന്ന സുഭാഷ് ബോസ് ഹൈക്കമാന്റിനെതിരെ ഉന്നയിച്ച പ്രധാന കുറ്റാരോപണം എന്ന കാര്യവും ഓർക്കേണ്ടതുണ്ട്. വലതുപക്ഷ നേതൃത്വം അത് നിഷേധിച്ചുവെന്ന് മാത്രമല്ല, പ്രത്യാക്രമണത്തിന് അവർ അത് ഉപയോഗപ്പെടുത്തുകയും ചെയ്തു. ഇക്കാരണം കൊണ്ടാണ് കോൺഗ്രസ് പ്രസിഡന്റ് തിരഞ്ഞെടുപ്പിൽ ബോസ് ജയിച്ചപ്പോൾ, വലതുപക്ഷ സ്ഥാനാർഥിയായ പട്ടാഭി സീതാരാമയ്യയുടെ പരാജയം തന്റെതന്നെ പരാജയമാണെന്ന് മഹാത്മാഗാന്ധി പ്രഖ്യാപിച്ചത്. മഹാത്മാഗാന്ധിക്കും സഹപ്രവർത്തകർക്കും എതിരായി ബോസ് ഉന്നയിച്ച "അപകീർത്തികരമായ ആരോപണങ്ങൾ" ബോസ് പിൻവലിക്കണമെന്ന് ആവശ്യപ്പെട്ട വലതുപക്ഷക്കാർ, അദ്ദേഹം അത് ചെയ്യുന്നില്ലെങ്കിൽ തിരഞ്ഞെടുക്കപ്പെട്ട പ്രസിഡന്റുമായി സഹകരിക്കാൻ തങ്ങൾ തയ്യാറില്ലെന്നും വ്യക്തമാക്കി.

കോൺഗ്രസ് പ്രസിഡന്റ് സ്ഥാനത്തുനിന്ന് നീക്കം ചെയ്യപ്പെടുക മാത്രമല്ല കോൺഗ്രസിൽനിന്ന് പുറത്താക്കപ്പെടുകകൂടി ചെയ്തപ്പോൾ ബോസ് ഫോർവേഡ് ബ്ലോക്ക് എന്ന പുതിയ സംഘടന രൂപീകരിച്ചു. കെ പി സി സി പ്രസിഡന്റായിരുന്ന കേരളത്തിലെ കോൺഗ്രസ്-സോഷ്യലിസ്റ്റ്-കമ്യൂണിസ്റ്റുകാരുമായി സഹകരിച്ചിരുന്ന ദേശീയ മുസ്ലീം നേതാവ്, ആ ഫോർവേഡ് ബ്ലോക്കിൽ ചേർന്ന കാര്യവും സ്മരണീയമാണ്. മലബാറിലെ കോൺഗ്രസിന്റെ ചരിത്രത്തിലാദ്യമായി അങ്ങനെ ഒരു സോഷ്യലിസ്റ്റിതര-കമ്യൂണിസ്റ്റിതര ഇടതുപക്ഷ സംഘടന നിലവിൽ വന്നു. ക്വിറ്റിന്ത്യാ സമരത്തിന്റെ കാലഘട്ടത്തിലും അതിന് പിന്നീടുള്ള വർഷങ്ങളിലും കമ്യൂണിസ്റ്റ് പാർട്ടിയെ എതിർത്തവരുടെ അണി

കളുടെ കൂട്ടത്തിലാണ് ഈ പുതിയ ഗ്രൂപ്പ് ചേർന്നത്. പക്ഷേ വലതുപക്ഷ നേതൃത്വത്തിലെ പ്രമുഖ വിഭാഗവുമായി പൊരുത്തപ്പെടാൻ അവർക്ക് കഴിഞ്ഞില്ല. ദേശീയ മുസ്ലീങ്ങൾ ഇടതുപക്ഷവുമായി പിന്നീട് സഹകരിക്കുകയുണ്ടായില്ല. അവർ കോൺഗ്രസ് രാഷ്ട്രീയത്തിൽ തുടർന്നും ഒരു പങ്ക് വഹിച്ചു-വലതുപക്ഷ കോൺഗ്രസുകാർ വഹിച്ച പങ്കിൽനിന്ന് വ്യത്യസ്തമായിരുന്നു അത്.

അഖിലേന്ത്യാ കോൺഗ്രസ് രാഷ്ട്രീയത്തിലെ ഇടതു-വലത് സമരത്തിന്റെ ഫലം ഇതായിരുന്നു : ഇടതുപക്ഷ പ്രസ്ഥാനത്തിന് ആദ്യകാലത്തുണ്ടായിരുന്ന ഐക്യവും കെട്ടുറപ്പും നഷ്ടമായി; സംസ്ഥാനത്തിലെ ഒരേയൊരു ഇടതുപക്ഷശക്തി സോഷ്യലിസ്റ്റ്-കമ്യൂണിസ്റ്റുകാർ മാത്രമായിത്തീർന്നു. 1940-കളുടെ ആദ്യത്തിൽ ഫോർവേഡ് ബ്ലോക്ക് രൂപീകരിച്ചത് മറ്റ് ഇടതുപക്ഷ സംഘടനകൾ (സോഷ്യലിസ്റ്റുകാർ, ആർ എസ് പി, കെ എസ് പി) നിലവിൽ വരുന്ന പ്രക്രിയയുടെ ആരംഭമായിരുന്നു: എന്നാൽ ഇടതുപക്ഷ പ്രസ്ഥാനം പൊതുവിൽ ദുർബലമായിത്തീർന്നുവെന്ന് ഇതിനർഥമില്ല. ഇടതുപക്ഷ പാർട്ടികളുടെയും ഗ്രൂപ്പുകളുടെയും എണ്ണത്തിലുണ്ടായ വർധന, യഥാർഥത്തിൽ, 'ഇടതുപക്ഷ ഐക്യം' എന്ന ആഹ്വാനത്തിന് ജന്മം നൽകുകയാണുണ്ടായത്.

9

കമ്യൂണിസ്റ്റ് പാർട്ടിയിലെ സോഷ്യലിസ്റ്റുകാർ

സാമ്രാജ്യത്വവിരുദ്ധ ഐക്യമുന്നണി വളർത്തിക്കൊണ്ടുവരുന്ന കാര്യത്തിൽ കോൺഗ്രസ് സോഷ്യലിസ്റ്റ് പാർട്ടിയും കമ്യൂണിസ്റ്റ് പാർട്ടി ഓഫ് ഇന്ത്യയും പൂർണമായി സഹകരിച്ച കാലഘട്ടമാണ് 1930-കളുടെ രണ്ടാം പകുതി. എന്നാൽ ഇതേ കാലഘട്ടം തന്നെ കോൺഗ്രസ് സോഷ്യലിസ്റ്റ് പാർട്ടിക്കുള്ളിൽ വ്യക്തമായ ഒരു ചേരിതിരിവിന്, പാർട്ടിക്കുള്ളിൽ കമ്യൂണിസ്റ്റുകാരും മറ്റുള്ളവരും എന്ന ചേരിതിരിവിന്, സാക്ഷ്യം വഹിച്ചു. കേരളത്തിന്റെ കാര്യത്തിൽ ഇത് പ്രത്യേകിച്ചും ശരിയായിരുന്നു. കാരണം മറ്റ് ചില സംസ്ഥാനങ്ങളിലേതിൽനിന്ന് വ്യത്യസ്തമായി ഇവിടെ രാഷ്ട്രീയ പ്രവർത്തകർ കോൺഗ്രസ് സോഷ്യലിസ്റ്റ് പാർട്ടിയിലൂടെയാണ് കമ്യൂണിസത്തിലെത്തിച്ചേർന്നത്; നേരിട്ടല്ല. സി എസ് പിയുമായി കടുത്ത ആശയസമരം നടത്തിയാണ് അവർ കമ്യൂണിസ്റ്റുകാരായി വളർന്നത്.

കോൺഗ്രസ് സോഷ്യലിസ്റ്റുകാരും കമ്യൂണിസ്റ്റുകാരും തമ്മിൽ യോജിച്ച പ്രവർത്തനങ്ങൾക്കുള്ള ആശയപരമായ അടിത്തറ പാകിയത്, 1936 ജനുവരിയിൽ മീററ്റിൽ ചേർന്ന സോഷ്യലിസ്റ്റ് പാർട്ടിയുടെ രണ്ടാം സമ്മേളനമാണ്. ആ സമ്മേളനം അംഗീകരിച്ച പ്രധാന 'സിദ്ധാന്തം' മാർക്സിസം-ലെനിനിസത്തിന്റെ അടിസ്ഥാനത്തിലുള്ള ഒരു ഏകീകൃത ഇന്ത്യൻ സോഷ്യലിസ്റ്റ് പാർട്ടി ഉയർന്നുവരേണ്ടതിന്റെ ആവശ്യകതയെയും സാധ്യതയെയുംകുറിച്ച് പ്രസ്താവിച്ചു. അറിയപ്പെടുന്ന ചില കമ്യൂണിസ്റ്റ് നേതാക്കന്മാർ അതിനകംതന്നെ കോൺഗ്രസ് സോഷ്യലിസ്റ്റ് പാർട്ടിയിൽ ചേർന്നുകഴിഞ്ഞിരുന്നു; ഒന്നോ രണ്ടോ സംസ്ഥാനങ്ങളിൽനിന്ന് അവർ പ്രതിനിധികളായി ഈ സമ്മേളനത്തിൽ എത്തിച്ചേർന്നിട്ടുമുണ്ടായിരുന്നു.

ഈ സമ്മേളനം കഴിഞ്ഞ് അധികം താമസിയാതെതന്നെ ഈ രണ്ട് പാർട്ടികളുടെയും നേതാക്കന്മാർ തമ്മിൽ നടത്തിയ വിശദമായ ചർച്ചകളുടെ അടിസ്ഥാനത്തിൽ കോൺഗ്രസിനുള്ളിലും ട്രേഡ് യൂണിയൻ പ്രസ്ഥാനത്തിനുള്ളിലും രൂപീകരിക്കാൻ ഉദ്ദേശിക്കപ്പെട്ടിരുന്ന അഖിലേന്ത്യാ കിസാൻസഭക്കുള്ളിലും മറ്റും ഐക്യത്തോടെ പ്രവർത്തിക്കാൻ അവസരം നൽകുന്ന ഒരു ഔപചാരിക കരാറിൽ രണ്ട് പാർട്ടികളും ഒപ്പുവെച്ചിട്ടുണ്ടായിരുന്നു. ഇതൊക്കെ ചെയ്തുകഴിഞ്ഞതിന് ശേഷമാണ് കോൺഗ്രസിന്റെ ലക്നൗ സമ്മേളനം വരുന്നത്. അതിനാൽ ഈ രണ്ട് പാർട്ടികളിൽപെട്ട പ്രവർത്തകരുടെയും ഒരു പാർട്ടിയിലും ഉൾപ്പെടാത്ത ഇടതുപക്ഷക്കാരുടെയും ലക്നൗവിലെ പ്രവർത്തനങ്ങളിൽ ഐക്യത്തിന്റെ വികാരം നിറഞ്ഞുകണ്ടു.

ലക്നൗ സമ്മേളനം കഴിഞ്ഞ് ഏതാനും മാസങ്ങൾക്കുശേഷം മഹാരാഷ്ട്രയിലെ ഫെയ്സ്പൂരിൽ ചേർന്ന സി എസ് പിയുടെ അടുത്ത അഖിലേന്ത്യാ സമ്മേളനത്തിൽ, ഈ രണ്ട് ഇടതുപക്ഷ കക്ഷികളും തമ്മിൽ കൂടുതൽ ദൃഢമായ സഹകരണം ദൃശ്യമായി എന്നു മാത്രമല്ല സജ്ജാദ് സഹീർ, ഡോ. അഹ്മദ്, ഡോ. അഷ്റഫ് എന്നിവരെപ്പോലെ വിദേശത്തുനിന്ന് മടങ്ങിയെത്തിയ ചില അറിയപ്പെടുന്ന കമ്യൂണിസ്റ്റുകാരെ ദേശീയ എക്സിക്യൂട്ടീവിലേക്ക് എടുക്കുകയും ചെയ്തു. സി എസ് പി ഉണ്ടായ കാലംതൊട്ട് അതിന്റെ ദേശീയ എക്സിക്യൂട്ടീവിൽ അംഗമായിരുന്ന സോളി ബാട്‌ലിവാലയും പരസ്യമായി പ്രവർത്തിച്ചു തുടങ്ങിയിട്ടില്ലാത്ത ഒരു കമ്യൂണിസ്റ്റുകാരനായി സി പി ഐയിൽ ചേർന്നുകഴിഞ്ഞിരുന്ന ഈ ലേഖകനും ഉൾപ്പെടെ ക്ലിപ്തമായ ഒരു കമ്യൂണിസ്റ്റ് ഫ്രാക്ഷൻ സി എസ് പിയുടെ ദേശീയ എക്സിക്യൂട്ടീവിൽ രൂപീകരിക്കപ്പെട്ട് കഴിഞ്ഞിരുന്നു.

രാജ്യത്തിലെ ഇടതുപക്ഷ പ്രസ്ഥാനത്തിന്റെ ചരിത്രത്തിലെ ഒരു സുപ്രധാന സംഭവവികാസമായിരുന്നു ഇത്. കേരളത്തെ സംബന്ധിച്ചിടത്തോളം ഇത് പ്രത്യേകിച്ചും നിർണായകമായിരുന്നു. കാരണം ഈ സംസ്ഥാനത്തിലെ കോൺഗ്രസ് സോഷ്യലിസ്റ്റുകാർ ആശയപരമായും രാഷ്ട്രീയമായും മാത്രമല്ല സംഘടനാപരമായും ക്രമേണ ക്രമേണ കമ്യൂണിസത്തിലേക്ക് ആകർഷിക്കപ്പെട്ട് വരികയായിരുന്നു. ഈ സംഭവവികാസം നടന്ന് ആറുമാസത്തിനുള്ളിൽ കേരളത്തിലെ സി പി ഐയുടെ ആദ്യത്തെ നിയമവിരുദ്ധ യൂണിറ്റ് രൂപീകൃതമായി.

കേരളത്തിലെ കോൺഗ്രസ് സോഷ്യലിസ്റ്റുകാർക്ക് മൂന്ന് പങ്കാണ് വഹിക്കാനുണ്ടായിരുന്നത്. പുറമേക്ക് അവർ കോൺഗ്രസുകാരായിരുന്നു. സംഘടനക്കുള്ളിൽ (സി എസ് പി) അവരൊരു ഇടതുപക്ഷ തീവ്രവാദി വിഭാഗമായിരുന്നു; എന്നാൽ യഥാർഥത്തിൽ അവർ കമ്യൂണിസ്റ്റുകാരായി കഴിഞ്ഞിരുന്നതുകൊണ്ട് സി പി ഐയുടെ അച്ചടക്കത്തിന് അവർ വിധേയരായിരുന്നു. സി പി ഐ നിയമവിരുദ്ധ സംഘടനയായിരുന്നതുകൊണ്ട് കമ്യൂണിസ്റ്റുകാർ എന്ന നിലയ്ക്കുള്ള അവരുടെ

പ്രവർത്തനങ്ങൾ രഹസ്യമായി നടത്തേണ്ടതുണ്ടായിരുന്നു.

എന്നാൽ ബോംബെയിൽ രൂപീകരിക്കപ്പെട്ട കോൺഗ്രസ് ഗവൺമെന്റ് രണ്ട് കൊല്ലത്തിനുള്ളിൽ *നാഷണൽ ഫ്രണ്ട്* എന്ന ഇംഗ്ലീഷ് മുഖപത്രം (വാരിക) പ്രസിദ്ധീകരിക്കാൻ സി പി ഐക്ക് അനുവാദം നൽകിക്കഴിഞ്ഞിരുന്നു. അതിനാൽ കേരളത്തിലെ കോൺഗ്രസ് സോഷ്യലിസ്റ്റുകാർ തങ്ങളുടെ മലയാള വാരികയായ *പ്രഭാതം* 1938-ൽ വീണ്ടും പ്രസിദ്ധീകരിച്ചു തുടങ്ങിയപ്പോൾ, സി എസ് പിയുടെ മുഖപത്രമായ *കോൺഗ്രസ് സോഷ്യലിസ്റ്റി*നെ മാത്രം ആശ്രയിച്ച് നിൽക്കേണ്ട അവസ്ഥ അവർക്കുണ്ടായില്ല; *നാഷണൽ ഫ്രണ്ടു*മായും അവർക്ക് ബന്ധമുണ്ടായിരുന്നു. എന്നാൽ കേരളത്തിലെ കോൺഗ്രസ് സോഷ്യലിസ്റ്റ് പാർട്ടിയുടെയും കമ്യൂണിസ്റ്റുകാരുടെയും പ്രവർത്തനങ്ങളെ വീക്ഷിച്ചിരുന്നവരിൽ ചുരുക്കം ചിലർ മാത്രമേ അവരുടെ രാഷ്ട്രീയ പ്രവർത്തനങ്ങളുടെ സ്വഭാവത്തിൽ വന്ന മാറ്റത്തെക്കുറിച്ച് ശ്രദ്ധിക്കുകയുണ്ടായുള്ളു- ഈ രണ്ട് പാർട്ടികളും അഖിലേന്ത്യാ തലത്തിൽ വളരെയേറെ സഹകരിച്ചു പ്രവർത്തിച്ചിരുന്നതുകൊണ്ട് പ്രത്യേകിച്ചും.

സി എസ് പിക്കുള്ളിലെ കമ്യൂണിസ്റ്റുകാരുടെ പ്രവർത്തനം അധികകാലം അങ്ങനെ സുഗമമായി മുന്നോട്ടു നീങ്ങിയില്ല. കേന്ദ്ര ആപ്പീസിന്റെ ചാർജുള്ള ജോയിന്റ് സെക്രട്ടറിയായ എം ആർ മസാനി, അശോക് മേത്ത, ഡോ. ലോഹിയ എന്നിവരടക്കം സി എസ് പിയുടെ നേതൃത്വത്തിലെ ഒരു വിഭാഗം കടുത്ത കമ്യൂണിസ്റ്റ് വിരുദ്ധരായിരുന്നു. ഒന്നാമത്തെ സോഷ്യലിസ്റ്റ് രാഷ്ട്രത്തോട് അവർ പുറമേക്ക് അനുഭാവവും വിശ്വസ്തതയും പ്രകടിപ്പിച്ചുവെങ്കിലും, സോവിയറ്റ് ഗവൺമെന്റിന്റെയും കമ്യൂണിസ്റ്റ് പാർട്ടിയുടെയും പ്രവർത്തനങ്ങളുടെ കടുത്ത വിമർശകരായിരുന്നു അവർ. രാജ്യത്തിനകത്താകട്ടെ കമ്യൂണിസ്റ്റുകാരുമായി പൂർണമായും സഹകരിക്കണം എന്ന വാദത്തിന് ശക്തിയായി പിന്തുണ നൽകുന്ന അവരുടെ ജനറൽ സെക്രട്ടറി ജയപ്രകാശ് നാരായണന്റെ നിലപാടിൽ അവർ സന്തുഷ്ടരായിരുന്നുതാനും. ഇന്ത്യയിൽ ആത്യന്തികമായി മാർക്സിസം-ലെനിനിസത്തെ അടിസ്ഥാനമാക്കിയ ഒരൊറ്റ സോഷ്യലിസ്റ്റ് പാർട്ടി രൂപീകരിക്കുക എന്ന ലക്ഷ്യത്തോടെ, സംയുക്ത പ്രവർത്തനം വിഭാവനം ചെയ്യുന്ന രാഷ്ട്രീയ സിദ്ധാന്തം മീറത്തിൽ ചേർന്ന പാർട്ടിയുടെ സമ്മേളനത്തിൽവെച്ച് അംഗീകരിച്ചത് അദ്ദേഹത്തിന്റെ പ്രോത്സാഹനത്തോടും മാർഗനിർദേശത്തോടും കൂടിയാണ്. മീറത്ത് സിദ്ധാന്തത്തിൽ വിഭാവനം ചെയ്യപ്പെട്ട ഏകീകൃത സോഷ്യലിസ്റ്റ് പാർട്ടി പശ്ചിമ യൂറോപ്പിലെ സോഷ്യൽ ഡമോക്രാറ്റിക് പാർട്ടികളുടെ രൂപത്തിലുള്ള ഒരു സംഘടനയായിരിക്കും എന്നവർ ഒരു പക്ഷേ ആഗ്രഹിച്ചിട്ടുണ്ടാവാം. എന്നാൽ സി എസ് പിയുടെ ദേശീയ എക്സിക്യൂട്ടീവിലേക്ക് എടുക്കപ്പെട്ട കമ്യൂണിസ്റ്റുകാരുടെ (ഉദാഹരണത്തിന് അഷ്റഫ്, അഹ്മദ്, സഹീർ തുടങ്ങിയവരുടെ) പ്രവർത്തനങ്ങ

ളിൽ അവർ സംശയാലുക്കളായിത്തീർന്നു. മാത്രമല്ല കമ്യൂണിസ്റ്റുകാരായി മാറിക്കൊണ്ടിരിക്കുന്ന പ്രക്രിയയിലായിരുന്ന ഈ ലേഖകനെപ്പോലെയുള്ള 'ഒറിജിനൽ' കോൺഗ്രസ് സോഷ്യലിസ്റ്റുകാരെക്കുറിച്ചും അവർ സംശയം വെച്ചുപുലർത്തിയിരുന്നു.

സി എസ് പിക്കുള്ളിലെ കമ്യൂണിസ്റ്റുകാരുടെ രഹസ്യ പ്രവർത്തനങ്ങളെ 'തുറന്നുകാണിക്കുന്ന' ഒരു സർക്കുലർ മസാനി പുറപ്പെടുവിക്കുകയുണ്ടായി. സി എസ് പിയുടെ ഐക്യത്തെയും അച്ചടക്കത്തെയും അട്ടിമറിക്കാൻ കമ്യൂണിസ്റ്റുകാർ 'ഫ്രാക്ഷൻ' പ്രവർത്തനം നടത്തുന്നു എന്നാണ് അതിൽ ആരോപിക്കപ്പെട്ടിരുന്നത്. കേരളം, തമിഴ്നാട്, ആന്ധ്ര എന്നിവിടങ്ങളിലെ സി എസ് പി യൂണിറ്റുകൾ അതിനകം തന്നെ കമ്യൂണിസ്റ്റുകാരുടെ നിയന്ത്രണത്തിലായിക്കഴിഞ്ഞതായും ആരോപിക്കപ്പെടുന്നു. ഈ അനുമാനത്തിന്റെ അടിസ്ഥാനത്തിലാണ്, കേരളത്തിലെ പാർട്ടിയുടെ അംഗത്വസംഖ്യ അതേപടി പൂർണമായും അംഗീകരിക്കാൻ സി എസ് പി നേതൃത്വം തയ്യാറാവാതിരുന്നത്. 1939-ൽ ലാഹോറിൽ ചേർന്ന അഖിലേന്ത്യാ സമ്മേളനത്തിൽ കേരളത്തിൽ നിന്നുള്ള പ്രതിനിധികളുടെ അനുപാതം വെട്ടിക്കുറക്കുകയാണുണ്ടായത്.

എന്നാൽ സി എസ് പിയുടെ കമ്യൂണിസ്റ്റ് വിരുദ്ധ നേതൃത്വത്തിന് ഒരു വലിയ ദുർഘടം നേരിട്ടു. കമ്യൂണിസ്റ്റുകാരെന്ന് ആരോപിക്കപ്പെടുന്നവരെ സി എസ് പിയിൽനിന്ന് ഒഴിവാക്കുകയാണെങ്കിൽ കേരളം, തമിഴ്നാട്, ആന്ധ്ര തുടങ്ങിയ സംസ്ഥാനങ്ങളിൽ സി എസ് പി തന്നെ ഉണ്ടാവില്ല എന്നതായിരുന്നു സ്ഥിതി. കേന്ദ്രത്തിലെ മസാനിക്കും മേത്തക്കും കേരളം കണ്ണിലെ കരടായിരുന്നു. കമ്യൂണിസ്റ്റുകാരെന്ന് ആരോപിക്കപ്പെട്ട കോൺഗ്രസ് സോഷ്യലിസ്റ്റുകാരുടെ നേതൃത്വത്തിലുള്ള പ്രവിശ്യാ കോൺഗ്രസ് കമ്മിറ്റികളുള്ള ഏതാനും പ്രവിശ്യകളിൽ ഒന്നായിരുന്നു കേരളം. സോഷ്യലിസ്റ്റ്-കമ്യൂണിസ്റ്റ് നേതൃത്വം തിരുവിതാംകൂർ-കൊച്ചി മേഖലയിലെ ജനകീയ പ്രസ്ഥാനത്തിലെ ഇടതുപക്ഷത്തിന്റെ അംഗീകൃത നേതൃത്വമായി മാറിക്കഴിഞ്ഞിരുന്നു. വളരെ വേഗത്തിൽ വളർന്നുകൊണ്ടിരിക്കുന്ന കർഷക പ്രസ്ഥാനം, ട്രേഡ് യൂണിയൻ പ്രസ്ഥാനം, വിദ്യാർഥി പ്രസ്ഥാനം എന്നിവയെല്ലാം, സി എസ് പിയിലെ 'വഞ്ചകരെ'ന്ന് ആരോപിക്കപ്പെടുന്ന അംഗങ്ങളുടെ (കമ്യൂണിസ്റ്റുകാരുടെ) നേതൃത്വത്തിലുള്ളതായിരുന്നു. സംഘടനയെ മുഴുവൻ കമ്യൂണിസ്റ്റുകാർക്ക് അടിയറവെച്ചു എന്ന ആരോപണത്തിന് വിധേയനായ ഈ ലേഖകൻ, യഥാർഥം പറഞ്ഞാൽ, ഒരു കോൺഗ്രസ് എം എൽ എ ആയിരുന്നു; കുടിയായ്മ അന്വേഷണ കമ്മീഷനിൽ വലതുപക്ഷ ഭൂരിപക്ഷത്തിനെതിരെ ഇടതുപക്ഷ പ്രസ്ഥാനത്തിന്റെ നിലപാടിൽ നിന്നുകൊണ്ട് വാദിക്കുന്ന ഒരു അംഗമായിരുന്നു. ഭൂരിപക്ഷ റിപ്പോർട്ടിന് അദ്ദേഹം എഴുതിച്ചേർത്ത വിയോജനക്കുറിപ്പിൽ ജന്മിമാർക്ക് നഷ്ടപരിഹാരം നൽകാതെ ഫ്യൂഡൽ ജന്മിത്തം അവസാനിപ്പിക്കേണ്ടതിന്റെ ആവശ്യകതയെപ്പറ്റി ഊന്നിപ്പറഞ്ഞിട്ടുണ്ട്.

പാർട്ടി സംഘടനയെ കമ്യൂണിസ്റ്റുകാർക്ക് അടിയറവെക്കുന്നു എന്ന ആരോപണത്തിന് വിധേയരായവർക്ക് എതിരായി ഫലപ്രദമായ നടപടി കൈക്കൊള്ളാൻ സി എസ് പി നേതൃത്വത്തിന് കഴിഞ്ഞില്ല. അതേ അവസരത്തിൽതന്നെ തങ്ങൾ അഖിലേന്ത്യാ നേതാക്കളായിട്ടുള്ള പാർട്ടിയുടെ സംസ്ഥാന നേതാക്കളായി അറിയപ്പെടുന്ന കമ്യൂണിസ്റ്റുകാർ പ്രത്യക്ഷപ്പെടുന്നത് അവർക്ക് സഹിക്കാനും വയ്യായിരുന്നു. രണ്ടാം ലോകമഹായുദ്ധം പൊട്ടിപ്പുറപ്പെട്ടപ്പോൾ മാത്രമാണ് ഈ വിഷമസ്ഥിതിക്കൊരു അറുതിവന്നത്-പുതിയ യുദ്ധകാല പരിതഃസ്ഥിതിയോട് എങ്ങനെയാണ് പ്രതികരിക്കേണ്ടത് എന്ന പ്രശ്നത്തിൽ രണ്ട് പാർട്ടികളും പരസ്പരവിരുദ്ധങ്ങളായ മാർഗങ്ങൾ അവലംബിച്ചപ്പോൾ.

രണ്ട് പാർട്ടികളും തമ്മിൽ ഐക്യമുന്നണി രൂപപ്പെട്ടുവന്ന രണ്ട് കൊല്ലക്കാലത്ത് ചില സാർവദേശീയ സംഭവവികാസങ്ങളെച്ചൊല്ലി കടുത്ത സംഘട്ടനങ്ങളും നടക്കുകയുണ്ടായി. വഷളായിക്കൊണ്ടിരുന്ന ലോക പരിതഃസ്ഥിതിയെക്കുറിച്ചാണിവിടെ പരാമർശിക്കുന്നത്. ഫാസിസ്റ്റ് ശക്തികൾ ഒരു രണ്ടാം ലോകമഹായുദ്ധത്തിന് തയ്യാറെടുത്തുകൊണ്ടിരിക്കുകയായിരുന്നു; അതിന്റെ ഭീഷണി അടിക്കടി വർധിച്ചുകൊണ്ടിരുന്നു; അതിനെതിരായി കമ്യൂണിസ്റ്റ് ഇന്റർനാഷണലും സോവിയററ് ഗവൺമെന്റും ശക്തമായ താക്കീത് നൽകി. പാർട്ടി പ്രചാരണ സാമഗ്രികളിലൂടെ പ്രകടിപ്പിക്കപ്പെട്ട, യുദ്ധത്തെയും ഫാസിസത്തെയും ചെറുക്കാനുള്ള വികാരം, വിശാലമായി സാമ്രാജ്യത്വ വിരുദ്ധ പ്രസ്ഥാനത്തിൽ പ്രതിഫലിച്ചുകണ്ടു. തങ്ങളുടെ വാർഷിക സമ്മേളനത്തിലും കമ്മിറ്റി യോഗങ്ങളിലും അംഗീകരിക്കപ്പെട്ട യുദ്ധവിരുദ്ധ-ഫാസിസ്റ്റ് വിരുദ്ധ പ്രമേയങ്ങളിലൂടെ കോൺഗ്രസ് അത് അസന്ദിഗ്ധമായ ഭാഷയിൽതന്നെ പ്രകടിപ്പിച്ചു. ചൈനയിലേക്ക് കോൺഗ്രസ് ഒരു മെഡിക്കൽ സംഘത്തെ അയച്ചു; സ്പെയിനിലെ ഫാസിസ്റ്റ് യുദ്ധവിരുദ്ധ വേദികളിൽ പണ്ഡിറ്റ് നെഹ്റു സ്വയം സന്നിഹിതനായി. അത്തരം പ്രവർത്തനങ്ങൾ ഇന്ത്യൻ സ്വാതന്ത്ര്യസമര പ്രസ്ഥാനത്തെ ആഗോള സാമ്രാജ്യത്വ വിരുദ്ധ പ്രസ്ഥാനത്തിന്റെ അവിഭാജ്യഘടകമാക്കി മാറ്റി. കോൺഗ്രസ് സോഷ്യലിസ്റ്റ് പാർട്ടിയിലും ഒരതിർത്തിവരെ കോൺഗ്രസ് പാർട്ടിക്കുള്ളിൽ തന്നെയും പ്രകടമായ കമ്യൂണിസത്തിലേക്കുള്ള ഗതിമാറ്റം വ്യക്തവും ദ്രുതഗതിയിലുള്ളതും ആയിരുന്നു. തങ്ങൾക്കുള്ള പിന്തുണ വളരെ വേഗത്തിൽ നഷ്ടപ്പെട്ടുകൊണ്ടിരിക്കുകയാണെന്നും അതേ അവസരത്തിൽ കമ്യൂണിസ്റ്റുകാർക്ക് പിന്തുണ വർധിച്ചുകൊണ്ടിരിക്കുകയാണെന്നും സി എസ് പിയിലെ കമ്യൂണിസ്റ്റ് വിരുദ്ധ നേതാക്കന്മാർക്ക് ബോധ്യപ്പെട്ടു. അതുകൊണ്ട് പാർട്ടിക്കുള്ളിലും രാജ്യത്തിനുള്ളിൽ പൊതുവിലും അവർ, തങ്ങളുടെ കമ്യൂണിസ്റ്റ് വിരുദ്ധ പ്രചാരണം പ്രചണ്ഡമാക്കി.

മോസ്കോവിലെ വിചാരണകളെക്കുറിച്ചും സോവിയറ്റ് പാർട്ടിയുടെയും കമ്യൂണിസ്റ്റ് ഇന്റർനാഷണലിന്റെയും ചില സുപ്രസിദ്ധ നേതാ

ക്കൾ അതിൽ ഉൾപ്പെട്ടതിനെക്കുറിച്ചും (വിചാരണക്കുശേഷം ചില രൊക്കെ കൊല്ലപ്പെട്ടതിനെക്കുറിച്ചും) മറ്റുമുള്ള റിപ്പോർട്ടുകൾ പ്രത്യക്ഷപ്പെടാൻ തുടങ്ങിയത് ഈ പശ്ചാത്തലത്തിലാണ്. സോവിയറ്റ് സമൂഹത്തെയും ലോക കമ്യൂണിസത്തെയും താറടിച്ച് കാണിക്കുന്നതിനുള്ള തങ്ങളുടെ ശ്രമങ്ങളെ ദ്വിഗുണീഭവിപ്പിക്കാനുള്ള ഒഴികഴിവ് സി എസ് പിയുടെ കമ്യൂണിസ്റ്റ് വിരുദ്ധ നേതൃത്വത്തിന് ഇത് പ്രദാനം ചെയ്തു. ഈ പ്രത്യേക ദശാസന്ധിയിൽ സോവിയറ്റ് യൂണിയൻ സാമ്രാജ്യത്വത്തിന് എതിരായതുകൊണ്ട് മാത്രമാണ് കമ്യൂണിസ്റ്റുകാർ സാമ്രാജ്യത്വ വിരുദ്ധ നിലപാട് സ്വീകരിച്ചിട്ടുള്ളത്. സോവിയറ്റ് രാഷ്ട്രത്തിന്റെയും പാർട്ടിയുടെയും സാർവദേശീയ നിലപാട് മാറുന്ന അതേ നിമിഷത്തിൽ ഇന്ത്യയിലെ കമ്യൂണിസ്റ്റുകാർ അതിനനുസരിച്ച് തങ്ങളുടെ നിലപാടിലും മാറ്റം വരുത്തും എന്ന് അവർ ആരോപിച്ചു.

കമ്യൂണിസ്റ്റ് പാർട്ടിക്കെതിരായി തങ്ങൾ നടത്തുന്ന സംഘടനാപരമായ ആക്രമണത്തിന് ആശയപരമായ ഒരു മൂടുപടം നൽകുന്നതിനായി തങ്ങളുടെ ആവനാഴിയിലുള്ള എല്ലാ ആയുധങ്ങളും കമ്യൂണിസ്റ്റ് വിരുദ്ധർ എടുത്തുപയോഗിക്കും എന്ന കാര്യം വ്യക്തമായിരുന്നു. സി എസ് പിയുടെ മീറത്ത് സമ്മേളനത്തോടെ വളർന്നു തുടങ്ങിയ ഐക്യത്തിന്റെയും സഹകരണത്തിന്റേതുമായ ബന്ധങ്ങൾ സംഘട്ടനാത്മകമായ ബന്ധങ്ങൾക്ക് അങ്ങനെ വഴിമാറി കൊടുക്കുകയായിരുന്നു. കേരളത്തിലെ സി എസ് പി യൂണിറ്റ് കമ്യൂണിസ്റ്റുകാരുടെ നേതൃത്വത്തിലുള്ളതായിരുന്നതുകൊണ്ട് ഈ പ്രവണത കേരളത്തിൽ പ്രത്യേകിച്ചും പ്രകടമായി. ഈ ഘട്ടത്തിലാണ് സി എസ് പി പ്രവർത്തകർ യോഗം ചേർന്നതും സി പി ഐയുടെ കേരള ഘടകമായി സ്വയം മാറാൻ തീരുമാനമെടുത്തതും.

10

യുദ്ധവും തൊഴിലാളിവർഗവും

കോൺഗ്രസ് സംഘടന നടത്തിയ യുദ്ധവിരുദ്ധ-ഫാസിസ്റ്റ് വിരുദ്ധ പ്രക്ഷോഭം കോൺഗ്രസ് പാർട്ടിയുടെ നേതൃത്വത്തിനിടയിലും അണികൾക്കിടയിലും വ്യത്യസ്തങ്ങളായ പ്രതികരണങ്ങളാണ് ഉളവാക്കിയത്.

യുദ്ധവിരുദ്ധ-ഫാസിസ്റ്റ് വിരുദ്ധ പ്രചാരണം ദേശീയ രാഷ്ട്രീയത്തിൽ വ്യക്തമായ സോവിയറ്റ് അനുകൂലവികാരം ഉണർത്തിവിട്ടത് വലതുപക്ഷ നേതൃത്വത്തിന് ഇഷ്ടപ്പെട്ടിരുന്നില്ല. പക്ഷേ തങ്ങളുടെ സംഘടന പിന്തുടർന്നുവന്ന അഹിംസാനയം സാർവദേശീയ രാഷ്ട്രീയത്തിൽ സ്വാധീനം ചെലുത്തുന്നുണ്ട് എന്ന കാര്യത്തിൽ അവർ സന്തുഷ്ടരാണുതാനും.

എന്നാൽ നേരെമറിച്ച് ഇടതുപക്ഷക്കാരാകട്ടെ നമ്മുടെ രാജ്യത്തെ അടിച്ചമർത്തുന്ന ബ്രിട്ടീഷുകാർ ചെന്നകപ്പെട്ടിട്ടുള്ള യുദ്ധം, ഇന്ത്യക്കാരെ സംബന്ധിച്ചിടത്തോളം സ്വാതന്ത്ര്യത്തിനുവേണ്ടി സമരം ചെയ്യാനും സ്വാതന്ത്ര്യം നേടിയെടുക്കാനും ഉള്ള അവസരം പ്രദാനം ചെയ്യും എന്ന സിദ്ധാന്തമാണ് ആദ്യം അവലംബിച്ചത്. “ശത്രുവിന്റെ കഷ്ടകാലം നമ്മുടെ അവസരം” എന്നതായിരുന്നു അവരുടെ പ്രമാണം. ഒന്നാം ലോകമഹായുദ്ധകാലത്ത് അവരത് പ്രാവർത്തികമാക്കാൻ ശ്രമിക്കുകയുമുണ്ടായി.

കമ്യൂണിസ്റ്റുകാരും സോഷ്യലിസ്റ്റുകാരും ഉള്ളിന്റെയുള്ളിൽ യഥാർഥത്തിൽ യുദ്ധം പൊട്ടിപ്പുറപ്പെടാൻ കാത്തിരിക്കുകയായിരുന്നു (നമ്മുടെ രാജ്യത്തെ അടിച്ചമർത്തുന്നവരുടെ മുന്നിൽ പ്രശ്നങ്ങളുണ്ടാ

ക്കുന്നതിനും അവരെ പരാജയപ്പെടുത്തുന്നതിനും പറ്റിയ അവസരം കാത്തിരിക്കുകയായിരുന്നു). മറ്റൊരു വിധത്തിൽ പറഞ്ഞാൽ ജനങ്ങളെ വിപ്ലവത്തിന് സന്നദ്ധരാക്കുന്നതിന് ഉതകുന്ന ഒരു മറയായിരുന്നു യുദ്ധ വിരുദ്ധ-ഫാസിസ്റ്റ് വിരുദ്ധ പ്രചാരണം.

എന്നാൽ ലോക കമ്യൂണിസ്റ്റ് പ്രസ്ഥാനത്തിന്റെ നിലപാട് ഈ സമീപനങ്ങൾക്കൊക്കെ കടകവിരുദ്ധമായിരുന്നു. 1935-ൽ ചേർന്ന ഏഴാം കോൺഗ്രസിലും അതിനുമുമ്പും അംഗീകരിച്ച നിരവധി പ്രമേയങ്ങളിലൂടെയും രേഖകളിലൂടെയും ഇന്റർനാഷണൽ യുദ്ധത്തെ സംബന്ധിച്ച പ്രശ്നം ശരിക്കും വർഗപരമായ കാഴ്ചപ്പാടിലൂടെ വിശകലനം ചെയ്യുകയുണ്ടായി. ഒന്നാം ലോകമഹായുദ്ധത്തിൽനിന്ന് വ്യത്യസ്തമായി ഇപ്പോൾ ആസന്നമായിക്കൊണ്ടിരിക്കുന്ന രണ്ടാം ലോകമഹായുദ്ധംകൊണ്ട് ഉദ്ദേശിക്കപ്പെട്ടിട്ടുള്ളത് സാമ്രാജ്യത്വ രാജ്യങ്ങൾ തമ്മിൽ തമ്മിലുള്ള തർക്കങ്ങൾ പരിഹരിക്കുകയോ കോളനികളും ആശ്രിതരാജ്യങ്ങളും വിവിധ സാമ്രാജ്യത്വ ശക്തികൾക്കിടയിൽ പുനർവിതരണം നടത്തുകയോ മാത്രമല്ല, മറിച്ച് അപ്പോൾ നിലവിലുള്ള ഒരേയൊരു സോഷ്യലിസ്റ്റ് രാജ്യത്തെ നശിപ്പിക്കുക കൂടിയാണ്. സാമ്രാജ്യത്വ രാജ്യങ്ങൾ തമ്മിൽതമ്മിലുള്ള യുദ്ധമായി രണ്ടാം ലോകമഹായുദ്ധം ആരംഭിച്ചേക്കാമെങ്കിലും അതൊരു സോവിയറ്റ് വിരുദ്ധ യുദ്ധമായി വളരും എന്നാണ് കരുതപ്പെട്ടത്.

എന്നുമാത്രമല്ല ഒന്നാം ലോകമഹായുദ്ധത്തെത്തുടർന്ന് ലോകത്തിൽ ഒന്നാമത്തെ സോഷ്യലിസ്റ്റ് രാഷ്ട്രം ആവിർഭവിച്ചു എന്നും ലോകമുതലാളിത്തത്തിന്റെ കോട്ടയിൽ ആദ്യത്തെ വിള്ളൽ പ്രത്യക്ഷപ്പെട്ടുവെന്നും ചൂണ്ടിക്കാണിക്കപ്പെട്ടു. എന്നാൽ രണ്ടാം ലോകമഹായുദ്ധത്തിന്റെ തൊട്ടുമുമ്പ് സാമ്രാജ്യത്വ രാജ്യങ്ങൾ തമ്മിൽതമ്മിലുള്ള വൈരുധ്യങ്ങളും മുതലാളിത്ത ശക്തികൾക്ക് സോവിയറ്റ് യൂണിയനോടുള്ള വിരോധവും മൂർച്ഛിച്ചുകഴിഞ്ഞിരുന്നു. അതിനാൽ ഏറ്റവും കൂടുതൽ കടന്നാക്രമണ സ്വഭാവം കാണിക്കുന്ന മുതലാളിത്ത രാജ്യങ്ങളിലെ ഫാസിസത്തെ തകർത്ത് ജനാധിപത്യ മുന്നേറ്റത്തിനുള്ള വഴിതുറക്കുന്ന പ്രക്രിയയുടെ അഭേദ്യഭാഗമാണ് സമാധാന സംരക്ഷണം എന്ന ഘട്ടം എത്തിക്കഴിഞ്ഞിരുന്നു. അതിനാൽ ജനാധിപത്യത്തിനുവേണ്ടിയുള്ള തങ്ങളുടെ സമരത്തിന്റെ ഭാഗമായി ഫാസിസത്തിനെതിരായും ലോകസമാധാനത്തിനുവേണ്ടിയും സമരം ചെയ്യാൻ ലോകത്തെങ്ങുമുള്ള കമ്യൂണിസ്റ്റുകാരോട് കമ്യൂണിസ്റ്റ് ഇന്റർനാഷണലിന്റെ ഏഴാം സമ്മേളനം ആഹ്വാനം ചെയ്തു. സോഷ്യലിസത്തിനുവേണ്ടിയുള്ള തുടർന്നുള്ള സമരം അതുവഴി സുഗമമായിത്തീരും എന്ന് കരുതപ്പെട്ടു.

എന്നാൽ യുദ്ധത്തിന്റെയും സമാധാനത്തിന്റെയും പ്രശ്നങ്ങളെക്കുറിച്ചുള്ള ഈ തൊഴിലാളിവർഗ സാർവദേശീയ സമീപനം, ഇന്ത്യയിലെ കമ്യൂണിസ്റ്റുകാർക്കും സോഷ്യലിസ്റ്റുകാർക്കും പൂർണമായും

അജ്ഞാതമായിരുന്നു. ഇന്ത്യൻ ജനതയോട് ഏറ്റുമുട്ടിക്കൊണ്ടിരിക്കുന്ന സാമ്രാജ്യത്വശക്തി (ബ്രിട്ടൻ) പ്രായോഗികമായി പറഞ്ഞാൽ എല്ലാ വിധത്തിലും ലോകഫാസിസത്തെ സഹായിച്ചുകൊണ്ടിരുന്നതിനാൽ അവർ യുദ്ധത്തിനും ഫാസിസത്തിനും എതിരായി ആവേശപൂർവം പ്രചാരണം നടത്തിക്കൊണ്ടിരുന്നു. ചെക്കോസ്ലവാക്യയെ വിഭജിക്കുന്നതിനായി നാസി ജർമനിയും ബ്രിട്ടനുംകൂടി ഒപ്പുവെച്ച മ്യൂണിച്ച് ഉടമ്പടിയും അതിനെത്തുടർന്നുണ്ടായ മറ്റ് സംഭവങ്ങളും; ലോകഫാസിസവുമായുള്ള ബ്രിട്ടീഷ് സാമ്രാജ്യത്വത്തിന്റെ കൂട്ടുകെട്ട് പൂർണമായും തുറന്നുകാണിച്ചു. നമ്മുടെ സ്വാതന്ത്ര്യസമര പ്രസ്ഥാനത്തിന്റെ പ്രത്യക്ഷ ശത്രുക്കളായ ബ്രിട്ടീഷ് ഭരണാധികാരികളെ ആകെ തുറന്നുകാണിക്കാനുതകുന്ന മൂർത്തമായ രൂപങ്ങളായിരുന്നു ഫാസിസ്റ്റ് വിരുദ്ധ-യുദ്ധവിരുദ്ധ പ്രസ്ഥാനങ്ങളും സമാധാന പ്രസ്ഥാനവും. അതിനാൽ ലോകസമാധാനത്തിനും ജനാധിപത്യത്തിനും വേണ്ടിയുള്ള തൊഴിലാളിവർഗ സാർവദേശീയ പ്രചാരണത്തോടൊപ്പം തീവ്രദേശീയവാദവും ബ്രിട്ടീഷ് വിരുദ്ധ വികാരവും ഇഴുകിച്ചേർന്നു.

അതിനാൽ സോവിയറ്റ് യൂണിയനും നാസി ജർമനിയും തമ്മിൽ ഒരു അനാക്രമണ സന്ധിയിൽ ഒപ്പുവെച്ചു എന്ന റിപ്പോർട്ട്, ഒരു വലിയ ആഘാതം തന്നെയായിരുന്നു. രാജ്യത്തിലെ കമ്യൂണിസ്റ്റ് വിരുദ്ധർക്ക് പൊതുവിലും സി എസ് പിയിലെ കമ്യൂണിസ്റ്റ് വിരുദ്ധ നേതൃത്വത്തിന് പ്രത്യേകിച്ചും ഇത് വലിയ ഉത്തേജനം നൽകി. എല്ലാ രാഷ്ട്രീയ പാർട്ടികളിലുംപെട്ട കമ്യൂണിസ്റ്റ് വിരുദ്ധന്മാർ ഇന്ത്യയിൽ സി പി ഐക്ക് എതിരായും ആഗോളതലത്തിൽ സോവിയറ്റ് യൂണിയനെതിരായും ഉഗ്രമായ പ്രചാരണം കെട്ടഴിച്ചുവിട്ടു. അതിന്റെ മുന്നിൽ കോൺഗ്രസ് തന്നെയായിരുന്നു. തുടക്കത്തിൽ സി പി ഐ നേതാക്കൻമാർക്ക് എതിരായിട്ടായിരുന്നു പ്രചാരണം. ജർമൻ-ഇറ്റാലിയൻ ഫാസിസങ്ങളോടൊപ്പം സോവിയറ്റ് കമ്യൂണിസത്തെയും കൂട്ടിച്ചേർത്ത് പ്രചാരണം ആരംഭിച്ച കമ്യൂണിസ്റ്റ് വിരുദ്ധർ മുമ്പ് സോഷ്യലിസ്റ്റുകാരും കമ്യൂണിസ്റ്റുകാരും മറ്റ് ഇടതുപക്ഷ ദേശീയവാദികളും സഹകരിച്ച് പ്രവർത്തിച്ചതുവഴിയുണ്ടായ അനുകൂല നേട്ടങ്ങളെല്ലാം ഇല്ലാതാക്കുന്ന കാര്യത്തിൽ വിജയം നേടി.

രണ്ടാം ലോകമഹായുദ്ധം പൊട്ടിപ്പുറപ്പെട്ടപ്പോൾ സ്വാതന്ത്ര്യസമര പ്രസ്ഥാനത്തിലെ ഇടതുപക്ഷക്കാരും വലതുപക്ഷക്കാരും തമ്മിലും ഇടതുപക്ഷ പ്രസ്ഥാനത്തിലെ വിവിധ വിഭാഗങ്ങൾ തമ്മിൽതമ്മിലും ഗുരുതരമായ അഭിപ്രായവ്യത്യാസങ്ങൾ ഉടലെടുത്തു. യുദ്ധത്തിന്റെ സ്വഭാവത്തെക്കുറിച്ച് വലതുപക്ഷം വ്യക്തമോ സവിശേഷമോ ആയ വിലയിരുത്തലൊന്നും നടത്തിയില്ല. യുദ്ധത്തിൽ പങ്കെടുക്കുന്നതിന് പകരമായി ബ്രിട്ടീഷ് ഗവൺമെന്റിൽനിന്ന് രാഷ്ട്രീയ സൗജന്യങ്ങൾ വിലപേശി വാങ്ങുന്നതിലാണ് അവർ നോട്ടമിട്ടത്. നേരെമറിച്ച് ഇടതുപക്ഷക്കാരാകട്ടെ, ബ്രിട്ടീഷ് ഭരണത്തിനെതിരായ ഉശിരൻ സമരത്തെ

കൂടുതൽ ശക്തിപ്പെടുത്തുന്നതിനുള്ള അവസരമായി യുദ്ധത്തെ ഉപയോഗപ്പെടുത്തുക എന്ന പൊതുവായ നിലപാടാണ് കൈക്കൊണ്ടത്. കോൺഗ്രസ് പരിപാടിയുമായി ഒരേറ്റുമുട്ടലിന് തയ്യാറല്ലാതിരുന്ന സോഷ്യലിസ്റ്റുകാരാകട്ടെ, കോൺഗ്രസിന്റെ പരിപാടി "കൂടുതൽ വിശ്വസ്തതയോടെയും കൂടുതൽ ഊർജസ്വലതയോടെയും" നടപ്പാക്കി.

സോവിയറ്റ് യൂണിയനോടും ഫാസിസ്റ്റ് ശക്തികളോടും കൂടിയാലോചന നടത്തണമെന്ന് ചിന്തിച്ചിരുന്ന ഒരു വിഭാഗം ഇടതുപക്ഷത്തുതന്നെ ഉണ്ടായിരുന്നു (സുഭാഷ് ചന്ദ്രബോസ് ആയിരുന്നു അതിന്റെ നേതാവ്). ഈ രണ്ടുകൂട്ടരും പരസ്പരസഖ്യത്തിലാണ്, ബ്രിട്ടീഷ് ഭരണാധികാരികൾക്ക് എതിരുമാണ് എന്ന വസ്തുത, സ്വാതന്ത്ര്യസമരത്തിൽ ഇന്ത്യക്ക് സഹായകമായിരിക്കും എന്നായിരുന്നു അവരുടെ കണക്കുകൂട്ടൽ.

നേരെമറിച്ച് ബോസ് കാണിച്ചുതന്ന മാർഗം പിന്തുടരാൻ കമ്യൂണിസ്റ്റുകാർ തയ്യാറായിരുന്നില്ല. തങ്ങളുടെ ഫാസിസ്റ്റ് വിരുദ്ധ സമരം അവർ തുടർന്നു. യുദ്ധത്തിന്റെ സാമ്പത്തിക ദുരന്തങ്ങൾക്ക് എതിരായി അധ്വാനിക്കുന്ന ജനവിഭാഗങ്ങളുടെ സമരങ്ങൾക്ക് ഊന്നൽ നൽകിക്കൊണ്ട് അവർ രാജ്യത്തെങ്ങും ആവേശകരമായ പ്രചാരണ പ്രക്ഷോഭങ്ങൾ നടത്താൻ തുടങ്ങി. യുദ്ധകാലത്തുണ്ടായ വിലക്കയറ്റം സമീകരിക്കുന്നതിന് ക്ഷാമബത്ത വർധിപ്പിക്കണം എന്ന് ആവശ്യപ്പെട്ടുകൊണ്ട് ബോംബെയിലും മറ്റ് കേന്ദ്രങ്ങളിലും നടന്ന തൊഴിലാളിവർഗ പണിമുടക്കുകൾ, പാർട്ടിക്ക് കുറച്ചൊക്കെ ബഹുജനപിന്തുണയുള്ള പ്രദേശങ്ങളിലെല്ലാം നടന്ന ഉശിരൻ കർഷകസമരങ്ങൾ-യുദ്ധം പൊട്ടിപ്പുറപ്പെട്ടതിനെ തുടർന്നുള്ള മാസങ്ങളുടെ സവിശേഷ സ്വഭാവവിശേഷങ്ങളായിരുന്നു അവയൊക്കെ.

ഈ കാലഘട്ടത്തിലാണ് പാർട്ടിയുടെ അഖിലേന്ത്യാ ലൈൻ പിന്തുടർന്നുകൊണ്ട് കേരളത്തിലെ കോൺഗ്രസ് സോഷ്യലിസ്റ്റുകാർ അഖിലേന്ത്യാ നേതൃത്വവുമായി വഴിപിരിയാനും സി പി ഐയുടെ കേരള ഘടകമായി സ്വയം മാറാനും തീരുമാനിച്ചത്. തീർത്തും നിയമവിരുദ്ധമായ രീതിയിൽ ഒരു സംഘടന മുമ്പുതന്നെ രൂപീകരിച്ചിരുന്നു. അധികം പേർക്കും അതറിയാമായിരുന്നില്ല. എന്നാൽ 1939 അവസാനത്തോടെ അർധ നിയമവിരുദ്ധാവസ്ഥയിൽ ചേർന്ന സമ്മേളനത്തിൽ സി പി ഐയുടെ കേരളഘടകത്തിന്റെ ആവിർഭാവം പരസ്യമായി പ്രഖ്യാപിക്കപ്പെട്ടു. ഈ പുതിയ സംഘടനയുടെ പ്രവർത്തനങ്ങൾ പൂർണമായും അണ്ടർഗ്രൗണ്ടിൽതന്നെ സംഘടിപ്പിക്കേണ്ടതുണ്ടായിരുന്നു. യുദ്ധം പൊട്ടിപ്പുറപ്പെട്ടതോടെ കോൺഗ്രസ് സോഷ്യലിസ്റ്റ പാർട്ടിയുടെ പല നേതാക്കൻമാരും ഒന്നുകിൽ അറസ്റ്റ് ചെയ്യപ്പെട്ടിരുന്നു; അല്ലെങ്കിൽ വ്യക്തിപരമായ അടിസ്ഥാനത്തിൽ രഹസ്യ പ്രവർത്തനം ആരംഭിച്ചു കഴിഞ്ഞിട്ടുണ്ടായിരുന്നു. ഇതിൽ രണ്ടാമത് പറഞ്ഞ തരത്തിലുള്ള പ്രവർത്തനങ്ങൾ ഇതോടെ സംഘടിതമായ അണ്ടർഗ്രൗണ്ട് പ്രവർത്തനമായി മാറി.

പാർട്ടിയുടെ അണ്ടർഗ്രൗണ്ടിലുള്ള സംസ്ഥാന കേന്ദ്രവും സെല്ലുകൾ വരെയുള്ള കീഴ്ഘടകങ്ങളും നിലവിൽ വന്നു. സോഷ്യലിസ്റ്റ്-കമ്യൂണിസ്റ്റുകാർക്ക് പ്രവർത്തിക്കാൻ കഴിയുന്ന ഒരേയൊരു പരസ്യവേദിയായിരുന്ന (ഇടതുപക്ഷ നേതൃത്വത്തിലുള്ള) കേരള പ്രവിശ്യാ കോൺഗ്രസ് കമ്മിറ്റിയെ കോൺഗ്രസ് ഹൈക്കമാന്റ് പിരിച്ചുവിട്ടിരുന്നതിനാൽ ഇത് പ്രത്യേകിച്ചും ആവശ്യമായിരുന്നു. ശരിക്കും പാർട്ടിയുടെ പേരിൽതന്നെ രാഷ്ട്രീയ പ്രവർത്തനം നടത്തേണ്ടതുണ്ടായിരുന്നു-അതും രഹസ്യമായിട്ടും. നിയമവിരുദ്ധമായി നടത്തിയ ചുവരെഴുത്തുകളും അച്ചടിച്ച നോട്ടീസുകളും ലഘുലേഖകളും സാർവദേശീയ ദേശീയ സംഭവവികാസങ്ങളെക്കുറിച്ചുള്ള പാർട്ടിയുടെ വിലയിരുത്തൽ അടങ്ങിയ പാർട്ടി അംഗങ്ങൾക്കുള്ള നിയമവിരുദ്ധ പ്രതിവാര കത്തുകൾ; ഫാക്ടറികളിൽ വളരെ വിദഗ്ധമായി സംഘടിപ്പിക്കപ്പെട്ട പണിമുടക്കുകളും പ്രകടനങ്ങളും പോലുള്ള പരസ്യ പ്രവർത്തനങ്ങൾ - ഇത്തരം പ്രവർത്തനങ്ങളിലൂടെ നിയമവിരുദ്ധമായി പ്രവർത്തിക്കുന്ന പാർട്ടി സംഘടനയുടെ സാന്നിധ്യം ജനങ്ങൾക്ക് അനുഭവപ്പെട്ടു.

ഈ പ്രവർത്തനങ്ങൾ ഉച്ചകോടിയിലെത്തിയ 1940-42 കാലഘട്ടം കേരളത്തിലെ രാഷ്ട്രീയത്തിന്റെ ചരിത്രത്തെ സംബന്ധിച്ചിടത്തോളം ഒരു വഴിത്തിരിവായിരുന്നു. അത്രനാളും ജനങ്ങൾക്ക് പരിചിതമായിരുന്ന പ്രവർത്തനങ്ങളിൽനിന്ന് വ്യത്യസ്തമായ പുതിയ രീതിയിലുള്ള രാഷ്ട്രീയം, പുതിയ രീതിയിലുള്ള പാർട്ടി, പുതിയ രീതിയിലുള്ള രാഷ്ട്രീയ പ്രവർത്തനങ്ങൾ - അവയോടൊപ്പം ഉശിരൻ സമരങ്ങളുടെ പരമ്പരയും ആരംഭിച്ചു. 1940 സെപ്തംബർ 15-ന്റെ മർദനവിരുദ്ധ പ്രതിഷേധ പ്രകടനം സംഘട്ടനങ്ങളിലും വെടിവെപ്പിലുമാണ് ചെന്ന് കലാശിച്ചത്. ഏതാനും കമ്യൂണിസ്റ്റുകാരും ഒരു പൊലീസ് ഇൻസ്പെക്ടർ അടക്കം ചില പൊലീസുകാരും മരിച്ചുവീണു. തിരഞ്ഞെടുക്കപ്പെട്ട പ്രവിശ്യാ കോൺഗ്രസ് കമ്മിറ്റിയെ പിരിച്ചുവിടാനുള്ള മറയായി കോൺഗ്രസ് ഹൈക്കമാന്റ് ഇതിനെ ഉപയോഗപ്പെടുത്തി. കയ്യൂരിൽ നടന്ന മറ്റൊരു ഉശിരൻ പ്രകടനം ഒരു പൊലീസ് കോൺസ്റ്റബിളിന്റെ മരണത്തിലാണ് ചെന്നെത്തിയത്. നാല് പ്രവർത്തകർ തൂക്കിക്കൊല്ലപ്പെടുന്നതിന് അതിടയാക്കി.

ഒരുവശത്ത് കോൺഗ്രസ് നേതൃത്വവും മറ്റ് ബൂർഷ്വാ സംഘടനകളും പിന്തുടർന്നുവന്ന രാഷ്ട്രീയലൈനും മറുവശത്ത് കമ്യൂണിസ്റ്റ് പാർട്ടി തുടർന്നുവരുന്ന ലൈനും തമ്മിലുള്ള വ്യത്യാസം വ്യക്തമായും തിരിച്ചറിയാൻ ഇത്തരം സംഭവവികാസങ്ങൾ ജനങ്ങളെ സഹായിച്ചു. പാർട്ടിയുടെ നേതാക്കൻമാരിൽ ഒരാൾക്കുപോലും ജനങ്ങളുടെ മുന്നിൽ പരസ്യമായി പ്രത്യക്ഷപ്പെടാൻ കഴിഞ്ഞില്ലെങ്കിലും പാർട്ടിയുടെ സാന്നിധ്യം എല്ലായിടത്തും അനുഭവപ്പെട്ടു - തിരുവിതാംകൂർ കൊച്ചി എന്നീ രണ്ട് നാട്ടുരാജ്യങ്ങളിലും മലബാറിലും തൊട്ടടുത്ത കർണാടകത്തിലെ തെക്കൻ കനറയിലും.

യുദ്ധം ഒരു പുതിയ വഴിത്തിരിവിലെത്തിയപ്പോൾ മാത്രമാണ് അക്കാലത്തെ അണ്ടർഗ്രൗണ്ട് പ്രവർത്തനങ്ങൾക്ക് അറുതിവന്നത്. നാസി ജർമനി സോവിയറ്റ് യൂണിയനെതിരായി യുദ്ധം അഴിച്ചുവിടുകയും തുടർന്ന് ഏഷ്യൻ യുദ്ധക്കളങ്ങളിലേക്ക് ജപ്പാൻ പ്രവേശിക്കുകയും ചെയ്തതാണ് ആ ഗതിമാറ്റം. ബ്രിട്ടീഷുകാരെ സംബന്ധിച്ചിടത്തോളം ഇന്ത്യൻ രാഷ്ട്രീയത്തെക്കുറിച്ച് ഒരു പുതിയ കാഴ്ചപ്പാട് സ്വീകരിക്കേണ്ടത് ഈ സംഭവവികാസങ്ങൾമൂലം അനിവാര്യമായിത്തീർന്നു. അവർ കോൺഗ്രസ് നേതാക്കന്മാരെ വിട്ടയച്ചു. യുദ്ധത്തിൽ അവരെക്കൂടി പങ്കെടുപ്പിക്കുക എന്ന കാഴ്ചപ്പാടോടുകൂടി അവർ ഗൗരവബോധത്തോടെയുള്ള ചർച്ച ആരംഭിച്ചു. അതേ അവസരത്തിൽ തന്നെ ഇന്ത്യൻ കമ്യൂണിസ്റ്റുകാരുടെ കാര്യത്തിൽ ഒരു പുതിയ സമീപനം സ്വീകരിക്കുന്നത് അവസരോചിതമായിരിക്കും എന്നവർ കണ്ടു. പാർട്ടിയുടെ മേലുള്ള നിരോധനം നീക്കുക, പാർട്ടിയുടെ പല നേതാക്കളെയും വിട്ടയക്കുക, മറ്റുള്ളവരുടെ പേരിലുള്ള വാറണ്ടുകൾ പിൻവലിക്കുക തുടങ്ങിയവയ്ക്കൊക്കെ അവർ തയ്യാറായി. അങ്ങനെ ഒരു ആപ്പീസ് തുറക്കുന്നതിനും പ്രതിവാരപത്രം ആരംഭിക്കുന്നതിനും പരസ്യമായി പ്രവർത്തിക്കുന്നതിനും പാർട്ടിക്ക് കഴിയുമെന്നായി.

11

ഇന്ത്യ : രണ്ടാം ലോകമഹായുദ്ധകാലത്ത്

സോവിയറ്റ്-ജർമൻ അനാക്രമണസന്ധി ഒപ്പിട്ട് ഏതാനും ദിവസങ്ങൾക്കുള്ളിൽതന്നെ നാസിജർമനി, പോളണ്ടിനുനേർക്ക് മുൻപിൻ നോക്കാതെയുള്ള ആക്രമണം അഴിച്ചുവിട്ടു. അങ്ങനെയാണ് രണ്ടാം ലോകമഹായുദ്ധം ആരംഭിച്ചത്. അതിനാൽ യുദ്ധം പൊട്ടിപ്പുറപ്പെട്ടതിന് ലോകത്തെങ്ങുമുള്ള കമ്യൂണിസ്റ്റ് വിരുദ്ധർ സോവിയറ്റ് യൂണിയനെ കുറ്റപ്പെടുത്തി. സോവിയറ്റ് യൂണിയൻ ആ കരാറിൽ ഒപ്പിട്ടിരുന്നില്ലെങ്കിൽ രണ്ടു വശത്തും യുദ്ധമുണ്ടാകുമെന്ന് ഭയപ്പെട്ട് ഹിറ്റ്ലർ പോളണ്ടിനെ ആക്രമിക്കുമായിരുന്നില്ല എന്നാണവരുടെ വാദം. ഭാഗ്യക്കേട് പിടിച്ച പോളണ്ട് എന്ന രാജ്യത്തെ നാസിജർമനിയും സോവിയറ്റ് യൂണിയനും ഭാഗിച്ചെടുക്കുകയാണോ എന്നു തോന്നത്തക്കവിധത്തിലാണ് ആ രാജ്യത്തിന്റെ അതിർത്തിയിലെ സംഘട്ടനങ്ങൾ കലാശിച്ചത് എന്നതുകൊണ്ട് ഈ വാദത്തിന് ശക്തികൂടുകയും ചെയ്തു.

പോളണ്ടിന് നേരെ നാസി ജർമനി നടത്തിയ ആക്രമണത്തെ ജർമനിക്ക് എതിരായി യുദ്ധം പ്രഖ്യാപിക്കാൻ മതിയായ കാരണമാക്കിയെടുക്കുകയാണ് യൂറോപ്പിലെ പ്രമുഖ മുതലാളിത്ത രാഷ്ട്രങ്ങൾ (ബ്രിട്ടനും ഫ്രാൻസും) ചെയ്തത്. ദുർബലമായ യൂറോപ്യൻ രാജ്യങ്ങളെയെല്ലാം കീഴടക്കാൻ കച്ചകെട്ടിയിറങ്ങിയിട്ടുള്ള ഫാസിസത്തിനെതിരെ പടവെട്ടുന്ന ചാമ്പ്യൻമാരായിട്ടാണ് അവർ തങ്ങളെ സ്വയം ചിത്രീകരിച്ചത്. പോളണ്ടിന് നേരെ ആക്രമണം ഉണ്ടാകുന്നതിന് എത്രയോ മുമ്പുതന്നെ സോവിയറ്റ് യൂണിയൻ യൂറോപ്യൻ മുതലാളിത്ത ശക്തികളുടെ മുന്നിൽ മൂർത്തമായ ഒരു നയതന്ത്ര-സൈനിക നിർദേശം അവതരിപ്പിക്കുകയുണ്ടായി. ഫാസിസ്റ്റ് കടന്നാക്രമണത്തിന് ഇരയാവുന്ന രാജ്യങ്ങളുടെ സംയുക്തമായ ചെറുത്തുനിൽപ്പിന് അതിടയാക്കുമായിരുന്നു-പക്ഷേ അവരിക്കാര്യം ബോധപൂർവം മറച്ചുവെക്കുകയാണുണ്ടാ

യത്. ആ നിർദേശം അംഗീകരിക്കപ്പെട്ടിരുന്നുവെങ്കിൽ നാസി ജർമനി കിഴക്കോട്ടോ പടിഞ്ഞാറോട്ടോ ആക്രമണം നടത്തുമ്പോൾ പാശ്ചാത്യ മുതലാളിത്ത ശക്തികളുടെയും സോവിയറ്റ് യൂണിയന്റെയും സൈന്യങ്ങൾ ഒന്നിച്ചുചേർന്ന് സംയുക്തമായ ചെറുത്തുനിൽപ്പ് നടത്തുമായിരുന്നു.

പക്ഷേ പാശ്ചാത്യ മുതലാളിത്തശക്തികൾ ഈ നിർദേശത്തെ ബോധപൂർവം തള്ളിക്കളയുകയാണുണ്ടായത്. കാരണം നാസി ജർമനിയുമായി ഒരു യുദ്ധത്തിലേക്ക് സോവിയറ്റ് യൂണിയനെ എങ്ങനെയെങ്കിലും കൊണ്ടുചെന്നെത്തിക്കുക, അതേ അവസരത്തിൽ പാശ്ചാത്യശക്തികളുടെ ഭാഗത്തുനിന്ന് നീക്കമൊന്നും ഉണ്ടാവാതിരിക്കുക എന്ന അവരുടെ തന്ത്രം അതുമൂലം പൊളിയുമായിരുന്നു. അവരുടെ തന്ത്രം വിജയിച്ചിരുന്നുവെങ്കിൽ സോവിയറ്റ് യൂണിയനും നാസി ജർമനിയും തമ്മിൽ യുദ്ധം ഉണ്ടാകുമായിരുന്നു. ആ യുദ്ധത്തിൽ പങ്കാളികളായിട്ടല്ലാതെ, കാഴ്ചക്കാരായി പാശ്ചാത്യശക്തികൾ നിലനിൽക്കുമായിരുന്നു. ശക്തരായ ഈ രണ്ട് സൈനികരാജ്യങ്ങൾ പരസ്പരം ഏറ്റുമുട്ടി വേണ്ടത്ര ദുർബലങ്ങളായി തീരുമ്പോൾ പാശ്ചാത്യ മുതലാളിത്ത രാജ്യങ്ങൾക്ക് ആ യുദ്ധത്തിൽ ഇടപെടാനും തങ്ങളുടെ സ്വാർഥതാൽപര്യങ്ങൾക്കനുസരിച്ച് യൂറോപ്പിലെ പ്രശ്നങ്ങൾ പരിഹരിക്കാനും കഴിയുമായിരുന്നു.

സംഭവങ്ങൾ ആ വഴിക്ക് നീങ്ങാതിരിക്കാൻ വേണ്ടിയാണ് നാസി ജർമനിയുമായി അനാക്രമണസന്ധിയിൽ ഒപ്പുവെക്കാൻ സോവിയറ്റ് യൂണിയൻ തീരുമാനിച്ചത്. ഇതുമൂലം സോവിയറ്റ് യൂണിയന് ശ്വാസം വിടാനുള്ള സമയം ലഭിച്ചു. കാരണം നാസി ജർമനി ഈ സമയം തങ്ങളുടെ സൈന്യങ്ങളെ കേന്ദ്രീകരിച്ചത് പടിഞ്ഞാറൻ മുന്നണിയിലായിരുന്നു. അതിനാൽ ബ്രിട്ടനും ഫ്രാൻസും നാസിജർമനിക്കെതിരായി യുദ്ധം പ്രഖ്യാപിച്ച് ഏതാനും ദിവസങ്ങൾക്കുള്ളിൽതന്നെ പോളണ്ടിലെ പണിതീർക്കാനും തങ്ങളുടെ ശ്രദ്ധ മുഴുവനും പടിഞ്ഞാറൻ യൂറോപ്പിൽ കേന്ദ്രീകരിക്കാനും നാസികൾക്ക് കഴിഞ്ഞു. ഫ്രാൻസും മറ്റെല്ലാ ചെറുകിട പശ്ചിമയൂറോപ്യൻ ശക്തികളും അടിയറവ് പറയാൻ ഏതാനും മാസങ്ങളേ വേണ്ടിവന്നുള്ളൂ. ഇതിനകം ഫാസിസ്റ്റ് ഇറ്റലിയും ഫ്രാങ്കോവിന്റെ സ്പെയിനും നാസിജർമനിയുമായി കൂട്ടുകെട്ടുണ്ടാക്കിക്കഴിഞ്ഞിരുന്നു. അങ്ങനെ പശ്ചിമയൂറോപ്പ് മുഴുവൻ നാസിഭരണത്തിന്റെ അധീനതയിലായിത്തീർന്നു. യൂറോപ്പ് വൻകരയിൽ നിന്ന് ബ്രിട്ടീഷ് ദ്വീപുകളെ വേർതിരിക്കുന്ന കടൽ ഇല്ലായിരുന്നുവെങ്കിൽ, ബ്രിട്ടന്റെയും ഗതി അതുതന്നെയാകുമായിരുന്നു. എന്നിട്ടുപോലും ഭീകരവും നിരന്തരവുമായ വ്യോമാക്രമണത്തിന് ബ്രിട്ടീഷ്ജനത വിധേയമാക്കപ്പെട്ടു. ലണ്ടന്റെയും മറ്റ് ബ്രിട്ടീഷ് നഗരങ്ങളുടെയും പല ഭാഗങ്ങളും നശിപ്പിക്കപ്പെട്ടു.

ബ്രിട്ടന്റെമേൽ ഇങ്ങനെ സൈനികമായ സമ്മർദം ചെലുത്തുമ്പോൾ അതോടൊപ്പംതന്നെ, നാസിനേതാക്കൻമാർ ആസൂത്രിതമായി

നയതന്ത്രപരമായ ആക്രമണവും അതിവിദഗ്ധമായി നടത്തുന്നുണ്ടായിരുന്നു. ബ്രിട്ടീഷ് ഗവൺമെന്റുമായി ബന്ധപ്പെടുകയും ബ്രിട്ടീഷ്-ജർമൻ കരാറിൽ എത്തിച്ചേരുകയും ചെയ്യുക എന്ന ദൗത്യത്തോടെ ഒരു നയതന്ത്ര ഉദ്യോഗസ്ഥനെ (ഹെസ്സ്) ബ്രിട്ടനിൽ വിമാനത്തിൽ കൊണ്ടുവന്നിറക്കി. സോവിയറ്റ് യൂണിയനെതിരായ ജർമൻ-ബ്രിട്ടീഷ് കടന്നാക്രമണത്തിന്റെ തുടക്കമായിരിക്കും അത് എന്നാണ് കണക്കാക്കപ്പെടുന്നത്.

പക്ഷേ നാസി നേതൃത്വത്തിന്റെ ഈ വൻപദ്ധതിയാകെ ലക്ഷ്യം പിഴച്ചുപോയി. നാസികളുടെ നേതൃത്വത്തിലുള്ള സോവിയറ്റ് വിരുദ്ധ യുദ്ധത്തിന്റെ ഫലം ആത്യന്തികമായി ചെന്നെത്തുക വൻശക്തിയെന്നുള്ള ബ്രിട്ടന്റെ പദവി യൂറോപ്യൻ വൻകരയിലെ ചെറിയ ശക്തികളുടെ പദവിയിലേക്ക് (നാസി ജർമനിയുടെ ആശ്രിതരാജ്യങ്ങളുടെ പദവിയിലേക്ക്) ഇടിച്ചുതാഴ്ത്തുന്നതിലേക്കായിരിക്കും എന്ന് ബ്രിട്ടീഷ് ജനതക്കും ഭരണവൃത്തങ്ങൾക്കും അറിയാമായിരുന്നു. 'ഹെസ്സിന്റെ ദൗത്യം' അങ്ങനെ കുഴപ്പത്തിലാണ് ചെന്ന് കലാശിച്ചത്. ആ മനുഷ്യൻ തടവുകാരനാക്കപ്പെട്ടു. പല പതിറ്റാണ്ടുകൾ കഴിഞ്ഞ് ഒടുവിൽ ജയിലിൽ കിടന്ന് അയാൾ മരിക്കുകയാണുണ്ടായത്.

സോവിയറ്റ് യൂണിയൻ ആസൂത്രണം ചെയ്ത തന്ത്രത്തിന്റെ (സോവിയറ്റ് യൂണിയനെയും ജർമനിയെയും ദുർബലപ്പെടുത്തുന്ന, നേരിട്ടുള്ള സോവിയറ്റ്-ജർമൻ യുദ്ധം ഒഴിവാക്കുക എന്ന തന്ത്രത്തിന്റെ) അനന്തരഫലം, സോവിയറ്റ് യൂണിയന് ശ്വാസം വിടാൻ സമയം കിട്ടി എന്നതാണ്. എന്നുമാത്രമല്ല, പാശ്ചാത്യ മുതലാളിത്ത ശക്തികൾ തോൽക്കുകയോ ദുർബലമായിത്തീരുകയോ ചെയ്തതുമൂലം സോവിയറ്റ് യൂണിയനെതിരായി എല്ലാവരും ഉൾക്കൊള്ളുന്ന മുതലാളിത്ത ശക്തികളുടെ ഐക്യമുന്നണി ഉരുത്തിരിഞ്ഞുവരുന്നതിനെ തടയാനും കഴിഞ്ഞു. തുടർന്ന് നാസി കൊള്ളക്കൂട്ടം കിഴക്കോട്ട് സോവിയറ്റ് യൂണിയന്റെ നേരെ തിരിഞ്ഞപ്പോൾ പാശ്ചാത്യ യൂറോപ്യൻ മുതലാളിത്ത ശക്തികൾക്ക് നിസംഗരായ കാഴ്ചക്കാരെപോലെ നോക്കിനിൽക്കാൻ വയ്യാത്ത അവസ്ഥ വന്നു. നാസികൾക്ക് എതിരായി രണ്ട് മുന്നണികളിൽ യുദ്ധം എന്ന ആശയം (പടിഞ്ഞാറുനിന്നും കിഴക്കുനിന്നും) തത്വത്തിൽ അംഗീകരിക്കേണ്ടിവന്നു. ഈ പദ്ധതി നടപ്പാക്കുന്ന കാര്യത്തിൽ പാശ്ചാത്യമുതലാളിത്ത രാജ്യങ്ങളുടെ നേതാക്കൻമാർ തരാതരംപോലെ മാറിക്കൊണ്ടിരുന്നുവെങ്കിലും സോവിയറ്റ് സൈന്യവും സോവിയറ്റ് ജനതയും നടത്തിക്കൊണ്ടിരുന്ന പ്രത്യാക്രമണം നാസികൾക്ക് തകർപ്പൻ അടി നൽകിക്കൊണ്ട് ശക്തിപ്പെട്ടുവന്നു. എന്നുമാത്രമല്ല കിഴക്ക് സോവിയറ്റ് യൂണിയൻ നടത്തിക്കൊണ്ടിരിക്കുന്ന ആക്രമണത്തിന് അനുബന്ധമായി പടിഞ്ഞാറ് ഒരു രണ്ടാം മുന്നണി തുറക്കണം എന്ന ആവശ്യം പാശ്ചാത്യ മുതലാളിത്ത രാജ്യങ്ങളിലെ ബഹുജനങ്ങളിൽ നിന്ന് ശക്തിയായി ഉയർന്നുതുടങ്ങി. യുദ്ധത്തിന്റെ അവസാനദിവസങ്ങളായപ്പോഴേക്ക് , മുതലാളിത്ത ശക്തി

കളും സോവിയറ്റ് യൂണിയനും തങ്ങളുടെ യുദ്ധതന്ത്രങ്ങൾ നാസികളെ കീഴടങ്ങാൻ നിർബന്ധിക്കത്തക്ക നിലയിൽ സമന്വയിപ്പിച്ചുകൊണ്ടിരുന്നു.

യുദ്ധത്തിന്റെ ശക്തി യഥാർഥത്തിൽ ഏത് വഴിക്കായിരിക്കും എന്ന് സ്വാഭാവികമായും തുടക്കത്തിൽ പ്രവചിക്കാൻ കഴിയുമായിരുന്നില്ലല്ലോ. അക്കാലത്തെ സോവിയറ്റ് നേതൃത്വം അനാക്രമണ സന്ധിയുടെ പ്രാധാന്യത്തെ വളരെപെരുപ്പിച്ച് കാണുകയും നാസി നേതാക്കൻമാർ ആസൂത്രണം ചെയ്തുകൊണ്ടിരുന്ന വഞ്ചനയുടെ ഗൗരവം കുറച്ചുകാണുകയുമാണുണ്ടായത് എന്നും അന്ന് മനസിലാക്കാൻ കഴിയുമായിരുന്നില്ല. (സോവിയറ്റ് ചരിത്രകാരൻമാർ പിന്നീടങ്ങനെ വെളിപ്പെടുത്തിയിട്ടുണ്ട്) എന്നാൽ അബദ്ധജഡിലമായ ഈ കണക്കുകൂട്ടലുകൾ ഒഴിവാക്കാൻ കഴിഞ്ഞിരുന്നുവെങ്കിൽ നാസി ആക്രമണത്തിന്റെ ആദ്യത്തെ ഏതാനും മാസക്കാലത്ത് സോവിയറ്റ് യൂണിയനുണ്ടായ നാശനഷ്ടങ്ങൾ കുറക്കാൻ കഴിയുമായിരുന്നു എന്ന കാര്യത്തിൽ സംശയമില്ല. എന്നാൽ മേൽസൂചിപ്പിച്ച പാകപ്പിഴകളൊക്കെ ഉണ്ടെങ്കിലും മുതലാളിത്ത ശക്തികൾ അവലംബിച്ച തന്ത്രങ്ങളോടുള്ള സോവിയറ്റ് യൂണിയന്റെ പ്രതികരണം ഏറെക്കുറെ ശരിയായിരുന്നു. ജർമനിയുമായുണ്ടാക്കിയ അനാക്രമണ സന്ധിയിലൂടെ ലഭിച്ച ശ്വാസം വിടാനുള്ള സമയം മൂലമാണ്, പശ്ചിമയൂറോപ്യൻ മുതലാളിത്ത ശക്തികളുടെ തന്ത്രങ്ങളെ പൂർണമായും പരാജയപ്പെടുത്താൻ കഴിഞ്ഞത്. അവർ നാസികളോട് ഏറ്റുമുട്ടാൻ നിർബന്ധിതരായിത്തീർന്നതും തോറ്റതും അതുകൊണ്ടാണ്. ഒടുവിൽ രൂപംകൊണ്ട ഫാസിസ്റ്റ് വിരുദ്ധ സഖ്യത്തിൽ സോവിയറ്റ് യൂണിയനോടൊപ്പം നിൽക്കാൻ അവർ നിർബന്ധിതരായിത്തീർന്നതും അതുകൊണ്ടാണ്.

ഇന്ത്യയിലെ പ്രത്യേകിച്ചും കേരളത്തിലെ സോഷ്യലിസ്റ്റ്-കമ്യൂണിസ്റ്റുകാർ സാർവദേശീയ രാഷ്ട്രീയത്തിലെ ഇത്തരം സൂക്ഷ്മാംശങ്ങളുമായി പതുക്കെപ്പതുക്കെ പരിചയപ്പെട്ട് വരുന്നതേയുണ്ടായിരുന്നുള്ളൂ. ഇന്ത്യയിലെയും വിദേശത്തെയും കമ്യൂണിസ്റ്റ് നേതാക്കൻമാർ നൽകിയ വിശദീകരണങ്ങളും വിവരണങ്ങളും അവർക്ക് പുതിയ അറിവ് നൽകി. (യഥാർഥത്തിൽ ഈ മേഖലയെക്കുറിച്ച് അവർ അജ്ഞരായിരുന്നു) ബ്രിട്ടനിലെയും ഫ്രാൻസിലെയും പ്രധാനമന്ത്രിമാർ, ഫാസിസ്റ്റ് വിരുദ്ധ രാഷ്ട്രീയത്തിന്റെ പേരിൽ നടത്തുന്ന കാപട്യം കാണാൻ അവർക്ക് കഴിഞ്ഞു. സോവിയറ്റ് യൂണിയൻ മുന്നോട്ട് വെച്ച ഫാസിസ്റ്റ് വിരുദ്ധ ഐക്യമുന്നണി എന്ന ആശയം അംഗീകരിക്കാൻ യൂറോപ്യൻ മുതലാളിത്ത ശക്തികൾ തയ്യാറാവാതിരുന്നതുകൊണ്ട് അവർ അപമാനിതരായിത്തീർന്നു. അവരുടെ അഹങ്കാരത്തിന് അടിയേറ്റു-ഈ വസ്തുതയും ഇന്ത്യൻ കമ്യൂണിസ്റ്റുകാർക്ക് മനസിലായി. യഥാർഥം പറഞ്ഞാൽ ഫ്രഞ്ച്-ബ്രിട്ടീഷ് പ്രധാനമന്ത്രിമാർക്ക് തങ്ങളുടെ സ്വന്തം ദേശീയ താൽപര്യങ്ങൾ സംരക്ഷിക്കുന്നതിനേക്കാൾ സോവി

യറ്റ് യൂണിയനോടും ലോക കമ്യൂണിസ്റ്റ് പ്രസ്ഥാനത്തോടും തങ്ങൾക്കുള്ള വെറുപ്പ് നിലനിർത്തുന്നതിലായിരുന്നു കൂടുതൽ താൽപര്യം. ഫ്രാൻസും മറ്റ് പാശ്ചാത്യ മുതലാളിത്തരാജ്യങ്ങളും നിലംപതിച്ചതും അതേവിധത്തിലുള്ള ഹതവിധിയിൽനിന്ന് ബ്രിട്ടൻ തലനാരിഴക്ക് രക്ഷപ്പെട്ടതും-മുമ്പവർ ആസൂത്രണം ചെയ്ത സോവിയറ്റ് വിരുദ്ധ തന്ത്രത്തിന്റെ അനന്തരഫലമായിട്ടാണ് അതുരണ്ടും വീക്ഷിക്കപ്പെട്ടത്. യൂറോപ്പിലെ തങ്ങളുടെ രണ്ട് പ്രമുഖ ശത്രുക്കളെ (ജർമനിയെയും സോവിയറ്റ് യൂണിയനെയും) ഒരേ സമയത്ത് ദുർബലമാക്കിത്തീർക്കാം എന്ന അവരുടെ ആദ്യത്തെ കണക്കുകൂട്ടൽ പൊളിഞ്ഞു. സോവിയറ്റ് ചെമ്പടയും ജനങ്ങളും നാസിവിരുദ്ധ ശക്തികളുടെ കൂടെ കൂടുന്നതു വരെ നാസികളുടെ കടന്നാക്രമണത്തെ ഒറ്റക്ക് നിന്നുനേരിടാൻ അവർ നിർബന്ധിതരായിത്തീർന്നു.

എന്നാൽ ഇതൊരു അപ്രധാനഘടകം മാത്രമായിരുന്നു. ബ്രിട്ടനടക്കം പാശ്ചാത്യ മുതലാളിത്ത രാഷ്ട്രങ്ങൾക്കേറ്റ മാനഹാനി, ഇന്ത്യയുടെ സ്വാതന്ത്ര്യസമരത്തെ കൂടുതൽ ശക്തിപ്പെടുത്തുന്നതിനുള്ള അവസരമാക്കി ഉപയോഗപ്പെടുത്താമെന്ന് കമ്യൂണിസ്റ്റുകാരും മറ്റ് ഇടതുപക്ഷക്കാരും കണ്ടു. പ്രത്യേകിച്ചും സാമ്രാജ്യത്വത്തിനെതിരായി തൊഴിലാളി വർഗത്തിന്റെയും കൃഷിക്കാരുടെയും മറ്റ് അധ്വാനിക്കുന്ന ജനവിഭാഗങ്ങളുടെയും ഉശിരൻ സമരങ്ങൾ സംഘടിപ്പിക്കുന്നതിനുള്ള പദ്ധതിക്ക് കമ്യൂണിസ്റ്റ് പാർട്ടി രൂപംനൽകി. മഹാത്മാഗാന്ധിയുടെ നായകത്വത്തിൻ കീഴിലുള്ള കോൺഗ്രസ് നേതൃത്വത്തിന്റെ (ബ്രിട്ടീഷ് ഭരണാധികാരികളോട് തീർത്തും അനുഭാവമുള്ള) മുട്ടുവിറക്കുന്ന സമീപനത്തെക്കുറിച്ച് അവർക്ക് കടുത്ത വിമർശനം ഉണ്ടായിരുന്നു.

രാഷ്ട്രീയാധികാരം തങ്ങൾക്ക് വിട്ടുതരികയാണെങ്കിൽ മാത്രം, രാജ്യരക്ഷയുടെ കാര്യത്തിൽ ബ്രിട്ടീഷുകാരുമായി സഹകരിക്കാൻ തങ്ങൾ തയ്യാറാണെന്ന് ,നിരവധി പരസ്യപ്രസ്താവനകളിലൂടെ കോൺഗ്രസ് നേതൃത്വം വ്യക്തമാക്കുകയുണ്ടായി. എന്നാൽ ബ്രിട്ടീഷുകാർ ഇതിന് തയ്യാറല്ലാതിരുന്നതിനാൽ, അവർക്ക് പുറമേക്ക് സമരമനോഭാവം കാണിക്കേണ്ടതുണ്ടായിരുന്നു. ഇന്ത്യൻ ജനതയുടെ അഭിപ്രായങ്ങൾ കണക്കിലെടുക്കാതെ ഇന്ത്യയും യുദ്ധത്തിൽ പങ്കാളിയാണെന്ന് ബ്രിട്ടീഷ് ഗവൺമെന്റ് പ്രഖ്യാപിച്ചപ്പോൾ അതിൽ കോൺഗ്രസ് വർക്കിങ് കമ്മിറ്റി പ്രതിഷേധിച്ചുവെന്ന് മാത്രമല്ല ചില പ്രവിശ്യകളിൽ അപ്പോഴും നിലവിലുണ്ടായിരുന്ന കോൺഗ്രസ് മന്ത്രിസഭകൾ അതിൽ പ്രതിഷേധിച്ച് രാജിവെക്കുകയും ചെയ്തു. ബ്രിട്ടീഷ് ഭരണാധികാരികളിൽ ഇതൊരു ചലനവും സൃഷ്ടിച്ചില്ല. അതിനാൽ ഇന്ത്യയെ ബലംപ്രയോഗിച്ച് യുദ്ധത്തിലേക്ക് വലിച്ചിഴക്കുന്നതിനെതിരായി പ്രത്യക്ഷസമരം ആരംഭിക്കാൻ മഹാത്മാഗാന്ധിയെ അധികാരപ്പെടുത്താൻ കോൺഗ്രസ് തീരുമാനിച്ചു.

പക്ഷേ ബ്രിട്ടീഷുകാരുടെ യാതനകളോട് കോൺഗ്രസിനുള്ള

സഹതാപം അത്രമാത്രം തീവ്രമായിരുന്നതുകൊണ്ട് ശരിക്കും ശക്തമായ പ്രത്യക്ഷസമരങ്ങളൊന്നും കെട്ടഴിച്ച് വിടുകയുണ്ടാവില്ല എന്ന് വ്യക്തമാക്കപ്പെട്ടിരുന്നു. ലക്ഷക്കണക്കിനുപേർ പങ്കെടുക്കുന്ന കൂട്ടായ നിസ്സഹകരണ പ്രസ്ഥാനം വ്യക്തികളുടെ നിസ്സഹകരണ സമരമായി മാറ്റി. അതിൽ ആദ്യത്തെ വ്യക്തിസത്യഗ്രഹി മഹാത്മാഗാന്ധിയായിരിക്കും. ജവാഹർലാൽ നെഹ്റു അദ്ദേഹത്തെ പിന്തുടരും. യുദ്ധത്തിന്റെയും യുദ്ധവിരുദ്ധ ചെറുത്തുനിൽപ്പിന്റെയും പ്രശ്നത്തോടുള്ള ഈ സമീപനത്തെ കമ്യൂണിസ്റ്റുകാർ ശക്തിയായി അധിക്ഷേപിച്ചു. യുദ്ധത്തിനെതിരായി ഇന്ത്യൻ ജനതയെ അണിനിരത്തുന്ന കാര്യത്തിൽ പരാജയപ്പെട്ട സോഷ്യലിസ്റ്റ് പാർട്ടിയെ അവർ വിമർശിച്ചു. ഫാസിസ്റ്റ് അനുകൂലസമീപനം വെച്ചുപുലർത്തുകയും ഫാസിസ്റ്റ് ശക്തികളുടെ സഹായത്തോടുകൂടി ഇന്ത്യക്ക് സ്വാതന്ത്ര്യം നേടാൻ കഴിയുമെന്ന് കരുതുകയും ചെയ്തിരുന്ന ഫോർവേഡ് ബ്ലോക്കിനെയും വിമർശിച്ചു.

നിയമവിരുദ്ധമായി പ്രവർത്തിക്കുന്ന കമ്യൂണിസ്റ്റ് പാർട്ടി കേന്ദ്രത്തിന്റെ രണ്ട് പ്രധാന പ്രസിദ്ധീകരണങ്ങൾ (ബ്രിട്ടീഷുകാർക്കെതിരായി ഉശിരൻ ബഹുജനസമരങ്ങൾ നടത്താനുള്ള പരിപാടി വിവരിക്കുന്ന *പ്രോലിറ്റേറിയൻ പാത്ത്*, കോൺഗ്രസിന്റെയും സോഷ്യലിസ്റ്റ് പാർട്ടിയുടെയും ഫോർവേഡ് ബ്ലോക്കിന്റെയും നയങ്ങളെ ശക്തിയായി വിമർശിക്കുന്ന *പാർട്ടികളും രാഷ്ട്രീയവും* എന്ന ലഘുലേഖ) രാജ്യത്തെങ്ങുമുള്ള കമ്യൂണിസ്റ്റുകാർക്ക് ആശയപരമായ അടിത്തറ നൽകി, തൊഴിലാളിവർഗ സാർവദേശീയതയുടെയും തീവ്രവാദ ദേശീയതയുടെയും വികാരമുൾക്കൊണ്ടുകൊണ്ടുള്ള പരിശീലനം നൽകി, ദ്രുതഗതിയിൽ കമ്യൂണിസ്റ്റുകാരായി മാറിക്കൊണ്ടിരുന്ന കേരളത്തിലെ കോൺഗ്രസ് സോഷ്യലിസ്റ്റുകാരെ സംബന്ധിച്ചിടത്തോളം, കമ്യൂണിസത്തിന്റെ ഉജ്ജ്വലമായ ആശയം പ്രചരിപ്പിക്കുന്നതിനുള്ള പോരാട്ടത്തിലെ ആയുധങ്ങളായിത്തീർന്നു ഈ രണ്ട് പ്രസിദ്ധീകരണങ്ങൾ. മലയാളത്തിലേക്ക് തർജുമ ചെയ്ത് വ്യാപകമായി പ്രചരിപ്പിക്കപ്പെട്ട ഈ രണ്ട് രേഖകളും ആഴ്ചതോറും കൃത്യമായി ഇറങ്ങിക്കൊണ്ടിരുന്ന പാർട്ടിക്കത്തും, സഖാക്കളെ ബോധവാൻമാരാക്കുന്നതിന് പൂർണമായും ഉപയോഗിക്കപ്പെട്ടു.

12

ഉടച്ചുവാർക്കൽ

ആയിരത്തിത്തൊള്ളായിരത്തി മുപ്പത്തി ഒമ്പത്-നാൽപ്പത് കാലഘട്ടത്തിൽ അണ്ടർഗ്രൗണ്ടിൽ പോയ കോൺഗ്രസ് സോഷ്യലിസ്റ്റുകാർ ഇതിനകംതന്നെ കമ്യൂണിസ്റ്റുകാരായി സ്വയം മാറിത്തുടങ്ങിയിരുന്നു. അവർ അണ്ടർഗ്രൗണ്ടിൽ ആയിരുന്ന രണ്ടരക്കൊല്ലത്തെ പ്രവർത്തനത്തിനിടയിൽ ആ പ്രക്രിയ പൂർത്തിയായി. 1942 മധ്യത്തോടെ ഒന്നിലധികം അർഥത്തിൽ ഒരു പുതിയ പാർട്ടിയായി അവർ പുറത്തുവന്നു.

സംഘടനാപരമായി കോൺഗ്രസിന്റെ ഭാഗമായിത്തന്നെയിരിക്കുമ്പോഴാണ്, കോൺഗ്രസ് സോഷ്യലിസ്റ്റുകാർ, കമ്യൂണിസ്റ്റുകാരെന്ന നിലയിലുള്ള അണ്ടർഗ്രൗണ്ട് പ്രവർത്തനം ആരംഭിച്ചത്. അവരുടെ നേതാക്കൻമാർക്ക് അപ്പോഴും കേരള പ്രദേശ് കോൺഗ്രസ് കമ്മിറ്റിയുടെമേൽ നിയന്ത്രണമുണ്ടായിരുന്നു. (തിരുവിതാംകൂർ-കൊച്ചി നാട്ടുരാജ്യങ്ങളിലെ ജനകീയ സംഘടനകളും കേരള പ്രദേശ് കോൺഗ്രസ് കമ്മിറ്റിയും തന്നെയായിരുന്നു അവരുടെ പ്രധാന രാഷ്ട്രീയ പ്രവർത്തനവേദി) പൊതുജനങ്ങളുടെ ഇടയിൽ അപ്പോഴും അവർ സോഷ്യലിസ്റ്റുകാരായിട്ടാണ് അറിയപ്പെട്ടിരുന്നത്. അണിയറയിലാകട്ടെ, അവർ പ്രവർത്തിച്ചിരുന്നത് കമ്യൂണിസ്റ്റുകാരായിട്ടും. എന്നാൽ കോൺഗ്രസിനെ ഇടത്തോട്ടുനീക്കാൻ ശ്രമിച്ചുകൊണ്ടിരുന്ന ഇടതുപക്ഷ കോൺഗ്രസുകാരായിരുന്നു അവർ. അണ്ടർഗ്രൗണ്ട് പ്രവർത്തനം തുടങ്ങി ഒരു കൊല്ലത്തിനുള്ളിൽ കോൺഗ്രസ് സംഘടനയുടെ മേലുള്ള നിയന്ത്രണം അവർക്ക് നഷ്ടപ്പെട്ടു; അതിനാൽ കോൺഗ്രസിന്റേതിൽ നിന്ന് സ്വതന്ത്രമായി കമ്യൂണിസ്റ്റ് പാർട്ടിയുടെ പേരിൽ പ്രവർത്തിക്കാൻ അവർ നിർബന്ധിതരായിത്തീർന്നു.

1942 മധ്യത്തോടെ അവർ അണ്ടർഗ്രൗണ്ടിൽ നിന്ന് പുറത്തുവന്ന

പ്പോൾ കോൺഗ്രസിന്റേതിൽനിന്ന് തികച്ചും സ്വതന്ത്രമായ, തികച്ചും വ്യത്യസ്തമായ ഒരു പാർട്ടിയായി അവർ അംഗീകരിക്കപ്പെട്ടുകഴിഞ്ഞിരുന്നു. കോൺഗ്രസിന്റെ നയങ്ങളെ ഇടത്തോട്ടു നീക്കാൻ ഉദ്ദേശിച്ചുകൊണ്ടാണ് അവർ പ്രവർത്തിച്ചിരുന്നത്. എന്നതിനാൽ, ഇന്ത്യയെ യുദ്ധത്തിലേക്ക് വലിച്ചിഴച്ച ബ്രിട്ടീഷ് ഗവൺമെന്റിന്റെ മുന്നിൽ മുട്ട് വിറച്ചുനിന്ന കോൺഗ്രസ് നേതൃത്വത്തിന്റെ സമീപനത്തിൽ അവർ അക്ഷമരായിരുന്നു. കോൺഗ്രസിനോടുള്ള ഒരു രാഷ്ട്രീയ ഭീഷണിയായി, പ്രായോഗിക രാഷ്ട്രീയ ബദൽശക്തിയായി തങ്ങൾ വളർന്നുവരികയാണെന്ന്, രണ്ടരക്കൊല്ലക്കാലത്തെ അണ്ടർഗ്രൗണ്ട് പ്രവർത്തനങ്ങളിലൂടെ അവർ കാണിച്ചുകൊടുത്തു.

പാർട്ടിയുടെ സ്വഭാവത്തിൽ വന്ന ഈ മാറ്റം ആശയപരമായ ഒരു പൊളിച്ചെഴുത്തുമായി അഭേദ്യമായി ബന്ധപ്പെട്ടാണിരുന്നത്. പൊളിച്ചെഴുത്ത് മുമ്പുതന്നെ ആരംഭിച്ചുകഴിഞ്ഞിരുന്നു. എന്നാൽ പാർട്ടിയെ തൊഴിലാളിവർഗത്തിന്റെ യഥാർഥ വിപ്ലവപ്പാർട്ടിയായി മാറ്റിത്തീർക്കണമെങ്കിൽ ആ പ്രക്രിയ തുടരേണ്ടതുണ്ടായിരുന്നു. സോവിയറ്റ് യൂണിയന്റെ മാതൃകയിൽ ഇന്ത്യയിൽ ഒരു സോഷ്യലിസ്റ്റ് സമൂഹം കെട്ടിപ്പടുക്കുക എന്ന ലക്ഷ്യം അവർ ഇതിനകംതന്നെ അംഗീകരിച്ചിരുന്നുവെങ്കിലും തൊഴിലാളിവർഗത്തിന്റെ പാർട്ടിക്ക് അടിത്തറയായി സ്വീകരിക്കേണ്ട സിദ്ധാന്തത്തെക്കുറിച്ച് യുദ്ധത്തിനുമുമ്പുള്ള വർഷങ്ങളിൽ സോഷ്യലിസ്റ്റ്-കമ്യൂണിസ്റ്റുകാർക്ക് വലിയ പരിജ്ഞാനമൊന്നുമുണ്ടായിരുന്നില്ല. മലയാളത്തിൽ ലേഖനങ്ങളും ലഘുലേഖകളും ചുമ്മാ എഴുതി പ്രസിദ്ധീകരിച്ച് തുടങ്ങിയിരുന്നുവെങ്കിലും സിദ്ധാന്തത്തെക്കുറിച്ചുള്ള ഗ്രാഹ്യത്തിന്റെ കാര്യത്തിൽ യുദ്ധത്തിനുമുമ്പ് സോഷ്യലിസ്റ്റ്-കമ്യൂണിസ്റ്റുകാർ പൊതുവിൽ വളരെ പിന്നിലായിരുന്നു. യഥാർഥത്തിൽ ജയപ്രകാശ് നാരായണൻ എഴുതിയ *സോഷ്യലിസം എന്തിന്* എന്ന പുസ്തകമായിരുന്നു രാഷ്ട്രീയ വിദ്യാഭ്യാസത്തിനുള്ള അവരുടെ ഉപജീവനവസ്തു. മാർക്സിസം എന്ന സിദ്ധാന്തത്തെക്കുറിച്ച് അവർ തീർത്തും അപരിചിതരായിരുന്നു.

എന്നാൽ സോഷ്യലിസ്റ്റ് പാർട്ടിയെ മുഴുവനും കമ്യൂണിസ്റ്റ് പാർട്ടിയാക്കി മാറ്റാനുള്ള തയ്യാറെടുപ്പുകൾ നടത്തിക്കൊണ്ടിരിക്കുമ്പോൾ യുദ്ധം തുടങ്ങിയുള്ള ആദ്യത്തെ ആഴ്ചകളിൽ, മാർക്സിസ്റ്റ് സിദ്ധാന്തത്തെക്കുറിച്ചുള്ള ഒരു പാഠ്യപദ്ധതി നടപ്പാക്കുകയുണ്ടായി. രണ്ടരക്കൊല്ലക്കാലത്തെ അണ്ടർഗ്രൗണ്ട് പ്രവർത്തനകാലത്ത് ഈ പഠനം തുടർന്നുവന്നു. എംഗൽസിന്റെ *സോഷ്യലിസം : സാങ്കൽപ്പികവും ശാസ്ത്രീയവും*, ലെനിന്റെ *എന്തുചെയ്യണം*, സ്റ്റാലിന്റെ *ലെനിനിസത്തിന്റെ അടിസ്ഥാനതത്വങ്ങൾ* പോലുള്ള പ്രാമാണികഗ്രന്ഥങ്ങൾ പാർട്ടിയുടെ പ്രമുഖ കേഡർമാരെ പഠിപ്പിച്ചു. ഇവയുടെയും നിരവധി മറ്റ് ഗ്രന്ഥങ്ങളുടെയും തർജുമ ആരംഭിച്ചു. ഇവയിൽ ചിലത് കേഡർമാരുടെ വിദ്യാഭ്യാസത്തിനുവേണ്ടിയാണ് പ്രസിദ്ധീകരിച്ചത്. സ്റ്റാലിന്റെ

സി പി എസ് യു(ബി)യുടെ ചരിത്രം എന്ന ഗ്രന്ഥം പൂർണമായും തർജുമ ചെയ്ത് ഓരോ അധ്യായമായി അച്ചടി ആരംഭിച്ചു. സിദ്ധാന്തം അറിയാനുള്ള ആഗ്രഹം എല്ലാഭാഗത്തുനിന്നും ഉണ്ടായിരുന്നു. പക്ഷേ പാർട്ടി അണ്ടർഗ്രൗണ്ടിൽ നിന്ന് പുറത്തുവന്നതിനുശേഷമേ ആ പ്രക്രിയ തുടരാനും ഒരുയർന്ന തലത്തിലേക്ക് എത്തിക്കാനും കഴിഞ്ഞുള്ളൂ.

സൈദ്ധാന്തിക വിദ്യാഭ്യാസം, പാർട്ടിയുടെ പ്രചാരണ പ്രവർത്തനങ്ങൾക്ക് ഒരു പുതിയ വാതായനം തുറന്നിട്ടുവെങ്കിലും പ്രക്ഷോഭപ്രവർത്തനത്തിന് ഉതകുന്ന വിഭവങ്ങൾ ഏറെക്കുറെ കുറവായിരുന്നു. പാർട്ടി വാരികയുടെ പ്രസിദ്ധീകരണം നിലച്ചുകഴിഞ്ഞിരുന്നു. ബൂർഷ്വാ പ്രസിദ്ധീകരണങ്ങളുടെ പംക്തികൾ കമ്യൂണിസ്റ്റുകാരെ സംബന്ധിച്ചിടത്തോളം അടഞ്ഞുകിടക്കുകയായിരുന്നു. ആനുകാലിക രാഷ്ട്രീയ പ്രശ്നങ്ങളെക്കുറിച്ച് സോഷ്യലിസ്റ്റുകാർ എഴുതുന്ന ലേഖനങ്ങൾക്ക് കുറച്ചുസ്ഥലം മുമ്പ് മാറ്റിവെക്കാറുള്ള ദേശീയപത്രങ്ങളും പ്രസിദ്ധീകരണങ്ങളും ഇപ്പോൾ അവർക്ക് ആ സൗകര്യം നിഷേധിച്ചു. ലഘുലേഖകളോ രേഖകളോ പ്രസിദ്ധീകരിക്കുന്നതിനുള്ള സൗകര്യങ്ങളും ഇല്ലായിരുന്നു. ഒരുകൊല്ലത്തിലധികം കാലം പതിവായി ഇറക്കിയിരുന്ന പാർട്ടികത്ത് (വാരിക), പാർട്ടി അംഗങ്ങൾക്ക് ഉപകാരപ്രദമായിരുന്നു; എന്നാൽ പാർട്ടിക്കാരല്ലാത്തവരുടെ ഇടയിൽ അത് വിതരണം ചെയ്തിരുന്നില്ല. അതിനാൽ പ്രക്ഷോഭത്തിന് ഉതകുന്ന അച്ചടിവിഭവങ്ങളിലൂടെയോ പൊതുയോഗങ്ങളിലൂടെയോ ജനങ്ങളോട് സംസാരിക്കാനുള്ള അവസരം പാർട്ടിക്കുണ്ടായിരുന്നില്ല. വാൾപോസ്റ്റർ തുടങ്ങിയ നിയമവിരുദ്ധ പ്രവർത്തനങ്ങളിലൂടെയാണ് ഇത് ഭാഗികമായിട്ടെങ്കിലും പരിഹരിക്കപ്പെട്ടത്. എന്നാൽ അത്തരം പ്രവർത്തനങ്ങളിലൂടെ പാർട്ടിയുടെ നിലനിൽപ്പിനെക്കുറിച്ച് ജനങ്ങളെ ബോധ്യപ്പെടുത്താൻ കഴിഞ്ഞിരുന്നുവെങ്കിലും പാർട്ടിയും ജനങ്ങളും തമ്മിൽ പതിവായി ആശയവിനിമയം നടത്താൻ അതുകൊണ്ട് കഴിഞ്ഞില്ല.

രണ്ടരക്കൊല്ലക്കാലത്തെ തങ്ങളുടെ അണ്ടർഗ്രൗണ്ട് ജീവിതത്തിനിടയിൽ സോഷ്യലിസ്റ്റ്-കമ്യൂണിസ്റ്റുകാരുടെ പ്രവർത്തനങ്ങളിൽ അവർ വരുത്തിയ പ്രധാനമാറ്റം, പാർട്ടി കെട്ടിപ്പടുക്കുന്നത് സംബന്ധിച്ചായിരുന്നു. അവർക്ക് വളരെയേറെ പരിചയമുണ്ടായിരുന്ന സംഘടനാരൂപത്തിന്റെ സ്ഥാനത്ത് (കോൺഗ്രസ് പാർട്ടിയും കോൺഗ്രസ് സോഷ്യലിസ്റ്റ് പാർട്ടിയും) പുതിയ ശൈലിയിലുള്ള ഒരു പാർട്ടി നിലവിൽവന്നു. ലെനിൻ ആവിഷ്കരിച്ചതും അദ്ദേഹത്തിന്റെ നേതൃത്വത്തിലുള്ള ബോൾഷെവിക് പാർട്ടി പ്രാവർത്തികമാക്കിയതും ആയ പാർട്ടി സംഘടനാതത്വങ്ങൾക്ക് അനുസരിച്ച് കെട്ടിപ്പടുക്കുന്ന പാർട്ടി. സഖാക്കളുടെ മുന്നിൽ ഒരു മാതൃക എന്ന നിലയിൽ അവതരിപ്പിച്ച ഈ പാർട്ടിയുടെ രീതിയിലാണ് അവർ സ്വയം പുനഃസംഘടിക്കേണ്ടിയിരുന്നത്. പാർട്ടി അച്ചടക്കം കണിശമായി പാലിക്കുക, താൻ അംഗമായിട്ടുള്ള പാർട്ടി യൂണിറ്റിന്റെ നിർദേശങ്ങൾക്ക് അനുസരിച്ച് പ്രവർത്തിക്കാൻ

ഓരോ പാർട്ടി അംഗത്തിനും ബാധ്യതയുണ്ടായിരിക്കുക, കീഴ്ഘടകം മേൽഘടകത്തിന് കീഴ്പെട്ടിരിക്കുക, ഏറ്റവും ഉയർന്നഘടകം തൊട്ട് ഏറ്റവും താഴ്ന്ന തലംവരെയുള്ള എല്ലാ പാർട്ടി അംഗങ്ങൾക്കും മറ്റുള്ളവരുടെ മുന്നിൽ ഉത്തരം പറയാനുള്ള ബാധ്യത-ഇത്തരം നിബന്ധനകളെല്ലാം അംഗീകരിക്കപ്പെടുകയും പ്രാവർത്തികമാക്കപ്പെടുകയും ചെയ്തു.

വിപ്ലവത്തിന് നേതൃത്വം കൊടുക്കേണ്ട പാർട്ടിക്ക് ഈ മാറ്റങ്ങളെല്ലാം ആവശ്യമാണ്. അണ്ടർഗ്രൗണ്ടിൽ പ്രവർത്തിക്കുന്ന ഒരു പാർട്ടി നിലനിൽക്കുമെന്ന് ഉറപ്പുവരുത്താൻ അത് അത്യാവശ്യമാണ്. സ്വന്തം ഘടകത്തോട് വ്യക്തിപരമായി ഉത്തരവാദിത്തമില്ലാത്ത അയവേറിയ സംഘടന, ആ സംഘടനയിൽ കീഴ്ഘടകങ്ങൾ മേൽഘടകങ്ങൾക്ക് പൂർണമായ വിധേയത്വം കാണിക്കാതിരിക്കൽ-പാർട്ടിയുടെ തുടർച്ചയായ പ്രവർത്തനം ആകെ താറുമാറാകുമെന്ന് ഉറപ്പുവരുത്താനുള്ള മാർഗമാണത്. ശത്രുക്കളുടെ ആക്രമണത്തിൽ നിന്ന് അണ്ടർഗ്രൗണ്ടിലുള്ള പാർട്ടിയെ സംരക്ഷിച്ച് നിർത്തുന്നതിന് അത്യാവശ്യമായ ഉപാധികളാണ്, അടിമുടിയുള്ള അച്ചടക്കവും ഉയർന്ന നിലവാരത്തിലുള്ള സ്വഭാവശുദ്ധിയും.

പരിമിതമായ തോതിൽ അണ്ടർഗ്രൗണ്ടിൽ പ്രവർത്തിക്കുക എന്നത് കേരളത്തിലെ സോഷ്യലിസ്റ്റുകാർക്കും ഇടതുപക്ഷക്കാർക്കും (രാജ്യത്തിന്റെ മറ്റ് ഭാഗങ്ങളിലെയും) മുമ്പും അത്ര അജ്ഞാതമൊന്നുമായിരുന്നില്ല. മലബാറിലും തിരുവിതാംകൂർ-കൊച്ചി നാട്ടുരാജ്യങ്ങളിലും 1930-കളിൽ നടന്ന സത്യഗ്രഹ പ്രസ്ഥാനത്തിൽ വളരെ ചെറിയ തോതിലുള്ളതാണെങ്കിലും അണ്ടർഗ്രൗണ്ട് സംഘടനയുണ്ടാക്കേണ്ടത് ആവശ്യമായിരുന്നു. അതില്ലെങ്കിൽ സത്യഗ്രഹികൾ സത്യഗ്രഹം നടത്തുംമുമ്പുതന്നെ ജയിലിൽ അടയ്ക്കപ്പെടുമായിരുന്നു. നിയമവിരുദ്ധമായ ലഘുലേഖകളും ബുള്ളറ്റിനുകളും മറ്റും പുറത്തിറക്കാൻ പ്രാഥമികരൂപത്തിലുള്ള അത്തരം ഒരു സംഘടനയുണ്ടായിരുന്നു. എന്നാൽ യുദ്ധകാലഘട്ടത്തിലെ അണ്ടർഗ്രൗണ്ട് പ്രവർത്തനങ്ങളുമായി താരതമ്യപ്പെടുത്തുമ്പോൾ ഇതൊക്കെ എത്രയോ നിസ്സാരങ്ങളായിരുന്നു. വിപ്ലവം ജീവിതവൃത്തിയായി അംഗീകരിച്ച വിപ്ലവകാരികളുടെ ഏറക്കുറെ സ്ഥിരമായ സംഘടനയുണ്ടാക്കുക എന്ന പുതിയ ലക്ഷ്യം; മുമ്പത്തെ പ്രവർത്തനങ്ങളിൽ ഉണ്ടായിരുന്നതുമില്ല. ഇന്ത്യൻ വിപ്ലവം വികസിക്കണമെങ്കിൽ അത്തരമൊരു സംഘടനയെ നിലനിർത്തിയേപറ്റൂ. യുദ്ധം പൊട്ടിപ്പുറപ്പെട്ടതിനുശേഷം സി പി ഐ പുറപ്പെടുവിച്ച രേഖകളിൽ ആവിഷ്കരിക്കപ്പെട്ട പരിപ്രേക്ഷ്യത്തിൽ ഒരു കാര്യം വ്യക്തമാക്കിയിരുന്നു. ക്രമേണ കമ്യൂണിസ്റ്റുകാരായി മാറിക്കൊണ്ടിരിക്കുന്ന സോഷ്യലിസ്റ്റുകാർ ലെനിന്റെ *എന്തുചെയ്യണം* എന്ന ഗ്രന്ഥത്തിൽ നിർദേശിച്ചിട്ടുള്ള വിധത്തിൽ കെട്ടിപ്പടുക്കപ്പെട്ടിട്ടുള്ള ഒരു വിപ്ലവപ്പാർട്ടിയായി സ്വയം വളർന്ന് വികസിക്കേണ്ടിയിരുന്നു.

ഈ പുതിയ വിപ്ലവസംഘടനയുടെ ഭാരവാഹികളായ പാർട്ടി കേഡർമാർ, ജീവിതത്തിൽ മറ്റൊരു തൊഴിലും ശ്രദ്ധാവിഷയവും ഇല്ലാത്ത വിപ്ലവത്തിനുവേണ്ടി സ്വയം ഉഴിഞ്ഞുവെക്കപ്പെട്ട വിപ്ലവകാരികളാണ് തങ്ങളെന്ന് കണക്കാക്കി എന്നതാണ് ഇതിന്റെ ആകെമൊത്തം അനന്തരഫലം. ഇത് ലെനിൻ വിഭാവനം ചെയ്തിട്ടുണ്ടായിരുന്നു. ഇന്ത്യയെ സംബന്ധിച്ചിടത്തോളം ഇതും ഒരു പുതിയ പാരമ്പര്യമായിരുന്നില്ല. ബംഗാൾ, പഞ്ചാബ് തുടങ്ങിയ പ്രവിശ്യകളിൽ ഈ നൂറ്റാണ്ടിന്റെ ആദ്യവർഷങ്ങളിൽ സ്വയം സംഘടിച്ചുതുടങ്ങിയിരുന്ന ദേശീയ വിപ്ലവകാരികൾ, യഥാർഥത്തിൽ വിപ്ലവം തൊഴിലാക്കിയ വിപ്ലവകാരികളായിരുന്നു. അതിനാൽ തന്റെ സംഘടനക്ക് ഉണ്ടായിരിക്കണം എന്ന് ലെനിൻ നിർബന്ധം പിടിച്ച ഉരുക്കുപോലത്തെ അച്ചടക്കം കമ്യൂണിസ്റ്റ് പാർട്ടിയുടെ രൂപീകരണത്തിനുമുമ്പ് മുളച്ചുപൊങ്ങിയ വിപ്ലവസംഘടനകളിലും വിപ്ലവഗ്രൂപ്പുകളിലും നിലനിന്നിരുന്നു.

ഈ ആദ്യകാല വിപ്ലവകാരികളും കമ്യൂണിസ്റ്റ് പാർട്ടിയിൽ പെട്ടവരും തമ്മിലുള്ള വ്യത്യാസം ഇതായിരുന്നു : ആദ്യകാല വിപ്ലവകാരികൾ ബൂർഷ്വാ ദേശീയതയെയാണ് അടിസ്ഥാനമാക്കിയതെങ്കിൽ കമ്യൂണിസ്റ്റുകാർ തൊഴിലാളിവർഗ സാർവദേശീയതയെയാണ് തങ്ങളുടെ മാർഗദർശനത്തിനുള്ള ദർശനമായി എടുത്തത്. "ഒരു വിപ്ലവപ്പാർട്ടിക്ക് ഒരു വിപ്ലവസിദ്ധാന്തത്തെ മാത്രമേ, തൊഴിലാളിവർഗ സാർവദേശീയതയുടെ സിദ്ധാന്തത്തെ മാത്രമേ, അടിസ്ഥാനമാക്കാൻ കഴിയൂ" എന്ന് ലെനിൻ പ്രസ്താവിക്കുകയുണ്ടായി. ഭഗത്സിങ്ങിന്റെ നേതൃത്വത്തിലുണ്ടായിരുന്ന വിപ്ലവഗ്രൂപ്പിനെപോലുള്ള ചില വിപ്ലവഗ്രൂപ്പുകൾ തങ്ങളുടെ വിപ്ലവപ്രവർത്തനങ്ങൾക്ക് തൊഴിലാളിവർഗ സാർവദേശീയതയെ ആധാരമായിട്ടെടുക്കുക എന്ന ആശയം ഉൾക്കൊള്ളാൻ തുടങ്ങിയിട്ടുണ്ടായിരുന്നു. ബൂർഷ്വാ ദേശീയതയും തൊഴിലാളിവർഗ സാർവദേശീയതയും തമ്മിൽ സിദ്ധാന്തത്തിന്റെയും പ്രയോഗത്തിന്റെയും കാര്യത്തിലുള്ള നൈരന്തര്യമാണിത് കാണിക്കുന്നത്. എന്നാൽ ബൂർഷ്വാ ദേശീയതയിൽ നിന്ന് വിട്ടുമാറിയ തൊഴിലാളിവർഗത്തിന്റെ, ബോധപൂർവം സംഘടിപ്പിക്കപ്പെട്ട വിപ്ലവപ്പാർട്ടിക്ക് മാത്രമേ ഈ പ്രക്രിയ പൂർത്തീകരിക്കാൻ കഴിയൂ.

1939-40 കാലത്ത് അണ്ടർഗ്രൗണ്ടിൽപോയ സോഷ്യലിസ്റ്റ് കമ്യൂണിസ്റ്റുകാർ, രാഷ്ട്രീയമായും ആശയപരമായും സൈദ്ധാന്തികമായും പ്രായോഗികമായും ഉരുത്തിരിഞ്ഞുവന്ന ഈ അടിത്തറയിൽനിന്ന് (ആ അടിത്തറയുടെ മേലാണ് അവർ സ്വയം ഉയർന്നുവരേണ്ടത്) ശക്തി സംഭരിച്ച് അണ്ടർഗ്രൗണ്ടിൽ നിന്നും പുറത്തുവന്നത് യുദ്ധത്തിന്റെ രണ്ടാംഘട്ടത്തിൽ ഉയർന്നുവന്ന വെല്ലുവിളികളെ നേരിടാൻ പൂർണമായും സന്നദ്ധരായിട്ടാണ്. യുദ്ധത്തിന്റെ ഒന്നാമത്തെ ഘട്ടത്തിലെന്നപോലെ തന്നെ(ഒരുപക്ഷേ അതിനേക്കാൾ കൂടുതലായിരിക്കും രണ്ടാം ഘട്ടത്തിൽ) സംസ്ഥാനത്തിലെ ഇടതുപക്ഷ പ്രസ്ഥാനത്തിന്

നേതൃത്വം കൊടുക്കേണ്ടിയിരുന്ന സോഷ്യലിസ്റ്റ്-കമ്യൂണിസ്റ്റുകാർക്ക് തങ്ങളുടെ വർഗതാൽപര്യങ്ങൾക്കനുസരിച്ച് രാഷ്ട്രീയ സമരങ്ങൾ നടത്തിക്കൊണ്ടിരുന്ന കോൺഗ്രസ് നേതൃത്വവുമായും മറ്റ് ബൂർഷ്വാ വിഭാഗങ്ങളുമായും ഏറ്റുമുട്ടേണ്ടതായിവന്നു. ഇന്ത്യൻ തൊഴിലാളിവർഗത്തിന്റെ ബോധപൂർവം സംഘടിപ്പിക്കപ്പെട്ട മുന്നണിപ്പടയാളി എന്ന നിലയിൽ കമ്യൂണിസ്റ്റ് പാർട്ടിക്ക് കോൺഗ്രസുമായും മുസ്ലീംലീഗുമായും മറ്റ് ബൂർഷ്വാ പാർട്ടികളുമായും അതുപോലെതന്നെ സോഷ്യലിസ്റ്റ് പാർട്ടി, ഫോർവേഡ് ബ്ലോക്ക് തുടങ്ങിയ ഇടതുപക്ഷ സംഘടനകളുമായും ഏറ്റുമുട്ടേണ്ടിവന്നു. ഇവയിൽ ഓരോന്നിനും ദേശീയ രാഷ്ട്രീയത്തിൽ അതിന്റേതായ സ്വതന്ത്രപദവിയും രാഷ്ട്രീയപരവും അടവുപരവുമായ ലൈനും അതാതിന്റേതായ പ്രായോഗിക പ്രവർത്തനവും ഉണ്ട്. അവയ്ക്കെല്ലാം എതിരായ കമ്യൂണിസ്റ്റ് പാർട്ടിക്ക്, ഇന്ത്യൻ തൊഴിലാളിവർഗത്തിന്റെ മുന്നണിപ്പടയാളിക്ക്, മറ്റെല്ലാവർഗങ്ങളുടെയും രാഷ്ട്രീയ സംഘടനകളുടെയും ഗ്രൂപ്പുകളുടെയും നേതാവ് തങ്ങളാണെന്ന് സ്ഥാപിക്കേണ്ടതുണ്ടായിരുന്നു. യുദ്ധത്തിൽ നിന്ന് ഉയർന്നുവന്ന പുതിയ സാർവദേശീയ-ദേശീയ പരിത:സ്ഥിതിയിൽ തങ്ങളെ അഭിമുഖീകരിക്കുന്ന വെല്ലുവിളികളെ നേരിടാനുള്ള കഴിവ് രണ്ടരക്കൊല്ലത്തെ അണ്ടർഗ്രൗണ്ട് ജീവിതം കമ്യൂണിസ്റ്റുകാർക്കുണ്ടാക്കിക്കൊടുത്തു.

13

യൂറോപ്യൻ യുദ്ധത്തിൽനിന്ന് ആഗോളയുദ്ധത്തിലേക്ക്

ആയിരത്തിത്തൊള്ളായിരത്തി മുപ്പത്തിഒമ്പത് സെപ്തംബറിൽ രണ്ടാം ലോകമഹായുദ്ധം പൊട്ടിപ്പുറപ്പെട്ടപ്പോൾ അതിൽ പങ്കെടുത്തിരുന്നത് രണ്ടുവിഭാഗം മുതലാളിത്ത ശക്തികളാണ്-ഒരു വശത്ത് ഫാസിസ്റ്റ് ഇറ്റലിയും നാസി ജർമനിയും മറുവശത്ത് ബ്രിട്ടനും ഫ്രാൻസും മറ്റു ചില ചെറിയ യൂറോപ്യൻ രാജ്യങ്ങളും. യഥാർഥം പറഞ്ഞാൽ ഒന്നാം ലോകമഹായുദ്ധത്തിന്റെ (1914-18) പങ്കെടുത്ത ഏതാണ്ടതേ ശക്തികൾ തന്നെയാണ് മറുവശത്ത് തങ്ങൾക്ക് അന്ന് നഷ്ടപ്പെട്ടത് വീണ്ടെടുക്കാനുള്ള ശ്രമത്തിൽ ഏർപ്പെട്ടത്. അതിനാൽ മുതലാളിത്ത ശക്തികളുടെ മറുചേരിയെ സംബന്ധിച്ചിടത്തോളം മുമ്പത്തെ യുദ്ധത്തിൽ തങ്ങൾ നേടിയെടുത്തത് നിലനിർത്താനുള്ള ജീവന്മരണ സമരമായിരുന്നു.

ഒന്നാം ലോകമഹായുദ്ധവും രണ്ടാം ലോകമഹായുദ്ധവും തമ്മിലുള്ള ഒരേയൊരു വ്യത്യാസം ഇത്രമാത്രമായിരുന്നു. ഒന്നാംലോകമഹായുദ്ധത്തിൽ സാറിസ്റ്റ് റഷ്യ പങ്കാളിയായിരുന്നു. എന്നാൽ അതിന്റെ പിൻഗാമിയായ യു എസ് എസ് ആർ, രണ്ടാം ലോകമഹായുദ്ധത്തിന്റെ തുടക്കത്തിലെങ്കിലും ഇതിൽ ഉൾപ്പെട്ടിരുന്നില്ല.

യുദ്ധവേദികൾ യൂറോപ്യൻ വൻകരയിൽ മാത്രമായി ഒതുങ്ങിനിന്നുവെങ്കിലും, യുദ്ധം ആരംഭംതൊട്ടേ ഒരു ആഗോളയുദ്ധമായിരുന്നു. ഇരുവശങ്ങളിലും ഉള്ള മുതലാളിത്ത ശക്തികൾ കണ്ണുനട്ടിരുന്നത് ഏഷ്യയിലും ആഫ്രിക്കയിലും ലാറ്റിൻ അമേരിക്കയിലുമുള്ള കോളനികളുടെ മേലായിരുന്നു. തങ്ങളുടെ കൈയിലുള്ളത് നിലനിർത്തുക,

പുതിയവ വെട്ടിപ്പിടിക്കുക എന്നതായിരുന്നു അവരുടെ പദ്ധതി. ഈ അർഥത്തിൽ ലോകത്തിലെ ഒരൊറ്റ രാജ്യത്തിനും യുദ്ധത്തിന്റെ ഫലത്തെക്കുറിച്ച് താൽപര്യം കാണിക്കാതിരിക്കാനാവില്ല.

യൂറോപ്പിൽ യുദ്ധം പൊട്ടിപ്പുറപ്പെട്ട രണ്ട് കൊല്ലവും ഏതാനും മാസങ്ങളും കഴിഞ്ഞപ്പോഴേക്ക് അതൊരു ആഗോളയുദ്ധമായി മാറിക്കഴിഞ്ഞിരുന്നു-ആ വാക്കിന്റെ എല്ലാ അർഥത്തിലും. ലോകത്തിലെ ഒന്നാമത്തെ സോഷ്യലിസ്റ്റ് രാഷ്ട്രത്തിന്റെ നേർക്ക് നാസിജർമനി വഞ്ചനാപൂർണമായ സൈനിക കടന്നാക്രമണം നടത്തിയതോടെ 1941 ജൂണിൽ യൂറോപ്പിൽ സോവിയറ്റ് യൂണിയൻ യുദ്ധത്തിലേക്ക് വലിച്ചിഴക്കപ്പെട്ടു. പിന്നീട് ആറുമാസം കഴിയുന്നതിന് മുമ്പ് ജപ്പാനിലെ സൈനിക ഭരണാധികാരികൾ പേൾഹാർബറിനുനേരെ വഞ്ചനാപരമായ ആക്രമണം നടത്തിയതോടെ അമേരിക്കൻ ഐക്യനാടുകളും യുദ്ധത്തിലേക്ക് വലിച്ചിഴക്കപ്പെട്ടു.

ഏഷ്യയിൽ സ്വതന്ത്രമായി നിലനിന്നിരുന്ന മറ്റെല്ലാ രാജ്യങ്ങളുടെയും നേർക്ക് ജപ്പാൻ നടത്തിയ സർവതോമുഖമായ കടന്നാക്രമണത്തിന്റെ തുടക്കമായിരുന്നു അത്. യുദ്ധക്കളങ്ങൾ അധികം താമസിയാതെതന്നെ പടിഞ്ഞാറൻ യൂറോപ്പിൽ നിന്ന് കിഴക്കൻ ഏഷ്യവരെ നീണ്ടു. ഈ രണ്ട് വൻകരകളിലെയും ഓരോ സ്വതന്ത്രരാജ്യവും ഒന്നുകിൽ പട്ടാളാധിപത്യത്തിലായിരുന്നു. അല്ലെങ്കിൽ അവയുടെ സ്വാതന്ത്ര്യം നഷ്ടപ്പെടുമെന്ന ഭീഷണിയിലായിരുന്നു. ഇറ്റലി-ജർമനി-ജപ്പാൻ അച്ചുതണ്ടിനെ പരാജയപ്പെടുത്തുന്നില്ലെങ്കിൽ ലോകത്തിലെ ഒരൊറ്റ സ്വതന്ത്രരാഷ്ട്രത്തിനും കോളനി അടിമത്തത്തിന്റെ ഹതവിധിയിൽ നിന്ന് രക്ഷപ്പെടാൻ കഴിയുമായിരുന്നില്ല.

ഇന്ത്യയിലെയും മറ്റ് അടിമരാജ്യങ്ങളിലെയും സ്വാതന്ത്ര്യസമരസേനാനികളുടെ മുമ്പിലുള്ള ചോദ്യം ഇതായിരുന്നു : ഫാസിസ്റ്റ്-സൈനിക കൂട്ടുകെട്ട് പരാജയപ്പെടുന്നത് തങ്ങളുടെ സ്വാതന്ത്ര്യസമരത്തിന് സഹായകമാകുമോ? സ്വാതന്ത്ര്യം, ജനാധിപത്യം, സോഷ്യലിസം എന്നിവ ഫാസിസത്തിന് എതിരാണെങ്കിലും തങ്ങളുടെ കോളനിരാജ്യങ്ങളിലെയും ആശ്രിതരാജ്യങ്ങളിലെയും സ്വാതന്ത്ര്യത്തിന്റെയും ജനാധിപത്യമുന്നേറ്റത്തിന്റെയും പ്രശ്നം വരുമ്പോൾ തങ്ങൾ ഫാസിസ്റ്റ് സൈനികശക്തികളേക്കാൾ ഒട്ടും മെച്ചമല്ല എന്ന് പാശ്ചാത്യ സാമ്രാജ്യത്വശക്തികൾ തങ്ങളുടെ പ്രവൃത്തികളിലൂടെ (അവർ ഒന്നാം ലോകമഹായുദ്ധത്തിനുശേഷം ചെയ്തപോലെ)കാണിച്ചുതന്നിട്ടുണ്ടായിരുന്നു. തൻമൂലം കോളനിരാജ്യങ്ങളിലെയും ആശ്രിതരാജ്യങ്ങളിലെയും പ്രജകൾക്ക് സ്വാതന്ത്ര്യം നേടിയെടുക്കുന്നതിന് ഫാസിസ്റ്റ് സൈനികശക്തികളുടെ സഹായം ഉപയോഗപ്പെടുത്താൻ കഴിയും എന്ന് ഈ രാജ്യങ്ങളിലെ സാമ്രാജ്യത്വ വിരുദ്ധ സമരസേനാനികളിൽ ഒരു നല്ല വിഭാഗം (ഇന്ത്യയിൽ സുഭാഷ് ബോസിന്റെ നേതൃത്വത്തിലുള്ള ഗ്രൂപ്പിനെപോലുള്ളവ) കരുതി.

ലോകത്തിൽ സമാധാനത്തിനും സ്വാതന്ത്ര്യത്തിനും ജനാധിപത്യ

ത്തിനും അവശ്യം ആവശ്യമായ മുന്നുപാധി, ഫാസിസ്റ്റ് സൈനിക ശക്തികളുടെ പരാജയമാണെന്ന് സാമ്രാജ്യത്വവിരുദ്ധ സമരസേനാനികളിൽ മഹാഭൂരിപക്ഷത്തിനും അറിയാമായിരുന്നു. എന്നാൽ ബ്രിട്ടൻ, ഫ്രാൻസ്, ഹോളണ്ട് എന്നിവയെപോലുള്ള അധീശരാജ്യങ്ങളുടെ കൂട്ടുകെട്ടിന്റെ വിജയത്തിലാണ് ആത്യന്തികമായി യുദ്ധം ചെന്നവസാനിക്കുന്നതെങ്കിൽ, അതുകൊണ്ട് എന്തെങ്കിലും മെച്ചം കൂടുതലുണ്ടാകുമോ? ഏഷ്യയിലെ എല്ലാ കോളനി രാജ്യങ്ങളിലെയും ആശ്രിതരാജ്യങ്ങളിലെയും സാമ്രാജ്യത്വവിരുദ്ധ പ്രവർത്തകരിൽ ഭൂരിഭാഗത്തിന്റെയും സംശയം അതായിരുന്നു.

ഇന്ത്യയിലെ സ്വാതന്ത്ര്യസമരപ്രസ്ഥാനത്തിന്റെ ബൂർഷ്വാ നേതൃത്വം (മഹാത്മാഗാന്ധിയെയും ജവാഹർലാൽ നെഹ്റുവിനെയും പോലുള്ള അതികായൻമാരുടെ നേതൃത്വത്തിലുള്ള ഇന്ത്യൻ നാഷണൽ കോൺഗ്രസ്) കടുത്ത ആശയക്കുഴപ്പത്തിലായിരുന്നു. ഫാസിസ്റ്റ് ശക്തികളുടെ വിജയം ഇന്ത്യയെ സംബന്ധിച്ചിടത്തോളവും ലോകത്തെയാകെ സംബന്ധിച്ചിടത്തോളവും വിനാശകരമായിരിക്കും എന്ന് സ്വാതന്ത്ര്യ പ്രസ്ഥാനത്തിന്റെ ബൂർഷ്വാനേതാക്കൾക്ക് ബോധ്യമുണ്ടായിരുന്നു. സോവിയറ്റ് യൂണിയൻ യുദ്ധത്തിൽ ഉൾപ്പെടാതിരുന്ന ഒന്നാമത്തെ ഘട്ടത്തിൽപോലും അവർക്ക് ബ്രിട്ടനോടും ഫ്രാൻസിനോടും സഹതാപമാണ് ഉണ്ടായിരുന്നത്. മഹത്തായ ദേശാഭിമാന യുദ്ധത്തിൽ സോവിയറ്റ്യൂണിയൻ സജീവമായി ഉൾപ്പെട്ടുകഴിഞ്ഞപ്പോൾ സോഷ്യലിസ്റ്റ് രാഷ്ട്രം പങ്കാളിയായ കൂട്ടുകെട്ടിനോട് അവർക്കുള്ള സഹതാപം കൂടുതൽ വ്യക്തവും ദൃഢവുമായിത്തീർന്നു. ഇന്ത്യയുടെ അയൽരാജ്യമായ ചൈന രാഷ്ട്രീയമായി കുമിന്താങ്ങും കമ്യൂണിസ്റ്റുകാരുമായി വേറിട്ടുനിൽക്കുകയായിരുന്നുവെങ്കിലും രാജ്യരക്ഷക്കുവേണ്ടി ഐതിഹാസികമായ പോരാട്ടം നടത്തിക്കൊണ്ടിരിക്കുകയായിരുന്നു എന്നതാണ് ഇന്ത്യക്കാരിൽ സ്വാധീനം ചെലുത്തിയ മറ്റൊരു വസ്തുത.

ഇന്ത്യയുടെ ദേശീയ നേതൃത്വത്തിൽ ഒളിഞ്ഞുകിടന്നിരുന്ന ഈ സഹതാപത്തിൽനിന്ന് ബ്രിട്ടീഷ് ഗവൺമെന്റ് പൂർണമായും മുതലെടുത്തു. ചൈനീസ്റിപ്പബ്ലിക്കിന്റെ കുമിന്താങ്ങ് പ്രസിഡന്റായ ജിയാങ്ങ്കൈഷക്കിനും അദ്ദേഹത്തിന്റെ ഭാര്യക്കും ഇന്ത്യയിൽ ഗവൺമെന്റിന്റെ അതിഥിയായി സന്ദർശനം നടത്തുന്നതിനുള്ള സൗകര്യം ഉണ്ടാക്കിക്കൊടുത്തു. ഇവരുടെ സന്ദർശനത്തിന് തൊട്ടുപിന്നാലെ, ഇന്ത്യയിലെ ദേശീയ നേതൃത്വവുമായി കൂടിയാലോചിക്കുന്നതിനായി ബ്രിട്ടീഷ് പ്രധാനമന്ത്രിയുടെ പ്രതിനിധിയായ സർസ്റ്റാഫോഡ് ക്രിപ്സിന്റെ ഔദ്യോഗിക സന്ദർശനവും ഉണ്ടായി. ഇന്ത്യയുടെ യുദ്ധ പ്രവർത്തനങ്ങളിൽ ദേശീയ നേതൃത്വത്തെ ഉൾപ്പെടുത്തുന്നത് സംബന്ധിച്ച് ഗൗരവബോധത്തോടെയുള്ള ചർച്ച നടന്നു. ദേശീയനേതാക്കൻമാരും ബ്രിട്ടീഷ് ഭരണാധികാരികളും തമ്മിലുള്ള കൂടിയാലോചന

കൾ ആറുമാസത്തിലധികംകാലം നീണ്ടുനിന്നുവെങ്കിലും രൂക്ഷമായ അഭിപ്രായ വ്യത്യാസത്തിലാണ് അത് ചെന്നവസാനിച്ചത്. രാജ്യത്തിന്റെ അധികാരപ്പെട്ട പ്രതിനിധികൾക്ക് അധികാരം കൈമാറുന്നതിന് ബ്രിട്ടീഷ് ഭരണാധികാരികളെ നിർബന്ധിക്കുന്നതിനായി രാജ്യവ്യാപകമായ പ്രത്യക്ഷ സമരപരിപാടി (ക്വിറ്റ് ഇന്ത്യാ പ്രസ്ഥാനം) കെട്ടഴിച്ചുവിടാൻ കോൺഗ്രസ് തീരുമാനിച്ചു.

ഇത്തരമൊരു പരിത:സ്ഥിതിയിൽ സോവിയറ്റ് യൂണിയനുനേരെ നാസി സൈനികഭരണകൂടം കുടിലമായ ആക്രമണം കെട്ടഴിച്ചുവിട്ടിരിക്കുന്നു എന്ന റിപ്പോർട്ടുകൾ പ്രത്യക്ഷപ്പെട്ടപ്പോൾ ഇന്ത്യയിലെ കമ്യൂണിസ്റ്റുകാർ കടുത്ത ആശയക്കുഴപ്പത്തിൽ ചെന്നകപ്പെട്ടതിൽ അദ്ഭുതത്തിനവകാശമില്ലല്ലോ. ഈ പുതിയ സംഭവവികാസങ്ങളുടെ അർഥം എന്തായിരിക്കും എന്നതിനെക്കുറിച്ച് അന്ന് ഫലത്തിൽ നിലവിലുണ്ടായിരുന്ന നേതൃത്വത്തിനുള്ളിൽ ശക്തമായ അഭിപ്രായവ്യത്യാസം ഉടലെടുത്തു. ജയിലിന് പുറത്ത് കഴിഞ്ഞിരുന്ന പാർട്ടിയുടെ അണ്ടർഗ്രൗണ്ട് സംവിധാനത്തിന് മാർഗനിർദേശം നൽകിയിരുന്ന ഒരു വിഭാഗം നേതൃത്വം കരുതിയത് യുദ്ധ പരിത:സ്ഥിതിയിലെ പുതിയ സംഭവവികാസങ്ങൾമൂലം ലോകരംഗം ആകെമാറിയിട്ടുണ്ടെങ്കിലും ബ്രിട്ടീഷ് ഭരണാധികാരികളോട് ഇന്ത്യൻ കമ്യൂണിസ്റ്റുകാർ കൈക്കൊള്ളേണ്ട സമീപനത്തിൽ മാറ്റം വരുത്തേണ്ട ആവശ്യം ഇല്ലെന്നാണ്. ഏറെ മാസക്കാലമായി ജയിലിൽ കഴിയുന്നവരും യുദ്ധ പരിത:സ്ഥിതിയിലെ സംഭവവികാസങ്ങളെ നിരന്തരം വിലയിരുത്തിക്കൊണ്ടിരുന്നവരുമായ മറ്റൊരു വിഭാഗം നേതൃത്വം കരുതിയത് യുദ്ധത്തോടും ഇന്ത്യയിലെ ബ്രിട്ടീഷ് ഭരണാധികാരികളോടും കൈക്കൊള്ളേണ്ട സമീപനത്തിന്റെ കാര്യത്തിൽ ഒരു വീണ്ടുവിചാരം ആവശ്യമായി വന്നിരിക്കുന്നു എന്നാണ്. ഈ രണ്ട് വിഭാഗങ്ങളും തമ്മിൽ നിരവധി ആഴ്ചക്കാലം ആശയവിനിമയം നടന്നിട്ടൊടുവിലാണ് അവരുടെ അഭിപ്രായത്തിന് വ്യക്തമായ രൂപം കൈവന്നത്. യുദ്ധപ്രവർത്തനങ്ങളോട് രാഷ്ട്രീയമായും അടവുപരമായും സ്വീകരിക്കുന്ന നിലപാടിനെ സംബന്ധിച്ചിടത്തോളം ഒരു പുനർവിചിന്തനം ആവശ്യമാണെന്ന് ഇതിനിടെ ഇന്ത്യയിലെ അണ്ടർഗ്രൗണ്ട് നേതൃത്വത്തിനയച്ച ഒരു കത്തിൽ ബ്രിട്ടനിലെ കമ്യൂണിസ്റ്റ് പാർട്ടിനേതൃത്വം ആവശ്യപ്പെടുകയുണ്ടായി. ഇത്തരം ആശയവിനിമയങ്ങളുടെ ഫലമായാണ്(സോവിയറ്റ് യൂണിയനുനേരെ ആക്രമണം ആരംഭിച്ചിട്ട് ഏതാണ്ട് അഞ്ചുമാസം കഴിഞ്ഞും ക്വിറ്റ് ഇന്ത്യാപ്രസ്ഥാനം ആരംഭിക്കുന്നതിന് ഒമ്പതുമാസം മുമ്പും)സി പി ഐയുടെ അണ്ടർഗ്രൗണ്ട് നേതൃത്വം തങ്ങളുടെ നയത്തിൽ മാറ്റം വരുത്തിയത്. സോവിയറ്റ് യൂണിയൻ സജീവമായ സൈനികാക്രമണത്തിലേക്ക് പ്രവേശിച്ചതോടെ, യുദ്ധത്തിന്റെ മൗലികസ്വഭാവത്തിന് മാറ്റം വന്നിരിക്കുന്നുവെന്നും സാമ്രാജ്യത്വ യുദ്ധത്തിൽ നിന്ന് അത് ജനകീയ യുദ്ധമായി മാറിക്കഴിഞ്ഞുവെന്നും പാർട്ടി പ്രഖ്യാപിച്ചു.

യുദ്ധത്തോടുള്ള സമീപനത്തിന്റെ കാര്യത്തിൽ പാർട്ടി വരുത്തിയ ഈ മാറ്റത്തെക്കുറിച്ച് കേരളത്തിലെ സഖാക്കൾ അറിഞ്ഞത് ആ മാറ്റം വരുത്തപ്പെട്ടതിനുശേഷം മാത്രമാണ്. അതിനുമുമ്പത്തെ നയം (തങ്ങൾ അനുവർത്തിക്കേണ്ട തികച്ചും സ്വാഭാവികമായത് എന്നവർക്ക് തോന്നിയ ലൈൻ)അവർ ആത്മാർഥമായി നടപ്പാക്കിക്കൊണ്ടിരിക്കുന്നതിനിടയിലാണ് നയം മാറ്റത്തെക്കുറിച്ചുള്ള റിപ്പോർട്ടുകൾ വന്നത്. അവരുടെ രാഷ്ട്രീയമായ പശ്ചാത്തലത്തെ സംബന്ധിച്ചാണെങ്കിൽ എത്രയെന്തൊക്കെയായാലും അവർ ഇടതുപക്ഷ ദേശീയവാദികളായിരുന്നു. പിന്നീടവർ ക്രമേണ സ്വയം സോഷ്യലിസ്റ്റുകാരായും പിന്നെ കമ്യൂണിസ്റ്റുകാരായും മാറുകയാണ് ഉണ്ടായത്. സാമ്രാജ്യത്വ മേധാവികൾ കെട്ടഴിച്ചുവിട്ട യുദ്ധത്തെ എതിർക്കുക എന്നത് അവരുടെ വികാരങ്ങൾക്ക് ശരിക്കും അനുഗുണമായിരുന്നു. അതുകൊണ്ടാണ് 1940 സപ്തംബർ 15-ന്റെ സാമ്രാജ്യത്വവിരുദ്ധ പ്രകടനം പോലെയും കയ്യൂർസമരം പോലെയും (1943) ഉള്ള ഉശിരൻ സമരങ്ങൾ നടന്നത്. പാർട്ടിയുടെ അണ്ടർഗ്രൗണ്ടിലെ സംഘടനാപ്രവർത്തനം അവരുടെ ഇത്തരം പ്രവർത്തനരീതികളെ ശക്തിപ്പെടുത്തുന്നതിന് സഹായിച്ചു.

കേരളത്തിലെ സഖാക്കൾ സാർവദേശീയ വാദികളായി മാറിക്കഴിഞ്ഞിരുന്നുവെന്ന കാര്യത്തിൽ സംശയമില്ല. ഹിറ്റ്ലർ പക്ഷത്തിന്റെ കൊടുംവഞ്ചനയും സോവിയറ്റ് യൂണിയന്റെ ചെമ്പടയിലെ സൈനികരുടെയും ഗറില്ലായോദ്ധാക്കളുടെയും ധീരോദാത്തമായ പ്രവർത്തനങ്ങളും അവരുടെ വികാരങ്ങളെ ഇളക്കിമറിച്ചിരുന്നു. അതുകൊണ്ട് ഫാസിസ്റ്റ്വിരുദ്ധ യുദ്ധത്തിൽ യു എസ് എസ് ആർ ജയിച്ചുകാണണമെന്ന് അവർ ആഗ്രഹിച്ചു. എന്നാൽ അവരുടെ കണ്ണിൽ ബ്രിട്ടീഷ് ഭരണാധികാരികൾക്കെതിരായ ഉശിരൻ സമരങ്ങൾ സോഷ്യലിസ്റ്റ് സോവിയറ്റ്യൂണിയനോടുള്ള അവരുടെ ഐക്യദാർഢ്യവികാരത്തിന് വിരുദ്ധമായിരുന്നില്ല. ഇന്ത്യയിലെ ഉശിരൻ ബ്രിട്ടീഷ് വിരുദ്ധ സമരങ്ങളും സോവിയറ്റ്ജനത തങ്ങളുടെ പിതൃഭൂമിയുടെ രക്ഷക്കുവേണ്ടി നടത്തുന്ന ഐതിഹാസികമായ ചെറുത്തുനിൽപ്പും അവരുടെ കാഴ്ചപ്പാടിൽ പരസ്പരവിരുദ്ധം എന്നതിനേക്കാൾ പരസ്പരപൂരകമായിരുന്നു.

തൊഴിലാളി വർഗമാർഗം (പ്രോലിറ്റേറിയൻ പാത്ത്) പോലുള്ള രേഖകളിലൂടെ പാർട്ടി നേതൃത്വം ആവിഷ്കരിച്ച മുമ്പത്തെ ലൈൻ തന്നെയായിരുന്നു സോവിയറ്റ് യൂണിയനുനേരെ നാസി ആക്രമണം ആരംഭിച്ചതിനുശേഷം അഞ്ചുമാസക്കാലവും കേരളത്തിലെ സഖാക്കൾ പിന്തുടർന്നുവന്നത്. അതിൽ പെട്ടെന്നൊരു മാറ്റം വരുത്താൻ പാർട്ടി നേതൃത്വം തീരുമാനിക്കും എന്ന് അവർ വിഭാവനം ചെയ്തിരുന്നതേയില്ല. എങ്കിലും പുതിയ ലൈനുമായി അവർ വേഗംതന്നെ പൊരുത്തപ്പെട്ടു. പടിഞ്ഞാറ് ഫാസിസ്റ്റ് ജർമനിയിൽ നിന്നും കിഴക്ക് സൈനിക മേധാവിയായ ജപ്പാനിൽനിന്നുമുള്ള ഭീഷണിയുടെ പ്രശ്നത്തെക്കുറിച്ച് ജനങ്ങൾക്കിടയിൽ പ്രചാരണം നടത്താൻ പാർട്ടിയുടെ അണ്ടർഗ്രൗണ്ട്

സംഘടനയാകെ സ്വയം സംഘടിപ്പിക്കപ്പെട്ടു. പാർട്ടിക്ക് അപ്പോഴും അണ്ടർഗ്രൗണ്ടിൽതന്നെ പ്രവർത്തിക്കേണ്ടിയിരുന്നുവെങ്കിലും അത് നിരവധി പൊതുയോഗങ്ങളും റാലികളും സാംസ്കാരിക പരിപാടികളും സംഘടിപ്പിച്ചു. ആഗോള ഫാസിസത്തിൽ നിന്നുള്ള അപകടത്തിലേക്ക് ജനങ്ങളുടെ ശ്രദ്ധ തിരിച്ചുവിട്ട ഇത്തരം പ്രക്ഷോഭ പ്രവർത്തനങ്ങളിൽ എല്ലാ പാർട്ടി അംഗങ്ങളും സുഹൃത്തുക്കളും മുഴുകി. ഇന്ത്യയുടെയും മറ്റെല്ലാ ഏഷ്യൻരാജ്യങ്ങളുടെയും സ്വാതന്ത്ര്യത്തിന് ഗുരുതരമായ ഭീഷണിയായി വളർന്നുകൊണ്ടിരുന്ന ജാപ്പനീസ് സൈനികമേധാവിത്വത്തിന്റെ ഭീഷണിയിലേക്ക് ജനശ്രദ്ധ ആകർഷിക്കാൻ ഇത്തരം പ്രക്ഷോഭപ്രവർത്തനങ്ങൾ പ്രത്യേകിച്ചും ശ്രദ്ധിച്ചു.

കോൺഗ്രസ് നേതാക്കൻമാരും ബ്രിട്ടീഷ് ഭരണാധികാരികളും തമ്മിൽ സുദീർഘമായ കൂടിയാലോചനകൾ നടന്നുകൊണ്ടിരുന്ന അവസരത്തിൽ തന്നെയാണ് പാർട്ടിയുടെ ആഭിമുഖ്യത്തിലുള്ള ഇത്തരം പ്രക്ഷോഭപ്രവർത്തനങ്ങളും നടന്നത്. ലോകഫാസിസവും ജാപ്പനീസ് സൈനികമേധാവിത്വവും ഇന്ത്യക്കുനേരെ ഉയർത്തിയ ഭീഷണിയെ കമ്യൂണിസ്റ്റ് പാർട്ടി എത്രത്തോളം ഗൗരവത്തോടെയാണോ കണ്ടിരുന്നത് അത്രത്തോളം ഗൗരവത്തോടെതന്നെ അക്കാലത്ത് കോൺഗ്രസ് പാർട്ടിയും അതിനെ വീക്ഷിച്ചിരുന്നു. രാജ്യത്തെ അഭിമുഖീകരിക്കുന്ന പ്രധാന രാഷ്ട്രീയ പ്രശ്നത്തെ സംബന്ധിച്ചിടത്തോളം കോൺഗ്രസ് പാർട്ടിയും കമ്യൂണിസ്റ്റ് പാർട്ടിയും തമ്മിൽ യഥാർഥത്തിൽ പൂർണമായ അഭിപ്രായൈക്യമാണ് ഉണ്ടായിരുന്നത്. എന്നാൽ പൊതുവായ ലക്ഷ്യം നേടിയെടുക്കുന്നതിന് അവലംബിക്കേണ്ട മാർഗത്തെ സംബന്ധിച്ച് ഇരുകൂട്ടരും തമ്മിൽ അഭിപ്രായവ്യത്യാസമാണ് ഉണ്ടായിരുന്നത്. ഫാസിസ്റ്റ് വിരുദ്ധ യുദ്ധത്തിൽ തങ്ങൾക്ക് ഫലപ്രദമായ ഒരു പങ്ക് വഹിക്കാൻ കഴിയത്തക്കവിധത്തിൽ ബ്രിട്ടീഷ് ഭരണാധികാരികളുമായി കൂടിയാലോചനയിലൂടെ ഒരു ഒത്തുതീർപ്പിൽ എത്തിച്ചേരാനാണ് കോൺഗ്രസ് ശ്രമിച്ചുകൊണ്ടിരുന്നത്. കൂടിയാലോചനകൾ പരാജയപ്പെടുകയാണെങ്കിൽ സാമ്രാജ്യത്വത്തിന് എതിരായ പ്രക്ഷോഭത്തിലേക്ക് കോൺഗ്രസ് നേതൃത്വത്തിന് നീങ്ങേണ്ടിവരും. ഇന്ത്യയുടെ യുദ്ധശ്രമങ്ങൾക്ക് തടസം സൃഷ്ടിക്കുന്ന ഒരു മാർഗമാണത് എന്ന വിവക്ഷ അതിനുണ്ടായിരുന്നുവെന്ന കാര്യത്തിൽ സംശയമില്ല. എന്നാൽ നേരെമറിച്ച് കമ്യൂണിസ്റ്റ് പാർട്ടിയാകട്ടെ, ഇന്ത്യയുടെ ദേശീയാവശ്യം ബ്രിട്ടീഷ് ഭരണാധികാരികളെക്കൊണ്ട് അംഗീകരിപ്പിക്കുന്നതിനുള്ള അവശ്യോപാധിയായി ഫാസിസത്തിന്റെ പരാജയം ഉറപ്പുവരുത്തണം (അതിനെത്തുടർന്ന് യുദ്ധയത്നങ്ങളിൽ സജീവമായി പങ്കെടുക്കാം) എന്ന ലൈൻ മുന്നോട്ട് വെച്ചു.

എന്നാൽ ബ്രിട്ടീഷ് ഭരണാധികാരികളും കോൺഗ്രസ് നേതാക്കൻമാരും തമ്മിലുള്ള കൂടിയാലോചനകൾ പരാജയപ്പെടുകയാണുണ്ടായത്. യുദ്ധയത്നങ്ങളെ ചെറുക്കാൻ ഇന്ത്യൻ ജനതയോട്

ആഹ്വാനം ചെയ്യുകയല്ലാതെ മറ്റൊരു പോംവഴിയും കോൺഗ്രസിന് ഇല്ലെന്നുവന്നു. ഈ പ്രശ്നത്തെ ആസ്പദിച്ചാണ് കമ്യൂണിസ്റ്റുകാർ (അവരിൽ ചിലർ അപ്പോഴും അഖിലേന്ത്യാ കോൺഗ്രസ് കമ്മിറ്റിയിൽ അംഗങ്ങളായിരുന്നു) കിറ്റ് ഇന്ത്യാപ്രമേയത്തിന് എതിരായി വോട്ട് ചെയ്തത്. അവരുടെ എതിർപ്പിനെ വിഗണിച്ചുകൊണ്ട് സമരം ആരംഭിക്കാൻ കമ്മിറ്റി തീരുമാനിച്ചപ്പോൾ ഇത് തെറ്റാണ്, ആത്മഹത്യാപരമാണ് എന്ന സന്ദേശവുമായി കമ്യൂണിസ്റ്റുകാർ ജനങ്ങളുടെ അടുക്കലേക്ക് ചെന്നു. കോൺഗ്രസ് പാർട്ടിയും കമ്യൂണിസ്റ്റ് പാർട്ടിയും തമ്മിലുള്ള അതിനിശിതമായ ആശയസമരത്തിന്റെ ആരംഭമായിരുന്നു അത്.

14

ദേശാഭിമാനി

ക്വിറ്റിന്ത്യാ പ്രസ്ഥാനം ആരംഭിച്ച 1942 ആഗസ്തിലാണ് ഇന്ത്യൻ കമ്യൂണിസ്റ്റ് പാർട്ടി അണ്ടർഗ്രൗണ്ടിൽ നിന്ന് പുറത്തുവന്നത്. പാർട്ടിയുടെ കേന്ദ്ര ആപ്പീസ് ബോംബെയിൽ സ്ഥാപിതമായി. പാർട്ടിയുടെ മുഖപത്രമായ *പീപ്പിൾസ് വാർ* വാരികയായി പ്രസിദ്ധീകരിച്ചുതുടങ്ങി. ഇംഗ്ലീഷ്, ഹിന്ദി, ഉറുദു, മറാത്തി, ഗുജറാത്തി എന്നീ ഭാഷകളിലെല്ലാം അത് പ്രസിദ്ധീകൃതമായിരുന്നു. പാർട്ടിയുടെ ഔദ്യോഗിക മുഖപത്രം പരസ്യമായി പ്രസിദ്ധീകരിക്കപ്പെടുന്നത് ചരിത്രത്തിൽ ഇതാദ്യമായിട്ടാണ്. *നാഷണൽഫ്രണ്ട്* എന്ന പേരിൽ മുമ്പ് പുറത്തിറക്കപ്പെട്ടിരുന്ന ഒരു പ്രസിദ്ധീകരണം , പാർട്ടിപത്രം എന്ന പേരിലാണ് അറിയപ്പെട്ടിരുന്നതെങ്കിലും ഔപചാരികമായി അതൊരു സ്വതന്ത്ര പ്രസിദ്ധീകരണമായിരുന്നു. കാരണം അക്കാലത്ത് (1938–40) പാർട്ടി നിരോധിക്കപ്പെട്ടിരിക്കുകയായിരുന്നുവല്ലോ.

കേന്ദ്രത്തിലെ ഈ പുതിയ സംഭവവികാസങ്ങളോട് അടുപ്പിച്ചാണ് കേരളത്തിലെ പാർട്ടിയുടെ പരസ്യമായ ആപ്പീസ് കോഴിക്കോട് തുറന്നത്. ബോംബെയിൽ നിന്ന് *പീപ്പിൾസ് വാർ* എന്നപോലെ, പാർട്ടിയുടെ മലയാളം മുഖപത്രമായ *ദേശാഭിമാനി* ആദ്യമായി പാർട്ടിയുടെ ഔദ്യോഗിക മുഖപത്രമായി പ്രസിദ്ധീകരിക്കപ്പെട്ടുതുടങ്ങി. (1938–ഓടെ *പ്രഭാതം* വാരിക കമ്യൂണിസ്റ്റ് പാർട്ടിയുടെ യഥാർഥത്തിലുള്ള മുഖപത്രമായിത്തീർന്നുവെങ്കിലും, അത് ഔപചാരികമായി കോൺഗ്രസ് സോഷ്യലിസ്റ്റ് പാർട്ടിയുടെ മുഖപത്രമായിരുന്നു.)

1935–ലെയും 1938–ലെയും *പ്രഭാതവും* ഇപ്പോഴത്തെ *ദേശാഭിമാനിയും* ഒരേ ചങ്ങലയിലെ മൂന്നുകണ്ണികളായിരുന്നു. ഇടതുപക്ഷ കോൺഗ്രസുകാർ സോഷ്യലിസ്റ്റുകാരായും പിന്നീട് കമ്യൂണിസ്റ്റുകാരായും വളർന്ന രാഷ്ട്രീയ പ്രക്രിയയെയാണവ സൂചിപ്പിക്കുന്നത്. ആ

പ്രക്രിയ ഇപ്പോൾ പൂർത്തിയായിരിക്കുന്നു. ഇടതുപക്ഷത്തിന്റെ നേതൃത്വത്തിലായിരുന്ന 1935-ലെയും 1938-ലെയും പ്രവിശ്യാകോൺഗ്രസ് കമ്മിറ്റികളുടെ ആപ്പീസുകൾ പ്രവർത്തിച്ചിരുന്ന അതേ കെട്ടിടത്തിൽ തന്നെയാണ് അക്കാലത്തെ *പ്രഭാതങ്ങ*ളുടെ പത്രാധിപ ആപ്പീസും പ്രവർത്തിച്ചിരുന്നത്. അതുപോലെ ഇപ്പോൾ സി പി ഐയുടെ കേരള കമ്മിറ്റിയുടെ ആപ്പീസ് പ്രവർത്തിക്കുന്ന അതേകെട്ടിടത്തിൽ തന്നെയാണ്, *ദേശാഭിമാനി*യുടെ പത്രാധിപ ആപ്പീസും മാനേജ്മെന്റ് ആപ്പീസും പ്രവർത്തനം ആരംഭിച്ചിരിക്കുന്നത്.

ദേശാഭിമാനി എന്ന പേര് പ്രതിരൂപാത്മകമായിരുന്നു. കോൺഗ്രസ് പാർട്ടി ക്വിറ്റ് ഇന്ത്യാസമരത്തിൽ മുഴുകിയ സന്ദർഭത്തിലാണ് "ദേശീയ താൽപര്യത്തെ വഞ്ചിച്ച പാർട്ടി" എന്നും "ദേശീയ പ്രസ്ഥാനത്തെ പിന്നിൽ നിന്ന് കുത്തിയ പാർട്ടി" എന്നും മറ്റുമുള്ള ആരോപണത്തിന് സി പി ഐ വിധേയമായ അതേ സന്ദർഭത്തിലാണ്, *ദേശാഭിമാനി* പ്രസിദ്ധീകരിക്കപ്പെട്ടു തുടങ്ങിയത്. തങ്ങൾ സ്വീകരിച്ച രാഷ്ട്രീയ ലൈനിൽ തങ്ങളൊട്ടും ലജ്ജിക്കുന്നില്ല. ജനകീയ യുദ്ധത്തിന്റെ വിജയത്തിനുവേണ്ടി ജനങ്ങളെ അണിനിരത്താൻ തങ്ങൾ ദൃഢപ്രതിജ്ഞരാണ് എന്ന് പാർട്ടിക്ക് മറ്റുള്ളവരെ കാണിച്ചുകൊടുക്കേണ്ടിയിരുന്നു. ഇതൊട്ടും എളുപ്പമായിരുന്നില്ല. കമ്യൂണിസ്റ്റുകാർ, ബ്രിട്ടീഷുകാർക്ക് "അവനവനെത്തന്നെ വിറ്റിരിക്കുന്നു" എന്ന് ക്വിറ്റ് ഇന്ത്യാസമരത്തിൽ പങ്കെടുത്തവരും അതിനോട് അനുഭാവം പുലർത്തുന്നവരും ആയ ജനങ്ങളിൽ മിക്കവരും ആത്മാർഥമായിത്തന്നെ വിശ്വസിച്ചിരുന്നു. ജനങ്ങളുടെ ഈ കമ്യൂണിസ്റ്റ് വിരുദ്ധ വികാരത്തെ അവഗണിച്ചുകൊണ്ടാണ് തങ്ങളുടെ ഔദ്യോഗിക മുഖപത്രത്തിന് *ദേശാഭിമാനി* എന്ന പേരിടാൻ കമ്യൂണിസ്റ്റുകാർ തീരുമാനിച്ചത്. ബ്രിട്ടീഷ് ഭരണാധികാരികളിൽ നിന്ന് സ്വാതന്ത്ര്യം നേടിയെടുക്കുന്നതിനുള്ള ഏറ്റവും നല്ല മാർഗം ഫാസിസ്റ്റ് വിരുദ്ധ യുദ്ധത്തിൽ സജീവമായി പങ്കെടുക്കുകയാണ് എന്ന് അവകാശപ്പെടുന്നത് കമ്യൂണിസ്റ്റുകാരെ സംബന്ധിച്ചിടത്തോളം അഭിമാനാവഹവും ആദരണീയവുമായ കാര്യമായിരുന്നു.

ബ്രിട്ടീഷ് ഭരണാധികാരികളിൽ നിന്ന് സ്വാതന്ത്ര്യം നേടിയെടുക്കുന്നതിനുള്ള ഏറ്റവും നല്ല മാർഗം, യുദ്ധശ്രമങ്ങളെ അട്ടിമറിക്കുകയാണ് എന്ന് പൂർണമായും വിശ്വസിച്ചിരുന്ന ബ്രിട്ടീഷ് വിരുദ്ധ സമരസേനാനികളായ ബഹുജനങ്ങൾക്ക് *ദേശാഭിമാനി*യിലൂടെ മുന്നോട്ടുവെച്ച ഈ വിധത്തിലുള്ള വാദമുഖങ്ങൾ ഒട്ടും ബോധ്യമായില്ല. ഒഴുക്കിനെതിരെ നീന്തുകയായിരുന്നു പാർട്ടി എന്ന കാര്യത്തിൽ തർക്കമില്ല. എന്നാൽ യുദ്ധനയങ്ങളെ അട്ടിമറിക്കുന്നത് ഇന്ത്യൻ സ്വാതന്ത്ര്യത്തിന്റെ ലക്ഷ്യങ്ങളെ സംബന്ധിച്ചിടത്തോളം വിനാശകരമാണെന്നും സ്വാതന്ത്ര്യത്തിന്റെ ഉദയം കൂടുതൽ വേഗത്തിലാക്കുന്നതിനുള്ള ഒരേയൊരു മാർഗം ഫാസിസത്തിന് എതിരായ സമരത്തെ ശക്തിപ്പെടുത്തുകയാണെന്നും ഇന്ത്യൻ രാഷ്ട്രീയ ജീവിതത്തിലെ ഒരു ചെറുന്യൂനപക്ഷ

വിഭാഗം (അവർ സി പി ഐക്കാരായിരുന്നു) അതേപോലെതന്നെ ഉറച്ച് വിശ്വസിച്ചു. ഈ ചെറുന്യൂനപക്ഷത്തിൽ ആയിരക്കണക്കിന് ജനങ്ങളുണ്ട്. ഫാസിസ്റ്റ് വിരുദ്ധ സ്വാതന്ത്ര്യസമരത്തിന്റെ വിജയം ഉറപ്പുവരുത്തുന്നതിന് അവർ വമ്പിച്ച ത്യാഗങ്ങൾ സഹിക്കാൻ തയ്യാറാണ് എന്നതൊരു വസ്തുതയായിരുന്നു. ഇന്ത്യൻ രാഷ്ട്രീയത്തിൽ വന്ന ഒരു വലിയ മാറ്റത്തെയാണ് അത് എടുത്ത് കാണിച്ചത്. ഫാസിസത്തിനെതിരായ ലോകവ്യാപകമായ സമരവും ദേശീയ സ്വാതന്ത്ര്യം എന്ന ലക്ഷ്യവും അവിഭാജ്യമാംവിധം ബന്ധപ്പെട്ടതാണ് എന്ന് കരുതുന്ന സ്വാതന്ത്ര്യസേനാനികളുടെ ഒരു പുതിയ തലമുറ ഉയർന്നുവരുന്നുവെന്നതാണ് ആ മാറ്റം.

ദേശാഭിമാനി അച്ചടിക്കുകയും അത് വിൽക്കുകയും ചെയ്തിരുന്ന വ്യക്തികൾക്ക് സാമ്രാജ്യത്വ വിരുദ്ധരായ ബഹുജനങ്ങളുടെ കടുത്ത രോഷത്തെ അഭിമുഖീകരിക്കേണ്ടിയിരുന്നു. ഇത്തരം വിഷമകരമായ പരിതഃസ്ഥിതിയിൽ പത്രം കൊണ്ടുനടത്തുന്നതിന് (പത്രം അച്ചടിപ്പിക്കുന്നതിനും വിതരണം നടത്തുന്നതിനും) സുശക്തമായ ഒരു സംഘടന കെട്ടിപ്പടുക്കേണ്ടതുണ്ടായിരുന്നു. അതെന്തായാലും നിയമവിധേയവും നിയമവിരുദ്ധവും ആയ പരിതഃസ്ഥിതികളിൽ പ്രവർത്തിച്ച് വളരെയേറെ അനുഭവം സിദ്ധിച്ച നൂറുകണക്കിന് സജീവ കേഡർമാർ ഉണ്ടായിരുന്നതുകൊണ്ട് അത് സാധ്യമായിരുന്നു. യുദ്ധത്തിന് മുമ്പുള്ള കാലത്ത് പരസ്യമായ സംഘടന കെട്ടിപ്പടുക്കുന്നതിന് ഒരു വിധത്തിലല്ലെങ്കിൽ മറ്റൊരു വിധത്തിൽ സഹായിച്ച കേഡർമാർ 1940-42 കാലത്തെ നിയമവിരുദ്ധ സംഘടന നിലനിർത്താൻ സഹായിച്ചവർ, അതുപോലെതന്നെ ഈ കേഡർമാരുടെ പ്രവർത്തനങ്ങളിൽ നിന്ന് ആവേശം കൊണ്ട എത്രയോ ആളുകൾ-ഇവരെല്ലാം പൂർണമായ നിയമവിധേയ പ്രവർത്തനത്തിൽ ഒട്ടിച്ചേർന്നുനിന്നു. പത്രം നടത്തുക, വലിയ പ്രകടനങ്ങൾ സംഘടിപ്പിക്കുക, ചെറുതും വലുതുമായ യോഗങ്ങൾ നടത്തുക, ലഘുലേഖകളും നോട്ടീസുകളും പ്രസിദ്ധീകരിക്കുക, ഗായകസംഘങ്ങൾ സംഘടിപ്പിക്കുക, നാടകങ്ങൾ അരങ്ങേറുക, മറ്റ് വിധത്തിലുള്ള സാംസ്കാരിക പ്രവർത്തനങ്ങൾ സംഘടിപ്പിക്കുക-ഇതൊക്കെ നിയമവിധേയ പ്രവർത്തനങ്ങളിൽ ഉൾപ്പെട്ടിരുന്നു. ഒരു പ്രചാരണരീതിയും , ജനകീയ പ്രക്ഷോഭത്തിനും ബഹുജനവിദ്യാഭ്യാസത്തിനും ഉള്ള ഒരു മാർഗവും പരീക്ഷിക്കാതെ വിട്ടുകളയുകയുണ്ടായില്ല. ഫാസിസത്തിൽ നിന്ന് രാജ്യത്തെ രക്ഷിക്കുക, ബ്രിട്ടീഷ് ഭരണാധികാരികളിൽ നിന്ന് ദേശീയ സ്വാതന്ത്ര്യം നേടിയെടുക്കുക എന്നീ മുദ്രാവാക്യങ്ങൾക്ക് കീഴിൽ കൂടുതൽ കൂടുതൽ ജനങ്ങളെ അണിനിരത്തുന്നതിനായി വിവിധ മാർഗങ്ങൾ ഉപയോഗപ്പെടുത്തപ്പെട്ടു. ഓരോ പാർട്ടി അംഗവും ഓരോ അനുഭാവിയും തങ്ങളുടെ കുടുംബാംഗങ്ങളോടൊപ്പം പാർട്ടിയുടെ പ്രവർത്തനങ്ങളിൽ പങ്കെടുത്തു.

ദേശാഭിമാനിക്കും പീപ്പിൾസ് വാറിനും വേണ്ടിയും അതുപോലെ

തന്നെ പാർട്ടി സംഘടന സുസജ്ജമാക്കി നിലനിർത്തുന്നതിനുവേണ്ടിയും ഫണ്ടുപിരിക്കാൻ നടത്തിയ പ്രചാരണമാണ് ഇക്കാലത്ത് ജനശ്രദ്ധ പിടിച്ചുപറ്റിയ പരിപാടികളിലൊന്ന്. ഈ ഫണ്ട് പിരിവ് ആരംഭിച്ചത് പാർട്ടിയുടെ സ്ഥാപകനേതാവായ പി കൃഷ്ണപിള്ള തന്നെയാണ്. 1942-ൽ ജയിലിൽ നിന്ന് മോചിതനായ അദ്ദേഹം ആലപ്പുഴയിലേക്ക് പോയി. കയർ വ്യവസായത്തിന്റെ ഈ കേന്ദ്രത്തിൽ (1938-ലെ ഈ മേഖലയിലെ മഹത്തായ പണിമുടക്കിന് മാർഗനിർദേശം നൽകിയത് അദ്ദേഹമാണ്.) കയർ ഫാക്ടറികളുടെ പടിക്കൽ ചെന്നുനിന്ന് പാർട്ടി സംഘടനയെ സജീവമാക്കി നിലനിർത്തുന്നതിനും പാർട്ടി പത്രമായ *ദേശാഭിമാനി* ആരംഭിക്കുന്നതിനും ആവശ്യമായ ഫണ്ടിലേക്ക് സംഭാവന ചെയ്യാൻ അദ്ദേഹം തൊഴിലാളികളോട് അഭ്യർഥിച്ചു. അന്ന് സംഭരിച്ച നാണയത്തുട്ടുകൾ ഇന്നത്തെ കണക്കിൽ ഒരു വലിയ സംഖ്യയൊന്നുമല്ലായിരിക്കാം. എന്നാൽ ആ പ്രചാരണം ഒരു മാർഗദർശിയായിരുന്നു. പാർട്ടി അതിന്റെ നിലനിൽപ്പിനും വളർച്ചക്കും അധ്വാനിക്കുന്ന ജനവിഭാഗങ്ങളുടെ ത്യാഗങ്ങളെയാണ് ആശ്രയിക്കുന്നതെന്ന് അത് കാണിച്ചുകൊടുത്തു.

ആലപ്പുഴയിൽ നിന്ന് കൃഷ്ണപിള്ള കേരളത്തിലെ മറ്റോരോ വ്യവസായ കേന്ദ്രത്തിലേക്കും പിന്നീട് ഗ്രാമപ്രദേശങ്ങളിലേക്കും നീങ്ങി. പാർട്ടിക്ക് ഇങ്ങനെ സംഭാവന നൽകിയവരിൽ വടക്കേമലബാറിലെ വൃദ്ധയായ ഒരു കർഷക വിധവയും ഉൾപ്പെടുന്നു. അവർക്കുണ്ടായിരുന്ന ഒരേയൊരു സ്വത്തായ പശുവിനെ അവർ പാർട്ടിക്ക് ദാനം ചെയ്തു. (അക്കൊല്ലം സെപ്തംബറിൽ ചേർന്ന കേന്ദ്രകമ്മിറ്റിയുടെ വിപുലീകൃത യോഗത്തിൽവെച്ച് ജനറൽ സെക്രട്ടറി പി സി ജോഷി ഇക്കാര്യം പ്രസ്താവിക്കുകയുണ്ടായി) പണമായും സാധനങ്ങളായും ഉള്ള സംഭാവനകൾ ഒഴുകിക്കൊണ്ടിരുന്നു. ഈ രാജ്യത്തിലെ ഇടതുപക്ഷപ്രസ്ഥാനത്തിന്റെ ചരിത്രത്തിൽ മുമ്പൊരിക്കലും ഇത്തരമൊരു പ്രസ്ഥാനം വളർന്നുവന്നിട്ടില്ല. സ്വാതന്ത്ര്യസമരത്തിന്റെ ലക്ഷ്യത്തിനുവേണ്ടി മഹാത്മാഗാന്ധി നടത്തിയ ഫണ്ടുപിരിവിനെ അനുസ്മരിപ്പിക്കുന്നതാണിത്.

അഭൂതപൂർവമായ ആവേശത്തിന്റെയും അർപ്പണബോധത്തിന്റെയും അടിസ്ഥാനത്തിൽ പുതിയ രീതിയിലുള്ള ഒരു പാർട്ടി കെട്ടിപ്പടുത്തുകൊണ്ടിരിക്കുകയായിരുന്നു. വിപ്ലവത്തിനായി തങ്ങളുടെ ജീവിതങ്ങൾ ഉഴിഞ്ഞുവെച്ച നൂറുകണക്കിന് യുവതീയുവാക്കളുടെ പാർട്ടിയായിരുന്നു അത്. പാർട്ടി വേതനമായി നൽകുന്ന തുച്ഛമായ തുക കൊണ്ട് ജീവിതം നയിക്കുന്ന, വിപ്ലവലക്ഷ്യം പ്രാപിക്കുന്നതിനുവേണ്ടി പ്രവർത്തിക്കുക എന്നല്ലാതെ മറ്റ് ജീവിതമാർഗമൊന്നുമില്ലാത്ത നൂറുകണക്കിന് യുവതീയുവാക്കളുടെ പാർട്ടിയായിരുന്നു അത്. ഭേദപ്പെട്ട കുടുംബങ്ങളിലെ ഏതാനും സ്ത്രീപുരുഷൻമാർ വിപ്ലവത്തിനുവേണ്ടി തങ്ങളുടെ സ്വത്തുക്കൾ (ചെറുതോ അത്ര ചെറുതല്ലാത്തതോ) ത്യജി

ക്കാൻ തയ്യാറായി എന്നതാണ് ഈ കാലഘട്ടത്തിലെ മറ്റൊരു സംഭവ വികാസം."എല്ലാം വിപ്ലവത്തിനുവേണ്ടി" എന്നതായിരുന്നു ഈ വിപ്ലവ കാരികളുടെ പ്രമാണം.

ഇത്തരം പ്രവർത്തനങ്ങൾ നടന്നുവന്ന ദിനങ്ങളിലേക്ക് (ആഴ്ചക ളിലേക്കും മാസങ്ങളിലേക്കും) തിരിഞ്ഞുനോക്കിയാൽ ഒരു കാര്യം എളുപ്പത്തിൽ മനസിലാക്കാം. ഈ പ്രവർത്തനങ്ങളിൽ ഏർപ്പെട്ടിരുന്ന സഖാക്കളുടെ മാനസികഘടനയിൽ സാങ്കൽപ്പികവും നിർദോഷവു മായ ഒരു വലിയ അംശമുണ്ടായിരുന്നു. പാർട്ടി അംഗങ്ങളും അനുഭാവി കളും ആയ പതിനായിരക്കണക്കിനാളുകൾ പ്രകടിപ്പിച്ച ആത്മസ മർപ്പണ ബോധത്തിന് പിറകിൽ ഫാസിസ്റ്റ് വിരുദ്ധ യുദ്ധം അവസാനി ക്കുന്നതോടെ ലോകത്തിലെ എല്ലാ പ്രശ്നങ്ങളും പരിഹരിക്കപ്പെടും, ഇന്ത്യയടക്കം എല്ലാ കോളനി രാജ്യങ്ങളും ആശ്രിതരാജ്യങ്ങളും യുദ്ധാ വസാനത്തോടെ സ്വാഭാവികമായും സ്വതന്ത്രങ്ങളായിത്തീരും, ലോകംമുഴുവൻ സോഷ്യലിസ്റ്റ് സമൂഹത്തിലേക്ക് പരിവർത്തനം ചെയ്യ പ്പെടും എന്ന അതിലളിതവൽക്കരിക്കപ്പെട്ട ധാരണയാണുണ്ടായിരുന്ന ത്. പതിനായിരക്കണക്കിന് യുവതീയുവാക്കൾ പൂർണസമയ വിപ്ലവ കാരികളായി മാറുന്നതിലേക്ക് നയിച്ച ചേതോവികാരം ഇതായിരുന്നു.

യുദ്ധാനന്തരകാലത്തെ ലോകത്തെക്കുറിച്ചുള്ള വിലയിരുത്ത ലിലെ ഈ കാൽപ്പനികത വളരെ പെട്ടെന്നുതന്നെ അപ്രത്യക്ഷമായി. ക്വിറ്റ് ഇന്ത്യാപ്രസ്ഥാനത്തിന്റെ മാസങ്ങളിൽ വിഭാവനം ചെയ്യാൻ കഴി യാത്ത അത്ര ത്യാഗങ്ങൾ സഹിച്ചവരുടെ ബോധമണ്ഡലത്തെ, നീണ്ടനീണ്ട സമരങ്ങളുടെ പൊള്ളിക്കുന്ന യാഥാർഥ്യം ക്രമേണ സ്വാധീനിച്ചുതുടങ്ങി. അതെന്തായാലും ഒരു വസ്തുത അവശേഷിക്കു ന്നു. ആ മാസങ്ങളിൽ സഖാക്കൾ കാണിച്ച ആവേശം അതെത്ര അൽപ്പായുസായിരുന്നുവെങ്കിലുംശരി പുതിയ രീതിയിലുള്ള ഒരു പാർട്ടിയുടെ ആവിർഭാവത്തിന്റെ സൂചകമാണ്. രണ്ടാം ലോകമഹായു ദ്ധത്തിന് മുമ്പുള്ള വർഷങ്ങളിലും മഹായുദ്ധത്തിന്റെ വർഷങ്ങളിലും വളർത്തിയെടുക്കപ്പെട്ട പാരമ്പര്യം, പുതിയ പരിത:സ്ഥിതികളിലും (സ്വാതന്ത്ര്യസമര പ്രസ്ഥാനത്തിന്റെ മുഖ്യധാരക്ക് എതിരായി പാർട്ടി നീന്തിക്കൊണ്ടിരിക്കുന്ന കാലഘട്ടത്തിലും) കാത്തുസൂക്ഷിക്കപ്പെട്ടു; ശക്തിപ്പെടുത്തപ്പെട്ടു.

15

ദേശാഭിമാന പ്രചാരണ സ്ക്വാഡുകൾ

"**സ്വാ**തന്ത്ര്യസമര പ്രസ്ഥാനത്തെ വഞ്ചിച്ചവരാണ്" കമ്യൂണിസ്റ്റുകാർ എന്ന് സാമ്രാജ്യത്വവിരുദ്ധവാദികളായ ജനങ്ങൾ കണക്കാക്കുമ്പോൾ, ഒഴുക്കിനെതിരെ സി പി ഐ നീന്തിക്കൊണ്ടിരിക്കുമ്പോൾ തങ്ങളുടെ ദേശാഭിമാനപരമായ വിശ്വാസ്യത ജനസമക്ഷം തെളിയിക്കേണ്ടത് പാർട്ടിയെ സംബന്ധിച്ചിടത്തോളം ആവശ്യമായിത്തീർന്നു. അതുകൊണ്ടാണ് പാർട്ടിയുടെ ആദ്യത്തെ നിയമവിധേയ മുഖപത്രത്തിന് *ദേശാഭിമാനി* എന്ന് പേരിട്ടത്.

എന്നാൽ കേരളത്തിലെ പാർട്ടിപത്രത്തിന് പേരിടുന്നത് മാത്രമായിരുന്നില്ല പ്രശ്നം. പാർട്ടി അംഗങ്ങളും അനുഭാവികളും ഉൾക്കൊള്ളുന്ന ദേശാഭിമാന പ്രചാരണസ്ക്വാഡുകൾ രൂപീകരിക്കാൻ അഖിലേന്ത്യാകേന്ദ്രം പാർട്ടിയോട് ആവശ്യപ്പെട്ടു. രാജ്യത്തിന് നേർക്കുള്ള ഫാസിസ്റ്റ് ഭീഷണിയെക്കുറിച്ച് ജനങ്ങളെ ബോധവാൻമാരാക്കുന്നതിന് എല്ലാവിധ പ്രചാരണ-പ്രക്ഷോഭമാർഗങ്ങളും ഉപയോഗപ്പെടുത്തുക എന്നതാണ് ഈ സ്ക്വാഡുകൾക്ക് ഏൽപ്പിച്ചുകൊടുത്ത ചുമതല. ആനുകാലിക പ്രശ്നങ്ങളെക്കുറിച്ചുള്ള പാർട്ടിനയം വിശദീകരിക്കുന്നതിന് പൊതുയോഗങ്ങൾ നടത്തുക, ഹാൾ യോഗങ്ങളും പ്രകടനങ്ങളും സംഘടിപ്പിക്കുക തുടങ്ങിയവയെല്ലാം അതിൽ ഉൾപ്പെടും.

ഇത്തരം പ്രക്ഷോഭ-പ്രചാരണങ്ങൾ പുത്തരിയൊന്നുമായിരുന്നില്ല. നിയമവിധേയ പ്രവർത്തനങ്ങളുടെ കാലഘട്ടത്തിൽ അവയെല്ലാം ഉപയോഗിക്കപ്പെട്ടിരുന്നു-കുറഞ്ഞ അളവിലാണെങ്കിലും അണ്ടർഗ്രൗണ്ട് പ്രവർത്തനകാലത്തും ഉപയോഗിക്കപ്പെട്ടിരുന്നു. ഇത്തരം പ്രവർത്തനങ്ങൾ പരമാവധി വ്യാപിപ്പിക്കുക എന്നതിൽ മാത്രമായിരുന്നു പുതുമ. ഇക്കാലത്ത് സ്ക്വാഡുകളിൽ പത്തോ ഇരുപതോ പേരെയല്ല, നൂറുകണക്കിനാളുകളെയാണ് സംഘടിപ്പിച്ചിരുന്നത്. അവർ പാർട്ടിപത്രവും

മറ്റ് പ്രസിദ്ധീകരണങ്ങളും പരസ്യമായി വിൽക്കുമ്പോൾ പാർട്ടി ശത്രുക്കളുടെ സംഘടിതാക്രമണത്തിന് ഇരയായിത്തീരുമ്പോൾ, ദേശാഭിമാന പ്രചാരണ സ്ക്വാഡിലെ അംഗങ്ങൾ പാർട്ടിയുടെ സുഹൃത്തുക്കളുമായും ശത്രുക്കളുമായും ചർച്ചയിലും സംവാദത്തിലും ഏർപ്പെടും. അത്തരം ചർച്ചകൾ പാർട്ടിയുടെ സുഹൃത്തുക്കളുടെ സംശയങ്ങളും അകൽച്ചകളും ഇല്ലാതാക്കാൻ സഹായിക്കും. പക്ഷേ ശത്രുക്കൾക്ക് അപ്പോഴും വിശ്വാസമാവുകയില്ല. എന്നാൽ ഇത്തരം ആശയവിനിമയങ്ങൾ സംഭവിക്കുന്നു എന്നതുതന്നെ അവരിൽ ചിലരെ ഇളക്കിത്തീർക്കും. അതൊരു വലിയ അനുഭവമായിരുന്നു. അത് നമ്മുടെ സഖാക്കളെ സൂക്ഷ്മഗ്രാഹികളാക്കി മാറ്റുന്നു. പക്വമതികളായ കേഡർമാരായി വളരാൻ അതവരെ സഹായിക്കുന്നു.

ബ്രിട്ടീഷ് ഗവൺമെന്റ് അവലംബിച്ച അടിച്ചമർത്തൽ നയത്തെ ദേശാഭിമാന പ്രചാരണസ്ക്വാഡ് അതിനിശിതമായി വിമർശിച്ചു. ഫാസിസ്റ്റ് വിരുദ്ധ യുദ്ധത്തിന്റെ രീതിയെക്കുറിച്ച് ജനങ്ങൾക്കുള്ള അമർഷവും രോഷവും വർധിപ്പിക്കാനേ അത് ഉതകൂ എന്നായിരുന്നു ആരോപണം. "ദേശീയ നേതാക്കളെ ജയിലിൽ നിന്ന് വിട്ടയക്കുക", "ഒരു ദേശീയ ഗവൺമെന്റ് സ്ഥാപിക്കുന്നതിനെക്കുറിച്ച് ദേശീയനേതാക്കളുമായി കൂടിയാലോചിക്കുക"-ഈ രണ്ട് മുദ്രാവാക്യങ്ങളും ജനങ്ങൾക്കിടയിൽ വ്യാപകമായി പ്രചരിപ്പിക്കപ്പെട്ടു. എന്നാൽ കമ്യൂണിസ്റ്റുകാർ ബ്രിട്ടീഷ് ഗവൺമെന്റുമായി കൂട്ടുകെട്ടിലാണെന്ന ധാരണ സാമ്രാജ്യത്വവിരുദ്ധരായ ജനങ്ങളുടെ മനസിൽ നിന്ന് അകറ്റാനോ കമ്യൂണിസ്റ്റുകാരും മറ്റ് സാമ്രാജ്യത്വ വിരുദ്ധ പ്രസ്ഥാനക്കാരും തമ്മിലുള്ള ബന്ധം മെച്ചപ്പെടുത്തുന്നതിന് ഉതകുന്ന പരിത:സ്ഥിതി സൃഷ്ടിക്കുവാനോ അത്തരം ആവശ്യങ്ങൾക്ക് കഴിഞ്ഞില്ല.

ബ്രിട്ടീഷ് ഗവൺമെന്റും ദേശീയ നേതാക്കളും തമ്മിലുള്ള കരാറുകളിലൊന്നായിരുന്നു ദേശീയ നേതാക്കളെ ജയിലിൽനിന്ന് വിട്ടയക്കാമെന്നത്. അവരെ വിട്ടയക്കുന്നതും ഫാസിസ്റ്റ് വിരുദ്ധ യുദ്ധത്തിന്റെ വിജയത്തിനുവേണ്ടിയുള്ള സമരവും തമ്മിൽ അവിഭാജ്യബന്ധമുണ്ടെന്ന് സി പി ഐയെ ശക്തിയായി പിന്തുണക്കുന്നവർ കണ്ടു. ഫാസിസത്തെ ചെറുക്കലും ബ്രിട്ടീഷ് ഗവൺമെന്റിന്റെ മർദനനയങ്ങൾക്ക് എതിരായ സമരവും ആയിരുന്നു നമ്മുടെ ചരിത്രത്തിന്റെ ആ പ്രത്യേക ഘട്ടത്തിലെ ദേശാഭിമാനത്തിന്റെ അന്ത:സത്ത.

ജനവിരുദ്ധവും ഭൂപ്രഭുക്കൾക്ക് അനുകൂലവുമായ ബ്രിട്ടീഷ് ഗവൺമെന്റിന്റെ നയങ്ങളുടെ സാമ്പത്തിക ദുഷ്ഫലങ്ങൾക്ക് നേരെയാണ് കമ്യൂണിസ്റ്റുകാർ തങ്ങളുടെ എതിർപ്പിന്റെ കുന്തമുന തിരിച്ചുവിട്ടത്. ജനങ്ങളെ സംബന്ധിച്ചിടത്തോളം ഭക്ഷ്യധാന്യങ്ങൾ, പഞ്ചസാര, മണ്ണെണ്ണ തുടങ്ങിയ അവശ്യ ഉപഭോഗവസ്തുക്കളുടെ വിലക്കയറ്റത്തിലൂടെയും അതുപോലെതന്നെ ഈ ചരക്കുകളുടെ ദൗർഭിക്ഷ്യത്തിലൂടെയും ബ്രിട്ടീഷ് നയങ്ങൾ എന്തെന്ന് വെളിവാക്കപ്പെട്ടു. പാർട്ടിയും

അതിന്റെ നേതൃത്വത്തിലുള്ള എല്ലാ ബഹുജനസംഘടനകളും പ്രചാരണത്തിനുള്ള കേന്ദ്രപ്രശ്നമായി എടുത്തത് ഇതിനെയാണ്. ജാതി-മത-രാഷ്ട്രീയ ബന്ധങ്ങളൊന്നും പരിഗണിക്കാതെ എല്ലാവിഭാഗം ജനങ്ങളും തമ്മിലുള്ള ഐക്യം കെട്ടിപ്പടുക്കുന്നതിന് അടിസ്ഥാനമാക്കിയെടുക്കാവുന്ന പ്രശ്നങ്ങളിലൊന്നാണത്. ദേശാഭിമാന പ്രചാരണസ്ക്വാഡുകൾ ഈ പ്രക്ഷോഭത്തിൽ മുഴുകി.

ഭക്ഷ്യപ്രശ്നം, പ്രത്യേകിച്ചും ബാധിക്കുന്ന പ്രദേശമാണ് കേരളം. ഭക്ഷ്യധാന്യത്തിന്റെ കാര്യത്തിൽ ഈ സംസ്ഥാനത്തിന്റെ മൂന്ന് മേഖലകളിലും കമ്മിയായിരുന്നു.(ഇപ്പോഴും അങ്ങനെതന്നെയാണ്) ഈ അവശ്യവസ്തുക്കൾ പുറത്തുനിന്ന് ഇറക്കുമതി ചെയ്യേണ്ടതുണ്ടായിരുന്നു. ഇന്ത്യയുടെ സാർവദേശീയ വാണിജ്യം ആകെ താറുമാറായതുകൊണ്ട് ഭക്ഷ്യദൗർലഭ്യമുണ്ടായി. ഇന്ത്യാചരിത്രത്തിന് മുമ്പൊരിക്കലും ഉണ്ടായിട്ടില്ലാത്തവിധം വിലകൾ ഉയർന്നു. ഫലപ്രദവും ന്യായയുക്തവുമായ വിതരണ വ്യവസ്ഥ സംഘടിപ്പിക്കേണ്ടത് ബ്രിട്ടീഷ് ഗവൺമെന്റിന്റെ ചുമതലയായിരുന്നു. ജനങ്ങളുടെ പ്രശ്നങ്ങൾ പരിഹരിക്കുന്ന കാര്യത്തിൽ കോളനിഭരണാധികാരികൾക്ക് താൽപര്യമുണ്ടായിരുന്നതുകൊണ്ട് ആ ചുമതല നിറവേറ്റപ്പെട്ടില്ല.

രാജ്യത്തിലെ സമാദരണീയരും ജനങ്ങളെ സേവിക്കാൻ പ്രതിജ്ഞാബദ്ധരും ആയ നേതാക്കൻമാർ അടങ്ങുന്ന ഒരു ദേശീയ ഗവൺമെന്റുണ്ടായിരുന്നെങ്കിൽ സ്ഥിതി മറിച്ചാകുമായിരുന്നു. അതിനാൽ ദേശീയ നേതാക്കളെ വിട്ടയക്കുകയും ദേശീയ ഗവൺമെന്റ് രൂപീകരിക്കുകയും ചെയ്യുക എന്ന ആവശ്യം ഭക്ഷ്യപ്രശ്നം പരിഹരിക്കുന്നതിനുള്ള പ്രക്ഷോഭത്തിന്റെ ഒരു ഭാഗമായിത്തീർന്നു.

പ്രാദേശികമായ വ്യത്യാസമോ രൂപഭേദമോ ഉണ്ടാകാമെങ്കിലും ഇന്ത്യയുടെ എല്ലാഭാഗങ്ങളും ദുർഘടം പിടിച്ച കാലഘട്ടത്തിലൂടെ കടന്നുപോവുകയായിരുന്നു. പാർട്ടിക്ക് അതുമൂലം ഒരു അഖിലേന്ത്യാ പ്രക്ഷോഭം നടത്തേണ്ടതുണ്ടായിരുന്നു. 1943-44 കാലഘട്ടത്തിലെ പട്ടിണിയിൽ പതിനായിരക്കണക്കിന് ആളുകൾ മരിച്ചുവീണ ബംഗാൾ ആയിരുന്നു ഈ പ്രക്ഷോഭത്തിന്റെ കേന്ദ്രം. ബംഗാളിലെ സ്ഥിതിയായിരുന്നു ഏറ്റവും പരിതാപകരമെങ്കിലും കേരളവും ഭീകരമായ ദിനങ്ങളിലൂടെയാണ് കടന്നുപോയത്. ഭക്ഷ്യധാന്യങ്ങളുടെയും മറ്റ് അവശ്യവസ്തുക്കളുടെയും വിലക്കയറ്റം, ദൗർലഭ്യം തുടങ്ങിയ പ്രശ്നങ്ങൾക്കു പുറമെ കോളറ പോലുള്ള പകർച്ചവ്യാധികളും പൊട്ടിപ്പുറപ്പെട്ടു. അതിൽപ്പെട്ട് നൂറുകണക്കിനുപേർ മരണമടഞ്ഞു. പാർട്ടിയിലെയും അതിന്റെ നേതൃത്വത്തിലുള്ള ബഹുജനസംഘടനകളിലെയും അംഗങ്ങൾ പകർച്ചവ്യാധികൾ പിടിപെട്ട കുടുംബങ്ങളിൽ ചെന്ന് വളണ്ടിയർമാരായി പ്രവർത്തിച്ചു. ഇക്കാര്യത്തിൽ പാർട്ടിക്കാരല്ലാത്ത വിശാല ജനവിഭാഗങ്ങളുടെ സഹാനുഭൂതിയും പിന്തുണയും അവർക്കുണ്ടായിരുന്നു-സാമ്രാജ്യത്വ വിരുദ്ധവാദികളായ ബഹുജനങ്ങളിൽ മഹാഭൂരിഭാ

ഗവും ശങ്കാപൂർവം അതിൽനിന്ന് ഒഴിഞ്ഞുനിന്നെങ്കിലും.

കമ്യൂണിസ്റ്റുകാരെ ഒരു പുതിയകാഴ്ചപ്പാടിലൂടെ വീക്ഷിക്കാൻ ഈ പ്രവർത്തനം ഉപകരിച്ചു. ബഹുജനപ്രക്ഷോഭങ്ങളും സമരങ്ങളും സംഘടിപ്പിക്കുന്ന ഊർജസ്വലരായ പ്രക്ഷോഭകരും സംഘാടകരും ആണ് അവർ എന്ന് എല്ലാവർക്കും അറിയാമായിരുന്നു. എന്നാൽ ദുരിതമനുഭവിക്കുന്ന ജനങ്ങൾക്കുവേണ്ടി അർപ്പണ മനോഭാവത്തോടെ പ്രവർത്തിക്കുന്നവരാണ് എന്ന് അവരെപ്പറ്റി പറയപ്പെട്ടിരുന്നില്ല. ഭക്ഷ്യ പ്രശ്നത്തിന്റെ കാര്യത്തിൽ പ്രക്ഷോഭകരായും ദുരിതമനുഭവിക്കുന്ന ജനങ്ങളെ സേവിക്കുന്ന സംഘാടകരായും അവർ ഉയർന്നതിനെതുടർന്ന്, പുതിയ പുതിയ ജനവിഭാഗങ്ങൾ പാർട്ടിയിലേക്ക് ആകർഷിക്കപ്പെട്ടു. പുതിയ മേഖലകളിലേക്ക് വ്യാപിക്കാനും പുതിയ ജനവിഭാഗങ്ങളിലേക്ക് എത്തിച്ചേരാനും അതുമൂലം പാർട്ടിക്ക് കഴിഞ്ഞു.

ഈ വിധത്തിൽ ജനങ്ങളെ സേവിക്കുന്നു എന്നതുകൊണ്ട് ജനങ്ങളുടെ പ്രശ്നങ്ങളോടും ജീവിതത്തോടും പാർട്ടി ഒരു വർഗരഹിത സമീപനം സ്വീകരിച്ചു എന്നർഥമാക്കുന്നില്ല. നേരെമറിച്ച് ഭക്ഷ്യധാന്യങ്ങളുടെയും മറ്റ് അവശ്യവസ്തുക്കളുടെയും ദൗർലഭ്യത്തെയും വിലക്കയറ്റത്തെയും സംബന്ധിച്ച പ്രശ്നങ്ങൾ വിശകലനം ചെയ്ത പാർട്ടി ഭൂപ്രഭുക്കളെയും കച്ചവടക്കാരെയും തുറന്നുകാണിച്ചു. അവരിൽ നിന്നാണല്ലോ പൂഴ്ത്തിവെപ്പുകാരും കൊള്ളലാഭക്കാരും കരിഞ്ചന്തക്കാരും ഉയർന്നുവരുന്നത്. ഈ ജനശത്രുക്കളെ സംരക്ഷിക്കുകയാണ് അവരെ ചെറുക്കുകയല്ല, ബ്രിട്ടീഷ് ഗവൺമെന്റ് ചെയ്തത്. ഭൂപ്രഭുക്കളിൽ നിന്നും പൂഴ്ത്തിവെപ്പുകാരിൽ നിന്നും ഗവൺമെന്റ് ധാന്യം പിടിച്ചെടുക്കണമെന്നും ഫലപ്രദമായ റേഷൻ വ്യവസ്ഥ സംഘടിപ്പിക്കാൻ ആ ധാന്യം ഉപയോഗപ്പെടുത്തണമെന്നും പാർട്ടിയും അതിന്റെ നേതൃത്വത്തിലുള്ള ബഹുജനസംഘടനകളും ആവശ്യപ്പെട്ടു. മറ്റൊരു വിധത്തിൽ പറഞ്ഞാൽ പൂഴ്ത്തിവെപ്പുകാർ, കരിഞ്ചന്തക്കാർ, കൊള്ളലാഭക്കാർ എന്നീ മൂന്ന് പ്രമുഖ സാമൂഹ്യ വിരുദ്ധ വിഭാഗക്കാർക്ക് ജൻമം നൽകുന്ന വർഗങ്ങൾക്ക് എതിരായിട്ടായിരുന്നു പാർട്ടിയുടെ പ്രക്ഷോഭം.

ഉദാഹരണത്തിന് മലബാറിൽ, ഒരു പിടി ജൻമിമാർ കുടിയാൻമാരിൽ നിന്ന് പാട്ടമായി വൻതോതിൽ നെല്ല് സംഭരിച്ച് കുന്നുകൂട്ടിക്കൊണ്ടിരുന്നു. കരിഞ്ചന്തവിലക്ക് ഈ നെല്ല് വിൽക്കാൻ അവർക്ക് സ്വാതന്ത്ര്യവും ഉണ്ടായിരുന്നു. ജൻമിമാർക്ക് കൊടുക്കാനുള്ള പാട്ടം ഗവൺമെന്റ് നിശ്ചയിച്ച വിലനിരക്കിൽ പണമായി കൊടുക്കാൻ കുടിയാൻമാരെ അനുവദിക്കണം. കുടിയാൻമാരിൽ നിന്ന് ഗവൺമെന്റ് നെല്ല് സംഭരിക്കണം. അത് റേഷൻ വിതരണത്തിനായി ഉപയോഗിക്കണം എന്ന് പാർട്ടി ആവശ്യപ്പെട്ടു. വൻകിട ജൻമിമാരുടെ പേരുകളും അവർ ഓരോരുത്തരും പാട്ടമായി സംഭരിച്ചുകൊണ്ടിരിക്കുന്ന നെല്ലിന്റെ അളവും *ദേശാഭിമാനി* പ്രസിദ്ധീകരിച്ചു. ജൻമിമാർ കുടിയാൻമാരിൽനിന്ന് പാട്ടമായി പിരിക്കുന്ന ധാന്യം കരിഞ്ചന്തവിലക്ക് ജൻമിമാർ

വിൽക്കുന്നത് തടയാൻ ആവശ്യമായ നടപടികൾ കൈക്കൊള്ളണമെന്ന് പാർട്ടി ഗവൺമെന്റിനോടാവശ്യപ്പെട്ടു. അങ്ങനെ ജൻമിമാർക്കെതിരായ സമരം കരിഞ്ചന്തക്കാർക്കെതിരായ സമരമായിത്തീർന്നു.

ബംഗാൾക്ഷാമത്തിനുശേഷം രണ്ട് വർഷം കഴിഞ്ഞ് ജയിലിൽ നിന്ന് വിമുക്തനായ ജവാഹർലാൽ നെഹ്റു പൂഴ്ത്തിവെപ്പുകാരുടെയും കരിഞ്ചന്തക്കാരുടെയും ജനവിരുദ്ധ നടപടികളോടുള്ള തന്റെ കഠിനമായ അമർഷം പ്രകടിപ്പിക്കുകയുണ്ടായി. ''കരിഞ്ചന്തക്കാരെയും പൂഴ്ത്തിവെപ്പുകാരെയും പിടികൂടി തൊട്ടടുത്ത വിളക്കുകാലിൽ കെട്ടിത്തൂക്കണം" എന്ന് അദ്ദേഹം പ്രഖ്യാപിച്ചു. എന്നാൽ നെഹ്റുവിനെയും അദ്ദേഹത്തിന്റെ സഹപ്രവർത്തകരെയും ബ്രിട്ടീഷ് ഗവൺമെന്റ് ജയിലിൽ അടച്ചതുകാരണം, രാജ്യത്ത് ഏറ്റവും കഠിനമായ ക്ഷാമം വരുത്തിവെച്ച സാമൂഹ്യവിരുദ്ധൻമാർക്കെതിരായ സമരത്തിൽ ഒരു പങ്കും വഹിക്കാൻ അവർക്ക് കഴിഞ്ഞില്ല.

എന്നാൽ ആ കാലഘട്ടത്തിലെ ഏറ്റവും പ്രമുഖ ദേശീയ രാഷ്ട്രീയ പ്രശ്നം എന്നനിലയിൽ ബംഗാൾ ക്ഷാമത്തിലേക്ക് ശ്രദ്ധ കേന്ദ്രീകരിച്ചതിന്റെ യശസ് സി പി ഐക്കാണ്. സമൂഹവിരുദ്ധ ശക്തികളെ (പൂഴ്ത്തിവെപ്പുകാരെയും കരിഞ്ചന്തക്കാരെയും) കൊടുംകുറ്റവാളികൾ എന്നനിലയിൽ സി പി ഐ തുറന്നുകാട്ടി. ആ കടുത്ത കുറ്റവാളികളെ സംരക്ഷിക്കുകയാണ് ബ്രിട്ടീഷ് ഗവൺമെൻറ് എന്നവർ കുറ്റപ്പെടുത്തി. കൊടുംവിപത്തിൽ ജനങ്ങളെ സഹായിക്കാൻ കഴിയുമായിരുന്ന നേതാക്കൻമാരെ (മഹാത്മാഗാന്ധിയും അദ്ദേഹത്തിന്റെ സഹപ്രവർത്തകരും) അവരുടെ സാന്നിധ്യം ജനമധ്യത്തിൽ അത്യാവശ്യമായിട്ടുള്ള ഒരു സന്ദർഭത്തിൽ ജയിലിലിട്ട് ഗവൺമെന്റ് വിഷമിപ്പിക്കുകയാണ് എന്ന് ചൂണ്ടിക്കാണിച്ചുകൊണ്ട് ക്ഷാമത്തിൽ ഗവൺമെന്റിനുള്ള ഉത്തരവാദിത്തവും പാർട്ടി തുറന്നുകാണിച്ചു. സാമൂഹ്യവിരുദ്ധൻമാരെ തുറന്നുകാണിച്ചും അവർക്കെതിരെ സമരം ചെയ്തുംകൊണ്ട് ഗവൺമെന്റിന്റെ അടിച്ചമർത്തൽ നയത്തെ എതിർത്തുകൊണ്ട്, ദുരന്തത്തിൽപെട്ട ജനങ്ങളെ സേവിക്കുക-പാർട്ടിയുടെ ദേശീയ പ്രക്ഷോഭം അങ്ങനെ ജനസേവനത്തിനുള്ള ഒരു സംയോജിത പ്രസ്ഥാനമായിരുന്നു.

ക്ഷാമം ഏറ്റവും മൂർച്ഛിച്ചത് ബംഗാളിലായിരുന്നു. തൊട്ടുപിറകിൽ കേരളവും ഉണ്ടായിരുന്നു. എന്നാൽ ഭക്ഷ്യദൗർലഭ്യം രാജ്യത്തൊട്ടാകെയുള്ള ഒരു പ്രതിഭാസമായിരുന്നു. ജനങ്ങളുടെ ദുരിതത്തിന്റെ തീക്ഷ്ണതയെ സംബന്ധിച്ചിടത്തോളം ഈ ദുരിതം കൈക്കൊണ്ട രൂപഭാവങ്ങളെ സംബന്ധിച്ചിടത്തോളം സംസ്ഥാനങ്ങൾ തമ്മിൽ തമ്മിൽ വ്യത്യാസമുണ്ടായിരുന്നു. ദേശീയതലത്തിൽ തന്നെ ഈ പ്രശ്നത്തെ പാർട്ടിക്ക് നേരിടേണ്ടതുണ്ടായിരുന്നു. കോളനി ഭരണാധികാരികളുടെ സംരക്ഷണത്തിൻ കീഴിൽ സാമൂഹ്യവിരുദ്ധൻമാർ ചെയ്യുന്ന ദുഷ്ചെയ്തികളെ തുറന്നുകാട്ടുന്നതോടൊപ്പംതന്നെ ദുരിതത്തിലാണ്ട ജനങ്ങൾക്ക് സേവനമെത്തിക്കാൻ പാർട്ടി അംഗങ്ങളെയും

അനുഭാവികളെയും സംഘടിപ്പിക്കുകയും വേണം. കടകൾക്ക് മുന്നിൽ ക്യൂ നിൽക്കുന്നതുതൊട്ട് പകർച്ചവ്യാധി പിടിച്ച വ്യക്തികളെയും കുടുംബങ്ങളെയും ശുശ്രൂഷിക്കുകവരെയുള്ള കാര്യങ്ങൾക്ക് പാർട്ടി യൂണിറ്റുകളെയും പാർട്ടിയുടെ നേതൃത്വത്തിലുള്ള ബഹുജനസംഘടനകളെയും അണിനിരത്തേണ്ടതുണ്ടായിരുന്നു.

ഈ രൂപത്തിലുള്ള പ്രവർത്തനം നമ്മുടെ പാർട്ടി സഖാക്കൾക്ക് ഒരു പുതിയ മുഖച്ഛായ നൽകി. ഇനിതൊട്ട് പണിമുടക്കുകളും മറ്റ് ഉശിരൻ സമരരൂപങ്ങളും സംഘടിപ്പിക്കുകയും പ്രക്ഷോഭം നടത്തുകയും ചെയ്യുന്നവർ മാത്രമല്ല അവർ. ജനങ്ങൾക്ക് മൂർത്തമായ സേവനം ചെയ്തുകൊടുക്കുന്ന സംഘാടകർ കൂടിയാണവർ. അവർ ജനങ്ങളുമായി (ചിട്ടയോടുകൂടിയ) ദൈനംദിന ബന്ധം വെച്ചു. അവർ ജനങ്ങളുമായി സംസാരിക്കുക മാത്രമല്ല ജനങ്ങളുടെ ജീവിതത്തിന്റെയാകെ ഭാഗമായിത്തീർന്നു എന്നാണ് അതിനർഥം. സ്വാതന്ത്ര്യ സമരപ്രസ്ഥാനത്തിന്റെ മുഖ്യധാരയിൽ നിന്ന് പാർട്ടി ഫലത്തിൽ ഒറ്റപ്പെട്ട അതേഅവസരത്തിൽ തന്നെ ബഹുജനങ്ങൾക്കിടയിൽ പാർട്ടിയുടെ ജനപ്രീതി വർധിക്കുന്നതിനുള്ള കാരണങ്ങളിൽ ഒന്ന് ഇതാണ്.

ഈ കാലഘട്ടത്തിൽ പാർട്ടി ഒരു പുതിയ പ്രവർത്തനരീതി പ്രയോഗത്തിൽ കൊണ്ടുവന്നു. പാർട്ടിയുടെ രാഷ്ട്രീയം പ്രചരിപ്പിക്കുന്നതിന് വിവിധ കലാ-സാംസ്കാരികരൂപങ്ങൾ ഉപയോഗപ്പെടുത്തപ്പെട്ടു. ജനകീയയുദ്ധം എന്ന രാഷ്ട്രീയ-അടവുപരമായ ലൈൻ പാർട്ടി നേതൃത്വം സ്വീകരിച്ചതിനെത്തുടർന്നുള്ള ആഴ്ചകളിൽ ഈ പ്രവർത്തനരീതിക്ക് ആക്കം കൂടി. പാർട്ടി ഒരു നിയമവിധേയ സംഘടനയായിത്തീരുകയും *ദേശാഭിമാനി*യുടെ പ്രസിദ്ധീകരണം ആരംഭിക്കുകയും ചെയ്യുന്നതിന് മുമ്പുതന്നെ കേരളത്തിൽ ഫാസിസ്റ്റ് വിരുദ്ധ പ്രചാരണം സംഘടിപ്പിക്കപ്പെട്ടിരുന്നു. പ്രത്യക്ഷത്തിൽ പാർട്ടിയുടേതല്ലാത്ത വേദികളിൽ നിന്നുകൊണ്ട് പാർട്ടി ലൈൻ ജനങ്ങളിലേക്ക് എത്തിക്കേണ്ടിവരുമ്പോൾ നാടൻ കലാ-സാംസ്കാരിക രൂപങ്ങൾ ഉപയോഗപ്പെടുത്തപ്പെട്ടു. പാർട്ടിയുടെ ആഭിമുഖ്യത്തിൽ പൊതുയോഗങ്ങൾ നടത്തുന്നതിന് പകരം കലാ-സാംസ്കാരിക മേളകൾ സംഘടിപ്പിക്കപ്പെട്ടു. പാർട്ടി നിയമവിധേയമായിത്തീരുകയും പാർട്ടിയുടെ പേരിൽതന്നെ പൊതുയോഗങ്ങൾ നടത്താമെന്ന് വരികയും ചെയ്തതിനുശേഷവും ഈ പതിവ് തുടർന്നു. വിവിധ നാടൻ കലാ-സാംസ്കാരിക രൂപങ്ങളുടെ പുനരാവിർഭാവത്തിന് പാർട്ടിയുടെ പ്രവർത്തനങ്ങൾ സഹായകമായിത്തീർന്നു.

1943-ൽ ബോംബെയിൽവെച്ച് ചേർന്ന പാർട്ടിയുടെ ഒന്നാം കോൺഗ്രസ്, വിവിധ സംസ്ഥാനങ്ങളിൽ നിന്നുള്ള നാടൻ-കലാ-സാംസ്കാരികരൂപങ്ങൾ അരങ്ങേറുന്നതിനുള്ള വേദിയൊരുക്കി. കേന്ദ്രനേതൃത്വമാകട്ടെ നാടൻ കലാരൂപങ്ങളിൽ മാത്രമായി ഒതുങ്ങിനിന്നില്ല. കൂടുതൽ സൂക്ഷ്മരൂപങ്ങളായ ഗാനങ്ങളും നൃത്തങ്ങളും വികസിപ്പിച്ചെ

ടുക്കുന്നതിനും അവർ ശ്രമിച്ചു. ഒരു കേന്ദ്ര-സാംസ്കാരികസംഘം രൂപീകൃതമായി. ബംഗാൾക്ഷാമത്തെ ആസ്പദമാക്കി രചിച്ച ഗാനങ്ങളുടെയും നൃത്തങ്ങളുടെയും മഹാമേളതന്നെ അവർ ഒരുക്കി. ഈ മേഖലയിലുള്ള പ്രവർത്തനമാണ് ഒരു പുതിയ അഖിലേന്ത്യാ സംഘടനയുടെ, ഇന്ത്യൻ പീപ്പിൾസ് തിയേറ്റർ അസോസിയേഷന്റെ (ഇപ്റ്റ) രൂപീകരണത്തിന് വഴിയൊരുക്കിയത്. അതിന്റെ ശാഖകൾ എല്ലാ സംസ്ഥാനങ്ങളിലും രൂപം കൊണ്ടു. ഒരു പതിറ്റാണ്ട് മുമ്പുതന്നെ രൂപം കൊണ്ടുകഴിഞ്ഞിരുന്ന പുരോഗമന സാഹിത്യസംഘടനയും ഇപ്റ്റയും കൂടി പാർട്ടിയെ കലാസാഹിത്യ ലോകത്തേക്ക് കൂടുതൽ അടുപ്പിക്കുന്നതിന് സഹായിച്ചു.

16

പുതിയ ഇടതുപക്ഷം

കേരളത്തിലെ കോൺഗ്രസ് സോഷ്യലിസ്റ്റുകാരിൽ ഏതാണ്ടെല്ലാവരും തന്നെ കമ്യൂണിസ്റ്റുകാരായി മാറി. അവർ പരസ്യമായ ആപ്പീസ് തുറന്നു. *ദേശാഭിമാനി* എന്ന പത്രം (വാരിക) ആരംഭിച്ചു. ഇടതുപക്ഷ ദേശീയത എന്ന ആശയം വെച്ചുപുലർത്തിയിരുന്നവരെ സംബന്ധിച്ചിടത്തോളം, വിഴുങ്ങാൻ വിഷമമുണ്ടായിരുന്നുവെങ്കിലും മുമ്പത്തെ സി പി ഐയിലെ ഒരൊറ്റ സജീവ കേഡർപോലും 'ജനകീയ യുദ്ധം' എന്ന ലൈനിനോട് വിയോജിപ്പ് പ്രകടിപ്പിക്കുകയുണ്ടായില്ല. പാർട്ടിയിലോ അതിന്റെ പരിധിക്ക് തൊട്ടോ ഉള്ള അങ്ങിങ്ങുള്ള ഏതെങ്കിലും ചില വ്യക്തികൾക്ക് ശങ്ക ഉണ്ടായിരുന്നിരിക്കാം. എന്നാൽ ജനകീയയുദ്ധം എന്ന ലൈനിന് പ്രചാരം നൽകുക എന്ന തങ്ങളുടെ കടമയിൽ തോളോടുതോൾ ചേരുന്ന കാര്യത്തിൽ, അറിയപ്പെടുന്ന പ്രമുഖ കേഡർമാരിൽ ഒരാളും പിറകോട്ടായിരുന്നില്ല.

എന്നാൽ ക്വിറ്റ് ഇന്ത്യാ സമരകാലത്ത് വളർന്നുവന്ന, ഇടതുപക്ഷക്കാരുടെ ഒരു പുതിയ തലമുറ പാർട്ടിയിലേക്ക് അടുക്കുന്നതിന് ഈ ലൈൻ തടസമായിരുന്നു. മഹാത്മാഗാന്ധിയുടെ "സമരം ചെയ്യുക അഥവാ മരിക്കുക" എന്ന ഉജ്വലമായ ആഹ്വാനംകേട്ട് ആവേശഭരിതരായതാണ് (കമ്യൂണിസ്റ്റുകാരുടെ കടുത്ത എതിർപ്പിന് വിധേയമായതാണ് ഈ ആഹ്വാനം) അവർ. ഈ തലമുറയുടെ സാമ്രാജ്യത്വവിരുദ്ധ വികാരം, വളരെ പെട്ടെന്ന് കമ്യൂണിസ്റ്റ് വിരുദ്ധ വികാരമായി മാറി.

യൂറോപ്പിലെ ഫാസിസ്റ്റുകളെയോ ജപ്പാനിലെ സൈനിക സ്വേച്ഛാധിപതികളെയോ അവർ സ്വാഗതം ചെയ്യുകയുണ്ടായില്ലെങ്കിലും (സുഭാഷ് ബോസ് ഗ്രൂപ്പ് ആ ശക്തികളെ സ്വാഗതം ചെയ്യുകയുണ്ടായല്ലോ) യുദ്ധത്തിൽ ബ്രിട്ടന്റെ സഖ്യശക്തിയായ സോവിയറ്റ് യൂണിയനോട് അവർ ശത്രുത പുലർത്തി. ദേശാഭിമാനപരവും ബ്രിട്ടീഷ് വിരുദ്ധവു

മായ വികാരങ്ങളാൽ ആവേശഭരിതരായ അവർ ക്വിറ്റ് ഇന്ത്യാ പ്രസ്ഥാനത്തിനിടയിൽ അട്ടിമറി, തീവെപ്പ് തുടങ്ങി വിവിധ പ്രവർത്തനങ്ങളിലേക്ക് സർവാത്മനാ എടുത്തുചാടി. ബ്രിട്ടീഷ് ഭരണാധികാരികളുടെ യുദ്ധനയങ്ങളെ അത് ദുർബലപ്പെടുത്തും എന്നാണ് കണക്കാക്കപ്പെട്ടിരുന്നത്. മറ്റ് ചില സംസ്ഥാനങ്ങളിൽ അവർക്കുണ്ടായതുപോലുള്ള വിജയം മലബാറിൽ ഉണ്ടായില്ലെങ്കിലും മലബാറിലെ ഒന്നോ രണ്ടോ സ്ഥലങ്ങളിൽ കുറച്ചൊക്കെ വിജയം നേടാൻ അവർക്ക് കഴിഞ്ഞു. ഏറെ പരസ്യം കിട്ടിയ ഗൂഢാലോചനക്കേസ് അതിന്റെ ഫലമായുണ്ടായതാണ്. ഈ കേസിൽ പ്രതികളാക്കപ്പെട്ടവരും അവരുടെ സുഹൃത്തുക്കളും അനുഭാവികളും സ്വാതന്ത്ര്യസമരസേനാനികളുടെ ഒരു പുതിയ തലമുറയുടെ പ്രതീകമായിമാറി. കമ്യൂണിസ്റ്റുകാരായി മാറിപ്പോയ തലമുറയുടെ സ്ഥാനത്ത് സ്ഥാനം പിടിച്ചത് അവരാണ്.

കേരളത്തിലെ നാട്ടുരാജ്യപ്രദേശങ്ങളിൽ അത്തരം സംഭവവികാസങ്ങളൊന്നും ഉണ്ടായില്ല എന്ന് എടുത്തുപറയേണ്ടതുണ്ട്. തിരുവിതാംകൂറിലെയും കൊച്ചിയിലെയും രാഷ്ട്രീയം ഉത്തരവാദഭരണത്തെ കേന്ദ്രീകരിച്ചാണ് നീങ്ങിയത്. ക്വിറ്റ് ഇന്ത്യാപ്രസ്ഥാനത്തിൽ ഉന്നയിക്കപ്പെട്ട രാഷ്ട്രീയ പ്രശ്നങ്ങളുമായി അതിന് നേരിട്ട് ബന്ധമൊന്നുമുണ്ടായിരുന്നില്ല. പുതിയ തലമുറയിൽപെട്ട ഇടതുപക്ഷക്കാർ ഏറെക്കുറെ മലബാറിൽ മാത്രമായി ഒതുങ്ങിനിന്നു.

പുതിയ തലമുറയിൽപെട്ട ഈ സ്വാതന്ത്ര്യസമര സേനാനികളിൽ ഒരു വിഭാഗം കോൺഗ്രസ് സോഷ്യലിസ്റ്റ് പാർട്ടിയുടെ അഖിലേന്ത്യാ നേതാക്കളുടെ (മഹാത്മാഗാന്ധിയും മറ്റ് അഖിലേന്ത്യാ നേതാക്കൻമാരും അറസ്റ്റ് ചെയ്യപ്പെട്ടപ്പോൾ കോൺഗ്രസിന്റെ നിയമവിരുദ്ധ സംഘടനയുടെ ചുമതല ഏറ്റെടുത്തത് അവരാണ്) രാഷ്ട്രീയവും സംഘടനാപരവുമായ സ്വാധീനത്തിൻ കീഴിൽ കൊണ്ടുവരപ്പെട്ടു. കോൺഗ്രസ് സോഷ്യലിസ്റ്റ് പാർട്ടിയുടെ ഒരു പുതിയ പതിപ്പ് രൂപം കൊണ്ടത് ഇവരെ അടിസ്ഥാനമാക്കിയാണ്. സോവിയറ്റ് യൂണിയന്റെ പഞ്ചവത്സരപദ്ധതിയുടെ മഹത്തായ വിജയം കാരണമായിട്ടാണ് യഥാർഥ കോൺഗ്രസ് സോഷ്യലിസ്റ്റ് പാർട്ടിയിലെ നേതാക്കൻമാരും കേഡർമാരും സോഷ്യലിസത്തിലേക്കും കമ്യൂണിസത്തിലേക്കും ആകൃഷ്ടരായിത്തീർന്നതെങ്കിൽ ഈ പുതിയ തലമുറ ബ്രിട്ടീഷ് വിരുദ്ധ ക്വിറ്റ് ഇന്ത്യാപ്രസ്ഥാനത്തിലേക്ക് ആകൃഷ്ടരായത് സോവിയറ്റ് യൂണിയൻ യുദ്ധത്തിൽ ബ്രിട്ടന്റെ സഖ്യശക്തിയായിരിക്കുമ്പോഴാണ്. ആദ്യത്തെ കൂട്ടർ ലോക കമ്യൂണിസത്തിലേക്ക് ആകർഷിക്കപ്പെട്ടു. അതേഅവസരത്തിൽ രണ്ടാമത്തെ കൂട്ടർ കമ്യൂണിസത്താൽ വികർഷിക്കപ്പെടുകയാണുണ്ടായത്. ഇടതുപക്ഷത്തിന്റെ ഈ പുതിയ തലമുറ കമ്യൂണിസ്റ്റ് വിരുദ്ധതയുടെ മുന്നണിപ്പടയാളികളായിമാറി.

കേരളത്തിലെ ഇടതുപക്ഷ പ്രസ്ഥാനത്തിൽ സി പി ഐക്ക് ഫലത്തിൽ ഉണ്ടായിരുന്ന കുത്തക അങ്ങനെ അവസാനിച്ചു. പ്രമുഖ ഇടതു

പക്ഷ പാർട്ടിയായി സി പി ഐ തുടരുമ്പോൾ തന്നെ കമ്യൂണിസ്റ്റല്ലാത്ത ഒരു ഇടതുപക്ഷം രൂപംകൊള്ളാൻ തുടങ്ങി. ക്വിറ്റ് ഇന്ത്യാഘട്ടത്തിന് ശേഷമുള്ള സി എസ് പി, സ്വന്തം പേരിൽനിന്ന് 'കോൺഗ്രസ്' എന്ന ഭാഗം എടുത്തുകളഞ്ഞ് സോഷ്യലിസ്റ്റ് പാർട്ടിയായിത്തീർന്നു. കേരളത്തിൽ സോഷ്യലിസ്റ്റ് പാർട്ടിയിൽനിന്ന് ചില കേഡർമാർ വിട്ടുപോയി കേരള സോഷ്യലിസ്റ്റ് പാർട്ടി (കെ എസ് പി) രൂപീകരിച്ചു. കെ എസ് പിയിൽ ഒരു വിഭാഗം റവലൂഷനറി സോഷ്യലിസ്റ്റ് പാർട്ടിയിൽ (ആർ എസ് പി) ചേർന്നു. തുടർന്ന് കെ എസ് പിയും ആർ എസ് പിയും സി പി ഐയും ചേർന്ന് ഇടതുമുന്നണിയായി.

പുതിയ ഇടതുപക്ഷത്തിന്റെ വളർച്ചക്ക് സമാനമായി മറ്റൊരു സംഭവവികാസവും ഉണ്ടായിരുന്നു. പുതിയ ഇടതുപക്ഷത്തേക്ക് ആകൃഷ്ടരായതിനേക്കാൾ എത്രയോ വിപുലമായ ജനവിഭാഗങ്ങൾ സോവിയറ്റ് യൂണിയന്റെയും കമ്യൂണിസ്റ്റ് പാർട്ടിയുടെയും പക്ഷത്തേക്ക് ആകർഷിക്കപ്പെട്ടു. നാസി ശക്തികളിൽ നിന്ന് തങ്ങളുടെ രാജ്യത്തെ രക്ഷിക്കാൻ സോവിയറ്റ് ജനത നടത്തിയ ഐതിഹാസികമായ ചെറുത്തുനിൽപ്പായിരുന്നു അതിന് കാരണം. ലെനിൻഗ്രാഡിലും സ്റ്റാലിൻഗ്രാഡിലും മോസ്കോക്ക് ചുറ്റുമായി നടന്ന ചെറുത്തുനിൽപ്പ് യുദ്ധങ്ങൾ ആരിലും മതിപ്പുളവാക്കത്തക്ക വിധത്തിൽ അത്രയും അമാനുഷ പ്രവർത്തനങ്ങളായിരുന്നു. സഖ്യശക്തികളുടെ ഭാഗത്ത് സോവിയറ്റ് ചെമ്പട ചേർന്നതിനുശേഷം യുദ്ധം ജനകീയയുദ്ധമായിത്തീർന്നു എന്ന ഇന്ത്യൻ കമ്യൂണിസ്റ്റുകാരുടെ വർഗീകരണത്തെ എതിർത്തിരുന്നവർപോലും സോവിയറ്റ് യൂണിയനിലെ ജനങ്ങളെയും ഗവൺമെന്റിനെയും സംബന്ധിച്ചിടത്തോളം അത് ഒരു ജനകീയയുദ്ധം തന്നെയാണെന്ന് അംഗീകരിക്കുകയുണ്ടായി. യുദ്ധക്കളങ്ങളിൽ ചെമ്പട ഐതിഹാസികമായി പോരാടി. യുദ്ധംവെട്ടുന്ന പോരാളികൾക്ക് ഭക്ഷണവും വസ്ത്രവും ആയുധങ്ങളും എത്തിച്ചുകൊടുക്കുന്നതിന് സോവിയറ്റ് യൂണിയനിലെ തൊഴിലാളികളും കൃഷിക്കാരും മറ്റ് ജനവിഭാഗങ്ങളും അളവറ്റ ത്യാഗങ്ങൾ സഹിച്ചു. എന്നുമാത്രമല്ല, നാസികൾ പിടിച്ചെടുത്ത റഷ്യൻ പ്രദേശങ്ങളിൽ ഗറില്ലകൾ നാസികളെ പൊറുതിമുട്ടിച്ചു. അത് കാരണം തങ്ങൾ ഉദ്ദേശിച്ച കാര്യങ്ങളൊന്നും നാസികൾക്ക് ചെയ്യാൻ കഴിഞ്ഞില്ല. സോവിയറ്റ് ജനതയുടെ സർവതോമുഖമായ ഈ ചെറുത്തുനിൽപ്പ്, സോവിയറ്റ് യൂണിയനെപ്പറ്റി ഇന്ത്യയിലെ എല്ലാ വിഭാഗം ജനങ്ങളിലും മതിപ്പ് വളർത്തി.

കമ്യൂണിസ്റ്റ് വിരുദ്ധരായ ഇടതുപക്ഷക്കാരുടെ പുതിയ തലമുറ കമ്യൂണിസ്റ്റ് വിരുദ്ധ സങ്കൽപ്പത്തിനുതന്നെ ഒരു പുതിയ മാനം നൽകി. സോവിയറ്റ് ജനതയോടും അവരുടെ നേതാക്കളോടും അവർക്ക് ബഹുമാനവും ആദരവും പ്രകടിപ്പിക്കാതിരിക്കാൻ കഴിഞ്ഞില്ല. ഇന്ത്യൻ കമ്യൂണിസ്റ്റ് പാർട്ടിയോടുള്ള തങ്ങളുടെ ശത്രുത മയപ്പെടുത്താനും ഇതവരെ പ്രേരിപ്പിച്ചു. തങ്ങളുടെ രാഷ്ട്രീയ എതിരാളിയായി കമ്യൂണിസ്റ്റ്

പാർട്ടിയെ അവർ അപ്പോഴും കരുതിപ്പോന്നു.-പല്ലും നഖവും ഉപയോഗിച്ച് എതിർക്കേണ്ട ശത്രു. എന്നാൽ അതേ അവസരത്തിൽ യൂറോപ്പിലും ഏഷ്യയിലും ചരിത്രത്തിന്റെ ഗതിതന്നെ മാറ്റിമറിച്ച ഒരു പ്രസ്ഥാനത്തിന്റെ ഭാഗമാണ് പാർട്ടി എന്ന കാര്യം അവർ അംഗീകരിക്കുകയും ചെയ്തു. ലോക കമ്യൂണിസത്തെയോ ഇന്ത്യൻ കമ്യൂണിസ്റ്റ് പാർട്ടിയെയോ ഒറ്റയടിക്ക് തള്ളിക്കളയാൻ കഴിയില്ല.

കേരളത്തിലെ കെ എസ് പിയിലെയും ആർ എസ് പിയിലെയും സോഷ്യലിസ്റ്റുകാരടക്കം സോഷ്യലിസ്റ്റുകാരുടെ പുതിയ തലമുറയും കമ്യൂണിസ്റ്റ് പാർട്ടിയും തമ്മിൽ ഉണ്ടായ രാഗ-ദ്വേഷ ബന്ധത്തിലേക്ക് നയിച്ചത് ഈ സമീപനവും അംഗീകാരവുമാണ്. കമ്യൂണിസ്റ്റ് പാർട്ടിയും ഇടതുപക്ഷ പ്രസ്ഥാനത്തിലെ മറ്റ് വിഭാഗങ്ങളും തമ്മിൽ ഏറെക്കാലം നീണ്ടുനിന്ന സഹവർത്തിത്വവും അതേപോലെതന്നെ കേരളത്തിലെ ജനങ്ങളെ ആകർഷിക്കാൻ അവർ തമ്മിൽ തമ്മിൽ നടന്ന മത്സരങ്ങളും, അതിന്റെ ഫലമായിരുന്നു.

ഒരു പുതിയ ഇടതുപക്ഷപ്രസ്ഥാനത്തിന്റെ ആവിർഭാവം അവരും കമ്യൂണിസ്റ്റ് പാർട്ടിയും തമ്മിലുള്ള സഹവർത്തിത്വവും പരസ്പര മത്സരവും എന്നീ സംഭവങ്ങളാൽ സൂചിപ്പിക്കപ്പെട്ടതിനേക്കാൾ എത്രയോ കൂടുതൽ വിപുലമായ അളവിലാണ് സോവിയറ്റ് കമ്യൂണിസ്റ്റുകാരും അവരുടെ ചെമ്പടയും തങ്ങളുടെ മാതൃഭൂമിയുടെ രക്ഷക്ക് വേണ്ടി നടത്തിയ ഐതിഹാസികമായ ചെറുത്തുനിൽപ്പ് യുദ്ധം ഇന്ത്യൻജനതയിൽ ഉളവാക്കിയ സ്വാധീനം. സോവിയറ്റ് യൂണിയനിലെ ധീരൻമാരായ പടയാളികളുടെയും ഗറില്ലകളുടെയും വീരകൃത്യങ്ങൾ ഇന്ത്യൻജനതയിൽ മൊത്തത്തിലും ബുദ്ധിജീവികളിൽ പ്രത്യേകിച്ചും അഗാധമായ മതിപ്പുളവാക്കി. അതിനാൽ സോവിയറ്റ് ജനതയുടെ മഹത്തായ നേട്ടങ്ങൾക്ക് പ്രചാരണം നൽകിക്കൊണ്ടിരുന്ന ഇന്ത്യൻ കമ്യൂണിസ്റ്റുകാരെ സംബന്ധിച്ച് അവർക്കൊരു പുതിയ ധാരണയുണ്ടായിത്തീർന്നു. ക്വിറ്റ് ഇന്ത്യാപ്രസ്ഥാനത്തോട് കമ്യൂണിസ്റ്റുകാർ കാണിച്ച എതിർപ്പുമൂലം അവരോട് രാഷ്ട്രീയമായി ശത്രുതവെച്ചുപുലർത്തിയിരുന്ന വ്യക്തികൾക്കുപോലും ഇന്ത്യൻ കമ്യൂണിസ്റ്റുകാർ ബ്രിട്ടീഷുകാർക്ക് തങ്ങളെ സ്വയം വിറ്റു എന്ന പ്രചാരണം വിശ്വസിക്കാൻ തയ്യാറായില്ല.

സ്വാതന്ത്ര്യസമരത്തിലെ ക്വിറ്റ് ഇന്ത്യാഘട്ടത്തിനുമുമ്പ് ഇന്ത്യൻ കമ്യൂണിസ്റ്റുകാർ വഹിച്ച പങ്ക് വളരെ മഹത്തായിരുന്നതിനാൽ ദേശീയ താൽപര്യത്തെ വഞ്ചിച്ചവരാണ് കമ്യൂണിസ്റ്റുകാർ എന്ന് കരുതാൻ അവർക്ക് സാധിച്ചില്ല.തങ്ങളുടെ പൊതുപ്രവർത്തനങ്ങളിൽ കമ്യൂണിസ്റ്റുകാർ പ്രദർശിപ്പിച്ച പുതിയ മൂല്യവും നിലവാരവും അവരിപ്പോഴും മുമ്പറിയപ്പെട്ടിരുന്നതുപോലെതന്നെ ആത്മാർപ്പണബോധത്തോടുകൂടിയ അതേ ജനവിഭാഗമാണ് എന്ന് വ്യക്തമായി കാണിച്ചുകൊടുത്തു.

ഈ സാഹചര്യങ്ങളിൽ, തങ്ങളുടെ രാഷ്ട്രീയ പ്രവർത്തനങ്ങൾ വ്യാപിപ്പിക്കുന്നതിന് കമ്യൂണിസ്റ്റ് പാർട്ടിക്ക് കഴിഞ്ഞു. ക്വിറ്റ് ഇന്ത്യാ

സമരത്തിന്റെ കാര്യത്തിൽ സി പി ഐക്ക് നേരെ ചന്ദ്രഹാസമിളക്കിക്കൊണ്ടിരുന്ന ബ്രിട്ടീഷ് വിരുദ്ധസമരസേനാനികളുടെ മുഖ്യധാരയിൽനിന്ന് സി പി ഐ ഒറ്റപ്പെട്ടുവെങ്കിലും ജനങ്ങളെ സേവിക്കുന്ന കാര്യത്തിൽ എഴുത്തുകാരും കവികളും ചിന്തകൻമാരും മറ്റ് ബുദ്ധിജീവി വിഭാഗങ്ങളും പാർട്ടിയുമായി സഹകരിച്ചിരുന്നു. പുരോഗമനപരമായ ഒരു സാമ്രാജ്യത്വവിരുദ്ധ-ഫാസിസ്റ്റ് വിരുദ്ധ പ്രസ്ഥാനം കെട്ടിപ്പടുക്കുന്നതിൽ അവർ സഹകരിച്ചു. എത്രയോ സാമൂഹ്യ-സാംസ്കാരിക സംഘടനകളിൽ കമ്യൂണിസ്റ്റുകാരെയും കമ്യൂണിസ്റ്റുകാരല്ലാത്തവരെയും ഒന്നിപ്പിച്ചുകൊണ്ടുവരാനുള്ള ഒരു പ്രസ്ഥാനമായിത്തീർന്നു, ഇന്ത്യാ-സോവിയറ്റ് സൗഹൃദം. ഏറെക്കുറെ കമ്യൂണിസ്റ്റുകാരിൽ മാത്രമായി ഒതുങ്ങിനിന്നിരുന്ന പുരോഗമന സാഹിത്യസംഘടനയിൽ ഭാഷയിലെ അറിയപ്പെടുന്ന എഴുത്തുകാരിൽ പലരും ചേരുന്നതിനിടയാക്കി.

അത്തരം സംഭവവികാസങ്ങൾ പാർട്ടിയുടെ രാഷ്ട്രീയ പ്രവർത്തനങ്ങളും പ്രചാരണ പ്രവർത്തനങ്ങളും വിപുലമാക്കുന്നതിന് സഹായകമായിത്തീർന്നു. ക്വിറ്റ് ഇന്ത്യാസമരത്തോടുള്ള എതിർപ്പുമൂലം പാർട്ടി ഏറ്റവും കൂടുതൽ ഒറ്റപ്പെട്ട വർഷങ്ങൾ പാർട്ടിയെ സംബന്ധിച്ചിടത്തോളം ദൃഢീകരണത്തിന്റെയും മുന്നേറ്റത്തിന്റെയും വർഷങ്ങൾ കൂടിയായിരുന്നു.

17

രണ്ട് വ്യതിയാനങ്ങൾ

കമ്യൂണിസ്റ്റ് പാർട്ടി നേതാക്കൻമാർ ആവിഷ്കരിച്ച ജനകീയയുദ്ധത്തെ സംബന്ധിച്ച രാഷ്ട്രീയലൈൻ പൊതുവിൽ ശരിയായിരുന്നു. ഇന്ത്യയുടെ സ്വാതന്ത്ര്യസമരത്തെ ഫാസിസത്തിനെതിരായ ലോകവ്യാപകമായ സമരവുമായി സമന്വയിപ്പിക്കുക എന്ന ലൈനിന് സാമ്രാജ്യത്വവിരുദ്ധ സമരസേനാനികളുടെ പ്രീതി നേടാനായില്ലെങ്കിലും ബുദ്ധിജീവി വിഭാഗവുമായി സഹകരണബന്ധം സ്ഥാപിക്കുന്നതിന് അത് പാർട്ടിക്ക് സഹായകമായിത്തീർന്നു. എന്നാൽ കമ്യൂണിസ്റ്റ് പാർട്ടിയുടെ ഭാഗത്തേക്ക് കൂടുതൽ സാമ്രാജ്യത്വവിരുദ്ധ സമരസേനാനികളെ ആകർഷിക്കാൻ അതിന് കഴിഞ്ഞില്ല. യഥാർഥം പറഞ്ഞാൽ മിക്ക സാമ്രാജ്യത്വവിരുദ്ധ വാദികളെയും അത് പാർട്ടിയിൽ നിന്ന് അകറ്റി നിർത്തി. മറ്റ് സ്വാതന്ത്ര്യസമരസേനാനികളുടെ അണികളിലേക്ക് കുതിച്ചുകയറുന്നത് പാർട്ടിയെ സംബന്ധിച്ചിടത്തോളം അസാധ്യമാക്കിത്തീർത്തു. ജനകീയയുദ്ധം എന്ന ലൈനിന് പിന്നിൽ പാർട്ടി അണികളെ അണിനിരത്തുന്നതിൽ കൈവരിച്ച വിജയം, ബുദ്ധിജീവികളുടെ മേഖലയിലേക്ക് ഒട്ടൊന്നു തുളച്ചുകയറാൻ കഴിഞ്ഞത്-ഇത് രണ്ടും കാരണം ആവേശഭരിതമായിത്തീർന്ന പാർട്ടിക്ക്, പാർട്ടിക്കാരല്ലാത്ത ബഹുജനങ്ങൾ അതിനെതിരായി തിരിയുകയാണ് എന്ന യാഥാർഥ്യം കാണാൻ കഴിഞ്ഞില്ല എന്നതാണ് ഖേദകരം.

എവിടെയോ എന്തോ കുഴപ്പമുണ്ട് എന്ന് ചില സഖാക്കൾക്ക് സഹജമായിത്തോന്നിയെങ്കിലും തങ്ങളുടെ കാഴ്ചപ്പാട് മറ്റുള്ളവരുടെ മുന്നിൽ അവതരിപ്പിക്കത്തക്കവിധം ഗൗരവമുള്ളതാണെന്ന് അവർ കരുതിയില്ല. ഇടതുപക്ഷ ദേശീയവാദപരമായ തങ്ങളുടെ പശ്ചാത്തലത്തിന്റെ ഫലമായിട്ടാണ് ഇങ്ങനെ മടിയും ശങ്കയും തോന്നുന്നത് എന്ന് കരുതി അവർ അത് മറച്ചുവെച്ചു. നേതൃത്വത്തിന്റെ തീരുമാനത്തിന്

സാർവദേശീയ പ്രസ്ഥാനത്തിന്റെ അംഗീകാരമുണ്ട്. അതിനാൽ അതിനെ ചോദ്യം ചെയ്യാൻ പാടില്ലെന്ന് അവർ വിശ്വസിച്ചു.

പുതിയ രാഷ്ട്രീയലൈൻ രൂപംകൊണ്ട് വരുന്ന ഘട്ടത്തിലൊരിക്കലും ഫലത്തിൽ ഉൾപ്പാർട്ടി ചർച്ച നടക്കുകയുണ്ടായില്ല എന്നതും എടുത്തുപറയേണ്ടതാണ്. സോവിയറ്റ് യൂണിയൻ യുദ്ധത്തിൽ പ്രവേശിച്ചതിനെത്തുടർന്ന് യുദ്ധം ജനകീയ യുദ്ധമായിത്തീർന്നു എന്ന് തീരുമാനിച്ചത് കേന്ദ്രക്കമ്മിറ്റി വിളിച്ചുകൂട്ടാതെയാണ്. (കേന്ദ്രക്കമ്മിറ്റിയിലെ നിരവധി അംഗങ്ങൾ ജയിലഴികൾക്കുള്ളിലായിരുന്നു എന്നതിൽ തർക്കമില്ല) ജയിലിലെ സഖാക്കളുമായി ചില ചർച്ചകളൊക്കെ നടത്തിയതിനുശേഷം പൊളിറ്റ്ബ്യൂറോ ഒരു ലൈൻ രൂപീകരിച്ചു. ആ പുതിയ ലൈനിനെക്കുറിച്ച് പാർട്ടിയുടെ അണികൾക്കിടയിൽ 'റിപ്പോർട്ട്' ചെയ്യുക മാത്രമേ ഉണ്ടായിരുന്നുള്ളൂ. അവരത് വിശ്വസ്തതയോടെ 'അംഗീകരിക്കുകയും' ചെയ്തു.

കേന്ദ്രക്കമ്മിറ്റിയുടെ വിപുലീകൃതമായ യോഗത്തിൽവെച്ച് പുതിയ ലൈനിനെ കുറിച്ചുള്ള ചർച്ച നടന്നത്. ഒരു കൊല്ലത്തിനുശേഷം 1942 സെപ്തംബറിലാണ്. എന്നാൽ പൊളിറ്റ് ബ്യൂറോ പുതിയ ലൈൻ അംഗീകരിച്ചു കഴിഞ്ഞിരുന്നുവെന്നതിനാൽ ചർച്ച വെറും ഔപചാരികമായിരുന്നു. ആർക്കെങ്കിലും അസന്തുഷ്ടി ഉണ്ടായിരുന്നിരിക്കാമെങ്കിലും ആരും അത് പ്രകടിപ്പിച്ചില്ല. 1943 മേയ്മാസത്തിൽ നടന്ന ഒന്നാമത്തെ പാർട്ടി കോൺഗ്രസിലും അത്തരം പ്രശ്നങ്ങൾ ഉണ്ടായി. പാർട്ടി കോൺഗ്രസിന്റെ തയ്യാറെടുപ്പുമായി ബന്ധപ്പെട്ട് സംസ്ഥാന-ജില്ലാതലത്തിലും മറ്റ് തലങ്ങളിലും നടന്ന സമ്മേളനങ്ങളിലും അത്തരം പ്രശ്നങ്ങൾ ഉണ്ടായി-രാഷ്ട്രീയ ലൈനിന് യഥാർഥത്തിൽ രൂപം നൽകുന്നതിനുമുമ്പ് ഗൗരവബോധത്തോടെയുള്ള ഉൾപ്പാർട്ടി ചർച്ച നടത്താൻ കഴിയാത്ത വിധത്തിലാണ് പാർട്ടി സംഘടിപ്പിക്കപ്പെട്ടിട്ടുള്ളത് എന്ന് പാർട്ടി കോൺഗ്രസിന്റെ ഒരാഴ്ച നീണ്ടുനിന്ന നടപടികൾ വ്യക്തമാക്കി.

ഗൗരവബോധത്തോടെയുള്ള ഉൾപ്പാർട്ടി ചർച്ച നടത്താൻ കഴിയാതിരുന്ന ഒന്നാം പാർട്ടി കോൺഗ്രസിൽ നിന്ന് തികച്ചും വ്യത്യസ്തമായിരുന്നു അവിഭക്ത സി പി ഐയുടെ രണ്ട് മുതൽ ആറ് വരെയുള്ള കോൺഗ്രസുകളുടെ അവസ്ഥ. ഈ കോൺഗ്രസുകളിൽ ഓരോന്നിലും അവയ്ക്ക് തൊട്ടുമുമ്പ് നടന്ന സമ്മേളനങ്ങളിലും ആശയപരമായും സംഘടനാപരമായും ഉള്ള കടുത്ത സംഘട്ടനങ്ങളും സമരങ്ങളും നടന്നു. ഒന്നാം കോൺഗ്രസിൽ പ്രകടിപ്പിക്കപ്പെടാതിരുന്ന സംശയങ്ങളും ശങ്കകളും അഭിപ്രായവ്യത്യാസങ്ങളുമെല്ലാം ഉയർന്നുവരാൻ മൂന്ന് കൊല്ലത്തിലധികം കാലമെടുത്തു. ജനകീയ യുദ്ധം എന്ന രാഷ്ട്രീയ ലൈൻ നടപ്പാക്കിയതിനെക്കുറിച്ച് വിലയിരുത്തപ്പെട്ടത് യുദ്ധം അവസാനിച്ചതിനുശേഷം മാത്രമാണ്. യുദ്ധകാലത്ത് അടിച്ചമർത്തപ്പെട്ട സമരാവേശം തലപൊക്കാൻ തുടങ്ങി. ഒടുവിൽ കേന്ദ്രക്കമ്മിറ്റി യോഗ

ത്തിൽതന്നെ അത് പ്രകടിപ്പിക്കപ്പെട്ടു. 1946-ൽ ഒരു ഗതിമാറ്റം, ഏതാനും മാസങ്ങൾക്കുശേഷം അതിൽനിന്ന് ഭാഗികമായ പിൻമടക്കം തുടർന്ന് മുമ്പത്തെ സമരമാർഗം തന്നെ ആവർത്തിച്ചുറപ്പിക്കൽ-ഇതൊക്കെച്ചെന്നവസാനിച്ചത് ഗുരുതരമായ ഉൾപ്പാർട്ടി പ്രതിസന്ധിയിലാണ്. ഒരു പുതിയ രാഷ്ട്രീയലൈൻ അതിൽനിന്ന് രൂപംകൊള്ളുകയും ചെയ്തു. ജനകീയയുദ്ധത്തിന്റെ പേരിൽ സ്വീകരിച്ച രാഷ്ട്രീയവും സംഘടനാപരവുമായ ലൈനിനെക്കുറിച്ചുള്ള ഒരു ചെറിയ വിമർശനം, പാർട്ടി നേതൃത്വത്തിൽ ആകെയുണ്ടായ ഒരു മാറ്റം-1948 ഫെബ്രുവരിയിൽ നടന്ന രണ്ടാം പാർട്ടി കോൺഗ്രസിന്റെ അനന്തരഫലങ്ങൾ അതൊക്കെയായിരുന്നു.

ഈ കാലഘട്ടത്തിൽ തുടർച്ചയായ ഉൾപ്പാർട്ടി സമരത്തിന്റെ പ്രക്രിയ ആരംഭിച്ചു. അതിന്റെ ഫലമായി ക്വിറ്റ് ഇന്ത്യാസമരകാലത്ത് ആവിഷ്കരിച്ചതും നടപ്പാക്കിയതുമായ ലൈനിനെക്കുറിച്ചും അതിൽ വരുത്തിയ മാറ്റത്തെക്കുറിച്ചും അതിന് പറ്റിയ വ്യതിയാനങ്ങളെക്കുറിച്ചും പൊതുവായ ഒരു ധാരണ ഉരുത്തിരിഞ്ഞുവന്നു. ഏറെക്കാലം നീണ്ടുനിന്ന ഈ ഉൾപ്പാർട്ടി ചർച്ചകൾക്കും ഉൾപ്പാർട്ടി സമരങ്ങൾക്കും ശേഷം ഉരുത്തിരിഞ്ഞുവന്ന ധാരണയുടെ രത്നച്ചുരുക്കം താഴെക്കൊടുക്കുന്നു:

ഒന്നാമത് യുദ്ധത്തിന്റെ രണ്ടാംഘട്ടത്തെ ജനകീയ യുദ്ധം എന്ന് വിശേഷവൽക്കരിച്ചത് അടിസ്ഥാനപരമായി ശരിയാണെന്ന് യുദ്ധത്തിന് ശേഷമുള്ള സംഭവവികാസങ്ങൾ തെളിയിച്ചു. (കോളനി വ്യവസ്ഥ ഫലത്തിൽ തകർന്നതും പ്രത്യേകിച്ചും ഇന്ത്യ സ്വതന്ത്രയായതും) ബ്രിട്ടനും മറ്റ് വികസിത മുതലാളിത്ത രാജ്യങ്ങളും യുദ്ധത്തിൽ പങ്കെടുത്തത് അതിനെ സാമ്രാജ്യത്വയുദ്ധമായി കണ്ടുകൊണ്ടുതന്നെയാണെങ്കിലും കോളനി വ്യവസ്ഥ അനുക്രമം ദുർബലമായിത്തീരുന്നതും ഒടുവിൽ തകരുന്നതും തടയാൻ അവർക്ക് കഴിഞ്ഞില്ല. യുദ്ധാനന്തരമുന്നറിയിപ്പുകൾക്ക് ചെവികൊടുക്കാനും 1947 ആഗസ്റ്റ് 15-ന് ഇന്ത്യയിലെ ജനനേതാക്കൾക്ക് അധികാരം കൈമാറാനും ബ്രിട്ടീഷ് സാമ്രാജ്യത്വത്തെ നിർബന്ധിച്ചത് (ക്വിറ്റ് ഇന്ത്യാ പ്രസ്ഥാനത്തെ വിജയകരമായി അടിച്ചമർത്തിയവരാണവർ) ഈ സംഭവവികാസങ്ങളാണ്. ഫ്രാൻസ്, നെതർലാൻഡ്സ്, പോർത്തുഗൽ തുടങ്ങിയ യൂറോപ്യൻ മുതലാളിത്ത ശക്തികളെല്ലാം അതേ മാർഗം അവലംബിച്ചു. യുദ്ധം അവസാനിച്ച് കാൽനൂറ്റാണ്ടിനുള്ളിൽ കോളനികൾ ഏതാണ്ട് പൂർണമായും രാഷ്ട്രീയമായി വിമോചിപ്പിക്കപ്പെട്ടു.

രണ്ടാമത് ജനകീയയുദ്ധം എന്ന ലൈനിന്റെ പ്രധാന രാഷ്ട്രീയ വശം ശരിയാണെന്ന് സ്ഥാപിക്കപ്പെട്ടിട്ടുണ്ടെങ്കിലും ആ ലൈൻ പ്രായോഗികമായി നടപ്പാക്കുന്ന സമയത്ത് സാമ്രാജ്യത്വവിരുദ്ധ വാദികളായ ജനങ്ങളുടെ നേരെ സെക്ടേറിയൻ മനോഭാവം കൈക്കൊള്ളുക എന്ന ഗുരുതരമായ തെറ്റ് സി പി ഐ നേതൃത്വത്തിന് പറ്റിയിട്ടുണ്ട്. സുഭാഷ്ബോസിനെ 'ജപ്പാൻ ഏജന്റ്' എന്ന് വിളിച്ചതും ക്വിറ്റ് ഇന്ത്യാപ്രസ്ഥാ

നത്തിലെ ഉശിരൻ സമരസേനാനികളെ 'അഞ്ചാം പത്തിക്കാർ' എന്ന് വിളിച്ചതും ഈ സെക്ടേറിയൻ മനോഭാവത്തിന്റെ വ്യക്തമായ ഉദാഹരണങ്ങളാണ്. സോവിയറ്റ് അനുകൂല കമ്യൂണിസ്റ്റ് അനുകൂല മനോഭാവത്തിന് ബഹുജനങ്ങൾക്കിടയിൽ വമ്പിച്ച സ്വാധീനം ലഭിച്ചുകൊണ്ടിരുന്ന സമയത്തുതന്നെ പുതിയ അനുഭാവികളെ ഉണ്ടാക്കാനും അവരെ പാർട്ടിയിലേക്ക് കൊണ്ടുവരാനും, വളർന്നുവരുന്ന ഈ സ്ഥിതിവിശേഷത്തെ പൂർണമായി ഉപയോഗപ്പെടുത്താൻ പാർട്ടിക്ക് കഴിഞ്ഞില്ല എന്നതായിരുന്നു അതിന്റെ ഫലം. കമ്യൂണിസ്റ്റ് പ്രസ്ഥാനത്തോട് അനുഭാവമുള്ളവരുടെ പുതിയ തലമുറകൾ ഉയർന്നു വരികതന്നെ ചെയ്തു. അവരിൽ എത്രയോപേർ പാർട്ടിയിലേക്ക് ക്രമേണ ആകർഷിക്കപ്പെട്ടു. ക്വിറ്റ് ഇന്ത്യാസമരത്തിൽ പങ്കെടുത്തവരിൽതന്നെ പലരും പിന്നീട് കമ്യൂണിസ്റ്റുകാരായി മാറി. എന്നാൽ എന്നേ നടക്കേണ്ടിയിരുന്ന ഈ പ്രക്രിയ നടക്കാൻ കൂടുതൽ സമയമെടുത്തു. സെക്ടേറിയൻ ചിന്താഗതിയിൽ ആണ്ടുമുങ്ങിയ പാർട്ടിക്ക് ശരിയായ ഒരു സമീപനം കൈക്കൊള്ളാൻ കഴിഞ്ഞില്ല.

മൂന്നാമത്, ജനകീയയുദ്ധം എന്ന രാഷ്ട്രീയലൈൻ നടപ്പാക്കുന്നതിനിടയിൽ അത്രതന്നെ ഗുരുതരങ്ങളായ വലതുപക്ഷ അവസരവാദം, പരിഷ്കരണവാദം എന്നീ രണ്ട് തെറ്റുകളും പാർട്ടിക്ക് പറ്റി. ജനകീയ യുദ്ധം എന്ന സങ്കൽപ്പനത്തിൽ വിപ്ലവാത്മകമായ തുടക്കം ഉണ്ടായിരുന്നില്ല. സോവിയറ്റ്യൂണിയനുമായി കൂട്ടുകൂടിയതുകൊണ്ട് സാമ്രാജ്യത്വത്തിനു തന്നെ പരിവർത്തനം വന്നു എന്ന തോന്നലാണ് ഉണ്ടാക്കപ്പെട്ടത്. "ലോകവിപ്ലവത്തിന്റെ കൈയിലെ തടവുകാരനാണ് സാമ്രാജ്യത്വം" എന്ന ഒരു സിദ്ധാന്തംതന്നെ പാർട്ടി സാഹിത്യത്തിൽ കടന്നുകൂടി. ലോകരാഷ്ട്രീയത്തോടുള്ള ഈ പൊതുസമീപനത്തിന്റെ സ്വാധീനം ആഭ്യന്തര രാഷ്ട്രീയത്തോടുള്ള സമീപനത്തിലും ദൃശ്യമായി. അങ്ങനെ രാഷ്ട്രീയാധികാരം കയ്യൊഴിയാൻ ബ്രിട്ടീഷുകാർ നിർബന്ധിതരായിത്തീരണമെങ്കിൽ അതിന് മുന്നുപാധിയായി ബൂർഷ്വാകോൺഗ്രസ് പാർട്ടിയുടെ നേതൃത്വവും വർഗീയ പിന്തിരിപ്പൻ മുസ്ലീംലീഗിന്റെ നേതൃത്വവും തമ്മിൽ ഐക്യമുണ്ടാവണം എന്ന നിലപാട് പാർട്ടി കൈക്കൊണ്ടു.

അധ്വാനിക്കുന്ന ജനവിഭാഗങ്ങളുടെ സമരസംഘടനകൾക്ക് പ്രത്യേകിച്ചും ട്രേഡ് യൂണിയനുകൾക്കും കിസാൻസഭകൾക്കും പാർട്ടി നൽകിയ നേതൃത്വത്തെയും വലതുപക്ഷ അവസരവാദം ബാധിക്കുകയുണ്ടായി. യുദ്ധയത്നങ്ങളെ സഹായിക്കാനായി വ്യാവസായികോൽപ്പാദനവും കാർഷികോൽപ്പാദനവും വർധിപ്പിക്കുക എന്ന ആഹ്വാനം അധ്വാനിക്കുന്ന ജനങ്ങളുടെ ഉശിരൻ സമരങ്ങളെ നിരുത്സാഹപ്പെടുത്തുന്ന രീതിയിലാണ് നടപ്പാക്കപ്പെട്ടത്. ട്രേഡ് യൂണിയനുകളുടെയും കിസാൻസഭകളുടെയും മറ്റ് ബഹുജനസംഘടനകളുടെയും ഐക്യം തകർക്കാനുള്ള അവസരം പാർട്ടിയുടെ ശത്രുക്കൾക്ക് നൽകപ്പെട്ടു.

എല്ലാതലത്തിലുമുള്ള, എല്ലാ തരത്തിലുംപെട്ട ബഹുജനസംഘടനകൾ ഇതാദ്യമായി രാഷ്ട്രീയാടിസ്ഥാനത്തിൽ വിഭജിക്കപ്പെട്ടു. ബഹുജനപ്രസ്ഥാനത്തിന്റെ ശിഥിലീകരണം അന്നത്തെ സ്ഥിതിയുടെ സവിശേഷതയായിരുന്നു. അതിന്റെ ഉത്തരവാദിത്തം വഹിക്കേണ്ടത് സി പി ഐയാണ്. (ഇതിൽ മറ്റുള്ളവർക്കുള്ള പങ്കിൽനിന്ന് അവയ്ക്ക് രക്ഷപ്പെടാനാവില്ലെന്നായി.)

ഒരു വിധത്തിൽ പറഞ്ഞാൽ കമ്യൂണിസ്റ്റ് പ്രസ്ഥാനത്തിലേക്ക് വൈകിയെത്തിയവരാണ് കേരളത്തിലെ സഖാക്കൾ. യുദ്ധംകഴിഞ്ഞ ഉടനെയുള്ള മാസങ്ങളിൽ ആരംഭിച്ചതും 1948-ലെ രണ്ടാം കോൺഗ്രസിൽ കലാശിച്ചതുമായ തെറ്റ് തിരുത്തൽ പ്രക്രിയയിൽ അവർ പങ്കെടുക്കുകയുണ്ടായില്ല. എന്നാൽ രണ്ടാം കോൺഗ്രസിൽ നടത്തപ്പെട്ട വിമർശനവും സ്വയം വിമർശനവും മറ്റെല്ലായിടത്തെ സഖാക്കൾക്കുമെന്നപോലെ കേരളത്തിലെ സഖാക്കൾക്കും ബാധകമായിരുന്നു. പക്ഷേ മറ്റുള്ള സഖാക്കളിൽ നിന്ന് വ്യത്യസ്തമായി തെറ്റ് തിരുത്തൽ പ്രക്രിയയിൽ അവർ സജീവമായി പങ്കെടുക്കുകയുണ്ടായില്ല. സെക്ടേറിയൻ പ്രവണതക്കും വലതുപക്ഷ അവസരവാദത്തിനും എതിരായുള്ള സമരത്തിൽ പങ്കെടുത്തത് കുറെ കഴിഞ്ഞിട്ട് മാത്രമാണ്.

18

മുസ്ലീങ്ങൾ, ക്രിസ്ത്യാനികൾ അവർണഹിന്ദുക്കൾ

ക്വിറ്റ് ഇന്ത്യാ സമരത്തോടുള്ള കമ്യൂണിസ്റ്റുകാരുടെ സമീപനം അവരെ സാമ്രാജ്യത്വ വിരുദ്ധശക്തികളായ മുഖ്യ ബഹുജനവിഭാഗങ്ങളിൽ നിന്ന് ഒറ്റപ്പെടുത്തി. എന്നാൽ പാകിസ്താനെക്കുറിച്ചും ദേശീയതകളെക്കുറിച്ചുമുള്ള കമ്യൂണിസ്റ്റുകാരുടെ സമീപനമാകട്ടെ അവരെ മുഖ്യധാരയിൽ നിന്ന് അതിലധികം അകറ്റിനിർത്തി. ദേശീയതകളെക്കുറിച്ചുള്ള സിദ്ധാന്തം പാർട്ടി വിശദീകരിച്ചപ്പോൾ പാകിസ്താൻ രൂപീകരിക്കണമെന്ന മുസ്ലീംലീഗിന്റെ ആവശ്യത്തിന് ഫലത്തിൽ പിന്തുണ നൽകലായിട്ടാണ് അത് വ്യാഖ്യാനിക്കപ്പെട്ടത്. അതിനാൽ സ്വാഭാവികമായും കമ്യൂണിസ്റ്റുകാരും സാമ്രാജ്യത്വ വിരുദ്ധവാദികളായ മുഖ്യബഹുജനവിഭാഗങ്ങളും തമ്മിലുള്ള വിടവ് അതുമൂലം കൂടുതൽ വിപുലമായിത്തീർന്നു.

ജനകീയ യുദ്ധത്തിന്റെ പ്രശ്നത്തിലെന്നപോലെതന്നെ ദേശീയതകളുടെ കാര്യത്തിലും പാർട്ടിക്ക് തെറ്റുപറ്റി. സാമ്രാജ്യത്വ വിരുദ്ധവാദികളായ മുഖ്യ ബഹുജനവിഭാഗങ്ങൾക്കിടയിൽ അവരെക്കുറിച്ചുള്ള മതിപ്പ് വളരെ കുറഞ്ഞു എന്ന് ഇന്നിപ്പോൾ നമുക്ക് കാണാൻ വിഷമമില്ല. എന്നാൽ ദേശീയൈക്യവും പാകിസ്താൻ പ്രശ്നവുമായി ബന്ധപ്പെട്ട് പാർട്ടി മുന്നോട്ട്വെച്ച സിദ്ധാന്തത്തിലും പാർട്ടി ആവിഷ്കരിച്ച രാഷ്ട്രീയലൈനിലും സത്യത്തിന്റെ ഒരംശം ഉണ്ടായിരുന്നുവെന്ന യാഥാർഥ്യം നിലനിൽക്കുന്നു.

ഒരു ജനത എന്നനിലയിലുള്ള ഇന്ത്യയുടെ ഐക്യത്തെസംബന്ധിച്ച് തർക്കമേയുണ്ടായിരുന്നില്ല. ഒരു നൂറ്റാണ്ടിലധികം കാലത്തെ ബ്രിട്ടീഷ് വിരുദ്ധ സ്വാതന്ത്ര്യസമരപ്രസ്ഥാനത്തിന്റെ മൂശയിലിട്ട് വാർത്തെടുക്കപ്പെട്ട ദേശാഭിമാനികളായ ഇന്ത്യക്കാർ ദേശീയൈക്യം (ജനങ്ങൾ സ്വയം നിർമിച്ചെടുത്ത അമൂല്യമായ ആസ്തിയാണത്)

കാത്തുസൂക്ഷിക്കുന്നതിനും ശക്തിപ്പെടുത്തുന്നതിനുംവേണ്ടി എല്ലാം ത്യജിക്കാൻ തയ്യാറായിരുന്നു. ഹിന്ദുക്കൾ, മുസ്ലീങ്ങൾ എന്നിങ്ങനെ രണ്ട് ജനതകൾ അടങ്ങിയതാണ് ഇന്ത്യ എന്ന മുസ്ലീംലീഗിന്റെ സിദ്ധാന്തം പരിഗണിക്കുന്ന പ്രശ്നമേ ഉണ്ടായിരുന്നില്ല. വർഗീയാടിസ്ഥാനത്തിൽ രാജ്യത്തെ വിഭജിക്കണം എന്ന ആവശ്യം പാർട്ടി ദൃഢമായി തള്ളിക്കളഞ്ഞു.

അതിപുരാതനകാലംതൊട്ടേ ഇന്ത്യ ഒരൊറ്റ ഏകീകൃത ജനതയായിരുന്നു എന്ന കോൺഗ്രസുകാരുടെയും ഹിന്ദുവർഗീയ വാദികളുടെയും സിദ്ധാന്തവും പാർട്ടി അംഗീകരിച്ചില്ല. ആധുനിക സ്വാതന്ത്ര്യസമരപ്രസ്ഥാനം ഉയർന്നുവരുന്നതുവരെ ഇന്ത്യയിലെ വിവിധ ജാതികളും മതസമുദായങ്ങളും വംശീയവിഭാഗങ്ങളും ഭാഷാവിഭാഗങ്ങളും രാഷ്ട്രത്വത്തിന്റെ കെട്ടുപാടുകൾകൊണ്ട് ഏകീകൃതമായിരുന്നില്ല. എന്നാൽ അതേഅവസരത്തിൽതന്നെ തങ്ങളുടെ പുരാതനമായ ജൻമദേശത്ത് നൂറ്റാണ്ടുകളായി ജീവിച്ചുവന്ന നിരവധി ഭാഷാ-സാംസ്കാരിക വിഭാഗങ്ങളുടെ വളർച്ച ഇന്ത്യൻ സമൂഹത്തിന്റെ ഒരു സവിശേഷതയായിരുന്നു. 1920-21-ൽ ഭാഷാസംസ്ഥാനങ്ങൾ (ഭാഷാപ്രവിശ്യകളും) എന്ന തത്വം കോൺഗ്രസ് പാർട്ടി തങ്ങളുടെ ആഭ്യന്തര സംഘടനക്കുള്ളിൽ പ്രയോഗിച്ചപ്പോൾ ഇന്ത്യയുടെ ഭാഷാ-സാംസ്കാരിക വൈവിധ്യം എന്ന യാഥാർഥ്യം അവർ അംഗീകരിക്കുകയായിരുന്നു. ഭാഷാപരമായി അംഗീകരിക്കപ്പെട്ട പ്രവിശ്യകൾക്ക് വിപുലമായ സ്വയംഭരണാധികാരത്തോടുകൂടിയ ഒരു ഫെഡറൽ രാഷ്ട്രീയഘടനയാണ് സ്വതന്ത്ര ഇന്ത്യയിൽ സ്ഥാപിക്കുക എന്ന ആശയവും മേൽപ്പറഞ്ഞതിന്റെ അടിസ്ഥാനത്തിലുള്ളതാണ്.

ഇന്ത്യ ഒരു ബഹുദേശീയ രാഷ്ട്രമാണ്. വേറിട്ടുപോകാനുള്ള അവകാശത്തോടുകൂടിയ ദേശീയതകളുടെ സ്വയംനിർണയാവകാശം എന്ന തത്വമാണ് അവിടെ ബാധകമാക്കേണ്ടത് എന്ന് സി പി ഐ പ്രസ്താവിച്ചപ്പോൾ ഭാഷാപരമായ സംസ്ഥാനങ്ങൾ എന്ന സങ്കൽപ്പനത്തിന് അവർ മാർക്സിസ്റ്റ് സൈദ്ധാന്തികരൂപം നൽകുകയുമാണ് ചെയ്തത്. ഈ പ്രശ്നത്തിൽ കമ്യൂണിസ്റ്റുകാർക്ക് കോൺഗ്രസ് നേതൃത്വത്തിന്റെയും മുസ്ലീംലീഗിന്റെയും നിലപാടുകളോട് ശക്തിയായ വിയോജിപ്പുണ്ടായിരുന്നു. സ്വതന്ത്ര ഇന്ത്യയുടെ ഭരണഘടനക്ക് രൂപം നൽകാൻ ഒരൊറ്റ ഭരണഘടനാ നിർമാണ സമിതി വേണം എന്നായിരുന്നു കോൺഗ്രസ് ആവശ്യപ്പെട്ടത്. രണ്ട് ഭരണഘടനകൾക്ക് രൂപം നൽകാൻ (ഒന്ന് ഇന്ത്യക്കും മറ്റൊന്ന് പാകിസ്താനും) രണ്ട് ഭരണഘടനാ നിർമാണസമിതികൾ വേണം എന്നാണ് മുസ്ലീംലീഗ് ആവശ്യപ്പെട്ടത്. മൂർത്തരൂപം പൂണ്ടിട്ടുള്ള ദേശീയതകളിൽ ഓരോന്നിനും (കേരളമടക്കം ഏതാണ്ട് പതിനേഴെണ്ണം വരുമത്) ഓരോ ഭരണഘടനാ നിർമാണസമിതി വീതം പ്രത്യേകം പ്രത്യേകം വേണം എന്ന് കമ്യൂണിസ്റ്റ് പാർട്ടിയും നിർദേശിച്ചു. പാകിസ്താന്റെ രൂപീകരണത്തിന് പരോക്ഷ

മായി പിന്തുണ നൽകലാണ് ഈ നയംകൊണ്ട് ഉദ്ദേശിക്കുന്നത് എന്ന് വ്യാഖ്യാനിക്കപ്പെട്ടു.

തുടർന്ന് പാർട്ടി നടത്തിയ സ്വയംവിമർശനം പാർട്ടിയുടെ ഈ ലൈനിൽ ഗുരുതരമായ സൈദ്ധാന്തികവും രാഷ്ട്രീയവുമായ തെറ്റുകൾ കണ്ടെത്തി. ലെനിനും സ്റ്റാലിനും ആവിഷ്കരിച്ച ദേശീയതകളെ സംബന്ധിച്ച സിദ്ധാന്തവും അതിൽ ആവിർഭവിച്ചിട്ടുള്ള സ്വയം നിർണയാവകാശം എന്ന തത്വവും മുതലാളിത്ത യൂറോപ്പിലെ സ്ഥിതിഗതികളെ നേരിടാൻ വേണ്ടിയാണ് (റഷ്യ, ആസ്ത്രിയ, തുർക്കി തുടങ്ങിയ ഫ്യൂഡൽ സാമ്രാജ്യങ്ങൾ അധീന ദേശീയതകളെ സംബന്ധിച്ചിടത്തോളം തടവറകൾ തന്നെയായിരുന്നു.) പ്രാഥമികമായും വികസിപ്പിച്ചെടുക്കപ്പെട്ടത്. ഈ സാമ്രാജ്യങ്ങളിൽ നിന്ന് വേർപെട്ടുപോകാനുള്ള അധീശജനങ്ങളുടെ അവകാശത്തിനുവേണ്ടി നിലകൊള്ളേണ്ടത് അതിനാൽ അധീശ ദേശീയതകളിലെ തൊഴിലാളി വർഗത്തിന്റെ വിപ്ലവകടമയായിരുന്നു. ഏഷ്യയിലെ കോളനിരാജ്യങ്ങളിലെ സ്ഥിതി തികച്ചും വ്യത്യസ്തമായിരുന്നു. അവയെ സംബന്ധിച്ചിടത്തോളം സ്വയംനിർണയാവകാശം എന്നതിനർഥം അനിവാര്യമായും സാമ്രാജ്യത്വ അധീശശക്തിയിൽ നിന്ന് വിട്ടുപോകാനുള്ള അവകാശം എന്നുതന്നെയായിരുന്നു.

ഉദാഹരണത്തിന് ഇന്ത്യയുടെ കാര്യത്തിൽ ഇവിടെ അധിവസിക്കുന്ന എല്ലാ ദേശീയതകൾക്കും ബ്രിട്ടീഷ് അധീശ സാമ്രാജ്യത്വത്തെ അപേക്ഷിച്ച് സ്വയം നിർണയാവകാശമുണ്ടായിരുന്നു. രാജ്യത്തിനുള്ളിൽ നിരവധി ദേശീയതകളുണ്ട്. അവയിൽ ഓരോന്നിനും അതിന്റേതായ വ്യതിരിക്തമായ ദേശീയ വ്യക്തിത്വം വളർത്തിയെടുക്കാനുള്ള അവകാശവും ഉണ്ട് എന്ന കാര്യത്തിൽ തർക്കമില്ല. എന്നാൽ അവയെല്ലാംതന്നെ (ചെറുതും വലുതും ഒരുപോലെ) ബ്രിട്ടീഷ് സാമ്രാജ്യത്വത്താൽ അടിച്ചമർത്തപ്പെട്ടുകൊണ്ടിരിക്കുകയായിരുന്നു. അതിനാൽ ബ്രിട്ടീഷ് സാമ്രാജ്യത്വത്തെ അപേക്ഷിച്ച് സ്വയം നിർണയാവകാശം ഉണ്ടായിരുന്നു. തമ്മിൽ തമ്മിൽ പൂർണമായ സമത്വം എന്ന തത്വത്തിന്റെ അടിസ്ഥാനത്തിൽ ഇന്ത്യൻ ദേശീയതകൾക്ക് തങ്ങളുടെ ശക്തികളെ ഒന്നിപ്പിക്കേണ്ടതും പൊതുവായ മർദകശക്തിക്കെതിരായി തങ്ങളുടെ ഐക്യം ശക്തിപ്പെടുത്തേണ്ടതുമുണ്ടായിരുന്നു. ദേശീയതകളെ സംബന്ധിച്ച മാർക്സിസ്റ്റ്-ലെനിനിസ്റ്റ് സിദ്ധാന്തവും സ്വയം നിർണയാവകാശം എന്ന തത്വവും നമ്മുടെ രാജ്യത്തെ യഥാർഥ പരിതഃസ്ഥിതികളിൽ പ്രയോഗിക്കേണ്ടത് ഇങ്ങനെയായിരുന്നു.

മുസ്ലീംലീഗിന്റെ രണ്ടു ജനതകൾ എന്ന സിദ്ധാന്തവും പാകിസ്താൻ അനുവദിക്കണമെന്ന ലീഗിന്റെ ആവശ്യവും ദേശീയതാതത്വത്തിന്റെ അടിസ്ഥാനത്തിലുള്ളതായിരുന്നില്ല എന്ന വസ്തുത സ്ഥിതിഗതികളെ കൂടുതൽ സങ്കീർണമാക്കി. (ജാതിയുടെയും മതത്തിന്റെയും അതിർവരമ്പുകളെ കീറിമുറിക്കുന്ന ദേശീയത പൂർണമായും മതനിര

പേക്ഷതയെ അടിസ്ഥാനപ്പെടുത്തിയുള്ളതാണ്.) പാകിസ്താൻ മുദ്രാവാക്യം രാജ്യത്തിലെ ജനങ്ങളെ ഒട്ടാകെയും ഇവിടെ അധിവസിക്കുന്ന ഓരോ ദേശീയതയെയും മതത്തിന്റെ അടിസ്ഥാനത്തിൽ വിഭജിച്ചു. നമ്മുടെ സ്വാതന്ത്ര്യസമരത്തിന്റെ ആദ്യകാലത്ത് ബ്രിട്ടീഷ് ഭരണാധികാരികൾ ആവിഷ്കരിച്ച് നടപ്പാക്കിയ 'വിഭജിച്ച് ഭരിക്കുക' എന്ന കുപ്രസിദ്ധനയം ആണ് ഒടുവിൽ 'രണ്ട് ജനത' എന്ന സിദ്ധാന്തത്തിന്റെ രൂപം കൈക്കൊണ്ടത്.

പാകിസ്താൻ വാദത്തിന്റെ ഈ രാഷ്ട്രീയസത്ത കാണാനോ തുറന്നു കാണിക്കാനോ കമ്യൂണിസ്റ്റുകാർക്ക് കഴിഞ്ഞില്ല. അതിനാൽ പാകിസ്താൻ അനുവദിക്കണം എന്ന ലീഗിന്റെ ആവശ്യത്തിന് കമ്യൂണിസ്റ്റ് പാർട്ടി ഫലത്തിൽ പിന്തുണ നൽകുകയാണ് ചെയ്യുന്നത് എന്ന സാമ്രാജ്യത്വ വിരുദ്ധ ബഹുജനവിഭാഗങ്ങളുടെ വിലയിരുത്തൽ ഏറെക്കുറെ ശരിയായിരുന്നു. ലീഗിന്റെ പിന്തിരിപ്പൻ-ഫ്യൂഡൽ-സാമ്രാജ്യത്വാനുകൂല സ്വഭാവത്തെയും പാകിസ്താൻ അനുവദിക്കണമെന്ന അതിന്റെ ആവശ്യത്തെയും തങ്ങളുടെ രാഷ്ട്രീയ-പ്രചാരണ പ്രക്ഷോഭങ്ങളിലൊന്നിലും ഒരിക്കലും പാർട്ടി തുറന്നുകാണിക്കുകയുണ്ടായില്ല. യഥാർഥത്തിൽ ബ്രിട്ടീഷ് സാമ്രാജ്യത്വത്തിനെതിരായി കോൺഗ്രസ്-ലീഗ് ഐക്യം ഉണ്ടാക്കുക എന്ന പാർട്ടിയുടെ കേന്ദ്ര രാഷ്ട്രീയ മുദ്രാവാക്യം ലീഗ് നേതൃത്വത്തിന് ഇല്ലാതിരുന്ന സാമ്രാജ്യത്വ വിരുദ്ധ യോഗ്യതയുണ്ടാക്കിക്കൊടുത്തു. സാമ്രാജ്യത്വവിരുദ്ധ ബഹുജനവിഭാഗങ്ങളിൽ നിന്ന് ഒറ്റപ്പെടുക എന്നതായിരുന്നു അതിന്റെ അനന്തരഫലം. ഈ തെറ്റ് കണ്ടുപിടിച്ച് തിരുത്തിക്കഴിഞ്ഞിട്ടും ഒറ്റപ്പെടൽ തുടർന്നു.

കേരളത്തിന്റെ ചില ഭാഗങ്ങളിൽ മുസ്ലീംലീഗ് പരിഗണനാർഹമായ ശക്തിയായിരുന്നതുകൊണ്ട് ഈ പ്രശ്നത്തെ സംബന്ധിച്ച പാർട്ടി ലൈനിലെ ദൗർബല്യം കേരളത്തിൽ പ്രത്യേകിച്ചും പ്രകടമായിരുന്നു. കോൺഗ്രസ് സോഷ്യലിസ്റ്റ് പാർട്ടിയുടെ ആദ്യനാളുകളിൽ ഉയർന്നുവന്ന ഇടതുപക്ഷപ്രസ്ഥാനവുമായി മിക്ക ദേശീയ മുസ്ലീങ്ങളും സഹകരിക്കുകയുണ്ടായി. ശരിക്കും 1930-കളുടെ അവസാനംവരെ മുസ്ലീംലീഗിനെപ്പോലുള്ള വർഗീയ നേതൃത്വം കണക്കിലെടുക്കപ്പെടേണ്ടുന്ന ശക്തിയേ ആയിരുന്നില്ല. രണ്ടാം ലോകമഹായുദ്ധകാലത്തും പാകിസ്താൻ അനുവദിക്കണമെന്ന് ജിന്ന വാചാലമായി പ്രചാരണം നടത്തിക്കൊണ്ടിരുന്നപ്പോഴും മാത്രമാണ് ലീഗ് ഒരു വലിയ ശക്തിയായി വളർന്നതും ദേശീയ മുസ്ലീങ്ങൾ അവഗണനീയ ശക്തിയായി താഴ്ത്തപ്പെട്ടതും. ദേശീയതകളുടെ പ്രശ്നത്തെ സംബന്ധിച്ചുള്ള പാർട്ടിയുടെ സമീപനം (ലീഗിന്റെ പ്രത്യയശാസ്ത്രവുമായി രാജിയാവുക എന്നത് അതിന്റെ ഭാഗമായിരുന്നു) കേരളത്തിൽ ആവേശത്തോടെ പ്രചരിക്കപ്പെട്ടു. ലീഗ് നേതാക്കൾക്ക് സ്വന്തം പ്രചാരണത്തിലും അത് സഹായകമായിത്തീർന്നു. മുസ്ലീം സമുദായത്തിൽ പാർട്ടിയുടെ ബഹുജനാടിത്തറ (കേഡർമാരും) വളരെ പതുക്കെയാണ് വളർന്നത്. എന്നാൽ അതേഅ

വസരത്തിൽ തന്നെ മുസ്ലീം ജനസാമാന്യത്തിന് മേൽ ലീഗിന്റെ മേധാവിത്വം സ്ഥാപിച്ചുറപ്പിച്ചുകൊണ്ടുള്ള ലീഗിന്റെ വളർച്ച അഭൂതപൂർവമായിരുന്നു.

കേരളത്തിലെ ക്രിസ്ത്യൻ, മുസ്ലീം എന്നീ രണ്ട് പ്രമുഖ മത സമുദായ വിഭാഗങ്ങളോടും നിരവധി ഹൈന്ദവ ജാതികളോടും പാർട്ടിക്കുള്ള സമീപനത്തെ സംബന്ധിച്ച നിരവധി പ്രശ്നങ്ങളിൽ മേൽപ്പറഞ്ഞ പാർട്ടിലൈൻ (പാകിസ്താനോടും ദേശീയതകളുടെ പ്രശ്നത്തോടും പാർട്ടി സ്വീകരിച്ച ലൈൻ) സ്വാധീനം ചെലുത്തുകയുണ്ടായി.

സോഷ്യലിസ്റ്റ്-കമ്യൂണിസ്റ്റ് പ്രസ്ഥാനത്തിന്റെ ആദ്യനാളുകളിൽ, അത് ഇടതുപക്ഷ കോൺഗ്രസിന്റെ ഒരു അവിഭാജ്യഘടകമായിരിക്കുമ്പോൾ ജാതി-വർഗീയ ലൈനിൽനിന്ന് വിരുദ്ധമായി വർഗീയാടിസ്ഥാനത്തിൽ വിജയകരമായ ഒരു വലിയസമരം നടക്കുകയുണ്ടായി. സവർണ ഹിന്ദുമേധാവിത്വ കൂട്ടുകെട്ടിനെതിരെ അടിച്ചമർത്തപ്പെട്ട അവർണ ഹിന്ദുക്കളുടെയും മുസ്ലീം-ക്രിസ്ത്യൻ ന്യൂനപക്ഷങ്ങളുടെയും ജനാധിപത്യപരമായ അഭിലാഷങ്ങൾക്ക് വേണ്ടി സോഷ്യലിസ്റ്റ്-കമ്യൂണിസ്റ്റുകാർ സമരം ചെയ്തു. ജാതി-വർഗീയ ബോധത്തിന് വിരുദ്ധമായി വർഗബോധത്തിന്റെ വളർച്ച വിഘടനപരമായ ജാതി-മത-വർഗീയ സംഘടനകൾക്ക് എതിരായി വർഗീയാടിസ്ഥാനത്തിൽ തൊഴിലാളികളുടെയും കൃഷിക്കാരുടെയും സമരസംഘടനകളുടെ രൂപീകരണം-സോഷ്യലിസ്റ്റ്-കമ്യൂണിസ്റ്റുകാരുടെ, അവരുടെ ആദ്യവർഷങ്ങളിലെ, മൂർത്തമായ സംഭാവനയാണത്. ജനാധിപത്യ-മതനിരപേക്ഷ പ്രസ്ഥാനം അത്യധികം ശക്തിപ്പെട്ടു. തിരുവിതാംകൂറിലെയും കൊച്ചിയിലെയും മലബാറിലെയും രാഷ്ട്രീയത്തിൽ ഇടതുപക്ഷശക്തികൾ വമ്പിച്ച മുന്നേറ്റം നടത്തി. ജാതി-മത-വർഗീയ വിഭജനത്തിനെതിരെ വിട്ടുവീഴ്ചയില്ലാതെ സമരം ചെയ്യുന്നവരാണ്, പൊതു ജനാധിപത്യ പ്രസ്ഥാനത്തിന്റെ വമ്പിച്ച മുതൽക്കൂട്ടാണ് ഇടതുപക്ഷക്കാരായ ജനങ്ങൾ എന്ന് പ്രത്യക്ഷത്തിൽ തോന്നി.

അഖിലേന്ത്യാതലത്തിൽ പാകിസ്താൻ എന്ന പിന്തിരിപ്പൻ വർഗീയ സങ്കൽപ്പനവുമായി ആശയപരമായി രാജിയായിത്തീർന്നത് തിരുവിതാംകൂർ, കൊച്ചി, മലബാർ മേഖലകളിലെ ജാതി-വർഗീയ സംഘടനകളിലും സ്വാധീനം ചെലുത്തി. അനിവാര്യമായും വിഘടന-പിന്തിരിപ്പൻ സ്വഭാവത്തോടുകൂടിയ തങ്ങളുടെ പ്രസ്ഥാനങ്ങളെ പുരോഗമന-രാഷ്ട്രീയ മൂടുപടം കൊടുത്ത് അവതരിപ്പിക്കാനാണ് ജാതി-മത-വർഗീയ നേതാക്കൻമാർ ആഗ്രഹിച്ചിരുന്നത്. അവരോട് ഒരു പുതിയ സമീപനം അംഗീകരിച്ച കമ്യൂണിസ്റ്റ് പാർട്ടി അവർക്ക് പ്രോത്സാഹനം നൽകുകയാണുണ്ടായത്. കമ്യൂണിസ്റ്റുകാർ മുസ്ലീംലീഗിനോട് സൗഹൃദാത്മകമായ നിലപാടാണ് ഏതാണ്ടെല്ലാ സംസ്ഥാനങ്ങളിലും കൈക്കൊണ്ടത്. (പാർട്ടിയിലെ ചില സജീവ പ്രവർത്തകർ മുസ്ലീംലീഗിൽ ചേരുക പോലുമുണ്ടായി.) കേരളത്തിലാകട്ടെ മുസ്ലീംലീഗിനോടും

വിവിധ ക്രിസ്ത്യൻ മതവിഭാഗങ്ങളോടും വിവിധ ജാതിസംഘടനകളോടും അതേ വിധത്തിലുള്ള സമീപനമാണ് പാർട്ടി കൈക്കൊണ്ടത്. ഈ കാലഘട്ടം വരെ ഹ്രസ്വമായിരുന്നുവെങ്കിലും പ്രത്യയശാസ്ത്രപരമായി അതുണ്ടാക്കിയ വിനാശം ഏറെക്കാലം നീണ്ടുനിൽക്കുന്നതായിരുന്നു. പ്രത്യയശാസ്ത്രപരമായ ഈ തെറ്റിന്റെ അനന്തരഫലങ്ങൾ വേരോടെ പിഴുതെറിയാൻ പിന്നീടുള്ള വർഷങ്ങളിൽ ഭഗീരഥപ്രയത്നം തന്നെ നടത്തേണ്ടിവന്നു.

19

തിരഞ്ഞെടുപ്പിന്റെയും ബഹുജനസമരങ്ങളുടെയും രാഷ്ട്രീയം

പ്രവിശ്യാ നിയമനിർമാണ സഭകളിലേക്ക് 1945-ൽ തിരഞ്ഞെടുപ്പ് നടത്താമെന്നാണ് ബ്രിട്ടീഷ് ഗവൺമെന്റ് പ്രഖ്യാപിച്ചിരുന്നത്. ഇന്ത്യൻ കമ്യൂണിസ്റ്റ് പാർട്ടിയെ സംബന്ധിച്ചിടത്തോളം ആ വർഷം ഒരു യുഗപ്പിറവിയുടെ വർഷം തന്നെയായിരുന്നു. കോൺഗ്രസിനും മുസ്ലീംലീഗിനും ഉള്ള ജനപിന്തുണയുടെ വ്യാപ്തി അളക്കുന്നതിനും അതുവഴി ഇന്ത്യയുടെ ഭാവിയെ സംബന്ധിച്ചിടത്തോളം ബ്രിട്ടീഷ് ഗവൺമെന്റും ഇന്ത്യൻ ജനതയുടെ നേതാക്കളും തമ്മിൽ കൂടിയാലോചനകൾ സുഗമമാക്കുന്നതിനും ഉദ്ദേശിച്ചുകൊണ്ടാണ് തിരഞ്ഞെടുപ്പ് നടത്താൻ തീരുമാനിച്ചത്.

കമ്യൂണിസ്റ്റ് പാർട്ടി അതിന്റെ സ്വന്തംപേരിലും സ്വന്തം കൊടിക്കീഴിലും സ്വന്തം നയപ്രഖ്യാപനരേഖയോടും (*തിരഞ്ഞെടുപ്പ് മാനിഫെസ്റ്റോ*) വോട്ടർമാരുടെ മുന്നിൽ വരുന്നത് ആദ്യമായിട്ടായിരുന്നു. ഒരു പതിറ്റാണ്ട് മുമ്പ് നടന്ന തിരഞ്ഞെടുപ്പിൽ കമ്യൂണിസ്റ്റുകാർ ഒരു അപ്രധാന ശക്തിയായിരുന്നു. പക്ഷേ കോൺഗ്രസിന്റെ സ്ഥാനാർഥികൾ എന്ന നിലയിൽ ഏതാനും സീറ്റുകളിൽ നിന്ന് ജയിക്കാൻ മാത്രം അവർക്ക് ശക്തിയുണ്ടായിരുന്നുതാനും.

1937-ലെ തിരഞ്ഞെടുപ്പിൽ കേരളത്തിൽ ഒരു കമ്യൂണിസ്റ്റുകാരനും കോൺഗ്രസ് സ്ഥാനാർഥിയായി സ്വീകരിക്കപ്പെടുകയുണ്ടായില്ല. പിന്നീട് നിലവിലുള്ള ഒരംഗത്തിന്റെ മരണംവഴി ഒഴിവ് വന്നപ്പോൾ കോൺഗ്രസ് സ്ഥാനാർഥിയായി എന്നെയാണ് നിശ്ചയിച്ചത്. ഞാൻ എതിരില്ലാതെ തിരഞ്ഞെടുക്കപ്പെടുകയും ചെയ്തു. (കേരള പ്രവിശ്യാ കോൺഗ്രസ് കമ്മിറ്റിയുടെ സെക്രട്ടറിയായിരുന്നു ഞാനന്ന്) മറ്റ് ചില പ്രവിശ്യകളിൽ (ഉദാഹരണത്തിന് ഒറീസയിലും ബംഗാളിലും) 1937-ൽ ഏതാനും കമ്യൂണിസ്റ്റുകാർ കോൺഗ്രസ് സ്ഥാനാർഥികളായി നിന്ന്

എം എൽ എമാരാവുകയുണ്ടായി.

അങ്ങനെ കമ്യൂണിസ്റ്റ് പാർട്ടി സ്വന്തം സ്ഥാനാർഥികളുടെ ലിസ്റ്റ് തയ്യാറാക്കുകയും അവർ പാർട്ടി സ്ഥാനാർഥികൾ എന്ന നിലയിൽ തിരഞ്ഞെടുപ്പിൽ മത്സരിക്കുകയും ചെയ്ത വർഷമാണ് 1945. അന്ന് പൊതുമണ്ഡലങ്ങളുണ്ടായിരുന്നു. മുസ്ലീങ്ങൾക്ക് പ്രത്യേക മണ്ഡലങ്ങളുണ്ടായിരുന്നു. പ്രത്യേക തൊഴിലാളി മണ്ഡലങ്ങളുമുണ്ടായിരുന്നു. ഈ മൂന്ന് വിഭാഗങ്ങളിൽപെട്ട മണ്ഡലങ്ങളിലും പാർട്ടി സ്ഥാനാർഥികളെ നിർത്തുകയുണ്ടായെങ്കിലും ആദ്യം പറഞ്ഞ രണ്ട് വിഭാഗങ്ങളിൽപെട്ട മണ്ഡലങ്ങളിലൊന്നിലും പാർട്ടി സ്ഥാനാർഥികൾ വിജയിക്കുകയുണ്ടായില്ല. എന്നാൽ മദിരാശി, ബോംബെ, ബംഗാൾ എന്നീ പ്രവിശ്യകളിലെ ഏതാനും പ്രത്യേക തൊഴിലാളി മണ്ഡലങ്ങളിൽ നിന്ന് പാർട്ടി സ്ഥാനാർഥി വിജയിച്ചു. മദിരാശി അസംബ്ളിയിലേക്ക് കമ്യൂണിസ്റ്റ് സ്ഥാനാർഥികൾ വിജയിച്ച രണ്ട് തൊഴിലാളിമണ്ഡലങ്ങളിൽ ഒന്ന്, (ദക്ഷിണ റെയിൽവെ നിയോജകമണ്ഡലം) മലബാറിന്റെ ചില ഭാഗങ്ങൾ കൂടി ഉൾപ്പെട്ടതായിരുന്നു. (അവിടെ നിന്ന് വിജയിച്ച അനന്തൻനമ്പ്യാർ മലബാറുകാരനായിരുന്നു)

മലബാറിലെ നാല് പൊതുമണ്ഡലങ്ങളിലും (പട്ടികജാതിക്കാർക്ക് സംവരണം ചെയ്യപ്പെട്ട ഒരു മണ്ഡലം അടക്കം) ഒരു മുസ്ലീം മണ്ഡലത്തിലും പാർട്ടി മത്സരിക്കുകയുണ്ടായി. ഇവരാരും ജയിച്ചില്ല എന്നത് ശരിതന്നെ. എന്നാൽ ഇവരിൽ നാലുപേർക്ക് (മുസ്ലീം മണ്ഡലത്തിൽ നിന്ന് മത്സരിച്ച സ്ഥാനാർഥിയെ ഒഴിച്ചുനിർത്തിയാൽ) കെട്ടിവച്ച പണം തിരിച്ചുകിട്ടത്തക്ക വിധത്തിലുള്ള വോട്ട് ലഭിച്ചു. രണ്ട് മണ്ഡലങ്ങളിൽ കിട്ടിയ വോട്ടിന്റെ ശതമാനം നാൽപ്പതിന്റെ അടുത്തായിരുന്നു. തിരഞ്ഞെടുപ്പ് ഗോദയിൽ ആദ്യമായി ഇറങ്ങുന്ന പാർട്ടിയാണ്, ക്വിറ്റ് ഇന്ത്യാസമരത്തെ എതിർത്തതുകാരണം രാഷ്ട്രീയമായി പാർട്ടി ദുർബലമായിരുന്നു എന്നീ കാര്യങ്ങൾ പരിഗണിക്കുമ്പോൾ, തിരഞ്ഞെടുപ്പ് ഫലങ്ങൾ വളരെയധികം പ്രോത്സാഹനജനകമായിരുന്നു. കേരളത്തിൽ മലബാർ മേഖലയിലെ തിരഞ്ഞെടുപ്പ് രാഷ്ട്രീയത്തിൽ പാർട്ടിക്ക് ഭാവിയുണ്ടെന്ന് അത് വ്യക്തമാക്കി.

അഭിമാനാവഹമായ ഈ പ്രകടനത്തിന്റെ പ്രധാന കാരണം ഇതായിരുന്നു : തിരഞ്ഞെടുപ്പ് രാഷ്ട്രീയത്തിൽ കമ്യൂണിസ്റ്റ് പാർട്ടി ഒരു ചെറിയ ശക്തി മാത്രമായിരുന്നുവെങ്കിലും തിരഞ്ഞെടുപ്പ് രംഗത്തുള്ള പ്രമുഖ ബൂർഷ്വാ പാർട്ടികളിൽ നിന്നും (കോൺഗ്രസും മുസ്ലീംലീഗും) വ്യത്യസ്തമാണ് കമ്യൂണിസ്റ്റ് പാർട്ടിയെന്നും രാജ്യത്തിന്റെ വർത്തമാന കാലത്തെപ്പറ്റിയും ഭാവിയെപ്പറ്റിയും പാർട്ടിക്ക് വ്യക്തമായ കാഴ്ചപ്പാടുണ്ടെന്നും പ്രത്യക്ഷമായി കാണിക്കാൻ പാർട്ടിക്ക് കഴിഞ്ഞു. തിരഞ്ഞെടുപ്പ് കഴിഞ്ഞാൽ നടക്കാനിരിക്കുന്ന ബ്രിട്ടീഷ് ഗവൺമെന്റുമായുള്ള കൂടിയാലോചനകളിൽ അധികാരത്തിൽ പങ്ക് കിട്ടുന്നതിനായി കോൺഗ്രസിന്റെയും ലീഗിന്റെയും നേതാക്കൾ തമ്മിൽതമ്മിൽ മത്സരി

ക്കുകയായിരുന്നു. എന്നാൽ അവരുടേതിൽ നിന്ന് വ്യത്യസ്തമായി കമ്യൂണിസ്റ്റ് പാർട്ടിക്കാകട്ടെ ഒരു വിപ്ലവലക്ഷ്യമുണ്ടായിരുന്നു. തങ്ങളുടെ സംയുക്തസമരങ്ങളിലൂടെ ഇന്ത്യൻജനത ബ്രിട്ടീഷുകാരെ പുറന്തള്ളിയത് അതിന്റെ അടിസ്ഥാനത്തിലാണ്.

സമൂലമായ ഭൂപരിഷ്കരണം, വിദേശ മൂലധനം കണ്ടുകെട്ടൽ, നാട്ടുരാജ്യങ്ങൾ ഇല്ലാതാക്കി ഭാഷാടിസ്ഥാനത്തിൽ സംസ്ഥാനങ്ങൾ രൂപീകരിക്കൽ തുടങ്ങിയ സാമൂഹ്യ-സാമ്പത്തിക നടപടികളുടെ അടിസ്ഥാനത്തിലുള്ള രാഷ്ട്രീയാധികാരത്തിനായിരിക്കണം ഇന്ത്യൻജനത സമരംചെയ്യേണ്ടത് എന്ന് പാർട്ടി ചൂണ്ടിക്കാണിച്ചു. മറ്റൊരു വിധത്തിൽ പറഞ്ഞാൽ സ്വാതന്ത്ര്യസമര പ്രസ്ഥാനം വിഭാവനം ചെയ്ത ഉശിരൻ സാമ്രാജ്യത്വവിരുദ്ധ പരിപാടിയെ കമ്യൂണിസ്റ്റ് പാർട്ടിയുടെ പരിപാടി കൂടുതൽ മുന്നോട്ട് കൊണ്ടുപോയി. പാർട്ടി നടത്തിയ പ്രചാരണ പ്രക്ഷോഭങ്ങളുടെ രാഷ്ട്രീയമായ ഉള്ളടക്കവും പാർട്ടി സ്ഥാനാർഥികൾക്ക് ലഭിച്ച പതിനായിരക്കണക്കിന് വോട്ടുകളും നേടിയ ഏതാനും സീറ്റുകളും വ്യക്തമാക്കിയത് ഇതാണ്. ജനാധിപത്യത്തെ സംരക്ഷിക്കുകയും വിപുലപ്പെടുത്തുകയും ചെയ്യുക, മൗലികമായ ഭൂപരിഷ്കരണം നടപ്പാക്കുക, രാജ്യത്തിനകത്ത് സാമൂഹികവും സാമ്പത്തികവും സാംസ്കാരികവുമായ പുന:സംഘടന ഉണ്ടാക്കുന്നതുമായി ബന്ധപ്പെട്ട നയങ്ങൾ നടപ്പാക്കുക തുടങ്ങിയ ദേശീയ നയങ്ങളെ സംബന്ധിച്ച മൗലിക പ്രശ്നങ്ങളെ കേന്ദ്രീകരിച്ചാണ് ഭാവിയിലെ തിരഞ്ഞെടുപ്പ് രാഷ്ട്രീയ സമരങ്ങൾ നടക്കുക. സമൂഹത്തിന്റെ മൗലികമായ പുന:സംഘടനക്കുവേണ്ടി ലക്ഷക്കണക്കിന് അധ്വാനിക്കുന്ന ജനവിഭാഗങ്ങളെ അണിനിരത്തിക്കൊണ്ട് നടത്തുന്ന സമരത്തിന്റെ അവിഭാജ്യ ഘടകമാണ് തിരഞ്ഞെടുപ്പുകളിൽ മത്സരിക്കുന്നതും വിജയിക്കുന്നതും. പുതിയ രൂപത്തിലുള്ള അത്തരമൊരു തിരഞ്ഞെടുപ്പ് രാഷ്ട്രീയം വളർത്തിക്കൊണ്ട് വരുന്നതിനുള്ള ആദ്യചുവടുകളാണ് മേൽപ്പറഞ്ഞവ.

കേരളത്തിലാകട്ടെ, തിരഞ്ഞെടുപ്പ് സമരത്തിലേക്ക് പ്രവേശിക്കും മുമ്പ്, ഐക്യകേരളം എന്ന ലക്ഷ്യത്തെക്കുറിച്ച് വ്യക്തമായ രൂപരേഖ, കമ്യൂണിസ്റ്റ് പാർട്ടി ഉണ്ടാക്കിക്കഴിഞ്ഞിരുന്നു. കേരളത്തിന്റെ ജനസംഖ്യയിൽ മൂന്നിലൊന്നോളം അധിവസിക്കുന്ന മലബാർ മേഖലയിൽ മാത്രമേ തിരഞ്ഞെടുപ്പ് നടക്കുന്നുണ്ടായിരുന്നുള്ളൂ. എങ്കിലും തിരുവിതാംകൂർ, കൊച്ചി എന്നീ രണ്ട് നാട്ടുരാജ്യങ്ങളിലും കമ്യൂണിസ്റ്റ് പാർട്ടിക്ക് വിപുലമായ സംഘടനാസംവിധാനവും രാഷ്ട്രീയ പ്രക്ഷോഭങ്ങളിൽ ദൃഢമായ അടിത്തറയും ഉണ്ടായിരുന്നു. തിരഞ്ഞെടുപ്പിന് തൊട്ടുമുമ്പായി, കേരളത്തിലെ മൂന്ന് ഭാഗങ്ങളും യോജിപ്പിച്ച് ഒരു പുതിയ സംസ്ഥാനം രൂപീകരിക്കുക എന്ന പദ്ധതി പാർട്ടി ആദ്യമായി മുന്നോട്ടുവെച്ചു. പാർട്ടി ശക്തമായിരുന്ന മറ്റ് രണ്ട് ഭാഷാ മേഖലകളിലും (ആന്ധ്രയിലും ബംഗാളിലും) അതുപോലുള്ള പരിപാടിക്ക് രൂപം നൽകിയിരുന്നു.

തങ്ങളുടെ സംഘടനക്കുള്ളിൽ ഭാഷാപ്രവിശ്യകൾ എന്ന തത്വം കോൺഗ്രസ് നടപ്പാക്കിയത് 1920-കളുടെ ആദ്യവർഷങ്ങളിലാണ്. സംസ്ഥാന രാഷ്ട്രീയത്തെ അന്നുതൊട്ട് ആവേശംകൊള്ളിച്ച ഐക്യ കേരളം എന്ന ആശയത്തോട് യോജിച്ചുപോകുന്നതായിരുന്നു പാർട്ടി മുന്നോട്ടുവെച്ച ഏകീകൃത കേരളത്തിന്റെ രൂപരേഖ. കേരളത്തിന്റെ മലബാർ മേഖലയിൽ നിന്ന് പ്രസിദ്ധീകരിച്ചുതുടങ്ങിയ ആദ്യത്തെ മലയാളം ദേശീയ ദിനപത്രം *മാതൃഭൂമി*യാണ്. കേരളത്തിന്റെ ഏകീകരണം എന്ന ആശയം, ആ പത്രത്തിന്റെ ആദ്യകാല ലക്കങ്ങളിലൊന്നിലൂടെ ഉന്നയിക്കപ്പെട്ടു. ഏകീകൃത കേരളത്തിന് വേണ്ടിയുള്ള പ്രക്ഷോഭം കമ്യൂണിസ്റ്റ് പാർട്ടി ആരംഭിച്ച അതേസമയത്തുതന്നെ ഐക്യകേരളത്തിനുവേണ്ടി കോൺഗ്രസിന്റെ നേതൃത്വത്തിൽ ഒരു പ്രസ്ഥാനം രൂപപ്പെട്ടുവരുന്നുണ്ടായിരുന്നു. എന്നാൽ അതിനെ സംബന്ധിച്ചുള്ള കമ്യൂണിസ്റ്റ് പാർട്ടിയുടെയും കോൺഗ്രസ് പാർട്ടിയുടെയും സങ്കൽപ്പനങ്ങളിൽ ചില പ്രധാന വ്യത്യാസങ്ങൾ ഉണ്ടായിരുന്നു.

ഇക്കാര്യത്തിൽ കമ്യൂണിസ്റ്റ് പാർട്ടിയുടെ കാഴ്ചപ്പാട് ഇതായിരുന്നു. കേരളത്തിലെ രണ്ട് നാട്ടുരാജ്യങ്ങളുടെ പ്രത്യേക അസ്ഥിത്വം അവസാനിപ്പിക്കാതെ (മഹാരാജാക്കൻമാരെയും ദിവാൻമാരെയും ഒഴിവാക്കി) തിരഞ്ഞെടുക്കപ്പെടുന്ന മന്ത്രിസഭകളാൽ ഭരിക്കപ്പെടുന്നതിനുള്ള അവകാശം ഈ രണ്ട് നാട്ടുരാജ്യങ്ങളിലെയും ജനങ്ങൾക്ക് ലഭിക്കാതെ കേരളത്തിന്റെ ഏകീകരണത്തെക്കുറിച്ച് ചിന്തിക്കാനേ കഴിയില്ല. ഫ്യൂഡൽ ഭരണ കുടുംബങ്ങളുടെയും അവരുടെ സിൽബന്തികളുടെയും സ്വേച്ഛാധിപത്യത്തിന് അറുതിവരുത്തുന്ന ആധുനിക റിപ്പബ്ലിക്കൻ ജനാധിപത്യഭരണത്തിന്റെ അടിസ്ഥാനത്തിലുള്ളതായിരുന്നു കമ്യൂണിസ്റ്റുകാർ വിഭാവനം ചെയ്യുന്ന ഐക്യകേരളം. എന്നാൽ ഇതിൽ നിന്ന് വ്യത്യസ്തമായി കോൺഗ്രസ് ദേശീയവാദികളുടെ സങ്കൽപ്പനത്തിലുള്ള ഐക്യകേരളം, രാജാക്കൻമാരുടെ പരമാധികാരം കാത്തുസൂക്ഷിച്ചുകൊണ്ടുള്ളതായിരുന്നു. മഹാരാജാവിന്റെ പരമാധികാരത്തിന് കീഴൊതുങ്ങിക്കൊണ്ടുള്ളതായിരുന്നു അവർ ആവശ്യപ്പെട്ട 'ഉത്തരവാദ ഭരണം'. കോൺഗ്രസ് മാതൃകയിലുള്ള ഐക്യകേരളം എന്ന ആശയം ആവിഷ്കരിക്കുകയും അതിന് നേതൃത്വം നൽകുകയും ചെയ്തവരിൽ ഒരാൾ കൊച്ചിമഹാരാജാവ് തന്നെയായതിൽ അത്ഭുതപ്പെടാനില്ല.

കോൺഗ്രസ് സംഘടിപ്പിച്ചതും കൊച്ചി മഹാരാജാവ് ഉദ്ഘാടനം ചെയ്തതുമായ ഐക്യകേരള സമ്മേളനത്തിന്റെ ഹാളിലേക്കുള്ള പ്രവേശനകവാടത്തിൽ ഫ്യൂഡൽ കേരളത്തിലെ ഐതിഹ്യമനുസരിച്ച് കേരളത്തിന്റെ സ്ഥാപകനായ പരശുരാമ മഹർഷിയുടെ ഒരു പ്രതിമ സ്ഥാപിച്ചത് ഐക്യകേരളത്തിന് അനുയോജ്യമായിരുന്നു. കേരളത്തിന്റെ അതിരുകൾ നിർവചിക്കുന്ന ഘട്ടത്തിൽ പരശുരാമന്റെ കേരളത്തിൽപെട്ട ഭൂവിഭാഗങ്ങളെല്ലാം പുതിയ സംസ്ഥാനത്തിൽ

ഉൾപ്പെടുത്തണമെന്ന് സമ്മേളനത്തിൽ പങ്കെടുത്തവർ ആവശ്യപ്പെടുക യുണ്ടായി. നേരെമറിച്ച് കമ്യൂണിസ്റ്റ് പാർട്ടിയാകട്ടെ തിരുവിതാംകൂർ, കൊച്ചി എന്നീ നാട്ടുരാജ്യങ്ങളിലും ബ്രിട്ടീഷ് ഇന്ത്യയിലെ മദിരാശി പ്രവിശ്യയിലും മലയാളികൾക്ക് ഭൂരിപക്ഷമുള്ള പ്രദേശങ്ങൾ ഉൾപ്പെട്ട തായിരിക്കണം പുതിയ സംസ്ഥാനമെന്ന് നിർദേശിച്ചു. തെക്കൻതിരുവി താംകൂറിലെ തമിഴ് ഭൂരിപക്ഷപ്രദേശങ്ങളും കന്നഡയും തുളുവും സംസാരിക്കുന്നവർക്ക് ഭൂരിപക്ഷമുള്ള വടക്കേമലബാറിലെ പ്രദേശ ങ്ങളും പുതിയ സംസ്ഥാനത്തിൽ ഉൾപ്പെടുത്തേണ്ടതില്ല എന്നാണ് ഇതിനർഥം. ഭാഷാടിസ്ഥാനത്തിൽ സംഘടിപ്പിക്കപ്പെട്ട ഒരു സംസ്ഥാന മല്ല തങ്ങളുടെ സങ്കൽപ്പനത്തിലുള്ള കേരളമെന്നും മറിച്ച് കന്യാകു മാരി തൊട്ട് ഗോകർണം വരെ നീണ്ടുകിടക്കുന്നതാണെന്നും ഐക്യകേ രളത്തിനുവേണ്ടി പ്രചാരണം നടത്തുന്ന കോൺഗ്രസുകാർ പ്രഖ്യാപി ച്ചു. മലയാളം സംസാരിക്കാത്ത പ്രദേശങ്ങളൊന്നും കേരളസംസ്ഥാന ത്തിൽ നിർബന്ധിച്ച് ചേർക്കേണ്ടതില്ലെന്നും കമ്യൂണിസ്റ്റുകാർ പ്രസ്താ വിച്ചു.

കോൺഗ്രസുകാരെ സംബന്ധിച്ചിടത്തോളം, ഐക്യകേരള രൂപീ കരണം എന്നതിനർഥം അനിവാര്യമായും ഭൂപ്രദേശങ്ങളുടെ ഭരണപര മായ സംയോജനപ്രക്രിയ എന്നായിരുന്നു. എന്നാൽ കമ്യൂണിസ്റ്റുകാരെ സംബന്ധിച്ചിടത്തോളം വികസനത്തിന്റെ ആദ്യഘട്ടത്തിലുള്ള ഒരു ദേശീയ ജനവിഭാഗത്തിന്റെ സംയോജനപ്രക്രിയ എന്നായിരുന്നു. എന്നുമാത്രമല്ല, ബഹുജനസമരങ്ങൾ, പ്രത്യേകിച്ചും തൊഴിലാളികളു ടെയും കൃഷിക്കാരുടെയും സമരങ്ങൾ വളർത്തിക്കൊണ്ടുവരുന്നതിനു ള്ള ഒരു ഉപാധിയായിട്ടായിരുന്നു കമ്യൂണിസ്റ്റുകാർ സംസ്ഥാനങ്ങളുടെ രൂപീകരണത്തെ കണ്ടത്. ആലപ്പുഴയിലെ തൊഴിലാളിവർഗത്തെയും മലബാറിലെ കൃഷിക്കാരെയും അത്രയൊന്നുമില്ലെങ്കിലും കേരള ത്തിലെ അധ്വാനിക്കുന്ന ജനവിഭാഗങ്ങളെയാകെയും സംഘടിപ്പിക്കുന്ന തിൽ, 1938 അവസാനമാകുമ്പോഴേക്ക്, പാർട്ടി വിജയിച്ചു കഴിഞ്ഞിരു ന്നു. പാർട്ടി അണ്ടർഗ്രൗണ്ടിലായിരിക്കുമ്പോഴും അണ്ടർഗ്രൗണ്ടിൽ നിന്ന് പുറത്തുവന്ന് തുറന്ന പ്രവർത്തനം നടത്തിയിരുന്ന മൂന്നുകൊല്ല ക്കാലത്തും ഈ സംഘടന കൂടുതൽ വിപുലമായിത്തീർന്നു. രാജ്യ ത്താകെ പടർന്നുപിടിച്ച യുദ്ധാനന്തര വിപ്ലവമുന്നേറ്റം, കേരളത്തിലെ തൊഴിലാളി വർഗത്തിന്റെയും കൃഷിക്കാരുടെയും വിദ്യാർഥികളു ടെയും സമരരംഗത്തുള്ള മറ്റ് ജനവിഭാഗങ്ങളുടെയും ഉശിരൻ പ്രക്ഷോ ഭങ്ങൾക്ക് ശക്തി പകർന്നുകൊടുത്തു. ഐക്യകേരളത്തിന് വേണ്ടിയു ള്ള ശക്തമായ ബഹുജനപ്രക്ഷോഭം വളർത്തിക്കൊണ്ടുവരുന്നതിന് പാർട്ടി ആശ്രയിച്ചത് ഈ പ്രക്ഷോഭങ്ങളെയാണ്.

1946-ലെ തിരഞ്ഞെടുപ്പ് സമരത്തിന് തൊട്ടുമുമ്പ് പാർട്ടിയുടെ മല യാള മുഖപത്രമായ *ദേശാഭിമാനി* വാരിക, ദിനപത്രമാക്കി മാറ്റപ്പെട്ടുക ഴിഞ്ഞിരുന്നുവെന്ന കാര്യം ഇവിടെ സൂചിപ്പിക്കുന്നത് പ്രസക്തമായിരി

ക്കും. കോഴിക്കോട്ടുനിന്ന് പ്രസിദ്ധീകരിക്കപ്പെട്ടിരുന്ന ദേശീയ ദിനപത്രങ്ങളുമായും കൊച്ചിയിൽനിന്നും തിരുവിതാംകൂറിൽ നിന്നും പുറത്തിറങ്ങിയിരുന്ന ബൂർഷ്വാ പ്രസിദ്ധീകരണങ്ങളുമായും താരതമ്യപ്പെടുത്തുമ്പോൾ *ദേശാഭിമാനി* ദിനപത്രം വളരെ എളിയ ഒരു സംരംഭമായിരുന്നു എന്ന കാര്യത്തിൽ സംശയമില്ല. എന്നാൽ പാർട്ടി ഒരു പുതിയ ഘട്ടത്തിലെത്തിക്കഴിഞ്ഞിരിക്കുന്നുവെന്ന് അതിന്റെ പ്രസിദ്ധീകരണം തന്നെ സൂചിപ്പിച്ചു. പാർട്ടിക്കിപ്പോൾ ജനങ്ങളുമായി ദിവസേന നേരിട്ട് സംസാരിക്കാം. അവരുടെ വിഷമതകളും ആഗ്രഹങ്ങളും അഭിലാഷങ്ങളും പരസ്യമായി പ്രകടിപ്പിക്കാം. കേരളത്തിലെ തൊഴിലാളിവർഗത്തിന്റെ ബഹുജന വിപ്ലവപ്പാർട്ടിയായി സി പി ഐയെ വളർത്തിക്കൊണ്ടുവരുന്നതിൽ ജനങ്ങളുമായി പരസ്പരം ആശയവിനിമയം നടത്തുന്ന ഈ പ്രക്രിയ ഒരു സുപ്രധാനഘടകം തന്നെയായിരുന്നു.

20

പുന്നപ്ര-വയലാർ തെലങ്കാനാ സമരങ്ങൾ

ആലപ്പുഴ ജില്ലയിലെ രണ്ട് ഗ്രാമങ്ങളാണ് പുന്നപ്രയും വയലാറും. തിരുവിതാംകൂറിൽ ഉത്തരവാദഭരണത്തിനുവേണ്ടിയുള്ള പൊതു ജനാധിപത്യ പ്രസ്ഥാനത്തിന് പിന്തുണ നൽകിക്കൊണ്ട് തിരുവിതാംകൂറിലെ തൊഴിലാളിവർഗം ഒന്നാമത്തെ പൊതുരാഷ്ട്രീയ പണിമുടക്ക് 1938-ൽ സംഘടിപ്പിച്ചപ്പോൾ, ആ ജില്ലയിലെ കയർതൊഴിലാളികളുടെയും മറ്റ് തൊഴിലാളികളുടെയും ഉശിരൻ സമരങ്ങളുടെ കേന്ദ്രങ്ങളായിരുന്നു ആ ഗ്രാമങ്ങൾ.

ആലപ്പുഴ ജില്ലയും ആ രണ്ട് ഗ്രാമങ്ങളും 1946-ൽ വീണ്ടും പ്രധാന ശ്രദ്ധാകേന്ദ്രങ്ങളായിത്തീർന്നു. മഹാരാജാവിന്റെയും അദ്ദേഹത്തിന്റെ ദിവാന്റെയും സ്വേച്ഛാധിപത്യ ഭരണത്തിനെതിരായ സമരത്തിന്റെ പ്രമുഖ ശക്തികേന്ദ്രങ്ങളായി ആ ഗ്രാമങ്ങൾ മാറിയതിനെത്തുടർന്നാണത്. പരുക്കൻ വാരിക്കുന്തങ്ങളല്ലാതെ മറ്റായുധങ്ങളൊന്നും ഇല്ലാതിരുന്ന ഉശിരൻ തൊഴിലാളികളും സായുധ സൈന്യങ്ങളും തമ്മിൽ കടുത്ത പോരാട്ടം നടന്ന യുദ്ധക്കളങ്ങൾ എന്ന നിലയിൽ ആ രണ്ട് ഗ്രാമങ്ങളും പ്രത്യേക ശ്രദ്ധപിടിച്ചുപറ്റി. ഏറ്റുമുട്ടലിൽ ഉശിരൻമാരായ നൂറുകണക്കിന് തൊഴിലാളികൾ കൊല്ലപ്പെട്ടു. നിരവധിപേർക്ക് പരിക്കേറ്റു. നൂറുകണക്കിന് വീടുകൾ അഗ്നിക്കിരയാക്കപ്പെട്ടു. ആ പ്രദേശം മുഴുവൻ ഫലത്തിൽ മരുപ്പറമ്പാക്കപ്പെട്ടു. ആലപ്പുഴയിലെ കമ്മ്യൂണിസ്റ്റുകാരെ മുഴുവൻ തകർത്ത് തരിപ്പണമാക്കി എന്ന് സർവശക്തനായ ദിവാൻ അഭിമാനപൂർവം അവകാശപ്പെട്ടു.

എന്നാൽ ഇതുകഴിഞ്ഞ് ഒരു കൊല്ലമാകുമ്പോഴേക്കും തിരുവിതാംകൂറിലെ രാഷ്ട്രീയ പരിത:സ്ഥിതിയിൽ വമ്പിച്ച ഒരു മാറ്റമുണ്ടായി. 'കമ്മ്യൂണിസ്റ്റ് കലാപ'ത്തിന് ഉന്മൂലനാശം വരുത്തിയത് തന്റെ ആഭിമു

ഖ്യത്തിലാണ് എന്ന് കരുതിയിരുന്ന ദിവാന് അപമാനിതനായി രാജ്യം വിട്ട് പോകേണ്ടിവന്നു. അദ്ദേഹം രാജ്യം വിട്ടതിനെത്തുടർന്ന് ജനങ്ങളുടെ രാഷ്ട്രീയാവശ്യങ്ങൾ അംഗീകരിക്കുന്നതാണെന്ന് കാണിച്ചുകൊണ്ടുള്ള മഹാരാജാവിന്റെ വിളംബരവുമുണ്ടായി. കാര്യങ്ങൾ കൊണ്ടുനടത്താൻ ഒരു പുതിയ ദിവാൻ നിയമിതനായി. പ്രായപൂർത്തി വോട്ടവകാശത്തിന്റെ അടിസ്ഥാനത്തിലുള്ള തിരഞ്ഞെടുപ്പ് നടത്തുന്നതിനും തിരഞ്ഞെടുക്കപ്പെട്ട നിയമസാമാജികരോട് ഉത്തരവാദിത്തമുള്ള ജനാധിപത്യ ഗവൺമെന്റ് സ്ഥാപിക്കുന്നതിനും ആവശ്യമായ ഭരണപരവും രാഷ്ട്രീയവുമായ തയ്യാറെടുപ്പുകൾ ആരംഭിച്ചുകഴിഞ്ഞു. പുന്നപ്ര-വയലാർ സമരത്തിൽ മരിച്ചുവീണ നൂറുകണക്കിന് രക്തസാക്ഷികളും നിരവധി ദുരിതങ്ങൾക്ക് ഇരയായിത്തീർന്ന ആയിരക്കണക്കിനാളുകളും നടത്തിയ ത്യാഗങ്ങൾ അങ്ങനെ ഫലവത്തായി.

1938-ലെ പൊതുപണിമുടക്കും 1946-ലെ ഉജ്വലസമരവും ചേർന്ന് തിരുവിതാംകൂർ നാട്ടുരാജ്യത്തിന്റെ ചരിത്രത്തിൽ ഒരു പുതിയ അധ്യായത്തിന് തുടക്കം കുറിച്ചു. ജനാധിപത്യപരമായ ഒരു രാഷ്ട്രീയ സംവിധാനം സ്വപ്നത്തിൽ നിന്ന് യാഥാർഥ്യമായി പരിണമിച്ചുതുടങ്ങി. ഏവരും കൊതിച്ചിരുന്ന ഈ മാറ്റം കൈവരിക്കുന്നതിൽ, സംഘടിത തൊഴിലാളിവർഗം ഒരു സുപ്രധാന പങ്ക് വഹിക്കുകയുണ്ടായി. തൊഴിലാളിവർഗത്തിന്റെ ഏറ്റവും കടുത്ത ശത്രുക്കൾക്ക്പോലും ആ വർഗത്തെയും, രാജാവിന്റെയും ദിവാന്റെയും സ്വേച്ഛാധിപത്യത്തിനെതിരായ ചെറുത്തുനിൽപ്പിൽ അവർ പ്രകടിപ്പിച്ച ധീരോദാത്തതയെയും ആദരിക്കാതിരിക്കാൻ കഴിഞ്ഞില്ല.

തൊഴിലാളിവർഗം ഇതിനകം ജനാധിപത്യപ്രസ്ഥാനത്തിലെ നേതൃഘടകമായിത്തീർന്നു എന്നല്ല ഇതുകൊണ്ടുദ്ദേശിക്കുന്നത്. ആ ബഹുമതി അപ്പോഴും ബൂർഷ്വാസിക്ക് തന്നെയായിരുന്നു. ബൂർഷ്വാസിയുടെ രാഷ്ട്രീയാവയവമായ സ്റ്റേറ്റ് കോൺഗ്രസ് ഉത്തരവാദ ഭരണത്തിനുവേണ്ടിയുള്ള ജനാധിപത്യപ്രസ്ഥാനത്തിന്റെ നേതൃസ്ഥാനത്ത് അപ്പോഴും തുടർന്നിരുന്നു. തിരഞ്ഞെടുപ്പിന് ശേഷം, കോൺഗ്രസ് പാർട്ടിയുടെ അംഗീകൃത നേതാക്കളുടെ കൈകളിലേക്ക് അധികാരം പകർന്നുകിട്ടി. സംഘടിത തൊഴിലാളിവർഗം നടത്തിയ ഉജ്വലസമരങ്ങൾ എത്രത്തോളം ഐതിഹാസികങ്ങളായിരുന്നുവെങ്കിലും ശരി പുതിയ ഭരണകക്ഷിയായിത്തീർന്ന ബൂർഷ്വാ സ്റ്റേറ്റ് കോൺഗ്രസിനെ പൊതുജനാധിപത്യ പ്രസ്ഥാനത്തിന്റെ നേതൃശക്തിയെ, പിന്തുണക്കുന്ന പങ്കാണ് അതിനുണ്ടായിരുന്നത്.

എന്നാൽ ആലപ്പുഴയിലെ സംഘടിത തൊഴിലാളിവർഗത്തിനും അതിന് നേതൃത്വം നൽകിയ കമ്യൂണിസ്റ്റ് പാർട്ടിക്കും തിരുവിതാംകൂറിലെയും ഇന്ത്യയിലെ ആകെത്തന്നെയും ജനാധിപത്യപ്രസ്ഥാനത്തിന്റെ മുഴുവനും സൻമനസും അനുഭാവവും ലഭിക്കുകയുണ്ടായി. സ്വേച്ഛാധിപത്യ ഭരണത്തെ ചെറുക്കാനുള്ള ധീരോദാത്തതയും പ്രാഗൽഭ്യവും

കാണിച്ചത് തൊഴിലാളിവർഗം മാത്രമാണെങ്കിലും അതിനേക്കാളൊക്കെ എത്രയോ വിപുലമായ ജനവിഭാഗങ്ങൾക്ക് സ്വേച്ഛാധിപത്യ ഭരണത്തിനെതിരായ നിലപാട് സ്വീകരിക്കേണ്ടത് ആവശ്യമാണെന്ന് തോന്നിയിരുന്നു. ഉത്തരവാദഭരണം എന്ന ആവശ്യം അംഗീകരിക്കാൻ രാജാവും ദിവാനും തയ്യാറായില്ല എന്നു മാത്രമല്ല, തിരുവിതാംകൂർ രാജ്യത്തെ ഇന്ത്യയിൽനിന്ന് വേർപെടുത്താൻ അവർ ശ്രമിക്കുകയും ചെയ്തു. അഖിലേന്ത്യാതലത്തിൽ ബ്രിട്ടീഷ് ഭരണാധികാരികളിൽ നിന്ന് ദേശീയ നേതാക്കളിലേക്ക് ഭരണം കൈമാറുമ്പോൾ നിലവിൽ വരുന്ന സ്വതന്ത്ര ഇന്ത്യയിൽ തിരുവിതാംകൂർ ചേരുകയില്ലെന്ന് ദിവാൻ പ്രഖ്യാപിച്ചു. രൂപം കൊള്ളാൻ പോകുന്ന പുതിയ ഇന്ത്യയിൽ നിന്ന് വേറിട്ട് സ്വതന്ത്രമായി, അത് തുടർന്നും നിലനിൽക്കും. സ്റ്റേറ്റ് കോൺഗ്രസും ജനാധിപത്യ പ്രതിപക്ഷത്തെ മറ്റെല്ലാ സംഘടനകളും ഗ്രൂപ്പുകളും ഇതിനോട് അതിരൂക്ഷമായി പ്രതികരിച്ചു. സ്വതന്ത്രവും സ്വാശ്രിതവുമായ ഇന്ത്യയുടെ ഭാഗമായിരിക്കണം തിരുവിതാംകൂർ എന്ന് അവരെല്ലാം ആവശ്യപ്പെട്ടു. മറ്റൊരുവിധത്തിൽ പറഞ്ഞാൽ ഉത്തരവാദ ഭരണത്തിനുവേണ്ടിയുള്ള സമരവും സ്വതന്ത്ര തിരുവിതാംകൂറിനെതിരായ സമരവും ഒത്തുചേർന്ന് മുന്നോട്ട് നീങ്ങി.

തിരുവിതാംകൂറിലെ ഭരണകർത്താക്കളും ജനാധിപത്യ പ്രതിപക്ഷ ശക്തികളും തമ്മിലുള്ള മറ്റൊരു തർക്കം, 'അമേരിക്കൻ മോഡലി'നെ കുറിച്ചായിരുന്നു. ദിവാന്റെ വാദം ഇതായിരുന്നു : പൊതുവിൽ പറഞ്ഞാൽ തിരഞ്ഞെടുക്കപ്പെട്ട ജനാധിപത്യ ഭരണത്തിന് താൻ എതിരല്ല, അത്തരം ഭരണത്തിലെ ഒരു പ്രത്യേക അവാന്തരവിഭാഗത്തിനോടേ, എക്സിക്യൂട്ടീവിന് നിയമസഭയോട് ഉത്തരവാദിത്തമുള്ള ബ്രിട്ടീഷ് മോഡൽ ജനാധിപത്യത്തിനോടേ, തനിക്ക് എതിർപ്പുള്ളൂ. നിയമസഭയോട് ഉത്തരവാദിത്തമുള്ള തിരഞ്ഞെടുക്കപ്പെട്ട ഗവൺമെന്റോടുകൂടിയ 'ബ്രിട്ടീഷ് മോഡലി'നോളം തന്നെ ജനാധിപത്യപരമാണ് ഭരണനിർവഹണാധികാരമുള്ള പ്രസിഡന്റോടുകൂടിയ 'അമേരിക്കൻ മോഡൽ' എന്നദ്ദേഹം പറഞ്ഞു. (പക്ഷേ അമേരിക്കൻ പ്രസിഡന്റിന് നിയമസഭയോട് അത്രതന്നെ ഉത്തരവാദിത്തമില്ല.)

ഈ നിർദേശത്തോടുള്ള ജനാധിപത്യ പ്രതിപക്ഷത്തിന്റെ പ്രതികരണം വളരെ തീക്ഷ്ണമായിരുന്നു. സ്റ്റേറ്റ് കോൺഗ്രസും മറ്റ് ബൂർഷ്വാ കക്ഷികളും 'അമേരിക്കൻ മോഡൽ' തള്ളിക്കളഞ്ഞു. നിയമസഭയോട് ഉത്തരവാദിത്തമുള്ള തിരഞ്ഞെടുക്കപ്പെട്ട ഗവൺമെന്റ് വേണമെന്ന് അവർ ആവശ്യപ്പെട്ടു. ആലപ്പുഴയിലെ തൊഴിലാളിവർഗവും കമ്യൂണിസ്റ്റ് പാർട്ടിയും "അമേരിക്കൻ മോഡൽ അറബിക്കടലിൽ" എന്ന മുദ്രാവാക്യം ഉയർത്തി. ദിവാന്റെ നിർദേശത്തെ പുന്നപ്രയിലും വയലാറിലും ഉശിരൻ തൊഴിലാളിവർഗം രൂക്ഷമായി ചെറുത്തു.

തിരുവിതാംകൂറിലെ പുന്നപ്രയിലും വയലാറിലും നടന്ന ഉശിരൻ ചെറുത്തുനിൽപ്പ് സമരങ്ങൾ ഒറ്റപ്പെട്ട സംഭവങ്ങളായിരുന്നില്ല.

ഫാസിസ്റ്റ് വിരുദ്ധ യുദ്ധത്തിന്റെ വിജയകരമായ പരിസമാപ്തിയെ തുടർന്നുള്ള മാസങ്ങളിൽ ഇന്ത്യയിൽ അങ്ങോളമിങ്ങോളം അലയടിച്ച വിവിധ രീതികളിലും അളവിലും നടന്ന ഉശിരൻ ബഹുജനപ്രക്ഷോഭ വേലിയേറ്റത്തിന്റെ ഭാഗമായിരുന്നു അത്. ഐതിഹാസിക പ്രാധാന്യത്തിന്റെ കാര്യത്തിൽ പുന്നപ്രയിലെയും വയലാറിലെയും സമരത്തെക്കാൾ ഒട്ടും കുറയാത്ത ഉജ്വലമായ പ്രക്ഷോഭങ്ങൾ ഹൈദരാബാദിലെ തെലുങ്ക് ഭൂരിപക്ഷമുള്ള തെലങ്കാനയിൽ വളർന്നുവരികയായിരുന്നു.

പുന്നപ്ര-വയലാർ സമരത്തിന്റെ ഏതാണ്ടതേകാലത്ത് തന്നെ ആരംഭിച്ച ഹൈദരാബാദിലെ സമരം, അതിലെത്രയോ കൂടുതൽ കാലം നീണ്ടുനിന്നു-നാല് കൊല്ലത്തിലധികം കാലം. ഫലത്തിൽ നിരായുധരായ ഉശിരൻ തൊഴിലാളികളും ഭരണകൂടയന്ത്രത്തിന്റെ കരുത്തുറ്റ സായുധസേനകളും തമ്മിൽ പുന്നപ്രയിലും വയലാറിലും നടന്ന രൂക്ഷമായ സമരവുമായി താരതമ്യപ്പെടുത്തുമ്പോൾ തെലങ്കാനയിൽ വളർന്നുവന്ന ഉശിരൻ പ്രക്ഷോഭം കർഷക സായുധ സമരസ്വഭാവത്തോടുകൂടിയതായിരുന്നു. തെലങ്കാനയിലെ സമരം ജനങ്ങളുടെ സമരവീര്യത്തിന്റെ ഉജ്വലനിദർശനമായിരുന്നു. ആ സമരം മൂവായിരം ഗ്രാമങ്ങളെ മോചിപ്പിച്ചു. ആ ഗ്രാമങ്ങളിൽ നാല്കൊല്ലത്തിലധികം കാലം ഹൈദരാബാദിലെ നൈസാമിന്റെ കൽപ്പനകൾക്ക് വിലയില്ലാതായി. അവിടങ്ങളിലെ വൻകിടഭൂപ്രഭുക്കളുടെ ഭൂമി മുഴുവൻ ഗ്രാമങ്ങളിലെ ദരിദ്രർക്ക് വിതരണം ചെയ്യപ്പെട്ടു. ആത്യന്തികമായി പറഞ്ഞാൽ തെലങ്കാനാ സമരം പിൻവലിക്കേണ്ടിവന്നുവെങ്കിലും ഒരു ഉശിരൻ രാഷ്ട്രീയ ശക്തിയായി, പരിഗണനാർഹമായ ഒരു ശക്തിയായി കമ്യൂണിസ്റ്റ് പാർട്ടി ഉയർന്നുവരികയാണെന്ന് അത് കാണിച്ചുതന്നു.

തിരുവിതാംകൂറിലെ പുന്നപ്ര-വയലാർ സമരവും ഹൈദരാബാദിലെ ഗറില്ലാമേഖലയിലെ സമരവും തമ്മിൽ സാധർമ്യവും വൈജാത്യവും ഉണ്ടായിരുന്നു. തിരുവിതാംകൂറിലെ ഭരണാധികാരികൾ ചെയ്തപോലെതന്നെ, ഹൈദരാബാദ് സ്വതന്ത്രഇന്ത്യയോട് ചേരുകയില്ലെന്നും ഒരു സ്വതന്ത്രരാഷ്ട്രമായി തുടർന്നും നിലനിൽക്കുമെന്നും ഹൈദരാബാദിലെ ഭരണാധികാരികളും പ്രഖ്യാപിച്ചു. ഈ രണ്ട് നാട്ടുരാജ്യങ്ങളിലെയും രാഷ്ട്രീയ പ്രബുദ്ധരും സജീവപ്രവർത്തകരുമായ ജനങ്ങളിൽ ഭൂരിഭാഗവും ഈ പ്രഖ്യാപനങ്ങളെ ശക്തിയായി എതിർത്തു. അതിനാൽ സ്വാതന്ത്ര്യം കിട്ടിക്കഴിഞ്ഞാൽ ഇന്ത്യയെ ഏകീകരിച്ച് നിർത്തുന്നതിനായി ഇന്ത്യൻ ജനതനടത്തിയ സമരത്തിന്റെ ഭാഗമാണ് പുന്നപ്ര-വയലാർ ചെറുത്തുനിൽപ്പ് സമരവും ഹൈദരാബാദിലെ കർഷക-വിഭാഗീയ സമരവും.

എന്നാൽ ഈ രണ്ട് സമരങ്ങളും തമ്മിൽ സുപ്രധാനങ്ങളായ വ്യത്യാസങ്ങളും ഉണ്ടായിരുന്നു. ഒന്നാമത്, തിരുവിതാംകൂറിലെ രാജാവ് ഹിന്ദുവായിരുന്നു-അതായത് ആ നാട്ടുരാജ്യത്തിലെ ജനങ്ങളിൽ മഹാഭൂരിപക്ഷവും ഏത് മതസമുദായത്തിൽ ഉൾപ്പെട്ടിരുന്നുവോ

അതേ മതസമുദായത്തിൽ ഉൾപ്പെട്ട ആൾ. എന്നാൽ ഹൈദരാബാദിലെ ഭരണാധികാരി മുസ്ലീമായിരുന്നു. തന്റെ സ്വന്തം നാട്ടുരാജ്യത്തിലെ മുസ്ലീങ്ങളുടെയും രാജ്യത്തെങ്ങുമുള്ള മുസ്ലീങ്ങളുടെയും മതവികാരം കൊണ്ട് കളിക്കാൻ ഹൈദരാബാദിലെ നൈസാമിന് കഴിഞ്ഞു. ഇന്ത്യയിൽ രണ്ട് രാഷ്ട്രങ്ങൾ (ഹിന്ദു രാഷ്ട്രവും മുസ്ലീം രാഷ്ട്രവും) രൂപീകരിക്കണമെന്ന മുസ്ലീംലീഗിന്റെ ആവശ്യവുമായി അഭേദ്യമായി ബന്ധപ്പെട്ടതാണ് സ്വതന്ത്ര ഇന്ത്യയിൽ നിന്ന് വേറിട്ടുനിൽക്കുന്ന ഹൈദരാബാദ് എന്ന ആവശ്യം. ഹൈദരാബാദിനെ ഇന്ത്യയിൽ നിന്ന് വേർപെടുത്തുക എന്നതിനർഥം പുതിയ ഇന്ത്യയെ ദുർബലപ്പെടുത്തുകയും പാകിസ്താനെ ശക്തിപ്പെടുത്തുകയും ചെയ്യുക എന്നത് തന്നെയായിരുന്നു. അതിനാൽ ഇന്ത്യയുടെ ഐക്യത്തിൽ ഉത്കണ്ഠയുള്ള കമ്യൂണിസ്റ്റുകാരല്ലാത്ത വിപുലമായ ജനവിഭാഗങ്ങളുടെ പിന്തുണ തെലങ്കാനാ സമരത്തിനുണ്ടായിരുന്നു.

തിരുവിതാംകൂറിലാകട്ടെ(സവർണ ഹിന്ദു കുടുംബങ്ങളിലെ അംഗങ്ങളായ വളരെ ചെറിയ ഒരു ന്യൂനപക്ഷത്തെ ഒഴിച്ചുനിർത്തിയാൽ) ജനങ്ങളാകെ ദിവാൻ ഭരണത്തിന് തീർത്തും എതിരായിരുന്നു. സവർണ ഹിന്ദുക്കളല്ലാത്ത വൻ ജനവിഭാഗങ്ങളും ക്രിസ്ത്യാനികളിൽ ഒരു നല്ല ന്യൂനപക്ഷവും മുസ്ലീങ്ങളിൽ ഒരു ചെറിയ ന്യൂനപക്ഷവും ദിവാൻ ഭരണത്തിനെതിരായിരുന്നു. അതായത് സ്വതന്ത്രതിരുവിതാംകൂറിനും 'അമേരിക്കൻ മോഡലി'നും എതിരായ ജനകീയ പ്രക്ഷോഭത്തിന് ശക്തമായ പിന്തുണയുണ്ടായിരുന്നു.

21

ഉൾപ്പാർട്ടി സമരം

രാജ്യം രണ്ടായി വെട്ടിമുറിക്കപ്പെട്ടുവെങ്കിലും ബ്രിട്ടീഷ് ഭരണാധികാരികളിൽ നിന്ന് കോൺഗ്രസ് നേതൃത്വത്തിലേക്കുള്ള അധികാരക്കൈമാറ്റം രാജ്യത്താകമാനം ലക്ഷക്കണക്കിന് ആളുകളെ ആവേശഭരിതരാക്കി. പതിറ്റാണ്ടുകളോളം നീണ്ടുനിന്നതും ആയിരക്കണക്കിനാളുകൾക്ക് എല്ലാതരത്തിലുള്ള ആക്രമണങ്ങളും നേരിടേണ്ടിവന്നതുമായ കടുത്തപോരാട്ടത്തിന്റെ വിജയകരമായ പരിസമാപ്തിയെന്ന നിലയ്ക്ക് അത് സ്വാഗതം ചെയ്യപ്പെട്ടു. അങ്ങേയറ്റത്തെ സന്തോഷത്തിനും സംതൃപ്തിക്കും വക നൽകുന്ന ഒരു സന്ദർഭമെന്ന നിലക്ക് 1947 ആഗസ്റ്റ് 15 വിപുലമായി ആഘോഷിക്കപ്പെട്ടു.

അധികാരക്കൈമാറ്റ പദ്ധതി സംബന്ധിച്ച മൗണ്ട് ബാറ്റൻ അവാർഡിനെക്കുറിച്ചുള്ള പ്രസ്താവനയിൽ കമ്യൂണിസ്റ്റുപാർട്ടിയുടെ കേന്ദ്രകമ്മിറ്റി ഈ സംഭവത്തെ സ്വാഗതം ചെയ്യുകയുണ്ടായി. അധികാരക്കൈമാറ്റത്തോടെ ഇന്ത്യൻജനതക്ക് ഒരു പുതിയ ആയുധം കരഗതമായിരിക്കുന്നുവെന്നും അതുപയോഗിച്ച് സാമ്രാജ്യത്വത്തിനെതിരായ പോരാട്ടത്തെ മുമ്പോട്ട് കൊണ്ടുപോകാൻ അവർക്ക് കഴിയുമെന്നുള്ള നിലക്കാണ് ഈ അധികാരക്കൈമാറ്റത്തെ പാർട്ടി ചിത്രീകരിച്ചത്. ഇത്തരത്തിലൊരു പ്രസ്താവന ഇറക്കുകവഴി സ്വാതന്ത്ര്യപ്പുലരി എന്ന നിലയ്ക്ക് ആഗസ്റ്റ് 15-നെ സ്വാഗതം ചെയ്ത ഇന്ത്യയിലെ സാമാന്യജനത്തിന്റെ മനോഭാവത്തിന് അനുരൂപമായ നിലപാട് പാർട്ടി കൈക്കൊണ്ടു.

എന്നാൽ അതുകഴിഞ്ഞ് ആറുമാസം തികയുന്നതിന് മുമ്പ്, 1947 ആഗസ്റ്റ് 15-ന് എന്താണ് സംഭവിച്ചത് എന്നതിനെക്കുറിച്ച് പാർട്ടി വീണ്ടുവിചാരം നടത്തി. ഇന്ത്യൻ ജനതയുടെ വളർന്നുവരുന്ന വിപ്ലവമനോഭാവത്തെ തടുത്തുനിർത്തുന്നതിനുവേണ്ടി ബ്രിട്ടീഷ് സാമ്രാജ്യത്വം അവലംബിച്ച 'സമർഥമായ' കരുനീക്കമായി 1947 ഡിസംബറിൽ കേന്ദ്ര

ക്കമ്മിറ്റി അംഗീകരിച്ചതും 1948 ഫെബ്രുവരി-മാർച്ച് മാസങ്ങളിലായി നടന്ന പാർട്ടിയുടെ രണ്ടാം കോൺഗ്രസ് സ്ഥിരീകരിച്ചതുമായ രേഖയിൽ അധികാരക്കൈമാറ്റത്തെ വിശേഷിപ്പിച്ചു.

അധികാരക്കൈമാറ്റത്തിന് പശ്ചാത്തലമൊരുക്കിയ ദേശീയ-സാർവ ദേശീയസ്ഥിതിഗതികൾ പാർട്ടി കോൺഗ്രസ് അംഗീകരിച്ച രേഖകളിൽ സമഗ്രമായി വിശകലനം ചെയ്യുകയുണ്ടായി. 1947 ആഗസ്റ്റ് 15ന് ലഭിച്ച സ്വാതന്ത്ര്യം വഞ്ചനാപരമായ ഒന്നാണെന്ന നിഗമനത്തിൽ അവർ എത്തിച്ചേർന്നു. മുമ്പ് ബ്രിട്ടീഷ് ഭരണാധികാരികൾക്കും അവരുടെ പാദസേവകർക്കും (നാട്ടുരാജാക്കൻമാരെപ്പോലുള്ള) എതിരായിട്ടെന്നപോലെ അതേരീതിയിൽ ബൂർഷ്വാ നേതാക്കൾക്കെതിരായി ഐതിഹാസികമായ തെലങ്കാനാ-പുന്നപ്ര വയലാർ മാതൃകയിൽ വിപ്ലവസമരം തുടരാൻ പാർട്ടി കോൺഗ്രസ് ആഹ്വാനം ചെയ്തു. പാർട്ടിയുടെ രണ്ടാം കോൺഗ്രസ് ചേർന്ന ഹാളിൽ പ്രതിധ്വനിച്ചത് "തെലങ്കാനാ മാർഗം നമ്മുടെ മാർഗം" എന്ന മുദ്രാവാക്യമായിരുന്നു.

സ്വാതന്ത്ര്യത്തെക്കുറിച്ച് പാർട്ടി നടത്തിയ പരസ്പരവിരുദ്ധമായ രണ്ട് വിലയിരുത്തലുകളിൽ പ്രതിഫലിച്ചിട്ടുള്ളത് പാർട്ടിയിൽപ്പെട്ടവരല്ലാത്ത രാഷ്ട്രീയ നേതാക്കൾക്കും ചിന്തകൻമാർക്കും ഇടയിൽ നിലനിന്നിരുന്ന രണ്ട് സമീപനങ്ങളാണ്.

അധികാരക്കൈമാറ്റം ഒരു യാഥാർഥ്യമാണ്. രാജ്യത്ത് സാമൂഹ്യവും സാമ്പത്തികവും രാഷ്ട്രീയവുമായ മൗലികമാറ്റങ്ങൾ വരുത്തിത്തീർക്കുന്നതിനുവേണ്ടി ഇന്ത്യൻ ജനത ഈ അധികാരം ഉപയോഗപ്പെടുത്തണം എന്നതായിരുന്നു രാജ്യത്ത് നിലനിന്നിരുന്ന പ്രബലമായ വികാരം. ഈ വിലയിരുത്തലിന്റെ അനന്തരഫലമായിട്ടാണ് കോൺഗ്രസ് സോഷ്യലിസ്റ്റ് പാർട്ടി കോൺഗ്രസുമായുള്ള സംഘടനാപരമായ ബന്ധം ഉപേക്ഷിച്ച് സംഘടനയെ കോൺഗ്രസ് സോഷ്യലിസ്റ്റ് പാർട്ടി എന്ന നിലയിൽ നിന്ന് ഇന്ത്യൻ സോഷ്യലിസ്റ്റ് പാർട്ടി എന്ന നിലയിലേക്ക് മാറ്റിയത്. സ്വാതന്ത്ര്യം കൈവരുകയും രാജ്യത്ത് പാർലമെന്ററി ജനാധിപത്യപരമായ ഒരു രാഷ്ട്രീയ വ്യവസ്ഥ നിലവിൽ വരികയും ചെയ്തിരിക്കുന്നു. സോഷ്യലിസ്റ്റ് സമൂഹം സ്ഥാപിക്കുന്നതിനുവേണ്ടിയുള്ള പോരാട്ടത്തിന് ഈ പാർലമെന്ററി രാഷ്ട്രീയ സംവിധാനത്തെ സോഷ്യലിസ്റ്റുകാർ ഉപയോഗപ്പെടുത്തണം-ഇതാണ് ഈ സമീപനത്തിലടങ്ങിയ ആശയം. പുതിയ രാഷ്ട്രീയ സ്ഥിതിഗതികളോടുള്ള ഈ സമീപനം കമ്യൂണിസ്റ്റുപാർട്ടി കേന്ദ്രകമ്മിറ്റിയുടെ ആദ്യത്തെ പ്രസ്താവനയിലും പ്രതിഫലിച്ചതായി കാണാം. പോരാട്ടത്തിനുള്ള ഒരു പുതിയ ആയുധം ഇന്ത്യൻജനത നേടിയെടുത്തിരിക്കുന്നുവെന്നാണതിൽ പറഞ്ഞിരുന്നത്. ഇന്ത്യൻ രാഷ്ട്രീയത്തിൽ വന്ന മാറ്റങ്ങൾ ക്രിയാത്മകമായി വിലയിരുത്തുന്നതിൽ ഈ ഘട്ടത്തിൽ സോഷ്യലിസ്റ്റുകാരും കമ്യൂണിസ്റ്റുകാരും തമ്മിൽ യോജിപ്പിലായിരുന്നു. സാമ്പത്തിക-രാഷ്ട്രീയ വ്യവസ്ഥയിൽ സമഗ്രമായ മാറ്റങ്ങൾ വരുത്തിത്തീർക്കുന്ന

തിനുവേണ്ടി പോരാട്ടം നടത്തേണ്ടതിന്റെ ആവശ്യകത ഊന്നിപ്പറയുന്ന കാര്യത്തിലും അവർ തമ്മിൽ യോജിപ്പിലായിരുന്നു.

രാജ്യത്തെ സാമൂഹ്യ-സാമ്പത്തിക-രാഷ്ട്രീയ വ്യവസ്ഥയിലുണ്ടായ സംഭവവികാസങ്ങളെ സംബന്ധിച്ച് മറ്റൊരു കാഴ്ചപ്പാടും നിലനിന്നിരുന്നു. 1947 ആഗസ്റ്റ് 15 സ്വാതന്ത്ര്യപ്പുലരിയായി കൊണ്ടാടിയ ജനങ്ങൾ സ്വാതന്ത്ര്യത്തിന്റെ സ്വഭാവത്തെക്കുറിച്ച് വീണ്ടുവിചാരം നടത്താൻ തുടങ്ങി. രാജ്യത്തെ പുതിയ ഭരണാധികാരികൾ തങ്ങൾക്ക് കിട്ടിയ അധികാരം സ്വന്തം ഉത്കർഷത്തിനുവേണ്ടി ഉപയോഗപ്പെടുത്തുന്നതായി അവർ കണ്ടു. സ്വാതന്ത്ര്യദിനം കൊണ്ടാടിയിട്ട് ഏതാനും ആഴ്ചകൾക്കകം അല്ലെങ്കിൽ ഏതാനും മാസങ്ങൾക്കകം കൂടുതൽ കൂടുതൽ ആളുകൾ നിരാശരാവാൻ തുടങ്ങി. ഗവൺമെന്റിന്റെയും കോൺഗ്രസ് പാർട്ടിയുടെയും ചുക്കാൻ പിടിക്കുന്ന ഒരു ചെറിയ വിഭാഗം സ്വാതന്ത്ര്യത്തിന്റെ മധുരഫലം കവർന്നെടുക്കുന്ന കാഴ്ചയാണവരെ നിരാശയിലേക്ക് തള്ളിവിട്ടത്. ഇങ്ങനെ നിരാശരായവരിൽ ഒരാളാണ് സ്വാതന്ത്ര്യസമരത്തിന്റെ പ്രമുഖ നേതാവായ മഹാത്മാഗാന്ധി. സംഘടനയുടെ തലപ്പത്തിരിക്കുന്ന ഒരുപിടി ആളുകൾ അധികാരം ദുരുപയോഗം ചെയ്യുന്നതുകണ്ട അദ്ദേഹം കോൺഗ്രസ് ഇനിമേലിൽ ഒരു രാഷ്ട്രീയ പാർട്ടിയായി പ്രവർത്തിക്കാതെ ഒരു ലോകസേവാസംഘമായി മാറണമെന്ന് അഭിപ്രായപ്പെട്ടു.

പാർട്ടി കോൺഗ്രസ് രേഖകളിൽ പറഞ്ഞ പാർട്ടിയുടെ കടമകളെയും സ്വാതന്ത്ര്യത്തെ സംബന്ധിച്ച വിലയിരുത്തലിനെയും കുറിച്ച് പാർട്ടിക്കകത്ത് പിന്നീട് നടന്ന ചർച്ചകൾ, പാർട്ടി ഇടതുപക്ഷ സെക്ടേറിയനിസത്തിലേക്ക് വഴുതിപ്പോയിക്കൊണ്ടിരിക്കുകയായിരുന്നുവെന്ന് വ്യക്തമാക്കി. 1947 ആഗസ്റ്റ് 15-ന് രൂപപ്പെട്ട വ്യവസ്ഥയുടെ സ്വഭാവം സംബന്ധിച്ച കാഴ്ചപ്പാട് രൂപപ്പെടുത്തുന്നതിൽ യാഥാർഥ്യത്തിന്റെ ഒരംശത്തിന്, അതായത് സ്വതന്ത്ര ഇന്ത്യയിൽ രൂപം കൊണ്ട സാമ്പത്തിക-രാഷ്ട്രീയ സംവിധാനം എതിർക്കപ്പെടേണ്ട തരത്തിലുള്ളതാണെന്ന വസ്തുതയ്ക്ക് അതിശയോക്തിപരമായ പ്രാധാന്യം പാർട്ടി നൽകി.

പാർട്ടിയുടെ രണ്ടാം കോൺഗ്രസ് അംഗീകരിച്ച നയസമീപനത്തിൽ സെക്ടേറിയനിസത്തിന്റെ അംശങ്ങൾ ധാരാളം ഉണ്ടായിരുന്നുവെങ്കിലും കോൺഗ്രസ് ഭരണത്തിനെതിരായി ഉശിരൻപോരാട്ടത്തിന് ആഹ്വാനം നൽകിയ ഒന്നാമത്തെ രാഷ്ട്രീയ ശക്തിയെന്ന സ്ഥിതിയിലേക്ക് അത് പാർട്ടിയെ ഉയർത്തി. അതേവരെ ഒരു രാഷ്ട്രീയ പാർട്ടിയോ അഥവാ സംഘടനയോ ഇത്തരത്തിൽ കോൺഗ്രസ് നയങ്ങളെ മൗലികമായി വിമർശിക്കുകയോ കോൺഗ്രസിനും അതിന്റെ ഗവൺമെന്റിനും എതിരായി ജനങ്ങളെ അണിനിരത്താൻ ശ്രമിക്കുകയോ ചെയ്തിരുന്നില്ല. 1948 മുതൽ 1951 വരെയുള്ള മൂന്ന് കൊല്ലക്കാലം കോൺഗ്രസ് ഗവൺമെന്റിനെ വിപ്ലവപരമായി അധികാരഭ്രഷ്ടമാക്കുകയെന്ന ആശയം പാർട്ടി വിപുലമായി പ്രചരിപ്പിച്ചു.

പാർട്ടിയുടെ നേതൃത്വത്തിൽ സംഘടിപ്പിക്കപ്പെട്ട പല ഉശിരൻ സമരങ്ങളും സാഹസിക സ്വഭാവത്തിലുള്ളതായിരുന്നു എന്നിരിക്കിലും കോൺഗ്രസ് ഗവൺമെന്റിനെ എതിർക്കുന്നതിനെക്കുറിച്ച് മറ്റൊരു രാഷ്ട്രീയ സംഘടനയും ചിന്തിക്കുകപോലും ചെയ്യാതിരുന്ന ഒരു ഘട്ടത്തിൽ കോൺഗ്രസ് ഗവൺമെന്റിനെതിരെ പാർട്ടി അതിന്റെ സർവകഴിവും ഉപയോഗിച്ച് പൊരുതി. സെക്ടേറിയൻ തെറ്റുകൾ തിരുത്തപ്പെട്ട ശേഷം 1952-ൽ നടന്ന ഒന്നാമത്തെ പൊതുതിരഞ്ഞെടുപ്പിൽ ഒരു പ്രധാന ഇടതുപക്ഷ ശക്തിയായി ഉയർന്നുവരാൻ കോൺഗ്രസിനെതിരായ ഈ സമരം പാർട്ടിക്ക് സഹായകമായി.

കോൺഗ്രസ് ഭരണത്തിനെതിരെ പോരാടാൻ 1948-ലെ പാർട്ടി കോൺഗ്രസ് നൽകിയ ആഹ്വാനം ശരിയായ നടപടിയായിരുന്നുവെന്ന് അങ്ങനെ തെളിയിക്കപ്പെട്ടെങ്കിലും ആ നയസമീപനം താൽക്കാലികമായി പാർട്ടിക്ക് അനർഥം വരുത്തിവെച്ചു. സെക്ടേറിയൻ രാഷ്ട്രീയ കാഴ്ചപ്പാടോടെ ആ നയസമീപനം നടപ്പാക്കപ്പെട്ടത് പാർട്ടിയെ ജനങ്ങളിൽ നിന്നകറ്റി. സാഹസിക സമരരൂപങ്ങളും തീരുമാനങ്ങൾ നിർബന്ധപൂർവം അനുസരിപ്പിക്കുകയെന്ന ഉദ്യോഗസ്ഥ മേധാവിത്വപരമായ സംഘടനാനടപടികളും പാർട്ടിജീവിതം ശിഥിലമാക്കി.

പാർട്ടി കോൺഗ്രസ് അംഗീകരിച്ച രേഖയുടെ സാരാംശം “തെലങ്കാനാ മാർഗം നമ്മുടെ മാർഗം” എന്ന മുദ്രാവാക്യത്തിൽ സംഗ്രഹിക്കാം.തെലങ്കാനയിൽ നൈസാമിനെതിരായി ആയുധമെടുത്ത് പോരാടാൻ ജനങ്ങൾ മുന്നോട്ട് വരികയും കമ്യൂണിസ്റ്റ് പാർട്ടി കർഷക ഗറില്ലകളെ സംഘടിപ്പിച്ചുകൊണ്ട് ആ സമരത്തിന് നേതൃത്വം നൽകുകയും ചെയ്തു. “തെലങ്കാനാ മാർഗം നമ്മുടെ മാർഗം” എന്ന മുദ്രാവാക്യത്തിനർഥം അഖിലേന്ത്യാതലത്തിൽ കോൺഗ്രസിനെ അധികാരഭ്രഷ്ടമാക്കുന്നതിന് പാർട്ടി സഹായിക്കണമെന്നാണ്. ഈ കാഴ്ചപ്പാടോടെയാണ് മലബാറിൽ കർഷക മുന്നേറ്റമുണ്ടായ പ്രദേശങ്ങളിൽ ചില സായുധസമരങ്ങൾ നടന്നത്. കൊച്ചിയിലും തിരുവിതാംകൂറിലും ഒരു പൊലീസ്സ്റ്റേഷൻ ആക്രമണമുൾപ്പെടെ ചില സായുധസമരങ്ങൾ സംഘടിപ്പിക്കപ്പെട്ടു. എന്നാൽ അവയ്ക്കും അതുപോലെ മറ്റേതാനും ചില സംസ്ഥാനങ്ങളിൽ നടന്ന സമരങ്ങൾക്കും തെലങ്കാനയിലേതുപോലെ ഒരു ബഹുജനപ്രസ്ഥാനത്തിന്റെ സ്വഭാവമുണ്ടായിരുന്നില്ല.

അഖിലേന്ത്യാതലത്തിൽ 1949 മാർച്ച് 9-ന് നടന്ന റെയിൽവെ പണിമുടക്കിനെ, രാജ്യവ്യാപകമായി തൊഴിലാളിവർഗം നടത്തുന്ന പൊതുപണിമുടക്കിന്റെ തുടക്കമായാണ്, രാജ്യവ്യാപകമായ സായുധ മുന്നേറ്റത്തിന്റെ തുടക്കം കുറിക്കലായാണ് നോക്കിക്കണ്ടത്. എന്നാൽ അത് പരാജയത്തിൽ കലാശിച്ചു. ഇത്തരത്തിൽ ഒരാഹ്വാനം നൽകുന്നതിലടങ്ങിയ പാർട്ടിയുടെ ധാരണകൾക്ക് യഥാർഥത്തിൽ യാതൊരടിസ്ഥാനവുമില്ലെന്ന അവശ്യം ആവശ്യമായ പാഠം ഉൾക്കൊള്ളുകയും യാഥാർഥ്യവുമായി നിരക്കാത്ത കാര്യത്തിന് ജനങ്ങൾക്ക് നേതൃത്വം

നൽകിയതിനെക്കുറിച്ച് സ്വയം വിമർശനം നടത്തുകയും ചെയ്യുന്നതിന് പകരം "പാർട്ടി തീരുമാനങ്ങളെ അട്ടിമറിച്ച"തിന് ഉത്തരവാദികളായ നേതാക്കൾക്കെതിരെ അച്ചടക്ക നടപടികളെടുക്കുകയാണ് പാർട്ടി നേതൃത്വം ചെയ്തത്. ഇത് ഗുരുതരമായ ഉൾപ്പാർട്ടി പ്രതിസന്ധിക്ക് തുടക്കം കുറിച്ചു. അതോടൊപ്പം പുറമേനിന്നുള്ള ഇടപെടൽ കൂടിയായപ്പോൾ അത് പാർട്ടി നേതൃത്വത്തെ മാറ്റുന്നതിൽ ചെന്നു കലാശിച്ചു.

കൽക്കത്ത കോൺഗ്രസ് കഴിഞ്ഞ് ഏതാനും ആഴ്ചകൾക്കകം തന്നെ കൽക്കത്ത കോൺഗ്രസ് തിരഞ്ഞെടുത്ത പൊളിറ്റ് ബ്യൂറോവും പാർട്ടിയുടെ ആന്ധ്രകമ്മിറ്റിയും തമ്മിൽ ഒരു വിവാദം ആരംഭിച്ചു. തർക്കപ്രശ്നം കൽക്കത്ത കോൺഗ്രസ് ആവിഷ്കരിച്ച തന്ത്രം നടപ്പാക്കുന്നതിൽ അവലംബിച്ച അടവുസംബന്ധമായ നയസമീപനം സംബന്ധിച്ചായിരുന്നു. കോൺഗ്രസ് ഭരണത്തിനെതിരായി പോരാടുകയെന്ന വിശാലമായ നയസമീപനത്തിന്റേതായ തന്ത്രത്തിന്റെ കാര്യത്തിൽ ഇരുപക്ഷക്കാരും യോജിച്ചു. ഉശിരൻ ബഹുജനസമരങ്ങൾ സംഘടിപ്പിക്കുകയെന്നതിൽ കേന്ദ്രീകരിച്ചുകൊണ്ടുള്ളതാവണം സ്വീകരിക്കപ്പെടുന്ന അടവുകൾ എന്ന കാര്യത്തിലും യോജിപ്പുണ്ടായിരുന്നു. ഈ ഉശിരൻ ബഹുജനസമരങ്ങൾ റഷ്യൻവിപ്ലവത്തിന്റെ മാതൃകയിലുള്ളതാവണോ അതോ ചൈനീസ് വിപ്ലവത്തിന്റെ മാതൃകയിലായിരിക്കണമോ എന്നതായിരുന്നു പ്രശ്നം. ഇന്ത്യൻവിപ്ലവം നഗരകേന്ദ്രങ്ങളിൽ പൊതുപണിമുടക്കോടെ ആരംഭിച്ചു ഗ്രാമപ്രദേശങ്ങളിലേക്ക് വ്യാപിപ്പിക്കുകയാണോ വേണ്ടത് അതോ കാർഷിക മുന്നേറ്റത്തോടെ ആരംഭിച്ച് പിന്നീട് നഗരങ്ങളിൽകൂടി വളർത്തിയെടുക്കുകയാണോ വേണ്ടത്. പൊളിറ്റ് ബ്യൂറോ ഇതിൽ ആദ്യം പറഞ്ഞ മാർഗത്തിനുവേണ്ടി വാദിച്ചപ്പോൾ ആന്ധ്രാസഖാക്കൾ രണ്ടാമത് പറഞ്ഞമാർഗത്തിനുവേണ്ടി വാദിച്ചു.

തുടക്കത്തിൽ പൊളിറ്റ്ബ്യൂറോവിന്റെ കാഴ്ചപ്പാടിനായിരുന്നു മുൻകൈ. തെലങ്കാനാ സായുധ കലാപത്തിന്റെ സംഘാടകരും നേതാക്കളുമെന്ന നിലക്ക് ആന്ധ്രസഖാക്കൾ പാർട്ടിക്കകത്ത് വളരെയേറെ ആദരവും അന്തസും ഉള്ളവരായിരുന്നെങ്കിൽ കൂടി പാർട്ടിയുടെ കേന്ദ്രനേതൃത്വത്തിൽ അവർ ഒരു ന്യൂനപക്ഷമായിരുന്നു. അതിനാൽ പൊളിറ്റ് ബ്യൂറോവിന്റെ നയസമീപനം നടപ്പാക്കുന്നതിനെ വോട്ടുചെയ്ത് പരാജയപ്പെടുത്താൻ അവർക്ക് കഴിയുമായിരുന്നില്ല. 1949 മാർച്ച് 9ന് റെയിൽവെ പണിമുടക്കിന് നൽകിയ ആഹ്വാനം പരാജയപ്പെട്ടതിന് ശേഷവും കമ്യൂണിസ്റ്റ് ഇൻഫർമേഷൻ ബ്യൂറോവിന്റെ ഔദ്യോഗിക മുഖപത്രത്തിൽവന്ന ഒരു മുഖപ്രസംഗത്തിലൂടെ ഇന്റർനാഷണൽ നേതൃത്വം ഇടപെടുന്നതുവരെ അവർ അടങ്ങിയിരുന്നു. ഈ മുഖപ്രസംഗം പ്രത്യക്ഷപ്പെടുകയും അത് ഇന്ത്യയിൽ ലഭിക്കുകയും ചെയ്തതോടെ കേന്ദ്രക്കമ്മിറ്റി പൂർണയോഗം ചേരണമെന്ന ആവശ്യം ഉയർന്നുവന്നു. കേന്ദ്രക്കമ്മിറ്റി യോഗം ചേർന്നപ്പോൾ പൊളിറ്റ് ബ്യൂറോവിന്റെ നയസമീപനം തള്ളിക്കളഞ്ഞുകൊണ്ട് 'ആന്ധ്രലൈൻ' അംഗീകരിക്ക

പ്പെട്ടു. സംഘടനാപരമായി പൊളിറ്റ് ബ്യൂറോവിനെ മാറ്റി. മുൻ നയസമീപനത്തിന് ഉത്തരവാദികളായ പി ബി മെമ്പർമാരെ സസ്പെന്റ് ചെയ്തു. നയസമീപനം പിന്തുടരുന്നതിൽ സംഘടനാപരമായി അതിക്രമങ്ങൾ കാണിച്ചതിന് അവരെ അന്വേഷണത്തിന് വിധേയമാക്കി. കേന്ദ്രക്കമ്മിറ്റി പുന:സംഘടിപ്പിച്ചു. അതിലെ അംഗസംഖ്യ കുറച്ചു. പഴയ പി ബി നയസമീപനം പിന്തുടരുന്നതിലെ കർക്കശത്വമാണ് മുഖ്യമായും പരിഗണനക്ക് വിധേയമാക്കിയത്.

സംഘടനാതലത്തിൽ വരുത്തിയ മാറ്റങ്ങൾ പ്രതിസന്ധി പരിഹരിച്ചില്ല. ഒരർഥത്തിൽ അത് രൂക്ഷമാവുകയാണ് ചെയ്തത്. 'റഷ്യൻ പാത' പിന്തുടരുകയെന്ന മുൻനയസമീപനം തിരുത്തപ്പെട്ടു. എന്നാൽ പുതിയ നയസമീപനം-അതായത് 'ചൈനീസ് പാത' പിന്തുടരൽ-അതേപോലെ തന്നെ യാഥാർഥ്യത്തിന് നിരക്കുന്നതായിരുന്നില്ല. യഥാർഥത്തിൽ ഈ പുതിയ നയസമീപനത്തിന് നേർക്കും പാർട്ടിക്കകത്ത് കലാപം ഉയർന്നുവന്നു. പാർട്ടിക്കകത്തെ ഈ സ്ഥിതിഗതികളെ നേരിടുന്നതിന് കേന്ദ്രക്കമ്മിറ്റി സി പി എസ് യുവിന്റെ ഉപദേശം തേടി. സി പി ഐയുടെ ഒരു നാലംഗപ്രതിനിധി സംഘത്തെ സി പി എസ് യു പ്രതിനിധികളുമായി ചർച്ചചെയ്യുന്നതിന് മോസ്കോവിലേക്ക് അയക്കാൻ തീരുമാനിച്ചു. സാഹോദര്യപൂർണമായ ആശയവിനിമയത്തിലൂടെ രണ്ട് നയസമീപനങ്ങളും തമ്മിലുള്ള മുഖ്യഭിന്നത താൽക്കാലികമായിട്ടാണെങ്കിലും പരിഹരിക്കപ്പെട്ടു.

ഇതവസാനിപ്പിക്കുന്നതിന് മുമ്പ് ഒരുകാര്യം എടുത്തുപറയേണ്ടതുണ്ട്. കേരളത്തിലെ പാർട്ടി നേതൃത്വം പി ബിയുടെ നയസമീപനം കൂറോടെ നടപ്പാക്കിയെങ്കിലും കേന്ദ്രനേതൃത്വത്തിനും ഒട്ടേറെ സംസ്ഥാനനേതൃത്വങ്ങൾക്കും പറ്റിയതുപോലെ സംഘടനാപരമായ അതിക്രമം കാണിക്കുകയെന്ന തെറ്റ് അതിനുപറ്റിയില്ല. അതിന്റെ ഫലമായി ഉൾപ്പാർട്ടി സമരം പാർട്ടി സംഘടനക്ക് വരുത്തിവെച്ച കോട്ടം കേരളത്തിൽ മറ്റെവിടത്തെയുംകാൾ കുറവായിരുന്നു.

22

ജനകീയ ജനാധിപത്യം

മോസ്കോ സന്ദർശിച്ച് സ്റ്റാലിന്റെ നേതൃത്വത്തിലുള്ള സി പി എസ് യു പ്രതിനിധിസംഘവുമായി ചർച്ചനടത്തിയ നാലംഗ സി പി ഐ പ്രതിനിധിസംഘം ഇന്ത്യയിൽ പിന്തുടരേണ്ട വിപ്ലവപാതയുടെ പ്രശ്നത്തിൽ പരസ്പരവിരുദ്ധമായ രണ്ട് പ്രവണതകളുടെയും ഈരണ്ട് പ്രതിനിധികൾ വീതം അടങ്ങിയതായിരുന്നു. റഷ്യൻ പാതക്കുവേണ്ടി നിലകൊണ്ടവരുടെ പ്രതിനിധികൾ എസ് എ ഡാങ്കെയും അജയ്ഘോഷുമായിരുന്നു. അതേസമയം മറ്റേ പ്രവണതയുടെ പ്രതിനിധികളാകട്ടെ സി രാജേശ്വരറാവുവും എം ബസവ പുന്നയ്യയുമായിരുന്നു. വിശദമായ ചർച്ചകൾക്ക് ശേഷം ഈ രണ്ട് മാർഗങ്ങളും ഇന്ത്യക്ക് യോജിച്ചതല്ലെന്ന കാര്യത്തിൽ രണ്ട് പ്രതിനിധിസംഘങ്ങളും യോജിപ്പിലെത്തി. ഇന്ത്യയും മറ്റുരാജ്യങ്ങളും തമ്മിൽ സാദൃശ്യങ്ങളും വൈജാത്യങ്ങളുമുണ്ട്. റഷ്യൻ മാർഗമോ ചൈനീസ് മാർഗമോ പിന്തുടരാൻ സി പി ഐക്ക് കഴിയില്ല. നമ്മുടേതായ ഇന്ത്യൻവിപ്ലവത്തിന്റെ പാത നാംതന്നെ ആവിഷ്കരിക്കണം.

മോസ്കോവിലെ ചർച്ചക്കിടയിൽ ഒരു കാര്യം ശ്രദ്ധിക്കപ്പെട്ടു. ഒന്നരപതിറ്റാണ്ടിലേറെയായി ഇന്ത്യൻ കമ്യൂണിസ്റ്റ് പാർട്ടിക്ക് സ്വന്തമായി ഒരു പരിപാടി ഇല്ലെന്നുള്ളതാണത്. കമ്യൂണിസ്റ്റ് ഇന്റർനാഷണലിന്റെ ആറും ഏഴും കോൺഗ്രസുകൾക്കിടയിൽ അംഗീകരിച്ച പരിപാടി കാലഹരണപ്പെട്ടിരിക്കുന്നു. സമകാലീനാവശ്യങ്ങളെ നേരിടാൻ അത് അപര്യാപ്തമാണ്. 1930-കളുടെ മധ്യത്തോടെ ഉൾപ്പാർട്ടി ഐക്യവും കേന്ദ്രീകൃത നേതൃത്വവും സ്ഥാപിതമായതിൽപിന്നെ ഇക്കാലമത്രയും അത് പ്രവർത്തിച്ചുപോന്നത് കാലാകാലങ്ങളിൽ അംഗീകരിച്ച അടവു സംബന്ധമായ നയസമീപനത്തെ ആസ്പദമാക്കിയാണ്. തന്ത്രം സംബന്ധിച്ച മൗലികരേഖയൊന്നും രൂപപ്പെടുത്തപ്പെട്ടിരുന്നില്ല.

പാർട്ടിക്ക് ഒരു പരിപാടി ഇല്ല എന്നുള്ളത് പ്രത്യേകിച്ചും ഗുരുതരമായ ഒരു ന്യൂനതയാണ്. ഇന്നിപ്പോൾ വിപ്ലവത്തിന്റെ ഒരു ഘട്ടം, നേരിട്ടുള്ള വിദേശവാഴ്ചക്കെതിരായ പോരാട്ടത്തിന്റെ ഘട്ടം പൂർത്തിയായിരിക്കുന്നു. രാഷ്ട്രീയാധികാരം ഇന്ത്യയിലെയും പാകിസ്താനിലെയും ഭരണവർഗപ്രതിനിധികളുടെ കൈകളിലേക്ക് മാറിയിരിക്കുന്നു. നേരിട്ടുള്ള വിദേശവാഴ്ച അവസാനിച്ചതിനെത്തുടർന്ന് ഇന്ത്യൻ യൂണിയനിൽ സ്ഥാപിതമായ ഭരണം സംബന്ധിച്ച് പാർട്ടിക്കുള്ളിലെ അഭിപ്രായ ഭിന്നതകൾ അവസാനിച്ചിരിക്കയാൽ പുതിയ പരിത:സ്ഥിതിയെ വിലയിരുത്തുന്നതിനെക്കുറിച്ച് ഗൗരവമായി ചിന്തിക്കേണ്ടത് ആവശ്യമായിത്തീർന്നിരിക്കുന്നു.

ഒട്ടേറെ പ്രശ്നങ്ങളിൽ ഇന്ത്യൻ പ്രതിനിധി സംഘാംഗങ്ങൾ തമ്മിൽ നിശിതമായ ഭിന്നതകൾ ഉണ്ടായിരുന്നു. ചില സുപ്രധാന പ്രശ്നങ്ങളിൽ സി പി എസ് യു പ്രതിനിധിസംഘത്തിന് തെറ്റായ കാഴ്ചപ്പാടാണുണ്ടായിരുന്നത്. ഈ വസ്തുതവെച്ച് നോക്കുമ്പോൾ ഇരു പ്രതിനിധി സംഘങ്ങളും തമ്മിൽ നടന്ന ചർച്ചയിലൂടെ രൂപപ്പെട്ട പരിപാടിയിൽ തെറ്റുകൾ ഉണ്ടാവുക അനിവാര്യമാണ്. 1951 ഒക്ടോബറിൽ ചേർന്ന വിശേഷാൽസമ്മേളനത്തിൽവെച്ച് പരിപാടി അംഗീകരിച്ചതിൽ പിന്നീട് അത് നടപ്പാക്കാൻ തുടങ്ങിയതോടെ പാർട്ടിക്കകത്ത് വീണ്ടും അഭിപ്രായഭിന്നതകൾ ഉയർന്നുവന്നു. അഭിപ്രായഭിന്നതകൾ ഉയർന്നുവന്നുവെങ്കിലും അത് മോസ്കോ ചർച്ചയിലൂടെ രൂപപ്പെട്ട രേഖകൾ താൽക്കാലികമായി പാർട്ടിയെ യോജിപ്പിച്ച് നിർത്താൻ സഹായകമായി എന്ന വസ്തുതക്കൊരപവാദമായില്ല. ഈ ഐക്യം പരിപാടി അംഗീകരിച്ചതിൽ പിന്നീട് ഏതാനും മാസങ്ങൾക്ക് ശേഷം നടന്ന തിരഞ്ഞെടുപ്പിനെ നേരിടാൻ പാർട്ടിക്ക് സഹായകമാവുകയും ചെയ്തു. ബ്രിട്ടൻ സാമ്പത്തികവും സൈനികവും രാഷ്ട്രീയവുമായ ചില ചരടുകൾ തുടർന്നും തന്റെ കൈകളിൽ നിലനിർത്തുന്നുണ്ടെങ്കിൽകൂടി 1947-ൽ ഇന്ത്യ രാഷ്ട്രീയമായി സ്വതന്ത്രമായിരിക്കുന്നുവെന്ന വസ്തുതയുടെ വമ്പിച്ച പ്രാധാന്യം മോസ്കോരേഖകൾ അടിവരയിട്ടുകാട്ടി. മറ്റൊരുവിധത്തിൽ പറഞ്ഞാൽ ഔപചാരികമായി സ്വാതന്ത്ര്യം നൽകിയെങ്കിലും പരോക്ഷമായി ഇന്ത്യയുടെമേലുള്ള ബ്രിട്ടീഷ് സാമ്രാജ്യത്വത്തിന്റെ പിടിമുറുക്കം തുടരുകയാണെന്ന സെക്ടേറിയൻ കാഴ്ചപ്പാട് ആ രേഖകൾ തള്ളിക്കളഞ്ഞു. അതുപോലെതന്നെ ബൂർഷ്വാ പാർലമെന്ററി രാഷ്ട്രീയ വ്യവസ്ഥ സ്ഥാപിതമാവുകയും 1950-ൽ റിപ്പബ്ളിക്കൻ ഭരണഘടന അംഗീകരിക്കുകയും ചെയ്തതോടെ പുതിയ പരിത:സ്ഥിതിയിൽ അധ്വാനിക്കുന്ന ജനവിഭാഗങ്ങളെ അവരുടെ അവകാശങ്ങളെയും ഉത്തരവാദിത്തങ്ങളെയും കുറിച്ച് ബോധവാൻമാരാക്കുകയാണെങ്കിൽ ബൂർഷ്വാ-ഭൂപ്രഭു ഭരണവർഗങ്ങൾക്കെതിരായി സ്വയം സംഘടിച്ച് അവകാശങ്ങൾ സ്ഥാപിച്ചെടുക്കാൻ അവർക്ക് കഴിയും. ആ അർഥത്തിൽ ആഭ്യന്തര രാഷ്ട്രീയ പരിത:സ്ഥിതി പാടേ മാറിയിരിക്കു

ന്നു. സ്വാതന്ത്ര്യലബ്ധിയെ തുടർന്ന് ഒരു കാർഷിക വിപ്ലവം നടക്കുകയുണ്ടായില്ല. ഫ്യൂഡൽ സ്വഭാവത്തിലുള്ളതും മറ്റ് തരത്തിലുള്ളതുമായ ഭൂപ്രഭുക്കൾ മുൻ ബ്രിട്ടീഷ് ഭരണാധികാരികളുമായി സന്ധിചെയ്ത ബൂർഷ്വാസിയുമായി അധികാരം പങ്കിട്ടുകൊണ്ട് സാമ്പത്തിക-രാഷ്ട്രീയ സംവിധാനത്തിൽ സുപ്രധാനസ്ഥാനം വഹിച്ചുപോന്നു. ഇപ്പോഴും വഹിച്ചുപോരുകയും ചെയ്യുന്നു. സ്വാതന്ത്ര്യലബ്ധിക്കുശേഷം സ്ഥാപിതമായ രാഷ്ട്രീയ സംവിധാനത്തിന്റെ സ്വഭാവം അടിച്ചേൽപ്പിച്ച പരിമിതികൾ ശ്രദ്ധിക്കുമ്പോൾതന്നെ പാർലമെന്ററി ജനാധിപത്യവ്യവസ്ഥയിൽ അന്തർലീനമായ സാധ്യതകൾ പൂർണമായി മനസിലാക്കി ജനകീയ വിപ്ലവശക്തികൾക്ക് കരുത്തുപകരാൻ അത് ശരിക്കും ഉപയോഗപ്പെടുത്തേണ്ടതാവശ്യമാണ്.

ഭരണകൂടത്തെയും രാഷ്ട്രീയസംവിധാനത്തെയും കുറിച്ചുള്ള ഈ ധാരണ ഭരണഘടനാനുസാരം സ്ഥാപിതമായ ബൂർഷ്വാ ജനാധിപത്യസംവിധാനത്തെ ജനകീയ ജനാധിപത്യമാക്കി മാറ്റിത്തീർക്കാനുള്ള സമരം ഉൾപ്പെട്ട ഒരു തന്ത്രം ആവിഷ്കരിക്കുന്നതിലേക്ക് നയിച്ചു. മോസ്കോ രേഖകളിലടങ്ങിയ ജനകീയ ജനാധിപത്യ സങ്കൽപ്പത്തിന്റെ മുഖ്യവശങ്ങൾ ഒന്നാമത്തെ പൊതുതിരഞ്ഞെടുപ്പിന് വേണ്ടി കേന്ദ്രകമ്മിറ്റി തയ്യാറാക്കിയ പാർട്ടിയുടെ തിരഞ്ഞെടുപ്പ് വിജ്ഞാപനത്തിൽ കൂടുതൽ വിശദീകരിക്കുകയുണ്ടായി. പാർട്ടി പരിപാടി അംഗീകരിച്ചിട്ട് ഏതാനും ആഴ്ചകൾക്കുള്ളിലാണ് ഈ തിരഞ്ഞെടുപ്പ് നടന്നത്.

'ജനകീയ ജനാധിപത്യം' ആ പദപ്രയോഗം സൂചിപ്പിക്കുന്നതുപോലെ ബൂർഷ്വാ ജനാധിപത്യത്തിൽ നിന്ന് വ്യത്യസ്തമാണ്. പ്രായപൂർത്തി വോട്ടവകാശം, പാർലമെന്റിലേക്കും സംസ്ഥാനനിയമസഭകളിലേക്കും ക്രമമായി തിരഞ്ഞെടുപ്പ് നടത്തൽ, എക്സിക്യൂട്ടീവിന് നിയമസഭയോടുള്ള ഉത്തരവാദിത്തം, എക്സിക്യൂട്ടീവിനെ നീക്കംചെയ്യാൻ നിയമസഭക്കുള്ള അവകാശം എന്നീ അംശങ്ങളെല്ലാം അത് സ്വീകരിക്കുന്നു. രാഷ്ട്രീയ സ്വാതന്ത്ര്യത്തിനും ജനാധിപത്യത്തിനും വേണ്ടി ബ്രിട്ടീഷ് സാമ്രാജ്യത്വത്തിനെതിരായി ഇന്ത്യൻജനത നടത്തിയ പോരാട്ടത്തിലൂടെ കൈവരിച്ചതാണ് ഈ വിലപ്പെട്ട നേട്ടങ്ങൾ. പുതിയ ഭരണഘടനയെ ആസ്പദമാക്കി പാർലമെന്റിലേക്കും സംസ്ഥാനനിയമസഭകളിലേക്കും പ്രായപൂർത്തി വോട്ടവകാശത്തിന്റെ അടിസ്ഥാനത്തിൽ മറ്റേതൊരു സമിതിയിലേക്കും നടക്കുന്ന തിരഞ്ഞെടുപ്പുകളിൽ പാർട്ടി പങ്കെടുക്കണമെന്ന് മോസ്കോരേഖ വ്യക്തമായി മാർഗനിർദേശം നൽകിയിട്ടുണ്ട്.

ഇതിനർഥം "പാർലമെന്ററി മാർഗത്തിലൂടെ പടിപടിയായുള്ള രാഷ്ട്രീയ മുന്നേറ്റത്തിലൂടെ അവസാനം സോഷ്യലിസത്തിലേക്കെത്തുക" എന്ന പാപ്പരായ സോഷ്യൽ ഡമോക്രാറ്റിക് സിദ്ധാന്തത്തോട് പ്രതിബദ്ധത പുലർത്തുകയെന്നതല്ല. ഒരുദാഹരണം പറയുകയാണെങ്കിൽ ഇന്ത്യൻ സോഷ്യലിസ്റ്റ് പാർട്ടി അതാണ് ചെയ്തത്. ബൂർഷ്വാ

ജനാധിപത്യം അതെത്ര വിപുലമായാലുംശരി ബൂർഷ്വാസിയുടെ സർവാധിപത്യത്തിന്റെ ഒരുരൂപം മാത്രമാണെന്ന ധാരണയെ ആസ്പദമാക്കിയുള്ളതാണ് പാർട്ടിയുടെ നിലപാട്. സമാധാനപരമായ പാർലമെന്ററി മാർഗത്തിലൂടെ അധികാരത്തിൽ പിടിച്ചുതൂങ്ങാൻ ബൂർഷ്വാ-ഭൂപ്രഭു ഭരണവർഗങ്ങൾ പരമാവധി യത്നിക്കും. എന്നാൽ പാർലമെന്റിനെ തങ്ങളുടെ ഗുണത്തിന് വേണ്ടി ഉപയോഗപ്പെടുത്തുന്നതിൽ തൊഴിലാളിവർഗവും സാധാരണ ജനങ്ങളും വിജയിക്കുകയാണെങ്കിൽ ഭരണവർഗങ്ങൾ അവരുടെ സമാധാനപരമായ പാർലമെന്ററി മുഖംമൂടി പൊളിച്ചുമാറ്റി തൊഴിലാളി വർഗത്തിനെതിരെ രംഗത്തിറങ്ങും. ഭരണവർഗങ്ങളെ അധികാരഭ്രഷ്ടമാക്കാൻ പാർലമെന്ററി ജനാധിപത്യത്തെ ഫലപ്രദമായ ഒരായുധമെന്നനിലക്ക് ഉപയോഗപ്പെടുത്താൻ കഴിയുമെന്ന വ്യാമോഹമൊന്നും പാർട്ടിക്കുണ്ടായിക്കൂടാ.

തിരഞ്ഞെടുപ്പിൽ പങ്കെടുക്കലും മറ്റ് പ്രകാരത്തിൽ പാർലമെന്ററി സ്ഥാപനങ്ങളെ ഉപയോഗപ്പെടുത്തലും വളരെ പ്രധാനമാണ്. ബൂർഷ്വാ ജനാധിപത്യത്തെ ജനകീയ ജനാധിപത്യമാക്കി മാറ്റാനുള്ള സമരത്തിൽ ജനങ്ങളെ അണിനിരത്താൻ സഹായകമാണവ. പാർലമെന്ററി രംഗത്തെ സമരങ്ങളും ഉശിരൻ പാർലമെന്റേതര ബഹുജനസമരങ്ങളും തമ്മിൽ ശരിയായ ഒരു സന്തുലിതാവസ്ഥ ഉണ്ടാക്കണം. അധ്വാനിക്കുന്ന ജനങ്ങളുടെ കൈകളിലെ മൗലികവും നിർണായകവുമായ ആയുധം നിശ്ചയദാർഢ്യത്തോടെ ബഹുജനസമരങ്ങൾ സംഘടിപ്പിക്കലാണ്. അതേസമയംതന്നെ ഈ ഉശിരൻ സമരങ്ങൾ സംഘടിപ്പിക്കുന്നതിന് പാർലമെന്ററി രംഗത്തെ സമരങ്ങൾ അങ്ങേയറ്റം സഹായകമാണുതാനും. അതുകൊണ്ടാണ് ഒരുവശത്ത് തൊഴിലാളിവർഗ മുന്നേറ്റത്തിനുള്ള മൗലികമാർഗമെന്ന നിലക്ക് തിരഞ്ഞെടുപ്പിനെ ആശ്രയിക്കാനുള്ള പ്രവണതയും മറുവശത്ത് പാർലമെന്ററി പ്രവർത്തനത്തെ തള്ളിപ്പറയുകയെന്ന പ്രവണതയും മോസ്കൊരേഖ തള്ളിക്കളഞ്ഞത്.

രണ്ടാം പാർട്ടി കോൺഗ്രസ് കഴിഞ്ഞ് ഏതാനും മാസങ്ങൾക്കകം കേരളത്തിൽ 1948-ൽ കൊച്ചി നിയമസഭയിലേക്ക് പ്രായപൂർത്തി വോട്ടവകാശത്തിന്റെ അടിസ്ഥാനത്തിൽ ഒന്നാമതായി പൊതുതിരഞ്ഞെടുപ്പ് നടന്നപ്പോൾ തിരഞ്ഞെടുപ്പ് ബഹിഷ്കരിക്കുകയെന്ന നയസമീപനം പാർട്ടി അവലംബിച്ചു. പാർട്ടി കോൺഗ്രസ് 'തെലങ്കാനാമാർഗം' അംഗീകരിച്ചതിനർഥം തിരഞ്ഞെടുപ്പ് ബഹിഷ്കരിക്കണമെന്നാണെന്ന് കേരളത്തിലെ നേതൃത്വം കരുതി. കൊച്ചിയിലെ തിരഞ്ഞെടുപ്പിൽ നിന്ന് പാർട്ടി പൂർണമായും വിട്ടുനിന്നു. എന്നാൽ ഏതാനും മാസങ്ങൾക്കു മുമ്പ് തിരുവിതാംകൂറിൽ നടന്ന തിരഞ്ഞെടുപ്പിൽ അതല്ല ചെയ്തത്. കേരളാനേതൃത്വത്തിന്റെ ഈ നിലപാട് തെറ്റായിരുന്നുവെന്ന്, സെക്ടേറിയൻ സമീപനം പിന്തുടരുന്നതെന്ന് നേരത്തെ പ്രസ്താവിച്ച പൊളിറ്റ്ബ്യൂറോ തന്നെയും ചൂണ്ടിക്കാട്ടി. തെലങ്കാനാ മാർഗം പിന്തുടരുന്നതിന് എവിടെയൊക്കെ തിരഞ്ഞെടുപ്പ് നടക്കുന്നുവോ അതിൽ

പങ്കെടുക്കേണ്ടതാവശ്യമാണെന്ന് പി ബി പറഞ്ഞു. ഏതാനും മാസങ്ങൾക്കുശേഷം കൊച്ചി നിയമസഭയിലേക്ക് ഒരു ഉപതിരഞ്ഞെടുപ്പ് നടന്നപ്പോൾ സ്ഥാനാർഥിയെ നിർത്തി മത്സരിക്കാൻ പാർട്ടി തീരുമാനിച്ചു. അദ്ദേഹം ജയിക്കുകയും ചെയ്തു. സംസ്ഥാനത്ത് പാർട്ടിയുടെ പേരിൽ ഒരാൾ മത്സരിച്ച് ജയിക്കുന്നത് അന്നാദ്യമായാണ്. തിരഞ്ഞെടുപ്പിൽ പങ്കെടുക്കുകയെന്ന നയസമീപനം പാർട്ടിയുടെ ലക്ഷ്യത്തെ മുന്നോട്ട് നയിക്കുന്നതിന് ഉപയോഗപ്പെടുത്താൻ കഴിയുമെന്ന് ഈ സംഭവം കാട്ടിത്തന്നു.

ജനകീയ ജനാധിപത്യ സങ്കൽപ്പത്തിന്റെ മുഖ്യവശങ്ങൾ മോസ്കൊ രേഖകളിൽ വിശദീകരിച്ചതുപോലെ പുതിയ ഭരണഘടനയിലൂടെ സ്ഥാപിതമായ ബൂർഷ്വാ പാർലമെന്ററി ജനാധിപത്യ വ്യവസ്ഥ ബൂർഷ്വാ സ്വേച്ഛാധിപത്യത്തിനുള്ള ഒരു മറമാത്രമാണെന്ന് തുറന്നുകാട്ടുക, യഥാർഥ ജനാധിപത്യത്തിനുവേണ്ടി പോരാടുന്നതിനും ഇന്ത്യൻ രാഷ്ട്രീയ സംവിധാനത്തിന്റെ വർഗസ്വഭാവം തുറന്നുകാട്ടുന്നതിനും ബൂർഷ്വാ പാർലമെന്ററി സ്ഥാപനങ്ങളെ ഉപയോഗപ്പെടുത്തുക എന്നതാണ്. ബൂർഷ്വാ ജനാധിപത്യം അപൂർണമാണെന്നും തീരുമാനങ്ങളെടുക്കുന്നവരെ തിരഞ്ഞെടുത്തയക്കുകയെന്ന പ്രക്രിയയിൽ മാത്രമല്ല, തീരുമാനങ്ങളെടുക്കുന്നതിൽ തന്നെയും ജനങ്ങൾക്ക് നേരിട്ടുള്ള പങ്കാളിത്തമില്ലാത്തിടത്തോളം യഥാർഥ ജനാധിപത്യം ഉണ്ടാവില്ലെന്ന വ്യക്തമായ ധാരണയോടെ വേണം തിരഞ്ഞെടുപ്പിൽ പങ്കെടുക്കാൻ.

1951 ഒക്ടോബറിൽ പരിപാടി അംഗീകരിച്ചശേഷം കേന്ദ്രക്കമ്മിറ്റി തയ്യാറാക്കിയ തിരഞ്ഞെടുപ്പ് മാനിഫെസ്റ്റോയുടെ പ്രത്യയശാസ്ത്രപരമായ അടിസ്ഥാനം ഇതായിരുന്നു. അതിന്റെ ഫലമായി മറ്റു പ്രതിപക്ഷ പാർട്ടികൾ ബാഹ്യമായ പ്രശ്നങ്ങളെടുത്ത് കോൺഗ്രസിനെ എതിർത്തപ്പോൾ ഭരണകക്ഷിയെന്ന നിലക്ക് കോൺഗ്രസിന്റെ സാമ്പത്തികവും രാഷ്ട്രീയവും ദേശീയവും സാർവദേശീയവുമായ പരിപാടിയെയും കാഴ്ചപ്പാടിനെയും സമഗ്രമായി വിമർശിക്കുകയും അതിന് ഒരു ബദൽ നിർദേശിക്കുകയുമെന്ന സമീപനമാണ് കമ്യൂണിസ്റ്റ് പാർട്ടി അവലംബിച്ചത്.

ഭാഷാ സംസ്ഥാന രൂപീകരണത്തിന്റെ പ്രശ്നം ഒരുദാഹരണമായെടുത്തുകൊണ്ട് പാർട്ടിയുടെ ഈ വിമർശന സ്വഭാവം വ്യക്തമാക്കാം. ഭാഷാ സംസ്ഥാനങ്ങൾ രൂപീകരിക്കുകയെന്ന തത്വം സ്വാതന്ത്ര്യ സമര കാലത്ത് കോൺഗ്രസ് അംഗീകരിച്ചിരുന്നുവെങ്കിലും സ്വാതന്ത്ര്യലബ്ധിക്കുശേഷം അതിന്റെ നേതാക്കൾ അതിൽനിന്ന് പുറകോട്ടുപോയി. നാട്ടുരാജ്യങ്ങൾ ഇല്ലായ്മ ചെയ്യുകയല്ല, ഈ നാട്ടുരാജ്യങ്ങളെ തമ്മിൽ തമ്മിൽ 'സംയോജിപ്പിക്കുകയും ലയിപ്പിക്കുക'യുമാണ് കോൺഗ്രസ് ചെയ്തത്. ചെറിയ നാട്ടുരാജ്യങ്ങളെ തൊട്ടുകിടക്കുന്ന ബ്രിട്ടീഷ് ഇന്ത്യൻ സംസ്ഥാനങ്ങളിൽ ലയിപ്പിച്ചു. ഇങ്ങനെ സംയോജിപ്പിക്കുകയോ ലയിപ്പിക്കുകയോ ചെയ്ത നാട്ടുരാജ്യങ്ങളിലെ രാജാക്കൻമാരെ

അവരുടെ സ്വത്തും സവിശേഷാവകാശങ്ങളും നിലനിർത്താൻ അനുവദിച്ചു. അവയിൽവെച്ച് ഏറ്റവും വലിയ നാട്ടുരാജ്യത്തിലെ രാജാവിനെ രാജപ്രമുഖനാക്കുകയും ചെയ്തു.

കേരളത്തിലെ രണ്ട് നാട്ടുരാജ്യങ്ങളായ തിരുവിതാംകൂറും കൊച്ചിയും സംയോജിപ്പിച്ച് തിരു-കൊച്ചി എന്ന ഒരു പുതിയ സ്റ്റേറ്റ് രൂപീകരിച്ചു. തിരുവിതാംകൂർ മഹാരാജാവിനെ രാജപ്രമുഖനാക്കുകയും രണ്ട് നാട്ടുരാജ്യങ്ങളിലെയും രാജകുടുംബങ്ങൾക്ക് മാലിഖാൻ ഉറപ്പുവരുത്തുകയും ചെയ്തു. ഐക്യകേരള രൂപീകരണത്തിലേക്കുള്ള ആദ്യപടിയായാണ് ബൂർഷ്വാ രാഷ്ട്രീയക്കാർ ഇതിനെ വിശേഷിപ്പിച്ചത്. കമ്യൂണിസ്റ്റ് പാർട്ടി ഈ നിലപാടിനോട് യോജിച്ചില്ല. ഭാഷാടിസ്ഥാനത്തിൽ കേരളസംസ്ഥാനം രൂപീകരിക്കുകയും തമിഴ് സംസാരിക്കുന്ന തെക്കൻ പ്രദേശവും കർണാടകഭാഷ സംസാരിക്കുന്ന വടക്കൻ പ്രദേശവും ഭാഷാടിസ്ഥാനത്തിൽ രൂപീകരിക്കപ്പെടുന്ന തമിഴ്നാട്, കർണാടക സംസ്ഥാനങ്ങളോട് ചേർക്കണമെന്നും പാർട്ടി ആവശ്യപ്പെട്ടു. ഇതുപോലെ രാജ്യത്താകെ ഭാഷാസംസ്ഥാനങ്ങൾ രൂപീകരിക്കുകയെന്നത് ജനകീയ ജനാധിപത്യ പരിപാടിയുടെ ഭാഗമാണ്. അതിന്റെ അടിസ്ഥാനത്തിലാണ് ഒന്നാമത്തെ പൊതുതിരഞ്ഞെടുപ്പിൽ പാർട്ടി മത്സരിച്ചത്.

ഭാഷാ സംസ്ഥാന രൂപീകരണത്തിനും അതിന്റെ ഭാഗമായി നാട്ടുരാജ്യങ്ങൾ ഇല്ലാതാക്കുന്നതിനും വേണ്ടിയുള്ള സമരം വിശാലമായ ജനകീയ ജനാധിപത്യ പരിപാടിയുടെ സുപ്രധാന ഭാഗമാണ്. പാർട്ടിയുടെ ധാരണയനുസരിച്ച് ജനകീയ ജനാധിപത്യത്തിന്റെ അച്ചുതണ്ട് ഫ്യൂഡൽ വിരുദ്ധ കാർഷിക വിപ്ലവമാണ്. നാട്ടിൻപുറത്തെ പാവപ്പെട്ടവരുടെ നിശ്ചയദാർഢ്യത്തോടുകൂടിയ ഉശിരൻ സമരങ്ങളാണ് വ്യവസായ തൊഴിലാളികളുടെ നേതൃത്വത്തിലുള്ള നഗരങ്ങളിലെ പാവപ്പെട്ടവരുടെ സമരങ്ങളുമായി പൂർണമായും സംയോജിപ്പിച്ചുകൊണ്ടുള്ള സമരങ്ങളാണ്, മോസ്കൊ രേഖകൾ വിഭാവനം ചെയ്യുന്ന ജനകീയ ജനാധിപത്യ സങ്കൽപ്പത്തിന്റെ കാതലായ വശം.

23

തെലങ്കാനസമരം പിൻവലിക്കൽ

ചർചക്കുവേണ്ടി മോസ്കോവിലേക്ക് പോയ പ്രതിനിധിസംഘാംഗങ്ങൾക്കിടയിൽ ഇന്ത്യൻ വിപ്ലവത്തിന്റെ തന്ത്രത്തെയും അടവുകളെയും സംബന്ധിച്ച പ്രശ്നത്തിൽ പൊതുവിലും തെലങ്കാന സമരത്തിന്റെ ഭാവിയെ സംബന്ധിച്ച പ്രശ്നത്തിൽ വിശേഷിച്ചും രൂക്ഷമായ ഭിന്നതയുണ്ടായിരുന്നു. സമരം തുടരണമോ അതോ പിൻവലിക്കണമോ എന്നതായിരുന്നു പ്രശ്നം. സമരത്തിന് നേതൃത്വം നൽകിയിരുന്ന രാജേശ്വരറാവുവും ബസവ പുന്നയ്യയും സമരം തുടരണമെന്ന നിലപാടിൽ ഉറച്ചുനിന്നപ്പോൾ ഡാങ്കെയും അജയ്ഘോഷും സമരം പിൻവലിക്കണമെന്ന പക്ഷക്കാരായിരുന്നു.

പ്രതിനിധിസംഘാംഗങ്ങൾക്കിടയിലെ ഈ അഭിപ്രായഭിന്നത തെലങ്കാനാ സമരത്തിന്റെ നേതാക്കൾക്കും സജീവപ്രവർത്തകർക്കുമിടയിൽ തന്നെയും പ്രതിഫലിക്കുകയുണ്ടായി. അവർക്കിടയിലും ആഴത്തിലുള്ള ഭിന്നിപ്പുളവായി. സമരത്തിന്റെ സമുന്നതനേതാക്കളിൽ ഒരാളും ആന്ധ്ര മഹാസഭയുടെ (സമരം നയിച്ച ബഹുജന രാഷ്ട്രീയ സംഘടന) പ്രസിഡന്റുമായ രവിനാരായണ റെഡ്ഡിയും മറ്റ് ഒട്ടേറെ നേതാക്കളും പ്രവർത്തകരും സമരം പിൻവലിക്കുന്നതിനുവേണ്ടി വാദിച്ചു. നേരെമറിച്ച് താഴെതലത്തിലുള്ള ബഹുഭൂരിപക്ഷം പ്രവർത്തകരടക്കം മറ്റുള്ളവർ സമരം തുടരണമെന്ന നിലപാടിൽ ഉറച്ചുനിന്നു. ആന്ധ്രനേതൃത്വത്തിൽ തന്നെയും ഒരു പ്രബലമായ വിഭാഗം സമരം തുടരണമെന്നാഗ്രഹിച്ചു. ഒരു ന്യൂനപക്ഷമാകട്ടെ സമരം പിൻവലിക്കണമെന്ന പക്ഷക്കാരായിരുന്നുതാനും.

തെലങ്കാനാ സമരം തുടങ്ങിയപ്പോൾ ഹൈദരാബാദ് സ്റ്റേറ്റ് നൈസാം ഭരണത്തിൻ കീഴിലായിരുന്നു. ഈ സ്റ്റേറ്റിന്റെ ഒരു വലിയ ഭാഗം ഉൾപ്പെട്ട പ്രദേശമാണ് തെലങ്കാന. തെലങ്കാനയിലെ ജനങ്ങൾ

തെലുങ്ക് സംസാരിക്കുന്നവരാണ്. സ്റ്റേറ്റിന്റെ മറ്റ് ഭാഗങ്ങളിലാകട്ടെ മറാത്തിയും കർണാടകവും സംസാരിക്കുന്ന ഭൂരിപക്ഷ വിഭാഗമാണുതാനും. തങ്ങളുടെ പ്രദേശം ഒന്നുകിൽ ഒരു പ്രത്യേക സംസ്ഥാനമാക്കുകയോ അല്ലെങ്കിൽ മദ്രാസ് സംസ്ഥാനത്തിലെ തെലുങ്ക് ഭൂരിപക്ഷ പ്രദേശങ്ങളിൽ ലയിപ്പിക്കുകയോ ചെയ്യണമെന്ന് തെലങ്കാനയിലെ ജനങ്ങൾ ആഗ്രഹിച്ചു. ആന്ധ്രമഹാസഭക്കും കമ്യൂണിസ്റ്റ് പാർട്ടിക്കും ആ പ്രദേശത്തെ ജനങ്ങളുടെ അളവറ്റ പിന്തുണ ലഭിക്കാൻ സഹായകമായ ഘടകം ഇതാണ്.

അതേസമയം തെലങ്കാനയിലെ കൃഷിക്കാരും മറ്റ് പാവപ്പെട്ട ഗ്രാമീണ ജനവിഭാഗങ്ങളും ഫ്യൂഡൽ-ഭൂപ്രഭുക്കളുടെ ചൂഷണത്തിൽ നിന്നുള്ള മോചനം ആഗ്രഹിച്ചു. ആന്ധ്രമഹാസഭയുടെയും കമ്യൂണിസ്റ്റുപാർട്ടിയുടെയും നേതൃത്വത്തിൽ കർഷകഗറില്ലകൾ സംഘടിച്ച് മൂവായിരത്തിൽപരം ഗ്രാമങ്ങളെ നൈസാം-ഭൂപ്രഭു വാഴ്ചയിൽ നിന്ന് മോചിപ്പിച്ചു. ഭൂപ്രഭുക്കളിൽ നിന്ന് ഭൂമി പിടിച്ചെടുത്ത് ദരിദ്രജനവിഭാഗങ്ങൾക്ക് വിതരണം ചെയ്തു. ഇന്ത്യയിലെ പാവപ്പെട്ട ഗ്രാമീണർ വിജയകരമായി നടത്തിയ ഉശിരൻ സമരത്തിന്റെ പാരമ്യം കുറിച്ച സംഭവമാണ് തെലങ്കാന സമരം.

ബ്രിട്ടൻ ഇന്ത്യവിട്ടപ്പോൾ ഹൈദരാബാദ് പാകിസ്താനിൽ ചേർക്കാൻ കഴിയാത്തപക്ഷം അതൊരു സ്വതന്ത്രപരമാധികാര സ്റ്റേറ്റായി പ്രഖ്യാപിക്കാൻ നൈസാം ഗൂഢപദ്ധതികൾ ആസൂത്രണം ചെയ്യുകയായിരുന്നു. സ്റ്റേറ്റിനകത്തും പുറത്തുമുള്ള ജനങ്ങളിൽ മിക്കവരും നൈസാമിന്റെ ഈ കരുനീക്കങ്ങളെ നിശിതമായി എതിർത്തുകൊണ്ട് ആന്ധ്രമഹാസഭയെയും കമ്യൂണിസ്റ്റ് പാർട്ടിയെയും പിന്തുണച്ചു. ഇപ്പറഞ്ഞ കാരണങ്ങളാലെല്ലാം തെലങ്കാനസമരം ജനങ്ങളുടെ നിശ്ചയദാർഢ്യത്തിന്റെ അഭൂതപൂർവവും അളവറ്റതുമായ പ്രകടിതരൂപമായിരുന്നു.

സമരം ആരംഭിച്ചിട്ട് രണ്ട് കൊല്ലത്തിനുശേഷം രാഷ്ട്രീയ പരിത:സ്ഥിതിയിൽ മൗലികമായ മാറ്റംവന്നു. നെഹ്റു-പട്ടേൽ ഗവൺമെന്റ് അധികാരമേൽക്കുകയും ഹൈദരാബാദിലെ നൈസാം പാകിസ്താനോടൊപ്പം ചേരാനുദ്ദേശിക്കുന്നതായി വ്യക്തമാക്കുകയും ചെയ്തപ്പോൾ ഇന്ത്യാ ഗവൺമെന്റ് 'രാഷ്ട്രീയ നടപടി' എന്നനിലക്ക് ഹൈദരാബാദിലേക്ക് ഇന്ത്യൻ പട്ടാളത്തെ അയച്ചു. നൈസാം കീഴടങ്ങുകയും ഹൈദരാബാദ് ഇന്ത്യൻ യൂണിയനിൽ ചേരാൻ സമ്മതിക്കുകയും ചെയ്തു. ഹൈദരാബാദ് (അതിനുമുമ്പ് മറ്റ് വലിയ നാട്ടുരാജ്യങ്ങളെന്നപോലെ) ഇന്ത്യൻ യൂണിയന്റെ അഭേദ്യഭാഗമായി തീർന്നപ്പോൾ തെലങ്കാനാ സമരത്തിന് ഇനി യാതൊരു ന്യായീകരണവുമില്ലെന്ന വാദം ഉയർന്നുവന്നു. തെലങ്കാനാ സമരത്തിന്റെ നേതാക്കളിൽ ചിലർ രവിനാരായണറെഡ്ഡിയുടെ നേതൃത്വത്തിൽ സമരം പിൻവലിക്കണമെന്ന വാദം ഉന്നയിച്ചത് ഈ അടിസ്ഥാനത്തിലാണ്. ഡാങ്കെയും

അജയ്ഘോഷും അവരെ പിന്താങ്ങി.

ആന്ധ്രയിലെയും കേന്ദ്രത്തിലെയും 'ചൈനീസ് പാത'ക്കാരുടെ വക്താക്കൾ മറുഭാഗത്തും നിലയുറപ്പിച്ചു. തെലങ്കാനാ സമരം പിൻവലിക്കാൻ അവർ ഇഷ്ടപ്പെട്ടില്ല. നേരെമറിച്ച് രാജ്യത്തെ പുതിയ ഭരണാധികാരികൾക്ക്, അതായത് കോൺഗ്രസ് കക്ഷിക്കും അതിന്റെ ഗവൺമെന്റിനും എതിരായുള്ള രാജ്യവ്യാപകമായ വിപ്ലവമുന്നേറ്റത്തിന്റെ തുടക്കമായി അതിനെ മാറ്റാനാണവർ ആഗ്രഹിച്ചത്. തെലങ്കാനയിലെ സായുധ കർഷകഗറില്ലകൾ നൈസാം-ഭൂപ്രഭു മർദനവാഴ്ചയിൽ നിന്ന് മൂവായിരത്തിൽപരം ഗ്രാമങ്ങളെ വിജയകരമായി മോചിപ്പിച്ചതുപോലെ കോൺഗ്രസ് വാഴ്ചയിൽ നിന്ന് ഇന്ത്യയെ മോചിപ്പിക്കാനുള്ള സമരത്തിന് കമ്യൂണിസ്റ്റ് പാർട്ടി മുൻകൈയെടുത്ത് നേതൃത്വം നൽകണമെന്ന് അവർ വാദിച്ചു.

'ചൈനീസ് പാത' അപ്രായോഗികമായ ഒരു നിർദേശമാണെന്ന് മോസ്കോ ചർച്ചക്ക്ശേഷം സമ്മതിക്കപ്പെട്ടു. കോൺഗ്രസ് നേതാക്കളെ രാഷ്ട്രനേതാക്കൾ എന്നനിലയിലും നെഹ്റു ഗവൺമെന്റിനെ യഥാർഥ ജനകീയഗവൺമെന്റ് എന്ന നിലയിലുമാണ് ജനങ്ങൾ നോക്കിക്കണ്ടത്. അത്തരത്തിലുള്ള ഒരു ഭരണകക്ഷിക്കും ഗവൺമെന്റിനുമെതിരായി പാർലമെന്ററി സമരങ്ങളും ജനകീയ സമരങ്ങളും നടത്തുകയെന്നത് അങ്ങേയറ്റം പ്രായോഗികമായ ഒന്നാണുതാനും. അതേസമയം അതിനെതിരായ സായുധസമരം സംഘടിപ്പിക്കുകയെന്നത് തികച്ചും അപ്രായോഗികമാണ്. പ്രാകൃതമായ ആയുധസജ്ജീകരണങ്ങളോടുകൂടിയതും പ്രാദേശികമായി സംഘടിക്കപ്പെട്ടതുമായ ഒരു സംഘം ഗറില്ലകൾക്ക് അത്യാധുനികായുധങ്ങളും യുദ്ധതന്ത്രങ്ങളും സ്വായത്തമാക്കി സുശക്തമായ ഇന്ത്യൻ പട്ടാളത്തോട് പൊരുതിനിൽക്കുക അസാധ്യമാണ്. സാമ്രാജ്യവിരുദ്ധ-ഫ്യൂഡൽ വിരുദ്ധ ജനകീയ മുന്നേറ്റത്തിന് നാലുകൊല്ലക്കാലത്തിലേറെ നീണ്ടുനിന്ന തെലങ്കാനാസമരം നൽകിയ മഹത്തായ സംഭാവനകൾ അംഗീകരിക്കുമ്പോൾ തന്നെ ആ സമരം തുടരാൻ കഴിയുമായിരുന്നില്ലെന്നും അത് പിൻവലിക്കേണ്ടതായിരുന്നുവെന്നുമുള്ള യാഥാർഥ്യവും കാണേണ്ടതുണ്ട്.

താഴെപറയുന്ന ചോദ്യങ്ങൾ ഉയർന്നുവന്നു : കൃഷിക്കാർ കൈവരിച്ച നേട്ടങ്ങൾ എങ്ങനെ കാത്തുരക്ഷിക്കും? ഭൂവുടമകളിൽ നിന്ന് പിടിച്ചെടുത്ത് കൃഷിക്കാർക്കിടയിൽ വിതരണം ചെയ്യപ്പെട്ട ഭൂമി സമരം പിൻവലിച്ചശേഷം കൃഷിക്കാരിൽ നിന്നും തിരിച്ചുപിടിക്കുകയില്ലെന്ന് എങ്ങനെ ഉറപ്പുവരുത്താനാവും? ജയിലിലടയ്ക്കപ്പെട്ട ആയിരക്കണക്കിന് വളണ്ടിയർമാരുടെ പ്രശ്നവുമുണ്ടായിരുന്നു. (അവരിൽ ഒരു വലിയ വിഭാഗത്തിനെതിരായി കോടതികളിൽ കേസുകൾ നിലവിലുണ്ടായിരുന്നുതാനും). സമരം പിൻവലിച്ചാൽ ഇന്ത്യാഗവൺമെന്റും അതിന്റെ കീഴിലുള്ള ഹൈദരാബാദിലെ ഭരണാധികാരികളും തെലങ്കാനാ സമരത്തിന്റെ നേതാക്കളോടും പ്രവർത്തകരോടും നീതി

പ്രവർത്തിക്കുമെന്നതിന് യാതൊരുറപ്പുമില്ല. ഈ ആപൽസാധ്യതകളെല്ലാമുണ്ടെന്നിരിക്കിലും കീഴടങ്ങാനും ഇന്ത്യാഗവൺമെന്റുമായി കൂടിയാലോചന നടത്താനും തങ്ങളുടെ ദുർബലമായ നിലവെച്ച് നോക്കുമ്പോൾ നേതാക്കൾ തയ്യാറാവേണ്ടിയിരുന്നു. മോസ്കൊ ചർച്ചയിൽ ഉയർന്നുവന്ന നിഗമനവും സമരം പിൻവലിക്കണമെന്നതായിരുന്നു.

അങ്ങേയറ്റം വിഷമകരമായ കടമയാണ് തെലങ്കാനാ സമരത്തിന്റെ നേതാക്കൾകൂടിയായ പ്രതിനിധിസംഘത്തിലെ രണ്ടംഗങ്ങളുടെ മുമ്പിലുണ്ടായിരുന്നത്. സമരം നടന്ന പ്രദേശങ്ങളിലേക്ക് തിരിച്ചുപോയി സമരം പിൻവലിക്കാനുള്ള തീരുമാനം പ്രവർത്തകരെക്കൊണ്ട് സമ്മതിപ്പിക്കേണ്ടിയിരുന്നു. മോസ്കോ ചർച്ചക്കുശേഷം രാജേശ്വരറാവുവും ബസവ പുന്നയ്യയും തിരിച്ചെത്താനും അത് സംബന്ധിച്ച് തെലങ്കാനാ സഖാക്കൾക്ക് റിപ്പോർട്ട് ചെയ്ത് സമരം പിൻവലിക്കേണ്ടതിന്റെ അനിവാര്യത അവരെ ബോധ്യപ്പെടുത്താനും ആഴ്ചകളെടുത്തു. സമരത്തിൽ പങ്കെടുത്ത ആയിരക്കണക്കിനാളുകളെ പുനരധിവസിപ്പിക്കുകയെന്ന ഗൗരവാവഹമായ പ്രശ്നങ്ങളുണ്ട്. സമരത്തിൽ ഉന്നയിക്കപ്പെട്ട പ്രശ്നങ്ങളെ ആസ്പദമാക്കി ജനവിധി നേടാൻ ശ്രമിക്കുന്ന കമ്യൂണിസ്റ്റ് പാർട്ടിക്ക് ഇതെല്ലാം ഒന്നാം പൊതുതിരഞ്ഞെടുപ്പിനുമുമ്പ് നല്ല നിലക്ക് നിർവഹിക്കേണ്ടതുണ്ടുതാനും.

തെലങ്കാനാസമരം പിൻവലിക്കുന്നതിൽ ഇന്ത്യൻ വിപ്ലവം ഭാവിയിൽ അവലംബിക്കേണ്ട മാർഗം സംബന്ധിച്ച പ്രശ്നങ്ങളും അടങ്ങിയിരിക്കുന്നു. ഭാവിയിൽ തെലങ്കാനാ മാതൃകയിലുള്ള സമരം നടക്കാനുള്ള സാധ്യതയെക്കുറിച്ച് ഇന്ത്യൻ പാർട്ടിയുടെയും സോവിയറ്റ് പാർട്ടിയുടെയും പ്രതിനിധിസംഘങ്ങൾ സവിസ്തരം ചർച്ച ചെയ്തു. ഇന്ത്യൻ വിപ്ലവതന്ത്രത്തിന്റെ ഭാഗമായി സായുധ ഗറില്ലാസമരത്തിന്റെ പ്രശ്നവും സമഗ്രമായി ചർച്ച ചെയ്തു. ഈ ചർച്ചകളിലൂടെ ഉരുത്തിരിഞ്ഞുവന്ന നിഗമനങ്ങൾ പാർട്ടി പരിപാടിക്കനുബന്ധമായി പാർട്ടിയുടെ *അടവുനയ സമീപനം* എന്ന പേരിൽ തയ്യാറാക്കപ്പെട്ട രേഖയിൽ സമാഹരിക്കപ്പെട്ടിട്ടുണ്ട്. ഈ രണ്ട് രേഖകളും ചേർന്ന്, മൂന്ന് കൊല്ലക്കാലം പാർട്ടിയെ അലട്ടിക്കൊണ്ടിരുന്ന സംശയങ്ങളും ആശയക്കുഴപ്പങ്ങളും ദൂരീകരിച്ചു.

പാർലമെന്ററി രാഷ്ട്രീയ സംവിധാനത്തിൽ അന്തർഭവിച്ച സാധ്യതകൾ പാർട്ടിയും തൊഴിലാളിവർഗവും പരമാവധി ഉപയോഗപ്പെടുത്തുമ്പോൾതന്നെ സംഘടിത സായുധസമരം അജണ്ടയിൽ വരുന്ന സാഹചര്യം വളർന്നുവന്നേക്കാമെന്ന കാര്യം അതിൽ അംഗീകരിച്ചിട്ടുണ്ട്. അത്തരത്തിലൊരു സന്ദിഗ്ധഘട്ടം ഉളവാകുമ്പോൾ സായുധസമരം ഉണ്ടാവില്ല എന്നൊന്നും അറുത്തുമുറിച്ച് പറയാനാവില്ല. അത്തരം സന്ദിഗ്ധഘട്ടങ്ങൾ വളർന്നുവരുന്നത് സംബന്ധിച്ച വിവിധ പ്രശ്നങ്ങളും ചർച്ച ചെയ്യപ്പെട്ടു. ഈ ചർച്ചകളുടെയെല്ലാം വിശദമായ കുറിപ്പുകളുമുണ്ട്. അതുംകൂടി ഉൾപ്പെട്ടതാണ് മോസ്കോ ചർച്ചകളുടെ രേഖകൾ.

വ്യക്തിഗതമായ ഭീകരപ്രവർത്തനത്തിന്റെ മാർഗം ഒരു നിലക്കും അവലംബിക്കരുതെന്നും വ്യക്തമാക്കപ്പെട്ടു. വളർന്നുവരുന്ന ബഹുജന പ്രസ്ഥാനത്തിൽ നിന്നുവേണം സായുധസമരം ഉയർന്നുവരാൻ. അടിയന്തരപ്രശ്നങ്ങളെ ആസ്പദമാക്കി ജനങ്ങളെ യോജിപ്പിച്ചണിനിരത്തുക, തൊഴിലാളിവർഗത്തിന്റെ ഐക്യം പുനഃസ്ഥാപിക്കുക, എല്ലാ ജനവിഭാഗങ്ങളുടെയും ജനാധിപത്യ പ്രസ്ഥാനങ്ങളുമായി ബന്ധപ്പെടുത്തിക്കൊണ്ട് നാട്ടിൻപുറങ്ങളിലെ പാവപ്പെട്ട ജനവിഭാഗങ്ങളുടെ പ്രസ്ഥാനങ്ങളും സംഘടനകളും കെട്ടിപ്പടുക്കുകയും വളർത്തിക്കൊണ്ടുവരികയും ചെയ്യുക. സർവോപരി ഒരു ജനകീയ ജനാധിപത്യ പരിപാടിയെ ആസ്പദമാക്കി വിപുലമായ ജനവിഭാഗങ്ങളെ യോജിപ്പിച്ചണിനിരത്തുക-അടിയന്തരകടമകൾ ഇവയൊക്കെയാണ്. അങ്ങനെ ജനസാമാന്യത്തിലേക്കും അവരുടെ സമരങ്ങളിലേക്കും ശ്രദ്ധ തിരിക്കുന്നതിലാണ് മോസ്കോ രേഖകൾ ആവിഷ്കരിച്ച രാഷ്ട്രീയ സംഘടനാകടമകൾ ഊന്നൽ നൽകിയിട്ടുള്ളത്.

ഈ നയസമീപനത്തിന് ആ ഘട്ടത്തിൽ ഏകകണ്ഠമായ പിന്തുണ നൽകപ്പെട്ടുവെങ്കിലും പാർട്ടിയാകെ (പാർട്ടി നേതൃത്വത്തിൽ തന്നെയും) ഈ നിലപാടിന് ചുറ്റും യോജിച്ച് അണിനിരന്നിരുന്നില്ല. തെലങ്കാനാ സമരത്തിലടങ്ങിയത് ഒരു സെക്ടേറിയൻ തെറ്റാണെന്നും പ്രത്യക്ഷമായോ പരോക്ഷമായോ അതൊരിക്കലും ആവർത്തിച്ചുകൂടെന്നുമുള്ള കാഴ്ചപ്പാട് കടുംപിടിത്തത്തോടെ മുറുകെ പിടിക്കാനുള്ള ഒരു പ്രവണത ഉണ്ടായിരുന്നു. നേരെമറിച്ച് തെലങ്കാനസമരം പിൻവലിച്ചത് താൽക്കാലികമായിട്ടാണെന്നും രാഷ്ട്രീയ വ്യവസ്ഥ വളർന്നുകൊണ്ടിരിക്കുന്ന കടുത്ത പ്രതിസന്ധിയിൽ ചെന്നകപ്പെടുമ്പോൾ രാജ്യത്താകമാനം വിപുലീകൃത രൂപത്തിൽ അതാവർത്തിക്കണമെന്നുമുള്ള കാഴ്ചപ്പാടും ഉണ്ടായിരുന്നു. അടവും തന്ത്രവും തുടങ്ങി മറ്റ് ഒട്ടേറെ രാഷ്ട്രീയ പ്രശ്നങ്ങളിൽ ഈ രണ്ട് നയസമീപനങ്ങളും ഏറ്റുമുട്ടുകയും മോസ്കോ രേഖകൾ അംഗീകരിച്ച് ഏതാനും വർഷങ്ങൾക്കകം പാർട്ടി ഗുരുതരമായ ആഭ്യന്തര പ്രതിസന്ധിയിൽ ചെന്നകപ്പെടുകയും ചെയ്തു.

24

മോസ്കോരേഖകൾ ഒരുവിഹഗ വീക്ഷണം

സി പി ഐ-സി പി എസ് യു പ്രതിനിധിസംഘങ്ങൾ തമ്മിൽ ചർച്ച നടക്കുകയും അതൊടുവിൽ ഒരു പരിപാടിയും അടവുനയ സമീപനരേഖ, ഇരുപ്രതിനിധി സംഘങ്ങളും തമ്മിലുള്ള ചോദ്യോത്തരയോഗത്തിന്റെ റിപ്പോർട്ട് എന്നിവ അംഗീകരിക്കുകയും ചെയ്തിട്ട് നാല് പതിറ്റാണ്ടുകഴിഞ്ഞു. 1951 ഒക്ടോബറിൽ സി പി ഐയുടെ വിശേഷാൽ സമ്മേളനം ചേർന്ന് ഈ രേഖകൾ അന്തിമമായി അംഗീകരിച്ചു. കൽക്കത്ത കോൺഗ്രസിനുശേഷം പാർട്ടിക്കകത്ത് നിലനിന്നിരുന്ന കടുത്ത ആഭ്യന്തര പ്രതിസന്ധി പരിഹരിക്കാൻ അത് സഹായകമായി. പാർട്ടിയുടെ പുനരേകീകരണത്തിന് ഒരടിസ്ഥാനം എന്ന നിലയിലാണ് വലതുപക്ഷ അവസരവാദപരമോ അഥവാ ഇടതുപക്ഷസെക്ടേറിയൻ സ്വഭാവത്തിലുള്ളതോ ആയ പാളിച്ചകൾക്ക് ഉത്തരവാദികളെന്ന് ആരോപിക്കപ്പെട്ടവർ മോസ്കോ രേഖകളെ നോക്കിക്കണ്ടത്. സി പി ഐയുടെ വിശേഷാൽ സമ്മേളനം ചേർന്ന് മോസ്കോ രേഖകൾ അംഗീകരിച്ചത് അങ്ങനെ പാർട്ടിയുടെ ചരിത്രത്തിലെ ഒരു നാഴികക്കല്ലായി പരിണമിച്ചു. എന്നാൽ ഏതാനും വർഷങ്ങൾക്കകം വീണ്ടും അഭിപ്രായഭിന്നതകൾ ഉയർന്നുവന്നു. തന്ത്രവും അടവുകളും സംബന്ധിച്ച പ്രശ്നത്തിൽ പാർട്ടി നേതൃത്വത്തിൽ ഭിന്നിപ്പുളവായി. ഈ അഭിപ്രായഭിന്നതകൾ വളർന്നുവന്നതെങ്ങനെയെന്ന് തുടർന്നുള്ള അധ്യായങ്ങളിൽ ഞാൻ വിവരിക്കുന്നുണ്ട്. തന്ത്രവും അടവുകളും സംബന്ധിച്ച മോസ്കോ ചർച്ചയിലൂടെ ഉയർന്നുവന്ന രേഖകൾ ഒരു വീണ്ടുവിചാരത്തിന് വിധേയമാക്കുന്നത് ഈ പശ്ചാത്തലത്തിൽ പ്രയോജനകരമായിരിക്കും. നാല് പതിറ്റാണ്ടുകൾക്ക് ശേഷം മോസ്കോ രേഖകളിലേക്ക് തിരിഞ്ഞുനോക്കുമ്പോൾ അതിന്റെ സംഭാവനകളെയെന്നപോലെ പിന്നീട് ഉൾപ്പാർട്ടി സമരങ്ങളിലേക്ക് ചെന്നെത്തിയ ദൗർബല്യങ്ങളും

തമ്മിൽ ഒരു സന്തുലിത വീക്ഷണം കൈക്കൊള്ളാൻ കഴിയും.

1947-ൽ ഉണ്ടായ രാഷ്ട്രീയമാറ്റം ഔപചാരികം മാത്രമാണെന്നും അധികാരത്തിന്റെ മുഖ്യചരട് സാമ്രാജ്യത്വം, വിശേഷിച്ചു ബ്രിട്ടീഷ് സാമ്രാജ്യത്വം, കയ്യടക്കിവച്ചിരിക്കുകയാണെന്നും അതിനാൽ 1947-ൽ നേടിയ സ്വാതന്ത്ര്യം വെറും ജാട മാത്രമാണെന്നുമുള്ള സിദ്ധാന്തത്തിന് മോസ്കോരേഖകൾ എന്നെന്നേക്കുമായി വിരാമമിട്ടു. ബ്രിട്ടീഷ് ഭരണാധികാരികൾ രാഷ്ട്രീയാധികാരം ഇന്ത്യൻ ഭരണവർഗങ്ങൾക്ക് (തീർച്ചയായും ഇന്ത്യൻ ജനതക്കാകെയല്ല) കൈമാറി. അധികാരത്തിന്റെ മധുരഫലങ്ങൾ ഇന്ത്യൻജനതയിൽ ബഹുഭൂരിപക്ഷത്തിനും നിഷേധിക്കപ്പെട്ടു. ഇപ്പോഴും നിഷേധിക്കപ്പെട്ടുകൊണ്ടിരിക്കയാണുതാനും. എന്നിരിക്കിലും പുതിയ ഭരണവർഗങ്ങൾ വിദേശികളല്ല ഇന്ത്യക്കാരാണ് എന്നത് സുപ്രധാനമായ ഒരുകാര്യമാണ്. അധികാരക്കൈമാറ്റ വ്യവസ്ഥകൾ അടിച്ചേൽപ്പിച്ച പരിമിതികളൊക്കെ ഉണ്ടെന്നിരിക്കിലും ഇന്ത്യൻ ബൂർഷ്വാസിയും അതിന്റെ വർഗപരമായ സഖ്യശക്തികളും-അതായത് ഭൂപ്രഭുവർഗവും-ആണ് പുതിയ ഭരണവർഗക്കാർ എന്നത് അനിഷേധ്യമായ വസ്തുതയാണ്.

ഈ സ്ഥിതിഗതിയിൽ അന്തർഭവിച്ചിട്ടുള്ളത് ഇന്ത്യയിലെ പുതിയ ഭരണവർഗങ്ങളും പഴയ വിദേശഭരണാധികാരികളും തമ്മിൽ വളർന്നുവരുന്ന സംഘട്ടനമാണ്. പഴയ വിദേശഭരണാധികാരികളുമായി ഒത്തുതീർപ്പിലെത്തിയപ്പോൾ ഇന്ത്യയിലെ പുതിയ ഭരണാധികാരികൾ, ജീവൽപ്രധാനമായ ദേശീയനയത്തിന്റേതായ ഒട്ടേറെ പ്രശ്നങ്ങളിൽ വിട്ടുവീഴ്ച ചെയ്തുവെന്നത് നേരാണ്. എന്നിരിക്കിലും ഈ വസ്തുത അവരെ മുൻ ഭരണാധികാരികളെ കൂറോടെ പിന്തുടരുന്നവരോ അഥവാ അവരെ ആശ്രയിച്ചുനിൽക്കുന്ന രാഷ്ട്രീയസഖ്യശക്തികളോ ആക്കിത്തീർത്തില്ല. ഇന്ത്യൻഭരണാധികാരികൾ ഔപചാരികമായി നേടിയെടുത്ത അധികാരത്തെ ജനങ്ങളുടെ യഥാർഥ അധികാരമായി മാറ്റിത്തീർക്കുന്നതിന് പുതിയ ഇന്ത്യൻ ഭരണാധികാരികളും മുൻ വിദേശമേൽക്കോയ്മകളും തമ്മിലുള്ള സംഘട്ടനത്തെ പൂർണമായി ഉപയോഗപ്പെടുത്തേണ്ടത് ഇന്ത്യയിലെ തൊഴിലാളിവർഗത്തിന്റെയും അതിന്റെ പാർട്ടിയുടെയും താൽപര്യമാണ്. പുതിയ പരിതഃസ്ഥിതിയിൽ സാമ്രാജ്യ വിരുദ്ധസമരം തുടരുക, അതിലുറച്ച് നിൽക്കുന്നതിന് പുതുതായി നേടിയ അധികാരം ഉപയോഗപ്പെടുത്താൻ ഇന്ത്യൻ ഭരണവർഗത്തിന് കഴിയുക എന്നതാണ് പുതിയ കാലഘട്ടത്തിലെ തന്ത്രങ്ങളും അടവുകളും.

ഇന്ത്യയിലെ ബൂർഷ്വാ-ഭൂപ്രഭു ഭരണവർഗങ്ങളെയും സാമ്രാജ്യത്വത്തെയും ഒന്നിച്ച് കൂട്ടിക്കെട്ടിക്കൊണ്ടുള്ള അങ്ങേയറ്റം സെക്ടേറിയൻ സ്വഭാവത്തിലുള്ള നയസമീപനത്തിലെ തെറ്റ് തിരുത്തിക്കൊണ്ടുള്ളതായിരുന്നു ഈ സമീപനം എന്നിരിക്കിലും ഇന്ത്യയിലെ പുതിയ ഭരണവർഗങ്ങളും സാമ്രാജ്യത്വശക്തികളും തമ്മിൽ ഭാവിയിൽ വളർന്നുവ

രാവുന്ന സംഘട്ടനത്തിന്റെ വ്യാപ്തി അത് കുറച്ചുകണ്ടു. ഇന്ത്യൻ ഭരണവർഗങ്ങൾ പിന്തുടർന്നുപോന്ന വിദേശനയം-ചേരിരഹിത-ലോകസമാധാനനയം-ബ്രിട്ടീഷ് അമേരിക്കൻ സാമ്രാജ്യശക്തികൾ തമ്മിലെന്നപോലെ ലോകമുതലാളിത്തവും സോഷ്യലിസ്റ്റുലോകവും തമ്മിലുള്ള ഒരു മത്സരക്കളരിയായയാണ് ചിത്രീകരിക്കപ്പെട്ടത്.

ഈ നയസമീപനത്തിനർഥം ഇതാണ്: ഒന്നാമതായി, സാമ്രാജ്യത്വ നയസമീപനം പിന്തുടരുകയാണ് നെഹ്റുഗവൺമെന്റ് ചെയ്യുന്നതെന്ന ധാരണ തള്ളിക്കളഞ്ഞു; ഇന്ത്യ പരിമിതമായ അളവിൽ സാമ്രാജ്യത്വചേരിയിൽനിന്ന് വിട്ടുനിൽക്കുന്നുവെന്ന വസ്തുത അംഗീകരിക്കപ്പെട്ടു. രണ്ടാമതായി, നെഹ്റു ഗവൺമെന്റ് പിന്തുടർന്നുവരുന്ന ചേരിരഹിത-സമാധാനനയത്തിന് പൂർണപിന്തുണ നൽകാൻ പാർട്ടി ഇനിയും തയ്യാറല്ല. ഈ രണ്ടാമത് പറഞ്ഞവശം ഒരുനിലക്ക് നോക്കുമ്പോൾ ന്യായീകരിക്കാവുന്നതാണ്. എന്തുകൊണ്ടെന്നാൽ ഇന്ത്യയുടെ ദേശീയ സാമ്പത്തിക പുനഃസ്ഥാപനത്തിനും വികസനത്തിനും സാമ്രാജ്യത്വസഹായം നേടാനാണ് നെഹ്റുഗവൺമെന്റ് ശ്രമിക്കുന്നത്. ലോകസോഷ്യലിസത്തിൽ നിന്ന് ഒരളവോളം അകന്നുനിൽക്കുകയാണെങ്കിൽ, സാമ്രാജ്യത്വാശ്രയത്തിന് ഒരൽപ്പം മുൻതൂക്കം നൽകുകയെന്ന നിലക്ക് ചേരിരഹിത സങ്കൽപ്പത്തെ വ്യാഖ്യാനിക്കുകയാണെങ്കിൽ ഇന്ത്യയുടെ സാമ്പത്തിക വികസനത്തിന് വൻതോതിൽ സഹായം നൽകുമെന്നായിരുന്നു ഗവൺമെന്റിന്റെ കണക്കുകൂട്ടൽ . എന്നാൽ ഈ കണക്കുകൂട്ടൽ അടിസ്ഥാനരഹിതമായ ഒന്നാണെന്ന് വളരെവേഗം കാണാൻ കഴിഞ്ഞു; സോഷ്യലിസത്തിനെതിരായി സാമ്രാജ്യത്വശക്തികൾ നടത്തുന്ന പോരാട്ടത്തിൽ പൂർണമായും സാമ്രാജ്യത്വത്തോടൊപ്പം നിൽക്കാത്തപക്ഷം ഇന്ത്യക്ക് വൻതോതിൽ സഹായം നൽകാൻ അവർ തയ്യാറല്ല. അതേസമയം സോവിയറ്റ്യൂണിയൻ അതിന്റെ സമ്പദ്വ്യവസ്ഥ അതിവേഗം പുനർനിർമിച്ചുകൊണ്ടിരിക്കുകയും യൂറോപ്യൻ സോഷ്യലിസ്റ്റ് ശക്തികൾക്കെന്നപോലെ ചൈനയടക്കം ഏഷ്യയിലെ മറ്റ് സോഷ്യലിസ്റ്റ് ശക്തികൾക്ക് സഹായം നൽകിവരികയും ചെയ്യുന്നു. ഇത് കാണിക്കുന്നത് സാമ്രാജ്യത്വ സഹായത്തോളമില്ലെങ്കിലും ഗണ്യമായ തോതിൽ സോഷ്യലിസ്റ്റ് സഹായം നേടാൻ കഴിയുമെന്നാണ്.

അങ്ങനെ പാർട്ടി പരിപാടിയും നയസമീപനരേഖയും അംഗീകരിച്ചതിൽ പിന്നീട് ഏതാനും വർഷങ്ങൾക്കകം നെഹ്റു ഗവൺമെന്റിന്റെ വിദേശനയത്തിൽ വ്യക്തമായ മാറ്റമുണ്ടായി. ചേരിരഹിത-ലോകസമാധാനസങ്കൽപ്പത്തിന് ഒരു പുതിയ ഊന്നൽനൽകപ്പെട്ടു. സോഷ്യലിസ്റ്റ് രാജ്യങ്ങളുമായുള്ള സഹകരണവും ഏഷ്യനാഫ്രിക്കൻ ജനതയുടെ കോളനിവിരുദ്ധ സമരങ്ങളിൽ പങ്കെടുക്കലും അതിൽ ഉൾപ്പെടുന്നു. സോഷ്യലിസ്റ്റ് ചൈന ഉൾപ്പെടെ മറ്റ് പല സാമ്രാജ്യത്വവിരുദ്ധ ശക്തികളോടുമൊപ്പം യഥാർഥ സാമ്രാജ്യത്വവിരുദ്ധ പ്രസ്ഥാനം കെട്ടിപ്പടുക്കു

ന്നതിൽ ഇന്ത്യ സഹകരിച്ചു. യു എസ് എസ് ആറുമായുള്ള ഇന്ത്യയുടെ ബന്ധം അതിവേഗം മെച്ചപ്പെടുകയും ചെയ്തു.

സാർവദേശീയ സ്ഥിതിഗതികളിൽ വന്ന ഈ മാറ്റം നമ്മുടെ പാർട്ടിയെ സംബന്ധിച്ചിടത്തോളം പ്രശ്നങ്ങൾ സൃഷ്ടിച്ചു. ഇതെങ്ങനെ വിലയിരുത്തണമെന്നത് സംബന്ധിച്ച് നേതാക്കൻമാർക്കിടയിലും അണികൾക്കിടയിലും അഭിപ്രായഭിന്നതകൾ പൊന്തിവന്നു. ഇടതു-വലതു പ്രവണതകൾ തമ്മിൽ പാർട്ടിക്കകത്ത് മുമ്പുണ്ടായിരുന്ന ഭിന്നത അമ്പതുകളുടെ മധ്യത്തിൽ നെഹ്റു ഗവൺമെന്റിന്റെ വിദേശനയത്തിലെ പുതിയ ഊന്നൽ വിലയിരുത്തുന്നതിന്റെ രൂപത്തിൽ വീണ്ടും പ്രത്യക്ഷപ്പെട്ടു. ഈ ഭിന്നത ക്രമേണ ആഭ്യന്തരനയത്തിന്റെ പ്രശ്നങ്ങളിലേക്കും വ്യാപിച്ചു.

ഇത്തരത്തിൽ ലോക പരിത:സ്ഥിതിയിൽ വമ്പിച്ച മാറ്റത്തിനും അതിന്റെ ഫലമായി ഇന്ത്യയിലെ ബൂർഷ്വാ-ഭൂപ്രഭു ഗവൺമെന്റിന്റെ വിദേശനയത്തിൽ ഒരു മാറ്റം വരുന്നതിനുമുള്ള സാധ്യത മോസ്കൊ രേഖകൾ കുറച്ചുകണ്ടുവെന്നിരിക്കിലും ഇന്ത്യയിൽ സമാധാനപ്രസ്ഥാനം വളർന്നുവരുന്നതിന്റെ അളവറ്റ പ്രാധാന്യത്തിലേക്ക് ശ്രദ്ധക്ഷണിച്ചുകൊണ്ട് ക്രിയാത്മകമായ ഒരു സംഭാവന അവ നൽകുകയുണ്ടായി. സാമ്രാജ്യത്വ ശീതയുദ്ധം ആരംഭിച്ചതിൽ പിന്നീട് അവരുടെ ആണവായുധവൽക്കരണനയം മൂലം മാനവരാശി നേരിടുന്ന വിപത്തിനെക്കുറിച്ച് ലോകത്താകമാനമുള്ള ജനാധിപത്യവൃത്തങ്ങൾക്കിടയിലും പുരോഗമനാശയക്കാരായ ബുദ്ധിജീവികൾക്കിടയിലും ഒരു അവബോധം സൃഷ്ടിക്കപ്പെട്ടു. ഒരു ലോകസമാധാനപ്രസ്ഥാനം വളർന്നുവരാൻ തുടങ്ങി. ശാസ്ത്രജ്ഞൻമാർ, എഴുത്തുകാർ, മറ്റ് ബുദ്ധിജീവി വിഭാഗങ്ങൾ എന്നിവരൊക്കെ അതിൽ നേതൃത്വപരമായ പങ്ക് വഹിച്ചു. യൂറോപ്പിലും വടക്കേഅമേരിക്കയിലും ശക്തമായ ഒരു സമാധാനപ്രസ്ഥാനം വളർന്നുവന്നുവെങ്കിലും ഇന്ത്യയിൽ അത് അങ്ങേയറ്റം ദുർബലമായിരുന്നു. ഫലത്തിൽ അങ്ങനെയൊന്ന് നിലവിലുണ്ടായിരുന്നില്ല. നമ്മുടെ രാജ്യത്തെ രാഷ്ട്രീയ ബോധമുള്ള ജനങ്ങൾക്ക് തിരഞ്ഞെടുപ്പിലും മറ്റു രാഷ്ട്രീയ സമരരംഗങ്ങളിലുമായിരുന്നു താൽപര്യം. സാധാരണക്കാർക്ക് താൽപര്യം ഭക്ഷണം, തൊഴിൽ തുടങ്ങി നിത്യജീവിതത്തിൽ തങ്ങളഭിമുഖീകരിക്കുന്ന പ്രശ്നങ്ങളിലായിരുന്നുതാനും. അവരെ സംബന്ധിച്ചിടത്തോളം യുദ്ധവും സമാധാനവും ആയുധവൽക്കരണവും നിരായുധീകരണവും അയഥാർഥമാംവിധം വിദൂരസ്ഥങ്ങളായ പ്രശ്നങ്ങളാണ്.

മാനവരാശി അഭിമുഖീകരിക്കുന്ന ആപത്തിനെക്കുറിച്ച് ജനങ്ങളെ പൂർണമായും ബോധവാൻമാരാക്കുവാനും ശക്തമായ ഒരു സമാധാന പ്രസ്ഥാനത്തിൽ അവരെ അണിനിരത്താനും വിപുലമായ തോതിൽ ക്യാമ്പെയിൻ നടത്തേണ്ടതാവശ്യമാണെന്ന് പാർട്ടി തീരുമാനിച്ചു. ചേരിരാഹിത്യത്തിന്റെതും ലോകസമാധാനത്തിന്റേതുമായ വിദേശനയ

ത്തിൽ ദൗർബല്യങ്ങളും പരിമിതികളും അന്തർഭവിച്ചിട്ടുണ്ടെന്നിരിക്കിലും സർക്കാരിന്റെ ആ നയത്തിന് വലിയ പ്രാധാന്യമുണ്ട്. ചേരിരാഹിത്യസങ്കൽപ്പം ഇന്ത്യയെ സാമ്രാജ്യത്വചേരിയിൽ നിന്ന് വേർതിരിച്ച് കാട്ടുന്നതിനാൽ സ്വതന്ത്രമായ ഒരു സമാധാനപ്രസ്ഥാനം വളർത്തിക്കൊണ്ടുവരാൻ അതിനെ ഉപയോഗപ്പെടുത്തേണ്ടതുണ്ട്. സോഷ്യലിസ്റ്റ് ചേരിയുടെ പൂർണ സഹകരണത്തോടെ അത്തരത്തിലൊരു പ്രസ്ഥാനം ലോകത്താകമാനം വളർന്നുവരികയാണ്. അങ്ങനെ മോസ്കോവിൽ അംഗീകരിച്ച നയസമീപനരേഖയിൽ നൽകപ്പെട്ട മാർഗദർശനം, വിദേശനയത്തോടുള്ള സമീപനത്തിലെ പരിമിതികളും ദൗർബല്യങ്ങളും കീഴ്പ്പെടുത്താൻ സഹായകമായി.

നയസമീപനത്തെ സംബന്ധിച്ചിടത്തോളം ഇടതുപക്ഷസ്വഭാവത്തിലും വലതുപക്ഷസ്വഭാവത്തിലുമുള്ള അവസരവാദ നയത്തിനെതിരായ പോരാട്ടത്തിൽ ഈ നയസമീപനരേഖ മുഖ്യസംഭാവന നൽകി. പാർലമെന്ററി മാർഗത്തിലൂടെ രാഷ്ട്രത്തെ പടിപടിയായി വളർത്തിക്കൊണ്ടുവരിക എന്ന വലതുപക്ഷ അവസരവാദത്തെ ഈ രേഖ തള്ളിക്കളഞ്ഞു. ഉദാഹരണമായി സോഷ്യലിസ്റ്റ് പാർട്ടി സ്വീകരിച്ചിരുന്ന നിലപാട് മുഖ്യമായും ഈ നയസമീപനത്തിന്റെ സ്വഭാവത്തിലുള്ളതായിരുന്നു. തൊഴിലാളിവർഗത്തിന്റെ നേതൃത്വത്തിൽ അധ്വാനിക്കുന്ന ജനവിഭാഗങ്ങളുടെ ഉശിരൻ ബഹുജനസമരങ്ങൾ സംഘടിപ്പിക്കുകയെന്നത് പാർട്ടിയുടെ മൗലികമായ തന്ത്രവും അടവുകളും സംബന്ധിച്ച നയസമീപനത്തിൽ ഉൾപ്പെടുന്നുവെന്ന കാര്യം രേഖയിൽ ഊന്നിപ്പറഞ്ഞിട്ടുണ്ട്. തെലങ്കാനാ മാതൃകയിലുള്ള ഉശിരൻ ബഹുജനസമരങ്ങൾ, അധ്വാനിക്കുന്ന ജനവിഭാഗങ്ങളുടെ ഐക്യം ശക്തിപ്പെടുത്താൻ സഹായകമാകുമെങ്കിൽ പാർട്ടി അത് തള്ളിക്കളയുകയില്ല. പാർലമെന്ററി മാർഗത്തെ മാത്രം ആശ്രയിക്കുകയെന്ന സ്പഷ്ടമായും പരിഷ്കരണവാദപരമായ സമീപനം തള്ളിക്കളഞ്ഞുകൊണ്ട്, ക്ഷമാപൂർവം ബഹുജനശക്തി പടുത്തുയർത്താനും ആ ലക്ഷ്യം നേടുന്നതിന് സാധ്യമായ ഏതൊരു മാർഗവും (പാർലമെന്റിൽ പങ്കെടുക്കുന്നതുൾപ്പെടെ) ഉപയോഗപ്പെടുത്താനും രേഖ ആഹ്വാനം ചെയ്തു.

ഇതെല്ലാമാണെങ്കിലും നിയമവിധേയവും ഭരണഘടനാപരവുമായ പ്രവർത്തനത്തിന്റെ ഘട്ടം അവസാനിപ്പിച്ച് പകരം എത്രയും വേഗം തെലങ്കാനാ സമരത്തിന്റെ പരിഷ്കരിച്ച പതിപ്പ് സ്വീകരിക്കണമെന്ന അഭിപ്രായം ഒരു വിഭാഗം തുടർന്നും വെച്ചുപുലർത്തിപ്പോന്നു. ഈ ധാരണക്ക് പാർട്ടി അണികളിൽ ശക്തമായ വേരുണ്ടായിരുന്നുവെന്നും തുടർന്നുണ്ടായ ഉൾപ്പാർട്ടി സമരത്തിൽ അത് വീണ്ടും പ്രത്യക്ഷപ്പെടുകയുണ്ടായെന്നും തുടർന്നുള്ള അധ്യായങ്ങളിൽ നമുക്ക് കാണാവുന്നതാണ്. ഈ കാഴ്ചപ്പാട് മുറുകെ പിടിക്കുന്നുണ്ടെങ്കിലും മോസ്കോ രേഖകളുടെ ഒരു വലിയ സംഭാവന നിയമവിധേയ പ്രവർത്തനത്തിലേക്ക്, പാർലമെന്ററി രംഗത്തെ സമരം ഉൾപ്പെടെ

വ്യാപകമായ ബഹുജനസമരങ്ങൾ സംഘടിപ്പിക്കുന്നതിലേക്ക് പാർട്ടിയുടെ ശ്രദ്ധ തിരിച്ചുവിട്ടുവെന്നതാണ്.

അവസാനമായി ഞാൻ ഇന്ത്യ ഒരു ബഹുദേശീയ രാഷ്ട്രമാണെന്ന പ്രശ്നത്തിലേക്ക് കടക്കാം. ചുരുക്കിപ്പറഞ്ഞാൽ തെറ്റായ ഒരു സമീപനം 1940-ൽ പാർട്ടി അംഗീകരിക്കുകയുണ്ടായി. രണ്ടാം പാർട്ടി കോൺഗ്രസ് ആ തെറ്റ് തിരുത്തി. ഇന്ത്യ ഒരു ബഹുദേശീയ രാഷ്ട്രമാണോ ആണെങ്കിൽ വിവിധ ദേശീയതകൾക്ക് സ്വയം നിർണയാവകാശം (വിട്ടു പോകാനുള്ള അവകാശം ഉൾപ്പെടെ) പാർട്ടി പരിപാടിയുടെ ഭാഗമാക്കണമോ എന്ന പ്രശ്നം പാർട്ടി പരിപാടി സംബന്ധിച്ച് മോസ്കൊവിൽ നടന്ന ചർചകളിൽ വീണ്ടും ഉയർന്നുവന്നു. മോസ്കോവിൽ നടന്ന സവിസ്തരമായ ചർച്ചകൾക്ക് ശേഷം വിട്ടുപോകാനുള്ള ഈ അവകാശം പരിപാടിയിൽ ഉൾപ്പെടുത്തപ്പെട്ടു. തുടർന്നുണ്ടായ അനുഭവങ്ങളും ഉൾപ്പാർട്ടി ചർച്ചകളും കാണിക്കുന്നത് ഈ ധാരണ തെറ്റായിരുന്നുവെന്നാണ്. ഇന്ത്യയെപ്പോലുള്ള ഒരു രാജ്യത്തെ സംബന്ധിച്ചിടത്തോളം വിട്ടുപോകാനുള്ള അവകാശത്തിനർഥം രാജ്യമാകെ ബ്രിട്ടീഷ് സാമ്രാജ്യത്വത്തിൽ നിന്ന് വിട്ടുപോവുക എന്നാണ്; അല്ലാതെ രാജ്യത്തിനകത്തെ വിവിധ ദേശീയതകളല്ല ഇവിടെ പരാമർശിക്കപ്പെട്ടിട്ടുള്ളത്. സ്വാതന്ത്ര്യസമരത്തിന്റെ അടിക്കല്ലിൽ ഊട്ടിയുറപ്പിക്കപ്പെട്ട ഇന്ത്യയുടെ ഐക്യം വിലപ്പെട്ട ഒരു സ്വത്താണ്. ഇന്ത്യയിലെ ബൂർഷ്വാ-ഭൂപ്രഭു ഗവൺമെന്റിനെ അധികാരഭ്രഷ്ടമാക്കുന്നതിന് തൊഴിലാളിവർഗത്തിന്റെ ഐക്യം സ്ഥാപിക്കേണ്ടതായിട്ടുണ്ട്. ഇന്ത്യയിൽ ദേശീയതകളുടെ പ്രശ്നത്തിനുള്ള പരിഹാരമാർഗം കേന്ദ്രവും സംസ്ഥാനങ്ങളും തമ്മിലുള്ള ബന്ധത്തെ സംബന്ധിച്ചിടത്തോളം ഉചിതമായ വ്യവസ്ഥകളോടെ തുല്യ ദേശീയതകളുടെ ഒരു യഥാർഥ ഫെഡറേഷനാണ്.

പാർട്ടിയെ ഗുരുതരമായ ആഭ്യന്തര പ്രതിസന്ധിയിലേക്ക് തള്ളിവിട്ട പല തെറ്റായ ധാരണകളും തിരുത്താൻ മോസ്കോവിൽ നടന്ന ചർചകളും തുടർന്നുനടന്ന പാർട്ടിയുടെ വിശേഷാൽ സമ്മേളനവും സഹായകമായി. അതേസമയം തന്നെ തെറ്റായ സമീപനത്തിന്റെ ചില അംശങ്ങൾ മുറുകെ പിടിക്കുകയും ചെയ്തു. തൽക്കാലം ഉൾപ്പാർട്ടി ഐക്യം സ്ഥാപിക്കപ്പെട്ടുവെങ്കിലും അത് താൽക്കാലികമായിത്തീരാനും ഉൾപ്പാർട്ടി സമരം വീണ്ടും അതിരൂക്ഷമാകാനും തുടങ്ങിയത് അതുകൊണ്ടാണ്.

25

തൊഴിലാളിവർഗത്തിന്റെ ഒരു ബഹുജന വിപ്ലവപ്പാർട്ടി

ഇന്ത്യൻ വിപ്ലവത്തിന്റെ അടവും തന്ത്രവും സംബന്ധിച്ച് യോജിപ്പിലെത്തിയതിൽ പിന്നീട് മോസ്കോ ചർച്ചയിൽ പങ്കെടുത്തവർ സംഘടനാ പ്രശ്നങ്ങളിലേക്ക് കടന്നു. അത്തരം പ്രശ്നങ്ങൾ തീർച്ചയായും അടവും തന്ത്രവും സംബന്ധിച്ച പ്രശ്നങ്ങളുമായി അടുത്ത ബന്ധമുള്ളവയാണ്. എന്തുതന്നെയായാലും പ്രവർത്തിക്കുന്ന ഒരു സംഘടനയും അതിന്റെ നേതൃത്വത്തിൽ ജനങ്ങളുടെ പോരാടുന്ന സംഘടനകളുമില്ലാതെ ഏറ്റവും നല്ല അടവും തന്ത്രവും പാർട്ടിക്ക് നടപ്പാക്കാനാവില്ല. അതിനും പുറമെ പാർട്ടി, അതിന്റെ നേതൃത്വം വിശേഷിച്ചും, പ്രതിസന്ധിയുടെ ഘട്ടത്തിലായിരുന്നുതാനും. ഈ പ്രതിസന്ധി പരിഹരിക്കുക എന്ന ലക്ഷ്യത്തോടെയാണ് മോസ്കോ ചർച്ചക്കുള്ള ഏർപ്പാടുകൾ ചെയ്തിരുന്നത്.

പാർട്ടിയുടെ രാഷ്ട്രീയ-നയസമീപനങ്ങളിൽ വന്ന മാറ്റത്തിനനുസൃതമായി നേതൃത്വത്തിലും രണ്ട് മാറ്റങ്ങൾ ഉണ്ടായി. 1947 അവസാനംവരെ തുടർന്നുപോന്ന നയസമീപനം 1948 ഫെബ്രുവരിയിൽ ചേർന്ന പാർട്ടി കോൺഗ്രസ് തള്ളിക്കളഞ്ഞപ്പോഴും, 1948 ഫെബ്രുവരിയിൽ തിരഞ്ഞെടുത്ത നേതൃത്വത്തെ 1950 മേയിൽ നീക്കം ചെയ്തപ്പോഴുമാണ് ഈ മാറ്റങ്ങൾ ഉണ്ടായത്.

ഇതിൽ ഒന്നാമത്തെ ഘട്ടത്തിൽ പാർട്ടിയുടെ ജനറൽ സെക്രട്ടറിയായിരുന്ന പി സി ജോഷിയെ കേന്ദ്രക്കമ്മിറ്റിയിൽ നിന്ന് നീക്കം ചെയ്തു. അതേത്തുടർന്നുള്ള മാസങ്ങളിൽ പുതിയ കേന്ദ്രക്കമ്മിറ്റി അദ്ദേഹത്തിനെതിരെ അച്ചടക്കനടപടി കൈക്കൊണ്ടു. രണ്ടാം കോൺഗ്രസ് വരെ പ്രവർത്തനത്തിലുണ്ടായിരുന്ന നയസമീപനം വിശ്വസ്തതയോടെ നടപ്പാക്കുന്നതിന് ഉത്തരവാദികളായവർക്കെതിരായി സംസ്ഥാനതലത്തിലും നീക്കങ്ങളുണ്ടായി.

1950 മേയിൽ 1948-50 കാലത്തെ പൊളിറ്റ് ബ്യൂറോയെ നീക്കം ചെയ്തു. അതിലെ മെമ്പർമാരിൽ മിക്കവരെയും പാർട്ടിയിൽ നിന്ന് സസ്പെന്റ് ചെയ്തു. അവരുടെ പേരിലുള്ള കേസുകൾ അന്വേഷണത്തിനായി ഒരു കമ്മീഷന് കൈമാറി. ഇതുകൊണ്ടും സംഗതികൾ അവസാനിച്ചില്ല. മേയിൽ അധികാരത്തിൽവന്ന നേതൃത്വത്തെ അക്കൊല്ലം ഡിസംബറിൽ തന്നെ മാറ്റി. എന്നാൽ മേയ്മുതൽ ഡിസംബർവരെ പാർട്ടിയുടെ നയസമീപനം നടപ്പാക്കിയതിന് ഉത്തരവാദികളായവർക്കെതിരെ നടപടിയൊന്നുമുണ്ടായില്ല. ഡിസംബറിൽ തിരഞ്ഞെടുക്കപ്പെട്ട നേതൃത്വം താരതമ്യേന സംയുക്തസ്വഭാവത്തിലുള്ളതായിരുന്നു. അവരാകട്ടെ പാർട്ടിയിൽ ഐക്യം പുന:സ്ഥാപിക്കുന്നതിൽ തൽപ്പരരായിരുന്നുതാനും. അതിനാൽ സി പി എസ് യു നേതാക്കളുമായി ചർച്ച നടത്താൻ മോസ്കോവിലേക്ക് ഒരു പ്രതിനിധിസംഘത്തെ അയക്കാൻ അവർ തീരുമാനിച്ചു.

സംഘടനാപരമായി ഒന്നാമതായി ചർച്ചക്കെടുത്ത പ്രശ്നം ഒരേകോപിതനേതൃത്വം രൂപപ്പെടുത്തുന്നത് സംബന്ധിച്ചായിരുന്നുവെന്നതിൽ അത്ഭുതത്തിന് അവകാശമില്ല. പാർട്ടിയുടെ മൂന്ന് നയസമീപനങ്ങൾ (1948 ഫെബ്രുവരിക്ക് മുമ്പത്തേത്, 1948 ഫെബ്രുവരി മുതൽ 1950 മേയ്വരെയുള്ളത്, 1950 മേയ്മുതൽ ഡിസംബർ വരെയുള്ളത്) നടപ്പാക്കിയതിന് ഉത്തരവാദികളായവരെ ആരെയും അതിൽ ഒഴിവാക്കരുത്. നേരത്തെ കൈക്കൊണ്ട അച്ചടക്ക നടപടികളെല്ലാം പിൻവലിക്കണം. കഴിവുറ്റവരും പാർട്ടിയോട് കൂറുള്ളവരുമായ ഒരു സഖാവിനെയും (നയപരമായ പ്രശ്നങ്ങളിൽ അഭിപ്രായ ഭിന്നതയുള്ളവരാണെങ്കിൽതന്നെയും) ഒഴിവാക്കരുതെന്നാണ് സി പി ഐ നേതാക്കളെ സി പി എസ് യു ഉപദേശിച്ചത്. അത് അംഗീകരിക്കുകയും ചെയ്തു.

ഈ രീതിയിലുള്ള പാർട്ടി നേതൃത്വത്തിന്റെ പുനരേകീകരണം മോസ്കോവിൽവെച്ച് ആവിഷ്കരിച്ച തന്ത്രവും അടവുകളും നടപ്പാക്കാൻ കെൽപ്പുള്ള ഒരു ശരിയായ പാർട്ടിസംഘടന രൂപപ്പെടുത്തുന്നതിന്റെ തുടക്കമായിരുന്നു. നാലംഗ ഇന്ത്യൻ പ്രതിനിധിസംഘത്തിൽതന്നെ നയപരമായ പ്രശ്നങ്ങളിൽ ഭിന്നത നിലനിന്നിരുന്നുവെന്ന വസ്തുത കണക്കിലെടുത്ത് സി പി എസ് യു നേതൃത്വം അവരെ ഉപദേശിച്ചു. "നിങ്ങൾ നിങ്ങളുടെ രാജ്യത്തേക്ക് തിരിച്ചുപോയി, ഒറ്റക്കെട്ടായി നിൽക്കുക. എന്നിട്ട് കേന്ദ്രക്കമ്മിറ്റിയെ ഏകോപിപ്പിക്കുക. കേന്ദ്രക്കമ്മിറ്റിവഴി പാർട്ടിയെ ആകെ ഏകോപിപ്പിക്കുക." പാർട്ടിയുടെ ഐക്യം, വിശേഷിച്ചും പാർട്ടി നേതൃത്വത്തിന്റെ ഐക്യം-അതായിരുന്നു ഇന്ത്യൻ പാർട്ടിക്ക് അവർ നൽകിയ മുഖ്യ സന്ദേശം. പാർട്ടി സംഘടനയെയും പ്രവർത്തനത്തെയും സംബന്ധിച്ച ഒട്ടേറെ പ്രത്യയശാസ്ത്രപ്രശ്നങ്ങൾ സമഗ്രമായി ചർച്ചചെയ്യപ്പെട്ടു. ഈ ചർച്ചയുടെ അവസാനത്തിൽ താഴെപ്പറയുന്ന നിഗമനങ്ങൾ ഉരുത്തിരിഞ്ഞുവന്നു:

ജനകീയ ജനാധിപത്യ വിപ്ലവത്തിൽ തൊഴിലാളിവർഗം

നേതൃത്വം വഹിക്കുക എന്നുപറഞ്ഞാൽ അതിനർഥം ജനാധിപത്യത്തിനും സ്വാതന്ത്ര്യം അരക്കിട്ടുറപ്പിക്കുന്നതിനും അധ്വാനിക്കുന്ന ജനങ്ങളുടെ അടിയന്തരവും അന്തിമവുമായ ആവശ്യങ്ങൾ നേടിയെടുക്കുന്നതിനുമുള്ള പോരാട്ടത്തിൽ സ്വന്തം സമരസംഘടനകളിലൂടെ തൊഴിലാളിവർഗം സജീവപങ്ക് വഹിക്കുകയെന്നാണ്. തൊഴിലാളിവർഗ നേതൃത്വം എന്നുപറഞ്ഞാൽ ജനാധിപത്യത്തിനുവേണ്ടിയുള്ള പോരാട്ടത്തിൽ തൊഴിലാളിവർഗം മുന്നണിപോരാളികളെന്നനിലക്ക് ശാരീരികമായി പങ്കെടുക്കുക എന്ന് അർഥം കൽപ്പിക്കേണ്ടതായിട്ടില്ലെന്ന് ചില സഖാക്കൾ തെറ്റായി വാദിക്കുകയുണ്ടായി. മറ്റ് വിധത്തിൽ പറഞ്ഞാൽ തൊഴിലാളിവർഗനേതൃത്വം സ്ഥാപിക്കുന്നതിന് കമ്യൂണിസ്റ്റ് പാർട്ടി (അത് മൊത്തത്തിൽ തൊഴിലാളിവർഗത്തിന്റെ പാർട്ടിയാണെന്നത് ശരിതന്നെ) ജനാധിപത്യപ്രസ്ഥാനത്തിന്റെ തലപ്പത്ത് നിലകൊള്ളുന്നതുകൊണ്ട് മാത്രമായില്ല.

പാർട്ടി നേതൃത്വത്തിലും അണികളിലും ഐക്യം സ്ഥാപിച്ചുകഴിഞ്ഞാൽ ഒന്നാമതായി വേണ്ടത് ട്രേഡ് യൂണിയൻ പ്രസ്ഥാനം വിപുലപ്പെടുത്താനും അനൈക്യത്തെ (ഇന്ത്യൻ രാഷ്ട്രീയസ്ഥിതിയിലെ ദൗർഭാഗ്യകരമായ ഒരു സ്ഥിതിവിശേഷമാണത്) കീഴ്പെടുത്താനും മുഖ്യശ്രമം നടത്തുകയാണ്. പുതുതായി സ്വാതന്ത്ര്യം നേടിയ മറ്റുപല രാജ്യങ്ങളിൽ നിന്നും വ്യത്യസ്തമായി ഇന്ത്യയിൽ വിപുലമായ ഒരു തൊഴിലാളിവർഗമുണ്ട്. അതാവട്ടെ ഉശിരൻ വർഗസമരങ്ങൾ സംഘടിപ്പിക്കുന്നതിൽ അളവറ്റ അനുഭവസമ്പത്തുള്ള ഒന്നാണുതാനും. ഈ വർഗത്തെ അവരുടെ സ്വന്തം വർഗസംഘടനകളിൽ യോജിപ്പിച്ച് അണിനിരത്തുകയും പൊതുജനാധിപത്യ പ്രസ്ഥാനത്തിൽ സജീവപങ്കാളികളാക്കുകയും ചെയ്യാതെ ജനകീയ ജനാധിപത്യസമരം വിജയിക്കുകയില്ല.

ഇവിടെ ഒരു പ്രശ്നം ഉയർന്നുവരുന്നു. ഒരുവശത്ത് സംഘടിത തൊഴിലാളിവർഗവും കൃഷിക്കാർക്കിടയിലെ വിവിധ (ധനിക, ഇടത്തരം, ദരിദ്ര) വിഭാഗങ്ങൾ ഉൾപ്പെടെയുള്ള മുഴുവൻ കൃഷിക്കാരും മറുവശത്ത് കർഷകതൊഴിലാളികളും തമ്മിലുള്ള ബന്ധത്തിന്റെ പ്രശ്നമാണത്. തൊഴിലാളി-കർഷകസഖ്യം ജനകീയ ജനാധിപത്യമുന്നണിയുടെ അച്ചുതണ്ടാണ്. സംഘടിതതൊഴിലാളി വർഗവും ധനികകൃഷിക്കാരും കർഷകതൊഴിലാളികളും ഉൾപ്പെടെ എല്ലാവിഭാഗം കൃഷിക്കാരും തമ്മിലുള്ള സജീവ സഹകരണമെന്നാണതിനർഥം.

ഒരു കാഴ്ചപ്പാടനുസരിച്ച് ധനിക കൃഷിക്കാർ, ഭൂപ്രഭുക്കളെന്നപോലെ നാട്ടിൻപുറങ്ങളിലെ എല്ലാ ദരിദ്രവിഭാഗങ്ങൾക്കും എതിരായ ഒരു പ്രതികൂല വർഗമാണ്. അതിനാൽ വിപ്ലവ ജനാധിപത്യപ്രസ്ഥാനം വ്യവസായ തൊഴിലാളികളെ കർഷകതൊഴിലാളികളും ഇടത്തരം -ദരിദ്രകർഷകരുമായി കൂട്ടിയോജിപ്പിക്കണം. ഈ കാഴ്ചപ്പാട് തള്ളപ്പെടുകയും മുഴുവൻ കർഷകവിഭാഗങ്ങളുമായുള്ള ഐക്യം എന്ന സമീപനം അംഗീകരിക്കപ്പെടുകയും ചെയ്തു.

കർഷകരുമായി മൊത്തത്തിലുള്ള ഐക്യം എന്ന സമീപനത്തിനർഥം നാട്ടിൻപുറങ്ങളിലെ വിവിധ വിഭാഗങ്ങൾ-അതായത് കർഷകതൊഴിലാളികൾ ദരിദ്ര-ഇടത്തരം-ധനിക കൃഷിക്കാർ എന്നീ വിഭാഗങ്ങൾ തമ്മിൽ യാതൊരു വ്യത്യാസവുമുണ്ടായിരുന്നില്ല. (അഥവാ ഇപ്പോഴും ഇല്ല) എന്നല്ല. നാട്ടിൻപുറങ്ങളിലെ അങ്ങേയറ്റം തച്ചമർത്തപ്പെട്ട വിഭാഗമായ കർഷകതൊഴിലാളികളാണ് വ്യവസായതൊഴിലാളികൾക്ക് ഏറെ ആശ്രയിക്കാവുന്ന കൂറുറ്റ സഖ്യശക്തി. ദരിദ്രകൃഷിക്കാരും ഇടത്തരം കൃഷിക്കാരും കർഷകതൊഴിലാളികളേക്കാൾ അൽപ്പം മെച്ചപ്പെട്ടവർ മാത്രമാണ്. കർഷകതൊഴിലാളികളുടെയും വ്യവസായ തൊഴിലാളികളുടെയും പൂർണ പിന്തുണ അർഹിക്കുന്നവരാണവർ. ഇടത്തരം കൃഷിക്കാരിലും മേലെയാണ് ധനിക കൃഷിക്കാരുടെ നില. അതിനാൽ മറ്റ് വിഭാഗങ്ങളേക്കാൾ അവർക്കടുപ്പം ഭൂപ്രഭുക്കളോടുണ്ട്. ബൂർഷ്വാ-ഭൂപ്രഭു വർഗവാഴ്ചക്കെതിരായ വിപ്ലവ സമരത്തിന്റെ പ്രശ്നം വരുമ്പോൾ അവരുടെ ഭാഗത്ത് ചാഞ്ചാട്ടമുണ്ടാകാനിടയുണ്ട്.

എന്നിരിക്കിലും, ധനികകൃഷിക്കാർ ഭൂപ്രഭു വർഗത്തിന്റെ ഭാഗമല്ല. നേരേമറിച്ച് അവർ കർഷക ജനസാമാന്യത്തിന്റെ ഭാഗമാണ്. അവർക്ക് അവരുടേതായ പ്രത്യേക താൽപര്യങ്ങളുണ്ട്. അതാവട്ടെ നാട്ടിൻപുറങ്ങളിൽ ഭൂപ്രഭുക്കൾക്കും പൊതുവെ രാജ്യത്താകെ ബൂർഷ്വാസിക്കും എതിരായിട്ടുള്ളതാണുതാനും. ധനിക കൃഷിക്കാരുടെ ചാഞ്ചാട്ടങ്ങൾക്കും വിട്ടുവീഴ്ച പ്രവണതകൾക്കുമെതിരായി പോരാടുമ്പോൾതന്നെ ധനികകൃഷിക്കാരടക്കം കർഷകജനസാമാന്യത്തെയാകെ യോജിപ്പിച്ചണിനിരത്താൻ പാർട്ടി യത്നിക്കണം. ബൂർഷ്വാസിയുടെയും ആ വർഗത്തിലെ വിവിധവിഭാഗങ്ങളുടെയും സ്വഭാവം സംബന്ധിച്ച പ്രശ്നവും ഇതുപോലെ സങ്കീർണമാണ്. ഭൂപ്രഭുക്കളെയും വിദേശ കുത്തകകളെയും പോലെ വൻകിട കുത്തക ബൂർഷ്വാസിയെയും അതേരീതിയിൽ ശത്രുക്കളായി നോക്കിക്കാണാനുള്ള ഒരു പ്രവണതയുണ്ട്. ഇത് തെറ്റാണെന്ന് ചൂണ്ടിക്കാണിക്കപ്പെട്ടിട്ടുണ്ട്. വിദേശ കുത്തകകളുമായി ബന്ധം സ്ഥാപിക്കാൻ നിരന്തരം ശ്രമം നടത്തുന്ന ഒരു വിഭാഗമെന്ന നിലക്ക് വിദേശ മൂലധനവുമായി സന്ധിചെയ്യാനുള്ള പ്രവണത ഇന്ത്യയിലെ വൻകിട ബൂർഷ്വാസിക്കുണ്ടാകുമെന്നത് ശരിയാണ്. എന്നിരിക്കിലും ഇന്ത്യൻ മുതലാളിവർഗത്തിനാകെ, വൻകിട അഥവാ കുത്തക വിഭാഗം ഉൾപ്പെടെ, വിദേശ കുത്തക മൂലധനവുമായി വൈരുധ്യങ്ങളുണ്ട്. വിദേശ കുത്തകകൾക്കെതിരായ പോരാട്ടത്തിന്റെ പതാകാവാഹകരും ഇന്ത്യൻ ബൂർഷ്വാസിക്കിടയിലെ വൻകിടക്കാർ-വിദേശകുത്തകകളുമായി അവർ പലപ്പോഴും സന്ധിചെയ്തേക്കുമെങ്കിൽകൂടി-ഉൾപ്പെടെ ഇന്ത്യൻ ദേശീയ താൽപര്യസംരക്ഷകരുമെന്ന നിലക്ക് പാർട്ടി മുമ്പോട്ടുവരണം.

ചർച്ചയിലൂടെ ഉരുത്തിരിഞ്ഞുവന്ന ധാരണകൾ ഇതാണ് : തൊഴി

ലാളിവർഗത്തിന്റെ നേതൃത്വം വഹിക്കുന്ന കമ്യൂണിസ്റ്റ് പാർട്ടി രാഷ്ട്രത്തിന്റെയാകെ-വ്യവസായതൊഴിലാളികൾ, കർഷകജനസാമാന്യം, അധ്വാനിക്കുന്ന ഇടത്തരക്കാർ, ബൂർഷ്വാസിയിൽ തന്നെ വിദേശമൂലധനവുമായി ഏറ്റുമുട്ടുന്ന വൻകിട അഥവാ കുത്തക ബൂർഷ്വാവിഭാഗങ്ങളുടെപോലും-താൽപര്യങ്ങളുടെ സന്ദേശവാഹകരാവണം. സ്വാതന്ത്ര്യത്തിനും ജനാധിപത്യത്തിനും സാമൂഹ്യ-സാംസ്കാരിക പുരോഗതിക്കും വേണ്ടി രാഷ്ട്രത്തെ യോജിപ്പിച്ചണിനിരത്തിയ പ്രസ്ഥാനത്തിന്റെ പതാകവാഹകർ നേരത്തെ ബൂർഷ്വാസിയായിരുന്നു. ഇന്നിപ്പോൾ എല്ലാ സാമ്രാജ്യവിരുദ്ധ ഫ്യൂഡൽവിരുദ്ധ ജനാധിപത്യ ജനവിഭാഗങ്ങളെയും യോജിപ്പിച്ചണിനിരത്തേണ്ടത് കമ്യൂണിസ്റ്റുപാർട്ടിയുടെ നേതൃത്വത്തിലുള്ള തൊഴിലാളിവർഗത്തിന്റെയും സഖ്യശക്തികളുടെയും കടമയാണ്.

സംഘടന ഏതാനും ആയിരങ്ങളിൽ മാത്രം ഒതുങ്ങിനിന്നാൽ ഈ കടമ നിറവേറ്റാൻ പാർട്ടിക്ക് കഴിയില്ല. ലക്ഷക്കണക്കിന് അംഗങ്ങളുള്ള ഒരു ബഹുജനപ്പാർട്ടിയായി അതിനെ മാറ്റിത്തീർക്കണം.ഇരുപതുകളുടെ ആദ്യത്തിൽ ബോംബെ, കൽക്കത്ത, പഞ്ചാബ്, മദ്രാസ് എന്നിങ്ങനെ ചുരുക്കം ചില സ്ഥലങ്ങളിൽ കമ്യൂണിസ്റ്റുകാർ ഒറ്റപ്പെട്ട ഗ്രൂപ്പുകൾ സ്ഥാപിച്ച ഘട്ടത്തിൽ ഇന്ത്യൻ കമ്യൂണിസ്റ്റുപാർട്ടി ഇന്ത്യൻ രാഷ്ട്രീയ പാരാവാരത്തിലെ ഒരു ജലകണം മാത്രമായി അവശേഷിച്ചു. മുപ്പതുകളുടെ മധ്യത്തിൽ പാർട്ടിയെ ഏകോപിപ്പിച്ച് ശക്തിപ്പെടുത്തുക എന്ന പ്രക്രിയ ആരംഭിച്ചപ്പോഴും സ്ഥിതിഗതിയിൽ മൗലികമായ മാറ്റം വന്നില്ല. യുദ്ധകാലത്തും യുദ്ധാനന്തര വിപ്ലവമുന്നേറ്റ ഘട്ടത്തിലും പാർട്ടി സംഘടന വിപുലീകരിക്കപ്പെട്ടപ്പോഴും ഒരു യഥാർഥ ബഹുജന പാർട്ടിയുടെ പദവിയിലേക്ക് പാർട്ടി ഉയർത്തപ്പെട്ടില്ല. ഉൾപ്പാർട്ടി സമരത്തിന്റേതായ 1948-51 കാലത്ത് അർപ്പണബോധത്തോടുകൂടിയ കേഡർമാരെ സംഘടിപ്പിക്കുന്നത് ദുഷ്കരമായിത്തീരുകയും ചെയ്തു. ബഹുജനപ്രസ്ഥാനത്തിൽനിന്ന് താരതമ്യേന ഒറ്റപ്പെട്ടുകൊണ്ടുള്ള പാർട്ടിയുടെ നില അവസാനിപ്പിക്കുകയെന്നതാണ് ഇന്നിപ്പോൾ മുഖ്യമായ കാര്യം.

പാർട്ടി വിപുലപ്പെടുത്തുകയെന്നതിനർഥം പാർട്ടിയുടെ വിപ്ലവപരമായ വർഗസ്വഭാവത്തിൽ വെള്ളം ചേർക്കുകയെന്നതായിക്കൂടാ. രാജ്യത്തെ രാഷ്ട്രീയത്തിൽ നേരിട്ടിടപെടുകവഴി തൊഴിലാളിവർഗം രാജ്യത്ത് ജനകീയ ജനാധിപത്യ വിപ്ലവത്തിന് നേതൃത്വം നൽകണം. തൊഴിലാളിവർഗത്തിന്റെ പാർട്ടിയാകട്ടെ തൊഴിലാളിവർഗത്തിൽ നിന്ന് വരുന്ന അങ്ങേയറ്റത്തെ വർഗബോധമുള്ളവരും അനുഭവസമ്പന്നരുമായ ഏറ്റവും നല്ല വ്യക്തികൾ ഉൾപ്പെട്ടതായിരിക്കുകയും വേണം. പാർട്ടിയെ ഒരു ബഹുജനപ്പാർട്ടിയായി മാറ്റിത്തീർക്കണം-ഏതെങ്കിലും തരത്തിലുള്ള ഒരു ബഹുജനപ്പാർട്ടിയായാൽ പോരാ, മറിച്ച് തൊഴിലാളിവർഗത്തിൽ നിന്ന് അങ്ങേയറ്റത്തെ വർഗബോധമുള്ളവരും അനുഭവ

സമ്പന്നരുമായ അംഗങ്ങളെ സുധീരം പാർട്ടിയിലേക്കെടുത്ത് അവരെ അതിവേഗം നേതൃത്വപദവിയിലേക്ക് ഉയർത്തിക്കൊണ്ടുവരണം.

സമൂഹത്തിലെ അടിച്ചമർത്തപ്പെട്ട മറ്റെല്ലാവിഭാഗത്തിൽ നിന്നും ഏറ്റവും നല്ല വ്യക്തികളെ റിക്രൂട്ട് ചെയ്ത് വളർത്തിയെടുക്കേണ്ടതും പ്രധാനപ്പെട്ട കാര്യമാണ്. അതുപോലെതന്നെ മറ്റ് വർഗങ്ങളിൽ നിന്നും സ്വന്തം വർഗനിലപാട് കൈവെടിഞ്ഞ് പുറത്തുവരുന്ന വ്യക്തികളെ ജനിച്ചുവളർന്നത് തൊഴിലാളിവർഗത്തിന്റേതിൽനിന്ന് വ്യത്യസ്തമായ വർഗങ്ങളിലാണെങ്കിലും തൊഴിലാളിവർഗനിലപാട് മുറുകെപിടിക്കുന്നവരെ പാർട്ടിയിലേക്കെടുത്ത് വളർത്തിക്കൊണ്ട് വരേണ്ടതും പ്രധാനപ്പെട്ട കാര്യമാണ്. പാർട്ടിയുടെ വർഗസംഘടന തൊഴിലാളിവർഗത്തിന് അനുകൂലമായി മാറ്റിത്തീർക്കാൻ അങ്ങേയറ്റം ശ്രദ്ധചെലുത്തുമ്പോൾ തന്നെ, തൊഴിലാളിവർഗ വിപ്ലവത്തിനുവേണ്ടി സ്വയം ഉഴിഞ്ഞുവച്ചവനോ, ഉഴിഞ്ഞുവച്ചവളോ ആയ സത്യസന്ധതയോടുകൂടിയ ഒരൊറ്റ വിപ്ലവകാരിയെയും ഒഴിവാക്കരുത്. തൊഴിലാളിവർഗത്തിന്റെ ബഹുജനവിപ്ലവപ്പാർട്ടി കെട്ടിപ്പടുക്കുകയെന്നാൽ അതിനർഥം ഇപ്പറഞ്ഞതൊക്കെയാണ്.

അങ്ങനെ മോസ്കോ ചർച്ച അടവും തന്ത്രവും സംബന്ധിച്ച പ്രശ്നങ്ങളിലെ ദൗർബല്യങ്ങളെയും പാളിച്ചകളെയും കീഴ്പെടുത്താനും വിപ്ലവതന്ത്രവും അടവുകളും നടപ്പാക്കാനുതകുന്ന ഒരു സംവിധാനം ഏർപ്പെടുത്താനും പാർട്ടിക്ക് സഹായകമായി.

26

തിരഞ്ഞെടുപ്പിന് മുമ്പത്തെ സ്ഥിതി

ആയിരത്തിത്തൊള്ളായിരത്തി അമ്പത്തിഒന്ന് ഒക്ടോബറിൽ പാർട്ടിയുടെ വിശേഷാൽ സമ്മേളനം ചേർന്ന് പാർട്ടി പരിപാടിയും നയ പ്രഖ്യാപനവും അംഗീകരിച്ചു. അതുകഴിഞ്ഞ് മൂന്നുമാസത്തിനകം പുതിയ ഭരണഘടനയനുസരിച്ച് ലോകസഭയിലേക്കും സംസ്ഥാന നിയമസഭകളിലേക്കുമുള്ള ഒന്നാമത്തെ പൊതുതിരഞ്ഞെടുപ്പ് നടന്നു.

നാല് കൊല്ലത്തിലേറെക്കാലം അധികാരത്തിലിരുന്ന ഭരണകക്ഷിയെ സംബന്ധിച്ചിടത്തോളം ഇത് രാഷ്ട്രീയമായി മാറ്റുരച്ച് നോക്കാൻ അതിന് ലഭിച്ച ഒന്നാമത്തെ വൻ പരീക്ഷണഘട്ടമായിരുന്നു. കമ്യൂണിസ്റ്റ് പാർട്ടിയെ സംബന്ധിച്ചിടത്തോളവും ഇതൊരു പരീക്ഷണഘട്ടമായിരുന്നു. പാർട്ടി അതിന്റെ ആഭ്യന്തരപ്രതിസന്ധി പരിഹരിച്ചിട്ട് ഏറെനാളായിരുന്നില്ലതാനും. ജനകീയ ജനാധിപത്യമെന്ന കേന്ദ്രമുദ്രാവാക്യം വിശദീകരിച്ചുകൊണ്ടുള്ള ഒരു മാനിഫെസ്റ്റോവിനെ ആസ്പദമാക്കിയുള്ളതായിരുന്നു പാർട്ടിയുടെ തിരഞ്ഞെടുപ്പ് പ്രചാരവേല. ഈ മുദ്രാവാക്യത്തിന്റെ സാധുത പരീക്ഷിച്ചറിയുന്നതിനുവേണ്ടി അത് പൊതുജനാഭിപ്രായത്തിന് സമർപ്പിക്കപ്പെട്ടു.

കോൺഗ്രസ് പാർട്ടി വഹിച്ചുപോന്ന സ്ഥാനത്തെക്കുറിച്ച് ജനങ്ങൾക്കുള്ള ആദരവിൽ വലിയ മാറ്റംവന്നു. ഒരു കാലത്ത് നിസ്വാർഥ ജനസേവകരെന്ന് വിശേഷിപ്പിക്കപ്പെട്ട നേതാക്കൾ ഇന്നിപ്പോൾ ജനങ്ങളുടെ ദൃഷ്ടിയിൽ തത്വദീക്ഷയുടെ കണികപോലുമില്ലാതെ സ്വത്ത് സമ്പാദിക്കുന്നതിന് ഏത് മാർഗവും അവലംബിക്കാൻ മടിക്കാത്ത ഒരു കൂട്ടം സ്വാർഥമോഹികളായി മാറിയിരിക്കുന്നു. രാജ്യത്തിന്റെ സ്വാതന്ത്ര്യത്തെ ഭരണത്തിലിരിക്കുന്ന ഒരുകൂട്ടം ആളുകളുടെ സ്വാതന്ത്ര്യമാക്കി മാറ്റിയ ഈ കൗശലം, അധികാരത്തിന്റെ അപ്പക്കഷണം പങ്കുവെക്കുന്നതിനെ ചൊല്ലി കോൺഗ്രസ് നേതാക്കൾ തമ്മിൽ രൂക്ഷ

മായ കടിപിടിയിലേക്ക് കൊണ്ടെത്തിച്ചു. സ്വാതന്ത്ര്യം ലഭിച്ചിട്ട് അഞ്ചുമാസക്കാലം മാത്രം ജീവിച്ചിരുന്ന മഹാത്മാഗാന്ധി അധികാരലബ്ധിക്ക് ശേഷം തന്റെ മുൻ സഹപ്രവർത്തകരുടെയും ശിഷ്യൻമാരുടെയും പെരുമാറ്റത്തിൽ തനിക്കുള്ള ദു:ഖവും ഉൽക്കണ്ഠയും ഈ കാലയളവിനുള്ളിൽ ആവർത്തിച്ച് പ്രകടിപ്പിക്കുകയുണ്ടായി. തന്റെ മുഖ്യ വലംകയ്യായിരുന്ന പ്രധാനമന്ത്രി ജവാഹർലാൽ നെഹ്റുവും ഉപപ്രധാനമന്ത്രി സർദാർ പട്ടേലും തമ്മിലുള്ള ബന്ധം വഷളായിത്തീർന്നതിൽ വിശേഷിച്ചും അദ്ദേഹം ഉൽക്കണ്ഠാകുലനായിരുന്നു. സർദാർ പട്ടേലിന്റെ പാകിസ്താൻ വിരുദ്ധ-മുസ്ലീം വിരുദ്ധ നിലപാടും അദ്ദേഹത്തെ വേദനിപ്പിച്ചു. അതിൽ പ്രതിഷേധിച്ച് അദ്ദേഹം നിരാഹാരസത്യഗ്രഹം നടത്തി.

മഹാത്മാവ് വധിക്കപ്പെട്ട് ഏതാനും ആഴ്ചകൾക്കകം അദ്ദേഹത്തിന്റെ ശിഷ്യഗണങ്ങളിൽ ഒരു സംഘം തങ്ങളുടെ മുൻ സഹപ്രവർത്തകരിൽ നിന്ന് അകന്നുപോയതിൽ അത്ഭുതമില്ല. ഗാന്ധിയൻ വിശ്വാസപ്രമാണമനുസരിച്ചുള്ള 'നിർമാണ പ്രവർത്തകർ' വിനോബഭാവെയുടെ നേതൃത്വത്തിൽ അധികാരസ്ഥാനങ്ങളിൽ നിന്നകന്ന് നില്ക്കാനും ഗാന്ധിയൻ നിർമാണ പരിപാടി നടപ്പാക്കുന്നതിലേർപ്പെടാനും നിശ്ചയിച്ചു.

സ്വാതന്ത്ര്യാനന്തര ഇന്ത്യയിൽ കോൺഗ്രസ്കക്ഷി വഴക്ക് കൊണ്ടുമാത്രമല്ല നയപരമായിത്തന്നെയും ഭിന്നിച്ചിരിക്കുന്നുവെന്നതിന്റെ ഒന്നാമത്തെ സൂചനയായിരുന്നു ഇത്. ഗാന്ധിയൻ പ്രവർത്തകരുടെ ഈ പുതിയ സംഘം ദേശീയ നേതൃത്വത്തിന്റെ ഒരു ബദൽ കേന്ദ്രമായിത്തീർന്നു. അധികാര രാഷ്ട്രീയത്തിൽനിന്ന് വിട്ടുനിന്നത് കാരണം ഫലപ്രദമായ ഒരു രാഷ്ട്രീയ സംഘടനയായിത്തീരാൻ അവർക്ക് കഴിഞ്ഞില്ലെന്നത് ശരിതന്നെ. എന്നാൽ വ്യാമോഹം നഷ്ടപ്പെട്ട കോൺഗ്രസുകാരെ ആകർഷിക്കുന്നതും നയപ്രശ്നങ്ങളിൽ കോൺഗ്രസിൽ ആധിപത്യം വഹിക്കുന്ന ഭരണവിഭാഗത്തെ എതിർക്കുന്നതുമായ ഒരു കേന്ദ്രമാവാൻ അവർക്ക് കഴിഞ്ഞു. അങ്ങനെ ഒരു സംഘം ഗാന്ധിയൻ നിർമാണ പ്രവർത്തകർ കോൺഗ്രസ് നേതൃത്വത്തിനും ഗവൺമെന്റിനുമെതിരായ കോൺഗ്രസുകാരുടേതായ രാഷ്ട്രീയ പ്രതിപക്ഷത്തിന്റെ പ്രാരംഭരൂപമായിത്തീർന്നു.

പ്രമുഖഗാന്ധിയൻ നിർമാണ പ്രവർത്തകനും ദേശീയ നേതാവുമായിരുന്ന ആചാര്യ കൃപലാനിയുടെ നേതൃത്വത്തിലും ഒരു കലാപം നടക്കുകയുണ്ടായി. ഇന്ത്യയിലാകമാനമുള്ള ഒട്ടേറെ സഹപ്രവർത്തകരോടൊപ്പം ആചാര്യ കൃപലാനി ഒരു പുതിയ പ്രതിപക്ഷ പാർട്ടി രൂപീകരിക്കുകയും പൊതുതിരഞ്ഞെടുപ്പിൽ കോൺഗ്രസിനെതിരെ പോരാടുന്നതിന് മറ്റുപ്രതിപക്ഷ ശക്തികളുമായി യോജിക്കുകയും ചെയ്തു. കിസാൻ മസ്ദൂർ പ്രജാപാർട്ടി എന്നായിരുന്നു അവരുടെ പാർട്ടിയുടെ പേർ. അവർ പൊതുവെ പുരോഗമനപരമായ ഒരു വേദി ഉയർത്തുകയും

മറ്റ് പ്രതിപക്ഷ പാർട്ടികളുമായി വിശേഷിച്ചും ഇടതുപക്ഷവുമായി സഖ്യം കെട്ടിപ്പടുക്കുന്നതിന് അത് ഉപയോഗപ്പെടുത്തുകയും ചെയ്തു.

മലബാറിൽ 'കേരള ഗാന്ധി' എന്ന് വിളിക്കപ്പെടുന്ന കേളപ്പനും അദ്ദേഹത്തിന്റെ ഒട്ടേറെ ഗാന്ധിയൻ സഹപ്രവർത്തകരും കോൺഗ്രസ് വിട്ട് കിസാൻ മസ്ദൂർ പ്രജാപാർട്ടിയുടെ കേരള ഘടകം സ്ഥാപിച്ചു. ഈ ഗ്രൂപ്പ് ഇന്ത്യൻ കമ്യൂണിസ്റ്റ് പാർട്ടിയുമായി പൊതുവെ ഒരു ധാരണയിലെത്തുകയും ഇരുപാർട്ടികളും യോജിച്ച് മലബാറിലെ സാധാരണക്കാരുടെ ജീവിതനില മെച്ചപ്പെടുത്തുന്നതിന് ഏതാനും ആവശ്യങ്ങൾ മുമ്പോട്ടുവെക്കുകയും ചെയ്തു. ഈ സഖ്യം, ജില്ലയിലെ അങ്ങേയറ്റത്തെ അർപ്പണബോധത്തോടുകൂടിയ ജനസേവകരെ കൂട്ടിയിണക്കിയതിനാൽ മലബാറിലെ രാഷ്ട്രീയാന്തരീക്ഷമാകെ മാറ്റിമറിച്ചു. അങ്ങനെ മുൻകോൺഗ്രസുകാരിൽ ഗണ്യമായ ഒരുവിഭാഗം കമ്യൂണിസ്റ്റുകാരുമായി ചേർന്ന് പുരോഗമനപരമായ ഒരു ബദൽ ജനങ്ങളുടെ മുമ്പാകെ അവതരിപ്പിച്ചപ്പോൾ ആർ എസ് പിയെയും ഫോർവേഡ് ബ്ലോക്കിനെയും പോലുള്ള മറ്റ് ചില ഇടതുപക്ഷ പാർട്ടികളും മഹാരാഷ്ട്രയിലെ പെസന്റ്സ് ആന്റ് വർക്കേഴ്സ് പാർട്ടിയും കോൺഗ്രസിനെതിരെ പുരോഗമന പ്രതിപക്ഷ ചേരിയിൽ ചേർന്നപ്പോൾ, ഒരു പ്രധാന കോൺഗ്രസിതര പ്രതിപക്ഷപാർട്ടിയായ ജയപ്രകാശ് നാരായണന്റെയും മറ്റും നേതൃത്വത്തിലുള്ള സോഷ്യലിസ്റ്റ്പാർട്ടി യോജിച്ച ഇടതുപക്ഷ ജനാധിപത്യ കൂട്ടുകെട്ടിൽ നിന്ന് വിട്ടുനിന്നു. ഒട്ടേറെ സംസ്ഥാനങ്ങളിലും കഴിയുമെങ്കിൽ കേന്ദ്രത്തിൽ തന്നെയും കോൺഗ്രസിനുപകരം സോഷ്യലിസ്റ്റുപാർട്ടിയുടെ ഏകകക്ഷി ഗവൺമെന്റുകളെ അവരോധിക്കുകയെന്ന അങ്ങേയറ്റം ആപൽക്കരമായ സാഹസത്തിന് മുതിരുകയാണ് സോഷ്യലിസ്റ്റുപാർട്ടി ചെയ്തത്.

മലബാറിൽ കെ എം പി പി-കമ്യൂണിസ്റ്റ് കൂട്ടുകെട്ട് ഒന്നിച്ചുനിന്ന് തിരഞ്ഞെടുപ്പിൽ മത്സരിച്ചു. സോഷ്യലിസ്റ്റ് പാർട്ടി ഒറ്റക്കും മത്സരിച്ചു. തിരു-കൊച്ചിയിൽ സോഷ്യലിസ്റ്റുപാർട്ടി മുൻകാല കൂട്ടാളികളിൽ നിന്നെല്ലാം വേറിട്ടുനിന്ന് ഒറ്റക്ക് മത്സരിച്ചപ്പോൾ കമ്യൂണിസ്റ്റ് പാർട്ടി, ആർ എസ് പി, കേരള സോഷ്യലിസ്റ്റ് പാർട്ടി എന്നിവ ചേർന്ന് ഇടതുപക്ഷ പാർട്ടികളുടെ ഒരു മുന്നണിക്ക്, തിരു-കൊച്ചിയിലെ യഥാർഥ ഇടതുപക്ഷ ബദലിന് രൂപംനൽകി.

മദിരാശിയിൽ ഐക്യജനാധിപത്യമുന്നണിയുടെ നേതൃസ്ഥാനം ടി പ്രകാശത്തിന്റെ നേതൃത്വത്തിലുള്ള കെ എം പി പിക്കായിരുന്നു കമ്യൂണിസ്റ്റ്പാർട്ടി, ഡി എം കെ എന്നിവയും മറ്റുപാർട്ടികളും ഉൾപ്പെട്ടതായിരുന്നു ഈ മുന്നണി. കമ്യൂണിസ്റ്റുപാർട്ടി മുഖ്യ രാഷ്ട്രീയശക്തിയായ ആന്ധ്രപ്രദേശിലെ ഒട്ടേറെ ജില്ലകളും മലബാറും കമ്യൂണിസ്റ്റുകാർ അത്രതന്നെ ശക്തരല്ലെങ്കിലും അവഗണിക്കാനാവാത്ത ശക്തിയായ തമിഴ്നാടും ഉൾപ്പെട്ടതായിരുന്നു മദിരാശി സംസ്ഥാനം. കമ്യൂണിസ്റ്റുപാർട്ടി കെ എം പി പി നേതാവായ ടി പ്രകാശത്തിന്റെ നേതൃത്വത്തി

ലുള്ള പ്രതിപക്ഷൈക്യത്തിലെ മുഖ്യ ഘടകകക്ഷിയായിരുന്നുതാനും.

തിരു-കൊച്ചിയിലെയും മദിരാശിയിലെയുംപോലെ അത്രതന്നെ ശക്തമല്ലെങ്കിലും കമ്യൂണിസ്റ്റ് പാർട്ടി മറ്റു മൂന്ന് സംസ്ഥാനങ്ങളിലും പ്രബലകക്ഷിയായിരുന്നു. ഹൈദരാബാദ് സ്റ്റേറ്റിൽ തെലങ്കാനാ ജില്ലകൾ കമ്യൂണിസ്റ്റുകാരുടെ നെടുംകോട്ടയോ അഥവാ മദിരാശിയിലെ തെലുങ്ക് സംസാരിക്കുന്ന ജില്ലകളിലേതിനേക്കാൾ സുശക്തമോ ആയിരുന്നു. പശ്ചിമബംഗാളും ത്രിപുരയും പോലെ കമ്യൂണിസ്റ്റുപാർട്ടി പ്രതിപക്ഷത്തെ ഏറ്റവും വലിയ ഒറ്റകക്ഷിയായിട്ടുള്ള സംസ്ഥാനങ്ങളുമുണ്ട്. പഞ്ചാബും മഹാരാഷ്ട്രയും പോലുള്ള മറ്റ് ചില സംസ്ഥാനങ്ങളിൽ കമ്യൂണിസ്റ്റുപാർട്ടി ഒറ്റക്കെടുത്താൽ ഞാനിവിടെ പേരെടുത്ത് പറഞ്ഞ സംസ്ഥാനങ്ങളിലേതിനേക്കാൾ ദുർബലമാണെങ്കിലും സുശക്തമായ ഇടതുപക്ഷ ജനാധിപത്യ ശക്തികളുടെ കൂട്ടുകെട്ടിലെ പങ്കാളിയാണ്. കമ്യൂണിസ്റ്റുപാർട്ടി കാര്യമായ ഒരു ശക്തിയില്ലാത്തതും രാജ്യത്തിന്റെ മറ്റുഭാഗങ്ങളിലെന്നപോലെ അതിന് സുശക്തമായ സഖ്യശക്തികൾ ഇല്ലാത്തതും ഹിന്ദി മേഖലയിൽ മാത്രമാണ്.

കമ്യൂണിസ്റ്റുപാർട്ടിയും ഇടതുപക്ഷ പ്രസ്ഥാനവും ദുർബലമായ പ്രദേശങ്ങളിലാണ് വലതുപക്ഷ വർഗീയ ശക്തികളോ അഥവാ വിഭാഗീയ പ്രാദേശിക ഗ്രൂപ്പുകളോ കോൺഗ്രസിനോടുള്ള എതിർപ്പിന്റെ സംഘാടകരെന്നനിലക്ക് ഉയർന്നുവന്നിട്ടുള്ളതെന്നത് ശ്രദ്ധാർഹമായ ഒരു സുപ്രധാന കാര്യമാണ്. ഹിന്ദി സംസാരിക്കുന്ന സംസ്ഥാനങ്ങളിൽ (ഹിന്ദുവർഗീയ ശക്തികൾ വളരെ പ്രബലമായിട്ടുള്ളത് അവിടങ്ങളിലാണ്) മാത്രമല്ല ഒറീസയിലും ഇതൊരു യാഥാർഥ്യമാണ്. അവിടെ മുൻനാട്ടുരാജാക്കൻമാർ, ഗണതന്ത്രപരിഷത്ത് എന്നപേരിൽ അവരുടേതായ രാഷ്ട്രീയപാർട്ടി സംഘടിപ്പിച്ചിരിക്കുന്നു. പഞ്ചാബിൽ പ്രതിപക്ഷ കക്ഷിയായ അകാലിദൾ, നയപരമായ ഒട്ടേറെ പ്രശ്നങ്ങളിൽ പുരോഗമനപരമായ നിലപാട് സ്വീകരിക്കുന്നുണ്ടെങ്കിലും അത് സിഖുകാരുടെ വർഗീയ പാർട്ടിയാണ്. കോൺഗ്രസിനോടുള്ള എതിർപ്പ് അങ്ങനെ ധ്രുവീകരിക്കപ്പെട്ടിരിക്കുന്നു. മതനിരപേക്ഷ പുരോഗമന ജനാധിപത്യശക്തികൾ ഇവിടെയുണ്ട്. വലതുപക്ഷ വർഗീയ പിന്തിരിപ്പൻ ശക്തികളുമുണ്ട്. പ്രതിപക്ഷം ദുർബലമാണെന്നിരിക്കിലും പൊതുവിൽ പുരോഗമന ജനാധിപത്യപ്രസ്ഥാനത്തിന് വളരാൻ അനുകൂലമായ സാഹചര്യം ഇവിടെയുണ്ട്. പ്രതിപക്ഷത്തെ ഈ രണ്ട് വിഭാഗങ്ങളുടെയും-ഇടതും വലതും, വർഗീയ ശിഥിലീകരണശക്തികളും മതനിരപേക്ഷ ശക്തികളും-വളർച്ചയ്ക്കാസ്പദമായിട്ടുള്ളത് ജനങ്ങളുടെ വർധിച്ചുവരുന്ന അസംതൃപ്തിയാണ്. ഈ അസംതൃപ്തി കോൺഗ്രസിനെ തന്നെയും ബാധിച്ചിട്ടുണ്ട്. ആചാര്യ കൃപലാനി, പ്രകാശം, കേളപ്പൻ എന്നിവർ ഉയർത്തിയ കലാപത്തിൽ നിന്ന് അത് കാണാവുന്നതാണ്.

കോൺഗ്രസിനെതിരെ ഇടതുപക്ഷം മുഖ്യപ്രതിപക്ഷമായിട്ടുള്ള

രണ്ട് സംസ്ഥാനങ്ങളാണ് തിരു-കൊച്ചിയും മദിരാശിയും. ഈ സംസ്ഥാനങ്ങളിൽപോലും വലതുപക്ഷ പിന്തിരിപ്പൻ-വർഗീയ ശക്തികൾ രാഷ്ട്രീയ ശക്തിയെന്ന നിലക്ക് ഉയർന്നുവരികയുണ്ടായെന്നത് പ്രത്യേകം ശ്രദ്ധിക്കേണ്ട സുപ്രധാന കാര്യമാണ്. കെ എം പി പി-കമ്യൂണിസ്റ്റ് കൂട്ടുകെട്ടിൽ ഉൾപ്പെടാത്ത മുസ്ലീംലീഗ് മദിരാശിയിൽ പ്രതിപക്ഷ കക്ഷിയായിരുന്നു. തിരു-കൊച്ചിയിലാവട്ടെ കോൺഗ്രസ്തന്നെയും ഹിന്ദു-ക്രിസ്ത്യൻ എന്ന നിലയിൽ ഒന്നിച്ചാണ് നിലനിന്നിരുന്നത്. നായർ, ഈഴവാദി മറ്റ് ജാതിഗ്രൂപ്പുകളും ഉണ്ടായിരുന്നു. തിരു-കൊച്ചിയുടെ മറ്റൊരു സുപ്രധാന സവിശേഷത, തമിഴ് ഭൂരിപക്ഷ പ്രദേശമായ അതിന്റെ തെക്കൻ ഭാഗത്ത് കോൺഗ്രസിലെ ഭിന്നിപ്പ് തമിഴരും മലയാളികളും എന്ന രീതിയിലായിരുന്നു. മദിരാശി സംസ്ഥാനത്തിലെ തമിഴ് ഭൂരിപക്ഷജില്ലകൾക്ക് അതുല്യമായ മറ്റൊരു പ്രത്യേകതകൂടിയുണ്ട്. ഒരു പ്രതിപക്ഷകക്ഷി രാഷ്ട്രീയ നേതൃത്വം വഹിച്ചിരുന്ന അവിടെ 'ഉത്തരേന്ത്യൻ ആധിപത്യത്തി'നും 'ബ്രാഹ്മണമേധാവിത്വ'ത്തിനും എതിരായ ഒരു പ്രത്യയശാസ്ത്ര നിലപാടാണ് നിലനിന്നിരുന്നത്. ദക്ഷിണേന്ത്യൻ സംസ്ഥാനങ്ങളിൽ രാജകുടുംബങ്ങളിലെ ഇളമുറക്കാർ പ്രതിപക്ഷ രാഷ്ട്രീയം വളർത്തിയെടുക്കുന്നതിൽ യാതൊരു പങ്കും വഹിച്ചിരുന്നില്ലെന്നതും ശ്രദ്ധേയമായ വസ്തുതയാണ്.

1952-ലെ പൊതുതിരഞ്ഞെടുപ്പിന് തൊട്ടുമുമ്പ് ഇന്ത്യയിലും കേരളത്തിലും രാഷ്ട്രീയസ്ഥിതി അങ്ങേയറ്റം സങ്കീർണമായിരുന്നു. കോൺഗ്രസിന് ജനപിന്തുണ അതിവേഗം നഷ്ടപ്പെട്ടുകൊണ്ടിരുന്നപ്പോൾ പ്രതിപക്ഷത്തിന്റെ വളർച്ച അസമമായ രീതിയിലായിരുന്നുതാനും. രാജ്യത്തിലെ ചില ഭാഗങ്ങളിൽ ഇടതുപക്ഷവും മറ്റ് ജനാധിപത്യ ശക്തികളും മുന്നേറിയപ്പോൾ മറ്റ് ഭാഗങ്ങളിൽ വലതുപക്ഷ പിന്തിരിപ്പൻ-ശിഥിലീകരണ ശക്തികൾ പ്രത്യക്ഷത്തിൽതന്നെ വളർന്നുവന്നു. ഈ രണ്ട് ശക്തികളിൽ ഏത് ജയിക്കും ഏത് തോൽക്കും, വർഗീയ ശിഥിലീകരണ ശക്തികൾക്കുപരി ഇടതുപക്ഷ-ജനാധിപത്യ ശക്തികളുടെ വിജയം ഉറപ്പുവരുത്താൻ സി പി ഐക്ക് എങ്ങനെ കഴിയും-നിർണായകമായ പ്രശ്നം ഇതായിരുന്നു.

27

തിരഞ്ഞെടുപ്പിനുശേഷമുള്ള കരുനീക്കങ്ങൾ

ആയിരത്തിത്തൊള്ളായിരത്തി അമ്പത്തിഒന്ന് ജനുവരിയിൽ നടന്ന പൊതുതിരഞ്ഞെടുപ്പിന്റെ ഫലം കോൺഗ്രസിനെ അമ്പരപ്പിച്ചു. ലോകസഭയിൽ അതിന് ഭൂരിപക്ഷം സീറ്റുകൾ കിട്ടിയെങ്കിലും വോട്ടിന്റെ കാര്യത്തിൽ ഇതൊരു ന്യൂനപക്ഷമായി ചുരുങ്ങി. ഇന്ത്യൻ ജനതക്കിടയിൽ ആ പാർട്ടിയുടെ അന്തസും ആധികാരികതയും അതിവേഗം നഷ്ടപ്പെട്ടുകൊണ്ടിരിക്കയാണെന്ന് അത് വ്യക്തമാക്കി.

അതിനുംപുറമെ സീറ്റുകളുടെ കാര്യത്തിൽതന്നെയും മൂന്ന് സംസ്ഥാനങ്ങളിൽ-തിരു-കൊച്ചി, മദിരാശി, പെപ്സു (പട്യാലയും കിഴക്കൻ പഞ്ചാബിലെ നാട്ടുരാജ്യങ്ങളും ചേർത്ത് രൂപപ്പെടുത്തിയ ഇവിടെ പട്യാല മഹാരാജാവായിരുന്നു രാജപ്രമുഖൻ) കോൺഗ്രസ് ഒരു ന്യൂനപക്ഷമായിത്തീർന്നു. ഈ സംസ്ഥാനങ്ങളിൽ കോൺഗ്രസിതര ഗവൺമെന്റ് രൂപീകരിക്കാൻ യഥാർഥത്തിൽ സാധ്യതയുണ്ടായിരുന്നു.

കോൺഗ്രസ് ഒരു ന്യൂനപക്ഷമായി മാറിയ മൂന്ന് സംസ്ഥാനങ്ങളിൽ രണ്ടെണ്ണത്തിൽ, അതായത് തിരു-കൊച്ചിയിലും മദിരാശിയിലും ഭൂരിപക്ഷം സീറ്റുകൾ നേടിയ കോൺഗ്രസിതരകൂട്ടുകക്ഷി ഇടതുപക്ഷാഭിമുഖ്യമുള്ളതായിരുന്നുവെന്നതാണ് ഈ തിരഞ്ഞെടുപ്പ് ഫലത്തിന്റെ രാഷ്ട്രീയ പ്രാധാന്യം. തിരു-കൊച്ചിയിൽ വിജയം കൈവരിച്ച കൂട്ടുകെട്ടിന്റെ നേതാവ് ഒരു കമ്യൂണിസ്റ്റുകാരനായ ടി വി തോമസായിരുന്നു. മദിരാശിയിലെ കൂട്ടുകക്ഷിയുടെ നേതൃത്വം ഔപചാരികമായി കെ എം പി പിയിലെ പ്രകാശത്തിനായിരുന്നുവെങ്കിലും കൂട്ടുകക്ഷികളിൽ ഏറ്റവും സംഘടിതമായ ശക്തി കമ്യൂണിസ്റ്റ് പാർട്ടിയായിരുന്നു. കേരളത്തിൽ ഒരു കമ്യൂണിസ്റ്റ് മുഖ്യമന്ത്രിയും മദിരാശിയിൽ കമ്യൂണിസ്റ്റ് മന്ത്രിമാരും വരാനുള്ള സാധ്യതയുടെ ആപൽസൂചന കോൺഗ്രസ് നേതാക്കൾ കണ്ടു.

മറ്റ് രണ്ട് സംസ്ഥാനങ്ങളിൽ, ഹൈദരാബാദിലും പടിഞ്ഞാറൻ ബംഗാളിലും ഇടതുപക്ഷ-ജനാധിപത്യ ശക്തികളുടെ ഐക്യമുന്നണി മുഖ്യപ്രതിപക്ഷമായി ഉയർന്നുവന്നു. അഞ്ചാമത്തെ സംസ്ഥാനമായ ത്രിപുരയിൽ തിരഞ്ഞെടുക്കപ്പെട്ട നിയമസഭയില്ല. എന്നാൽ അവിടെയുള്ള രണ്ട് ലോകസഭാസീറ്റുകളിലും ജയിച്ചത് കമ്യൂണിസ്റ്റ് പാർട്ടിയാണ്.

ഈ കമ്യൂണിസ്റ്റു വിജയങ്ങൾ , ഉൾപ്പാർട്ടി രാഷ്ട്രീയ സംഘടനാ സമരങ്ങൾ പാർട്ടിയെ നിലംപരിശാക്കുമെന്ന് സ്വപ്നം കണ്ടിരുന്ന കമ്യൂണിസ്റ്റ് വിരുദ്ധർക്കുള്ള തക്ക മറുപടിയായിരുന്നു. തെലങ്കാന, പുന്നപ്ര-വയലാർ, പടിഞ്ഞാറൻ ബംഗാൾ, ത്രിപുര എന്നിവിടങ്ങളിലൊക്കെ പാർട്ടി നടത്തിയ ഐതിഹാസികമായ പോരാട്ടങ്ങളും പാർട്ടിക്കെതിരായി അഴിച്ചുവിടപ്പെട്ട കടുത്ത മർദനമുറകളും പാർട്ടിയെ ശക്തിപ്പെടുത്തുകയാണ് ചെയ്തതെന്ന് വ്യക്തം. സോഷ്യലിസ്റ്റ് പാർട്ടി ചെളിയിൽ കാൽപൂണ്ടുപോയ ഒരു ഭീമാകാരന്റെ നിലയിലായി. കമ്യൂണിസ്റ്റ് പാർട്ടിയാകട്ടെ-കോൺഗ്രസ് നേതാക്കൾക്ക് ഒരു ചതുർഥിയാണത്- രാജ്യത്തെ ഏറ്റവും വലിയ ഇടതുപക്ഷ പാർട്ടിയും അഞ്ച് സംസ്ഥാനങ്ങളിൽ മുഖ്യകോൺഗ്രസിതര പാർട്ടിയുമായി ഉയർന്നുവന്നു.

പാർലമെന്റിന്റെ ഇരുസഭകളിലും ഏറ്റവും വലിയ ഗ്രൂപ്പായി കമ്യൂണിസ്റ്റുപാർട്ടി ഉയർന്നുവന്നു. ഔദ്യോഗികമായി പ്രതിപക്ഷപാർട്ടിയെന്ന നിലക്ക് അംഗീകരിക്കാൻ വേണ്ടത്ര അംഗസംഖ്യ പാർട്ടിക്കുണ്ടായിരുന്നില്ല. എ കെ ഗോപാലനും പി സുന്ദരയ്യയും യഥാക്രമം ലോകസഭയിലും രാജ്യസഭയിലും പാർട്ടി ഗ്രൂപ്പിന്റെ നേതാക്കളായി. ഫലത്തിൽ അവർ പ്രതിപക്ഷനേതാക്കളായിരുന്നു. പാർലമെന്റിൽ അവരുടെ സാന്നിധ്യം പാർട്ടിയുടെ അന്തസ് വളരെയധികം ഉയർത്തി. പാർലമെന്റിന്റെ ഇരുസഭകളിലും ഗണ്യമായ തോതിലുള്ള കമ്യൂണിസ്റ്റംഗങ്ങളുടെ സാന്നിധ്യവും പ്രവർത്തനവും അരഡസനിലേറെ സംസ്ഥാനങ്ങളിൽ കമ്യൂണിസ്റ്റ് എം എൽ എമാരുടെ പ്രവർത്തനങ്ങളും ദേശീയതലത്തിൽ എണ്ണപ്പെട്ട രാഷ്ട്രീയശക്തി എന്നപദവി പാർട്ടിക്ക് നേടിക്കൊടുത്തു.

ഒരു കോൺഗ്രസിതരഗവൺമെന്റ് യഥാർഥത്തിൽ രൂപം കൊണ്ട ഒരേ ഒരു സംസ്ഥാനം പെപ്സു മാത്രമാണ്. അവിടെ വിജയിച്ചത് അകാലി പാർട്ടിയുടെ നേതൃത്വത്തിലുള്ള കൂട്ടുകെട്ടായിരുന്നു. പെപ്സുവിലെ ഈ കൂട്ടുകെട്ടിനെ ഗവൺമെന്റ് രൂപീകരിക്കാൻ അനുവദിക്കുന്നത് തിരു-കൊച്ചിയിലും മദിരാശിയിലും പ്രതിപക്ഷ സഖ്യത്തെ ഗവൺമെന്റ് രൂപീകരിക്കാൻ അനുവദിച്ചാൽ ഉണ്ടാകാവുന്നത്ര ആപൽക്കരമല്ല എന്ന അഭിപ്രായമായിരുന്നു കോൺഗ്രസ് നേതാക്കൾക്കുണ്ടായിരുന്നത്. ഏതായാലും അകാലികൾ കമ്യൂണിസ്റ്റുകാരെപോലെ വിപ്ലവകാരികളല്ല. ശരിയായ അടവ് സ്വീകരിച്ചാൽ കമ്യൂണിസ്റ്റുകാരിൽ നിന്ന് വ്യത്യസ്തമായി അവരെ ഒതുക്കിനിർത്താൻ കഴിയും. ഗവൺമെന്റ് രൂപീകരിക്കാൻ അവരെ അനുവദിച്ചു. ഏതാനും മാസക്കാലം മാത്രമേ അത് നിലനിന്നുള്ളൂ. അതിനിടയിൽ അകാലിക

ളുടെ നേതൃത്വത്തിലുള്ള ഗവൺമെന്റിനെ പിരിച്ചുവിടാനും ഇടക്കാല തിരഞ്ഞെടുപ്പിന് ഉത്തരവിടാനും വേണ്ട സ്ഥിതിവിശേഷം അവർ ഒപ്പിച്ചെടുത്തു. പിന്നീട് അകാലികളിൽ ഒരു വിഭാഗത്തെ അടർത്തിയെടുക്കാനായി കോൺഗ്രസിന്റെ ശ്രമം. പിന്നീട് നടന്ന ഇടക്കാല തിരഞ്ഞെടുപ്പിൽ കോൺഗ്രസിനോടൊപ്പം ചേർന്ന അകാലിവിഭാഗത്തിന്റെ സഹായത്തോടെ കോൺഗ്രസ് അധികാരത്തിൽ വന്നു.

തിരു-കൊച്ചിയിലും മദിരാശിയിലും കോൺഗ്രസിതര കൂട്ടുകെട്ടിനെ ഗവൺമെന്റ് രൂപീകരിക്കാൻ അനുവദിക്കരുതെന്ന് കോൺഗ്രസ് നേതൃത്വം തീരുമാനിച്ചു. ഒരിക്കൽ അധികാരത്തിലെത്തിക്കഴിഞ്ഞാൽ തിരു-കൊച്ചിയിലെ മുഖ്യമന്ത്രി എന്ന നിലക്കോ അഥവാ മദിരാശിയിലെ കൂട്ടുകക്ഷി മന്ത്രിസഭയിലെ അംഗങ്ങളെന്ന നിലക്കോ ഉള്ള അധികാരപദവി, ജനങ്ങൾക്കിടയിൽ ആഴത്തിലേക്ക് ഇറങ്ങിച്ചെന്ന് സ്വയം ശക്തിപ്പെടുന്നതിന് കമ്യൂണിസ്റ്റുകാർ ഉപയോഗപ്പെടുത്തും. തിരു-കൊച്ചി രാജപ്രമുഖനെയും മദിരാശി ഗവർണറെയും അവർ ഉപയോഗപ്പെടുത്തി. അവർ ന്യൂനപക്ഷ കക്ഷിയായ കോൺഗ്രസിന്റെ നേതാക്കളെ മന്ത്രിസഭ രൂപീകരിക്കാൻ ക്ഷണിക്കുകയും ചില കോൺഗ്രസിതര എം എൽ എമാരെ വശത്താക്കാനവരെ അനുവദിക്കുകയും ചെയ്തു.

കോൺഗ്രസ് ന്യൂനപക്ഷകക്ഷിയാണെങ്കിലും നിയമസഭയിലെ ഏറ്റവും വലിയ ഒറ്റകക്ഷി അതാണ്; അതുകൊണ്ട് അതിന്റെ നേതാവിനോട് ഗവൺമെന്റ് രൂപീകരിക്കാൻ ആവശ്യപ്പെടുന്നത് ഭരണഘടനാപരമായി ശരിയാണ്-മേൽപറഞ്ഞ രണ്ട് സംഭവങ്ങളിലും അവരുടെ വാദം അതായിരുന്നു. മുഖ്യമന്ത്രിമാരായി നിയോഗിക്കപ്പെട്ടത് തിരു-കൊച്ചിയിൽ എ ജെ ജോണും മദിരാശിയിൽ സി രാജഗോപാലാചാരിയുമായിരുന്നു. രാജഗോപാലാചാരി നിയമസഭയിലേക്ക് തിരഞ്ഞെടുക്കപ്പെടുകപോലും ചെയ്തിരുന്നില്ല. അദ്ദേഹത്തെ ഗവർണർ നാമനിർദേശം ചെയ്യുകയും പിന്നീട് കോൺഗ്രസ് നിയമസഭാകക്ഷി അദ്ദേഹത്തെ നേതാവായി തിരഞ്ഞെടുക്കുകയുമാണുണ്ടായത്. മറ്റ് പ്രതിപക്ഷ ശക്തികളോടൊപ്പം കോൺഗ്രസിനെ എതിർത്ത ഏതാനും ഗ്രൂപ്പുകളുമായി ചങ്ങാത്തം കൂടുകയും ഔദ്യോഗിക പദവികൾ കാട്ടി പ്രലോഭിപ്പിച്ച് വശീകരിച്ചെടുക്കുകയുമാണ് രണ്ട് നിയുക്ത മുഖ്യമന്ത്രിമാരും ചെയ്തത്.

തെക്കൻ തിരുവിതാംകൂറിലെ തമിഴ്നാട് കോൺഗ്രസ് അതിലൊന്നായിരുന്നു. ആ പ്രദേശത്തെ തമിഴ് സംസാരിക്കുന്ന ഭൂരിപക്ഷത്തിന്റെ പ്രശ്നത്തിൽ കോൺഗ്രസുമായി ഏറ്റുമുട്ടിക്കൊണ്ടിരുന്ന ഒരു വിഭാഗമാണത്. മദിരാശിയിൽ ഇന്ത്യൻ യൂണിയൻ മുസ്ലീംലീഗും ജാതിയെ ആസ്പദമാക്കിയുള്ള ചില ഗ്രൂപ്പുകളും അതിൽ ഉൾപ്പെടും. മറ്റൊരു വിധത്തിൽ പറഞ്ഞാൽ ജോണിന്റെയും രാജഗോപാലാചാരിയുടെയും നേതൃത്വത്തിലുള്ള കൂട്ടുകെട്ട് അധികം കഴിയുംമുമ്പ് കേരളത്തിൽ പ്രത്യക്ഷപ്പെടാൻ പോകുന്ന കമ്യൂണിസ്റ്റ് വിരുദ്ധ കൂട്ടുകെട്ടിന്റെ മുന്നോ

ടിയായിരുന്നു. "കമ്യൂണിസ്റ്റുകാർ എന്റെ ഒന്നാം നമ്പർ ശത്രുവാണ്. ഞാനവരെ 'അ' മുതൽ 'ക്ഷ' വരെ എതിർക്കും." എന്ന് രാജഗോപാലാചാരി പറയുകയുണ്ടായി. തിരു-കൊച്ചിയിൽ ക്രിസ്ത്യൻ പള്ളിമേധാവികൾ ഈ സമീപനം ആവേശപൂർവം ഏറ്റെടുത്തു. രാജ്യത്ത് ഒന്നാമതായി ഒരു കമ്യൂണിസ്റ്റ് വിരുദ്ധ മുന്നണി സംഘടിപ്പിച്ചു.

അങ്ങനെ നിയമസഭാസീറ്റുകളുടെ അടിസ്ഥാനത്തിൽ നോക്കുമ്പോൾ ന്യൂനപക്ഷമായ കോൺഗ്രസ് മൂന്ന് സംസ്ഥാനങ്ങളിൽ അധികാരത്തിൽ വന്നു. തിരു-കൊച്ചിയിലും മദിരാശിയിലും യഥാക്രമം രാജപ്രമുഖനും ഗവർണറും കൃത്രിമ മാർഗമവലംബിച്ച് അധികാരത്തിൽ അവരോധിച്ച മുഖ്യമന്ത്രിമാർ ആ അധികാരസ്ഥാനം ഉപയോഗിച്ച് അവരുടെ നില ഉറപ്പിച്ചു. അങ്ങനെ എന്ത് വിലകൊടുത്തും കമ്യൂണിസ്റ്റുകാരെ അധികാരത്തിൽ നിന്നകറ്റുക—രണ്ട് സംസ്ഥാനങ്ങളിൽ അവർ അധികാരത്തിൽ വരാനുള്ള സാധ്യത യഥാർഥത്തിൽ ഉണ്ടായിരുന്നു--എന്ന മുഖ്യലക്ഷ്യം സാധിച്ചുകഴിഞ്ഞതിൽ പിന്നെ ഒരു സംസ്ഥാനത്ത്-കമ്യൂണിസ്റ്റ് വിപത്ത് നിലവിലില്ലാതിരുന്ന പെപ്സുവിൽ—ഒരു കോൺഗ്രസിതര ഗവൺമെന്റ് അധികാരത്തിൽ വരാൻ കേന്ദ്രത്തിലെ കോൺഗ്രസ് ഗവൺമെന്റ് അനുവദിച്ചു. തങ്ങളുടെ നിർണായകമായ എതിരാളികളെ, അതായത് കമ്യൂണിസ്റ്റുകാരെ അധികാരത്തിൽ വരുത്തുന്നതിൽ നിന്ന് അകറ്റിനിർത്തിയെങ്കിലും കോൺഗ്രസിതര പാർട്ടികളോട് വളരെ ഉദാരമായും ജനാധിപത്യപരമായുമാണ് തങ്ങൾ പെരുമാറുന്നതെന്ന് കാണിക്കാൻ പെപ്സുവിനെ ഉപയോഗപ്പെടുത്തിക്കൊണ്ട് അവർ ശ്രമം നടത്തുകയും ചെയ്തു.

കോൺഗ്രസ് ഈ കളികളൊക്കെ വിജയകരമായി പ്രാവർത്തികമാക്കി. തിരു-കൊച്ചി മുഖ്യമന്ത്രി ജോണും മദിരാശി മുഖ്യമന്ത്രി രാജഗോപാലാചാരിയും തങ്ങളുടെ സ്ഥാനം ഉറപ്പിക്കാനും കോൺഗ്രസിനെ ശക്തിപ്പെടുത്താനും അവരുടെ സ്ഥാനം ഉപയോഗപ്പെടുത്തി. എന്നാൽ ആ സംഘടനയെ ഗുരുതരമായ ദൗർബല്യം ബാധിച്ചുകഴിഞ്ഞിരുന്നു. കോൺഗ്രസിനകത്ത് ചേരിപ്പോര് അതിശക്തമായിരുന്നു. പോരാത്തതിന് തിരു-കൊച്ചിയിലും ഭാഷാപ്രശ്നത്തെ ആസ്പദമാക്കിയുള്ള ഗ്രൂപ്പുകളും സജീവമായുണ്ടായിരുന്നു. തിരു-കൊച്ചിയിൽ ജോണിന്റെ നേതൃത്വത്തിലുള്ള രാഷ്ട്രീയ കൂട്ടുകെട്ടിൽ തമിഴ്നാട് കോൺഗ്രസിന്റെ സാന്നിധ്യവും മദിരാശിയിൽ തെലുങ്ക് സംസാരിക്കുന്ന വിഭാഗവും തമിഴ് സംസാരിക്കുന്ന വിഭാഗവും തമ്മിലുള്ള രൂക്ഷമായ ഭിന്നിപ്പും തിരു-കൊച്ചിയിലെയും മദിരാശിയിലെയും കോൺഗ്രസ് ഗവൺമെന്റുകളിൽ വലിയ പ്രശ്നം സൃഷ്ടിച്ചു.

തിരു-കൊച്ചിയിൽ മുഖ്യമന്ത്രിയായി അവരോധിക്കപ്പെട്ടശേഷം രണ്ടുകൊല്ലം പൂർത്തിയാകുന്നതിനുമുമ്പുതന്നെ ജോൺ നിയമസഭയിൽ പരാജയപ്പെടുകയും രാജിവച്ചൊഴിയുകയും ചെയ്തു. മദിരാശിയിൽ രാജഗോപാലാചാരിക്കും അധികാരമൊഴിയേണ്ടിവന്നു. അദ്ദേഹത്തിന്റെ സംസ്ഥാനത്ത് എം ഭക്തവൽസലം മുഖ്യമന്ത്രിയായി അവരോ

ധിക്കപ്പെട്ടു. അതിലേറെ പ്രധാനപ്പെട്ട കാര്യം മദിരാശി സംസ്ഥാനത്തിൽപെട്ട ആന്ധ്ര മേഖലയിൽ ഭാഷാടിസ്ഥാനത്തിൽ സംസ്ഥാന പുനഃസംഘടന ആവശ്യപ്പെട്ടുകൊണ്ടുള്ള പ്രക്ഷോഭം ഉയർന്നുവരികയും മദിരാശി സംസ്ഥാനത്തിൽ തെലുങ്ക് സംസാരിക്കുന്നവർ ഭൂരിപക്ഷമുള്ള ജില്ലകൾ ഉൾപ്പെടുത്തി ഒരു പുതിയ ആന്ധ്രാസംസ്ഥാനം രൂപീകരിക്കാൻ കേന്ദ്രഗവൺമെൻറ് നിർബന്ധിതമാവുകയും ചെയ്തുവെന്നതാണ്. മദിരാശിയിലെ കോൺഗ്രസിതര കൂട്ടുകെട്ടിലെ വലിയൊരുഭാഗം പുതിയ ആന്ധ്രസംസ്ഥാനത്തിന്റെ ഭാഗമായിത്തീർന്ന ജില്ലകളിൽ നിന്നുള്ളവരായിരുന്നതിനാൽ അവശേഷിച്ച മദിരാശി സംസ്ഥാനത്തിൽ കോൺഗ്രസ് കൂടുതൽ ശക്തമായിത്തീർന്നു. അതിനും പുറമെ 1955-ൽ ആന്ധ്രാപ്രദേശിൽ ഒരിടക്കാല തിരഞ്ഞെടുപ്പ് നടന്നപ്പോഴേക്കും കോൺഗ്രസിതര കൂട്ടുകെട്ടിലെ മിക്ക കമ്യൂണിസ്റ്റ് വിരുദ്ധ ഗ്രൂപ്പുകളെയും (കൂട്ടുകക്ഷി നേതാവ് പ്രകാശത്തെ ഉൾപ്പെടെ) കോൺഗ്രസ് സ്വാധീനിച്ചുകഴിഞ്ഞിരുന്നു. എല്ലാ കമ്യൂണിസ്റ്റ് വിരുദ്ധവിഭാഗങ്ങളെയും കൂട്ടുപിടിച്ചാണ് ആന്ധ്രയിൽ 1955-ലെ ഇടക്കാല തിരഞ്ഞെടുപ്പിൽ കോൺഗ്രസ് മത്സരിച്ചത്. അതിനാൽ സീറ്റുകൾ തൂത്തുവാരാൻ അവർക്ക് കഴിഞ്ഞു. ഇതിന്റെയെല്ലാം ഫലമായി 1957-ലെ രണ്ടാം പൊതുതിരഞ്ഞെടുപ്പിന്റെ ഘട്ടമായപ്പോഴേക്ക് മദിരാശിയിലെ തമിഴ് സംസാരിക്കുന്ന ജനങ്ങൾ അധിവസിക്കുന്ന ജില്ലകളും തെലുങ്ക് ഭാഷ സംസാരിക്കുന്നവർ ഭൂരിപക്ഷമുള്ള ജില്ലകളും കോൺഗ്രസ് ഗവൺമെന്റുകൾക്ക് കീഴിലായിക്കഴിഞ്ഞിരുന്നു.

തിരു-കൊച്ചിയിൽ കോൺഗ്രസിന്റെ കരുനീക്കങ്ങൾ അത്രതന്നെ വിജയിച്ചില്ല. ഇതിനുള്ള മുഖ്യകാരണം കമ്യൂണിസ്റ്റു പാർട്ടിയും അതിന്റെ ഇടതുപക്ഷ സഖ്യശക്തികളും യോജിച്ച് ശക്തിപ്പെട്ടതാണ്. അതേസമയം കോൺഗ്രസാകട്ടെ, അതിനകത്തെ ജാതി-മത വിഭാഗീയ ശക്തികൾ തമ്മിലുള്ള കടുത്ത ഏറ്റുമുട്ടലിന്റെ ഫലമായി ആകെ ഉലയുകയും ചെയ്തു. മുഖ്യമന്ത്രി ജോണിന്റെ രാജിയിൽ ചെന്ന് കലാശിച്ച സംഭവവികാസങ്ങളിൽ ഇപ്പറഞ്ഞതെല്ലാം വലിയ സ്വാധീനം ചെലുത്തി. 1954-ലെ ഇടക്കാല തിരഞ്ഞെടുപ്പിൽ കോൺഗ്രസ് ഒരു ന്യൂനപക്ഷമായി ചുരുങ്ങിയത്, ഒന്നാമത്തെ കോൺഗ്രസിതര ഗവൺമെന്റിന്റെ ഉയർച്ചയും തകർച്ചയും, കമ്യൂണിസ്റ്റ് പാർട്ടി ശക്തിപ്പെട്ടത്-ഇതിന്റെയെല്ലാം സ്വാഭാവിക പരിണതഫലമായാണ് 1957-ൽ കേരളത്തിൽ ഒന്നാമതായി ഒരു കമ്യൂണിസ്റ്റ് ഗവൺമെന്റ് സ്ഥാപിതമായത് എന്നുപറയാം.

28

പ്രജാ സോഷ്യലിസ്റ്റ് പാർട്ടി

പൊതുതിരഞ്ഞെടുപ്പിലൂടെ മുഖ്യ പ്രതിപക്ഷ കക്ഷിയായി ഉയർന്നുവരുമെന്ന് പ്രത്യാശ വെച്ചുപുലർത്തിയിരുന്ന സോഷ്യലിസ്റ്റ് പാർട്ടിക്ക് തിരഞ്ഞെടുപ്പ്ഫലം കനത്ത തിരിച്ചടിയായി. കിട്ടിയ വോട്ടിന്റെ കാര്യത്തിൽ സ്ഥിതി ഒട്ടൊക്കെ മെച്ചമായിരുന്നുവെങ്കിലും സീറ്റിന്റെ കാര്യത്തിൽ സി പി ഐയുടെ വളരെ പിന്നിലായിരുന്നു. ഇടതുപക്ഷ പ്രസ്ഥാനത്തിലെ അവരുടെ മുഖ്യ എതിരാളിയായ കമ്യൂണിസ്റ്റ് പാർട്ടി രണ്ട് സംസ്ഥാന ഗവൺമെന്റുകളിൽ പങ്കാളികളാവുന്ന നിലയിലേക്കെത്തുകയും പാർലമെന്റിന്റെ ഇരുസഭകളിലും പ്രധാന പ്രതിപക്ഷഗ്രൂപ്പായി ഉയർന്നുവരികയും ചെയ്തത് സോഷ്യലിസ്റ്റ് പാർട്ടിയുടെ നേതാക്കളെ ഏറെ അസ്വസ്ഥരാക്കി. തിരഞ്ഞെടുപ്പിനെ മാത്രം ആസ്പദമാക്കി തങ്ങളുടെ ഭാവിഭാഗധേയം ദർശിച്ചിരുന്ന ഒരു പാർട്ടിയെ സംബന്ധിച്ചിടത്തോളം ഇതൊരു കനത്ത നഷ്ടമാണ്.

തിരഞ്ഞെടുപ്പ് പരാജയത്തെത്തുടർന്ന് ഇത്രതന്നെ കനത്ത മറ്റൊരു തിരിച്ചടികൂടിയുണ്ടായി. സോഷ്യലിസ്റ്റ്പാർട്ടിയുടെ രാഷ്ട്രീയ കാഴ്ചപ്പാട് സംബന്ധിച്ച് അതിന്റെ നേതാക്കൾക്കിടയിൽ തീവ്രമായ ചർച്ചകൾ നടന്നു. വിവിധ വീക്ഷണഗതികൾ അവതരിപ്പിക്കപ്പെട്ടു. പാർട്ടിയുടെ ഭാവി കുടികൊള്ളുന്നത് പാർലമെന്ററി പ്രവർത്തനത്തിലാണെന്ന് മിക്ക നേതാക്കളും കരുതി. ആ നിലക്ക് ജനങ്ങൾക്കിടയിൽ സ്വാധീനം വർധിപ്പിക്കുന്നതിന് കൈക്കൊള്ളേണ്ട നടപടികളെക്കുറിച്ചും അവർ ആലോചിച്ചു. അതേസമയം പാർട്ടിയുടെ മുഖ്യനേതാവും സോഷ്യലിസ്റ്റ് പാർട്ടി രൂപീകരിക്കപ്പെട്ടതിനുശേഷം അതിന്റെ ഒന്നാമത്തെ ജനറൽ സെക്രട്ടറിയുമായിരുന്ന ജയപ്രകാശ് നാരായണൻ ഒരു മലക്കംമറിച്ചിൽ നടത്തി. സോഷ്യലിസ്റ്റ് പാർട്ടിയും ഇടതുപക്ഷരാഷ്ട്രീയവുമായുള്ള എല്ലാ ബന്ധവും ഉപേക്ഷിച്ച് അദ്ദേഹം ഗാന്ധിസം സ്വീകരിച്ചു.

മഹാത്മാഗാന്ധിയുടെ അടുത്ത അനുയായിയും ശിഷ്യനുമായ വിനോബ ഭാവെ ഭൂദാന പ്രസ്ഥാനം ആരംഭിച്ച സന്ദർഭമായിരുന്നു അത്. തെലങ്കാനാ സമരത്തിലെ സംഭവവികാസങ്ങളും ആന്ധ്രാമഹാസഭയുടെയും കമ്യൂണിസ്റ്റ് പാർട്ടിയുടെയും സന്നദ്ധഭടൻമാർ ഭൂപ്രഭുക്കളിൽ നിന്ന് ഭൂമി പിടിച്ചെടുത്ത് നാട്ടിൻപുറത്തെ പാവപ്പെട്ടവർക്ക് വിതരണം ചെയ്ത രീതിയുമൊക്കെ വിനോബാഭാവെ മനസിലാക്കി. ഭൂപ്രശ്നത്തിന്റെ പ്രാധാന്യം അദ്ദേഹത്തിന് ബോധ്യപ്പെട്ടു. അതേസമയം തന്നെ അദ്ദേഹം ഒരു ഗാന്ധിയൻ ആയിരുന്നതിനാൽ കമ്യൂണിസ്റ്റുകാരുടെ നേതൃത്വത്തിൽ ഭൂപ്രഭുക്കളുടെ ഭൂമി പിടിച്ചെടുത്ത് പാവപ്പെട്ടവർക്ക് വിതരണം ചെയ്യുന്നതിന് അദ്ദേഹം പൂർണമായും എതിരായിരുന്നുതാനും. ഭൂപ്രഭുക്കളിൽ 'മാനസാന്തരം' വരുത്തിത്തീർക്കുന്നതിന് അദ്ദേഹം രാജ്യവ്യാപകമായ ഒരു പ്രസ്ഥാനം ആരംഭിച്ചു. ഭൂമി പിടിച്ചെടുത്ത് വിതരണം ചെയ്യുന്ന കമ്യൂണിസ്റ്റ് പാർട്ടിയുടെ രീതിയെ അദ്ദേഹം എതിർത്തു. പാവപ്പെട്ടവർക്ക് ഭൂമി വിതരണം ചെയ്യാൻ ഭൂപ്രഭുക്കൾ സ്വയം സന്നദ്ധമാവണമെന്നദ്ദേഹം ആഗ്രഹിച്ചു. അദ്ദേഹം ഭൂദാനപ്രസ്ഥാനം ആരംഭിച്ചത് തെലങ്കാനയിലാണെന്നത് അർഥവത്താണ്. അദ്ദേഹം രാജ്യത്തുടനീളം പദയാത്ര ആരംഭിച്ചത് അവിടന്നാണ്. ഒരു 'പുത്തൻ മഹാത്മാഗാന്ധി' എന്ന നിലക്ക് അദ്ദേഹം വലിയ ജനക്കൂട്ടത്തെ ആകർഷിച്ചു. കമ്യൂണിസത്തിനുള്ള യഥാർഥ ബദൽ എന്ന നിലക്ക് ഭരണവർഗങ്ങൾ അദ്ദേഹത്തെ വാഴ്ത്തി. ഒട്ടേറെ കോൺഗ്രസുകാരും ഒരു രാഷ്ട്രീയവുമില്ലാത്തവരും അദ്ദേഹത്തിന്റെ അനുയായികളായിത്തീർന്നു.

ഇന്ത്യയിലെ സോഷ്യലിസ്റ്റ് പ്രസ്ഥാനത്തിന്റെ സ്ഥാപകനേതാവ് കൂറുമാറി ഈ പ്രസ്ഥാനത്തിലേക്കാണ് പോയത്. ജയപ്രകാശ് നാരായണന്റെ ഈ നീക്കം അദ്ദേഹത്തിന്റെ മുൻ സഹപ്രവർത്തകരെ അമ്പരപ്പിച്ചിട്ടുണ്ടാവും. അവർ അപ്പോഴും സോഷ്യലിസത്തിനോടുള്ള തങ്ങളുടെ കൂറ് പ്രഖ്യാപിക്കുകയും ചെയ്തു. എന്നാൽ ഒരു വഞ്ചകനെന്ന് ജയപ്രകാശിനെ അവർ തള്ളിപ്പറഞ്ഞില്ല. നേരെമറിച്ച് അദ്ദേഹത്തിന്റെ നേതൃത്വം അംഗീകരിച്ച് ഭൂദാനപ്രസ്ഥാനം ഒരു വിജയമാക്കിത്തീർക്കാൻ ശ്രമം നടത്തി. അതേസമയംതന്നെ പാർലമെന്ററി ലക്ഷ്യം മുൻനിർത്തി പാർട്ടിയുടെ വ്യതിരിക്തത നിലനിർത്തിപ്പോരുകയും ചെയ്തു. പ്രതിപക്ഷ സോഷ്യലിസ്റ്റ് പാർട്ടി ഒരേസമയം ഗാന്ധിസത്തോടും പാർലമെന്ററി സോഷ്യലിസത്തോടും കൂറുപുലർത്തുന്ന ഒരു പുതിയ രാഷ്ട്രീയ സംഘടനയായി മാറി.

ഈ സന്ദർഭത്തിൽ സോഷ്യലിസ്റ്റ് പാർട്ടിയുടെ മറ്റൊരു സമുന്നത നേതാവായ എം ആർ മസാനിക്കുണ്ടായ മാറ്റത്തെക്കുറിച്ചും ഞാനിവിടെ പരാമർശിക്കാം. ജയപ്രകാശ്നാരായണനെപോലെ എം ആർ മസാനിയും സോഷ്യലിസ്റ്റ് പാർട്ടിയുടെ സ്ഥാപകനേതാവും പാർട്ടിയിൽ ജയപ്രകാശിനെപോലെ സമുന്നതനുമാണ്. എന്നാൽ

അദ്ദേഹം ക്രമേണ മാറിക്കൊണ്ടിരിക്കുകയായിരുന്നു. ആദ്യം അദ്ദേഹം ഒരു കോൺഗ്രസുകാരനും പാർലമെന്റിലെ കോൺഗ്രസ് അംഗവുമായി മാറി. പിൽക്കാലത്ത് അദ്ദേഹം സ്വതന്ത്രാപാർട്ടിയുടെ സ്ഥാപകനേതാവായിത്തീർന്നു. ആദ്യം കോൺഗ്രസിലേക്കും അവിടെ നിന്ന് സ്വതന്ത്രാപാർട്ടിയിലേക്കുമുള്ള അദ്ദേഹത്തിന്റെ മാറ്റം ഒരു ഗാന്ധിയൻ നേതാവെന്ന നിലക്കുള്ള ജയപ്രകാശിന്റെ മാറ്റത്തെപോലെതന്നെ സോഷ്യലിസ്റ്റ് പാർട്ടിയിൽ രൂപം കൊള്ളാൻ തുടങ്ങിയ ആശയപരമായ പ്രശ്നങ്ങളുടെ സൂചനയാണ്. സോഷ്യലിസ്റ്റ് രാഷ്ട്രീയത്തിന്റെ മുഖ്യസവിശേഷതയായ ശിഥിലീകരണപ്രക്രിയ ആരംഭിച്ചുകഴിഞ്ഞുവെന്ന് ചുരുക്കം.

അതിനിടക്ക് രസകരമായ ചില സംഭവവികാസങ്ങൾ കിസാൻ മസ്ദൂർ പ്രജാപാർട്ടി (കെ എം പി പി)യുടെ രാഷ്ട്രീയത്തിലും നടക്കുന്നുണ്ടായിരുന്നു. ഒന്നാം പൊതുതിരഞ്ഞെടുപ്പിന് ആചാര്യ കൃപലാനി, ആന്ധ്രയിലെ ടി പ്രകാശം, കേരളത്തിലെ കേളപ്പൻ എന്നിങ്ങനെയുള്ള മഹാരഥൻമാർ ചേർന്ന് രൂപീകരിച്ച പാർട്ടിയാണത്. തിരഞ്ഞെടുപ്പിൽ ഈ പാർട്ടിയുടെ പ്രവർത്തനം മതിപ്പുളവാക്കിയെങ്കിലും തിരഞ്ഞെടുപ്പ് കഴിഞ്ഞപ്പോൾ തങ്ങളുടെ നിലപാടിനെക്കുറിച്ച് അതിന്റെ നേതാക്കൾ പുനർവിചിന്തനം തുടങ്ങി. ആന്ധ്രയിലെ പ്രകാശത്തെയും കേരളത്തിലെ കേളപ്പനെയും പോലെ അവരിൽ പലരും കോൺഗ്രസിലേക്ക് തിരിച്ചുപോയപ്പോൾ കൃപലാനിയെപോലെയുള്ളവർ കെ എം പി പിയിൽ തന്നെ ഉറച്ചുനിന്നു. പഴയതും പുതിയതുമായ സോഷ്യലിസ്റ്റ്-കെ എം പി പാർട്ടികൾ ലയിച്ച് സുശക്തമായ ഒരു കമ്യൂണിസ്റ്റിതര പാർലമെന്ററി പ്രതിപക്ഷം രൂപീകരിക്കണമെന്ന നിർദേശം ഈ ഘട്ടത്തിൽ ഉയർന്നുവന്നു. ആത്മവിശ്വാസം നഷ്ടപ്പെട്ടിരുന്ന സോഷ്യലിസ്റ്റ് നേതാക്കൾ ഈ അവസരം കടന്നുപിടിച്ചു. അങ്ങനെ കോൺഗ്രസ് സോഷ്യലിസ്റ്റ് പാർട്ടിയുടെ മൂന്നാമത്തെ അവതാരമായ പ്രജാ സോഷ്യലിസ്റ്റ് പാർട്ടി രൂപീകരിക്കപ്പെട്ടു. ദീർഘകാലം എ ഐ സി സി ജനറൽ സെക്രട്ടറിയെന്ന നിലയിൽ ജീവിതത്തിൽ ഉടനീളം കോൺഗ്രസ് സോഷ്യലിസ്റ്റ് പാർട്ടിയെ എതിർത്തുപോന്ന ആചാര്യ കൃപലാനി കോൺഗ്രസ് സോഷ്യലിസ്റ്റു പാർട്ടിയുടെ പുതിയ അവതാരത്തിന്റെ പ്രസിഡന്റായിത്തീർന്നു.

ദേശീയ തലത്തിലുണ്ടായ ഈ മാറ്റങ്ങൾ മലബാറിലെ രാഷ്ട്രീയത്തിൽ നേരിട്ട് സ്വാധീനം ചെലുത്തി. കമ്യൂണിസ്റ്റ് പിന്തുണയോടെ മത്സരിച്ച് ജയിച്ച രണ്ട് കെ എം പി പി, എം പിമാരായ കേളപ്പനും ദാമോദരമേനോനും വീണ്ടും കോൺഗ്രസിൽ ചേർന്നതോടെ കെ എം പി പി അസ്തമിച്ചു. മലബാറിലെ അതിന്റെ അനുയായികൾ മൂന്ന് മുഖ്യഗ്രൂപ്പുകളായി പിരിഞ്ഞു. ചിലർ വീണ്ടും കോൺഗ്രസിൽ ചേർന്നു. പലരും ഭൂദാന പ്രവർത്തകരായി. ചിലരാകട്ടെ ഭൂദാനവും കമ്യൂണിസവും തമ്മിൽ സാമ്യം കാണുകയാൽ പാർട്ടിയുടെ അനുഭാവികളും സഹയാത്രികരുമായി മാറി. ഒരു ചെറിയ വിഭാഗം മാത്രമേ പുതിയ സോഷ്യ

ലിസ്റ്റ് പാർട്ടിയിൽ ചേർന്നുള്ളൂ. പൊതുവെ പറഞ്ഞാൽ പഴയ സോഷ്യലിസ്റ്റ് പാർട്ടിയുടെ, രാഷ്ട്രീയക്കൂറിൽ മാറ്റം വന്നിട്ടില്ലാത്ത അംഗങ്ങൾ അടങ്ങിയതായിരുന്നു അത്.

കേളപ്പന്റെയും മലബാറിലെ മറ്റ് ഗാന്ധിയൻമാരുടെയും രാഷ്ട്രീയ-സംഘടനാ സ്വാധീനം തിരു-കൊച്ചിയിലേക്ക് വ്യാപിച്ചിരുന്നില്ല. കേരളത്തിന്റെ ഈ ഭാഗത്തെ രാഷ്ട്രീയ ജീവിതത്തിൽ പ്രാമുഖ്യം തിരുവിതാംകൂറിൽ സ്റ്റേറ്റ് കോൺഗ്രസും കൊച്ചിയിൽ പ്രജാമണ്ഡലവും കെട്ടിപ്പടുക്കുകയും നേതൃത്വം നൽകി നയിക്കുകയും ചെയ്തവർക്കായിരുന്നു. ഈ നേതാക്കളിൽ ചിലർ മഹാത്മാഗാന്ധിയുടെ ആദർശങ്ങൾ പിന്തുടർന്ന് ഹിന്ദി പ്രചാരം, ഖാദിനിർമാണവും വിൽപ്പനയും തുടങ്ങിയ ചില നിർമാണപ്രവർത്തനങ്ങൾ നടത്തിപ്പോന്നിരുന്നവരായിരുന്നുവെങ്കിൽ തിരു-കൊച്ചിയിലെ നേതാക്കളിൽ മിക്കവരും സാധാരണ ബൂർഷ്വാ നേതാക്കളായിരുന്നു.

അവരിലൊരാളായിരുന്നു തിരുവിതാംകൂറിലെ ഒന്നാമത്തെ മുഖ്യമന്ത്രിയായിരുന്ന പട്ടംതാണുപിള്ള. ചേരിപ്പോരിനെ തുടർന്ന് കോൺഗ്രസിൽനിന്ന് രാജിവെച്ച അദ്ദേഹം സോഷ്യലിസ്റ്റ് പാർട്ടിയിൽ ചേർന്നു. അപ്പോഴേക്കും സാക്ഷാൽ സോഷ്യലിസ്റ്റ് പാർട്ടിയിൽ നിന്ന് പലരും വിട്ടുപോയി. റവലൂഷനറി സോഷ്യലിസ്റ്റ് പാർട്ടി(ആർ എസ് പി)യും കേരള സോഷ്യലിസ്റ്റ് പാർട്ടിയും രൂപീകരിച്ചുകഴിഞ്ഞിരുന്നതിനാൽ തിരു-കൊച്ചിയിലെ പുതിയ സോഷ്യലിസ്റ്റ് പാർട്ടിയിൽ പട്ടം താണുപിള്ളയുടെ അനുയായികളാണ് ഉണ്ടായിരുന്നത്. അതിനാൽ മലബാറിലെയും ഇന്ത്യയിലെയും സോഷ്യലിസ്റ്റുപാർട്ടിയുടെ സവിശേഷ സ്വഭാവമായിരുന്ന ആശയപരവും സംഘടനാപരവുമായ ആശയക്കുഴപ്പം അതിനെ ബാധിച്ചിരുന്നില്ല. തൽഫലമായി സോഷ്യലിസ്റ്റ്-കെ എം പി പാർട്ടികളുടെ ലയനം സ്ഥിതിഗതികളിൽ മാറ്റം വരുത്തിയില്ല. പട്ടത്തെയും അനുയായികളെയും സംബന്ധിച്ചിടത്തോളം പുതിയ സംഘടനയായ പ്രജാസോഷ്യലിസ്റ്റ് പാർട്ടി (പി എസ് പി) അവരുടെ രാഷ്ട്രീയവും ആശയപരവുമായ ധാരണക്ക് തികച്ചും നിരക്കുന്നതായിരുന്നു താനും.

അങ്ങനെ മലബാറിലെ പി എസ് പി രണ്ട് രാഷ്ട്രീയ ഗ്രൂപ്പുകളിൽ പെട്ടവരുടെ-സോഷ്യലിസ്റ്റുകാരും പൊതുതിരഞ്ഞെടുപ്പിന് തൊട്ടുമുമ്പ് പ്രതിപക്ഷത്തോടൊപ്പം ചേർന്ന കോൺഗ്രസുകാരും യഥാർഥ ലയനത്തെ പ്രതിനിധാനം ചെയ്യുന്നതായിരുന്നു. തിരു-കൊച്ചിയിലെ പി എസ് പിയാകട്ടെ, ഏറെക്കുറെ പട്ടത്തിന്റെ സോഷ്യലിസ്റ്റ് പാർട്ടിയായിരുന്നുതാനും. ആശയപരമായി യാതൊരു സോഷ്യലിസ്റ്റ്(അതിന്റെ വലതുപക്ഷ സോഷ്യൽ ഡമോക്രാറ്റിക് രൂപത്തിന്റെപോലും)പാരമ്പര്യവും അതിനുണ്ടായിരുന്നില്ല. അത് തിരഞ്ഞെടുപ്പ് കരുനീക്കങ്ങൾക്ക് പട്ടത്തിന്റെ കൈയിലെ ഒരുപകരണം മാത്രമായിരുന്നു.

തിരു-കൊച്ചിയിലെ രാഷ്ട്രീയ സ്ഥിതിഗതിയിൽ സമഗ്രമായ

മാറ്റം വന്നു. എ ജെ ജോണിന്റെ നേതൃത്വത്തിലുള്ള കോൺഗ്രസ് മന്ത്രിസഭക്ക് നിയമസഭയിൽ ഭൂരിപക്ഷം നഷ്ടപ്പെട്ടു. സഭയിൽ ഭൂരിപക്ഷം നഷ്ടപ്പെട്ടുവെങ്കിലും ഭൂരിപക്ഷം ജനങ്ങളുടെ പിന്തുണ തന്റെ പാർട്ടിക്കുണ്ടെന്ന് ജോൺ വാദിച്ചു. രാജിവെക്കാൻ അദ്ദേഹം കൂട്ടാക്കിയില്ല. നിയമസഭ പിരിച്ചുവിടുകയും ചെയ്തു. അങ്ങനെ ഒരിടക്കാല തിരഞ്ഞെടുപ്പിന് കളമൊരുക്കപ്പെട്ടു.

ഇടതുപക്ഷമുന്നണിക്കോ (സി പി ഐ, ആർ എസ് പി, കെ എസ് പി)പട്ടം താണുപിള്ളയുടെ നേതൃത്വത്തിലുള്ള സോഷ്യലിസ്റ്റു പാർട്ടിക്കോ ഒറ്റക്ക് കോൺഗ്രസിനെ തോൽപ്പിക്കാനാവില്ലെന്നും രണ്ടും ഒന്നിച്ചുനിന്നാൽ ലക്ഷ്യം നേടാൻ അത് സഹായകമാവുമെന്നും 1952 -ലെ പൊതുതിരഞ്ഞെടുപ്പിൽ നിന്ന് കാണാൻ കഴിഞ്ഞു. അതിനാൽ ഇടതുപക്ഷവും പുതുതായി രൂപം കൊണ്ട പി എസ് പിയും പ്രത്യേക വ്യതിരിക്തത നിലനിർത്തിക്കൊണ്ട് ഒരു പൊതുസ്ഥാനാർഥി പട്ടികയുടെ കാര്യത്തിൽ യോജിപ്പുണ്ടാക്കി കോൺഗ്രസിനെ പരാജയപ്പെടുത്താൻ തീരുമാനിച്ചു. ജോണിനെ മന്ത്രിസഭ രൂപീകരിക്കാൻ സഹായിച്ച തിരുവിതാംകൂർ-തമിഴ്നാട് കോൺഗ്രസും കോൺഗ്രസിൽനിന്ന് അകന്നുകഴിഞ്ഞിരുന്നു. (ജോൺ മന്ത്രിസഭക്ക് നിയമസഭയിൽ ഭൂരിപക്ഷം നഷ്ടപ്പെടാൻ കാരണമതായിരുന്നു)

ഇടതുപക്ഷ മുന്നണിയും പി എസ് പിയും ചേർന്ന് ഒരു കൂട്ടുകെട്ട് സംസ്ഥാനത്ത് നിലവിൽ വന്നു. ഈ കൂട്ടുകെട്ടിനോടൊപ്പം തെക്കൻ തിരുവിതാംകൂറിൽ തിരുവിതാംകൂർ-തമിഴ്നാട് കോൺഗ്രസും ചേർന്നു. ഈ മൂന്ന് രാഷ്ട്രീയ ശക്തികളും ചേർന്ന് കോൺഗ്രസിനെ പരാജയപ്പെടുത്താൻ തീരുമാനിച്ചു. അങ്ങനെ തിരഞ്ഞെടുപ്പ് പ്രചാരണം കോൺഗ്രസിനെ ഒറ്റപ്പെടുത്താനും തോൽപ്പിക്കാനുമുള്ള ഒരു വൻ രാഷ്ട്രീയ പോരാട്ടമായിത്തീർന്നു. "ഞങ്ങൾ ജയിക്കും, ഞങ്ങൾ ഭരിക്കും"എന്ന മുദ്രാവാക്യം സംസ്ഥാനത്താകെ മാറ്റൊലിക്കൊണ്ടു.

അതേസമയം ഇത്രതന്നെ പ്രധാനപ്പെട്ട മറ്റൊരു രാഷ്ട്രീയ സംഭവവികാസവുമുണ്ടായി. കമ്യൂണിസ്റ്റ് 'വിപത്തി'നെതിരായി ക്രിസ്ത്യൻപള്ളി ഒരു രാഷ്ട്രീയ പ്രക്ഷോഭം ആരംഭിച്ചു. മൂന്ന് ഇടതുപക്ഷപാർട്ടികളുടെ കൂട്ടുകെട്ട് 1952-ലെ തിരഞ്ഞെടുപ്പിൽ കാഴ്ചവെച്ച, വളരെ മതിപ്പുളവാക്കിയ പ്രവർത്തനം കോൺഗ്രസിനും മറ്റ് സ്ഥാപിത താൽപര്യക്കാർക്കും അങ്കലാപ്പുളവാക്കി. ഒരു 'കമ്യൂണിസ്റ്റ് വിരുദ്ധ മുന്നണി' സംഘടിപ്പിക്കാൻ കത്തോലിക്കാപള്ളി മേധാവികൾക്കവർ സർവാത്മനാ സഹായം നൽകി. പത്രപംക്തികളിലൂടെയും വ്യാപകമായ പൊതുയോഗങ്ങൾ ഉൾപ്പെടെ ഇതര പ്രചാരണ മാധ്യമങ്ങളിലൂടെയും കമ്യൂണിസ്റ്റ് പാർട്ടിക്കും അതിന്റെ സഖ്യശക്തികൾക്കുമെതിരായി തീപ്പൊരി ചൊരിയപ്പെട്ടു. എല്ലാ പഴകി പുളിച്ച കമ്യൂണിസ്റ്റ് വിരുദ്ധ മുദ്രാവാക്യങ്ങളും (മാർക്സും എംഗൽസും *കമ്യൂണിസ്റ്റ് മാനിഫെസ്റ്റോയിൽ* ഉത്തരം നൽകിയവ ഉൾപ്പെടെ) പത്രപംക്തികളിലും

കമ്യൂണിസ്റ്റു വിരുദ്ധ പ്രസംഗങ്ങളിലും അറപ്പുളവാക്കത്തക്കവിധം ആവർത്തിക്കപ്പെട്ടു. ഇടതുപക്ഷ മുന്നണിയുടെ തിരഞ്ഞെടുപ്പ് പ്രചാര വേല അന്നത്തെ മുഖ്യ പ്രശ്നങ്ങളെക്കുറിച്ച് പാർട്ടി അണികളെയും സാമാന്യജനങ്ങളെയും ആശയപരമായി സുസജ്ജമാക്കത്തക്കവിധം ഉയർന്ന രൂപത്തിലുള്ളതായിരുന്നു. മറുഭാഗത്താകട്ടെ, കത്തോലിക്കാ പള്ളി മേധാവികൾ ഇടതുപക്ഷത്തിനെതിരായി വോട്ടുചെയ്യാൻ കത്തോലിക്കർക്ക് നിർദേശം നൽകുന്ന ഇടയലേഖനമിറക്കുകവഴി പ്രത്യക്ഷമായിത്തന്നെ കോൺഗ്രസിനെ സഹായിച്ചു. തിരഞ്ഞെടുപ്പ് പോരാട്ടത്തിൽ ഇത്തരത്തിൽ ആശയപരമായ അറിവ് പകരുകയെന്നത് തിരു-കൊച്ചിയിൽ കമ്യൂണിസ്റ്റ് പാർട്ടിയുടെയും സഖ്യകക്ഷികളു ടെയും അംഗങ്ങളെയും അനുഭാവികളെയും സംബന്ധിച്ചിടത്തോളം ആദ്യത്തെ അനുഭവമായിരുന്നു.

തിരഞ്ഞെടുപ്പ്ഫലം കോൺഗ്രസിനെ അടിച്ചിരുത്തുന്ന തരത്തി ലുള്ളതായിരുന്നു. കോൺഗ്രസ് ഒരു ന്യൂനപക്ഷമായി ചുരുങ്ങി. ഇടതു പക്ഷമുന്നണി-പി എസ് പി കൂട്ടുകെട്ടിന് നിയമസഭയിൽ വ്യക്തമായ ഭൂരിപക്ഷം ലഭിക്കുകയും ചെയ്തു. പട്ടം താണുപിള്ള മുഖ്യമന്ത്രി യായി ഒരിടതുപക്ഷ മുന്നണി-പി എസ് പി ഗവൺമെന്റ് രൂപീകരിക്കാ നുള്ള സാധ്യത തെളിയുകയും ചെയ്തു.

എന്ത് വിലകൊടുത്തും ഇത് തടയേണ്ടത് കോൺഗ്രസിനെ സംബന്ധിച്ചിടത്തോളം ഒരാവശ്യമായിത്തീർന്നു. കോൺഗ്രസ് നിയമ സഭയിലെ ഏറ്റവും വലിയ ഒറ്റക്കക്ഷിയല്ല. മറ്റേതെങ്കിലും പാർട്ടിക്കോ പാർട്ടികളുടെ കൂട്ടുകെട്ടിനോ നിയമസഭയിൽ ഭൂരിപക്ഷമില്ല. ഇടതുപ ക്ഷമുന്നണിക്കും പി എസ് പിക്കും കൂടി വ്യക്തമായ ഭൂരിപക്ഷമുണ്ടു താനും. അതിനാൽ കോൺഗ്രസ് പുതിയൊരു കൗശലം അവലംബി ച്ചു. പി എസ് പി നേതാവായ പട്ടം താണുപിള്ളയുടെ മുമ്പാകെ അവർ ഒരു നിർദേശം വച്ചു. പട്ടം താണുപിള്ള ഒരേകകക്ഷി പി എസ് പി മന്ത്രി സഭ രൂപീകരിക്കുകയാണെങ്കിൽ, അതായത് ഇടതുപക്ഷമുന്നണിയെ ഗവൺമെന്റിൽ നിന്ന് അകറ്റി നിർത്തുകയാണെങ്കിൽ, പട്ടം താണുപി ള്ളക്ക് കോൺഗ്രസ് പിന്തുണ നൽകാം എന്നായിരുന്നു ഈ നിർദേശ ത്തിന്റെ സാരാംശം. തിരഞ്ഞെടുപ്പ് കാലത്ത് പി എസ് പി നേതാക്കൾ ജനങ്ങൾക്ക് നൽകിയ വാഗ്ദാനത്തിന്റെ ലംഘനമാണിതെങ്കിൽകൂടി ഈ നിർദേശം സ്വീകരിക്കാൻ പി എസ് പി നേതാക്കൾക്ക് യാതൊരു മന:സാക്ഷിക്കുത്തുമുണ്ടായില്ല.

നൂറംഗങ്ങളുള്ള നിയമസഭയിൽ പി എസ് പിക്ക് വെറും 19 അംഗ ങ്ങൾ മാത്രമേയുള്ളുവെങ്കിലും 'ഒരേകകക്ഷി' പി എസ് പി ഗവൺമെന്റ് രൂപീകരിക്കപ്പെട്ടു. നിയമസഭയിലെ ഏറ്റവും വലിയ ഒറ്റ പ്പാർട്ടിയായ കോൺഗ്രസ് സ്വയം പി എസ് പി ഗവൺമെന്റിന്റെ പ്രതി പക്ഷ കക്ഷിയായി പ്രഖ്യാപിക്കുകയും അത് അംഗീകരിക്കപ്പെടുകയും ചെയ്തു. അങ്ങനെ പി എസ് പിയെ ഇടതുപക്ഷ മുന്നണിയിൽ നിന്ന്

അടർത്തിയെടുത്തതിൽ പിന്നീട് തമിഴ്നാട് കോൺഗ്രസിന്റെ സഹായ ത്തോടെ കോൺഗ്രസ് 'പ്രതിപക്ഷം' അതിന്റേതായ സ്വന്തം ഗവൺമെന്റ് രൂപീകരിക്കാൻ ശ്രമമാരംഭിച്ചു. ഒരു 'ഏകകക്ഷി' പി എസ് പി ഗവൺമെന്റ് എന്ന പരീക്ഷണം അവസാനം ചെന്ന് കലാശി ച്ചത് അതിനെ ഉപയോഗിച്ച് കോൺഗ്രസ് സ്വന്തം ഗവൺമെന്റ് രൂപീക രിക്കുന്നതിലാണ്.

ഈ സംഭവവികാസങ്ങൾ പി എസ് പി നേതൃത്വത്തിൽ പ്രത്യാ ഘാതങ്ങൾ ഉളവാക്കി. ഏകകക്ഷി പി എസ് പി ഗവൺമെന്റ് രൂപീക രിച്ച് ഏതാനും മാസങ്ങൾക്കകം ആ പാർട്ടിയുടെ അഖിലേന്ത്യാ നേതൃ ത്വത്തിലൊരു വിഭാഗം പി എസ് പി ഗവൺമെന്റിനെതിരായി രംഗത്തുവ ന്നു. പി എസ് പി തന്നെ ഭിന്നിച്ച് രണ്ടായി. അതിൽ ഒരു വിഭാഗം ഡോ ലോഹിയയുടെ നേതൃത്വത്തിൽ ഒരു പ്രത്യേക സോഷ്യലിസ്റ്റ് പാർട്ടി രൂപീകരിച്ചു. ഈ പുതിയ രാഷ്ട്രീയ സംഘടന ആശയപരമായി കമ്യൂ ണിസ്റ്റ് വിരുദ്ധമായതാണെന്നിരിക്കിലും രാഷ്ട്രീയമായും പ്രായോഗിക മായും കമ്യൂണിസ്റ്റ് വിരുദ്ധമെന്നതിലേറെ കോൺഗ്രസ് വിരുദ്ധമായ തായിരുന്നു. അതിന്റെ രൂപീകരണത്തോടെ സോഷ്യലിസ്റ്റ് പാർട്ടിയുടെ ശിഥിലീകരണത്തിന്റെ മറ്റൊരു ഘട്ടം കുറിക്കപ്പെട്ടു.

29

മലബാറിൽ തിരഞ്ഞെടുപ്പിനു ശേഷമുള്ള രംഗം

കോൺഗ്രസിന് തകർപ്പൻ പരാജയമേൽപ്പിച്ചതിൽ, ഒരുപക്ഷേ രാജ്യത്തൊട്ടാകെതന്നെ അഭിമാനാവഹമായ സ്ഥാനമാണ് മലബാറിനുള്ളത്. 30 സീറ്റുകളിലേക്ക് തിരഞ്ഞെടുപ്പ് നടന്നതിൽ വെറും നാല് സീറ്റ് മാത്രമാണ് കോൺഗ്രസിന് ലഭിച്ചത്. കമ്യൂണിസ്റ്റ്-കെ എം പി പി സഖ്യം 50 ശതമാനം സീറ്റുകൾ നേടി ഏറ്റവും വലിയ രാഷ്ട്രീയ ശക്തിയായി ഉയർന്നുവന്നു. കോൺഗ്രസ് വിരുദ്ധ നിലപാടെടുത്ത സോഷ്യലിസ്റ്റുപാർട്ടിയും മുസ്ലീംലീഗും മികച്ച റെക്കോഡ് കാഴ്ചവെച്ചു. സി പി ഐ-കെ എം പി പി സഖ്യവും മുസ്ലീംലീഗും സോഷ്യലിസ്റ്റു പാർട്ടിയും പല നിയോജകമണ്ഡലങ്ങളിലും പരസ്പരം മത്സരിച്ചു. എന്നിരിക്കിലും ജനങ്ങൾക്കിടയിൽ നിലനിന്നിരുന്ന കോൺഗ്രസ് വിരുദ്ധമനോഭാവം അവർക്കെല്ലാം സഹായകമായി.

കോൺഗ്രസിന് ഇത് കനത്ത പരാജയമേൽപ്പിച്ചുവെന്ന് മാത്രമല്ല കമ്യൂണിസ്റ്റ് പാർട്ടിയെ സംബന്ധിച്ചിടത്തോളം എണ്ണപ്പെട്ട വിജയമായിരുന്നുതാനും. ചരിത്രത്തിലാദ്യമായി അതിന് അരഡസനിലധികം എം എൽ എമാരുണ്ടായി. അതിനുംപുറമെ സി പി ഐ പിന്തുണയോടെ ഏതാനും സഖ്യകക്ഷി എം എൽ എമാർ വേറെയും . പല കെ എം പി പി എം എൽ എമാരും നീണ്ടകാലത്തോളം കടുത്ത കമ്യൂണിസ്റ്റ് വിരുദ്ധരായിരുന്നു. അവരിൽ ചിലരാകട്ടെ, കമ്യൂണിസ്റ്റ് കേഡർമാരെ ആക്രമിക്കുന്നതിൽ സജീവമായി പങ്കെടുത്തവരാണുതാനും. ഇത്തരത്തിലുള്ള വ്യക്തികളെ അവരുടെ സ്ഥാനാർഥികളാക്കുകയും സി പി ഐ അംഗങ്ങൾ അവർക്കുവേണ്ടി പ്രവർത്തിക്കേണ്ടിവരികയും ചെയ്തത്

വാസ്തവത്തിൽ ഗുരുതരമായ ഉൾപ്പാർട്ടി പ്രശ്നങ്ങൾ സൃഷ്ടിച്ചു. ഈ പരിത:സ്ഥിതിയെ രാഷ്ട്രീയമായ രീതിയിൽ കൈകാര്യം ചെയ്യാൻ കഴിഞ്ഞത് പാർട്ടി നേതൃത്വത്തിന്റെയും അണികളുടെയും നേട്ടമാണ്. തങ്ങളെ ശാരീരികമായി ആക്രമിച്ചതിന്റെ കടുത്ത ഓർമകളുള്ള സഖാക്കൾ അവസാനം പാർട്ടി കേഡർമാരെ ശാരീരികമായി ആക്രമിക്കുന്നതിൽ വ്യക്തിപരമായി പങ്കെടുത്ത സ്ഥാനാർഥികൾക്കുവേണ്ടി പ്രവർത്തിക്കാൻ പ്രേരിപ്പിക്കപ്പെട്ടു. അവരുടെ ഭാഗത്താകട്ടെ കെ എം പി പി പ്രവർത്തകർ-മുൻ കോൺഗ്രസുകാർ-കമ്യൂണിസ്റ്റ് വിരോധത്തെ കീഴ്പെടുത്തി കമ്യൂണിസ്റ്റ് സ്ഥാനാർഥികളുടെ വിജയത്തിനുവേണ്ടി ആത്മാർഥമായി പ്രവർത്തിച്ചു.

ഇത് തികച്ചും പുതിയൊരു സ്ഥിതിവിശേഷമായിരുന്നു-എതിർപ്പുകളെ കീഴ്പെടുത്തി മുമ്പോട്ടുപോകാനും യോജിച്ച രാഷ്ട്രീയ ക്യാമ്പെയിനുകളിലേക്ക് കമ്യൂണിസ്റ്റിതരരെ കൂട്ടിക്കൊണ്ടുവരാനും കഴിവുള്ള വളർന്നുവരുന്ന ഒരു രാഷ്ട്രീയശക്തിയായി കമ്യൂണിസ്റ്റു പാർട്ടിയെ കാണാൻ തുടങ്ങി. തിരഞ്ഞെടുപ്പിലെ വിജയം കെ എം പി പിയുമായി ചേർന്നുള്ള സംയുക്ത വിജയമായിരുന്നുവെങ്കിലും പ്രതിപക്ഷ പ്രസ്ഥാനത്തെ മുമ്പോട്ട് നയിക്കുന്ന യഥാർഥശക്തിയായിട്ടാണ് ജനങ്ങൾ കമ്യൂണിസ്റ്റ് പാർട്ടിയെ കണ്ടത്. തിരു-കൊച്ചിയിലെന്നപോലെ മദിരാശി, ആന്ധ്രാജില്ലകളിലും ഹൈദരാബാദ്, പടിഞ്ഞാറൻ ബംഗാൾ, ത്രിപുര എന്നിവിടങ്ങളിലും കമ്യൂണിസ്റ്റ് പാർട്ടി കോൺഗ്രസ് കഴിഞ്ഞാൽ രണ്ടാം സ്ഥാനത്ത് നിൽക്കുന്ന ഏറ്റവും വലിയ രാഷ്ട്രീയ ശക്തിയായി ഉയർന്നുവന്നു. ക്വിറ്റിന്ത്യാ സമരകാലത്ത് സാമ്രാജ്യവിരുദ്ധ ജനസാമാന്യത്തിൽനിന്ന് ഒറ്റപ്പെട്ട ഒരു പാർട്ടിയെ, രണ്ടാം പാർട്ടി കോൺഗ്രസിനുശേഷം സംഘടന ദുർബലമാവുകയും ഭിന്നിക്കുകയും ചെയ്ത ഒരു പാർട്ടിയെ സംബന്ധിച്ചിടത്തോളം തീർച്ചയായും ഇതൊരു എണ്ണപ്പെട്ട നേട്ടംതന്നെയാണ്.

ജനങ്ങൾക്കിടയിൽ കമ്യൂണിസ്റ്റുകാർക്കുള്ള സ്ഥാനം കോൺഗ്രസിനകത്തും പ്രത്യാഘാതങ്ങളുണ്ടാക്കി. കമ്യൂണിസ്റ്റ് പാർട്ടി മുൻകൈയെടുത്ത് കെട്ടിപ്പടുക്കുകയും നേതൃത്വം നൽകി നയിക്കുകയും ചെയ്ത കർഷകപ്രസ്ഥാനവും കർഷകസമരങ്ങളും ഗ്രാമീണ ജനസാമാന്യത്തെ അളവറ്റതോതിൽ സ്വാധീനിച്ചിട്ടുണ്ടെന്ന് തിരഞ്ഞെടുപ്പിന് മുമ്പു തന്നെ കോൺഗ്രസ് കമ്മിറ്റിക്ക് ബോധ്യപ്പെട്ടിരുന്നു. മലബാർ കുടിയായ്മ നിയമം ഭേദഗതി ചെയ്യുന്നതിനുവേണ്ടി പ്രവർത്തിക്കണമെന്നും ഗ്രാമീണ ജനസാമാന്യത്തിന്റെ അഭിലാഷങ്ങൾ ഭാഗികമായി നിറവേറ്റാൻ അതുപകരിക്കുമെന്നും കോൺഗ്രസ് നേതാക്കൾ ചിന്തിക്കാൻ തുടങ്ങിയിരുന്നു. എന്നാൽ തിരഞ്ഞെടുപ്പ് കഴിയുന്നതുവരെ മൂർത്തമായി യാതൊന്നും ഉയർന്നുവരികയുണ്ടായില്ല.

കമ്യൂണിസ്റ്റ് പാർട്ടിക്കുണ്ടായ വിജയവും കോൺഗ്രസിനേറ്റ തിരിച്ചടിയും കുടിയായ്മ പ്രശ്നത്തിൽ വല്ലതും ചെയ്യണമെന്ന് കോൺഗ്രസ്

നേതാക്കളെ ബോധ്യപ്പെടുത്തി. അവർ ഒരു ഭേദഗതി ബിൽ തയ്യാറാക്കി നിയമസഭയിൽ അവതരിപ്പിച്ച് പാസാക്കി. സംഘടിത കർഷകപ്രസ്ഥാനം ഉന്നയിച്ച ആവശ്യങ്ങളിൽ നിന്ന് വളരെ പിറകിലായിരുന്നുവെങ്കിലും പ്രസ്ഥാനം ഉന്നയിച്ച ചില അടിയന്തരാവശ്യങ്ങൾ പുതിയ ബില്ലിൽ അനുവദിക്കപ്പെട്ടു. ജനങ്ങളെ കമ്യൂണിസ്റ്റ് പാർട്ടിയിൽ നിന്നകറ്റി തങ്ങളുടെ പക്ഷത്തേക്ക് കൊണ്ടുവരാനുള്ള ശ്രമമായിരുന്നു ഇതെന്ന് വളരെ വ്യക്തമാണ്. കൂടുതൽ പരിഷ്കാരങ്ങൾക്കുവേണ്ടി പോരാട്ടം തുടരവെതന്നെ ബില്ലിൽ അനുവദിക്കപ്പെട്ട ആനുകൂല്യങ്ങളിൽ നിന്ന് പാർട്ടി മുതലെടുത്തു.

പല സംസ്ഥാന നിയമസഭകളിലും കോൺഗ്രസ് ഒരുതരത്തിലല്ലെങ്കിൽ മറ്റൊരു തരത്തിലുള്ള കാർഷിക പരിഷ്കാരങ്ങൾ അംഗീകരിച്ചു. ഭൂപ്രഭുക്കൾക്ക് കനത്ത നഷ്ടപരിഹാരം നൽകിക്കൊണ്ടാണെങ്കിലും പല സംസ്ഥാനങ്ങളും സെമിന്ദാരി സമ്പ്രദായം അവസാനിപ്പിച്ചു. സെമിന്ദാരി സമ്പ്രദായം നിലവിലില്ലാത്ത പ്രദേശങ്ങളിൽ പാടത്ത് പണിചെയ്യുന്ന കർഷകന് സ്ഥിരാവകാശം നൽകുകയും നേരിയ തോതിൽ പാട്ടം കുറക്കുകയും ചെയ്തു. ഇത്തരത്തിൽ സംസ്ഥാന ഗവൺമെന്റുകൾ നിയമനിർമാണശ്രമം നടത്തുമ്പോൾ തന്നെ അതിനനുബന്ധമായി പ്രക്ഷോഭസമരങ്ങളും വിനോബ ഭാവെയുടെ നേതൃത്വത്തിലുള്ള ഭൂദാനപ്രസ്ഥാനവും നടക്കുകയുണ്ടായി. അങ്ങനെ മലബാറിൽ കുടിയായ്മ പരിഷ്കാരം നടപ്പാക്കാൻ പറ്റിയ ഒരഖിലേന്ത്യാ രാഷ്ട്രീയ പരിത:സ്ഥിതി ഉളവായി.

ഇന്ത്യയുടെ വിവിധ ഭാഗങ്ങളിൽ നടപ്പാക്കിയ പരിഷ്കാരങ്ങളുടെ വർഗാടിസ്ഥാനത്തിലുള്ള രാഷ്ട്രീയ പ്രാധാന്യം പാർട്ടിക്ക് വിലയിരുത്തേണ്ടിയിരുന്നു. ജൻമിത്തം ഇല്ലായ്മ ചെയ്യുന്നില്ലെങ്കിൽ അതിനെ ഒതുക്കിനിർത്താനെങ്കിലും ബൂർഷ്വാ നേതൃത്വത്തിലുള്ള കോൺഗ്രസ് ഗവൺമെന്റ് നടപടി കൈക്കൊള്ളുന്നുണ്ടോ? നാട്ടിൻപുറങ്ങളിൽ ഒരു പുത്തൻ മുതലാളി വർഗബന്ധം സ്ഥാപിക്കപ്പെട്ടിട്ടില്ലേ? സെമിന്ദാരി മേഖലയിലും രാജ്യത്തിന്റെ ഇതരഭാഗങ്ങളിലും നടപ്പാക്കിയ പരിഷ്കാരത്തിൽ അടങ്ങിയ പ്രായോഗിക വശങ്ങൾ എന്തൊക്കെയാണ്? ഈ വക പ്രശ്നങ്ങളിൽ കിസാൻ സഭയുടെയും പാർട്ടിയുടെയും പ്രവർത്തകർക്കിടയിൽ അഭിപ്രായഭിന്നതകൾ ഉയർന്നുവന്നു. ഇതൊക്കെ വിവിധ തലങ്ങളിൽ ചർച്ച ചെയ്യപ്പെടുകയും 1953-ൽ കണ്ണൂരിൽ ചേർന്ന അഖിലേന്ത്യാ കിസാൻ സഭാസമ്മേളനം അംഗീകരിച്ച നയപ്രഖ്യാപന രേഖയിൽ അതൊക്കെ സമാഹരിക്കപ്പെടുകയും ചെയ്തു. മലബാറിൽ കർഷക പ്രസ്ഥാനം വളർത്തിക്കൊണ്ടുവരാനും പാർട്ടിയെ ശക്തിപ്പെടുത്താനും കിസാൻ സഭയുടെ കണ്ണൂർ സമ്മേളനം സഹായകമായി. ജില്ലയുടെ ആ ഭാഗങ്ങളിൽ നടത്തിയ സമരങ്ങൾ ഗ്രാമീണജനസാമാന്യത്തെ പാടേ മാറ്റിത്തീർത്തിരിക്കുന്നുവെന്ന് കിസാൻസഭാ-സമ്മേളനത്തിന്റെ പടുകൂറ്റൻ സമാപനറാലി കാട്ടിത്തന്നു. കൃഷിക്കാർ, കർഷക

തൊഴിലാളികൾ, നാട്ടിൻപുറങ്ങളിലെ മറ്റ് പാവപ്പെട്ട ജനവിഭാഗങ്ങൾ- ഇവരെല്ലാം അവരുടെ സ്വന്തം സംഘടനയായ കിസാൻസഭക്ക് പിന്നിൽ അണിനിരക്കുകയും പാർട്ടിയെ വിപുലമായ തോതിൽ പിന്തുണക്കാൻ മുമ്പോട്ട് വരികയും ചെയ്തുവെന്നത് വളരെ പ്രധാനപ്പെട്ട കാര്യമാണ്. മലബാറിൽ കർഷകപ്രസ്ഥാനം ഒന്നാമതായി സംഘടിപ്പിക്കപ്പെട്ട കാല ത്തെന്നപോലെ സ്വാതന്ത്ര്യ പ്രസ്ഥാനത്തിലെ വെറുമൊരു ജിഞ്ചർ ഗ്രൂപ്പ് തീവ്രവാദി വിഭാഗം മാത്രമല്ല, അത് രാജ്യത്തെ പുതിയ കോൺഗ്രസ് ഭരണാധികാരികൾക്കെതിരായി നാട്ടിൻപുറങ്ങളിലെയും നഗരങ്ങളിലെയും ജനസാമാന്യത്തിന് നേതൃത്വം നൽകുന്ന സ്വതന്ത്ര മായ ഒരു വൻ രാഷ്ട്രീയശക്തിയായി കഴിഞ്ഞിരിക്കുന്നു. മലബാറിൽ കോൺഗ്രസിന് തിരഞ്ഞെടുപ്പിൽ കനത്ത പരാജയം അടിച്ചേൽപ്പി ക്കാൻ അതിന് കഴിയുകയും ചെയ്തു.

അധികം താമസിയാതെ മറ്റൊരു സംഭവം നടന്നു-ഭാവിയുടെ മുന്നോടിയായ ഒന്നായിരുന്നു അത്. ഞാനിവിടെ പരാമർശിക്കുന്നത് മലബാർ ഡിസ്ട്രിക്ട് ബോർഡിലേക്ക് നടന്ന തിരഞ്ഞെടുപ്പാണ്. ഈ തിരഞ്ഞെടുപ്പിൽ സി പി ഐ-കെ എം പി പി സഖ്യമൊന്നും ഉണ്ടായി രുന്നില്ല. പാർട്ടി ഒറ്റക്കാണ് തിരഞ്ഞെടുപ്പിൽ മത്സരിച്ചത്. ഒരേസമയം കോൺഗ്രസ്, മുസ്ലീംലീഗ്, സോഷ്യലിസ്റ്റ് പാർട്ടി എന്നിവക്കെതിരെ പോരാടി പകുതിയോളം സീറ്റുകൾ നേടാൻ സി പി ഐക്ക് കഴിഞ്ഞു. എന്ന് മാത്രമല്ല ബോർഡിന്റെ ഭരണം ഏറ്റെടുക്കേണ്ടതായും വന്നു. പകുതിയോളം സീറ്റുകൾ മാത്രമേ പാർട്ടിയുടെ നിയന്ത്രണത്തിൽ ഉണ്ടായിരുന്നുള്ളുവെങ്കിലും ബോർഡിലെ കോൺഗ്രസ്, മുസ്ലീംലീഗ്, സോഷ്യലിസ്റ്റ് അംഗങ്ങൾ തമ്മിലുള്ള അഭിപ്രായ ഭിന്നതകാരണം ഒരു കമ്യൂണിസ്റ്റ് നേതാവ് ബോഡ്പ്രസിഡന്റായി തിരഞ്ഞെടുക്കപ്പെട്ടു. ഒരു പാർട്ടിമെമ്പർ ഭരണാധികാരസ്ഥാനം വഹിക്കുന്നത് ഇതാദ്യമായാണ്. ജില്ലാതലത്തിൽ ഭരണാധികാരസ്ഥാനം വഹിക്കാൻ കഴിയുമെങ്കിൽ അതിലും ഉയർന്ന തലത്തിലുള്ള ഭരണാധികാരം പാർട്ടിയുടെ കൈക ളിൽ വന്നുചേർന്നുകൂടായ്കയില്ല എന്ന ചിന്ത തീർത്തും അയഥാർഥ മല്ല എന്ന പാഠമാണ് ഇത് നൽകിയത്.

മലബാറിൽ ഇതൊക്കെ നടക്കുമ്പോൾ തന്നെ മലബാറും തിരു-കൊച്ചിയുടെ മിക്കവാറും ഭാഗങ്ങളും ചേർത്ത് ഒരു പുതിയ കേരളസം സ്ഥാന രൂപീകരണത്തിനുവേണ്ടിയുള്ള പ്രക്ഷോഭവും നടക്കുന്നുണ്ടാ യിരുന്നു. നേരത്തെ ചൂണ്ടിക്കാണിച്ചതുപോലെ പെട്ടെന്ന് പ്രായോഗിക ഫലമൊന്നും ഉണ്ടായില്ലെങ്കിലും അത്തരമൊരു പ്രക്ഷോഭത്തിന് 1947 -ൽ തന്നെ തുടക്കം കുറിച്ചുകഴിഞ്ഞിരുന്നു. ആന്ധ്രാ സംസ്ഥാനരൂപീക രണത്തെത്തുടർന്ന് പുതിയ കേരള സംസ്ഥാനരൂപീകരണം ഒരടിയ ന്തരാവശ്യമായി ഉയർന്നുവന്നു. കേരളത്തിലാകമാനം ഇതിന് വേണ്ടിയുള്ള പ്രക്ഷോഭം അലയടിച്ചുയർന്നു.

എന്നാൽ പുതുതായി രൂപംകൊള്ളുന്ന കേരളസംസ്ഥാനത്തെ

സംബന്ധിച്ചിടത്തോളം വ്യത്യസ്ത നിലപാടുകൾ നിലവിലുണ്ടായിരുന്നു. തെക്കൻ കർണാടകജില്ലയിലെ ചില തെലുങ്കുഭൂരിപക്ഷ പ്രദേശങ്ങൾ കൂടി ഉൾപ്പെട്ടതായിരിക്കണം പുതിയ കേരളസംസ്ഥാനമെന്ന് മലബാറിൽ ചിലർ വാദിച്ചു. തെക്കൻ തിരുവിതാംകൂറിലെ തമിഴ്ഭൂരിപക്ഷ പ്രദേശങ്ങൾ കൂടി പുതിയ സംസ്ഥാനത്തിൽ ഉൾപ്പെടുത്തണമെന്ന് തിരു-കൊച്ചിയിൽ ഒരു വിഭാഗവും വാദിച്ചു. ഇരുകൂട്ടരും ഭാഷാസംസ്ഥാന രൂപീകരണമെന്ന തത്വത്തിനെതിരായിരുന്നുതാനും. കമ്യൂണിസ്റ്റ്പാർട്ടിയാകട്ടെ, ഭാഷാസംസ്ഥാന രൂപീകരണമെന്ന തത്വത്തിൽ ഉറച്ചുനിന്നു. പ്രായോഗികതലത്തിൽ ഇതിനർഥം പഴയ മദിരാശി സംസ്ഥാനത്തിലെയും തിരു-കൊച്ചിയിലെയും മലയാളഭാഷ സംസാരിക്കുന്ന ജനങ്ങളെയാകെ യോജിപ്പിച്ചുകൊണ്ട് ഒരു പുതിയ കേരളസംസ്ഥാനം രൂപപ്പെടുത്തുക എന്നതായിരുന്നു. അതിർത്തി പുനർനിർണയത്തെ സംബന്ധിച്ചിടത്തോളം തൊട്ടുകിടക്കുന്ന ഗ്രാമത്തെ ഒരു ഘടകമായെടുത്ത് അതിർത്തി പുനർനിർണയം ചെയ്യുകയെന്ന തത്വം പാർട്ടി അംഗീകരിച്ചു. മറ്റൊരു വിധത്തിൽ പറഞ്ഞാൽ തൊട്ടുകിടക്കുന്നതും മലയാളം സംസാരിക്കുന്നവർക്ക് ഭൂരിപക്ഷമുള്ളതുമായ ഗ്രാമങ്ങൾ പുതിയ സംസ്ഥാനത്തിൽ ഉൾപ്പെടുത്തണമെന്നർഥം.

ഇത്തരത്തിൽ ഭാഷാടിസ്ഥാനത്തിലുള്ള ഒരു കേരളസംസ്ഥാന രൂപീകരണം കമ്യൂണിസ്റ്റ് പ്രസ്ഥാനത്തെ വളരെയേറെ ശക്തിപ്പെടുത്തുമെന്ന് വ്യക്തം. ഈ പുതിയ സംസ്ഥാനം പുന്നപ്ര-വയലാറും വടക്കേ മലബാറുമെന്നപോലെ തിരു-കൊച്ചിയിലും മലബാറിലും ഉശിരൻ തൊഴിലാളി-കർഷക സമരങ്ങൾ നടന്ന പ്രദേശങ്ങളെയെല്ലാം ഒന്നിപ്പിച്ച് ഒരു സംസ്ഥാനത്തിന് കീഴിൽ കൊണ്ടുവരും. സ്വാതന്ത്ര്യസമര പ്രസ്ഥാനത്തിലെ ഏറ്റവും നല്ല സജീവ പ്രവർത്തകരെല്ലാം കമ്യൂണിസ്റ്റുകാരായി മാറിയ പ്രദേശം കൂടിയാണതും. കോൺഗ്രസിന് തകർപ്പൻ പരാജയമേറ്റതും ഇവിടെത്തന്നെ.

കമ്യൂണിസ്റ്റ് പാർട്ടിയുടെയും ഇടതുപക്ഷ പ്രസ്ഥാനങ്ങളുടെയും ഏകീകരണമാണ് ഭാഷാടിസ്ഥാനത്തിലുള്ള ഈ പുതിയ കേരളസംസ്ഥാനത്തിന്റെ ഒരു സവിശേഷ വശം. എന്നാൽ ഇതിനൊരു മറുവശം കൂടിയുണ്ട്. തിരു-കൊച്ചി ഭാഗത്തെ രാഷ്ട്രീയത്തിൽ പരമ്പരാഗതമായി പ്രാമുഖ്യം വഹിച്ചുപോന്നിരുന്നത് നിരവധി ജാതിക്കാർ ഉൾപ്പെട്ട ഹിന്ദുക്കളിൽ എണ്ണത്തിൽ കൂടുതലുള്ള നായർ-ഈഴവ എന്നീ രണ്ട് വിഭാഗങ്ങളെയും വിവിധ പേരുകളിലുള്ള ക്രിസ്ത്യൻ പള്ളിയെയും പ്രതിനിധീകരിക്കുന്ന രാഷ്ട്രീയ -സാമൂഹ്യ സംഘടനകളാണ്. അതിനും പുറമെ ഹിന്ദുക്കളിൽതന്നെ എണ്ണത്തിൽ അതിലും ചെറുതായ ജാതിക്കാരെയും ഒരു വിഭാഗം വരുന്ന മുസ്ലീം സമുദായത്തെയും പ്രതിനിധീകരിക്കുന്ന സംഘടനകൾ വേറെയുമുണ്ട്. കോൺഗ്രസ് തന്നെയും വാസ്തവത്തിൽ ഈ ജാതി-സമുദായാദികളുടെ ഒരു ഫെഡറേഷനായിരുന്നു. പി എസ് പി മുഖ്യമായും ഒരു നായർ പാർട്ടി ആയിരുന്നു.

മലബാർ ഈ വർഗീയ വിഷബാധയിൽ നിന്ന് താരതമ്യേന വിമുക്തമായിരുന്നു. അവിടെ സ്വാതന്ത്ര്യപ്രസ്ഥാനത്തിലൂടെ രൂപപ്പെട്ട സവിശേഷ രാഷ്ട്രീയ സാഹചര്യം സ്വാഭാവികമായും ജാതിരാഷ്ട്രീയത്തിന്റെ വളർച്ചക്ക് പറ്റിയതായിരുന്നില്ല. ഇപ്പറഞ്ഞതിനർഥം മലബാറിൽ ജാതിരാഷ്ട്രീയം തീരെ ഉണ്ടായിരുന്നില്ല എന്നല്ല. അവിടെയും അതുണ്ടായിരുന്നു. മദിരാശിയിലെ ബ്രിട്ടീഷനുകൂല ജസ്റ്റിസ് പാർട്ടിയുമായി അടുത്ത ബന്ധമുള്ളതായിരുന്നു അത്. ബ്രിട്ടീഷ് ഭരണാധികാരികളിൽ നിന്ന് അതിന് ഉദാരമായ സഹായം ലഭിക്കുകയും ചെയ്തിരുന്നു. 1937-ലെ പൊതുതിരഞ്ഞെടുപ്പിൽ അവർ സ്വാതന്ത്ര്യപ്രസ്ഥാനത്തെ വെല്ലുവിളിച്ചു. ആ തിരഞ്ഞെടുപ്പ് വാസ്തവത്തിൽ അവരും ദേശീയ പ്രസ്ഥാനവും തമ്മിലുള്ള പോരാട്ടമായിരുന്നുതാനും. 1937-ലെ തിരഞ്ഞെടുപ്പിൽ മലബാറിൽ കോൺഗ്രസ് സ്ഥാനാർഥികൾ വൻവിജയം നേടുകയും ജസ്റ്റിസ് പാർട്ടിക്ക് കനത്ത തിരിച്ചടിയേൽക്കുകയും ചെയ്തു. പിന്നീടൊരിക്കലും ജാതിരാഷ്ട്രീയക്കാർക്കവിടെ തലപൊക്കാൻ കഴിഞ്ഞിട്ടില്ല.

മുസ്ലീം സമുദായത്തെക്കുറിച്ച് പറയുകയാണെങ്കിൽ അതിനോട് കൂറുപുലർത്തുന്ന രാഷ്ട്രീയ നേതാക്കൾ അവരുടെ തനിപ്പകർപ്പായ ജാതിയെ ആസ്പദമാക്കിയുള്ള രാഷ്ട്രീയക്കാരേക്കാൾ സുശക്തരായിരുന്നു. എന്നാൽ അവർക്കിടയിൽതന്നെയും ചില കടുത്ത വർഗീയവാദികൾക്ക് മുഹമ്മദ് അബ്ദുറഹ്മാനെപ്പോലുള്ള ദേശീയ മുസ്ലീങ്ങളിൽ നിന്ന് കനത്ത തിരിച്ചടി ഏറ്റുവാങ്ങേണ്ടിവന്നു. എന്നിരിക്കിലും ജാതിരാഷ്ട്രീയക്കാരേക്കാൾ മെച്ചപ്പെട്ട സ്ഥിതി കാഴ്ചവെക്കാൻ അവർക്ക് കഴിഞ്ഞു. മദിരാശി ഉൾപ്പെടെ വിവിധ സംസ്ഥാനങ്ങളിൽ കോൺഗ്രസ് ഗവൺമെന്റുകൾ രൂപീകരിക്കപ്പെട്ടതും കോൺഗ്രസ് ഭരണത്തിൻ കീഴിലുള്ള ഈ സംസ്ഥാനങ്ങളിൽ കൈക്കൊണ്ട ചില നടപടികളും മുസ്ലീങ്ങൾക്കിടയിൽ വർഗീയത വളർത്താൻ സഹായകമായി. മലബാറിൽ ലീഗിനെ ശക്തിപ്പെടുത്തുന്നതിന് സംഭാവന നൽകിയ രണ്ട് സുപ്രധാന രാഷ്ട്രീയഘടകങ്ങൾ മുഹമ്മദലി ജിന്നയുടെ നേതൃത്വത്തിൽ അഖിലേന്ത്യാ മുസ്ലീംലീഗ് അതിവേഗം വളർന്നുവന്നതും അതുയർത്തിയ പാകിസ്താൻ മുദ്രാവാക്യവുമാണ്.

മലബാറിൽ സ്വാതന്ത്ര്യ പ്രസ്ഥാനത്തിന്റെ ഘടകമായ ദേശീയ മുസ്ലീങ്ങളുടെ സ്വാധീനം കുറഞ്ഞുവരുന്നതിനും ഈ കാലഘട്ടം തുടക്കം കുറിച്ചു. യുദ്ധകാലത്തും യുദ്ധാനന്തരവർഷങ്ങളിലുമുണ്ടായ സംഭവവികാസങ്ങൾ ഈ പ്രവണതയെ ശക്തിപ്പെടുത്തുകയും ഒടുവിൽ പാകിസ്താൻ രൂപീകരണത്തിൽ ചെന്ന് കലാശിക്കുകയും ചെയ്തു. അപ്പോഴേക്കും ദേശീയമുസ്ലീങ്ങൾ ഒരു പ്രധാനശക്തിയായി കഴിഞ്ഞിരുന്നു. അതേസമയം ലീഗ് വളരെയേറെ വളരുകയും ചെയ്തു. 1952-ലെ തിരഞ്ഞെടുപ്പിൽ മുസ്ലീംലീഗ് നേതാക്കൾ അവരുടെ പാർട്ടിയുടെ ശക്തി സമർഥമായി ഉപയോഗപ്പെടുത്തുകയും ഈ തിരഞ്ഞെടു

പ്പിലൂടെ മുസ്ലീംലീഗ് മലബാറിലെ മുസ്ലീംരാഷ്ട്രീയത്തിൽ മുഖ്യശക്തിയായി ഉയർന്നുവരികയും ചെയ്തു. മദിരാശി നിയമസഭയിലെ ലീഗ്ഗ്രൂപ്പും ന്യൂനപക്ഷ രാജാജി ഗവൺമെന്റും തമ്മിലുള്ള ബാന്ധവം ലീഗിനെ രാഷ്ട്രീയമായി കൂടുതൽ ശക്തിപ്പെടുത്തി.

തിരു-കൊച്ചിയും മലബാറും തമ്മിലുള്ള ഈ വ്യത്യാസങ്ങളാകെ ഇരുപ്രദേശങ്ങളും ലയിച്ച് ഒരു സംസ്ഥാനമാകുന്നതോടെ തീർച്ചയായും തകിടം മറിയും. തിരു-കൊച്ചിയിൽ പ്രാമുഖ്യം വഹിച്ചുപോരുന്ന ജാതി സംഘടനകളും ക്രിസ്ത്യൻ പള്ളികളും മലബാറിലേക്കുകൂടി വ്യാപിക്കുകയും മുസ്ലീംലീഗ് തിരു-കൊച്ചിയിൽ അതിന്റെ ഘടകം രൂപീകരിക്കുകയും ചെയ്യും. പുതിയ സംസ്ഥാനത്തിലെ രാഷ്ട്രീയത്തിൽ ജാതി-മത സംഘടനകൾ ആധിപത്യം നേടുകയും തിരു-കൊച്ചിയിൽ ചെയ്തതുപോലെ മതനിരപേക്ഷ സംഘടനകളും പാർട്ടികളുമായി വിലപേശാൻ അവർക്ക് കഴിയുന്ന സ്ഥിതി ഉളവാകുകയും ചെയ്യും.

ഈ പരിത:സ്ഥിതിയിൽ കമ്യൂണിസ്റ്റ് പാർട്ടിയുടെ വളർന്നുവരുന്ന ശക്തിക്ക് അളവറ്റ പ്രാധാന്യമുണ്ട്. സിദ്ധാന്തത്തിലും പ്രയോഗത്തിലും വർഗസമരത്തെ ആസ്പദമാക്കിയുള്ള ഒരു പാർട്ടിക്ക്, ജാതി മത സംഘടനകളുടെ വിഭാഗീയതക്ക് കീഴടങ്ങാതെ മർദിതജാതിക്കാരുടെയും ന്യൂനപക്ഷങ്ങളുടെയും താൽപര്യങ്ങൾക്കൊപ്പം നിൽക്കാനും അത് കാത്തുരക്ഷിക്കാനും കഴിയും. എല്ലാ ജാതിമത വിഭാഗങ്ങളിലും പെട്ട സാധാരണക്കാരുമായി അതിനുള്ള ബന്ധം കാരണം യഥാർഥ മതനിരപേക്ഷ ദേശീയ നിലപാടെടുക്കാനും തച്ചമർത്തപ്പെട്ട ജാതിക്കാരുടെയും മതന്യൂനപക്ഷങ്ങളുടെയും താൽപര്യത്തെ പിന്തുണക്കാനും എല്ലാ ജാതിമത വിഭാഗത്തിലുംപെട്ട ജനസാമാന്യത്തിന്റെ വിശ്വാസം നേടിയെടുക്കാനും ഐശ്വര്യപൂർണമായ ഒരു ജനാധിപത്യ-മതനിരപേക്ഷ കേരളത്തിന് വേണ്ടിയുള്ള സമരത്തിൽ അവരെ യോജിപ്പിച്ചണിനിരത്താനും പാർട്ടിക്ക് കഴിഞ്ഞു.

30

ഉൾപ്പാർട്ടി സമരം വീണ്ടും

ആയിരത്തിത്തൊള്ളായിരത്തി അമ്പത്തിഒന്നിൽ പാർട്ടി പരിപാടിയും നയപ്രഖ്യാപനവും അംഗീകരിച്ചതോടെ ആശയപരവും നയപരവുമായ പ്രശ്നങ്ങളിലുള്ള ഭിന്നതകൾ പരിഹരിക്കപ്പെടുകയും പാർട്ടിയിൽ താൽക്കാലികമായി ഐക്യം കൈവരികയും ചെയ്തുവെങ്കിലും പുതിയ പ്രശ്നങ്ങൾ പ്രത്യക്ഷപ്പെട്ടു. അടുത്ത രണ്ട് വർഷത്തിനിടക്ക് പുതിയ വിവാദങ്ങൾ ഉയർന്നുവന്നു.

കോൺഗ്രസിന്റെ കാർഷിക പരിഷ്കാര നിയമനിർമാണം സംബന്ധിച്ച ചർച്ചകളെക്കുറിച്ച് ഞാൻ പരാമർശിക്കുകയുണ്ടായല്ലോ. ഈ ചർച്ചകൾ പ്രത്യേകിച്ച് ഏതെങ്കിലും പരിഷ്കാരനടപടികൾക്കുപരി മൊത്തത്തിൽ കോൺഗ്രസ് നയത്തിന്റെ ഉദ്ദേശ്യലക്ഷ്യങ്ങളെ സംബന്ധിച്ചുള്ളതായിരുന്നു.

ഒരു കാഴ്ചപ്പാടനുസരിച്ച് കോൺഗ്രസിന്റെ ഭൂപരിഷ്കാരം കർഷകർക്കും നാട്ടിൻപുറത്തെ മറ്റ് പാവപ്പെട്ട ജനവിഭാഗങ്ങൾക്കും ഗണ്യമായ ആനുകൂല്യങ്ങൾ നൽകിയെങ്കിലും അവ മുഖ്യമായും ഫ്യൂഡൽവ്യവസ്ഥയെ നിലനിർത്തുന്നതായിരുന്നു. അക്കാരണത്താൽ ഫ്യൂഡൽ വിരുദ്ധ വിപ്ലവപ്രസ്ഥാനം വളർത്തിക്കൊണ്ട് വരികയും ശക്തിപ്പെടുത്തുകയും വേണം. മറ്റൊരു കാഴ്ചപ്പാടനുസരിച്ചാകട്ടെ, ഫ്യൂഡൽ വ്യവസ്ഥ ദുർബലമായിരിക്കുന്നു. ഫ്യൂഡൽവ്യവസ്ഥ ദുർബലമാക്കുകയെന്നത് സ്വതന്ത്ര ഇന്ത്യയുടെ ഗവൺമെന്റിനും രാഷ്ട്രത്തിനും നേതൃത്വം നൽകുന്ന ബൂർഷ്വാസിയുടെ വർഗതാൽപര്യമാണെന്നാണ് അവരുടെ വാദം.

ഈ വ്യത്യസ്ത കാഴ്ചപ്പാടിൽനിന്ന് വ്യത്യസ്ത നയസമീപനങ്ങൾ ഉയർന്നുവന്നു. പാർട്ടിക്കമ്മിറ്റികളുടെയും കിസാൻസഭാ ഘടകങ്ങളുടെയും യോഗങ്ങളിൽ ചൂടുപിടിച്ച വാദപ്രതിവാദങ്ങൾ നടന്നു.

1953-ൽ കണ്ണൂരിൽവെച്ച് ചേർന്ന കിസാൻസഭാ സമ്മേളനം അംഗീകരിച്ച നയപ്രഖ്യാപന രേഖയിൽ ഈ വാദപ്രതിവാദങ്ങൾ സമാഹരിച്ചുകൊണ്ട് കോൺഗ്രസിന്റെ ഭൂപരിഷ്കാര നിയമങ്ങൾ സംസ്ഥാനങ്ങൾ അംഗീകരിച്ചതിനുശേഷമുള്ള സ്ഥിതിഗതികൾ സന്തുലിതമായി വിലയിരുത്തി.

കോൺഗ്രസ് ഗവൺമെന്റുകളെയും കാർഷികബന്ധങ്ങളെയും സംബന്ധിച്ച പ്രശ്നം, പുതിയ കോൺഗ്രസ് ഗവൺമെന്റുകളോടുള്ള പാർട്ടിയുടെ സമീപനം, അത് സംബന്ധിച്ച പാർട്ടിയുടെ വിലയിരുത്തൽ എന്നീ കൂടുതൽ വിപുലമായ രാഷ്ട്രീയ-പ്രത്യയശാസ്ത്ര പ്രശ്നത്തിന്റെ ഭാഗമാണ്. പാർട്ടി പരിപാടിയിലും നയപ്രഖ്യാപനരേഖയിലും അംഗീകരിച്ച വിപ്ലവപരമായ നയസമീപനം അംഗീകരിക്കാത്ത ഒരു പ്രവണത പാർട്ടിയിലും നേതൃത്വത്തിലും പ്രത്യക്ഷപ്പെട്ടു. പാർട്ടി പരിപാടിയും നയപ്രഖ്യാപന രേഖയും രണ്ടാം കോൺഗ്രസിന്റെയും 1951-ലെ കേന്ദ്രക്കമ്മിറ്റിയുടെയും രേഖകൾപോലെ 'സെക്ടേറിയൻ' ആണെന്ന് ഈ പ്രവണതയെ പ്രതിനിധീകരിക്കുന്നവർ വാദിച്ചു. ആ ധാരണയനുസരിച്ചുള്ള അടവും തന്ത്രവും നയസമീപനവും മാറ്റി 'കോൺഗ്രസുമായി ഐക്യമുന്നണി' എന്ന സമീപനം സ്വീകരിക്കണമെന്ന് അവർ ആവശ്യപ്പെട്ടു. ഈ പ്രവണത അംഗീകരിക്കുന്നവർ പാർട്ടിക്കകത്ത് ഒരു ചെറുന്യൂനപക്ഷം മാത്രമായിരുന്നുവെങ്കിലും അവർ ഈ നയസമീപനത്തിനുവേണ്ടി വീറോടെ വാദിച്ചു. പാർട്ടിക്കമ്മിറ്റികളും പാർട്ടി സമ്മേളനങ്ങളും അവസാനമായി 1953-ൽ മധുരയിൽ ചേർന്ന മൂന്നാം പാർട്ടി കോൺഗ്രസും പാർട്ടിയുടെ നയസമീപനത്തെ ചോദ്യം ചെയ്യുന്ന വേദികളായിത്തീർന്നു.

1952-ലെ പൊതുതിരഞ്ഞെടുപ്പിൽ ഉണ്ടായ തിരിച്ചടിയെത്തുടർന്ന് ജവാഹർലാൽ നെഹ്റുവിന്റെ നേതൃത്വത്തിലുള്ള കോൺഗ്രസ് മൗലിക നയങ്ങളുടെ കാര്യത്തിൽ ഇടതുപക്ഷ ചായ്‌വോടുകൂടിയ മാറ്റം വരുത്താൻ ശ്രമംനടത്തി. ഇതിന്റെ തുടക്കം വിദേശനയത്തിലായിരുന്നു. മുതലാളിത്തത്തിനും സോഷ്യലിസത്തിനും ഇടക്ക് സിദ്ധാന്തപരമായി നിക്ഷ്പക്ഷത, പ്രയോഗത്തിൽ മുതലാളിത്ത ചായ്‌വ് എന്ന നിലക്കുള്ള ചേരിരാഹിത്യം പ്രയോജനശൂന്യമാണെന്ന് തെളിഞ്ഞു. പ്രധാനമന്ത്രി നെഹ്റുവും അദ്ദേഹത്തിന്റെ ഗവൺമെന്റും സോഷ്യലിസ്റ്റ് രാജ്യങ്ങളോട് കൂടുതൽ സൗഹൃദവും സഹകരണ മനോഭാവവും കാണിക്കാൻ തുടങ്ങി. അത് ആഭ്യന്തര സാമ്പത്തിക നയങ്ങളിലും ചില മാറ്റങ്ങൾക്ക് വഴിയൊരുക്കി. അതാകട്ടെ, ആസൂത്രണം, വ്യവസായവൽക്കരണം, ഭൂപരിഷ്കാരം എന്നിവയിൽ ഒരു പുതിയ സമീപനം സ്വീകരിക്കുന്നതിലും അവസാനമായി മുഖ്യ ദേശീയ ലക്ഷ്യമെന്ന നിലക്ക് 'സോഷ്യലിസ്റ്റ് മാതൃക' അംഗീകരിക്കുന്നതിലും ചെന്ന് കലാശിച്ചു.

വിദേശനയത്തിലും ആഭ്യന്തരമായി സാമ്പത്തികനയത്തിലും

ഉണ്ടായ മാറ്റത്തിനർഥം ഭരണകക്ഷിയുടെയും ഗവൺമെന്റിന്റെയും മൗലികമായ വർഗസ്വഭാവത്തിൽ മാറ്റം വന്നുകൊണ്ടിരിക്കുന്നുവെന്നാണെന്ന് ചില സഖാക്കൾ വാദിച്ചു. കോൺഗ്രസ് ഗവൺമെന്റ് മൊത്തത്തിൽ ബൂർഷ്വാ-ഭൂപ്രഭു വർഗങ്ങളെ പ്രതിനിധീകരിക്കുന്ന ഒന്നല്ലാതായിരിക്കുന്നു. അത് പ്രതിനിധീകരിക്കുന്നത് കുത്തകവിരുദ്ധ വിഭാഗങ്ങളെ അഥവാ ദേശീയ ബൂർഷ്വാസിയെ മാത്രമാണ്. വർഗബന്ധങ്ങളിൽ ഉണ്ടായിട്ടുണ്ടെന്ന് പറയപ്പെടുന്ന ഈ മാറ്റത്തിനനുസൃതമായി കോൺഗ്രസ് ഗവൺമെന്റിനോടുള്ള പാർട്ടിയുടെ സമീപനത്തിൽ മാറ്റം വരുത്തേണ്ടത് ആവശ്യമാണെന്ന് മേൽപ്പറഞ്ഞ കാഴ്ചപ്പാടിനെ പ്രതിനിധീകരിക്കുന്നവർ വാദിച്ചു. കോൺഗ്രസ് ഗവൺമെന്റിന്റെ പ്രതിപക്ഷമെന്ന നിലക്ക് പാർട്ടി പ്രവർത്തിക്കരുതെന്നും കോൺഗ്രസിനോട് 'ഐക്യവും സമരവും' എന്ന നയം സ്വീകരിക്കണമെന്നും അവർ വാദിച്ചു.

ഈ പ്രശ്നം സംബന്ധിച്ച വിവാദങ്ങളെല്ലാം നടക്കുമ്പോൾതന്നെ, ഇന്ത്യയിലെ കോൺഗ്രസ് ഗവൺമെന്റിനോടുള്ള സോവിയറ്റ് യൂണിയന്റെയും സാർവദേശീയ കമ്യൂണിസ്റ്റ് പ്രസ്ഥാനത്തിന്റെയും സമീപനത്തിൽ മൗലികമായ മാറ്റംവന്നു. സോവിയറ്റ് യൂണിയനിലെയും സാർവദേശീയ കമ്യൂണിസ്റ്റ് പ്രസ്ഥാനത്തിലെയും നേതാക്കളുടെ പ്രസ്താവനകളിൽ നിന്നും പത്രങ്ങളിലെ ലേഖനങ്ങളിൽ നിന്നും ഒരു കാര്യം വ്യക്തമായി. കോൺഗ്രസ് ഗവൺമെന്റിനോടുള്ള സി പി ഐയുടെ സമീപനവും സാർവദേശീയ കമ്യൂണിസ്റ്റ് പ്രസ്ഥാനത്തിന്റെ സമീപനവും തമ്മിൽ ഭിന്നതയുണ്ട്. കോൺഗ്രസ് ഗവൺമെന്റിനോടുള്ള പാർട്ടിയുടെ സമീപനം മാറ്റണമെന്ന് പാർട്ടിക്കകത്ത് വാദിച്ചുപോന്നിരുന്നവർക്ക് ഈ ഭിന്നത പ്രോത്സാഹനജനകമായിത്തീരുകയും ചെയ്തു.

ഈ സന്ദർഭത്തിൽ രണ്ട് സംഭവങ്ങൾ എടുത്തുപറയേണ്ടതുണ്ട്. ഒന്നാമതായി, മധുരയിൽ നടന്ന പാർട്ടിയുടെ മൂന്നാം കോൺഗ്രസിൽ ബ്രിട്ടീഷ് കമ്യൂണിസ്റ്റ് നേതാവ് ഹാരിപോളിറ്റ് സംബന്ധിച്ചിരുന്നു. പാർട്ടി കോൺഗ്രസിൽ നടന്ന ചൂടുപിടിച്ച വാദപ്രതിവാദം അദ്ദേഹം ശ്രദ്ധിച്ചു. കോൺഗ്രസ് ഗവൺമെന്റിനോടുള്ള പാർട്ടിയുടെ സമീപനത്തിൽ മാറ്റംവരുത്തണമെന്ന പക്ഷക്കാരെ പിന്തുണക്കുന്നതായിരുന്നു അദ്ദേഹം ചെയ്ത പ്രസംഗം. ഹാരിപോളിറ്റിന്റെ പ്രസംഗത്തിലെ സമീപനമനുസരിച്ച്, കോൺഗ്രസിൽ ചർച്ചക്ക്വേണ്ടി അവതരിപ്പിച്ച രേഖകൾ ഭേദഗതി വരുത്തണമെന്ന വാദം പ്രതിനിധികളിൽ ചിലർ ഉന്നയിച്ചു. ഈ ആവശ്യം കേന്ദ്രക്കമ്മിറ്റി തള്ളിക്കളയുകയും കേന്ദ്രക്കമ്മിറ്റി അവതരിപ്പിച്ച രേഖകൾ കോൺഗ്രസ് അംഗീകരിക്കണമെന്ന് കേന്ദ്രക്കമ്മിറ്റിക്ക് വേണ്ടി ജനറൽ സെക്രട്ടറി അജയ്ഘോഷ് നിർദേശിക്കുകയും ചെയ്തു. പ്രതിനിധികളിൽ ഭൂരിപക്ഷംപേരും ഈ നിർദേശം അംഗീകരിച്ചു.

രണ്ടാമത്തെ സംഭവം സോവിയറ്റ് വാരികയായ *ന്യൂടൈംസിൽ* വന്ന ഒരു ലേഖനമാണ്. കോൺഗ്രസുമായി ഐക്യമുന്നണി എന്ന

സമീപനത്തെ അനുകൂലിച്ചുകൊണ്ടുള്ളതായിരുന്നു ആ ലേഖനം. ഇന്ത്യൻ കമ്യൂണിസ്റ്റുകാർക്കുള്ള 'സാർവദേശീയ മാർഗദർശന'മാണിതെന്ന് ചില സഖാക്കൾ അഭിപ്രായപ്പെട്ടു. ഈ വാദം പാർട്ടി നേതൃത്വം തള്ളിക്കളഞ്ഞു. ഈ വാദത്തെ ഖണ്ഡിച്ചുകൊണ്ട് അജയ്ഘോഷ് *ന്യൂടൈംസിൽ* ഒരു ലേഖനമെഴുതുകയും ചെയ്തു. *ന്യൂടൈംസിന്റെ*യും ഇന്ത്യൻ സഖാക്കളുടെയും കാഴ്ചപ്പാടുകൾ തമ്മിൽ ഭിന്നതയുണ്ടെന്ന യാഥാർഥ്യം അംഗീകരിക്കുന്നുവെന്ന് ചൂണ്ടിക്കാണിച്ചുകൊണ്ട് സോവിയറ്റ് വാരിക ആ ലേഖനം പ്രസിദ്ധപ്പെടുത്തുകയും ചെയ്തു.

സംഗതി അവിടംകൊണ്ടും അവസാനിച്ചില്ല. മൂന്നാം കോൺഗ്രസിൽ വെച്ചും അതിനുശേഷവും ഇന്ത്യൻ പാർട്ടി അംഗീകരിച്ച നയസമീപനത്തിൽനിന്ന് തികച്ചും വ്യത്യസ്തമായ നയസമീപനം സോവിയറ്റ് പ്രസിദ്ധീകരണങ്ങളും സഹോദരപാർട്ടികളുടെ മാധ്യമങ്ങളും പ്രചരിപ്പിച്ചുപോന്നു. സോവിയറ്റ് പാർട്ടിയുടെ ജനറൽസെക്രട്ടറി ക്രൂഷ്ചേവും പ്രധാനമന്ത്രി ബുൾഗാനിനും ഇന്ത്യ സന്ദർശിച്ച സന്ദർഭത്തിൽ സഹോദര പാർട്ടികളിലെ സഖാക്കളുടെ ഇത്തരം പ്രചാരണങ്ങൾ അതിന്റെ മൂർധന്യത്തിലെത്തി. കോൺഗ്രസ് ഗവൺമെന്റിന്റെ വിദേശനയത്തെയും ആഭ്യന്തരനയത്തെയും പ്രകീർത്തിക്കുന്ന തരത്തിലുള്ളതായിരുന്നു അവരുടെ പ്രസ്താവനകൾ. കോൺഗ്രസ് പാർട്ടിയും കോൺഗ്രസ് ഗവൺമെന്റും ഈ പ്രകീർത്തനങ്ങൾ തികച്ചും ഉപയോഗപ്പെടുത്തി. ക്രൂഷ്ചേവിന്റെയും ബുൾഗാനിന്റെയും പ്രസംഗങ്ങൾ 1955-ൽ ആന്ധ്രയിൽ നടന്ന ഇടക്കാല തിരഞ്ഞെടുപ്പിൽ കമ്യൂണിസ്റ്റുകാരെ 'തുറന്നുകാട്ടുന്ന'തിന് കോൺഗ്രസ് നേതാക്കൾക്ക് നല്ലൊരായുധമായിത്തീർന്നു. ആന്ധ്രാതിരഞ്ഞെടുപ്പിൽ പാർട്ടിക്കുണ്ടായ പരാജയം പാർട്ടിക്കുള്ളിൽ ഈ പ്രവണതയെ കൂടുതൽ ശക്തിപ്പെടുത്തി. കോൺഗ്രസ് ഗവൺമെന്റിനോടുള്ള സമീപനത്തിൽ മാറ്റം വരുത്തണമെന്ന ആവശ്യം അവർ വീണ്ടും ശക്തിയായി ഉന്നയിച്ചുപോന്നു.

ഈയൊരു രാഷ്ട്രീയ പശ്ചാത്തലത്തിലാണ് 1956 ഏപ്രിലിൽ പാർട്ടിയുടെ നാലാം കോൺഗ്രസ് പാലക്കാട്ടുനടന്നത്. മുൻ കോൺഗ്രസിനുശേഷമുണ്ടായ സംഭവവികാസങ്ങൾ, കോൺഗ്രസുമായി ഐക്യമുന്നണിയെന്ന പാർട്ടിക്കകത്തെ പ്രവണതയിൽ അവ ചെലുത്തിയ സ്വാധീനം - ഇതിന്റെയെല്ലാം സൂചനയെന്ന നിലക്ക് "കോൺഗ്രസ്-കമ്യൂണിസ്റ്റ് കൂട്ടുഗവൺമെന്റ് രൂപീകരിക്കുന്നിടത്തോളം ചെന്നെത്തുന്ന കോൺഗ്രസ് - കമ്യൂണിസ്റ്റ് ഐക്യ"ത്തെ അനുകൂലിക്കുന്ന ഔപചാരികമായ പ്രമേയത്തിന് പ്രതിനിധികളിൽ മൂന്നിൽ ഒരുഭാഗം പേരുടെ പിന്തുണ ലഭിച്ചു. മൂന്നിൽ രണ്ട് ഭാഗം പ്രമേയത്തെ എതിർത്ത് വോട്ടുചെയ്തുവെങ്കിലും കോൺഗ്രസുമായി ഐക്യമുന്നണി എന്ന സമീപനം മുറയ്ക്ക് ശക്തിപ്പെട്ടുവരികയാണെന്ന് വോട്ടിന്റെ നിലയിൽനിന്ന് കാണാൻ കഴിഞ്ഞു. 1964-ൽ പാർട്ടി ഔപചാരികമായി പിളരുന്നതിലേക്കും സി പി ഐ(എം)ഉം സി പി ഐയും രൂപം കൊള്ളുന്നതി

ലേക്കും ചെന്നെത്തിയ കോൺഗ്രസുമായി ഐക്യം എന്ന നയസമീപനത്തെ എതിർക്കുന്നവരും അനുകൂലിക്കുന്നവരും തമ്മിലുള്ള രൂക്ഷമായ ഉൾപ്പാർട്ടി സമരത്തിന് തുടക്കം കുറിച്ചത് പാലക്കാട് കോൺഗ്രസിലാണെന്ന് കണക്കാക്കാവുന്നതാണ്.

സാർവദേശീയ കമ്യൂണിസ്റ്റ് പ്രസ്ഥാനത്തിൽ പ്രത്യയശാസ്ത്രപരമായ ഭിന്നതകളും ഇന്ത്യാ-ചൈന ഗവൺമെന്റുകൾ തമ്മിൽ ഗുരുതരമായ അഭിപ്രായഭിന്നതകളും പരസ്യമായി പ്രത്യക്ഷപ്പെടുന്നതിന് മൂന്നുകൊല്ലം മുമ്പുതന്നെ കോൺഗ്രസിനോടുള്ള സമീപനത്തെ ച്ചൊല്ലിയുള്ള ഉൾപ്പാർട്ടി സമരം രൂക്ഷമായിക്കഴിഞ്ഞിരുന്നുവെന്നത് പ്രത്യേകം ശ്രദ്ധേയമാണ്. 1964-ൽ പാർട്ടി പിളരാൻ കാരണം ഇന്ത്യയിലെ ആഭ്യന്തരസ്ഥിതി സംബന്ധിച്ച അടിസ്ഥാനപരമായ വ്യത്യസ്തകാഴ്ചപ്പാടായിരുന്നുവെന്ന് വ്യക്തം. അല്ലാതെ സി പി ഐ(എം)ന്റെ ശത്രുക്കൾ ഇപ്പോഴും ആരോപിക്കുന്നതുപോലെ 1964-ലെ പിളർപ്പിന് കാരണം സാർവദേശീയ ക്യൂണിസ്റ്റ് പ്രസ്ഥാനത്തിലെ ഭിന്നിപ്പായിരുന്നില്ല.

മുപ്പത് കൊല്ലം പിറകിലേക്ക് തിരിഞ്ഞുനോക്കുമ്പോൾ 1964-ലെ പിളർപ്പ് ചരിത്രപരമായ ഒരാവശ്യമായിരുന്നുവെന്നാണ് എന്റെ അഭിപ്രായമെന്ന് രേഖപ്പെടുത്താൻ ഞാൻ ആഗ്രഹിക്കുന്നു. അവിഭക്ത കമ്യൂണിസ്റ്റ് പാർട്ടിയിലെ പരസ്പരം ഏറ്റുമുട്ടിയ-കോൺഗ്രസിനെ പിന്തുണക്കുന്നതും എതിർക്കുന്നതുമായ-രണ്ട് പ്രവണതകൾ തമ്മിൽ പൊരുത്തപ്പെടുക അസാധ്യമായിരുന്നു. മറ്റ് രണ്ട് പ്രശ്നങ്ങളും പ്രത്യക്ഷപ്പെട്ടില്ലായിരുന്നുവെങ്കിൽ തന്നെയും ഉൾപ്പാർട്ടി സമരത്തിലൂടെ പാർട്ടി പിളരുമായിരുന്നു.

ലോക കമ്യൂണിസ്റ്റ് പ്രസ്ഥാനത്തിലെ പ്രത്യയശാസ്ത്രപരമായ ഭിന്നതകളും ഇന്ത്യാ-ചൈന ഗവൺമെന്റുകൾ (ഇരുരാജ്യങ്ങളിലെയും ഭരണാധികാരശക്തികൾ) തമ്മിലുള്ള തർക്കവും ഉൾപ്പാർട്ടി സമരത്തെ ശക്തിപ്പെടുത്തി എന്ന കാര്യം ഞാൻ നിഷേധിക്കുന്നില്ല. ഈ രണ്ട് പ്രശ്നങ്ങളും ഉത്ഭവിക്കുകയും അവ ഉൾപ്പാർട്ടി സ്ഥിതിഗതികളെ സങ്കീർണമാക്കിത്തീർക്കുകയും ചെയ്തിരുന്നില്ലെങ്കിൽകൂടി ആഭ്യന്തര പ്രശ്നം സംബന്ധിച്ച ഭിന്നതകൾ അവശേഷിക്കുമായിരുന്നുവെന്നതാണ് സത്യം. ഏതായാലും മേൽപറഞ്ഞ രണ്ട് പ്രശ്നങ്ങളും സ്ഥിതിഗതികളെ സങ്കീർണമാക്കിയിരുന്നില്ലെങ്കിൽ പാർട്ടിയിൽ ഐക്യം കൈവരുത്താനും അത് കാത്തുസൂക്ഷിക്കാനും കഴിയുമായിരുന്നു എന്ന് പറയുന്നത് ശരിയല്ല. കോൺഗ്രസിന്റെ വർഗസ്വഭാവം, കോൺഗ്രസിനോട് കൈക്കൊള്ളേണ്ട സമീപനം എന്നിവ സംബന്ധിച്ച വിവാദത്തിൽ അടങ്ങിയ പ്രശ്നങ്ങൾ, പരസ്പരവിരുദ്ധമായ രണ്ട് സമീപനങ്ങൾ ഒരേ പാർട്ടിയിൽ ദീർഘകാലം സഹവർത്തിക്കാൻ കഴിയാത്തത്ര ഗുരുതരമായിരുന്നു. ഇവയിൽ ഏതെങ്കിലുമൊന്ന് മുൻകൈ നേടി മറ്റേതിനെ കീഴ്പെടുത്താതെവയ്യ.

സി പി ഐ(എം) (അവിഭക്ത സി പി ഐയിലെ ഇടതുപക്ഷം)

പ്രതിനിധാനം ചെയ്ത പ്രവണത ശരിയായിരുന്നുവെന്നും മറ്റേത് തെറ്റായിരുന്നുവെന്നും കാലം തെളിയിച്ചുകഴിഞ്ഞിരിക്കുന്നു. ഈ യാഥാർഥ്യം അംഗീകരിക്കാൻ സി പി ഐയിലെ ചിലർ കൂട്ടാക്കിയില്ല. അവർ 'യുണൈറ്റഡ് സി പി ഐ' രൂപീകരിച്ചു. എന്നാൽ ഇന്നത്തെ സി പി ഐ ഈ സമീപനത്തിൽ നിന്ന് വിട്ടുനിൽക്കുകയും നരസിംഹറാവു ഗവൺമെന്റിനെ സ്ഥാനഭ്രഷ്ടമാക്കാനുള്ള നിർണായകസമരത്തിൽ സി പി ഐ(എം)നോടും മറ്റ് ഇടതുപക്ഷ ശക്തികളോടുമൊപ്പം ചേരുകയും ചെയ്തിരിക്കുകയാണ്. അറുപതുകളുടെ ആദ്യപകുതിയിൽ ഈ രണ്ട് നയസമീപനങ്ങളും തമ്മിലുള്ള ഭിന്നത പറഞ്ഞൊതുക്കി താൽക്കാലികമായി ഒരൈക്യം തട്ടിപ്പടച്ചുണ്ടാക്കിയിരുന്നുവെങ്കിൽ സംഗതികൾക്ക് ഇത്ര വ്യക്തത കൈവരുമായിരുന്നില്ല. അതിനാൽ 1964 -ലെ പിളർപ്പ് ചരിത്രപരമായ ഒരാവശ്യമായിരുന്നു.

31

ആന്ധ്ര തിരഞ്ഞെടുപ്പ്

തിരു-കൊച്ചിയിലെയും മലബാറിലെയും സംഭവവികാസങ്ങൾ മുൻ രണ്ടധ്യായങ്ങളിൽ വിവരിച്ചുവല്ലോ. അതേസമയത്തുതന്നെ മദിരാശി സംസ്ഥാനത്തിലെ തെലുങ്കുഭാഷ സംസാരിക്കുന്നവർക്ക് ഭൂരിപക്ഷമുള്ള ജില്ലകളിൽ സുപ്രധാനമായ ചില സംഭവവികാസങ്ങൾ ഉണ്ടായി.

ഭാഷാസംസ്ഥാന രൂപീകരണത്തിനുവേണ്ടിയുള്ള പ്രസ്ഥാനം മദിരാശി സംസ്ഥാനത്തിലെ തെലുങ്ക് ഭൂരിപക്ഷ ജില്ലകളിൽ നേരത്തെ തന്നെ രൂപംകൊണ്ടിരുന്നുവെന്ന കാര്യം പ്രത്യേകം ഓർക്കേണ്ടിയിരിക്കുന്നു. എന്നാൽ ആന്ധ്രസംസ്ഥാന രൂപീകരണമെന്ന ആശയത്തിന്റെ ആദ്യകാലനേതാക്കൾ വിഭാവനം ചെയ്തിരുന്നത് ഹൈദരാബാദ് നാട്ടുരാജ്യത്തെ ഭാഷാടിസ്ഥാനത്തിൽ വിഭജിച്ച് ഹൈദരാബാദിലെയും മദിരാശി സംസ്ഥാനത്തിലെയും തെലുങ്ക് ഭൂരിപക്ഷ പ്രദേശങ്ങൾ സംയോജിപ്പിച്ച് ഒരൊറ്റ സംസ്ഥാനം രൂപീകരിക്കുകയെന്നതായിരുന്നില്ല. മദിരാശി സംസ്ഥാനത്തെ തെലുങ്ക് ഭൂരിപക്ഷപ്രദേശങ്ങൾ സംയോജിപ്പിച്ച് പുതിയ ആന്ധ്രസംസ്ഥാനമായും അവശേഷിച്ചത് മദിരാശി സംസ്ഥാനമായും വിഭജിക്കുക എന്നു മാത്രമാണവർ വിഭാവനം ചെയ്തിരുന്നത്. ഈ അവശിഷ്ട മദിരാശി സംസ്ഥാനമാകട്ടെ മുഖ്യമായും തമിഴ് ഭൂരിപക്ഷ പ്രദേശമാണെങ്കിലും മലബാറും തെക്കൻ കർണാടകവും ഉൾപ്പെട്ടതായിരുന്നുതാനും. മൈസൂർ, തിരുവിതാംകൂർ, കൊച്ചി എന്നീ നാട്ടുരാജ്യങ്ങളെ ഭാഷാടിസ്ഥാനത്തിൽ വിഭജിച്ച് കർണാടകം, കേരളം എന്നീ ഭാഷാസംസ്ഥാനങ്ങൾ രൂപീകരിക്കുകയെന്ന പ്രശ്നം അവർ ഉയർത്തിയിരുന്നില്ല. തെക്കേ ഇന്ത്യയിലെ നാട്ടുരാജ്യങ്ങളെല്ലാം അതേപടി നിലനിർത്തി ബ്രിട്ടീഷ് ഇന്ത്യൻപ്രദേശമായ മദിരാശി സംസ്ഥാനത്തെ ആന്ധ്ര സംസ്ഥാനവും അവശിഷ്ട മദിരാശി സംസ്ഥാനവു

മായി വിഭജിക്കുക എന്ന് മാത്രമാണവർ വിഭാവനം ചെയ്തിരുന്നത്.

ബ്രിട്ടീഷ് ഇന്ത്യൻ പ്രവിശ്യകളെ ഭാഷാടിസ്ഥാനത്തിൽ പുന:സംഘടിപ്പിക്കുകയെന്ന ധാരണയുടെ ചട്ടക്കൂട് ഇരുപതുകളുടെ ആദ്യത്തിൽ നിസ്സഹകരണ പ്രസ്ഥാനകാലത്ത് തന്നെ കോൺഗ്രസ് ഏറ്റെടുക്കുകയുണ്ടായി. ഭാഷാടിസ്ഥാനത്തിൽ പ്രവിശ്യാ സംഘടന രൂപീകരിക്കുകയെന്ന തത്വവും അതോടൊപ്പം നാട്ടുരാജ്യങ്ങളുടെ ആഭ്യന്തരകാര്യങ്ങളിൽ ഇടപെടാതിരിക്കുകയെന്ന 'തത്വവും' കോൺഗ്രസ് അംഗീകരിച്ചു. സോഷ്യലിസ്റ്റ് പ്രസ്ഥാനവും കമ്യൂണിസ്റ്റ് പ്രസ്ഥാനവും വളർന്നുവന്നതോടെയാണ് നാട്ടുരാജ്യങ്ങൾ കൂടി വിഭജിച്ച് ഭാഷാടിസ്ഥാനത്തിൽ സംസ്ഥാന പുന:സംഘടനക്ക് കളമൊരുക്കുകയെന്ന ധാരണ രൂപപ്പെടാൻ തുടങ്ങിയത്. 1940-കളിൽ കമ്യൂണിസ്റ്റ് പാർട്ടി ഈ ധാരണയെ ഒരു പടികൂടി മുമ്പോട്ടുകൊണ്ടുപോയി. മദിരാശി സംസ്ഥാനത്തെ വിവിധ ഭാഷാ ഭൂരിപക്ഷ പ്രദേശങ്ങളും ഹൈദരാബാദ്, മൈസൂർ, തിരുവിതാംകൂർ, കൊച്ചി ആദിയായി വലുതും ചെറുതുമായ ദക്ഷിണേന്ത്യൻ നാട്ടുരാജ്യങ്ങളിലെ ബന്ധപ്പെട്ട പ്രദേശങ്ങളും സംയോജിപ്പിച്ച് ആന്ധ്ര, കർണാടകം, തമിഴ്നാട്, കേരളം എന്നീ പുതിയ ഭാഷാസംസ്ഥാനങ്ങൾ പുന:സംഘടിപ്പിക്കുക.

ബ്രിട്ടീഷിന്ത്യൻ പ്രവിശ്യകളും നാട്ടുരാജ്യങ്ങളും ഇങ്ങനെ ഭാഷാടിസ്ഥാനത്തിൽ പുന:സംഘടിപ്പിക്കുകയെന്ന ധാരണ പൊതുവെ ഗാന്ധിയൻ കോൺഗ്രസുകാർക്ക് ഒരിക്കലും സ്വീകാര്യമായിരുന്നില്ല. മദിരാശി സംസ്ഥാനത്തിൽ ഉൾപ്പെട്ട തെലുങ്ക് ഭൂരിപക്ഷ ജില്ലകൾ സംയോജിപ്പിച്ച് ഒരു ആന്ധ്രസംസ്ഥാനം രൂപീകരിക്കുന്നതിലായിരുന്നു ആന്ധ്രയിലെ ഗാന്ധിയൻമാർക്ക് തിടുക്കം. അവരിലൊരാളായ പൊട്ടി ശ്രീരാമലു ആന്ധ്രസംസ്ഥാന രൂപീകരണം ആവശ്യപ്പെട്ടുകൊണ്ട് മരണംവരെ നിരാഹാരസമരം ആരംഭിക്കുകയും നിരാഹാരസമരത്തിനിടക്ക് മരണമടയുകയും ചെയ്തു. തുടർന്ന് തെലുങ്ക് ഭൂരിപക്ഷ ജില്ലകളിലാകെ പ്രക്ഷോഭം അലയടിച്ചുയരുകയും പുതിയ ആന്ധ്രസംസ്ഥാനം രൂപീകരിക്കാൻ കേന്ദ്രഗവൺമെന്റ് നിർബന്ധിതമാവുകയും ചെയ്തു.

മലബാറിലെന്നപോലെ പുതിയ ആന്ധ്രസംസ്ഥാനത്തിൽ ഉൾപ്പെട്ട ജില്ലകളിലും കമ്യൂണിസ്റ്റ് പ്രസ്ഥാനം സുശക്തമായിരുന്നു. ഈ ജില്ലകളിലും മലബാറിലുമാണ് കോൺഗ്രസിന് കനത്ത പരാജയം സംഭവിച്ചിരുന്നത്. പുതിയ ആന്ധ്രസംസ്ഥാനത്തെ നിയമസഭാംഗങ്ങളിൽ ഒരു നല്ലഭാഗം കമ്യൂണിസ്റ്റ് പാർട്ടിയിലും കെ എം പി പിയിലും മറ്റ് പ്രതിപക്ഷ പാർട്ടികളിലും പെട്ടവരായിരുന്നുതാനും. കെ എം പി പിയെയും മറ്റ് കമ്യൂണിസ്റ്റിതര പ്രതിപക്ഷ ഗ്രൂപ്പുകളെയും സ്വാധീനിക്കാൻ കോൺഗ്രസ് തുനിഞ്ഞത് അതുകൊണ്ടാണ്. കെ എം പി പി നേതാവ് ടി പ്രകാശത്തിന് മുഖ്യമന്ത്രിസ്ഥാനം നൽകാൻ അവർ സമ്മതിച്ചു. അതുവരെ പ്രതിപക്ഷത്തായിരുന്ന ഗ്രൂപ്പുകളോടൊപ്പം കോൺഗ്രസിന്റെ പ്രബലമായ പിന്തുണയോടെ പ്രകാശത്തിന്റെ നേതൃ

ത്വത്തിൽ പുതിയ സംസ്ഥാനത്തിലെ ഒന്നാമത്തെ ഗവൺമെന്റ് രൂപീകരിക്കപ്പെട്ടു. മന്ത്രിസഭക്ക് പിന്തുണ നൽകിയവർക്കിടയിലെ തമ്മിൽത്തല്ല് പ്രകാശം മന്ത്രിസഭയുടെ പതനത്തിന് വഴിവെച്ചു. ഒരിടക്കാല തിരഞ്ഞെടുപ്പ് അനിവാര്യമായിത്തീരുകയും ചെയ്തു.

1952-ലെ തിരഞ്ഞെടുപ്പിൽ നിന്ന് കോൺഗ്രസ് ഒരു പാഠം പഠിച്ചു. ഒറ്റക്ക് നിൽക്കുന്നത് ബുദ്ധിപൂർവകമായ ഒന്നല്ല; കഴിയുന്നത്ര പാർട്ടികളെയും ഗ്രൂപ്പുകളെയും ഒപ്പം നിർത്തണമെന്നതാണ് ആ പാഠം. കോൺഗ്രസ് ഒന്നാമതായും രാഷ്ട്രീയ കൂട്ടുകെട്ടിന്റെ മാർഗം അവലംബിച്ചത് ഈ തിരഞ്ഞെടുപ്പിലാണ്. ഈ രാഷ്ട്രീയ കൂട്ടുകെട്ടാകട്ടെ കമ്യൂണിസ്റ്റ് പാർട്ടിക്ക് എതിരായിരുന്നുതാനും. മുഖ്യപോരാട്ടം കമ്യൂണിസ്റ്റ് പാർട്ടിയും കോൺഗ്രസും തമ്മിലാണെന്ന് തിരഞ്ഞെടുപ്പ് പ്രചാരണം തെളിയിച്ചു. കോൺഗ്രസ് വിരുദ്ധ പ്രചാരവേലയാണ് കമ്യൂണിസ്റ്റ് പാർട്ടി അവലംബിച്ചത്. അതാകട്ടെ നേരത്തെ സംയുക്ത മദിരാശി സംസ്ഥാനത്ത് പാർട്ടിയെ അധികാരത്തിന്റെ വക്കോളമെത്തിക്കുകയും ചെയ്തിരുന്നു. അതേസമയം കോൺഗ്രസ് കക്ഷി മുഖ്യമായും കമ്യൂണിസ്റ്റ് വിരുദ്ധ പ്രചാരണമാണ് നടത്തിയത്. മുൻ തിരഞ്ഞെടുപ്പിൽ കോൺഗ്രസ് ഒറ്റയ്ക്കും കമ്യൂണിസ്റ്റ് പാർട്ടി മറ്റെല്ലാ കോൺഗ്രസിതര പാർട്ടികളുമായി ഐക്യമുന്നണിയായിട്ടുമാണ് മത്സരിച്ചത്. എന്നാൽ ഇപ്പോൾ സ്ഥിതി മറിച്ചായി. കമ്യൂണിസ്റ്റ് വിരുദ്ധ പാർട്ടികളെയെല്ലാം യോജിപ്പിച്ച് അണിനിരത്താൻ കോൺഗ്രസിന് കഴിഞ്ഞു. അതേസമയം കമ്യൂണിസ്റ്റ് പാർട്ടി ഒറ്റക്കാണ് മത്സരിച്ചത്.

പോരാട്ടം വളരെ ശക്തമായിരുന്നു. കർഷകരുടെയും നാട്ടിൻപുറത്തെ പാവപ്പെട്ടവരുടെയും പോരാട്ടങ്ങൾക്ക് നേതൃത്വം നൽകിയ പാർട്ടിക്ക് ആ ജനവിഭാഗങ്ങളുടെ വമ്പിച്ച പിന്തുണയുണ്ടെന്ന് പാർട്ടി സംഘടിപ്പിച്ച പ്രകടനങ്ങൾ, റാലികൾ എന്നിവയിൽ നിന്ന് കാണാൻ കഴിഞ്ഞു. പോരെങ്കിൽ ഐതിഹാസികമായ തെലങ്കാനാ സമരത്തിന് ധീരനേതൃത്വം നൽകിയ പാർട്ടി എന്നീ നിലക്കുള്ള ഉയർന്ന പദവിയും പാർട്ടിക്കുണ്ട്. ഇന്ത്യയിൽ ഒന്നാമതായി ഒരു കമ്യൂണിസ്റ്റ് ഗവൺമെന്റ് അധികാരത്തിൽ വരുന്ന സംസ്ഥാനം ആന്ധ്രപ്രദേശ് ആയിരിക്കുമെന്ന ഉറച്ച വിശ്വാസമാണ് പാർട്ടി നേതാക്കൾക്കും പ്രചാരകർക്കും ഉണ്ടായിരുന്നത്. തിരഞ്ഞെടുപ്പ് ഫലത്തെ രാജ്യത്തിനകത്തും പുറത്തുമുള്ള ജനങ്ങൾ ഔൽസുക്യത്തോടെ ഉറ്റുനോക്കുകയായിരുന്നു. തിരഞ്ഞെടുപ്പ്ഫലം കമ്യൂണിസ്റ്റ് വിജയത്തിലും ഇന്ത്യയിൽ ഒന്നാമതായി ഒരു സംസ്ഥാനത്ത് കമ്യൂണിസ്റ്റ് ഗവൺമെൻറ് രൂപീകരിക്കുന്നതിലും ചെന്ന് കലാശിക്കുമെന്ന് അവർ പ്രത്യാശിച്ചു. കോൺഗ്രസാകട്ടെ അങ്കലാപ്പിലായിരുന്നുതാനും. പരാജയഭീതിപൂണ്ട അവർ കമ്യൂണിസ്റ്റ് പാർട്ടിക്കെതിരെ തിരഞ്ഞെടുപ്പ് വിജയം നേടിയെടുക്കുന്നതിന് തങ്ങളുടെ ആവനാഴിയിലുള്ള എല്ലാ തന്ത്രങ്ങളും എടുത്തുപ്രയോഗിച്ചു.

വോട്ടെണ്ണൽ ആരംഭിച്ചപ്പോൾ പാർട്ടിയുടെ മുൻപ്രതീക്ഷക

ളൊക്കെ അതിശയോക്തിപരമായിരുന്നുവെന്ന് തെളിഞ്ഞു. നിയമസഭയിൽ ഭൂരിപക്ഷം സീറ്റുനേടി ഒന്നാമത്തെ കമ്യൂണിസ്റ്റ് ഗവൺമെന്റ് രൂപീകരിക്കുകയെന്ന പ്രത്യാശ അസ്ഥാനത്തായെന്നു മാത്രമല്ല, പാർട്ടി ദയനീയമാംവിധം ഒരു ന്യൂനപക്ഷമായി ചുരുങ്ങുകയാണുണ്ടായത്. ഇതിനർഥം പാർട്ടിക്ക് അതിന്റെ ബഹുജനാടിത്തറ നഷ്ടപ്പെട്ടുവെന്നല്ല. 15 സീറ്റുകളേ ലഭിച്ചുള്ളുവെങ്കിലും പോൾ ചെയ്ത വോട്ടിന്റെ 40-50 ശതമാനത്തോളം നേടാൻ പാർട്ടിക്ക് കഴിഞ്ഞു. കമ്യൂണിസ്റ്റ് സ്ഥാനാർഥികളിൽ വളരെപേർ പരാജയപ്പെട്ടത് നേരിയ വോട്ടിനാണ്. തോറ്റ സ്ഥാനാർഥികളിൽ പലർക്കും താന്താങ്ങളുടെ നിയോജകമണ്ഡലത്തിൽ 40-50 ശതമാനം വോട്ട് ലഭിക്കുകയുണ്ടായി.

പ്രതിയോഗി എത്രതന്നെ ശക്തനാണെങ്കിലും സഖ്യശക്തികളൊന്നുമില്ലെങ്കിൽ അതിന് തകർപ്പൻ പരാജയമേൽപ്പിക്കാൻ ഏറ്റവും വലിയ കക്ഷിക്ക് അഥവാ സഖ്യത്തിന് കഴിയുമെന്നാണ് ഇത് കാണിക്കുന്നത്. ഈ അനുഭവം വീണ്ടും പല രൂപത്തിൽ കേരളത്തിലും പ്രത്യക്ഷപ്പെടുകയുണ്ടായെന്ന് ചൂണ്ടിക്കാണിച്ചുകൊള്ളട്ടെ. അവിടെ കോൺഗ്രസോ കമ്യൂണിസ്റ്റ് പാർട്ടിയോ ഒറ്റക്ക് മത്സരിച്ചപ്പോൾ കനത്ത പരാജയം ഏറ്റുവാങ്ങുകയും മുന്നണിയായി മത്സരിച്ചപ്പോൾ വൻവിജയം കൈവരിക്കുകയും ചെയ്തു. മറ്റൊരു തരത്തിൽ പറഞ്ഞാൽ കോൺഗ്രസിനെതിരായി പ്രതിപക്ഷ ശക്തികളുടെ ഐക്യം കോൺഗ്രസിതര രാഷ്ട്രീയത്തിന്റെ മുൻ ഉപാധിയാണ്; ഇത് 1955-ലെ ആന്ധ്രതിരഞ്ഞെടുപ്പിൽ പാർട്ടി അവഗണിച്ചുവെന്നതാണ് വസ്തുത.

ആന്ധ്രതിരഞ്ഞെടുപ്പിലുണ്ടായ പരാജയം ആന്ധ്രയിൽ മാത്രമല്ല രാജ്യത്താകെ കമ്യൂണിസ്റ്റ് പ്രസ്ഥാനത്തിന് ഗുരുതരമായ ഭവിഷ്യത്തുളവാക്കി. പാർട്ടി സഖാക്കളുടെയും സുഹൃത്തുക്കളുടെയും ആത്മവിശ്വാസം നഷ്ടപ്പെട്ടു. സംഘടന ക്രമേണ ശിഥിലമാകുന്ന ഘട്ടത്തിലേക്ക് അത് ചെന്നെത്തി. അതിൽ പിന്നീട് ഒരു തിരഞ്ഞെടുപ്പിലും വോട്ടർമാരെ സ്വാധീനിക്കാനുള്ള കഴിവ് പ്രദർശിപ്പിക്കാൻ പാർട്ടിക്ക് കഴിഞ്ഞില്ല. 1967-ലും ഈ അടുത്ത കാലത്തും ചില സന്ദർഭങ്ങളിൽ അൽപ്പം നേട്ടമുണ്ടാക്കാൻ കഴിഞ്ഞത് ഐക്യമുന്നണി രാഷ്ട്രീയത്തിന്റെ ഫലമായാണ്. മൂന്ന് പതിറ്റാണ്ടായി പാർട്ടിയുടെ സ്വതന്ത്രമായ ശക്തി കാര്യമായ തോതിലൊന്നുമില്ല.

ഇതിലേറെ പ്രധാനപ്പെട്ട കാര്യം ആന്ധ്രയിൽ പാർട്ടിക്കുണ്ടായ അനുഭവം പാർട്ടിയുടെ മൂന്നാം കോൺഗ്രസിൽ ആരംഭിച്ചതും നാലാം കോൺഗ്രസോടെ ശക്തിപ്പെട്ടതുമായ ഉൾപ്പാർട്ടി സമരം കൂടുതൽ രൂക്ഷമായി എന്നുള്ളതാണ്. തിരഞ്ഞെടുപ്പിൽ പാർട്ടിക്കുണ്ടായ തോൽവിയുടെ മുഖ്യഘടകം കോൺഗ്രസ് നേതൃത്വത്തിലുള്ള കമ്യൂണിസ്റ്റ് വിരുദ്ധ മുന്നണിയായിരുന്നുവെങ്കിലും അതിലും ആഴമേറിയ രാഷ്ട്രീയ കാരണങ്ങളുണ്ടെന്ന വാദം മുമ്പോട്ട് വെക്കപ്പെട്ടു.

1952-ലെ തിരഞ്ഞെടുപ്പിലുണ്ടായ പൊളിച്ചിലിനെതുടർന്ന്

കോൺഗ്രസ് വിദേശനയത്തിലെന്നപോലെ ചില ആഭ്യന്തരനയങ്ങളിലും ഇടതുപക്ഷത്തേക്ക് മാറി: അതിന്റെ ഫലമായി കോൺഗ്രസിനെതിരായി കമ്യൂണിസ്റ്റ് പാർട്ടിക്ക് വോട്ടുചെയ്തവരിൽ ഒരു ഗണ്യമായ വിഭാഗം കൂറുമാറി കോൺഗ്രസിനോടൊപ്പം പോയി-ഇതാണ് ഈ വിമർശനത്തിലടങ്ങിയ പരാമർശം. ഇടത്തോട്ടുള്ള ഈ മാറ്റത്തിന്റെ പ്രാധാന്യം ഗ്രഹിക്കാൻ പാർട്ടിക്ക് കഴിഞ്ഞില്ലെന്നും കോൺഗ്രസ് നയത്തിലെ ഈ മാറ്റത്തോട് പാർട്ടി നിഷേധാത്മകമായ സമീപനം കൈക്കൊണ്ടുവെന്നുമാണ് വാദം: ഈ യാഥാർഥ്യം കാണാതെ പോയതാണ് ഈ വിമർശകരുടെ അഭിപ്രായത്തിൽ കോൺഗ്രസിന്റെ വമ്പിച്ച വിജയത്തിന്റേയും കമ്യൂണിസ്റ്റ് പാർട്ടിയുടെ പരാജയത്തിന്റേയും രാഷ്ട്രീയ കാരണം.

ഈ സന്ദിഗ്ധാവസ്ഥയിലാണ് കമ്യൂണിസ്റ്റ് പാർട്ടി നേതൃത്വത്തിൽ പരസ്പര വിരുദ്ധമായ രണ്ട് കാഴ്ചപ്പാടുകൾ ഉയർന്നുവന്നത്. കോൺഗ്രസ് ഗവൺമെന്റിനോടും കോൺഗ്രസ് നയങ്ങളോടുമുള്ള പാർട്ടിയുടെ സമീപനവും കാഴ്ചപ്പാടും പൂർണമായി മാറ്റണമെന്ന് ഇതിൽ ഒരു വിഭാഗം ആവശ്യപ്പെട്ടു. "കോൺഗ്രസ്-കമ്യൂണിസ്റ്റ് കൂട്ടുകക്ഷി ഗവൺമെന്റ് രൂപീകരിക്കുന്നിടത്തോളം ചെന്നെത്തുന്ന കോൺഗ്രസ്-കമ്യൂണിസ്റ്റ് ഐക്യം ഊട്ടിയുണ്ടാക്കുക" എന്ന നയത്തിന് വേണ്ടിയും അവർ വാദിച്ചു. കോൺഗ്രസ് നയത്തിലുണ്ടായ മാറ്റം കണക്കിലെടുക്കുകയും അതുപയോഗപ്പെടുത്തുകയും വേണം. എന്നാൽ കോൺഗ്രസിനോടും അതിന്റെ ഗവൺമെന്റിനോടുമുള്ള കമ്യൂണിസ്റ്റ് പാർട്ടിയുടെ എതിർപ്പ് മയപ്പെടുത്തേണ്ട യാതൊരാവശ്യവുമില്ല-ഇതായിരുന്നു മറ്റേ വിഭാഗത്തിന്റെ കാഴ്ചപ്പാട്. (പാർട്ടി നേതൃത്വത്തിൽ ഭൂരിപക്ഷം ഈ അഭിപ്രായക്കാരായിരുന്നു). ഈ രണ്ട് കാഴ്ചപ്പാടുകളിൽ നിന്നും രണ്ട് നയസമീപനങ്ങൾ ഉയർന്നുവന്നു. ഈ അഭിപ്രായഭിന്നത കേന്ദ്രക്കമ്മിറ്റിയിൽ പരിഹരിക്കാൻ കഴിഞ്ഞില്ല. അതിനാൽ നാലാം കോൺഗ്രസിൽ അവതരിപ്പിച്ച രേഖകളിൽ പരസ്പരം ഏറ്റുമുട്ടുന്ന ഈ രണ്ട് കാഴ്ചപ്പാടും ഉൾപ്പെടുത്തപ്പെട്ടു.

നാലാം കോൺഗ്രസിൽ ഈ പോരാട്ടം അവസാനിച്ചത് കോൺഗ്രസ്-കമ്യൂണിസ്റ്റ് ഐക്യം എന്ന നയസമീപനത്തിന്റെ പരാജയത്തോടെയാണ്. കോൺഗ്രസിനെ രാഷ്ട്രീയമായി എതിർക്കുന്ന മുഖ്യശക്തിയായി പാർട്ടി തുടർന്നുപോന്നു. വിദേശ കാര്യത്തിലും ആഭ്യന്തരകാര്യത്തിലും കോൺഗ്രസ് പിന്തുടരുന്ന വർഗനയങ്ങളെക്കുറിച്ചുള്ള മൗലികമായ വിമർശനവും നാലാം കോൺഗ്രസിൽ ഉയർന്നുവന്നു. കോൺഗ്രസ് ഗവൺമെന്റ് അംഗീകരിച്ച ചില നയപരമായ നിലപാടുകളോട് ക്രിയാത്മകമായ സമീപനം സ്വീകരിക്കുമ്പോൾ തന്നെ കോൺഗ്രസ് ഗവൺമെന്റിനെയും അതിന്റെ പൊതുനയങ്ങളെയും എതിർക്കുക എന്നതാണ് സാരാംശത്തിൽ നാലാം കോൺഗ്രസ് അംഗീകരിച്ച നയസമീപനം.

ഈ നയസമീപനം നടപ്പാക്കാൻ തുടങ്ങിയിട്ട് കുറേമാസങ്ങൾക്ക് ശേഷമാണ് പുതുതായി രൂപീകരിക്കപ്പെട്ട കേരള സംസ്ഥാനത്തിൽ ഒന്നാമത്തെ നിയമസഭാതിരഞ്ഞെടുപ്പ് നടന്നത്. കോൺഗ്രസിന്റെ (ഗവൺമെന്റിന്റെയും) നയങ്ങളിലെ സാമ്രാജ്യവിരുദ്ധവും ഫ്യൂഡൽ വിരുദ്ധവുമായ വശങ്ങളോട് ക്രിയാത്മകമായ സമീപനം സ്വീകരിക്കുമ്പോൾ തന്നെ കോൺഗ്രസ് ഭരണത്തോടുള്ള എതിർപ്പ് പാർട്ടി ഒരു തരത്തിലും ദുർബലമാക്കിയിട്ടില്ലെന്ന് ജനങ്ങൾക്ക് കാട്ടിക്കൊടുക്കാൻ പാർട്ടിക്ക് വേണ്ടത്ര സമയം ലഭിച്ചു. സാമ്രാജ്യവിരുദ്ധവും ഫ്യൂഡൽവിരുദ്ധവുമായ ഒരു നയം പിന്തുടർന്നതിനെത്തുടർന്ന് ആന്ധ്രതിരഞ്ഞെടുപ്പിൽ ഉണ്ടായതായി അവകാശപ്പെടുന്ന കോൺഗ്രസിന് അനുകൂലമായ കാറ്റ് നിശ്ചലമാക്കാൻ പാർട്ടിക്ക് കഴിഞ്ഞു. സാമ്രാജ്യവിരുദ്ധ ഫ്യൂഡൽ വിരുദ്ധ സമരത്തിന്റെ ഏറ്റവും മികച്ച സന്ദേശവാഹകൻ കമ്യൂണിസ്റ്റ് പാർട്ടി തന്നെയാണെന്ന് കാട്ടിക്കൊടുക്കാൻ പാർട്ടിക്ക് കഴിഞ്ഞു. മറ്റൊരു തരത്തിൽ പറഞ്ഞാൽ കോൺഗ്രസിന്റെയും അതിന്റെ ഗവൺമെന്റിന്റെയും നയങ്ങളിലുണ്ടായ ഇടതുപക്ഷചായ്‌വിൽ നിന്ന് മുതലെടുക്കാൻ ആന്ധ്രതിരഞ്ഞെടുപ്പിൽ കോൺഗ്രസിന് കഴിഞ്ഞപ്പോൾ കേരളത്തിലെ വോട്ടർമാരെ അത് ബാധിച്ചില്ല. നേരെമറിച്ച് നാലാംകോൺഗ്രസ് അംഗീകരിച്ച സന്തുലിതമായ കാഴ്ചപ്പാട് കമ്യൂണിസ്റ്റ് പാർട്ടിക്ക് ഒരു മുതൽക്കൂട്ടായി തീരുകയും ചെയ്തു.

32

കേരളവും മറ്റ് ഭാഷാസംസ്ഥാനങ്ങളും

ആന്ധ്രയിൽ ഗാന്ധിയനായ പൊട്ടിശ്രീരാമലുവിന്റെ മരണത്തോടെ ഒരു പ്രത്യേക ആന്ധ്രസംസ്ഥാനം രൂപീകരിക്കണമെന്ന ആവശ്യം സമ്മതിച്ചുകൊടുക്കാൻ ഇന്ത്യാ ഗവൺമെന്റ് നിർബന്ധിതമായി. പൊതുവെ സംസ്ഥാന പുനഃസംഘടനാപ്രശ്നം ഗൗരവബോധത്തോടെ പരിഗണിക്കാനും ഗവൺമെന്റ് നിർബന്ധിതമായി. സംസ്ഥാന പുനഃസംഘടനാപ്രശ്നം പരിശോധിച്ച് ഗവൺമെന്റിന് റിപ്പോർട്ട് സമർപ്പിക്കാൻ ഒരു കമ്മീഷൻ നിയമിക്കപ്പെട്ടു.

നാട്ടുരാജ്യങ്ങളോടുള്ള ഇന്ത്യാഗവൺമെന്റിന്റെ നയസമീപനത്തിലും മാറ്റംവന്നു. സ്വാതന്ത്ര്യാനന്തര വർഷങ്ങളിൽ നാട്ടുരാജ്യങ്ങളുടെ സംയോജനവും ലയനവും ഭരണഘടന അംഗീകരിച്ച മൂന്നുതരം സംസ്ഥാനങ്ങളുടെ ആവിർഭാവത്തിൽചെന്ന് കലാശിച്ചു: ഒന്ന്; പഴയ ബ്രിട്ടീഷ് ഇന്ത്യൻ പ്രവിശ്യകൾ (അഥവാ എ വകുപ്പിൽപെട്ട സംസ്ഥാനങ്ങൾ) രണ്ട്; ഹൈദരാബാദ്, മൈസൂർ പോലുള്ള വലിയ നാട്ടുരാജ്യങ്ങളും തിരു-കൊച്ചി, മധ്യഭാരതവും പെപ്സുവും എന്നിവപോലെ സംയോജിക്കപ്പെട്ടവയും (ബി സ്റ്റേറ്റുകൾ) മൂന്ന്; നാട്ടുരാജാക്കൻമാരുടെ ഭരണത്തിൻ കീഴിൽ തുടരുന്ന ചെറിയ സ്റ്റേറ്റുകൾ (സി സ്റ്റേറ്റുകൾ).

ഈ വ്യത്യാസങ്ങൾ ഇല്ലാതാക്കി പാർട്ട് ബി, പാർട്ട് സി സ്റ്റേറ്റുകൾ അതതു ഭാഷാസംസ്ഥാനങ്ങളിൽ ലയിപ്പിക്കാനും സംസ്ഥാനങ്ങൾ, കേന്ദ്രഭരണപ്രദേശങ്ങൾ എന്നീ രണ്ട് വിഭാഗങ്ങൾ മാത്രമാക്കിത്തീർക്കാനും ഒരു രാഷ്ട്രീയ തീരുമാനം കൈക്കൊണ്ടു. ഇതിനർഥം നാട്ടുരാജ്യങ്ങളെല്ലാം വിഭജിക്കപ്പെടുക എന്നാണ്.

ഉദാഹരണമായി തെക്കേഇന്ത്യയിൽ ഒരു പാർട്ട് എ സംസ്ഥാനവും (മദിരാശി) മൂന്ന് പാർട്ട് ബി സ്റ്റേറ്റുകളും (മൈസൂർ, ഹൈദരാബാ

ദ്,തിരു-കൊച്ചി) ഒരു പാർട്ട് സി സ്റ്റേറ്റും (കുടക്) ആണുണ്ടായിരുന്നത്. അവ നാല് ഭാഷാസംസ്ഥാനങ്ങളായി പുനഃസംഘടിപ്പിക്കപ്പെട്ടു. 1. ആന്ധ്രപ്രദേശ് (മദിരാശി സംസ്ഥാനത്തിലെ തെലുങ്ക് ഭൂരിപക്ഷപ്രദേശങ്ങളും മറാത്ത്വാഡ, കർണാടക ഭൂരിപക്ഷ പ്രദേശങ്ങളൊഴികെയുള്ള ഹൈദരാബാദും) 2. കർണാടകം (മൈസൂർ, കുടക്, മദിരാശി, ബോംബെ, ഹൈദരാബാദ് എന്നിവിടങ്ങളിലെ കർണാടക ഭൂരിപക്ഷപ്രദേശങ്ങൾ) 3. കേരളം (തിരു-കൊച്ചി, തമിഴ് ഭൂരിപക്ഷപ്രദേശമായ തെക്കൻ തിരുവിതാംകൂറിലെ മദിരാശി സംസ്ഥാനത്തിലെ മലയാളികൾ ഭൂരിപക്ഷമുള്ള പ്രദേശങ്ങൾ) 4. തമിഴ്നാട് (അവശിഷ്ട മദിരാശി സംസ്ഥാനവും തെക്കൻ തിരുവിതാംകൂറും).

മധ്യേന്ത്യ പോലുള്ള മറ്റ് പല പ്രദേശങ്ങളിൽ പാർട്ട് ബി, പാർട്ട് സി സ്റ്റേറ്റുകൾ കൂട്ടിച്ചേർത്ത് പാർട്ട് എ സ്റ്റേറ്റുകൾ വിപുലപ്പെടുത്തി. ബോംബെ, പഞ്ചാബ് എന്നീ നിലവിലുള്ള രണ്ട് സംസ്ഥാനങ്ങളെ സ്പർശിക്കാതെവിട്ടു. സംയുക്ത മഹാരാഷ്ട്ര, മഹാഗുജറാത്ത്, പഞ്ചാബ് എന്നീ സംസ്ഥാനരൂപീകരണത്തിന് വ്യാപകമായ പ്രക്ഷോഭം നടത്തേണ്ടിവന്നു. അവ രൂപീകരിക്കപ്പെട്ടതിൽ പിന്നീടാണ് രാജ്യത്താകെ ഭാഷാടിസ്ഥാനത്തിലുള്ള സംസ്ഥാന പുനഃസംഘടനാ പ്രക്രിയ പൂർത്തിയായത്.

കമ്മീഷന്റെ ശുപാർശകളിലും തുടർന്നുള്ള ഗവൺമെന്റിന്റെ തീരുമാനത്തിലും ചില ന്യൂനതകൾ ഉണ്ടായിരുന്നു. സംസ്ഥാനങ്ങളുടെ അതിർത്തി നിർണയിച്ചത് സംബന്ധിച്ചുള്ളതാണവ. അതിർത്തി പുനർനിർണയത്തിൽ തൊട്ടുകിടക്കുന്ന ഗ്രാമങ്ങളെ അടിസ്ഥാന യൂണിറ്റായി കണക്കാക്കുകയെന്ന തത്വം അംഗീകരിക്കാൻ കമ്മീഷൻ കൂട്ടാക്കിയില്ല. ഇത് അതിർത്തി പുനർനിർണയ പ്രക്രിയയിൽ പല അപാകതകൾക്കും വഴിവെച്ചു. ഉദാഹരണമായി കേരളത്തിന്റെ കാര്യമെടുക്കാം: 1956-ലെ സംസ്ഥാന പുനഃസംഘടനാ നിയമപ്രകാരം നിർവചിക്കപ്പെട്ട കേരളസംസ്ഥാനം മലയാളത്തെക്കാളേറെ കർണാടകത്തോട് കൂടുതൽ അടുപ്പമുള്ള തെലുങ്ക് ഭാഷ സംസാരിക്കുന്നവർ അധിവസിക്കുന്ന വടക്കൻ ഗ്രാമങ്ങൾ കൂടി ഉൾപ്പെട്ടതായിരുന്നു. അതുപോലെ കർണാടക സംസ്ഥാനം മറാത്തി സംസാരഭാഷയായ വടക്കൻ പ്രദേശങ്ങൾ ഉൾപ്പെട്ടതായിരുന്നു. അതിന്റെ ഫലമായി പുതിയ കേരളം, കർണാടകം എന്നീ സംസ്ഥാനങ്ങളിലെ മേൽപ്പറഞ്ഞ പ്രദേശങ്ങൾ കർണാടക-മഹാരാഷ്ട്ര ഏകീകരണ സമിതികളുടെ പ്രവർത്തനകേന്ദ്രങ്ങളായിത്തീർന്നു. ഈ രണ്ട് സംസ്ഥാനങ്ങളിലെയും കോൺഗ്രസ് നേതാക്കളുടെ പിന്തുണയും അവർക്ക് ഉണ്ടായിരുന്നു. കൂടുതൽ വിശദീകരണത്തിന് മുതിരുമ്പോൾ കേരളത്തിലെ കമ്യൂണിസ്റ്റ് മന്ത്രിസഭയുടെ കാലത്തെ ഒരനുഭവം ഞാനോർക്കുന്നു. കേരളസംസ്ഥാനത്തിന്റെ മേൽപ്പറഞ്ഞ ഭാഗം കർണാടകത്തിൽ ചേർക്കണമെന്നാവശ്യപ്പെട്ടുകൊണ്ട് കർണാടക ഏകീകരണ സമിതി പ്രക്ഷോഭം ആരംഭിച്ചു.

കർണാടകത്തിലെ കോൺഗ്രസ് കമ്മിറ്റിയും ഈ പ്രക്ഷോഭത്തിൽ വലിയ പങ്ക് വഹിച്ചു. അതിന്റെ നേതാക്കൾ സ്വാധീനം ചെലുത്തിയതിന്റെ ഫലമായി ഈ പ്രദേശങ്ങൾ കർണാടകത്തിൽ ചേർക്കാൻ സമ്മതിക്കണമെന്ന് അന്നത്തെ കേന്ദ്രആഭ്യന്തരമന്ത്രി പണ്ഡിറ്റ് പന്ത് കേരള മുഖ്യമന്ത്രിയെന്ന നിലക്ക് എനിക്കെഴുതി. ഗ്രാമം യൂണിറ്റായി എടുത്ത് തൊട്ടുകിടക്കുന്ന പ്രദേശങ്ങൾ ഉൾപ്പെടുത്തി അതിർത്തി നിർണയിക്കുക എന്ന തത്വത്തെക്കുറിച്ച് കേരള-കർണാടക അതിർത്തി സംബന്ധിച്ച് ഞാനെഴുതിയ ഒരു ലേഖനത്തിൽ പറഞ്ഞിരുന്നതിലേക്ക് അദ്ദേഹം എന്റെ ശ്രദ്ധ ക്ഷണിക്കുകയും ചെയ്തിരുന്നു. ഈ തത്വം മഹാരാഷ്ട്രയുമായുള്ള അതിർത്തിയുടെ കാര്യത്തിലും ബാധകമാക്കുമോ എന്ന് ഞാൻ എന്റെ മറുപടിയിൽ ആഭ്യന്തരമന്ത്രിയോട് ചോദിച്ചു. സംഗതി അതോടെ അവസാനിച്ചു.

അതിർത്തി നിർണയത്തിലെ ഈ ന്യൂനത ഒഴിച്ചുനിർത്തിയാൽ പുന:സംഘടന ആരോഗ്യകരമായ നിലയിലായിരുന്നു. ഭാഷാ സംസ്ഥാന രൂപീകരണത്തിന് കൃത്രിമമായി ബ്രിട്ടീഷ് ഇന്ത്യൻ പ്രവിശ്യകളും നാട്ടുരാജ്യങ്ങളും വെട്ടിമുറിക്കപ്പെട്ടു. എന്നാൽ ഒരൊറ്റ ന്യൂനത സംഗതികളാകെ സങ്കീർണമാക്കിത്തീർത്തു. കർണാടകത്തിലും മഹാരാഷ്ട്രയിലും ഏകീകരണ സമിതികൾ തുടർന്നും നിലനിൽക്കുകയും രണ്ട് ഭാഷാവിഭാഗങ്ങളുടെയും വികാരം ആളിക്കത്തുകയും ചെയ്തു. കേരള-കർണാടക അതിർത്തിയിലെയും കർണാടക-മഹാരാഷ്ട്ര അതിർത്തിയിലെയും ഭാഷാ ന്യൂനപക്ഷങ്ങളുടെ കാര്യത്തിൽ തെറ്റുപറ്റിയെന്ന് സമ്മതിക്കാൻ ഭരണവൃത്തങ്ങൾ തയ്യാറല്ലായിരുന്നു.

1956-നവംബറിൽ കേരള സംസ്ഥാനം രൂപീകരിക്കപ്പെട്ടത് ഐതിഹാസികമായ ഒരു കാൽവെപ്പായിരുന്നു. അത് മലയാളികളുടെ അഭിലാഷപൂരണവും കമ്യൂണിസ്റ്റ് പാർട്ടിക്ക് അഭിമാനത്തിന് വകനൽകുന്ന ഒരു സംഭവവുമായിരുന്നു. മദിരാശി സംസ്ഥാനത്തെ മലയാളം സംസാരഭാഷയായുള്ള പ്രദേശവും തിരു-കൊച്ചിയും സംയോജിപ്പിച്ച് ഒരൊറ്റ സംസ്ഥാനം രൂപപ്പെടുത്തണമെന്ന ആവശ്യം പാർട്ടി നേരത്തെ ഉന്നയിച്ചുപോന്നിരുന്നു. ഐക്യകേരളത്തിൽ വരുത്തിത്തീർക്കേണ്ട ഫ്യൂഡൽ വിരുദ്ധവും ജനാധിപത്യപരവുമായ മാറ്റങ്ങളെക്കുറിച്ച് ഒരു കാഴ്ചപ്പാടും അതിനുണ്ടായിരുന്നു. കേരള സംസ്ഥാനത്തിന്റെ ഭൂത-വർത്തമാന-ഭാവിയെക്കുറിച്ച് ഇത്തരത്തിലൊരു വ്യക്തമായ കാഴ്ചപ്പാട് മറ്റൊരു രാഷ്ട്രീയകക്ഷിക്കും ഉണ്ടായിരുന്നില്ലതാനും. രണ്ട് പതിറ്റാണ്ടുകാലത്തെ ബഹുജനസമരത്തിലൂടെയും താത്വികപഠനത്തിലൂടെയും ഉരുത്തിരിഞ്ഞുവന്നതാണ് പാർട്ടിയുടെ ഈ കാഴ്ചപ്പാട്.

കോൺഗ്രസിന്റെ സഹായത്തോടെ അധികാരത്തിൽ വന്ന പി എസ് പി മന്ത്രിസഭയെ കോൺഗ്രസുതന്നെ മറിച്ചിട്ടതിന് ശേഷമുള്ള തിരു-കൊച്ചിയിലെ സംഭവവികാസങ്ങളെ സ്പർശിക്കാതിരുന്നാൽ

കേരള സംസ്ഥാന രൂപീകരണത്തിന് മുമ്പുള്ള രാഷ്ട്രീയ സ്ഥിതി സംബന്ധിച്ച ഈ വിവരണം അപൂർണമായിരിക്കും. ഏതാനും മാസക്കാലം 'പ്രതിപക്ഷ'ത്തിരുന്നുകൊണ്ട് കോൺഗ്രസ്, പി എസ് പി മന്ത്രിസഭക്ക് പിന്തുണ നൽകി. അതിനുശേഷം പി എസ് പി മന്ത്രിസഭയെ മറിച്ചിട്ട് ഒരു ഏകകക്ഷി മന്ത്രിസഭ രൂപീകരിച്ചു. ഏതാനും മാസങ്ങൾക്കകം മന്ത്രിസഭ രാജിവെക്കേണ്ടിവന്നു. "ഞങ്ങളെ പരാജയപ്പെടുത്താൻ വേണ്ടത്രശക്തി പ്രതിപക്ഷത്തിന് ഉണ്ടായതുകൊണ്ടല്ല, ഞങ്ങളെ പിന്തുണച്ചവർക്കിടയിലുള്ള ശത്രുക്കൾ കാരണമാണ്" രാജിവെക്കേണ്ടിവന്നത് എന്നാണ് പരാജയപ്പെട്ട മുഖ്യമന്ത്രി നിയമസഭക്കുള്ള വിടവാങ്ങൽ സന്ദേശത്തിൽ പറഞ്ഞത്. സംസ്ഥാനത്ത് തുടർന്നുപോന്ന പാരമ്പര്യത്തിന് അനുഗുണമായതായിരുന്നു ഈ നടപടി. പട്ടം താണുപിള്ളയുടെ നേതൃത്വത്തിലുള്ള സംസ്ഥാനത്തെ ഒന്നാമത്തെ മന്ത്രിസഭയെ കോൺഗ്രസിലെ വിരുതൻമാർ മറിച്ചിട്ടു. തുടർന്ന് ടി കെ നാരായണപിള്ളയുടെ നേതൃത്വത്തിൽ അധികാരത്തിൽവന്ന മന്ത്രിസഭയും ഇതേരീതിയിൽ മറിച്ചിടപ്പെട്ടു. ഒന്നാമത്തെ പട്ടം മന്ത്രിസഭ സത്യവാചകം ചൊല്ലി അധികാരത്തിൽ വന്നതിൽ പിന്നെ തിരുവിതാംകൂറിലും തിരു-കൊച്ചിയിലും നിയമസഭയിൽ കോൺഗ്രസിന് ഭൂരിപക്ഷമുണ്ടായിരുന്നിട്ടും അഞ്ച് കൊല്ലത്തിനകം മൂന്ന് മുഖ്യമന്ത്രിമാർ മാറിമാറി അധികാരത്തിൽ വന്നു. 'വിമതൻമാർ' ഭരണപക്ഷത്തെ മറിച്ചിടുകയെന്ന പ്രതിഭാസം ഇന്നിപ്പോൾ കോൺഗ്രസ് സംസ്കാരത്തിന്റെ ഭാഗമായിക്കഴിഞ്ഞിരിക്കുന്നു.

ഈ പ്രതിഭാസം തിരു-കൊച്ചിയിൽ മാത്രമായി ഒതുങ്ങിനിന്നില്ല. അയൽസംസ്ഥാനമായ മദിരാശിയിലും 1946-നും 1952-നും ഇടക്ക് മൂന്ന് മുഖ്യമന്ത്രിമാർ അധികാരത്തിൽ വന്നു. രാജ്യത്തിന്റെ ഇതരഭാഗങ്ങളിലും 'ഭരണ' വിഭാഗവും 'സംഘടനാ'വിഭാഗവുംതമ്മിൽ കോൺഗ്രസ് കക്ഷിക്കകത്തെ തമ്മിലടി ഒരു വലിയ പ്രശ്നമായിരിക്കുന്നു. വാസ്തവത്തിൽ ജനങ്ങൾക്കിടയിൽ കോൺഗ്രസിന് ഈ സ്ഥാനമാണോ അതോ കോൺഗ്രസിനകത്തെ ഐക്യവും യോജിപ്പുമാണോ അതിവേഗം തകർന്നുകൊണ്ടിരുന്നത് എന്നതാണ് പ്രശ്നം. ഈ രണ്ട് പ്രക്രിയയും ഒരേ സമയത്ത് നടക്കുന്നുവെന്നതാണ് അനിഷേധ്യമായ വസ്തുത.

ഒരു മാറ്റത്തിനുവേണ്ടി പരീക്ഷിച്ചുനോക്കാവുന്ന ഒരു ബദൽ മാർഗം ജനങ്ങൾക്കുണ്ടായിരുന്നു എന്നുള്ളതാണ് കേരളത്തിന്റെ സവിശേഷത. സ്വാതന്ത്ര്യസമര പ്രസ്ഥാന കാലത്ത് ജൻമം കൊണ്ട കമ്യൂണിസ്റ്റ് പാർട്ടി സംസ്ഥാനത്തെ എല്ലാ സാമൂഹ്യ-സാംസ്കാരിക സംഭവവികാസങ്ങളുമായി ഉറ്റബന്ധം പുലർത്തിപ്പോന്നു. കോൺഗ്രസ് പാപ്പരായിക്കഴിഞ്ഞുവെന്ന് തെളിഞ്ഞു. ഈയൊരു പരിത:സ്ഥിതിയിൽ ജനങ്ങൾക്ക് പരീക്ഷിച്ചുനോക്കാവുന്ന ഒരു ബദൽ ശക്തിയായിരുന്നു കമ്യൂണിസ്റ്റ് പാർട്ടി. പിന്നീട് നടന്ന നിയമസഭാതിരഞ്ഞെടുപ്പിൽ ജനങ്ങൾ

കോൺഗ്രസ് കക്ഷിയെ നിരാകരിക്കുകയും കമ്യൂണിസ്റ്റ് പാർട്ടിയെ വോട്ടുചെയ്ത് അധികാരത്തിലേറ്റുകയും ചെയ്തു.

കമ്യൂണിസ്റ്റ് പാർട്ടിക്ക് വോട്ടുചെയ്യുന്നതിലുപരി, കേരളത്തിലെ വോട്ടർമാർ കോൺഗ്രസിനെതിരായി വോട്ടുചെയ്യുകയായിരുന്നുവെന്നാണ് ചിലരുടെ വാദം. എന്നാൽ വസ്തുതകൾ കാണിക്കുന്നത് നേരെ മറിച്ചാണ്. മൊത്തം നിയോജകമണ്ഡലങ്ങളിൽ 20 ശതമാനത്തിൽ മാത്രമാണ് കോൺഗ്രസിന് 50 ശതമാനത്തിലേറെ വോട്ട് ലഭിച്ചത്. അതേസമയം കമ്യൂണിസ്റ്റ് പാർട്ടിക്ക് 34 മണ്ഡലങ്ങളിൽ 50 ശതമാനത്തിലേറെ വോട്ട് ലഭിച്ചു. അതിനും പുറമെ പാർട്ടിക്ക് മറ്റൊരു എട്ട് മണ്ഡലങ്ങളിൽ 48 ശതമാനത്തിനും 50 ശതമാനത്തിനും ഇടക്ക് വോട്ടുലഭിച്ചു.

പി എസ് പി-മുസ്ലീം ലീഗ് കൂട്ടുകെട്ട് 125 സീറ്റുകളിൽ മത്സരിച്ചുവെങ്കിലും 17 സീറ്റുകളിൽ മാത്രമാണ് ജയിച്ചത്. അതിൽതന്നെ രണ്ട് സീറ്റുകളിൽ ജയിച്ചതാകട്ടെ കമ്യൂണിസ്റ്റ് പാർട്ടിയുടെ പിന്തുണയോടെയാണുതാനും. ആർ എസ് പി 1952-ൽ ഇടതുപക്ഷ മുന്നണിയുടെ ഭാഗമായിരുന്നുവെങ്കിലും 1957-ൽ അങ്ങനെ ആയിരുന്നില്ല. അവർ 28 സീറ്റിൽ സ്ഥാനാർഥികളെ നിർത്തിയെങ്കിലും ഒരൊറ്റ സീറ്റും ലഭിച്ചില്ല. 22 മണ്ഡലങ്ങളിൽ അവർക്ക് കെട്ടിവച്ച സംഖ്യ നഷ്ടപ്പെടുകയും ചെയ്തു.

അങ്ങനെ കോൺഗ്രസിനും കമ്യൂണിസ്റ്റിതര പ്രതിപക്ഷ പാർട്ടികൾക്കുമെതിരായാണ് വോട്ടർമാർ വോട്ട് രേഖപ്പെടുത്തിയത്. ജനങ്ങൾക്ക് കമ്യൂണിസ്റ്റ് പാർട്ടിയിൽ വിശ്വാസമുണ്ടായിരുന്നു. കോൺഗ്രസും മറ്റ് പ്രതിപക്ഷ പാർട്ടികളും പരാജയപ്പെട്ടിടത്ത് പാർട്ടിയെ പരീക്ഷിച്ച് നോക്കാൻ അവർ തീരുമാനിച്ചു. ഈ അർഥത്തിൽ കമ്യൂണിസ്റ്റ് പാർട്ടിക്ക് ലഭിച്ചത് അസന്ദിഗ്ധമായും അനുകൂലവോട്ടായിരുന്നു. പാർട്ടിയുടെ ചരിത്രത്തിലാദ്യമായി ഒരു സംസ്ഥാനത്ത് ഭരണം നടത്താനുള്ള ഉത്തരവാദിത്തം അതിൽ അർപ്പിതമായി. മറ്റെല്ലാ സംസ്ഥാനങ്ങളിലും ജയിച്ച കോൺഗ്രസിന് കേരളം നഷ്ടപ്പെട്ടു.

33

കമ്യൂണിസ്റ്റ് പാർട്ടിയും കോൺഗ്രസും

ആയിരത്തിത്തൊള്ളായിരത്തി അമ്പത്തിയേഴ് ഏപ്രിൽ 5-ന് കേരളത്തിൽ കമ്യൂണിസ്റ്റ് ഗവൺമെന്റ് രൂപീകരിക്കപ്പെട്ടു. ഇത് ഒരു പുതിയ പരീക്ഷണമായി ഇന്ത്യയിലും ലോകത്താകെയും വിശേഷിപ്പിക്കപ്പെട്ടു. മുമ്പൊരിക്കലും കമ്യൂണിസ്റ്റുപാർട്ടി സ്വതന്ത്രവും നീതിപൂർവകവുമായ തിരഞ്ഞെടുപ്പിലൂടെ ലോകത്തൊരിടത്തും അധികാരത്തിൽ വന്നിട്ടില്ലെന്നും പ്രസ്താവിക്കപ്പെട്ടു. മുതലാളിത്ത രാജ്യങ്ങളിൽ സമാധാനപരമായ സാമൂഹ്യ പരിവർത്തനത്തിനുള്ള സാധ്യത സംബന്ധിച്ച സോവിയറ്റ് കമ്യൂണിസ്റ്റ് പാർട്ടിയുടെ 20-ാം കോൺഗ്രസിന്റെ നിഗമനങ്ങൾ എത്രയും ശരിയാണെന്ന് കേരളം തെളിയിച്ചിരിക്കയാണെന്ന് പാർട്ടിയുടെ സുഹൃത്തുക്കൾ ചൂണ്ടിക്കാട്ടി.

"ലോകത്തിലൊന്നാമത്തെ തിരഞ്ഞെടുക്കപ്പെട്ട കമ്യൂണിസ്റ്റ് ഗവൺമെന്റിനെ" 1959 ജൂലായ് 31-ന് ഇന്ത്യാ ഗവൺമെന്റ് പിരിച്ചുവിട്ടു. 'ജനാഭിലാഷം സ്ഥാപിക്കൽ' എന്നാണ് സ്ഥാപിത താൽപര്യക്കാർ ഈ പിരിച്ചുവിടൽ നടപടിയെ വിശേഷിപ്പിച്ചതെങ്കിലും ഇന്ത്യാഗവൺമെന്റിന്റെ നടപടി ധാർമികമായും ഭരണഘടനാപരമായും തെറ്റായിരുന്നുവെന്ന് വിവേകശാലികളായ നിരീക്ഷകർക്കറിയാമായിരുന്നു. തികച്ചും, അഞ്ചുകൊല്ലക്കാലം ഭരിക്കാൻ അവശ്യം ആവശ്യമായ ഒരേ ഒരുപാധി, പിരിച്ചുവിടപ്പെട്ട സന്ദർഭത്തിലും കമ്യൂണിസ്റ്റ് പാർട്ടി നിറവേറ്റിയിരുന്നു. കേരളത്തിലെ ജനങ്ങൾ അഞ്ചുകൊല്ലത്തേക്കാണതിനെ വോട്ടുചെയ്ത് അധികാരത്തിൽ അവരോധിച്ചത്. നിയമസഭയിൽ ഭൂരിപക്ഷം മെമ്പർമാരുടെ പിന്തുണ അപ്പോഴും അതിനുണ്ടായിരുന്നുതാനും.

കേന്ദ്രത്തിൽ ഒരു കോൺഗ്രസ് ഗവൺമെന്റ് അധികാരത്തിലിരിക്കെ ഒരു കമ്യൂണിസ്റ്റ് ഗവൺമെന്റ് നിലനിൽക്കുന്നത് "ഒരേ രാജ്യത്ത് വിവിധ സാമൂഹ്യവ്യവസ്ഥകൾ തമ്മിലുള്ള സഹവർത്തിത്വ

ത്തിന്" ഒരുദാഹരണമാണെന്ന് 1957 ആഗസ്റ്റ് 15ന് തിരുവനന്തപുരത്ത് ചെയ്ത ഒരു പ്രസംഗത്തിൽ ഇന്ത്യൻ യൂണിയൻ പ്രസിഡന്റ് ഡോ രാജേന്ദ്രപ്രസാദ് പറയുകയുണ്ടായി. അതുകഴിഞ്ഞ് രണ്ടുകൊല്ലം തികയുന്നതിന് മുമ്പുതന്നെ കേരള ഗവൺമെന്റിനെ സ്ഥാനഭ്രഷ്ടമാക്കുകയും കേരള നിയമസഭ പിരിച്ചുവിടുകയും ചെയ്തുകൊണ്ടുള്ള ഉത്തരവിൽ അദ്ദേഹത്തിന് ഒപ്പുവെക്കേണ്ടിവന്നു.

പ്രധാനമന്ത്രി നെഹ്റുവിന്റെ സുഹൃത്തുക്കളും ആരാധകരും ഇന്ത്യാഗവൺമെന്റിന്റെ ഈ നടപടിയെക്കുറിച്ച് പറഞ്ഞത് അദ്ദേഹത്തിന്റെ മകൾ ഉൾപ്പെടെ അദ്ദേഹത്തിന്റെ പാർട്ടിയിലെ കമ്യൂണിസ്റ്റ് വിരുദ്ധർ നടത്തിയ ഗൂഢാലോചനയുടെ ഫലമാണതെന്നും തന്റെ ഉത്തമബോധ്യത്തിനെതിരായി അദ്ദേഹം ഈ നടപടി കൈക്കൊള്ളുകയായിരുന്നുവെന്നുമാണ്. ഇത് സംബന്ധിച്ച് ഒരു കാര്യം പറയാനാവും. കേരളഗവൺമെന്റിനെക്കുറിച്ച് രണ്ട് കൊല്ലക്കാലം അദ്ദേഹം നടത്തിയ പ്രസ്താവനകൾ കാണിക്കുന്നത് ഒന്നാമത്തെ കോൺഗ്രസിതര ഗവൺമെന്റിനോടുള്ള തന്റെ ഗവൺമെന്റിന്റെ സമീപനം അതിലെ 'ഭരണഘടനാപരമായ ശരി'യുടേതായിരുന്നുവെന്നാണ്. തന്റെ സഹപ്രവർത്തകരിൽ പലരും ചെയ്തതുപോലുള്ള കേരള ഗവൺമെന്റ് വിരുദ്ധ-കമ്യൂണിസ്റ്റ് വിരുദ്ധ പ്രസംഗങ്ങളിൽ നിന്നും പ്രസ്താവനകളിൽ നിന്നും അദ്ദേഹം വിട്ടുനിന്നു.

എന്നാൽ ഗവൺമെന്റ് വിരുദ്ധ 'വിമോചനസമരം' നടന്നുകൊണ്ടിരിക്കെ 1959-ൽ കേരളം സന്ദർശിച്ച ഘട്ടത്തിൽ നെഹ്റുവിന്റെ സമീപനത്തിൽ പെട്ടെന്നൊരു മാറ്റം വന്നു. ആ സമരത്തിൽ അണിനിരത്തപ്പെട്ട ജനക്കൂട്ടത്തെ "കമ്യൂണിസ്റ്റ് ഗവൺമെന്റിനെതിരായ ജനമുന്നേറ്റ"മായാണ് അദ്ദേഹം കണ്ടത്. അപ്പോഴും കമ്യൂണിസ്റ്റ് പാർട്ടിയോട് അൽപ്പം അനുഭാവമുള്ള തലമുതിർന്ന ഒരു രാഷ്ട്രതന്ത്രജ്ഞന്റെ ഭാവത്തിൽ അദ്ദേഹം ചെയ്തത് "വോട്ടർമാരോട് പുതിയ ഒരഭ്യർഥന നടത്തുകവഴി പരസ്പരം എതിർക്കുന്ന ചേരികൾ തമ്മിൽ ഒരു പാലം പണിയാൻ" കമ്യൂണിസ്റ്റ് ഗവൺമെന്റിനോട് അദ്ദേഹം പരസ്യമായി അഭ്യർഥിക്കുകയാണ്.

ഈ ഉപദേശത്തിന്റെ അർഥം വ്യക്തമാണ്. നിയമസഭയിൽ അപ്പോഴും ഭൂരിപക്ഷത്തിന്റെ പിന്തുണയുള്ള കമ്യൂണിസ്റ്റ് ഗവൺമെന്റ് സ്വമേധയാ രാജിവെച്ച് പുതിയ തിരഞ്ഞെടുപ്പിനെ നേരിടണം. അധികാരത്തിലിരിക്കെ കമ്യൂണിസ്റ്റ് പാർട്ടിക്ക് അതിന്റെ ബഹുജനപിന്തുണ വളരെയേറെ നഷ്ടപ്പെട്ടുവെന്നും ആരോപിക്കപ്പെട്ടു. തിരുവനന്തപുരത്തുവെച്ച് സ്വകാര്യമായി കണ്ട മന്ത്രിമാരോട് അദ്ദേഹം പറഞ്ഞത് "നിങ്ങളോട് സൗമനസ്യമുണ്ടായിരുന്ന ഇത്രയും വലിയ ജനവിഭാഗത്തെ ശത്രുക്കളാക്കാൻ നിങ്ങൾക്ക് കഴിഞ്ഞുവല്ലോ. ഞാൻ അതിൽ അദ്ഭുതപ്പെടുന്നു"വെന്നാണ്. വോട്ടർമാരോട് പുതിയ അഭ്യർഥന നടത്തിയാൽ ജനങ്ങൾ 1957-ലെ വിധിയെഴുത്ത് മാറ്റിമറിക്കുമെന്ന കാര്യ

ത്തിൽ അദ്ദേഹത്തിന് യാതൊരു സംശയവുമുണ്ടായിരുന്നില്ല.

ഭൂപരിഷ്കാരം, വിദ്യാഭ്യാസനയം കമ്യൂണിസ്റ്റ് ഗവൺമെന്റിന്റെ നയപരമായ മറ്റ് മുഖ്യ നടപടികൾ എന്നിവ സമൂഹത്തിലെ ഏറ്റവും പിന്തിരിപ്പൻ ശക്തികളെ അകറ്റിയപ്പോൾ ഈ നടപടികൾ കമ്യൂണിസ്റ്റ് പാർട്ടിയെയും അതിന്റെ ഗവൺമെന്റിനെയും സാമാന്യജനങ്ങൾക്ക് പ്രിയങ്കരമാക്കിത്തീർത്തുവെന്നതാണ് നേര്. നെഹ്റുവിനും അദ്ദേഹത്തിന്റെ ഉപദേഷ്ടാക്കൾക്കും ഇതറിയാം. കോൺഗ്രസും കമ്യൂണിസ്റ്റ് പാർട്ടിയും സഖ്യകക്ഷികളൊന്നുമില്ലാതെ ഒറ്റക്കാണ് മത്സരിക്കുന്നതെങ്കിൽ 1957-ലേതിനേക്കാൾ വലിയ വിജയം കമ്യൂണിസ്റ്റ് പാർട്ടിക്കുണ്ടാവും. അതിനാൽ കമ്യൂണിസ്റ്റ് പാർട്ടിക്കെതിരായ കഴിയാവുന്നത്ര കമ്യൂണിസ്റ്റ് വിരുദ്ധ സാമൂഹ്യ-രാഷ്ട്രീയ ശക്തികളുടെ പിന്തുണ നേടുകയെന്ന തന്ത്രം നെഹ്റുവും കോൺഗ്രസും ആവിഷ്കരിച്ചു. 1957-ലെ തിരഞ്ഞെടുപ്പിൽ 'ചത്ത കുതിര' എന്ന് വിളിച്ച് പരിഹസിച്ച മുസ്ലീംലീഗിനെ വശീകരിച്ച് സഖ്യകക്ഷിയാക്കി. ക്രിസ്ത്യൻ പള്ളികളുമായെന്ന പോലെ നായർ സർവീസ് സൊസൈറ്റിയെയും ശ്രീനാരായണ ധർമപരിപാലന യോഗത്തെയും പോലുള്ള ജാതി സംഘടനകളുടെ നേതാക്കളുമായും ബന്ധപ്പെട്ടു. ജാതിമതസംഘടനകളുടെ നേതാക്കളുമായുള്ള ഈ സഖ്യത്തിന് മൂന്ന് രാഷ്ട്രീയ പാർട്ടികൾ-അതായത് കോൺഗ്രസ്, പി എസ് പി, മുസ്ലീംലീഗ് എന്നിവ-തമ്മിലുള്ള തിരഞ്ഞെടുപ്പ് നീക്കുപോക്ക് എന്ന മാന്യമായ രാഷ്ട്രീയപേര് നൽകുകയും ചെയ്തു. മൂന്ന് കൊടികൾ കൂട്ടിക്കെട്ടിയാണ് കമ്യൂണിസ്റ്റ് വിരുദ്ധ മുന്നണി എല്ലായിടത്തും റാലികളും പ്രകടനങ്ങളും സംഘടിപ്പിച്ചത്. 'ചത്ത കുതിര'യുടെ കൊടി ഉൾപ്പെടെ മൂന്ന് കൊടികൾക്ക് കീഴിൽ നിന്നുകൊണ്ടാണ് പ്രധാനമന്ത്രി നെഹ്റുവും കോൺഗ്രസ് പ്രസിഡന്റ് ഇന്ദിരാഗാന്ധിയും ഉൾപ്പെടെ എല്ലാ കോൺഗ്രസ് നേതാക്കളും വമ്പിച്ച ജനക്കൂട്ടത്തെ അഭിസംബോധന ചെയ്തത്.

ഈയൊരു രാഷ്ട്രീയ പരിത:സ്ഥിതിയിലാണ് കമ്യൂണിസ്റ്റ് ഗവൺമെന്റിനെ പിരിച്ചുവിടാൻ നെഹ്റു ഗവൺമെന്റ് പ്രസിഡന്റിനോട് ശുപാർശ ചെയ്തത്. ഈ നടപടി തങ്ങളുടെ പാർട്ടിയുടെ ദേശീയ-മതനിരപേക്ഷ പാരമ്പര്യം വെച്ചുപുലർത്തുന്ന ഒട്ടേറെ കോൺഗ്രസുകാർക്കിടയിൽ ഉത്കണ്ഠയുളവാക്കി. ദേശീയത്വത്തിന്റെയും മതനിരപേക്ഷതയുടെയും ആശയങ്ങൾ പ്രചരിപ്പിക്കുന്നതിന് വളരെയേറെ പ്രയത്നിച്ച വ്യക്തികൾ, തങ്ങളുടെ പാർട്ടി ക്രിസ്ത്യൻ പള്ളികളെയും മുസ്ലീംലീഗിനെയും ഹിന്ദുക്കൾക്കിടയിലെ ചെറുതും വലുതുമായ ജാതിസംഘടനകളെയും പോലുള്ള മതനിരപേക്ഷ വിരുദ്ധ ശക്തികളുമായി പരസ്യമായ രാഷ്ട്രീയ സഖ്യത്തിലേർപ്പെടുകവഴി ഇപ്പോൾ സ്വയം അപമാനിതരായി. ഈ മതനിരപേക്ഷ വിരുദ്ധ ശക്തികളുടെ പിന്തുണയോടെയാണ് 'ബഹുജനമുന്നേറ്റം' സൃഷ്ടിക്കാനും ഗവൺമെന്റിനെ പിരിച്ചുവിടാനും നെഹ്റുവിന് കഴിഞ്ഞത്. കോൺഗ്രസ് കൈ

ക്കൊണ്ടത് തെറ്റായ നടപടിയായിപ്പോയെന്ന് 'വിമോചനസമര'ത്തിൽ സജീവം പങ്കെടുത്ത പലരും പിൽക്കാലത്ത് സമ്മതിക്കുകയുണ്ടായി.

തുടർന്ന് നടന്ന തിരഞ്ഞെടുപ്പിന്റെ ഫലമെന്തായിരുന്നു? കമ്യൂണിസ്റ്റ് പാർട്ടി പരാജയപ്പെട്ടുവോ? വീണ്ടും ഗവൺമെന്റ് രൂപീകരിക്കാൻ കഴിഞ്ഞില്ല എന്ന അർഥത്തിലാണെങ്കിൽ പരാജയപ്പെട്ടുവെന്നത് ശരിതന്നെ. 1957-ൽ വ്യക്തമായ ഭൂരിപക്ഷമുണ്ടായിരുന്ന പാർട്ടി ഇപ്പോൾ നിയമസഭയിൽ ന്യൂനപക്ഷമായിത്തീർന്നു.

എന്നാൽ മറ്റൊരു തരത്തിൽ പറഞ്ഞാൽ തിരഞ്ഞെടുപ്പ് ഫലത്തിൽ പ്രതിഫലിച്ചത് കമ്യൂണിസ്റ്റ് പാർട്ടിയുടെ വിജയവും കോൺഗ്രസിന്റെ പരാജയവുമാണ്. പാർട്ടിക്ക് 1957-ലേതിനേക്കാൾ 10 ലക്ഷത്തിൽപരം വോട്ട് കൂടുതൽകിട്ടി. 1957-ൽ പാർട്ടിക്കും പാർട്ടി പിന്തുണച്ച സ്വതന്ത്രൻമാർക്കും കൂടി മൊത്തം പോൾ ചെയ്ത വോട്ടിന്റെ 40 ശതമാനം ലഭിച്ചപ്പോൾ 1960-ൽ ലഭിച്ചത് 44 ശതമാനം വോട്ടാണ്. കമ്യൂണിസ്റ്റ് പാർട്ടി ഒറ്റക്കാണ് മത്സരിച്ചത്. അതേസമയം കോൺഗ്രസിന് സംസ്ഥാനത്തെ എല്ലാ ജാതി-മത പിന്തിരിപ്പൻ ശക്തികളുടെയും പിന്തുണ ഉണ്ടായിരുന്നുതാനും. ഈ വസ്തുത പരിഗണിക്കുമ്പോൾ രാഷ്ട്രീയശാക്തിക ബലാബലം കോൺഗ്രസിനെതിരെ കമ്യൂണിസ്റ്റ് പാർട്ടിക്ക് അനുകൂലമായി മാറുകയാണുണ്ടായത്. ബഹുജനപിന്തുണയുടെ അടിസ്ഥാനത്തിൽ നോക്കുമ്പോൾ സ്വാതന്ത്ര്യത്തിനുശേഷം ഒന്നാം സ്ഥാനത്ത് നിന്നിരുന്ന രാഷ്ട്രീയ പാർട്ടിയാണ് കോൺഗ്രസ്. എന്നാൽ ഇന്നിപ്പോൾ കമ്യൂണിസ്റ്റ് പാർട്ടി ഒന്നാം സ്ഥാനത്തേക്ക് ഉയർന്നിരിക്കുകയാണ്.

ഈ സ്ഥിതി മൂന്ന് പതിറ്റാണ്ടിലേറെക്കാലം തുടർന്നുപോന്നു. 1957-നുശേഷം കോൺഗ്രസ് ഒറ്റക്ക് തിരഞ്ഞെടുപ്പിൽ മത്സരിച്ചത് രണ്ട് സന്ദർഭങ്ങളിലാണ്-1965-ലും 1967-ലും. ഈ രണ്ട് സന്ദർഭങ്ങളിലും കോൺഗ്രസ് രണ്ടാം സ്ഥാനത്തേക്ക് പിന്തള്ളപ്പെട്ടു. (1965-ൽ ഒന്നാം സ്ഥാനം നേടിയത് അവിഭക്ത സി പി ഐയിലെ സി പി ഐ (എം) ആയി രൂപം പൂണ്ട വിഭാഗമാണ്. 1967-ൽ ഒന്നാം സ്ഥാനം നേടിയത്. സി പി ഐ(എം)ആണ്. 1967-ലും 1980-ലും സി പി ഐ (എം) മറ്റ് പാർട്ടികളുമായി (മുസ്ലീംലീഗ് മൊത്തത്തിലോ അഥവാ അതിൽ ഒരു ഭാഗമോ ഉൾപ്പെടെ) സഖ്യത്തിലേർപ്പെട്ടുകൊണ്ടാണ് കോൺഗ്രസിനെ പരാജയപ്പെടുത്തുകയും കൂട്ടുകക്ഷി ഗവൺമെന്റ് രൂപീകരിക്കുകയും ചെയ്തത്. ഈ രണ്ട് തിരഞ്ഞെടുപ്പുകൾക്കും ഇടയിൽ കോൺഗ്രസ് എല്ലാ ജാതിമത ശക്തികളുമായും ഇടതുപക്ഷ പാർട്ടികളിൽ ഒരു വിഭാഗവുമായും (അതായത് സി പി ഐ, ആർ എസ് പി എന്നിവയുമായി) സഖ്യത്തിലേർപെട്ടു. മറ്റൊരു വിധത്തിൽ പറഞ്ഞാൽ 1987-ൽ ഇടതുപക്ഷ-മതനിരപേക്ഷ ശക്തികളുടെ കൂട്ടുകെട്ട് തിരഞ്ഞെടുപ്പ് വിജയം നേടുന്നതുവരെ മൂന്ന് പതിറ്റാണ്ടുകാലത്തോളം സംസ്ഥാനത്തെ രണ്ട് മുഖ്യ രാഷ്ട്രീയ ശക്തികളായ കോൺഗ്രസും കമ്യൂണിസ്റ്റ് പാർട്ടിയും

തമ്മിൽ, ഇവയ്ക്കോരോന്നിനും നേടിയെടുക്കാൻ കഴിഞ്ഞ മാധ്യസ്ഥശക്തികളുടെ പങ്കാളിത്തത്തോടെ, തുറന്ന പോരാട്ടം തുടർന്നുപോന്നു.

കമ്യൂണിസ്റ്റ് പാർട്ടിക്ക് 1957-ൽ അത്തരത്തിലൊരു പദവി നേടാൻ എങ്ങനെ കഴിഞ്ഞു? ആ പദവി മൂന്ന് പതിറ്റാണ്ടുകാലത്തോളം നിലനിർത്താൻ എങ്ങനെ കഴിഞ്ഞു? 1934-ൽ കോൺഗ്രസ് സോഷ്യലിസ്റ്റ് പാർട്ടി രൂപീകരിക്കപ്പെട്ടതിനുശേഷം കേരളത്തിലെ സോഷ്യലിസ്റ്റുകാരും കമ്യൂണിസ്റ്റുകാരും സ്വതന്ത്ര രാഷ്ട്രീയ ശക്തികളായാണ് പ്രവർത്തിച്ചുപോന്നിരുന്നതെങ്കിലും അവർ എക്കാലവും സ്വാതന്ത്ര്യ പ്രസ്ഥാനത്തിന്റെ അഭേദ്യഭാഗമായിരുന്നുവെന്നതാണ് അതിനുള്ള ഉത്തരം. സ്വാതന്ത്ര്യ പ്രസ്ഥാനത്തിലെ യഥാർഥ സാമ്രാജ്യ വിരുദ്ധ-ജനാധിപത്യ ശക്തികളെയാണ് കമ്യൂണിസ്റ്റ് പാർട്ടി പ്രതിനിധാനം ചെയ്യുന്നത്. അവർ കോൺഗ്രസ് സംഘടനക്കകത്ത് പ്രവർത്തിച്ചുകൊണ്ടിരുന്നപ്പോൾ കോൺഗ്രസിന്റെ പ്രഖ്യാപിത പുരോഗമന, ജനാധിപത്യ, മതനിരപേക്ഷ നയങ്ങൾ നടപ്പാക്കാൻ അതിലെ വലതുപക്ഷക്കാരേക്കാൾ ആത്മാർഥതയോടെ പ്രവർത്തിച്ചുപോന്നു.

സോഷ്യലിസ്റ്റുകാരും കമ്യൂണിസ്റ്റുകാരും ഔപചാരികമായി കോൺഗ്രസ് സംഘടനയിൽ നിന്ന് വേറിട്ടുപോയപ്പോൾ കോൺഗ്രസിൽ അവശേഷിച്ചവരേക്കാൾ കോൺഗ്രസിന്റെ സാമ്രാജ്യ വിരുദ്ധ, ജനാധിപത്യ, മതനിരപേക്ഷ പാരമ്പര്യങ്ങളെ മുമ്പോട്ട് കൊണ്ടുപോയത് തങ്ങളാണെന്ന് അവർ അവകാശപ്പെട്ടു. ഞാൻ മുഖ്യമന്ത്രി ആയപ്പോൾ എന്റെ ഒന്നാമത്തെ റേഡിയോ പ്രക്ഷേപണത്തിൽ ഞാൻ പറഞ്ഞത് “താത്വികമായി കോൺഗ്രസ് പ്രഖ്യാപിച്ചതും നടപ്പിൽ വരുത്തുന്നതിൽ കേന്ദ്ര-സംസ്ഥാന കോൺഗ്രസ് ഗവൺമെന്റുകൾ പരാജയപ്പെട്ടതുമായ പുരോഗമന നയങ്ങളും നടപടികളും നടപ്പാക്കാൻ ഞങ്ങൾ ശ്രമിക്കും” എന്നായിരുന്നു.

ഭൂദാന പ്രസ്ഥാനത്തിന്റെ നേതാവായ വിനോബ ഭാവെ 1957-ൽ കേരളത്തിൽ വന്നപ്പോൾ കമ്യൂണിസ്റ്റ് ഗവൺമെന്റും മുഖ്യമന്ത്രിയായ ഞാനും അദ്ദേഹത്തെ സ്വാഗതം ചെയ്തു. വിനോബ ഭാവെയുടെ ദാർശനികവും താത്വികവുമായ സമീപനത്തോടും അദ്ദേഹം നേതൃത്വം നൽകുന്ന പ്രസ്ഥാനത്തോടും തീർച്ചയായും ഞങ്ങൾക്ക് വിയോജിപ്പുണ്ട്. ആത്മാർഥതയോടെ ഭൂപരിഷ്കാരം നടപ്പാക്കുന്നവരെന്ന നിലക്കാണ് ഞങ്ങൾ ജനങ്ങളുടെ മുമ്പിൽ പ്രത്യക്ഷപ്പെട്ടത്. ഭൂപരിഷ്കാര നിയമം കൊണ്ടുവന്നതിലൂടെ ഞങ്ങൾ നടത്തിയ ശ്രമങ്ങൾ വിനോബ ഭാവെ നേതൃത്വം നൽകിയ ഭൂദാനപ്രസ്ഥാനത്തിന്റെ ലക്ഷ്യത്തെ സഹായിച്ചു. ഭൂദാന പ്രസ്ഥാനമാകട്ടെ ഭൂപരിഷ്കാരനിയമം കൊണ്ടുവരാനുള്ള ഞങ്ങളുടെ ശ്രമങ്ങൾക്കും സഹായകമായി.

കമ്യൂണിസ്റ്റ് പ്രസ്ഥാനം അങ്ങനെ സ്വാതന്ത്ര്യ പ്രസ്ഥാനത്തിന്റെ അഭേദ്യഭാഗമാകുന്നു. (ഈ വസ്തുത കമ്യൂണിസ്റ്റ് പാർട്ടി നിഷേധിക്കുന്നില്ല) അത് സ്വാതന്ത്ര്യ പ്രസ്ഥാനത്തിന് പുതുതായി ചിലതുനൽകു

കയും ചെയ്തു. ലക്ഷക്കണക്കിനു തൊഴിലാളികളെയും കൃഷിക്കാരെയും (അവരെയാണ് മഹാത്മാഗാന്ധി ദരിദ്രനാരായണൻമാരെന്ന് വിളിച്ചത്.) സ്വാതന്ത്ര്യപ്രസ്ഥാനത്തിലേക്ക് കൊണ്ടുവന്നത് കമ്യൂണിസ്റ്റുകാരാണ്. പുന്നപ്ര-വയലാറിലെയും വടക്കേ മലബാറിലെയും സമരങ്ങൾ ഉൾപ്പെടെ അധ്വാനിക്കുന്നവരുടെ സമരങ്ങൾ സംഘടിപ്പിക്കുന്നതിന് നേതൃത്വം നൽകിയതാണ് സ്വാതന്ത്ര്യ പ്രസ്ഥാനത്തിന് നാം നൽകിയ മുഖ്യസംഭാവന.

സ്വാതന്ത്ര്യ പ്രസ്ഥാനത്തിന് താത്വികവും രാഷ്ട്രീയവുമായ ധാരണയും രീതിയും നാം പ്രദാനം ചെയ്തു. അതാകട്ടെ അധ്വാനിക്കുന്ന ജനങ്ങൾക്ക് അവരുടെ സാമ്പത്തികവും രാഷ്ട്രീയവും താത്വികവുമായ പോരാട്ടങ്ങൾ നടത്തുന്നതിന് സഹായകമാകുകയും ചെയ്തു. സംസ്ഥാനത്തെ സാധാരണക്കാരായ ജനങ്ങൾക്ക് സ്വന്തം വ്യക്തിത്വപ്രകാശത്തിന് അവസരം നൽകുന്ന ഐക്യകേരള സങ്കൽപ്പമാണ് കേരളത്തിൽ കമ്യൂണിസ്റ്റ് പാർട്ടിയുടെ ഏറ്റവും വലിയ സംഭാവന. ഇന്ത്യയുടെ ഭാഗമെന്ന നിലക്ക് കേരളം അഭിമുഖീകരിക്കുന്ന പ്രശ്നങ്ങളെക്കുറിച്ച് താത്വികവും പ്രായോഗികവുമായ ധാരണയോടെയാണ് കമ്യൂണിസ്റ്റ് പാർട്ടി ഒന്നാമതായി ഭരണരംഗത്തേക്ക് കടന്നുവന്നത്. ജനങ്ങളുടെ പ്രശ്നങ്ങൾക്ക് പരിഹാരം കാണുന്നതിന് ഇത്തരത്തിലുള്ള താത്വികമായ ധാരണയോ പ്രായോഗികാനുഭവസമ്പത്തോ മറ്റേതെങ്കിലും പാർട്ടിക്കോ രാഷ്ട്രീയ സംഘടനക്കോ ഇല്ല. ഇക്കാര്യത്തിൽ കമ്യൂണിസ്റ്റ് പാർട്ടിയുടെ നില കോൺഗ്രസിനേക്കാൾ എത്രയോ ഉയർന്നതാണ്.

34

കാർഷിക ബന്ധങ്ങളിൽ വന്ന മാറ്റങ്ങൾ

കമ്യൂണിസ്റ്റ് ഗവൺമെന്റിന്റെ സദ്ഫലങ്ങൾ ഒന്നാമതായും അനുഭവയോഗ്യമായത് കർഷകർക്കും മറ്റ് ഗ്രാമീണ ജനവിഭാഗങ്ങൾക്കുമാണ്. ഗവൺമെന്റ് അധികാരത്തിൽ വന്നിട്ട് ഒരാഴ്ചക്കകം തന്നെ അവർക്കത് അനുഭവപ്പെട്ടു. ഏപ്രിൽ 5-നാണ് ഗവൺമെന്റ് സത്യപ്രതിജ്ഞ ചെയ്ത് അധികാരമേറ്റത്. ഏപ്രിൽ 11-ന് എല്ലാ ഒഴിപ്പിക്കലും നിരോധിച്ചുകൊണ്ട് ഗവൺമെന്റ് ഒരു ഓർഡിനൻസ്(അടിയന്തര നിയമം) കൊണ്ടുവന്നു. യഥാസമയം പാട്ടം നൽകാതിരിക്കൽ ഉൾപ്പെടെ ഒരു കാരണവശാലും ഒരൊറ്റ കുടിയാനെയും കീഴ് കുടിയാനെയും കുടികിടപ്പുകാരനെയും ഒഴിപ്പിക്കരുത്. അതിനും പുറമെ കുടിയാൻമാർക്കും കീഴ്കുടിയാൻമാർക്കും എതിരായോ അഥവാ കുടികിടപ്പുകാർക്കെതിരായോ ജൻമിമാർ കൈക്കൊണ്ട എല്ലാ കോടതി നടപടികളും നിർത്തിവെച്ചു. ജൻമിമർദനങ്ങളിൽ നിന്ന് ഇത്രയും വിപുലമായ ആശ്വാസം മുമ്പൊരിക്കലും സംസ്ഥാനത്തെ പാവപ്പെട്ട ഗ്രാമീണർക്ക് ലഭിച്ചിട്ടില്ല.

തയ്യാറാക്കിവന്നിരുന്ന ഒരു ഈടുറ്റ നിയമനിർമാണത്തിന്റെ നാന്ദിയായിരുന്നു ഈ ഓർഡിനൻസ്. പുതുതായി രൂപംകൊണ്ട സംസ്ഥാനത്തിന്റെ ഭാഗമായ മൂന്ന് പ്രദേശങ്ങളിൽ-മലബാർ, കൊച്ചി, തിരുവിതാംകൂർ-ഓരോന്നിലും നിലവിലുണ്ടായിരുന്ന ജന്മി-കുടിയാൻ ബന്ധം സംബന്ധിച്ച നിയമങ്ങൾ സംയോജിപ്പിക്കുകയെന്നതാണ് ഈ നിയമനിർമാണത്തിന്റെ ലക്ഷ്യം. അവ സംയോജിപ്പിച്ച് സംസ്ഥാനത്തിനാകെ ബാധകമായ ഒരു പൊതുഭൂനിയമം കൊണ്ടുവരുമ്പോൾതന്നെ പാവപ്പെട്ട ഗ്രാമീണരുടെ അടിയന്തരാവശ്യങ്ങൾ നിറവേറ്റുന്നതിനും എല്ലാ പ്രകാരത്തിലും ശ്രമം നടത്തുകയുണ്ടായി. പാവപ്പെട്ട ഗ്രാമീണരുടെ ഈ അടിയന്തരാവശ്യം നേടിയെടുക്കുന്നതിനുവേണ്ടി കിസാൻസഭയും

കർഷകതൊഴിലാളി യൂണിയൻ ഉൾപ്പെടെ പാവപ്പെട്ട ഗ്രാമീണരുടെ മറ്റ് സംഘടനകളും കഴിഞ്ഞ രണ്ട് പതിറ്റാണ്ടിലേറെയായി പോരാടിക്കൊണ്ടിരിക്കുകയായിരുന്നു.

ഇത്തരത്തിലൊരു നിയമം കൊണ്ടുവന്ന് പാസാക്കിയെടുക്കുന്നതിന്റെ മുന്നോടിയായി ഒരടിയന്തരനിയമം അഥവാ ഓർഡിനൻസ് കൊണ്ടുവരേണ്ടത് അവശ്യം ആവശ്യമായിരുന്നു. എന്തുകൊണ്ടെന്നാൽ ഭൂനിയമം കൊണ്ടുവരാൻ ഉദ്ദേശിക്കുന്നതായി പ്രഖ്യാപിച്ച ശേഷം യഥാർഥത്തിൽ നിയമം പാസാക്കി നടപ്പിൽ വരുത്തുന്നതിനിടക്കുള്ള കാലയളവിൽ ജൻമിമാർ അവരുടെ കീഴിലുള്ള കുടിയാൻമാരെ വൻതോതിൽ ഒഴിപ്പിച്ച അനുഭവമാണ് കോൺഗ്രസ് ഗവൺമെന്റുകൾ ഭൂനിയമം കൊണ്ടുവന്ന എല്ലാ സംസ്ഥാനങ്ങളിലും ഉണ്ടായത്. ഭൂമിയിൽനിന്നും കുടികിടപ്പിൽ നിന്നുമുള്ള എല്ലാ ഒഴിപ്പിക്കലുകളും പൂർണമായി നിരോധിക്കുകവഴി ഈ അനുഭവം കേരളത്തിൽ ആവർത്തിക്കുകയില്ലെന്ന് ഉറപ്പുവരുത്തി.

ഒഴിപ്പിക്കൽ നിരോധിക്കുകയും പാട്ടം വസൂലാക്കുന്നത് സംബന്ധിച്ച കോടതി നടപടികൾ നിർത്തലാക്കുകയും ചെയ്തുകൊണ്ടുള്ള അടിയന്തരനിയമം അഥവാ ഓർഡിനൻസ് പരസ്പരവിരുദ്ധമായ പ്രതികരണമുളവാക്കി. ബഹുഭൂരിപക്ഷം വരുന്ന പാവപ്പെട്ട ഗ്രാമീണർ അതിനെ സ്വാഗതം ചെയ്തപ്പോൾ തങ്ങളുടെ 'പാവനമായ അവകാശം' ലംഘിക്കപ്പെട്ടതിൽ ചെറുന്യൂനപക്ഷം വരുന്ന സ്ഥാപിത താൽപര്യക്കാർ അസ്വസ്ഥരായി. സ്വകാര്യഭൂവുടമസ്ഥതയിൽ നിക്ഷിപ്തതാൽപര്യമുള്ള വിഭാഗത്തിലെ പുരോഗമനാശയക്കാർ തന്നെയും പുതിയ നിയമത്തെ പിന്തുണക്കാൻ മുമ്പോട്ടുവന്നു. സാധാരണക്കാർ ദീർഘകാലമായി വെച്ചുപുലർത്തിപ്പോന്ന അഭിലാഷം സാക്ഷാത്കരിക്കാനുതകുന്ന ഒന്നാണിതെന്നും അത് സംസ്ഥാനത്തിന്റെ സാമൂഹികവും സാംസ്കാരികവും രാഷ്ട്രീയ-സാമ്പത്തികവുമായ വികസനത്തിന് വഴിയൊരുക്കുമെന്നും അവർ കണ്ടു. പിന്തിരിപ്പൻ രാഷ്ട്രീയക്കാരാകട്ടെ, വൻതോതിൽ പിന്തുണക്കാരെ കണ്ടെത്തി. ഇതേസമയം പുരോഗമന രാഷ്ട്രീയ ശക്തികളുടെ അണി അതിവേഗം വികസിക്കുകയും ചെയ്തു. അങ്ങനെ സംസ്ഥാനത്ത് ഉള്ളവരും ഇല്ലാത്തവരും തമ്മിലുള്ള ധ്രുവീകരണം വളരെ വ്യക്തമായി. ഒരു വിഭാഗം കമ്യൂണിസ്റ്റ് ഗവൺമെന്റ് തുടർന്നും നിലനിൽക്കണമെന്നാഗ്രഹിച്ചപ്പോൾ മറുവിഭാഗത്തിന് താൽപര്യം അത് തകർന്നുകാണുന്നതിലായിരുന്നു.

അടിയന്തരനിയമം കൊണ്ടുവന്നതോടൊപ്പം തന്നെ കേരള കാർഷികബന്ധബിൽ എന്നപേരിൽ ഒരു നിയമം കൊണ്ടുവരാനുള്ള പ്രവർത്തനവും ഗവൺമെന്റ് ആരംഭിച്ചു. മുൻനിയമത്തിൽ 'കുടിയാൻ' എന്ന പദത്തിന് വളരെ സങ്കുചിതമായ നിർവചനമാണ് നൽകപ്പെട്ടിരുന്നത്. അതിനാൽ നിയമം ആർക്കുവേണ്ടി കൊണ്ടുവന്നുവോ അവരിൽ ഒരു വലിയ വിഭാഗത്തിന് അതിന്റെ ഗുണം ലഭിക്കാതെ പോയി. അതി

നാൽ കുടിയാൻമാരെ മാത്രമല്ല കീഴ്കുടിയാൻമാരെയും ഒരു തുണ്ട് ഭൂമിയോ കുടികിടപ്പോ (അധികൃതമായോ അനധികൃതമായോ) കൈവശമുള്ളവരെയും ഉൾപ്പെടുത്തിക്കൊണ്ട് 'കുടിയാൻ' എന്നപദം പുതിയ നിയമത്തിൽ നിർവചിക്കപ്പെട്ടു. 'കുടിയാൻ' എന്ന പദത്തിന്റെ നിർവചനത്തിൽ വരുന്ന ഒരാളും ഒരുകാരണവശാലും ഒഴിപ്പിക്കപ്പെടാൻ ബാധ്യസ്ഥനല്ലാതാക്കി.

ഭൂനിയമനിർമാണപ്രക്രിയ വളരെ സങ്കീർണമായ ഒന്നാണ്. എന്തുകൊണ്ടെന്നാൽ മലബാർ, കൊച്ചി, തിരുവിതാംകൂർ എന്നീ മൂന്നു പ്രദേശങ്ങളിലും വ്യത്യസ്തരീതിയിലുള്ള കുടിയായ്മയാണ് നിലവിലിരുന്നത്. ബില്ലിന്റെ കരട് തയ്യാറാക്കാൻ ചുമതലപ്പെട്ട മന്ത്രിക്ക് ഒട്ടേറെ നാളുകൾ ഉറക്കമിളച്ച് പണിയെടുക്കേണ്ടിവന്നു. ഗവൺമെന്റിന്റെ പരിഗണനക്കായി അഭിപ്രായങ്ങൾ മുമ്പോട്ടുവെച്ച വിവിധ തരക്കാരായ വ്യക്തികളുമായി ചർച്ചകൾ നടത്തേണ്ടിവന്നു. പാർട്ടിയുടെ സംസ്ഥാന കമ്മിറ്റി , പാർട്ടി നിയമസഭാഗ്രൂപ്പ് , കർഷകസംഘത്തിന്റെ സംസ്ഥാന കമ്മിറ്റിതൊട്ട് ഗ്രാമതലംവരെയുള്ള കമ്മിറ്റികൾ-ഇവയൊക്കെ അവസാനമില്ലാത്ത കൂടിയാലോചനകൾ, സംഘട്ടനങ്ങൾ, അനുരഞ്ജനശ്രമങ്ങൾ എന്നിവയിലേർപ്പെട്ടു. ഈ പ്രക്രിയ വളരെയേറെ സമയവ്യയം വരുത്തിവെക്കുന്നതാകയാൽ ബിൽ അവതരിപ്പിച്ചശേഷം അതിന് അന്തിമമായി നിയമസഭയുടെ അംഗീകാരം നേടുന്നതിന് രണ്ടുകൊല്ല ക്കാലമെടുത്തു.

ഇങ്ങനെ രൂപംകൊണ്ട ബിൽ നിഷ്കൃഷ്ടമായും സംസ്ഥാനതലത്തിൽ ഭൂനിയമ നിർമാണത്തിന് കേന്ദ്രഗവൺമെന്റ് ആവിഷ്കരിച്ച ചട്ടക്കൂടിൽ ഒതുങ്ങിനിൽക്കുന്ന ഒന്നായിരുന്നു. ബില്ലിന്റെ കരട് തയ്യാറാക്കിയതിനുശേഷം ആസൂത്രണ കമ്മീഷൻ, കേന്ദ്രആഭ്യന്തരമന്ത്രി, മറ്റ് മന്ത്രിമാർ, സംഘടനകൾ എന്നിവരുമായി ചർച്ച ചെയ്യുന്നതിന് മന്ത്രിസഭ അതിന്റെ ഒരു പ്രതിനിധിയെ ഡൽഹിയിലേക്ക് അയച്ചു. കേന്ദ്രം നിർദേശിച്ച ഭേദഗതികളിൽ പ്രധാനപ്പെട്ടവയെല്ലാം സ്വീകരിച്ചു. അങ്ങനെ നിയമസഭയിൽ അവതരിപ്പിക്കപ്പെട്ട കരടുബിൽ കേന്ദ്രഗവൺമെന്റ് മുമ്പോട്ടുവെച്ച നയങ്ങൾക്ക് തികച്ചും അനുരൂപമായതായിരുന്നുവെന്ന് പറയാൻ കഴിയും.

എന്നാൽ ബില്ലിന്റെ എതിരാളികൾക്കത് ബോധ്യമായില്ല. അവരിൽ കോൺഗ്രസ് നേതാക്കളും പ്രവർത്തകരും ഉൾപ്പെടും. ജൻമിമാരുടെ പ്രഖ്യാപിത പ്രതിനിധികളോടൊപ്പം കോൺഗ്രസ് നേതാക്കളും ബില്ലിനെതിരെ നിയമസഭയിൽ ആക്രമണം അഴിച്ചുവിട്ടു. ജൻമിമാരുടെ സംഘടനയുടെ വക്താക്കളും നമ്പൂതിരിമാർ, നായൻമാർ എന്നിവരുടെ സാമുദായിക സംഘടനകളും മലയാളത്തിലെ കുത്തകപത്രങ്ങളുമെല്ലാം ബില്ലിനും ബിൽകൊണ്ടുവന്നവർക്കുമെതിരായ ആക്രോശമുയർത്തി.

ബില്ലിനെതിരെ നിയമസഭക്ക് പുറത്ത് പ്രചാരണങ്ങൾ അഴിച്ചുവി

ട്ടതോടൊപ്പം ബിൽ പാസാകുന്നത് തടയാൻ നിയമസഭക്കകത്തും അവർ തന്ത്രങ്ങൾ ആവിഷ്കരിച്ചു. ഓരോ വകുപ്പിനും ഉപവകുപ്പിനും ഡസൻ കണക്കിന് ഭേദഗതികൾ കൊണ്ടുവന്നു. ആയിരക്കണക്കിന് ഭേദഗതികളാണിങ്ങനെ അവതരിപ്പിക്കപ്പെട്ടത്. ബില്ലിന്റെ വകുപ്പ് തിരിച്ചുള്ള പരിഗണനക്ക് ഒന്നരമാസത്തിലധികം സമയമെടുത്തു. ബില്ല് പാസാക്കിയേ അടങ്ങൂ എന്ന ദൃഢനിശ്ചയത്തിലായിരുന്നു ബില്ല് അവതരിപ്പിച്ചവരും അതിനെ പിന്തുണക്കുന്നവരും. ബില്ല് പാസാകുന്നത് തടയാൻ എതിരാളികളും അത്രതന്നെ വാശിയിലായിരുന്നു. നിയമസഭാവേദി നിർണായകമായ വർഗസമരരംഗമായി മാറിയതായി കേരളത്തിലെ ജനങ്ങൾക്ക് കാണാൻ കഴിഞ്ഞു.

നിയമസഭാ വേദിയിൽ നടന്ന കടുത്ത പോരാട്ടത്തെ അതിജീവിച്ച് ബിൽ പാസായ നിമിഷത്തിൽതന്നെ നിയമസഭക്ക് പുറത്ത് കടുത്ത പോരാട്ടം തുടങ്ങിയെന്നത് അർഥവത്താണ്. ബിൽ പാസാക്കി നിയമസഭ പിരിഞ്ഞിട്ട് ഏതാനും മണിക്കൂറുകൾക്കകം തന്നെ ബിൽ കൊണ്ടുവന്നവരുടെ രാഷ്ട്രീയ പ്രതിയോഗികൾ കമ്യൂണിസ്റ്റ് ഗവൺമെന്റിനെ താഴത്തിറക്കുന്നതിനുള്ള 'വിമോചനസമരം ' അഴിച്ചുവിട്ടു. പ്രത്യക്ഷത്തിൽ ഇതിന് നേതൃത്വം നൽകിയത് മൂന്ന് രാഷ്ട്രീയ പാർട്ടികളുടെ-കോൺഗ്രസ്, പി എസ് പി, മുസ്ലീംലീഗ്-കൂട്ടുകെട്ടായിരുന്നുവെങ്കിലും യഥാർഥത്തിൽ ഇത് സംഘടിപ്പിച്ചത് പിന്തിരിപ്പൻ ജാതി-മത സംഘടനകളുടെ കൂട്ടുകെട്ടായിരുന്നു. 'സമരം' ഒന്നരമാസക്കാലം തുടർന്നു. ഈ പ്രക്രിയയിലൂടെ കോൺഗ്രസ് യുവാക്കളുടെ ഒരു പുതിയ തലമുറയെ ദേശീയ തലത്തിലുള്ള ഒരു രാഷ്ട്രീയ സംഘടനയെന്ന നിലക്ക് നേരത്തെ കോൺഗ്രസിന് മാന്യത പകർന്നുകൊടുത്ത ധാർമികമായ രാഷ്ട്രീയ പ്രതിബദ്ധതയാകെ കളഞ്ഞുകുളിച്ച ഒരു കൂട്ടം ആളുകളെ-വളർത്തിയെടുത്തു. പാർട്ടിയുടെയും ഗവൺമെന്റിന്റെയും നേതാക്കളെ വൃത്തികെട്ട രീതിയിൽ അധിക്ഷേപിക്കുക, സംസ്ഥാന സർക്കാർ സ്വത്തിനും വ്യക്തികൾക്കും നേരെ ലക്കും ലഗാനുമില്ലാതെ ആക്രമണം അഴിച്ചുവിടുക, ഭരണം സ്തംഭിപ്പിക്കുമെന്ന് നിശ്ചയദാർഢ്യത്തോടെ നിർലജ്ജം പ്രഖ്യാപിക്കുക-ഈ രീതിയിൽ കോൺഗ്രസിന്റെ ഒരു പുത്തൻ തലമുറയെ പരിശീലിപ്പിച്ചെടുത്തു.

ഇത്തരത്തിലുള്ള 'ബഹുജനമുന്നേറ്റ'ത്തിന് ഉന്നത നേതൃത്വത്തിന്റെ ധാർമികവും രാഷ്ട്രീയവുമായ പിന്തുണയും പ്രായോഗിക സഹായവും ഉണ്ടായിരുന്നുതാനും. സമരത്തിൽ പങ്കെടുത്ത ജനങ്ങളെ കമ്യൂണിസ്റ്റ് പാർട്ടിക്കും ഗവൺമെന്റിനുമെതിരായ ശത്രുതയിലേക്ക് തള്ളിവിട്ടു. എന്നുമാത്രമല്ല താഴേതലത്തിൽ നിന്ന് വേണ്ടത്ര സമ്മർദമുണ്ടായാൽ മുകളിൽ നിന്നുള്ള നടപടി ഉണ്ടാവുമെന്നും അങ്ങനെ സംസ്ഥാന ഗവൺമെൻറിനെ പിരിച്ചുവിടാൻ കേന്ദ്രഗവൺമെന്റ് നിർബന്ധിതരായിത്തീരുമെന്നും അവരെ വിശ്വസിപ്പിക്കുകയും ചെയ്തു.

കമ്യൂണിസ്റ്റ് ഗവൺമെന്റിനെതിരായ 'വിമോചനസമര'ത്തിന്

പിന്തുണ ലഭിച്ചതിനുള്ള ഒരേ ഒരു കാരണം കാർഷികബന്ധ ബില്ലിനോടുള്ള നിക്ഷിപ്ത താൽപര്യക്കാരുടെ എതിർപ്പ് മാത്രമാണെന്നല്ല പറയുന്നത്. അതിന് മറ്റ് പല കാരണങ്ങളുമുണ്ട്. അവയിൽ മുഖ്യമായവ അടുത്ത അധ്യായങ്ങളിൽ പരാമർശിക്കാം. കാർഷികബന്ധ ബില്ലിന്റെ (അടുത്ത അധ്യായങ്ങളിൽ വിവരിക്കുന്ന മറ്റ് നടപടികളുടെയും) ഗുണഭോക്താക്കളിൽ 'വിമോചനസമര'ത്തിന്റെ നേതാക്കളും പ്രവർത്തകരും ഉൾപ്പെടും. ഉദാഹരണമായി നായർ സർവീസ് സൊസൈറ്റി കാർഷിക ബന്ധബില്ലിന്റെ ഉള്ളടക്കത്തെ അസന്ദിഗ്ധമായി എതിർത്തപ്പോൾ, എസ് എൻ ഡി പി പോലുള്ള ജാതി സംഘടനകളും ക്രിസ്ത്യൻ പള്ളികളും മുസ്ലീംലീഗ് പോലുള്ള സാമുദായിക സംഘടനകളും ബില്ലിലെ മുഖ്യ വ്യവസ്ഥകളെ ഉള്ളിന്റെ ഉള്ളിൽ പിന്തുണച്ചു. കേരള ഗവൺമെന്റിന്റെ മറ്റ് നടപടികളുടെ ഗുണഭോക്താക്കളും വിമോചനസമരത്തോടൊപ്പം ചേർന്നു. ഇവയെയെല്ലാം കൂട്ടിയിണക്കിയ പൊതുവായ കണ്ണി കമ്യൂണിസ്റ്റ് പാർട്ടിയോടുള്ള വിരോധമായിരുന്നു. അതുകൊണ്ടാണ് 'വിമോചനസമരവും' കമ്യൂണിസ്റ്റ് ഗവൺമെന്റ് പിരിച്ചുവിടലും കഴിഞ്ഞിട്ട് ഏതാനും മാസങ്ങൾക്കുള്ളിൽതന്നെ സമരത്തിൽ പങ്കെടുത്തവരിൽ പലരും കമ്യൂണിസ്റ്റ് പാർട്ടി സംഘടിപ്പിച്ച സമരത്തിന് പിന്തുണ നൽകുകയും അതിൽ സജീവമായി പങ്കെടുക്കുകയും ചെയ്തത്.

കാർഷിക ബന്ധങ്ങളിൽ ജാതി-മത-രാഷ്ട്രീയ പരിഗണനകൾക്ക് അതീതമായി പാവപ്പെട്ട ഗ്രാമീണ ജനവിഭാഗങ്ങൾക്ക് കഴിയുന്നത്ര ആശ്വാസം പകർന്നുനൽകി. ഒഴിപ്പിക്കൽ തടയുകയും പാട്ടം വസൂലാക്കുന്നത് നിർത്തലാക്കുകയും ചെയ്തുകൊണ്ടുള്ള ഓർഡിനൻസ് പ്രഖ്യാപിച്ചതുവഴി ആരംഭിച്ച പ്രക്രിയ ലക്ഷക്കണക്കിന് കർഷകർ, കർഷകതൊഴിലാളികൾ, മറ്റ് പാവപ്പെട്ട ജനവിഭാഗങ്ങൾ എന്നിവർക്ക് വളരെ സഹായകമായി. അങ്ങനെ 1957-ഏപ്രിൽ 11 കേരളത്തിലെ പാവപ്പെട്ട ഗ്രാമീണ ജനവിഭാഗങ്ങളെ സംബന്ധിച്ചിടത്തോളം ചുവന്ന ലിപികളിൽ കുറിച്ചിടപ്പെട്ട ദിനമായിത്തീർന്നു.

അടിയന്തരനിയമവും 1959 ജൂൺ ആദ്യത്തിൽ അന്തിമമായി നിയമസഭ പാസാക്കിയ ബില്ലും കേരളജനതയുടെ സാമ്പത്തികവും സാമൂഹ്യ-സാംസ്കാരികവുമായ ജീവിതത്തിൽ ഒരു പുതിയ ഘട്ടം കുറിച്ചു. പാവപ്പെട്ട ഗ്രാമീണ ജനവിഭാഗത്തിനുമേൽ ഒരു ചെറുന്യൂനപക്ഷം വരുന്ന മേൽജാതിക്കാർ തുടർന്നുപോന്ന സാമ്പത്തിക മർദനത്തിനും സാമൂഹ്യവും സാംസ്കാരികവുമായ ആധിപത്യത്തിനും അത് പരിസമാപ്തി കുറിച്ചു. ജാതിമേധാവിത്വത്തിനും കാലഹരണപ്പെട്ട കുടുംബസംവിധാന വ്യവസ്ഥക്കും അന്ധവിശ്വാസങ്ങൾക്കും അനാചാരങ്ങൾക്കുമെതിരായി അരനൂറ്റാണ്ടിലേറെക്കാലമായി തുടർന്നുപോന്ന സാമൂഹ്യ-സാംസ്കാരിക പ്രസ്ഥാനം എല്ലാത്തരം ചൂഷണത്തിൽ നിന്നും മർദനത്തിൽ നിന്നും ഗ്രാമീണ ജനസാമാന്യത്തെ മോചിപ്പിക്കു

ന്നതിൽ ചെന്ന് കലാശിച്ചു. ഇത് കാർഷിക ബന്ധനിയമത്തിന്റെ നേട്ടമാണെന്നിരിക്കിലും ആധുനിക ജനാധിപത്യ കേരളത്തിന്റെ ചരിത്രത്തിൽ 28 മാസക്കാലം നിലനിന്ന കമ്യൂണിസ്റ്റ് ഗവൺമെന്റിന് ഒരു സ്ഥാനമുണ്ട്. മറ്റ് പ്രശ്നങ്ങളും ആ ഗവൺമെന്റ് കൈകാര്യം ചെയ്യുകയും അഭിമാനാവഹമായ നേട്ടങ്ങൾ കൈവരിക്കുകയും ചെയ്തതായി നമുക്ക് കാണാൻ കഴിയും.

വളച്ചുകെട്ടില്ലാതെ നേരെചൊവ്വേ പറഞ്ഞാൽ ഭൂപരിഷ്കാരം സംബന്ധിച്ച കേന്ദ്ര ഭരണാധികാരികളുടെ മാർഗനിർദേശം നടപ്പാക്കിയ ഒരേ ഒരു സംസ്ഥാന ഗവൺമെന്റ് കേരളത്തിലെ കമ്യൂണിസ്റ്റ് ഗവൺമെന്റാണെന്നിരിക്കിലും ഭൂപ്രശ്നങ്ങളോടുള്ള കേന്ദ്രത്തിന്റെ സമീപനം സംബന്ധിച്ച് കമ്യൂണിസ്റ്റ് പാർട്ടിക്ക് അതിന്റേതായ (വിമർശനപരമായ) കാഴ്ചപ്പാടുകളുണ്ട്.

ഒന്നാമതായി, പാവപ്പെട്ട ഗ്രാമീണ ജനവിഭാഗത്തിന്റെ അടിയന്തരാവശ്യങ്ങൾ സാക്ഷാത്കരിക്കുന്നതിന് സഹായകമായതെന്ന നിലക്ക് കേന്ദ്രത്തിന്റെ സമീപനത്തെ പാർട്ടി പിന്തുണക്കുന്നു. എന്നാൽ കാർഷികബന്ധം സംബന്ധിച്ച മൗലിക പ്രശ്നത്തിന് അത് ഒരന്തിമ പരിഹാരമാർഗം പ്രദാനം ചെയ്യുന്നില്ല. ഭൂപ്രശ്നത്തിനുള്ള അന്തിമപരിഹാരമാർഗമെന്ന നിലക്ക് ഭൂപരിഷ്കാര നിയമനിർമാണത്തെ കോൺഗ്രസ് ഉയർത്തിക്കാട്ടുമ്പോൾ, വിപ്ലവകരമായ ഈ നടപടികളുടെ ഗുണഭോക്താക്കളുടെമേൽ നഷ്ടപരിഹാരത്തിന്റെ ഭാരം കെട്ടിയേൽപ്പിക്കാതെ, ജൻമിത്തം അന്തിമമായി അവസാനിപ്പിക്കാനുള്ള പ്രക്രിയയുടെ തുടക്കം മാത്രമാണതെന്നാണ് കമ്യൂണിസ്റ്റ് പാർട്ടി കണക്കാക്കുന്നത്.

രണ്ടാമതായി കോൺഗ്രസ് കക്ഷിയെയും അതിന്റെ നേതൃത്വത്തിലുള്ള കേന്ദ്രഗവൺമെന്റിനെയും സംബന്ധിച്ചിടത്തോളം ഭൂപരിഷ്കാരം ഭരണഘടനാപരമായ മാർഗത്തിൽകൂടി-അതായത് നിയമനിർമാണത്തിലൂടെ മാത്രം നടപ്പാക്കേണ്ട ഒരു കാര്യമാണ്. അതിന്റെ കാഴ്ചപ്പാടനുസരിച്ച് നിയമനിർമാണസഭക്ക് പുറത്ത് പാവപ്പെട്ട ഗ്രാമീണ ജനസാമാന്യത്തിന്റെ സ്വതന്ത്രമായ സമരത്തിന് ഈ നിയമം പാസാക്കിയെടുക്കുന്നതിൽ യാതൊരു പങ്കുമില്ല. നേരെമറിച്ച് കമ്യൂണിസ്റ്റ് പാർട്ടിയാകട്ടെ, ഭൂപരിഷ്കാരത്തെ നോക്കിക്കാണുന്നത് നിയമനിർമാണ നടപടിയെ നിയമനിർമാണ സഭക്ക് പുറത്തുള്ള ഉശിരൻ സമരങ്ങളുമായി കൂട്ടിയിണക്കിക്കൊണ്ടുള്ള ഒരു പ്രക്രിയയായിട്ടാണ്.

അവസാനമായി, കോൺഗ്രസ് ആവിഷ്കരിച്ചതും നടപ്പാക്കിയതുമായ ഭൂപരിഷ്കാരവും അതിന്റെ കേന്ദ്രഅധികാര സ്ഥാനങ്ങളും രാജ്യത്തെ മുതലാളിത്ത പാതയിലൂടെ നയിക്കുന്ന സാമ്പത്തിക വികസന മാതൃകയുടെ ഭാഗമാണ്. നാടൻ മുതലാളിത്ത വികസനത്തിനുവേണ്ടി ബഹുരാഷ്ട്ര സ്ഥാപനങ്ങളിൽ നിന്നുള്ള വായ്പ, ഗ്രാന്റ്, സഹായം എന്നിവയെ ആശ്രയിക്കുക, സ്വകാര്യമേഖലയുടെ വളർച്ചക്കാവശ്യമായ അസംസ്കൃതവസ്തുക്കളും മറ്റ് ചരക്കുകളും ഉൽപ്പാദി

പ്പിക്കുന്നതിനുവേണ്ടി പൊതുമേഖല കെട്ടിപ്പടുക്കുക, നാടൻ മൂലധനത്തിന് ലഘുവ്യവസ്ഥയിൽ ഉദാരമായ വായ്പയും മറ്റ് സൗകര്യങ്ങളും ഒരുക്കിക്കൊടുക്കുക-ഇത്തരത്തിലൊരു സാമ്പത്തികാസൂത്രണമാതൃക കെട്ടിപ്പടുക്കുന്നതിൽ കോൺഗ്രസ് നിർദേശിച്ച ഭൂപരിഷ്കാരത്തിന് മർമപ്രധാനമായ പങ്കാണുള്ളത്. നേരെമറിച്ച് കമ്യൂണിസ്റ്റ് പാർട്ടിക്ക് ഒരു ബദൽ വികസനമാതൃകയുണ്ട്. അത് പാർട്ടിയുടെ നാലാം കോൺഗ്രസ് അംഗീകരിച്ച രാഷ്ട്രീയ പ്രമേയത്തിൽ വ്യക്തമാക്കിയിട്ടുമുണ്ട്.

സാമ്പത്തിക വികസനമാതൃകയുടെയും അതനുസരിച്ചുള്ള ഭൂപരിഷ്കാര നിർദേശങ്ങളുടെയും കാര്യത്തിൽ കോൺഗ്രസും കമ്യൂണിസ്റ്റ് പാർട്ടിയും തമ്മിലുള്ള അഭിപ്രായഭിന്നതകൾ തൽക്കാലത്തേക്ക് പിൻനിരയിലേക്ക് തള്ളപ്പെട്ടു. എന്തുകൊണ്ടെന്നാൽ ഭൂപരിഷ്കാരം ഉൾപ്പെടെ ജനങ്ങളെ വിശ്വാസത്തിലെടുത്തുകൊണ്ടുള്ള വികസനമാതൃക കോൺഗ്രസ് ഗവൺമെന്റ് വിഭാവനം ചെയ്തപ്പോൾ കോൺഗ്രസിനകത്തും പുറത്തുമുള്ള വലതുപക്ഷ പിന്തിരിപ്പൻ ശക്തികൾ അതിനെതിരായി വിഷലിപ്തമായ പ്രചാരണം അഴിച്ചുവിട്ടു. ഈ പ്രക്രിയയിലൂടെ വലതുപക്ഷ പ്രതിപക്ഷ പാർട്ടി-സ്വതന്ത്രാപാർട്ടി-രൂപംകൊള്ളുകയും ചെയ്തു. ഈ ആക്രമണത്തെ എതിർത്ത് തോൽപ്പിക്കേണ്ടതാവശ്യമാണെന്ന് കമ്യൂണിസ്റ്റ് പാർട്ടി കണക്കാക്കി. സാമ്പത്തിക വികസനത്തോടും ഭൂപരിഷ്കാരത്തോടുമുള്ള കോൺഗ്രസിന്റെ സമീപനത്തിലെ പോരായ്മകളോടും പരാജയത്തോടുമുള്ള പോരാട്ടം ക്ഷീണിപ്പിക്കാതെതന്നെ കേന്ദ്രഗവൺമെന്റിന്റെ നിർദേശങ്ങളെ വലതുപക്ഷത്തിന്റെ ആക്രമണങ്ങളിൽ നിന്ന് രക്ഷിക്കുന്നതിന് പാർട്ടിയുടെ നാലാം കോൺഗ്രസ് ആഹ്വാനം ചെയ്തു.

ഈ കാഴ്ചപ്പാടോടുകൂടിയാണ് കേരളാ ഗവൺമെന്റ് ഭൂപരിഷ്കാരത്തിന് രൂപം നൽകിയത്. എന്നാൽ ഭൂപരിഷ്കാരത്തിന്റെ കാര്യത്തിൽ കോൺഗ്രസിന്റെ തനതായ നയം തന്നെയാണ് കേരളത്തിലെ കമ്യൂണിസ്റ്റ് ഗവൺമെന്റ് നടപ്പാക്കിയതെങ്കിലും ഒരു സംസ്ഥാനത്ത് കമ്യൂണിസ്റ്റ് പാർട്ടി അധികാരത്തിലിരിക്കുന്നത് പൊറുപ്പിക്കാൻ കേന്ദ്രത്തിലെ ഭരണകക്ഷി തയ്യാറില്ലെന്ന് കൂടുതൽ കൂടുതൽ വ്യക്തമായി.

35

ആസൂത്രണത്തോടുള്ള സമീപനം

മുൻ അധ്യായത്തിൽ വിവരിച്ചതുപോലെ രാജ്യത്തിന്റെ ആസൂത്രിത സാമ്പത്തിക വികസനത്തോടും കാർഷികബന്ധം സംബന്ധിച്ച പ്രശ്നങ്ങളോടുമുള്ള കേന്ദ്രഗവൺമെന്റിന്റെയും ഭരണകക്ഷിയുടെയും തെറ്റായ സമീപനത്തെ എതിർത്ത് തോൽപ്പിക്കാൻ കേരളത്തിലെ കമ്യൂണിസ്റ്റ് ഗവൺമെന്റ് ഒന്നും ചെയ്തില്ല. രണ്ടാം പഞ്ചവത്സരപദ്ധതിയുടെ മിതമായ തോതിലുള്ള കാഴ്ചപ്പാടുപോലും വലതുപക്ഷത്തിന്റെ കടുത്ത ആക്രമണത്തിന് ശരവ്യമായി. വലതുപക്ഷത്തിന്റെ ഈ ആക്രമണത്തെ ചെറുത്ത് തോൽപ്പിക്കാൻ ഇടതുപക്ഷക്കാർ മുമ്പോട്ടുവരേണ്ടത് അവശ്യം ആവശ്യമായിരുന്നു. എന്നാൽ പദ്ധതിയുടെ നിഷേധാത്മകമായ വശങ്ങളെ-അതിലേക്ക് നാലാം കോൺഗ്രസ് ശ്രദ്ധ ക്ഷണിച്ചിരുന്നതാണുതാനും-പോലും എതിർക്കാൻ ഇടതുപക്ഷം മുമ്പോട്ടുവന്നതായി ജനങ്ങൾക്ക് കാണാൻ കഴിഞ്ഞില്ല. അതിനാൽ ആ സമീപനത്തിനെതിരായി പെട്ടെന്ന് മുമ്പോട്ടുവരുന്നത് ശരിയായിരിക്കില്ല

ആ സമീപനത്തിലെ നിഷേധാത്മകവശങ്ങൾ പ്രത്യക്ഷത്തിൽ പ്രകടമായത് ഒരു പതിറ്റാണ്ടിനുശേഷം മാത്രമാണ്. 1960-കളുടെ മധ്യമായപ്പോഴേക്ക് ആസൂത്രണ പ്രക്രിയ ഒരു പ്രതിസന്ധി ഘട്ടത്തിലെത്തി. മൂന്നാം പദ്ധതിയുടെ അവസാനത്തോടെ നാലാം പദ്ധതി ആരംഭിക്കുന്നതിന് മൂന്ന് വർഷത്തെ പദ്ധതി ഒഴിവ് പ്രഖ്യാപിക്കപ്പെട്ടു. സി പി ഐ(എം) നേതൃത്വത്തിൻ കീഴിലുള്ള കേരളത്തിലെ ഐക്യമുന്നണി ഗവൺമെന്റിന് (1967-69) ഇത് ഗൗരവബോധത്തോടെ കണക്കിലെടുക്കേണ്ടിവന്നു. ഞാനന്ന് കേരളത്തിലെ മുഖ്യമന്ത്രിയായിരുന്നു. അതിനാൽ ദേശീയ വികസനസമിതിയിൽ ഞാൻ ഒരംഗമായിരുന്നുതാനും. രണ്ടാം പഞ്ചവത്സരപദ്ധതിക്ക് രൂപം നൽകിയ സന്ദർഭം തൊട്ടേ ആസൂ

ത്രണ പ്രക്രിയ വിമർശനാത്മകമായ പരിശോധനക്ക് വിധേയമാക്കുകയും ദേശീയ വികസനസമിതി യോഗത്തിൽ ഒരു ബദൽ കാഴ്ചപ്പാടും ഒരു കൂട്ടം ബദൽ നയങ്ങളും ഞാൻ അവതരിപ്പിക്കുകയും ചെയ്തു.

കേരളത്തെ സംബന്ധിച്ചിടത്തോളം മുൻ നാട്ടുരാജ്യങ്ങളായ തിരുവിതാംകൂറിലെയും കൊച്ചിയിലെയും ആസൂത്രണ-വികസന പാരമ്പര്യത്തോടുള്ള സമീപനത്തിൽ ഒരു പൊളിച്ചെഴുത്ത് നടത്തേണ്ടതാവശ്യമായിരുന്നു. വികസനമെന്നാൽ പൂർണമായിട്ടില്ലെങ്കിൽ മുഖ്യമായെങ്കിലും സാമൂഹ്യ സേവനത്തുറകളിലും വാർത്താവിനിമയ രംഗത്തുമുള്ള പുരോഗതിയാണെന്ന് കണക്കാക്കുകയെന്നതായിരുന്നു ഈ സമീപനത്തിന്റെ സാരാംശം. തിരുവിതാംകൂർ, കൊച്ചി എന്നീ നാട്ടുരാജ്യങ്ങൾ രാജ്യത്തെ മറ്റ് മിക്ക സംസ്ഥാനങ്ങളെയും അപേക്ഷിച്ച് ഈ മേഖലകളിൽ വളരെ മുൻപന്തിയിലായിരുന്നു. എന്നാൽ അതിനനുസൃതമായി കൃഷി, മൃഗസംരക്ഷണം, ജലസേചനം, വ്യവസായവൽക്കരണം, സഹകരണം തുടങ്ങിയ സാമ്പത്തിക വ്യാപാരമണ്ഡലങ്ങളിൽ പുരോഗതി നേടിയിരുന്നില്ല. മുൻ നാട്ടുരാജ്യങ്ങളായ തിരുവിതാംകൂറും കൊച്ചിയും ഈ രംഗങ്ങളിൽ രാജ്യത്തിന്റെ മറ്റ് പ്രദേശങ്ങളെ അപേക്ഷിച്ച് വളരെ പിറകിലായിരുന്നു. അതേസമയം മലബാറാകട്ടെ സംയുക്ത മദിരാശി സംസ്ഥാനത്തിലെ ഇതരഭാഗങ്ങളെ അപേക്ഷിച്ച് പിറകിലായിരുന്നു.

ഈയൊരു പരിത:സ്ഥിതിയിൽ മേൽപ്പറഞ്ഞ സമീപനത്തിൽ സമഗ്രമായ മാറ്റം വരുത്തേണ്ടതാവശ്യമാണെന്ന് കമ്യൂണിസ്റ്റ് ഗവൺമെന്റും സംസ്ഥാനത്തെ ഉൽബുദ്ധരായ ജനങ്ങളും കണ്ടു. സാമൂഹ്യ സേവന വാർത്താ വിനിമയ രംഗങ്ങളിലുള്ള വികസനം നിസ്സംശയമായും കാത്തുസൂക്ഷിക്കണം. അതേസമയം കൃഷി, വ്യവസായം, ജലസേചനം, ട്രാൻസ്പോർട്ട് തുടങ്ങിയ മേഖലകളിൽ ഭൗതികവസ്തുക്കളുടെ ഉൽപ്പാദനം വർധിപ്പിക്കുന്നതിലേക്ക് നയിക്കത്തക്കവിധം ആ മേഖലകളിൽ ശ്രദ്ധ കേന്ദ്രീകരിക്കുകയും വേണം. ഇത് ചെയ്യാതെ ഭക്ഷ്യപ്രതിസന്ധി, തൊഴിലില്ലായ്മ തുടങ്ങി തങ്ങൾ അഭിമുഖീകരിക്കുന്ന പ്രശ്നങ്ങൾക്കൊന്നും പരിഹാരം കാണാൻ കഴിയില്ലെന്ന് ജനങ്ങളെ ബോധ്യപ്പെടുത്തണം. (മേൽപ്പറഞ്ഞ രണ്ട് പ്രശ്നങ്ങളിലും രാജ്യത്തിന്റെ മറ്റ് ഭാഗങ്ങളെ അപേക്ഷിച്ച് ഏറ്റവും മോശമായ സ്ഥിതിയിലാണ് കേരളം) ഭൗതിക മൂല്യങ്ങൾ ഉൽപ്പാദിപ്പിക്കുന്നതിനെ ലാക്കാക്കിയുള്ള ഒരു കാഴ്ചപ്പാട് സംസ്ഥാനത്തുളവാകുകയും ചെയ്തു.

ഒന്നാം പഞ്ചവത്സരപദ്ധതി അവസാനിച്ച് രണ്ടാം പദ്ധതി ആരംഭിച്ച ഘട്ടത്തിലാണ് കമ്യൂണിസ്റ്റ് ഗവൺമെൻറ് അധികാരത്തിൽ വന്നത്. എന്നാൽ ഇതുകൊണ്ട് കേരളത്തിൽ വലിയ മാറ്റമൊന്നും വരുത്തിത്തീർക്കാനായില്ല. മഹത്തായ രാഷ്ട്രീയ നിർമാണ യത്നങ്ങളിൽ ഭാഗഭാക്കാവാൻ 'ആഗ്രഹിക്കുന്നവരുടെ തീർഥാടനകേന്ദ്രങ്ങൾ' എന്ന്

പ്രധാനമന്ത്രി വിശേഷിപ്പിച്ച വൻകിട ജലവൈദ്യുത പദ്ധതികളിലും മറ്റ് നിർമാണ പദ്ധതികളിലും ഒട്ട് മിക്കവയും സ്ഥിതിചെയ്യുന്നത് മറ്റ് സംസ്ഥാനങ്ങളിലാണ്. പുരോഗതിക്ക് വേണ്ടിയുള്ള ദേശീയ പദ്ധതികളിൽ കേരളത്തിന്റെ പങ്ക് നന്നേ ചെറുതാണ്.

ആനുപാതികമായി വളരെ കുറഞ്ഞ തുകയേ കേരളത്തിന് അനുവദിക്കപ്പെട്ടുള്ളൂ. ഇതിലേറെ പ്രധാനപ്പെട്ട കാര്യം കൃഷി, വ്യവസായം തുടങ്ങിയവയുടെ പങ്ക് അക്ഷന്തവ്യമാംവിധം നന്നേ കുറച്ചുകണ്ടുവെന്നതാണ്. അനുവദിച്ചതുക ഉപയോഗപ്പെടുത്തിയ രീതിയിൽ നിന്ന് ഇത് വളരെ വ്യക്തമായി കാണാവുന്നതാണ്. ഉദാഹരണമായി തിരു-കൊച്ചിയിൽ ഒന്നാം പദ്ധതിക്കാലത്ത് നിറവേറ്റപ്പെട്ട പദ്ധതി ലക്ഷ്യത്തിന്റെ തോത് കൃഷി-ഗ്രാമവികസനരംഗത്ത് 43.7 ശതമാനവും വ്യവസായത്തിന്റെ കാര്യത്തിൽ 52.3 ശതമാനവും മാത്രമാണ്. അതേസമയം ട്രാൻസ്പോർട്ട് രംഗത്ത് 132.6 ശതമാനവും സാമൂഹ്യ സേവനരംഗത്ത് 84.1 ശതമാനവുമാണ്. തിരു-കൊച്ചി സംസ്ഥാനം കൃഷി, ചെറുകിട കുടിൽ വ്യവസായരംഗങ്ങളിൽ പൂർത്തീകരിക്കപ്പെട്ട പദ്ധതി ലക്ഷ്യത്തിന്റെ കാര്യത്തിൽ ഏറ്റവും താഴെ പടിയിലായിരുന്നു.

ഭക്ഷ്യകമ്മി, തൊഴിലില്ലായ്മ എന്നീ പ്രശ്നങ്ങൾ പരിഹരിക്കപ്പെടണമെങ്കിൽ ഈ സ്ഥിതി അവസാനിപ്പിച്ചേ തീരൂ. ഭൗതിക സമ്പത്തിന്റെ ഉൽപ്പാദനം വർധിപ്പിക്കുന്നതിലേക്ക് നയിക്കുന്ന പ്രവർത്തനങ്ങൾക്ക് കൂടുതൽ ഊന്നൽ നൽകാനുദ്ദേശിക്കുന്നതായി ഗവൺമെന്റ് പ്രഖ്യാപിച്ചു. ഇത് എത്രയും ശരിയായ നിലപാടായിരുന്നു. 1958 ഫെബ്രുവരിയിൽ ഗവർണർ ചെയ്ത പ്രസംഗത്തിൽ ഇത് വ്യക്തമാക്കപ്പെട്ടപ്പോൾ തങ്ങൾ ഇതിനോട് യോജിക്കുന്നുവെന്ന് പ്രതിപക്ഷ പാർട്ടികൾക്ക് പറയേണ്ടിവന്നു. ഈ നയപ്രഖ്യാപനത്തിൽ പുതുമയൊന്നുമില്ലെന്നും എക്കാലവും തങ്ങളുടെ കാഴ്ചപ്പാട് ഇതായിരുന്നുവെന്നും പറയുന്നിടംവരെ അവർ ചെന്നെത്തി. എങ്കിൽപിന്നെ കോൺഗ്രസ് ഗവൺമെന്റുകളുടെ കാലത്ത് ഒന്നാം പഞ്ചവത്സരപദ്ധതിയുടെ പ്രവർത്തനം ഇത്ര ദയനീയമായിത്തീർന്നതെന്തുകൊണ്ടെന്ന ചോദ്യത്തിന് ഉത്തരം പറയുക അവരെ സംബന്ധിച്ചിടത്തോളം ഏറെ വിഷമകരമായിരുന്നു.

നയം ആവിഷ്കരിച്ചശേഷം അത് നടപ്പാക്കാനും ഗവൺമെന്റ് ശ്രമമാരംഭിച്ചു. ഇതിലേക്ക് താഴെപറയുന്ന നടപടികൾ കൈക്കൊണ്ടു.

1. കാർഷികോൽപ്പാദനം വർധിപ്പിക്കാനുള്ള പദ്ധതികളെ ഫലപ്രദമായി മുമ്പോട്ട് നീക്കുന്നതിന് ഊർജിതമായ ശ്രമം നടത്തി. ജനങ്ങളുടെ സഹകരണത്തോടെ ഒട്ടേറെ ചെറുകിട ജലസേചനപദ്ധതികൾ ആരംഭിക്കാനുള്ള നീക്കവും പച്ചിലവളം വൻതോതിൽ ഉപയോഗപ്പെടുത്താനുള്ള ശ്രമവും ഈ നിലക്കുള്ള സുപ്രധാന നടപടികളാണ്.

2. ചെറുകിട-കുടിൽ വ്യവസായങ്ങൾക്കായി വിവിധ രൂപത്തിലുള്ള സഹകരണസംഘങ്ങൾ രൂപീകരിക്കാൻ ശ്രമംനടത്തി. ഭൗതികസ

മ്പത്ത് ഉൽപ്പാദിപ്പിക്കുന്നതുൾപ്പെടെ വിവിധോദ്ദേശ്യങ്ങൾക്ക് വേണ്ടി സഹകരണസംഘങ്ങൾ സംഘടിപ്പിക്കപ്പെട്ടത് ഗവൺമെന്റിന്റെ സുപ്രധാന നടപടികളിൽ ഒന്നാണ്.

3. സർക്കാർ പങ്കാളിത്തത്തോടെയോ അല്ലാതെയോ വൻകിട വ്യവസായങ്ങൾ ആരംഭിക്കാൻ ശ്രമം നടത്തി.

ഇവയൊക്കെ ശരിയായ നിലക്കുള്ള നടപടികൾ ആയിരുന്നുവെങ്കിലും സാമ്പത്തികാസൂത്രണ-വികസന പ്രക്രിയയിൽ ഒരു വൻകടന്നുകയറ്റത്തിന് അത് ഉതകിയില്ല. നേരത്തെ ആരംഭിച്ചുകഴിഞ്ഞ ഒരു പഞ്ചവത്സരപദ്ധതിയാണ് സർക്കാരിന് പൈതൃകമായി ലഭിച്ചത്. പദ്ധതി അടങ്കലാവട്ടെ സർക്കാരിന്റെ ഉദ്ദേശ്യലക്ഷ്യങ്ങൾ നിറവേറ്റാൻ അപര്യാപ്തമായിരുന്നു. അതിനും പുറമെ പദ്ധതി സംസ്ഥാനത്തെ സ്ഥിതിഗതികൾക്ക് അനുയോജ്യമായിരുന്നില്ലതാനും. മൂന്നാം പദ്ധതി തയ്യാറാക്കുമ്പോൾ മൗലികമായ ഒരു പുനർവിചിന്തനം ആവശ്യമാണെന്ന വ്യക്തമായ ധാരണ ഗവൺമെന്റിനുണ്ടായിരുന്നു. എന്നാൽ മൂന്നാം പദ്ധതിയുടെ വലുപ്പം, രൂപം മാതൃക എന്നിവയെക്കുറിച്ച് ആലോചിക്കാൻ തുടങ്ങിയപ്പോഴേക്കും കേന്ദ്രഗവൺമെന്റ് ഇടപെട്ട് മന്ത്രിസഭ പിരിച്ചുവിട്ടു.

പദ്ധതിലക്ഷ്യം നിറവേറ്റുന്ന കാര്യത്തിൽ കമ്യൂണിസ്റ്റ് ഗവൺമെന്റ് അഭിമാനാവഹമായ നേട്ടം കൈവരിച്ചു. അത് അധികാരത്തിലിരുന്ന രണ്ട് കൊല്ലക്കാലത്തിനിടയിൽ പദ്ധതിലക്ഷ്യം ഒന്നാം വർഷത്തിൽ 84.5 ശതമാനവും രണ്ടാംവർഷം 100 ശതമാനവും പൂർത്തീകരിച്ചു. ഒന്നാം പദ്ധതിക്കാലത്ത് (ഒന്നാം പദ്ധതിയുടെ വലുപ്പം രണ്ടാം പദ്ധതിയുടേതിനേക്കാൾ നന്നേ ചെറുതായിരുന്നു) പദ്ധതി ലക്ഷ്യം 83.5 ശതമാനം മാത്രമാണ് പൂർത്തീകരിക്കപ്പെട്ടത്.

സാമ്പത്തികാസൂത്രണത്തിലൂടെ പരിഹരിക്കേണ്ട പ്രശ്നങ്ങളുടെ ആധിക്യവുമായി താരതമ്യപ്പെടുത്തുമ്പോൾ ഈ നേട്ടം നിസ്സംശയമായും നന്നേ ചെറുതാണ്. എന്നാൽ പദ്ധതിലക്ഷ്യവും അതിന്റെ പൂർത്തീകരണവും തമ്മിലുള്ള വിടവ് നികത്തുന്നതിന്, എത്ര ആത്മാർഥതയോടുകൂടിയാണ് കമ്യൂണിസ്റ്റ് ഗവൺമെന്റ് ശ്രമം നടത്തിയതെന്നതിന്റെ വ്യക്തമായ സൂചനയാണ് അതിൽ അടങ്ങിയിട്ടുള്ളത്. ഈ വിടവാകട്ടെ, കോൺഗ്രസ് ഭരണത്തിൻ കീഴിൽ സംസ്ഥാനത്തിന്റെ പൈതൃകമായിരുന്നുതാനും. രണ്ടാം പദ്ധതിയുടെ ആദ്യവർഷത്തിൽ പദ്ധതിലക്ഷ്യം കൈവരിക്കുന്നതിൽ കേരളം മിക്ക സംസ്ഥാനങ്ങളുടെയും പിറകിലായിരുന്നു. എന്നാൽ നാലാം വർഷം ആരംഭിച്ചപ്പോഴേക്ക് (ഗവൺമെന്റിന്റെ അവസാനമാസങ്ങളിൽ) പദ്ധതിലക്ഷ്യം നിറവേറ്റുന്ന കാര്യത്തിൽ മദിരാശി കഴിഞ്ഞാൽ കേരളം രണ്ടാംസ്ഥാനത്ത് എന്നുള്ളതാണ് കൗതുകകരമായ വസ്തുത. ആസൂത്രിത-വികസന പ്രവർത്തനം 1959 ജൂലായ് 31-ന് തടസപ്പെട്ടില്ലായിരുന്നുവെങ്കിൽ വ്യക്തമായും ഇതിലും മികച്ച റെക്കോഡ് കൈവരുമായിരുന്നു.

സംസ്ഥാനത്തിന്റെ വികസനത്തിൽ മർമപ്രധാനമായ കാര്യം ഒരളവോളം വ്യവസായവൽക്കരണമാണ്. ഇക്കാര്യത്തിൽ സംസ്ഥാനം അങ്ങേയറ്റത്തെ പിന്നോക്കാവസ്ഥയിലാണുതാനും. വൻ പൊതുമേഖലാ വ്യവസായങ്ങളൊന്നും കേരളത്തിൽ സ്ഥാപിക്കാൻ കേന്ദ്രഗവൺമെൻറ് കൂട്ടാക്കിയില്ല. അവയൊക്കെ മറ്റ് സംസ്ഥാനങ്ങളിലാണ് സ്ഥാപിക്കപ്പെട്ടത്. സംസ്ഥാനത്തിന്റെ സാമ്പത്തികനില വളരെ മോശമായിരുന്നു. കേരളത്തിൽ പൊതുമേഖലാ സ്ഥാപനങ്ങൾ ആരംഭിക്കുന്നതിന് ഒരു പ്രതിബന്ധമായിത്തീരുകയും ചെയ്തു. അവശേഷിച്ച ഒരേയൊരു പോംവഴി കേരളത്തിൽ പുതിയ വ്യവസായങ്ങൾ ആരംഭിക്കാൻ സംസ്ഥാനത്തിന് പുറത്തുള്ള സ്വകാര്യവ്യവസായികളെ പ്രേരിപ്പിക്കുകയും സംസ്ഥാനത്തെ വ്യവസായസംരംഭകർക്ക് കഴിയുന്നത്ര പ്രോത്സാഹനങ്ങൾ നൽകുകയും ചെയ്യുക മാത്രമായിരുന്നു.

എന്നാൽ ഇതത്ര എളുപ്പമായിരുന്നില്ല. എന്തുകൊണ്ടെന്നാൽ, സംസ്ഥാനത്തെ കാര്യങ്ങൾക്ക് ചുക്കാൻ പിടിക്കുന്നത് ഒരു കമ്യൂണിസ്റ്റ് ഗവൺമെന്റാകയാൽ ഇടയ്ക്കിടെ പ്രശ്നങ്ങൾ ഉണ്ടാവുമെന്നും തൊഴിൽ ബന്ധങ്ങളുടേതായ കാലാവസ്ഥ തങ്ങൾക്ക് തീർത്തും അനുയോജ്യമല്ലാത്തതാവുമെന്നും സംസ്ഥാനത്തിനകത്തും പുറത്തുമുള്ള സ്വകാര്യവ്യവസായികൾ കരുതിയേക്കാം.

അതിനാൽ പുതിയ വ്യവസായങ്ങൾ സ്ഥാപിക്കുന്നതിന് എല്ലാവിധ സഹായങ്ങളും നൽകുന്നതാണെന്ന് ഗവൺമെന്റ് കഴിയാവുന്നത്ര ആവർത്തിച്ച് പ്രഖ്യാപിച്ചു. തൊഴിലുടമ-തൊഴിലാളി ബന്ധങ്ങളെ സംബന്ധിച്ചിടത്തോളം ഈ ബന്ധങ്ങളെ ആരോഗ്യകരമായ ഒരടിത്തറയിൽ പ്രതിഷ്ഠിക്കുകയെന്നതാണ് സർക്കാരിന്റെ പ്രഖ്യാപിതനയമെന്നും വ്യക്തമാക്കപ്പെട്ടു. തർക്കങ്ങൾ കൂടിയാലോചനകളിലൂടെ പരിഹരിക്കുക, യോജിച്ചതീരുമാനങ്ങളിലെത്തുക, കരാർവ്യവസ്ഥകൾ നടപ്പാക്കുന്നതിന് ആത്മാർഥശ്രമം നടത്തുക-ഇതൊക്കെയാണ് ഗവൺമെന്റിന്റെ തൊഴിൽനയത്തിന്റെ മുഖ്യവശങ്ങൾ. ഒട്ടേറെ ചെറുകിട-ഇടത്തരം വ്യവസായ യൂണിറ്റുകളും രണ്ട് വൻ വ്യവസായശാലകളും സ്ഥാപിക്കുന്നതിന് ഈ നയങ്ങൾ സഹായകമായി.

വൻ വ്യവസായശാലകളിലൊന്ന് രാജ്യത്തെ വൻകുത്തക മുതലാളിമാരിലൊരാളായ ജി ഡി ബിർളയുടെ ഉടമസ്ഥതയിലും മാനേജ്മെന്റിലും ഉള്ളതായിരുന്നു. കമ്യൂണിസ്റ്റുകാർ തൊഴിലാളിവർഗതാൽപര്യത്തിന്റെ അടിയുറച്ച സന്ദേശവാഹകരാണെങ്കിലും തൊഴിലാളികളുമായുള്ള മാനേജ്മെന്റിന്റെ കരാർ വ്യവസ്ഥ നടപ്പാക്കുന്ന കാര്യത്തിൽ അവരെ വിശ്വസിക്കാവുന്നതാണെന്ന് വിട്ടുവീഴ്ചയില്ലാത്ത വ്യവസായ പ്രമുഖനായ ബിർളക്കറിയാൻ കഴിഞ്ഞു. നിസ്സംശയമായും പൊതുമേഖലാ വ്യവസായ യൂണിറ്റുകൾക്ക് മുൻഗണന നൽകുന്ന കമ്യൂണിസ്റ്റുകാർ, പൊതുമേഖലാ വ്യവസായം സ്ഥാപിക്കാൻ സാധ്യതയില്ലാത്തിടത്ത് സ്വകാര്യ വ്യവസായം സ്ഥാപിക്കുന്നതിന് തടസമാവി

ല്ലെന്നും അദ്ദേഹത്തിന് അറിയാൻ കഴിഞ്ഞു. ബിർളാ മാനേജ്മെന്റ് ഗവൺമെന്റുമായി സുദീർഘമായ കൂടിയാലോചനകളിലേർപ്പെട്ടു. ഈ കൂടിയാലോചനകൾ ഇരുഭാഗക്കാരും തമ്മിൽ ഔപചാരികമായ ഒത്തു തീർപ്പിൽ ചെന്ന് കലാശിക്കുകയും ചെയ്തു.

ഇതിന്റെ ഫലമായി ഗ്വാളിയോർ റയോൺസിന്റെ ഒരു യൂണിറ്റ് സംസ്ഥാനത്ത് സ്ഥാപിക്കപ്പെട്ടു. 3,000 ഫാക്ടറി തൊഴിലാളികൾക്കും അസംസ്കൃത വസ്തുക്കളുടെ ഉൽപ്പാദനം, ട്രാൻസ്പോർട്ട് എന്നിവയി ലേർപ്പെട്ട അതിന്റെ ഏതാണ്ട് മൂന്നിരട്ടി പേർക്കും നേരിട്ട് തൊഴിൽ നൽകാൻ ഇതുപകരിച്ചു. ഫാക്ടറി പരിസരത്ത് കച്ചവടത്തിലും അനു ബന്ധജോലികളിലും ഏർപ്പെട്ടവരെന്ന നിലക്ക് ഏതാണ്ട് പതിനയ്യായി രത്തോളം പേർക്കും അതിലൂടെ തൊഴിൽ ലഭിച്ചു.

ബിർളയുടേതിനേക്കാൾ ചെറുതെങ്കിലും മറ്റൊരു വ്യവസായ സംരംഭവും-ഒരു ടയർ ഫാക്ടറി-ആരംഭിക്കുകയുണ്ടായി. ഇതും നൂറ് കണക്കിന് തൊഴിലാളികൾക്ക് നേരിട്ടും അല്ലാതെയുമായി ജോലി ലഭി ക്കാൻ സഹായകമായി. ഫാക്ടറിയുടെ കാര്യത്തിൽ ഗവൺമെന്റിന്റെ താൽപര്യം കണക്കിലെടുത്ത് സർക്കാർ ഇതിന്റെ ഓഹരികൾ വാങ്ങ ണമെന്ന നിർദേശം മാനേജ്മെന്റ് ഉന്നയിച്ചു. സർക്കാർ അതിന് സമ്മ തിക്കുകയും ചെയ്തു. ഈ ഫാക്ടറിയും ബിർളയുടേതും തമ്മിലുള്ള വ്യത്യാസം ഇതാണ്. ഈ ഫാക്ടറിയിൽ മാത്രമല്ല മറ്റ് പലതിന്റെയും കാര്യത്തിലും ഗവൺമെന്റ് ഇങ്ങനെ ഓഹരി വാങ്ങാൻ സമ്മതിക്കുക യുണ്ടായി.

ബിർളയുമായുള്ള കരാറിലെ എല്ലാ വ്യവസ്ഥകളും ശരിയായവയ ല്ലെന്ന് കമ്യൂണിസ്റ്റ് പാർട്ടിയുടെ കേന്ദ്രക്കമ്മിറ്റി പിന്നീട് പ്രത്യേകം ശ്രദ്ധിച്ചു. ജനങ്ങളുടെ അടിയന്തര പ്രശ്നത്തിന് ഭാഗികമായ പരി ഹാരം കാണാൻ ഉതകുന്ന ഒന്നാകയാൽ മൊത്തത്തിൽ കരാറിനെ കമ്മിറ്റി അംഗീകരിച്ചു. വിഭവദൗർലഭ്യം അനുഭവപ്പെടുന്നതും സാമ്പ ത്തികമായി പിന്നോക്കം നിൽക്കുന്നതുമായ ഒരു സംസ്ഥാനത്തെ മുമ്പോട്ട് നയിക്കാനുതകുന്ന ഒരു മാർഗം സ്വകാര്യ മേഖലയിലൂടെ വ്യവസായവൽക്കരിക്കുകയെന്നതാണ്. വ്യവസായവൽക്കരണ നടപടി കളും സംസ്ഥാനത്ത് സാമ്പത്തിക വികസനം സാധ്യമാക്കുന്ന മറ്റ് നയ ങ്ങളും തുടരാൻ കേരള സംസ്ഥാനത്തിലെ ഒന്നാമത്തെ മന്ത്രിസഭയെ അനുവദിച്ചിരുന്നുവെങ്കിൽ കേരളത്തിലെ ജനങ്ങൾക്ക് അളവറ്റ നേട്ടം കൈവരുമായിരുന്നു. സംസ്ഥാനത്തെ സാമ്പത്തിക പ്രശ്നങ്ങളോട് എത്രയും ശരിയായ സമീപനമാണ് പാർട്ടിക്ക് ഉണ്ടായിരുന്നത്. ആ നയ ങ്ങൾ നടപ്പാക്കാനുള്ള ഊർജ്ജസ്വലതയും അതിനുണ്ടായിരുന്നു.

36

പൊലീസും ജനങ്ങളും തമ്മിലുള്ള ബന്ധം

കാർഷികബന്ധബിൽ കഴിഞ്ഞാൽ സുപ്രധാനമായ മറ്റൊന്ന് പൊലീസും ജനങ്ങളും തമ്മിലുള്ള ബന്ധം സംബന്ധിച്ച ഗവൺമെന്റിന്റെ നയപ്രഖ്യാപനമാണ്. കാർഷികബന്ധ ബില്ലിന്റെ കാര്യത്തിൽ സംഭവിച്ചതുപോലെ ഗവൺമെന്റിന്റെ പൊലീസ്നയവും സാധാരണക്കാരെ ആവേശഭരിതരാക്കിയപ്പോൾ നിക്ഷിപ്തതാൽപര്യക്കാർ അതിനെ ശക്തിയായി എതിർത്തു.

കോൺഗ്രസിൽ നിന്നും മറ്റ് ബൂർഷ്വാ പാർട്ടികളിൽനിന്നും വ്യത്യസ്തമായി സ്വാതന്ത്ര്യലബ്ധിക്ക് ശേഷം പൊലീസിന്റെ ആക്രമണത്തിന് ശരവ്യമായത് കമ്യൂണിസ്റ്റ് പാർട്ടിയും മറ്റ് ഇടതുപക്ഷശക്തികളുമാണ്. തങ്ങളുടെ അടിയന്തരാവശ്യങ്ങൾ നേടിയെടുക്കുന്നതിന് അധ്വാനിക്കുന്ന ജനങ്ങൾ നടത്തിയ സമരത്തിൽ അവർക്കും അതിനവർക്ക് നേതൃത്വം നൽകിയ ഇടതുപക്ഷപാർട്ടികൾക്കും കടുത്ത പൊലീസ് മർദനത്തെ അഭിമുഖീകരിക്കേണ്ടിവന്നു.

തിരു-കൊച്ചിയിൽ ഏതാനും മാസക്കാലം ഒരു കോൺഗ്രസിതര-യഥാർഥത്തിൽ ഒരു 'സോഷ്യലിസ്റ്റ്'-ഗവൺമെന്റ് നിലവിൽ വന്നപ്പോൾ അതിനുമുമ്പത്തെ കോൺഗ്രസ് ഗവൺമെന്റിനെപ്പോലെതന്നെ അധ്വാനിക്കുന്ന ജനവിഭാഗങ്ങൾക്കും അവരുടെ ബഹുജനസംഘടനകൾക്കും അവയുടെ കമ്യൂണിസ്റ്റ്-ഇടതുപക്ഷ നേതാക്കൾക്കും എതിരായി കുപ്രസിദ്ധമാംവിധം പൊലീസ് മർദനം അഴിച്ചുവിട്ടു. പട്ടം താണുപിള്ള ഗവൺമെന്റ് ട്രാൻസ്പോർട്ട് തൊഴിലാളികളെ കൈകാര്യം ചെയ്ത രീതി ആ കോൺഗ്രസിതര ഗവൺമെന്റിന്റെ യഥാർഥസ്വഭാവം തുറന്നുകാട്ടി. പുതിയ സംവിധാനത്തിൻ കീഴിൽ പൊലീസ് സംഘടനയുടെ പ്രവർത്തനം ഏത് തരത്തിലായിരിക്കണമെന്ന പ്രശ്നത്തെക്കുറിച്ച് കാര്യമായി ചിന്തിക്കാൻ കമ്യൂണിസ്റ്റ്

പാർട്ടിക്കും അതിന്റെ നേതൃത്വത്തിലുള്ള ഗവൺമെന്റിനും സ്വാഭാവികമായി എല്ലാ കാരണങ്ങളുമുണ്ട്.

കമ്യൂണിസ്റ്റുപാർട്ടിക്കും മറ്റിടതുപക്ഷ പാർട്ടികൾക്കുമെതിരായോ അധ്വാനിക്കുന്ന ജനങ്ങളുടെ സമരങ്ങൾക്കും സംഘടനകൾക്കുമെതിരായോ മാത്രമല്ല പൊലീസ് മർദനം അഴിച്ചുവിടപ്പെട്ടത്. സാധാരണ നിലക്കുള്ള കുറ്റകൃത്യങ്ങൾ കൈകാര്യം ചെയ്യുന്നതിൽപോലും അതിക്രമങ്ങൾക്ക് കുപ്രസിദ്ധിയാർജിച്ചതാണ് പൊലീസ് സംവിധാനം. കുറ്റാന്വേഷണത്തിന്റെ മൂന്നാംമുറ അവലംബിക്കുകയെന്നത് പൊലീസിന്റെ പതിവ് ശൈലിയായിത്തീർന്നിരിക്കുകയാണ്. കുറ്റംചെയ്തവരെന്ന സംശയത്തെ ആസ്പദമാക്കി അറസ്റ്റുചെയ്ത് ലോക്കപ്പിലിട്ട് മർദിച്ചുകൊന്ന സംഭവങ്ങൾ നിരവധിയാണ്. മരിച്ചയാൾ രോഗിയാണ് അല്ലെങ്കിൽ അയാൾ ലോക്കപ്പിലിരിക്കെ 'ആത്മഹത്യചെയ്തതാണ്' എന്നെല്ലാമുള്ള ന്യായവാദം നടത്തുകയെന്നതും പതിവാണ്. പൊലീസുകാർ അവർ പ്രവർത്തിക്കുന്ന പ്രദേശത്തെ പണക്കാരായ വ്യക്തികളും സമ്പന്നകുടുംബങ്ങളുമായി കൂട്ടുകൂടുകയെന്നത് സ്ഥിരം പതിവാക്കിയിരിക്കുകയാണ്. ഈ പശ്ചാത്തലത്തിൽ പൊലീസിന്റെ പ്രവർത്തനരീതിയുടെ പ്രശ്നം എത്ര ഗൗരവമേറിയതാണെന്ന് പറയേണ്ടതായിട്ടില്ല. മറ്റൊരു തരത്തിൽ പറഞ്ഞാൽ അധ്വാനിക്കുന്ന ജനവിഭാഗങ്ങളുടെ ന്യായമായ സമരങ്ങളെ തച്ചമർത്താൻ ഭൂപ്രഭു-ബൂർഷ്വാ വർഗങ്ങൾ പൊലീസിനെ ഉപയോഗപ്പെടുത്തുന്നു. തങ്ങൾക്കിഷ്ടമില്ലാത്തവരോട് പകപോക്കാൻ ഭരണവർഗങ്ങൾക്ക് അവർ അരുനിൽക്കുന്നു. പൊലീസ് മർദനയന്ത്രമാണ്.

ഭൂബന്ധങ്ങൾ സംബന്ധിച്ച രംഗത്തെ ഒന്നാമത്തെ ഉശിരൻ നടപടി കഴിഞ്ഞ് ഏതാനും ആഴ്ചകൾക്കുശേഷം പുതിയ ഗവൺമെന്റ് അതിന്റെ പുതിയ 'പൊലീസ് നയം' പ്രഖ്യാപിച്ചു. അതാകട്ടെ മുൻനയത്തിൽ നിന്ന് രണ്ട് മുഖ്യ വ്യതിയാനങ്ങളടങ്ങിയതായിരുന്നുതാനും.

ഒന്നാമതായി, മൂന്നാംമുറ കർശനമായി വിലക്കി. കസ്റ്റഡിയിലെടുത്ത വ്യക്തിയെ പീഡിപ്പിക്കുന്നത് ഔപചാരികമായി വിലക്കിക്കൊണ്ട് രാജ്യത്ത് നിലവിലുള്ള നിയമങ്ങൾക്കനുസരിച്ചായിരിക്കണം കുറ്റാന്വേഷണം എന്ന് ആവശ്യപ്പെടുകയും ചെയ്തു.

രണ്ടാമതായി, ബഹുജനസമരങ്ങൾ അവയ്ക്ക് നേതൃത്വം നൽകുന്ന സംഘടനകൾ എന്നിവയുടെ കാര്യത്തിൽ കൃഷിക്കാരുടെയും മറ്റ് അധ്വാനിക്കുന്ന ജനവിഭാഗങ്ങളുടെയും പണിമുടക്കുകളെയും സമരങ്ങളെയും തച്ചമർത്തുന്നതിന് ഭൂപ്രഭുക്കളും ബൂർഷ്വാസിയും പൊലീസിനെ ഉപയോഗപ്പെടുത്തുന്നത് അനുവദിക്കുകയില്ലെന്ന് പുതിയ നയം പ്രഖ്യാപിച്ചു. വ്യവസായതർക്കങ്ങൾക്ക് തൊഴിലുടമകളും തൊഴിലാളികളും തമ്മിലുള്ള കൂടിയാലോചനകളുടെ മാർഗത്തിലൂടെ പരിഹാരം കാണാൻ ഗവൺമെന്റ് ശ്രമിക്കും. നേരത്തെ ഇത്തരം സ്ഥിതിഗതികൾ കൈകാര്യം ചെയ്തിരുന്നത് പൊലീസ് വകു

പ്പാണ്. വ്യവസായതർക്കങ്ങൾ തൊഴിൽവകുപ്പ് കൈകാര്യം ചെയ്യണമെന്ന് കമ്യൂണിസ്റ്റ് ഗവൺമെന്റ് നിർദേശം നൽകി. കൃഷിക്കാർ, വിദ്യാർഥികൾ ആദിയായവരുടെ സമരങ്ങളെ സംബന്ധിച്ചിടത്തോളം അവരുടെ ജീവിതം, പ്രവർത്തനം എന്നിവയുമായി ബന്ധപ്പെട്ട് ഉയർന്നുവരുന്ന പ്രശ്നങ്ങൾ സിവിൽഭരണം കൈകാര്യം ചെയ്യും. അവ പൊലീസ് കൈകാര്യം ചെയ്യുന്നതല്ല. ഗവൺമെന്റും അതിന്റെ എല്ലാവകുപ്പുകളും എല്ലാ ജനവിഭാഗങ്ങളുടെയും പൗരസ്വാതന്ത്ര്യങ്ങളും ജനാധിപത്യഅവകാശങ്ങളും തത്വദീക്ഷയോടെ മാനിക്കുമെന്നും പ്രഖ്യാപിക്കപ്പെട്ടു. കോൺഗ്രസ് പാർട്ടി ഇന്ത്യയുടെ ഭരണകക്ഷിയായതിൽ പിന്നെ എക്കാലവും കോൺഗ്രസ് ഗവൺമെന്റിന്റെ ആവനാഴിയിലെ ഒരായുധമായിരുന്നു വിചാരണ കൂടാതെ തടങ്കലിൽ വെക്കുക എന്നത്. ഈ ആയുധം ജനകീയസമരങ്ങളിൽ ഉൾപ്പെട്ട വ്യക്തികൾക്കും സംഘടനകൾക്കുമെതിരായി ഒരിക്കലും പ്രയോഗിക്കരുത്. കമ്യൂണിസ്റ്റ് ഗവൺമെന്റ് കൈക്കൊണ്ട വളരെ പ്രധാനപ്പെട്ട ഒരു നടപടി സർക്കാർ ജോലിക്ക് ആളുകളെ തിരഞ്ഞെടുക്കുന്നതിൽ പൊലീസിനുള്ള പങ്ക് സംബന്ധിച്ചുള്ളതാണ്. ഒരു വ്യക്തി സർക്കാർ ജോലിക്ക് അപേക്ഷ അയച്ചാൽ അയാളുടെ മുൻരാഷ്ട്രീയ നിലപാട് പൊലീസ് പരിശോധിക്കുക എന്നത് ദീർഘകാലമായി നിലനിന്നുവന്ന ഒരു കീഴ്വഴക്കമാണ്. പൊലീസ് 'സൽസ്വഭാവ' സർട്ടിഫിക്കറ്റ് നൽകിയാൽ മാത്രമേ അയാൾക്കോ, അവൾക്കോ ജോലി നൽകുകയുള്ളൂ.

കമ്യൂണിസ്റ്റ് പാർട്ടിയുടെയോ അതിന്റെ ഏതെങ്കിലും ബഹുജന സംഘടനയുടെയോ പ്രവർത്തനങ്ങളുമായി ബന്ധമുണ്ടായിരുന്ന വ്യക്തിയാണ് ജോലിക്ക് അപേക്ഷ അയച്ചതെങ്കിൽ അയാളെ 'മോശമായ ഭൂതകാലമുള്ളയാൾ' എന്ന് സാക്ഷ്യപ്പെടുത്തണമെന്നും ജോലിക്ക് വേണ്ടിയുള്ള അയാളുടെ അപേക്ഷ സ്വാഭാവികമായും നിരാകരിക്കണമെന്നും നിർദേശിച്ചുകൊണ്ട് ഇന്ത്യാഗവൺമെന്റ് സർക്കുലർ അയച്ചിരുന്നുവെന്നതാണ് വാസ്തവം. എന്നാൽ ഇത്തരത്തിലൊരു സർക്കുലറിനെക്കുറിച്ച് പാർലമെന്റിൽ ചോദ്യം ഉയർന്നുവന്നപ്പോൾ അത്തരത്തിൽ യാതൊന്നുമില്ലെന്ന് പറഞ്ഞുകൊണ്ട് കേന്ദ്ര ആഭ്യന്തര മന്ത്രി അത് പാടേ നിരാകരിക്കുകയാണ് ചെയ്തത്. എന്നാൽ കേരളത്തിൽ കമ്യൂണിസ്റ്റ് പാർട്ടി അധികാരത്തിൽ വന്നിട്ട് ഏതാനും ആഴ്ചകൾക്കകം ഇത്തരത്തിലൊരു കത്ത് നിലവിലുണ്ടെന്ന് ഗവൺമെന്റ് വക്താവ് വെളിപ്പെടുത്തി; അതിലെ നിർദേശം കേരളത്തിൽ അവഗണിക്കുമെന്നും യോഗ്യതയുള്ള ഒരു ഉദ്യോഗാർഥിയുടെ സ്വഭാവവും മുൻബന്ധങ്ങളും സംബന്ധിച്ച് യാതൊരു പൊലീസ് വെരിഫിക്കേഷനും ഉണ്ടായിരിക്കുന്നതല്ലെന്നും വക്താവ് പ്രഖ്യാപിക്കുകയും ചെയ്തു.

പൊലീസ് വെരിഫിക്കേഷൻ നടപ്പാക്കാതിരിക്കുക എന്ന നയം 1967-ൽ കേരളത്തിലെയും പടിഞ്ഞാറൻ ബംഗാളിലെയും ഇടതുപക്ഷ

മുന്നണി ഗവൺമെന്റുകളും പിന്തുടർന്നുപോന്നു. ഇതൊഴിവാക്കിക്കൊണ്ട് കേന്ദ്രഗവൺമെന്റ് അതിന്റെ സങ്കുചിത താൽപര്യം കാത്തുസൂക്ഷിക്കുന്നതിന് വേണ്ടി ഈ രണ്ട് സംസ്ഥാനങ്ങളിൽ നിന്നും കേന്ദ്ര ഗവൺമെൻറ് സർവീസുകളിലേക്കുള്ള നിയമനത്തിൽ അപേക്ഷകരെക്കുറിച്ച് അന്വേഷണം നടത്തുക എന്ന നയം തുടർന്നുപോന്നു. ഏതാനും ചില കേസുകളിൽ ബന്ധപ്പെട്ട വ്യക്തികൾ കേന്ദ്രഗവൺമെന്റിന്റെ ഈ തീരുമാനത്തെ കോടതിയിൽ ചോദ്യം ചെയ്യുകയും കേസ് ജയിക്കുകയും ചെയ്തു. എന്നാൽ ഈ രണ്ട് സംസ്ഥാനങ്ങളിൽ നിന്ന് കേന്ദ്രസർവീസുകളിൽ ജോലിക്ക് അപേക്ഷിച്ച ഒട്ടേറെപ്പേർക്ക് കേന്ദ്രസർക്കാർ ജോലി നിരാകരിച്ചു.

കേരളത്തിലെ ഒന്നാമത്തെ കമ്യൂണിസ്റ്റ് ഗവൺമെന്റിന്റെ ഈ നയങ്ങൾ അപമാനകരമായ ഭൂതകാലത്തുനിന്ന് വേറിട്ടുപോകാനുള്ള ഒരു എളിയ ശ്രമമെന്നനിലക്ക് സാധാരണക്കാർ ആവേശപൂർവം സ്വീകരിച്ചു. അതേനയങ്ങൾ തന്നെ ഒരുപിടി നിക്ഷിപ്തതാൽപര്യക്കാരെ രോഷാകുലരാക്കുകയും ചെയ്തു. "കുറ്റകൃത്യങ്ങൾ കൈകാര്യം ചെയ്യുന്നതിൽ പൊലീസിനെ നിർവീര്യമാക്കി" പണിമുടക്കുകാരെയും മറ്റു ബഹുജന സമരസംഘാടകരെയും വൻതോതിൽ ഇളക്കിവിട്ടു. ഭരണനിർവഹണരംഗത്ത് കമ്യൂണിസ്റ്റുകാരുടെ ശിങ്കിടികളെ തിരുകിക്കയറ്റി എന്നൊക്കെയുള്ള മുറവിളികൾ അവർ ഉയർത്തി. എന്നാൽ കുറ്റാന്വേഷണത്തിന് ആവശ്യമായി മൂന്നാംമുറ ഉപയോഗപ്പെടുത്തുന്നതിനെ ന്യായീകരിക്കാൻ അവർക്ക് കഴിഞ്ഞില്ല. പക്ഷേ പൊലീസ് സേനാംഗങ്ങളുടെയും ആപ്പീസർമാരുടെയും ആത്മവീര്യം കെടുത്തിയെന്ന പല്ലവി അവർ ആവർത്തിച്ചു. വ്യവസായതർക്കത്തിലും മറ്റും പൊലീസിനെ ഉപയോഗിക്കാതിരിക്കുന്നത് ബോധപൂർവം പണിമുടക്കുകളും അരാജകത്വനടപടികളും കുത്തിപ്പൊക്കാനാണെന്ന് അവർ ആരോപിച്ചു. സർക്കാർ ജോലിക്ക് അപേക്ഷിക്കുന്നവരുടെ സ്വഭാവത്തെയും മുൻബന്ധങ്ങളെയും സംബന്ധിച്ച പൊലീസ് വെരിഫിക്കേഷൻ അവസാനിപ്പിച്ച നടപടിയെ കുറ്റപ്പെടുത്തിക്കൊണ്ട് സർക്കാരിന്റെ എതിരാളികൾ മുൻനയത്തെ ന്യായീകരിച്ചു. ഭരണരംഗത്തേക്ക് കമ്യൂണിസ്റ്റ് നുഴഞ്ഞുകയറ്റം നടക്കുന്നില്ലെന്ന് ഉറപ്പുവരുത്താൻ അത്യാവശ്യമാണെന്നായിരുന്നു അവരുടെ ന്യായം.

കാർഷിക പരിഷ്കാരം എന്നപോലെ പുതിയ ഗവൺമെന്റിന്റെ പുതിയ പൊലീസ് നയവും വർഗാടിസ്ഥാനത്തിൽ മൗലികമായ വ്യത്യാസമുള്ള ഗവൺമെന്റാണ് ഇവിടെയുള്ളതെന്ന് ജനങ്ങൾക്ക് കാട്ടിക്കൊടുത്തു. ഗവൺമെന്റിന്റെ പ്രഖ്യാപനങ്ങൾ പൂർണമായും നടപ്പാക്കാൻ കഴിഞ്ഞില്ലെന്നത് നേരാണ്. ഭരണരംഗത്തെ ജനങ്ങൾക്കെതിരായ മർദനയന്ത്രമെന്ന നിലക്ക് ഉപയോഗിക്കാനുള്ള ശിക്ഷണവും പരിശീലനവും സിദ്ധിച്ചവരാണ് ആപ്പീസർമാരും വകുപ്പുദ്യോഗസ്ഥൻമാരും. ഡിപ്പാർട്ടുമെന്റിന്റെ ഉന്നത ശ്രേണിയിലുള്ളവരാകട്ടെ പഴയ നിലതന്നെ

തുടർന്നുകാണാൻ വ്യക്തിപരമായി താൽപര്യമുള്ളവരാണുതാനും. കമ്യൂണിസ്റ്റ് ഗവൺമെന്റിന്റെ പുതിയ നീക്കം പ്രയോഗത്തിൽ വരുത്തപ്പെട്ടതുമില്ല. അതേസമയം സംസ്ഥാനഗവൺമെന്റിനെതിരെ പ്രവർത്തിക്കാൻ കേരളത്തിലെയും കേന്ദ്രത്തിലെയും കോൺഗ്രസ് നേതാക്കൾ അവരെ കുത്തിയിളക്കുകയും ചെയ്തു. കമ്യൂണിസ്റ്റ് ഭരണത്തിന്റെ അവസാനമാസങ്ങളിൽ ഗവൺമെന്റിനെതിരായി 'വിമോചനസമരം' സംഘടിപ്പിക്കപ്പെട്ട ഘട്ടത്തിൽ ഉന്നതതലത്തിലുള്ള ചില ആപ്പീസർമാർ 'വിമോചനസമര'നേതാക്കളുടെ പ്രവർത്തനങ്ങൾക്ക് പ്രത്യക്ഷത്തിൽതന്നെ ഒത്താശ ചെയ്തുകൊടുത്തു. പലരും പരോക്ഷമായി അവരെ സഹായിച്ചു. മൂന്നാംമുറ പൂർണമായും വിലക്കിയതിനെ ഉപയോഗപ്പെടുത്തി പൊലീസ് സേനയിൽ ഒരു വിഭാഗം ശരിയായ വിധത്തിലുള്ള കുറ്റാന്വേഷണത്തെ അട്ടിമറിച്ചു. കുറ്റവാളികളെ അവരുടെ പാട്ടിന് വിടുക എന്ന തരത്തിൽ 'പുതിയ പൊലീസ് നയ'ത്തിന്റെ അർഥംതന്നെ വളച്ചൊടിക്കപ്പെട്ടു. പുതിയ നയം ശരിയായി നടപ്പാക്കുന്നതിന്റെ മാർഗത്തിലെ വൻപ്രതിബന്ധങ്ങൾ ഇതൊക്കെയാണ്.

എന്നാൽ ഈ പ്രതിബന്ധങ്ങളൊന്നും പുതിയ നയത്തിന്റെ പ്രാധാന്യവും മൂല്യവും കുറക്കുന്നില്ല. ബൂർഷ്വാ-ഭൂപ്രഭു വർഗത്തെ പ്രതിനിധാനം ചെയ്യുന്ന മുൻകോൺഗ്രസ് ഗവൺമെന്റും അധ്വാനിക്കുന്ന ജനങ്ങൾക്കുവേണ്ടി നിലകൊള്ളുന്ന കമ്യൂണിസ്റ്റ് ഗവൺമെന്റും തമ്മിലുള്ള വ്യത്യാസത്തിലേക്ക് പുതിയ നയം വെളിച്ചംവീശുന്നു. അടിയന്തരാവശ്യങ്ങൾ നേടിയെടുക്കാൻ വേണ്ടിയുള്ള സമരത്തിൽ സ്വയം സംഘടിക്കാൻ പുതിയ നയം അധ്വാനിക്കുന്ന ജനങ്ങൾക്ക് സഹായകമായി.

സമരങ്ങളിൽ ഇടപെടാതിരിക്കുക എന്ന നയത്തെയും കമ്യൂണിസ്റ്റ് ഗവൺമെന്റിന്റെ ശത്രുക്കൾ ഉപയോഗപ്പെടുത്തി. ബഹുജനസമരങ്ങളിൽ ഇടപെടാതിരിക്കുക എന്ന നയത്തെ അവർ അധിക്ഷേപിച്ചു. അതേസമയം തന്നെ സമരസംഘാടകരുടെ പ്രകോപനങ്ങളൊക്കെ ഉണ്ടായിട്ടും സർക്കാർ കരുതൽ തടങ്കൽ നിയമം ഉപയോഗപ്പെടുത്തിയില്ല. ഈ സാഹചര്യം ഉപയോഗിച്ച് എതിരാളികൾ 'വിമോചനസമരം' ശക്തിപ്പെടുത്തി. മറ്റ് സംസ്ഥാനങ്ങളിലെ കോൺഗ്രസ് ഗവൺമെന്റുകൾ സമാധാനപരമായ എല്ലാ സമരങ്ങൾക്കുമെതിരെ കരുതൽ തടങ്കൽനിയമമെന്ന ആയുധം എടുത്ത് പ്രയോഗിക്കുമ്പോൾ 'ഭരണം സ്തംഭിപ്പിക്കുക' ആണ് തങ്ങളുടെ ഉദ്ദേശ്യമെന്ന് 'വിമോചനസമരം' സംഘടിപ്പിച്ചവർ പ്രഖ്യാപിച്ചിട്ടും അവർക്കെതിരെ കമ്യൂണിസ്റ്റ് ഗവൺമെന്റ് ആ നിയമം എടുത്തുപയോഗിച്ചില്ല. ഈ വ്യത്യാസം രാജ്യത്താകമാനമുള്ള ജനങ്ങൾക്ക് വളരെ വ്യക്തമായും കാണാൻ കഴിഞ്ഞു.

'വിമോചനസമര'ത്തെ കൈകാര്യം ചെയ്യുന്നതിൽ കമ്യൂണിസ്റ്റ് ഗവൺമെന്റ് ശരിയായവിധത്തിൽ പ്രവർത്തിച്ചുവോ എന്ന ചോദ്യം ചിലപ്പോൾ ഉയർന്നുവരാറുണ്ട്. അത് കൈകാര്യം ചെയ്യുന്നതിൽ

ഗവൺമെന്റ് അൽപ്പം കൂടി ഉറച്ചനിലപാട് കൈക്കൊണ്ടിരുന്നുവെങ്കിൽ സമരം ഇത്രത്തോളം ശക്തിപ്പെടുമായിരുന്നില്ല എന്ന ഒരഭിപ്രായവും പ്രകടിപ്പിക്കപ്പെട്ടിട്ടുണ്ട്. നമുക്ക് കൈകാര്യം ചെയ്യേണ്ടിയിരുന്ന 'വിമോചനസമരം' ഒരു രാഷ്ട്രീയ പ്രതിഭാസമായിരുന്നു. അരാഷ്ട്രീയമായ രീതിയിൽ അതിനെ കൈകാര്യം ചെയ്യാൻ കഴിയില്ല. സമൂഹത്തിലെ രണ്ട് വിഭാഗം പരസ്പരം എതിർക്കുന്ന രണ്ട് ചേരികളിലായി അണിനിരന്ന് ഓരോന്നും കഴിയാവുന്നത്ര ആളുകളെ താന്താങ്ങളുടെ പിന്നിൽ അണിനിരത്താൻ ശ്രമിക്കുകയായിരുന്നു. ആ സന്ദർഭത്തിൽ കമ്യൂണിസ്റ്റ് ഗവൺമെന്റിനെതിരെ അണിനിരന്നവരെല്ലാം ദീർഘകാലം ആ നിലപാടിൽ ഉറച്ചുനിൽക്കാൻ പോകുന്നില്ല. ഒരു ഘട്ടത്തിൽ അല്ലെങ്കിൽ മറ്റൊരു ഘട്ടത്തിൽ കോൺഗ്രസ് ഗവൺമെന്റ് കൈക്കൊണ്ട സാമൂഹ്യവും സാമ്പത്തികവുമായ നടപടികൾ ഗവൺമെന്റിനെതിരായി അണിനിരന്ന പലരുടെയും കണ്ണുതുറപ്പിക്കും. പ്രതിയോഗികൾക്കെതിരെ ഭരണ സംവിധാനത്തിന്റെ മർദനയന്ത്രം എടുത്ത് പ്രയോഗിച്ചത് സംസ്ഥാനത്തെ കമ്യൂണിസ്റ്റ് ഗവൺമെന്റായിരുന്നില്ലെന്നും തിരഞ്ഞെടുക്കപ്പെട്ട ഒരു ഗവൺമെന്റിനെതിരെ മർദനയന്ത്രം എടുത്തുപയോഗിച്ചത് കേന്ദ്രഗവൺമെന്റായിരുന്നുവെന്നുമുള്ള സത്യം അവർ കാണാൻ തുടങ്ങി. 'വിമോചനസമര'ത്തിന്റെ അനുഭവത്തിൽ നിന്ന് പഠിച്ച ഈ പ്രായോഗിക പാഠം പലരുടെയും കണ്ണുതുറപ്പിച്ചു. നേരെമറിച്ച് കേരളത്തിലെ കമ്യൂണിസ്റ്റ് ഗവൺമെന്റ് വിമോചനസമരത്തിനെതിരെ മർദനനയം പ്രയോഗിച്ചിരുന്നുവെങ്കിൽ കോൺഗ്രസ് ഗവൺമെന്റിനേക്കാൾ ഒട്ടും മെച്ചപ്പെട്ട ഒന്നല്ല എന്ന നിലയിലായിരിക്കും കമ്യൂണിസ്റ്റ് ഗവൺമെന്റിനെ കാണുക.

37

ജനാധിപത്യ വികേന്ദ്രീകരണം

കമ്യൂണിസ്റ്റ് മന്ത്രിസഭ രൂപീകരിക്കുന്നതിന് മുമ്പുതന്നെ പഞ്ചായത്തീരാജിന്റെ (ഭരണകൂടം സംബന്ധിച്ച മാർഗനിർദേശക തത്വങ്ങളിൽ ഒന്നെന്ന നിലക്ക് അത് ഭരണഘടനയിൽ എഴുതിച്ചേർത്തിട്ടുണ്ടെന്ന് ഓർക്കുക) പ്രശ്നം പരിശോധിക്കുന്നതിന് കേന്ദ്രഗവൺമെന്റ് ഒരു കമ്മിറ്റിയെ നിയമിക്കുകയുണ്ടായി. മന്ത്രിസഭ അധികാരമേറ്റെടുത്തതിൽ പിന്നീട് ബൽവന്ത്റായ് മേത്തയുടെ അധ്യക്ഷതയിലുള്ള ഈ കമ്മിറ്റി കേരളം സന്ദർശിച്ചു. ഈ കമ്മിറ്റിയും കേരളാഗവൺമെന്റും തമ്മിൽ സ്വാഭാവികമായും വിശദമായ ആശയവിനിമയം നടന്നു.

സംസ്ഥാനതലം തൊട്ട് കീഴേ (പഞ്ചായത്ത്) തലംവരെയുള്ള അധികാര വികേന്ദ്രീകരണം കമ്യൂണിസ്റ്റ് പാർട്ടി അതിന്റെ പരിപാടിയിൽ ഉൾപ്പെടുത്തിയിട്ടുണ്ട്. ജനാധിപത്യ വികേന്ദ്രീകരണവുമായി ബന്ധപ്പെട്ട് പല പ്രശ്നങ്ങളിലും വ്യക്തത കൈവരുത്താൻ ബൽവന്ത്റായ് മേത്താ കമ്മിറ്റിയുമായുള്ള ചർച്ച ഗവൺമെന്റിന് സഹായകമായി. കേന്ദ്രത്തിലും സംസ്ഥാനങ്ങളിലും തിരഞ്ഞെടുക്കപ്പെട്ട നിയമനിർമാണ സഭകളോട് ഉത്തരവാദപ്പെട്ട നിർവാഹക സംവിധാനങ്ങൾ (ഗവൺമെന്റുകൾ) ഉള്ളതുപോലെ ജില്ലാ-താലൂക്ക് (അഥവാ മറ്റ് ഇടനിലസംവിധാനം) തലംതൊട്ട് ഗ്രാമതലംവരെ ജനങ്ങളോട് ഉത്തരവാദപ്പെട്ട തിരഞ്ഞെടുക്കപ്പെട്ട സമിതികളും നിർവാഹക സംവിധാനങ്ങളും ഉണ്ടാകണമെന്നതാണ് ആശയം. ജനാധിപത്യം അഭിവൃദ്ധിപ്പെടണമെങ്കിൽ അധികാര കേന്ദ്രീകരണം, ഉദ്യോഗസ്ഥ ദുഷ്പ്രഭുത്വഭരണം എന്നീ ദൂഷ്യങ്ങൾ ഇല്ലാതാക്കണം.

ജനാധിപത്യ വികേന്ദ്രീകരണം എന്നത് ഭരണപരിഷ്കാരങ്ങളുടെ ഒരു ഭാഗം മാത്രമാണ്. ചട്ടങ്ങളോടും കീഴ്വഴക്കങ്ങളോടുമൊപ്പം ഉദ്യോ

ഗസ്ഥ ദുഷ്പ്രഭുത്വ സംസ്കാരവും ബ്രിട്ടീഷുകാർ സ്വതന്ത്ര ഇന്ത്യക്ക് കൈമാറി. ജനങ്ങൾക്ക് തങ്ങളുടെ പ്രശ്നങ്ങൾ പരിഹരിക്കുന്നതിന് ഉദ്യോഗസ്ഥ മേധാവിത്തത്തെ സമീപിക്കാൻ കഴിയാത്ത തരത്തിലുള്ളതാണ് ഭരണപരമായ നടപടിക്രമങ്ങളും കീഴ്വഴക്കങ്ങളും.

ഭരണപരിഷ്കാരം സംബന്ധിച്ച സമസ്ത പ്രശ്നങ്ങളും പരിശോധിക്കുന്നതിന് മുഖ്യമന്ത്രി ചെയർമാനായി ഗവൺമെന്റ് ഒരു കമ്മിറ്റിയെ നിയമിച്ചു. ഭരണപരിഷ്കാരത്തിന്റെ ഒരു സുപ്രധാന ഘടകമാണ് ജനാധിപത്യവികേന്ദ്രീകരണം. ഒരു കൊല്ലത്തിലേറെക്കാലം നീണ്ടുനിന്ന പ്രവർത്തനത്തിന് ശേഷം കമ്മിറ്റി അതിന്റെ റിപ്പോർട്ട് സമർപ്പിച്ചു. അത് പത്രങ്ങളിൽ പ്രസിദ്ധീകരിക്കപ്പെട്ടിട്ടുണ്ട്.

അധികാര വികേന്ദ്രീകരണത്തെ സംബന്ധിച്ചിടത്തോളം പഞ്ചായത്തീരാജ് സമ്പ്രദായം രണ്ട് തട്ടുള്ളതായിരിക്കണമോ അതോ മൂന്ന് തട്ടുവേണമോ എന്നുള്ളതാണ് പ്രശ്നം. മറ്റൊരു വിധത്തിൽ പറഞ്ഞാൽ താഴെത്തട്ടിൽ പഞ്ചായത്തും മുകളിൽ ജില്ലാസമിതിയുമെന്നതായിരിക്കണമോ അഥവാ ഇവ രണ്ടിനും ഇടയിൽ ഒരിടത്തട്ട് വേണമോ, വേണമെങ്കിൽ അത് റവന്യൂ താലൂക്കിനെ ആസ്പദമാക്കി വേണോ അതോ വികസന ബ്ലോക്കിനെ ആസ്പദമാക്കി വേണോ?

കമ്മിറ്റി ജില്ലകൾതോറും താൽപര്യമുള്ള വ്യക്തികളിൽ നിന്നും സംഘടനകളിൽ നിന്നും തെളിവെടുത്തശേഷം ശുപാർശ ചെയ്തത് മറ്റേതൊരു സംസ്ഥാനത്തുള്ളതിനേക്കാളും വലിയ ജനസംഖ്യയോടുകൂടിയ വലിയ പഞ്ചായത്തുകൾ നിലവിലുള്ള കേരളത്തിലെ പ്രത്യേക പരിത:സ്ഥിതിയിൽ ഒരിടത്തട്ട് ആവശ്യമില്ല എന്നാണ്. താഴെത്തട്ടിൽ പഞ്ചായത്തും മേലേത്തട്ടിൽ ജില്ലാകൗൺസിലുമാണ് ഈ സംസ്ഥാനത്തിന് ശുപാർശ ചെയ്തത്.

ബ്ലോക്കുതലത്തിലോ താലൂക്ക് തലത്തിലോ കമ്മിറ്റികൾ രൂപീകരിക്കുന്നത് പാടേ നിരാകരിച്ചിട്ടില്ല. എന്നാൽ തിരഞ്ഞെടുക്കപ്പെട്ട കൗൺസിലോ എക്സിക്യൂട്ടീവിന് അതിനോട് ഉത്തരവാദിത്തമോ ഉണ്ടായിരിക്കയില്ല. നിലവിലുള്ള താലൂക്കുകളും ബ്ലോക്കുകളും സംയോജിപ്പിച്ചുകൊണ്ടുള്ളതാവണം ഇടത്തട്ട് എന്നും ശുപാർശ ചെയ്യപ്പെട്ടിട്ടുണ്ട്.

ഈ ശുപാർശകളെതുടർന്ന് നിയമസഭയിൽ അവതരിപ്പിക്കുന്നതിന് ഗവൺമെന്റ് രണ്ട് പുതിയ ബില്ലുകൾ തയ്യാറാക്കി. ഇതിൽ ഒന്നാമത്തേത് ഗ്രാമതലത്തിൽ റവന്യൂ വകുപ്പിന്റെയും മറ്റ് വകുപ്പുകളുടെയും ഉദ്യോഗസ്ഥൻമാർ നിർവഹിച്ചുപോന്ന എല്ലാ ജോലികളും തിരഞ്ഞെടുക്കപ്പെട്ട പഞ്ചായത്തുകളിൽ നിക്ഷിപ്തമാക്കിക്കൊണ്ടുള്ളതാണ്. രണ്ടാമത്തേതാകട്ടെ ജില്ലാ ഉദ്യോഗസ്ഥൻമാർ നിർവഹിച്ചുപോന്ന ജോലികളും തിരഞ്ഞെടുക്കപ്പെട്ട ജില്ലാകൗൺസിലിന് കൈമാറാൻ നിർദേശിച്ചുകൊണ്ടുള്ളതാണ്. കൗൺസിലിന് തിരഞ്ഞെടുക്കപ്പെട്ട ഒരു പ്രസിഡന്റും അദ്ദേഹത്തെ സഹായിക്കാൻ ഡപ്യൂട്ടി കളക്ടറുടെ പദവിയി

ലുള്ള ഒരു സ്ഥിരം ഉദ്യോഗസ്ഥനും ഉണ്ടായിരിക്കും.

ഈ രണ്ട് ബില്ലുകളും നിയമസഭയിൽ അവതരിപ്പിക്കപ്പെട്ടു. എന്നാൽ ബന്ധപ്പെട്ട നടപടിക്രമങ്ങൾ വളരെയൊന്നും മുമ്പോട്ട് കൊണ്ടുപോകാനായില്ല. എന്തുകൊണ്ടെന്നാൽ കേന്ദ്രഗവൺമെൻറ് സംസ്ഥാന ഗവൺമെന്റിനെ ഡിസ്മിസ് ചെയ്യുകയും നിയമസഭ പിരിച്ചുവിടുകയും ചെയ്തു. ബില്ലുകൾ ലാപ്സാവാനും അനുവദിച്ചു.

കേരളാ ഗവൺമെന്റ് അതിന്റെ കാലാവധി പൂർത്തിയാക്കി അഞ്ചുകൊല്ലക്കാലം നിലനിന്നിരുന്നുവെങ്കിൽ രണ്ട് തട്ടുള്ള പഞ്ചായത്ത് സംവിധാനം സംസ്ഥാനത്ത് സുസ്ഥാപിതമാകുമായിരുന്നു. സംസ്ഥാനത്ത് രണ്ട് തട്ടുള്ള പഞ്ചായത്ത് സംവിധാനം ഏർപ്പെടുത്തുക എന്ന പദ്ധതിയുമായി മുമ്പോട്ടുപോകാൻ കമ്യൂണിസ്റ്റ് ഗവൺമെന്റ് ദൃഢനിശ്ചയം ചെയ്തിരിക്കയായിരുന്നു. ബൽവന്ത്റായ്മേത്ത കമ്മിറ്റി ശുപാർശയുടെ സമ്പൂർണ പിന്തുണ കേരളാഗവൺമെന്റിന്റെ പദ്ധതിക്കുണ്ടായിരുന്നു എന്നത് പ്രത്യേകം ശ്രദ്ധേയമാണ്.

കേന്ദ്രം ഇടപെട്ടത് കാരണം പഞ്ചായത്തീരാജ് സ്ഥാപിക്കാൻ കഴിഞ്ഞില്ലെങ്കിലും അധികാരത്തിലിരിക്കെ കമ്യൂണിസ്റ്റ് മന്ത്രിസഭ ചെയ്ത പ്രവർത്തനങ്ങൾ സ്ഥിതിഗതികളിൽ സുപ്രധാന മാറ്റം വരുത്തി. നേരത്തെ പഞ്ചായത്തുകൾ നന്നേ കുറച്ച് മാത്രമേ ഉണ്ടായിരുന്നുള്ളൂ. ഉള്ളവയ്ക്കുതന്നെ തമ്മിൽ തമ്മിൽ വലിയ ദൂരമുണ്ടായിരുന്നുതാനും. ഈ സ്ഥിതിക്കൊരു മാറ്റം വന്നു. സംസ്ഥാനത്താകെ പഞ്ചായത്തുകൾ സ്ഥാപിക്കാൻ തുടങ്ങി. തുടർന്ന് അധികാരത്തിൽ വന്ന കമ്യൂണിസ്റ്റ് വിരുദ്ധ മന്ത്രിസഭയുടെ കാലത്ത് സംസ്ഥാനത്താകെ പഞ്ചായത്ത് തിരഞ്ഞെടുപ്പ് നടത്തേണ്ടിവന്നു. ജില്ലാകൗൺസിലിന്റെ കാര്യത്തിൽ ആ മന്ത്രിസഭ യാതൊന്നും ചെയ്തില്ല.

അടുത്തതവണ സി പി ഐ (എം) നേതൃത്വത്തിലുള്ള ഐക്യമുന്നണി മന്ത്രിസഭ (1967-69) അധികാരത്തിൽ വന്നപ്പോൾ ജില്ലാ കൗൺസിൽ ഉൾപ്പെടെയുള്ള പഞ്ചായത്തീരാജ് നിയമം കൊണ്ടുവരുകയെന്ന പ്രശ്നം വീണ്ടും ഏറ്റെടുത്തു. എന്നാൽ ആ ഗവൺമെന്റും അട്ടിമറിക്കപ്പെട്ടു. (ഏത് രീതിയിലാണത് നടന്നതെന്ന് പിന്നീട് ഒരു അധ്യായത്തിൽ വിവരിക്കാം) പഞ്ചായത്തീരാജ്ബിൽ നിയമസഭ പാസാക്കുന്നതിന് മുമ്പാണ് അത് സംഭവിച്ചത്. പിന്നീട് വളരെക്കൊല്ലങ്ങൾക്ക് ശേഷമാണ് ഈ ജോലി വീണ്ടും ഏറ്റെടുക്കപ്പെട്ടത്. അതിനിടക്ക് പഞ്ചായത്ത് തിരഞ്ഞെടുപ്പ് ആവർത്തിച്ചാവർത്തിച്ച് മാറ്റിവെക്കുകയും ചെയ്തു. അതിൽപ്പിന്നെ പഞ്ചായത്ത് തിരഞ്ഞെടുപ്പ് നടന്നത് കമ്യൂണിസ്റ്റ് വിരുദ്ധ മന്ത്രിസഭ പിരിഞ്ഞുപോകുന്നതിന് തൊട്ടുമുമ്പ് 1979-ൽ മാത്രമാണ്. ജില്ലാ കൗൺസിൽ നിലവിൽ വന്നതാകട്ടെ 1987-ൽ സി പി ഐ (എം) നേതൃത്വത്തിലുള്ള ഇടതുപക്ഷ ജനാധിപത്യമുന്നണി മന്ത്രിസഭ അധികാരത്തിൽ വന്നതിൽ പിന്നീടാണുതാനും. ജില്ലാകൗൺസിലിലേക്ക് തിരഞ്ഞെടുപ്പ് നടത്തുന്നതിനുള്ള ഏറ്റവും

ഒടുവിലത്തെ പ്രതിബന്ധങ്ങളും തട്ടിനീക്കാൻ കഴിഞ്ഞു.

കേരളത്തിലെ സംഭവവികാസങ്ങൾ രാജീവ്ഗാന്ധി ഗവൺമെന്റിന്റെ അവകാശവാദത്തിനേറ്റ തിരിച്ചടിയായിരുന്നു. ജനാധിപത്യവികേന്ദ്രീകരണത്തിന് പ്രതിപക്ഷ പാർട്ടികൾ എതിരാണെന്നായിരുന്നു രാജീവ് ഗവൺമെന്റിന്റെ അവകാശവാദം. കോൺഗ്രസ് (ഇ)ക്ക് അതിൽ അതീവ താൽപര്യമുണ്ടെന്നും അതുകൊണ്ടാണവർ ജനാധിപത്യ വികേന്ദ്രീകരണ വ്യവസ്ഥ സ്ഥാപിക്കുന്നതിന് പാർലമെന്റിൽ ഒരു ബില്ല് അവതരിപ്പിച്ചതെന്നുമായിരുന്നു അവരുടെ അവകാശവാദം. കോൺഗ്രസിതര പ്രതിപക്ഷം, പ്രത്യേകിച്ചും കമ്യൂണിസ്റ്റ് നേതൃത്വത്തിലുള്ള സംസ്ഥാന ഗവൺമെന്റുകളാണ് പഞ്ചായത്തീരാജ് സ്ഥാപിക്കാൻ യഥാർഥത്തിൽ ശ്രമം നടത്തിയത്. ബൽവന്ത്റായ് മേത്ത കമ്മിറ്റിയുടെ റിപ്പോർട്ടിനെതുടർന്ന് അത് ശുപാർശ ചെയ്തതുപോലെ കേരളത്തിൽ പഞ്ചായത്തീരാജ് സ്ഥാപിക്കാൻ ആവർത്തിച്ചാവർത്തിച്ച് ശ്രമം നടത്തിയത്, നാം നേരത്തെ കണ്ടതുപോലെ കമ്യൂണിസ്റ്റു നേതൃത്വത്തിലുള്ള സംസ്ഥാനഗവൺമെന്റാണ്. ഇതുമായി താരതമ്യപ്പെടുത്തുമ്പോൾ കോൺഗ്രസ് ചെയ്തത് നേരെമറിച്ചാണ്. കേരളത്തിൽ അവർ അധികാരത്തിലിരിക്കെ ഗ്രാമപഞ്ചായത്ത് തിരഞ്ഞെടുപ്പ് ആവർത്തിച്ചാവർത്തിച്ച് മാറ്റിവെക്കുകയും ജില്ലാകൗൺസിൽ നിയമം കൊണ്ടുവരുന്നത് വെച്ചുതാമസിപ്പിക്കുകയുമാണ്. ജനാധിപത്യ വികേന്ദ്രീകരണത്തെ തടസപ്പെടുത്തിയത് കോൺഗ്രസ് പാർട്ടിയും അതിന്റെ ഗവൺമെന്റുകളുമാണ്.

ഒരു കാര്യം ശ്രദ്ധിക്കേണ്ടതായിട്ടുണ്ട്. ജനാധിപത്യ വികേന്ദ്രീകരണം എന്ന പദപ്രയോഗം അർഥവത്താകണമെങ്കിൽ കേന്ദ്രത്തിൽ നിന്ന് സംസ്ഥാനതലത്തിലേക്കും സംസ്ഥാനങ്ങളിൽ നിന്ന് താഴോട്ട് പഞ്ചായത്ത് തലംവരെയും എല്ലാ തലത്തിലും ജനാധിപത്യവൽക്കരണവും വികേന്ദ്രീകരണവും നടപ്പാക്കണം. അതാകട്ടെ കമ്യൂണിസ്റ്റ് പാർട്ടി അതിന്റെ ഔദ്യോഗിക പ്രഖ്യാപനങ്ങളിൽ (തിരഞ്ഞെടുപ്പ് വിജ്ഞാപനം ഉൾപ്പെടെ) പ്രസ്താവിച്ചിട്ടുള്ള ജനകീയ ജനാധിപത്യ കാഴ്ചപ്പാടിന്റെ അഭേദ്യഭാഗമാണുതാനും. 1957-59 കാലത്ത് കമ്യൂണിസ്റ്റ് പാർട്ടി പരിപാടിയുടെ ഈ വശം അന്നത്തെ ഒരേ ഒരു തിരഞ്ഞെടുക്കപ്പെട്ട കോൺഗ്രസിതര ഗവൺമെന്റിന് നേർക്കുള്ള കേന്ദ്രഗവൺമെന്റിന്റെ ആക്രമണത്തിനെതിരായ ചെറുത്തുനിൽപ്പിന്റെ രൂപം കൈക്കൊണ്ടു. മറ്റൊരു തരത്തിൽ പറഞ്ഞാൽ ജനാധിപത്യ വികേന്ദ്രീകരണത്തിന് വേണ്ടിയുള്ള പോരാട്ടം കോൺഗ്രസും അതിന്റെ സഖ്യശക്തികളും നടത്തുന്ന ആസൂത്രിതമായ കടന്നാക്രമണത്തിനെതിരെ തിരഞ്ഞെടുക്കപ്പെട്ട കമ്യൂണിസ്റ്റ് ഗവൺമെന്റിനെ കാത്തുരക്ഷിക്കുക എന്ന അർഥത്തിലായി.

ഏതായാലും പിൽക്കാലത്ത് കേന്ദ്ര-സംസ്ഥാന ബന്ധങ്ങളുടെ പ്രശ്നത്തിന് അളവറ്റ പ്രാധാന്യം കൈവന്നു. 1967-ലെ തിരഞ്ഞെടുപ്പി

നുശേഷം കേന്ദ്ര-സംസ്ഥാന ബന്ധങ്ങളുടെ പ്രശ്നം പരിശോധനക്ക് വിധേയമാക്കാൻ ഇന്ദിരാഗാന്ധിയുടെ നേതൃത്വത്തിലുള്ള കേന്ദ്രഗവൺമെന്റ് നിർബന്ധിതമായി. അതേസമയം തമിഴ്നാട്ടിലെ ഡി എം കെ ഗവൺമെന്റും ഈ വിഷയത്തിൽ ഒരു സമാന്തര പരിശോധന നടത്തി. അതിൽ പിന്നീട് "സംസ്ഥാനങ്ങൾക്ക് കൂടുതൽ അധികാരം കൂടുതൽ വിഭവങ്ങൾ" എന്നത് കേന്ദ്രഗവൺമെന്റിനെതിരായി ജനാധിപത്യ പ്രതിപക്ഷത്തിന്റെ മുഖ്യആവശ്യങ്ങളിൽ ഒന്നായിത്തീർന്നു. ഇന്നുതന്നെയും പ്രതിപക്ഷപാർട്ടികൾ പഞ്ചായത്തീരാജിന്റെ പ്രശ്നത്തെ കേന്ദ്ര-സംസ്ഥാന ബന്ധങ്ങളുടെ പുനസംവിധാനവുമായി കൂട്ടിയിണക്കുന്നു. പഞ്ചായത്തീരാജിലൂടെ 'അധികാരം ജനങ്ങളിലേക്ക്' പകരുന്നതിനെക്കുറിച്ച് പറഞ്ഞ രാജീവ് ഗവൺമെന്റ് കേന്ദ്രത്തിന്റെ അധികാരം കടുകിടപോലും സംസ്ഥാനങ്ങൾക്ക് കൈമാറാൻ തയ്യാറായില്ല. അതുകൊണ്ടാണ് രാജീവ്ഗാന്ധിയുടെ പഞ്ചായത്തീരാജ് സങ്കൽപ്പത്തെ സി പി ഐ(എം)ഉം മറ്റ് പുരോഗമനശക്തികളും പല്ലും നഖവും ഉപയോഗിച്ചെതിർത്തത്.

ഭരണസംവിധാനം ജനാധിപത്യവൽക്കരിക്കുന്ന കാര്യത്തിൽ ഭരണപരിഷ്കാരകമ്മിറ്റി മുഖ്യമായും കൈകാര്യം ചെയ്തത് സ്ഥിരം ഉദ്യോഗസ്ഥൻമാരും ഗവൺമെന്റിലെ രാഷ്ട്രീയനേതൃത്വവും-അതായത് തിരഞ്ഞെടുക്കപ്പെട്ട മന്ത്രിസഭയും-തമ്മിലുള്ള ബന്ധമാണ്. ഭരണനിർവഹണ കലയിൽ വൈദഗ്ധ്യമുള്ളവരാണ് സ്ഥിരം ഉദ്യോഗസ്ഥൻമാർ. അതിനാൽ ഗവൺമെന്റിലെ രാഷ്ട്രീയ നേതൃത്വം ദൈനംദിന ഭരണചുമതല അവർക്ക് വിടണം എന്നൊരു അഭിപ്രായം പ്രകടിപ്പിക്കപ്പെട്ടിട്ടുണ്ട്. നയാവിഷ്കാരത്തിന്റെ ശരിയായ അധികൃതസ്ഥാനം-നിയമസഭകളിലൂടെയും മന്ത്രിസഭകളിലൂടെയും-ജനപ്രതിനിധികളാണ് എന്നാണ് സങ്കൽപ്പം. രാഷ്ട്രീയ നേതൃത്വം ആവിഷ്കരിക്കുന്ന നയങ്ങൾ നടപ്പാക്കേണ്ടത് സ്ഥിരം ഉദ്യോഗസ്ഥൻമാരാണ്-ഈ കാഴ്ചപ്പാട് ഭരണപരിഷ്കാരകമ്മിറ്റി തള്ളിക്കളഞ്ഞു.

നയവും അത് നടപ്പാക്കലും തമ്മിൽ ഒരു വിഭജനരേഖ വരക്കുക വിഷമമാണ്. ഒന്നവസാനിക്കുന്നിടത്ത് നിന്ന് മറ്റേത് ആരംഭിക്കുന്നുവെന്ന് പറയാം. അതിനും പുറമെ ഒരു നയത്തെ അർഥവത്താക്കിത്തീർക്കുന്നത് അത് ശരിയായി നടപ്പിൽ വരുത്തുന്ന രീതിയാണ്. ഭരണഘടന അനുസരിച്ച് തന്റെ വകുപ്പിന്റെ മുഴുവൻ ഭരണനിർവഹണ ചുമതലയുമുള്ള മന്ത്രിക്ക് താൻ ആവിഷ്കരിച്ച നയം ശരിയാംവണ്ണം നടപ്പാക്കപ്പെടുന്നുണ്ടെന്ന് ഉറപ്പുവരുത്തേണ്ടതുണ്ട്.

ഇതിനർഥം മന്ത്രിമാരും നിയമനിർമാണസഭയും ദൈനംദിന ഭരണനിർവഹണത്തിൽ മുഴുകണമെന്നല്ല. തീർച്ചയായും അത് സ്ഥിരം ഉദ്യോഗസ്ഥൻമാർക്ക് വിടണം. എന്തുതന്നെയായാലും ആ ജോലി നിർവഹിക്കാൻ പരിശീലനം സിദ്ധിച്ചവരാണവർ. ഏറ്റവും നല്ല ജനപ്രതിനിധിക്കുപോലും ദൈദംദിന ഭരണം നടത്താൻ വേണ്ട പരിശീല

നമോ പരിചയസമ്പത്തോ ഉണ്ടാവുമെന്ന് പ്രതീക്ഷിക്കാവുന്നതല്ല. എന്നാൽ ജനാധിപത്യത്തിന്റെ സാരസർവസ്വം കുടികൊള്ളുന്നത് ദൈനംദിന ഭരണം നിർവഹിക്കുന്ന സ്ഥിരം ഉദ്യോഗസ്ഥൻമാരുടെമേൽ തിരഞ്ഞെടുക്കപ്പെട്ട പ്രതിനിധികളിലൂടെ ജനങ്ങൾ നിരന്തരം പ്രയോഗിക്കുന്ന നിയന്ത്രണത്തിലാണ്. ഭരണനിർവഹണത്തിൻമേൽ ജനങ്ങളുടെ നിയന്ത്രണത്തെ സ്ഥിരം ഉദ്യോഗസ്ഥൻമാരുടെ ദൈനംദിന ഭരണവുമായി കൂട്ടിയിണക്കുകയെന്ന കടമ ഒരു നിലയ്ക്കും അത്ര സുഗമമല്ല. എന്നാൽ ജനാധിപത്യ രാഷ്ട്രീയ സംവിധാനത്തിന്റെ കാതലായ വശം അതാണ്.

ഇതുപോലെ പ്രധാനപ്പെട്ട മറ്റൊരു പ്രശ്നമുണ്ട്. അത് ഭരണപരിഷ്കാര കമ്മിറ്റിയുടെ പ്രത്യക്ഷത്തിലുള്ള പരിശോധനക്ക് വിഷയമായതല്ല. പൊതുഭരണാധികാരികളും (വിശേഷിച്ചും ഇന്ത്യൻ അഡ്മിനിസ്ട്രേറ്റീവ്-പൊലീസ് സർവീസുകളിൽ പെട്ടവരും) സവിശേഷ വകുപ്പുകളുടെ നടത്തിപ്പിന് അവശ്യം ആവശ്യമായ സവിശേഷ വൈദഗ്ധ്യമുള്ള കേഡർമാരും തമ്മിലുള്ള ബന്ധത്തിന്റെ പ്രശ്നമാണത്. ബ്രിട്ടീഷ് ഭരണാധികാരികളിൽ നിന്ന് പൈതൃകമായി ലഭിച്ച ഒന്നാണ് പൊതുഭരണ 'സംസ്കാരം.' ഇന്ത്യൻ സിവിൽസർവീസിലെയും പിൽക്കാലത്തെ ഇന്ത്യൻ അഡ്മിനിസ്ട്രേറ്റീവ് സർവീസിലെയും കേഡർമാർ ഏത് വകുപ്പും ഭരണസംബന്ധമായ ഏത് ജോലിയും കൈകാര്യം ചെയ്യാൻ കഴിവുള്ളവരാണെന്ന ധാരണയെ ആസ്പദമാക്കിയുള്ളതാണ്.

ബ്രിട്ടീഷ് ഭരണകാലത്തെന്നപോലെ ഭരണകാര്യങ്ങൾ പൊതുവെ നികുതിപിരിവിലും ക്രമസമാധാനപാലനത്തിലും മാത്രം ഒതുങ്ങിനിന്നപ്പോൾ ഇതൊരുപക്ഷേ ശരിയായിരുന്നിരിക്കാം. എന്നാൽ സ്ഥിതിഗതികളിൽ മാറ്റം വരികയും ഭരണനിർവാഹകർ വർധിച്ച തോതിൽ സാമ്പത്തികവികസനകടമകൾ നിറവേറ്റുന്നതിൽ ഏർപ്പെടാൻ തുടങ്ങുകയും ചെയ്തതോടെ കൃഷി, വ്യവസായാദിവകുപ്പുകളിലും സവിശേഷവൈദഗ്ധ്യം ആവശ്യമായ വികസനവകുപ്പുകളിലും പരിശീലനം സിദ്ധിച്ചവർക്ക് ഭരണനടത്തിപ്പിൽ വലിയ പങ്ക് വഹിക്കാനുണ്ടെന്ന് അനുമാനിക്കപ്പെട്ടു. പൊതുഭരണ നിർവാഹകരെപോലെ ഇക്കൂട്ടരും ഉദ്യോഗസ്ഥ മേധാവികളായിത്തീരുകയെന്ന ആപത്ത് തീർച്ചയായും ഉണ്ട്. സാമ്പത്തികം, സാങ്കേതികം, ശാസ്ത്രം ആദിയായ വിവിധ വകുപ്പുകളിലെ വിദഗ്ധൻമാർ 'ടെക്നോക്രാറ്റുകൾ' എന്ന പേരിൽ വർധിച്ച തോതിൽ അറിയപ്പെടാൻ തുടങ്ങി.

അതിനാൽ പൊതുഭരണ നിർവാഹകരുടെ അഥവാ ബ്യൂറോക്രാറ്റുകളുടെ സ്ഥാനത്ത് അവർക്ക് പകരം ഈ സവിശേഷ വൈദഗ്ധ്യമുള്ള ഭരണനിർവാഹകരെ അഥവാ ടെക്നോക്രാറ്റുകളെ പ്രതിഷ്ഠിക്കുന്ന പ്രശ്നം ഉദിക്കുന്നില്ല. പൊതുഭരണ നിർവാഹകരുടേതെന്നപോലെ വിവിധരംഗങ്ങളിൽ സവിശേഷ വൈദഗ്ധ്യം നേടിയവരുടെയും

നൈപുണ്യവും കാര്യപ്രാപ്തിയും പൂർണമായി ഉപയോഗപ്പെടുത്തുക എന്നതാണ് പ്രധാന കാര്യം. ഇത് സാധിക്കണമെങ്കിൽ ഇവരുടെയൊക്കെ പ്രവർത്തനങ്ങളെ ഏകോപിപ്പിക്കുകയും പൊതുഭരണനിർവാഹകരുടെയും സവിശേഷ വൈദഗ്ധ്യമുള്ളവരുടെയും സേവനങ്ങൾ പരമാവധി ഉപയോഗപ്പെടുത്തുകയും ചെയ്യുന്നതിന് ഗവൺമെന്റിലെ രാഷ്ട്രീയ നേതൃത്വം നേതൃത്വപരമായ പങ്ക് വഹിക്കണം.

ഈ പ്രശ്നം ഭരണപരിഷ്കാരകമ്മിറ്റിയോ 1957-59 കാലത്തെ ഗവൺമെന്റോ പരിഗണനക്ക് വിധേയമാക്കിയിട്ടില്ല. എന്നാൽ കമ്യൂണിസ്റ്റ് ഗവൺമെന്റ് ഈ പ്രശ്നം സംബന്ധിച്ച ധാരണയുടെ വ്യക്തമായ സൂചന നൽകുകയുണ്ടായി. വികസനപ്രവർത്തനത്തിന്റെ വിവിധ രംഗങ്ങളിൽ അനുയോജ്യരായ സ്പെഷലിസ്റ്റുകൾക്ക് സ്ഥാനം നൽകിക്കൊണ്ട് നാം ഒരു തുടക്കം കുറിച്ചു. നമ്മുടെ നീക്കം ഒരു തുടക്കം മാത്രമാകയാൽ പൊതുഭരണ നിർവാഹകരും സ്പെഷലിസ്റ്റുകളും തമ്മിൽ തുറന്ന സംഘട്ടനത്തിലേക്കത് ചെന്നെത്തിയില്ല. വരുംകാലത്ത് സംഘട്ടനം പ്രത്യക്ഷപ്പെടുമെന്ന് ഞാൻ മുൻകൂട്ടി പ്രസ്താവിച്ചുകൊള്ളട്ടെ; ശ്രദ്ധ ക്ഷണിക്കാൻ എനിക്കുതന്നെയും അവസരം ലഭിച്ച ഒരു പ്രശ്നമാണിത്.

പൊതുഭരണ നടത്തിപ്പുകാരുടെ പങ്ക് തുടരുകയും സ്പെഷലിസ്റ്റുകളുടെ പങ്ക് വർധിച്ചുവരികയും ചെയ്യുന്നത് ഭരണരംഗത്തെ രാഷ്ട്രീയ നേതൃത്വത്തിന്റെ മുഖ്യപങ്ക് സർവോപരി സുപ്രധാനമാക്കിത്തീർക്കുന്നു. എന്തുകൊണ്ടെന്നാൽ പൊതുഭരണനിർവഹണ രംഗത്തെ കേഡർമാരും സ്പെഷലിസ്റ്റുകളും ജനസേവനനിരതരാവണമെന്ന് പ്രതീക്ഷിക്കപ്പെടുന്നു. ജനങ്ങൾക്കാകട്ടെ, തിരഞ്ഞെടുക്കപ്പെട്ട ജനപ്രതിനിധികൾ വഴിക്കല്ലാതെ പ്രവർത്തിക്കാനാവില്ലതാനും. രാഷ്ട്രീയ നേതൃത്വത്തിൽ ഉൾപ്പെട്ട വ്യക്തികൾ ചിലപ്പോൾ തെറ്റ് ചെയ്തേക്കാം. അവർ ചിലപ്പോൾ ജനാധിപത്യത്തിന്റെയും മാന്യതയുടെയും മാനദണ്ഡങ്ങളെ അതിലംഘിച്ചെന്നും വരാം. അവർ അധികാര ദുർവിനിയോഗത്തിന് അതീതരുമല്ല. ചിലപ്പോൾ അത് ക്രിമിനൽ സ്വഭാവത്തിലായിരിക്കുകയും ചെയ്യും. എന്നാൽ അയ്യഞ്ച് കൊല്ലം കൂടുമ്പോൾ അവർക്ക് ജനങ്ങളെ അഭിമുഖീകരിക്കേണ്ടിവരും എന്ന സുരക്ഷിതത്വമുണ്ട്. അധികാര ദുർവിനിയോഗം നടത്തുന്ന കൊള്ളരുതാത്തവരും അഴിമതിക്കാരുമായ വ്യക്തികളെ ജനങ്ങൾ ശിക്ഷിച്ചുകൊള്ളും. ഈയൊരു സംഭാവ്യത പൊതുഭരണ നടത്തിപ്പുകാരുടെയോ സ്പെഷലിസ്റ്റുകളുടെയോ കാര്യത്തിൽ ഉദ്ഭവിക്കുന്നില്ല. അതുകൊണ്ടാണ് പൊതുഭരണനടത്തിപ്പുകാരെന്ന പോലെ സ്പെഷലിസ്റ്റുകളെയും കർശനമായും ഗവൺമെന്റിലെ രാഷ്ട്രീയ നേതൃത്വത്തിന് കീഴ്പ്പെടുത്തണമെന്ന് പറയുന്നത്.

ഇതൊന്നും ഭരണപരിഷ്കാര കമ്മിറ്റിയുടെ റിപ്പോർട്ടിലോ ഗവൺമെന്റിന്റെ പ്രഖ്യാപനങ്ങളിലോ വ്യക്തമായി പ്രസ്താവിച്ചിട്ടില്ലെ

ങ്കിലും ദൈനംദിന ഭരണവുമായി ജനങ്ങളെയും ജനപ്രതിനിധിക ളെയും ബന്ധപ്പെടുത്തുന്നതിന്റെ പ്രാധാന്യത്തെക്കുറിച്ചുള്ള ബോധം കമ്യൂണിസ്റ്റ് ഗവൺമെന്റിനുണ്ടായിരുന്നുവെന്ന് പ്രായോഗിക പ്രവർത്ത നത്തിലൂടെ കാട്ടിത്തന്നിട്ടുണ്ട്. ഭക്ഷ്യം, റവന്യൂ, ആരോഗ്യം, വിദ്യാ ഭ്യാസം ആദിയായ വകുപ്പുകളിൽ സ്ഥിരം ഉദ്യോഗസ്ഥൻമാരുടെ പ്രവർത്തനങ്ങൾക്ക് മേൽനോട്ടം വഹിക്കാനും അവർക്ക് ഉപദേശക സഹായാദികൾ നൽകാനും ജനകീയക്കമ്മിറ്റികൾ രൂപീകരിക്കപ്പെട്ടത് ഈ വഴിക്കുള്ള ഒരു കാൽവെയ്പ്പായിരുന്നു. ഭരണകക്ഷി-പ്രതിപക്ഷ വ്യത്യാസം കൂടാതെ എല്ലാ രാഷ്ട്രീയ പാർട്ടികളുടെയും ബഹുജനസം ഘടനകളുടെയും പ്രതിനിധികളെയും താൽപര്യമുള്ള വ്യക്തിക ളെയും ഈ കമ്മിറ്റികളിലേക്കെടുത്തു. ഓരോ പ്രദേശത്തും ഓരോ രാഷ്ട്രീയ പാർട്ടിക്കുമുള്ള ബലാബല(1957-ലെ തിരഞ്ഞെടുപ്പിൽ പ്രതി ഫലിച്ചതനുസരിച്ച്)ത്തെ ആസ്പദമാക്കി കമ്മിറ്റികളിൽ പ്രാധാന്യം നൽകാൻ പ്രത്യേകം ശ്രദ്ധിച്ചു. അക്കാരണത്താൽ പല ജില്ലാ-പ്രാദേ ശിക കമ്മിറ്റികളിലും കമ്യൂണിസ്റ്റ് പാർട്ടി ന്യൂനപക്ഷമായിരുന്നു. ഈ കമ്മിറ്റികളിൽ കമ്യൂണിസ്റ്റ് പ്രതിനിധികളെ കുത്തിനിറക്കാൻ യാതൊരു ശ്രമവും നടത്തിയിട്ടില്ലെന്നു വ്യക്തം.

കോൺഗ്രസ് ഗവൺമെന്റുകളുടെ പ്രവർത്തനരീതിയിൽ നിന്നുള്ള മറ്റൊരു വ്യത്യാസം ഇതാണ്. ദൈനംദിനഭരണം ഏറെക്കുറെ സ്ഥിരം ഉദ്യോഗസ്ഥൻമാർക്ക് വിടുക എന്നരീതിയാണ് കോൺഗ്രസ് ഗവൺമെന്റുകൾ അവലംബിച്ചുപോന്നത്. ജനപ്രതിനിധികളെ ഭരണന ടത്തിപ്പുമായി ബന്ധപ്പെടുത്തിയ അൽപ്പം ചില രംഗങ്ങളിൽ തന്നെയും കോൺഗ്രസ് ഗവൺമെന്റുകൾ പ്രതിപക്ഷത്തോട്, ഇടതുപക്ഷത്തോട് വിശേഷിച്ച് വിവേചനപരമായാണ് പെരുമാറിയത്. കമ്യൂണിസ്റ്റ് പാർട്ടി യാകട്ടെ, ഭരണകക്ഷിയായിരുന്നിട്ടും ജനങ്ങൾക്കിടയിൽ തങ്ങൾക്കുള്ള സ്വാധീനത്തിന്റെ അടിസ്ഥാനത്തിൽ അർഹതപ്പെട്ട പ്രാതിനിധ്യം മാത്രമേ നേടിയെടുത്തുള്ളൂ.

38

വിദ്യാഭ്യാസബിൽ

കമ്യൂണിസ്റ്റ് ഗവൺമെന്റിന്റെ നടപടികളിൽ ഏറ്റവും രൂക്ഷമായ വിവാദം ഉയർത്തിവിട്ടത് വിദ്യാഭ്യാസബില്ലാണ്. കാർഷിക ബന്ധ ബില്ലും പൊലീസ് നയവും ബൂർഷ്വാ-ഭൂപ്രഭു ഭരണവർഗങ്ങളെ രോഷാകുലരാക്കി. അതിൽനിന്ന് വ്യത്യസ്തമായി വിദ്യാഭ്യാസബില്ലാകട്ടെ, അതേവർഗങ്ങളിൽപെട്ട ഒരു വിഭാഗം ക്രിസ്ത്യൻ സമുദായക്കാരെ പിണക്കി. ബിൽ വിദ്യാഭ്യാസ സ്ഥാപനങ്ങളുടെ ഉടമസ്ഥതയും നടത്തിപ്പുമായി ബന്ധപ്പെട്ടതാകയാൽ, തങ്ങളുടെ മതം ആക്രമിക്കപ്പെട്ടുവെന്ന ഭീതി ആ സമുദായത്തിലെ സാമാന്യ ജനങ്ങൾക്കിടയിൽ ജനിപ്പിക്കാൻ ക്രിസ്ത്യൻ സമുദായത്തിന് കഴിഞ്ഞു.

രാജ്യത്ത് ബ്രിട്ടീഷ് ഭരണം സ്ഥാപിക്കപ്പെട്ടതോടെ തങ്ങളുടെ കീഴിലെ ജീവനക്കാരെന്ന നിലക്ക് ഇന്ത്യക്കാരുടെ സേവനം അവർക്കാവശ്യമായിത്തീർന്നു. ഭാവിയിൽ സർക്കാർ സർവീസിലേക്ക് റിക്രൂട്ട് ചെയ്യുന്നതിന് ആളുകളെ പരിശീലിപ്പിക്കുന്നതിന് വിദ്യാലയങ്ങൾ സ്ഥാപിക്കുവാൻ ബ്രിട്ടീഷുകാർ തീരുമാനിച്ചു. അങ്ങനെ വിദ്യാലയങ്ങളുടെ ഒരു ശൃംഖലതന്നെ ഏർപ്പെടുത്തപ്പെട്ടു. അവയാകട്ടെ നാടൻ വിദ്യാഭ്യാസ സമ്പ്രദായത്തിനെതിരായിരുന്നുതാനും. ഈ നയത്തിൽ നിന്ന് മുതലെടുത്ത് ക്രിസ്ത്യൻ മിഷനറിമാർ അവരുടെ തനതായ വിദ്യാലയങ്ങൾ സ്ഥാപിച്ചു. അങ്ങനെയാണ് മലബാറിൽ ഒന്നാമതായി വിദേശ ഉടമസ്ഥതയിലുള്ള ബാസൽമിഷൻ സൊസൈറ്റി വിദ്യാലയങ്ങൾ ആരംഭിച്ചത്. നാടൻ പള്ളികൾ(സിറിയനും മറ്റും) തിരുവിതാംകൂറിലും കൊച്ചിയിലും വിദ്യാലയങ്ങൾ തുടങ്ങി. ഇങ്ങനെ അവർ സ്ഥാപിച്ച് നടത്തിപ്പോന്ന വിദ്യാലയങ്ങൾക്ക് ബ്രിട്ടീഷ് ഭരണാധികാരികളിൽ നിന്ന് യാതൊരു സാമ്പത്തിക സഹായവും ലഭിച്ചിരുന്നില്ല. ഈ സ്ഥാപനങ്ങൾക്കെല്ലാം ധനസഹായം നൽകിയിരുന്നത് ക്രിസ്ത്യൻ

മിഷൻ തന്നെയാണ്. അങ്ങനെ ഈ വിദ്യാഭ്യാസ സ്ഥാപനങ്ങളെല്ലാം വിവിധ വിഭാഗങ്ങളിൽപ്പെട്ട ക്രിസ്ത്യൻ മിഷനറിമാരുടെ-കത്തോലിക്ക, സിറിയൻ ബ്രിട്ടീഷ് മിഷനറിമാരുടെ-നിയന്ത്രണത്തിലായിത്തീർന്നു.

അങ്ങനെ കുറെ കൊല്ലങ്ങൾ കഴിഞ്ഞപ്പോൾ വിദ്യാഭ്യാസരംഗം ക്രിസ്ത്യാനികൾ കുത്തകയാക്കിയതായി ക്രിസ്തീയേതര സമുദായക്കാർ കണ്ടു. അവർ അസംതൃപ്തരായി, സ്വന്തം വിദ്യാഭ്യാസ സ്ഥാപനങ്ങൾ സ്ഥാപിക്കാൻ തുടങ്ങി. ഇവയ്ക്ക് സർക്കാർ നൽകുന്ന ധനസഹായത്തിൽ ഒരു തുച്ഛമായ അംശം മാത്രമാണ് മാനേജർമാർ അധ്യാപകർക്ക് നൽകിയിരുന്നത്. സംസ്ഥാനത്തിന്റെ വിവിധ ഭാഗങ്ങളിൽ ജനാധിപത്യപ്രസ്ഥാനം വളർന്നുവന്നപ്പോൾ അധ്യാപകർ സംഘടിക്കാനും സ്വകാര്യ വിദ്യാഭ്യാസ സ്ഥാപനങ്ങളും സർക്കാർ സ്ഥാപനങ്ങളും തമ്മിലുള്ള വ്യത്യാസം ഇല്ലാതാക്കണമെന്നാവശ്യപ്പെടാനും തുടങ്ങി.

ക്രിസ്ത്യൻ മിഷനറിമാർ നടത്തിപ്പോന്ന വിദ്യാഭ്യാസ സ്ഥാപനങ്ങളും മറ്റ് സ്വകാര്യമാനേജർമാരുടെ കീഴിലുള്ളവയും തമ്മിലെന്നപോലെ സ്വകാര്യവിദ്യാലയങ്ങളും സർക്കാർ വിദ്യാലയങ്ങളും തമ്മിലും വ്യത്യാസമുണ്ടായിരുന്നു. ക്രിസ്ത്യൻ ഉടമസ്ഥതയിലുള്ള സ്ഥാപനങ്ങൾ മറ്റു സ്വകാര്യസ്ഥാപനങ്ങളുടെ ഉടമകളേക്കാൾ അൽപ്പം മെച്ചപ്പെട്ട ശമ്പളം അധ്യാപകർക്ക് നൽകിയിരുന്നു. സേവനവ്യവസ്ഥയുടെ കാര്യത്തിൽ സ്വകാര്യസ്ഥാപനങ്ങളെല്ലാം-പള്ളിവകയും അല്ലാത്തവയുമെല്ലാം-തികച്ചും അമിതാധികാരപ്രമത്തരായിരുന്നു. സ്വകാര്യ വിദ്യാഭ്യാസ സ്ഥാപനങ്ങളുടെ ഉടമകളും മാനേജർമാരും വിദ്യാഭ്യാസ സ്ഥാപനങ്ങളെ ഒരുതരം 'സ്വത്താ'യാണ് കണക്കാക്കിയത്. അധ്യാപകരോട് തങ്ങളുടെ കീഴ്ജീവനക്കാരെന്ന നിലയിൽ അവർ തന്നിഷ്ടംപോലെ പെരുമാറി. നേരെമറിച്ച് സർക്കാരാവട്ടെ, സേവനവ്യവസ്ഥകളുടെ കാര്യത്തിൽ ചില മാനദണ്ഡങ്ങൾ പുലർത്തിപ്പോന്നു. മലബാറിൽ ബ്രിട്ടീഷ് സിംഹാസനത്തോടും തിരുവിതാംകൂറിലെയും കൊച്ചിയിലെയും നാട്ടുരാജാക്കൻമാരോടുമുള്ള കൂറ് സംബന്ധിച്ച മൗലികതത്വങ്ങൾ ലംഘിച്ചാലല്ലാതെ അധ്യാപകരെ ശിക്ഷിച്ചിരുന്നില്ല.

1930-കളിലാണ് പുതുതായി രൂപംകൊണ്ട ട്രേഡ് യൂണിയൻ-കർഷകപ്രസ്ഥാനങ്ങളോടൊപ്പം മലബാറിൽ അധ്യാപക പ്രസ്ഥാനവും സംഘടിപ്പിക്കാൻ തുടങ്ങിയത്. ട്രേഡ് യൂണിയൻ-കർഷകപ്രസ്ഥാനങ്ങളെപോലെ അധ്യാപകപ്രസ്ഥാനവും അധ്യാപകരുടെ അവശതകൾക്ക് അടിയന്തര പരിഹാരം കാണുന്നതിന് വേണ്ടി പോരാടി. മെച്ചപ്പെട്ട ശമ്പളം, മാന്യമായ സേവനവ്യവസ്ഥകൾ എന്നിവയൊക്കെ അതിലുൾപ്പെടും. ഈ ആവശ്യങ്ങൾ ഉന്നയിച്ചതോടൊപ്പം സ്വകാര്യ വിദ്യാഭ്യാസ സ്ഥാപനങ്ങളിലെ അധ്യാപകരോട് വിവേചനം പുലർത്തുന്ന വ്യവസ്ഥക്ക് അറുതി വരുത്തണമെന്നും അവർ ആവശ്യപ്പെട്ടു. ജനങ്ങൾക്ക് വിദ്യാഭ്യാസം പ്രദാനം ചെയ്യേണ്ടത് സർക്കാരിന്റെ കടമയാണ്; വിദ്യാഭ്യാസ സ്ഥാപനങ്ങളെ തങ്ങളുടെ 'സ്വത്ത്'എന്ന നിലയ്ക്ക്

കൈകാര്യം ചെയ്യാൻ മാനേജർമാരെ അനുവദിക്കരുത് എന്നതാണ് മേൽപ്പറഞ്ഞ ആവശ്യങ്ങളിൽ അടങ്ങിയ ആശയം. ഒന്നാമതായി മാനേജർമാർ അധ്യാപകരോട് ഏകപക്ഷീയമായി പെരുമാറുന്നത്(അവരെ സസ്പെന്റ് ചെയ്യൽ, പിരിച്ചുവിടൽ മുതലായവ) അവസാനിപ്പിക്കണം എന്നതാണ് അധ്യാപകപ്രസ്ഥാനം ഉന്നയിച്ച മുഖ്യആവശ്യം. രണ്ടാമതായി, അധ്യാപകർക്ക് സർക്കാർ നേരിട്ട് ശമ്പളം കൊടുക്കണമെന്നും ശമ്പളത്തിൽ സ്വകാര്യമാനേജർമാർ വെട്ടിക്കുറവ് വരുത്തരുതെന്നും അവർ ആവശ്യപ്പെട്ടു.

തങ്ങളുടെ സമരം മൗലികമായും ബ്രിട്ടീഷുകാർ സ്ഥാപിച്ച വിദ്യാഭ്യാസ സമ്പ്രദായത്തിനെതിരായിട്ടാണെന്നും തങ്ങളുടെ സംഘടന രാജ്യത്തെ സാമ്രാജ്യവിരുദ്ധ പ്രസ്ഥാനത്തിന്റെ ഭാഗമാണെന്നും 1930-കളുടെ രണ്ടാംപകുതിയിൽ മലബാറിൽ രൂപം കൊണ്ട എയ്ഡഡ് എലിമെന്ററിസ്കൂൾ ടീച്ചേഴ്സ് യൂണിയൻ എന്ന അധ്യാപകസംഘടന വ്യക്തമായി പ്രഖ്യാപിച്ചു. മലബാറിലാകെ ഗ്രാമങ്ങൾതോറും കർഷക സംഘവും ഇടതുപക്ഷനേതൃത്വത്തിലുള്ള കോൺഗ്രസ് കമ്മിറ്റികളും രൂപീകരിച്ചപ്പോൾ അവയിലെ അംഗങ്ങൾ പൊതുവെ അധ്യാപകരായിരുന്നു. അവരിൽ പലരും എയ്ഡഡ്സ്കൂൾ അധ്യാപകരായിരുന്നു എന്നതാണ് വാസ്തവം. ഒരാൾതന്നെ വില്ലേജ് കോൺഗ്രസ് കമ്മിറ്റി ഭാരവാഹിയും കർഷകസംഘത്തിന്റെയും അധ്യാപക യൂണിയന്റെയും മുഖ്യസംഘാടകനുമായി വർത്തിക്കുന്ന കാഴ്ച അന്ന് സർവസാധാരണമായിരുന്നു. ഇടതുപക്ഷാഭിമുഖ്യമുള്ള രാഷ്ട്രീയ പ്രസ്ഥാനവും ഉയർന്നുവരുന്ന അധ്യാപകപ്രസ്ഥാനവും പരസ്പരം സഹായിച്ചുകൊണ്ടാണ് മലബാറിൽ വളർന്നുവന്നത്.

മലബാറിലെ അതേരീതിയിലല്ലെങ്കിലും കൊച്ചിയിലെയും തിരുവിതാംകൂറിലെയും സ്കൂൾ അധ്യാപകരും സംഘടിക്കാൻ തുടങ്ങി. ഉത്തരവാദഭരണത്തിന് വേണ്ടിയുള്ള ജനാധിപത്യപ്രസ്ഥാനം ഈ രണ്ട് നാട്ടുരാജ്യങ്ങളിലെയും അധ്യാപക സമൂഹത്തിന്റെ സാമൂഹ്യ-രാഷ്ട്രീയബോധം ഉണർത്തിവിട്ടു. നേരത്തെ മലബാറിലെന്നപോലെ കേരളത്തിന്റെ ഭാഗമായ ഈ നാട്ടുരാജ്യങ്ങളിലും അധ്യാപകർ സംഘടിക്കാൻ തുടങ്ങി. കൊച്ചിൻ സ്റ്റേറ്റിലെ അധ്യാപകപ്രസ്ഥാനത്തിന്റെ മുഖ്യസംഘാടകരിലും നേതാക്കളിലുമൊരാളായിരുന്നു കമ്യൂണിസ്റ്റ് ഗവൺമെന്റിൽ വിദ്യാഭ്യാസമന്ത്രിയായിരുന്ന ജോസഫ്മുണ്ടശേരി. അന്നത്തെ കേരള നിയമസഭയിലെ ഭരണപക്ഷ-പ്രതിപക്ഷ മെമ്പർമാരിൽ പലരും അധ്യാപകർ കൂടിയായിരുന്നു. അവരിൽ ചിലരാകട്ടെ, അധ്യാപകസംഘടനയുടെ സ്ഥാപകനേതാക്കളായിരുന്നുതാനും. ഈയൊരു പരിത:സ്ഥിതിയിലും രാഷ്ട്രീയ പശ്ചാത്തലത്തിലുമാണ് കമ്യൂണിസ്റ്റ് ഗവൺമെന്റ് വിദ്യാഭ്യാസബിൽ തയ്യാറാക്കിയത്. കാർഷിക ബന്ധബിൽ കൊണ്ടുവന്ന ഏതാണ്ട് അതേസമയത്തുതന്നെയാണ് വിദ്യാഭ്യാസബില്ലും നിയമസഭയിൽ അവതരിപ്പിച്ചത്.

വിദ്യാഭ്യാസ സ്ഥാപനങ്ങളിൽ സ്വകാര്യമാനേജ്മെന്റ് സമ്പ്രദായം അവസാനിപ്പിക്കണമെന്ന ആവശ്യം അധ്യാപകപ്രസ്ഥാനവും കമ്യൂണിസ്റ്റ് പാർട്ടിയും ഉയർത്തിയിരുന്നുവെങ്കിലും കമ്യൂണിസ്റ്റ് ഗവൺമെന്റ് തയ്യാറാക്കിയ ബിൽ സ്വകാര്യമാനേജ്മെന്റ് ഇല്ലാതാക്കാൻ ശ്രമംനടത്തിയിരുന്നില്ല. ബില്ലിന്റെ ലക്ഷ്യം വളരെ പരിമിതമായിരുന്നു; മാനേജർമാരുടെവക വെട്ടിക്കുറവൊന്നും വരുത്താൻ കഴിയാത്തവിധം സ്വകാര്യവിദ്യാലയങ്ങളിലെ അധ്യാപകർക്ക് നേരിട്ട് ശമ്പളം നൽകുക; അധ്യാപക നിയമനത്തിന് ഒരു മാനദണ്ഡം നിർണയിക്കുക. സർക്കാർ സ്കൂൾ അധ്യാപകർക്ക് ലഭിച്ചിരുന്ന അതേതോതിൽ തന്നെ സ്വകാര്യ സ്കൂൾ അധ്യാപകർക്കും ശമ്പളം ലഭ്യമാക്കുക; വിദ്യാഭ്യാസ സ്ഥാപനങ്ങളുടെ ഉടമസ്ഥതയിലും നടത്തിപ്പിലും സ്വകാര്യമാനേജർമാർക്കുള്ള അവകാശം ഇല്ലാതാക്കുന്നതിന് പകരം അത് നിയന്ത്രിക്കുക എന്നിവയായിരുന്നു വിദ്യാഭ്യാസബില്ലിന് പിന്നിലുള്ള ഉദ്ദേശ്യം.

സ്വകാര്യ വിദ്യാഭ്യാസ സ്ഥാപനങ്ങളുടെ ഉടമസ്ഥരും മാനേജർമാരുമെന്ന നിലയ്ക്കുള്ള തങ്ങളുടെ അവകാശത്തിൻമേലുള്ള കടന്നാക്രമണമായിട്ടാണ് സ്വകാര്യ വിദ്യാഭ്യാസ സ്ഥാപനങ്ങളുടെ മാനേജർമാർ ഈ ബില്ലിനെ പൊക്കിക്കാട്ടിയത്. ക്രിസ്ത്യൻ പള്ളിയുടെയും നായർ സർവീസ് സൊസൈറ്റിയുടെയും(സ്വകാര്യ വിദ്യാഭ്യാസ സ്ഥാപനങ്ങൾ നടത്തുന്ന രണ്ട് മുഖ്യ സ്ഥാപനങ്ങളാണിവ) നേതൃത്വത്തിൽ വൻപ്രചാരണം ബില്ലിനെതിരായി അഴിച്ചുവിടപ്പെട്ടു. ഈ ബിൽ തങ്ങളുടെ സ്വന്തം അവകാശത്തിൻമേലുള്ള കടന്നാക്രമണമാണെന്നും വിദ്യാഭ്യാസ സ്ഥാപനങ്ങൾ ദേശസാൽക്കരിക്കാനുള്ള ശ്രമമാണതിനു പിന്നിലുള്ളതെന്നുമുള്ള നുണപ്രചാരണങ്ങൾ അവർ അഴിച്ചുവിട്ടു. ഈ ബിൽ നിയമസഭ അംഗീകരിച്ചാൽ തങ്ങളുടെ വിദ്യാഭ്യാസ സ്ഥാപനങ്ങൾ മതപ്രബോധനത്തിലുപരി കമ്യൂണിസ്റ്റ് പ്രചാരണത്തിനായിരിക്കും ഉപകരിക്കുകയെന്നും മറ്റുമാണ് ക്രിസ്ത്യൻ പള്ളികൾ അവരുടെ അനുയായികളോടു പറഞ്ഞത്. നായർ സർവീസ് സൊസൈറ്റിയും മറ്റു ചെറു ചെറു ജാതി-സാമുദായിക സംഘടനകളും(ക്രിസ്ത്യൻ പള്ളിയെയും നായർ സർവീസ് സൊസൈറ്റിയെയും പിന്തുടർന്ന് സ്വകാര്യവിദ്യാഭ്യാസ സ്ഥാപനങ്ങൾ നടത്തുന്നവരാണവരും) ബില്ലിനെതിരായ പ്രക്ഷോഭത്തിൽ പങ്കുചേർന്നു. കാർഷികബന്ധബില്ലിന്റെ കാര്യത്തിലെന്നപോലെ വിദ്യാഭ്യാസബില്ലിനെക്കുറിച്ചും നിയമസഭയിൽ കടുത്തതും സുദീർഘവുമായ വാദപ്രതിവാദങ്ങൾ നടന്നു. അതോടൊപ്പം നിയമസഭക്ക് പുറത്ത് വിഷലിപ്തമായ പ്രചാരണങ്ങൾ കെട്ടഴിച്ചുവിടുകയും ചെയ്തു. അങ്ങനെ നിയമസഭക്ക് അകത്തുംപുറത്തും നടന്ന കടുത്തപോരാട്ടങ്ങൾക്ക് ശേഷം കാർഷികബന്ധബിൽ എന്നപോലെ വിദ്യാഭ്യാസബില്ലും നിയമസഭ അംഗീകരിച്ചു.

കാർഷികബന്ധബില്ലും വിദ്യാഭ്യാസബില്ലും സംബന്ധിച്ച വാദവിവാദങ്ങളുടെ പരിസമാപ്തി മറ്റൊരു പോരാട്ടത്തിന് തുടക്കംകുറിച്ചു.

രണ്ട് ബില്ലിന്റെയും എതിരാളികൾ പോരാട്ടം കേന്ദ്രഗവൺമെന്റിന്റെ സന്നിധിയിലേക്ക് മാറ്റി. ഈ രണ്ട് ബില്ലുകൾക്കും കേന്ദ്രം അനുമതി നൽകരുതെന്ന് അവർ അഭ്യർഥിച്ചു. കേന്ദ്രഗവൺമെൻറ് അതിനുവ ഴങ്ങി രണ്ട് ബില്ലുകളും നിയമസഭക്ക് തിരിച്ചയച്ചു. അതിനിടക്ക് കേന്ദ്രം ഇടപെട്ട് കേരളാ ഗവൺമെന്റിനെ പിരിച്ചുവിട്ട് പുതിയ നിയമസഭാ തിരഞ്ഞെടുപ്പിന് ഉത്തരവിട്ടു. തിരഞ്ഞെടുപ്പിനെതുടർന്ന് അധികാര ത്തിൽവന്ന കമ്യൂണിസ്റ്റ് വിരുദ്ധ ഗവൺമെന്റ് കേന്ദ്രഗവൺമെന്റിന്റെ ഉപദേശമനുസരിച്ച് രണ്ട് ബില്ലുകളും അടിമുടി ഭേദഗതി ചെയ്തു. രണ്ട് ബില്ലുകളിലെയും അടിസ്ഥാനപരവും തത്വാധിഷ്ഠിതവുമായ പല വകുപ്പുകളും ഉപേക്ഷിക്കപ്പെട്ടു. ഭൂപ്രഭുക്കൾക്കും വിദ്യാഭ്യാസ സ്ഥാപ നങ്ങളുടെ സ്വകാര്യ ഉടമസ്ഥർക്കും മാനേജർമാർക്കും പല ആനുകൂല്യ ങ്ങളും അനുവദിച്ചുകൊടുത്തു. ഈ അർഥത്തിൽ കുടിയാൻമാർക്കും അധ്യാപക സമൂഹത്തിനും അതൊരു കനത്ത പ്രഹരമായിരുന്നു.

കമ്യൂണിസ്റ്റ് മന്ത്രിസഭ അധികാരത്തിലിരിക്കെ നിയമസഭയ്ക്ക കത്തും പുറത്തും നടന്ന പോരാട്ടം വൃഥാവിലായില്ല. കേന്ദ്രഗ വൺമെന്റിന്റെ ഉപദേശാനുസാരം എല്ലാവിധ ഭേദഗതികളും കൊണ്ടുവ ന്നിട്ടും ഈ ബില്ലുകൾ കുടിയാൻമാരുടെയും അധ്യാപകരുടെയും നില ഒരു വലിയ അളവോളം മെച്ചപ്പെടുത്തി. പോരാട്ടം മുമ്പോട്ടുകൊണ്ടു പോകാനും മെച്ചപ്പെട്ട രാഷ്ട്രീയ പരിത:സ്ഥിതി ഉളവാകുമ്പോൾ കൂടു തൽ വലിയ നേട്ടങ്ങൾ കൈവരിക്കുന്നതിന് അടിത്തറ പാകാനും കർഷകരുടെയും അധ്യാപകരുടെയും സംഘടിത പ്രസ്ഥാനങ്ങൾക്ക് കഴിഞ്ഞു.

39

ജോലിസംവരണം

ഭരണപരിഷ്കാര കമ്മിറ്റിയുടെ പരിഗണനക്ക് വിധേയമായ പ്രശ്നങ്ങളിലൊന്ന് പട്ടികജാതി-പട്ടികവർഗക്കാർക്കും പിന്നോക്കജാതിക്കാർക്കും സർക്കാർജോലിയിലും വിദ്യാഭ്യാസ സ്ഥാപനങ്ങളിലുമുള്ള സംവരണമാണ്. ഏതാണ്ട് 50ശതമാനത്തോളം ജോലി ഒന്നല്ലെങ്കിൽ മറ്റൊരു ജാതിക്കാർക്കായി സംവരണം ചെയ്യുകയും ബാക്കി എല്ലാ സമുദായക്കാർക്കുമായി തുറന്ന മത്സരത്തിന് വിടുകയും ചെയ്തിരിക്കയാണ്. ഇത് തുടരണമോ, പരിഷ്കരിക്കണമോ അതോ ഉപേക്ഷിക്കണമോ എന്നതാണ് കമ്മിറ്റി മുമ്പാകെ ഉന്നയിക്കപ്പെട്ട പ്രശ്നം. ഇത് സംബന്ധിച്ചെടുക്കുന്ന തീരുമാനം സർക്കാർ സർവീസിന്റെ കാര്യക്ഷമതയുമായി ബന്ധപ്പെട്ടതാകയാൽ കമ്മിറ്റിക്ക് ഈ പ്രശ്നം ശ്രദ്ധിക്കേണ്ടതായിവന്നു.

ഈ പ്രശ്നത്തിന് ഒരു ചരിത്രപശ്ചാത്തലമുണ്ട്. മുൻ തിരു-കൊച്ചി സംസ്ഥാനം ഒരു 'പ്രശ്ന സംസ്ഥാന'മായാണ് എക്കാലവും കണക്കാക്കിപ്പോന്നിരുന്നത്. ഇത് അവിടത്തെ രാഷ്ട്രീയ ജീവിതത്തിന്റെ സവിശേഷതയാണ്. ചില ജാതി-സമുദായങ്ങളിൽ കേന്ദ്രീകരിച്ചുകൊണ്ട് കടുത്ത സാമുദായിക സ്വഭാവത്തിലുള്ളതാണതിന്റെ രാഷ്ട്രീയം. രാഷ്ട്രീയ പാർട്ടികൾക്കുപരി ക്രിസ്ത്യൻ, മുസ്ലീം, നായർ-ഈഴവാദി ജാതി-മത ഭേദങ്ങളെ ആസ്പദമാക്കിയാണിവിടെ ജനങ്ങൾ ചിന്തിക്കുന്നത്.

പഴയ തിരുവിതാംകൂർ സ്റ്റേറ്റിനെ സംബന്ധിച്ചിടത്തോളം കോൺഗ്രസ്, സംയുക്ത രാഷ്ട്രീയ കോൺഗ്രസ് എന്ന് വിളിക്കപ്പെടുന്ന ക്രിസ്ത്യൻ, മുസ്ലീം, ഈഴവ ജാതി-മത സംഘടനകളുടെ ഒരു ഫെഡറേഷന്റെ കൂടുതൽ വികസിതരൂപമാണ്. ഈ സംഘടനയെ സംബന്ധിച്ചിടത്തോളം പ്രത്യക്ഷത്തിലുണ്ടായ ഒരേ ഒരു മാറ്റം കോൺഗ്രസിന്റെ സ്ഥാപകാധ്യക്ഷനായ പട്ടം താണുപിള്ളയോടൊപ്പം

ഒരു വിഭാഗം നായൻമാർ സ്റ്റേറ്റ് കോൺഗ്രസിലേക്ക് വന്നതാണ്. സ്റ്റേറ്റ് കോൺഗ്രസിനെ അതിന്റെ മുൻരൂപമായ ജാതിയും മതവും ഓരോ കാൽവെപ്പിലും വേട്ടയാടിക്കൊണ്ടിരുന്നതിൽ അത്ഭുതമില്ല. സുപ്രധാന നയപ്രശ്നങ്ങളും സംഘടനാപ്രശ്നങ്ങളും എക്കാലവും പരിഗണിച്ചു പോന്നിരുന്നത് അത് ഒന്നല്ലെങ്കിൽ മറ്റൊരു സമുദായത്തിൽ ചെലുത്തുന്ന സ്വാധീനം എന്തായിരിക്കുമെന്ന കാഴ്ചപ്പാടിലൂടെയായിരുന്നു. തിരുവിതാംകൂർ സ്റ്റേറ്റ് കോൺഗ്രസിന്റെ ഈ പാരമ്പര്യം കോൺഗ്രസ് സംഘടനക്കും തിരു-കൊച്ചി സംസ്ഥാന ഗവൺമെന്റിനും 1956 നവംബർ ഒന്നിന് കേരള സംസ്ഥാനം രൂപംകൊണ്ടപ്പോൾ അതിനും പകർന്നുകിട്ടി.

നമ്മുടെ പാർട്ടിക്കും നാം രൂപീകരിച്ച ഗവൺമെന്റിനും ഈ വശം കണക്കിലെടുക്കേണ്ടിയിരിക്കുന്നു. മറ്റ് ചില പാർട്ടികളെപ്പോലെ 'ദേശീയത'യുടെ പേരിൽ നാം നീരസം ഭാവിക്കുകയോ ജാതി മത സംഘടനകളെ അവജ്ഞയോടെ തള്ളിക്കളഞ്ഞുകൊണ്ട് 'ദേശീയത'യുടെ മേൻമയേറിയ സമീപനം അവകാശപ്പെടുകയോ ചെയ്തില്ല. അതേസമയംതന്നെ ചില ജാതി-മത സംഘടനകളുടെ പ്രചാരണത്തിന് വഴിപ്പെടാനും നാം തയ്യാറായില്ല. ദേശീയതയെക്കുറിച്ചും വർഗീയേതര സമീപനത്തെക്കുറിച്ചുമുള്ള പറച്ചിലുകളെല്ലാം തനിതട്ടിപ്പാണെന്നായിരുന്നു അവരുടെ പ്രചാരണം. സംസ്ഥാനത്തെ ഈ സംഭവവികാസങ്ങളുടെ ചരിത്രം നമുക്ക് വസ്തുനിഷ്ഠമായി വിലയിരുത്തേണ്ടതായിരുന്നു.

നൂറ്റാണ്ടുകളായി നിലനിന്നുപോന്ന സമൂഹത്തിന്റെ ജാതീയമോ സാമുദായികമോ ആയ സ്വഭാവത്തിന്റെ അനന്തരഫലമാണ് ജാതി-മത രാഷ്ട്രീയമെന്ന നിഗമനത്തിൽ, അത്തരത്തിലുള്ളൊരു വിലയിരുത്തലിനുശേഷം നാം ചെന്നെത്തി. ജനങ്ങൾ അവരുടെ ദൈനംദിന സാമൂഹ്യ ജീവിതത്തിൽ വ്യത്യസ്ത ജാതി-മത വിഭാഗങ്ങളുമായി വേറിട്ടു നിൽക്കുമ്പോൾ അതിൽനിന്നുൽഭവിക്കുന്ന ജാതി-മത മനോഭാവം നിശ്ചയമായും രാഷ്ട്രീയ ജീവിതത്തിലും പ്രതിഫലിക്കും. അതിനാൽ ജാതി-മത രാഷ്ട്രീയ പ്രശ്നം അന്തിമമായി പരിഹരിക്കാനുള്ള മാർഗം ദൈനംദിന സാമൂഹ്യ ജീവിതത്തിൽ നിന്ന് ജാതി-മത ഭിന്നതകൾ ഇല്ലാതാക്കുകയാണ്.

കമ്യൂണിസ്റ്റ് പാർട്ടി നിലവിൽ വരുന്നതിന് വളരെ മുമ്പുതന്നെ രാജ്യത്തിന്റെ മറ്റുഭാഗങ്ങളിലെന്നപോലെ കേരളത്തിലും ജാതിക്കെതിരായ സാമൂഹ്യ-സാംസ്കാരിക പ്രസ്ഥാനം ഉയർന്നുവരികയുണ്ടായി. ആ പ്രസ്ഥാനത്തിൽ സജീവമായി പങ്കെടുത്ത പലരും പിൽക്കാലത്ത് കമ്യൂണിസ്റ്റ് പാർട്ടിയിൽ ചേർന്നു. തൊഴിലാളി-കർഷകാദി അധ്വാനിക്കുന്ന ജനവിഭാഗങ്ങളുടെ ഐക്യം എന്ന ലക്ഷ്യത്തെ മുൻപന്തിയിലേക്ക് കൊണ്ടുവരിക വഴി ജാതിവിരുദ്ധ, മതവിരുദ്ധ പ്രസ്ഥാനത്തെ കമ്യൂണിസ്റ്റ് പാർട്ടി മെച്ചപ്പെടുത്തി.

പാവപ്പെട്ടവർ മർദിതരും ചൂഷിതരുമായിത്തീർന്നത് അവർ ദരിദ്രരും നിസ്വരുമായതുകൊണ്ടാണ്. മറ്റ് ജാതിക്കാർക്കിടയിലും അവരെ

പ്പോലെ ദരിദ്രരും നിസ്വരുമുണ്ട്. അതിനാൽ ജാതി ഏതെന്നോ മതവിശ്വാസമെന്തെന്നോ നോക്കാതെ രാജ്യത്തെ പാവപ്പെട്ട ജനവിഭാഗങ്ങളെല്ലാം യോജിച്ച് ഒറ്റക്കെട്ടായി നിൽക്കുകയാണ് അവരുടെ താൽപര്യത്തിന് ഉത്തമം-ഈ യാഥാർഥ്യം പാവപ്പെട്ടവരും തച്ചമർത്തപ്പെട്ടവരുമായ ജനലക്ഷങ്ങൾക്ക് ചൂണ്ടിക്കാണിച്ചുകൊടുക്കാൻ കമ്യൂണിസ്റ്റ് പാർട്ടി ശ്രമിച്ചു. നമ്മുടെ ജനങ്ങളിൽ ബഹുഭൂരിപക്ഷത്തിന്റെയും സഹജമായ വർഗസ്വഭാവത്തോടുള്ള ഈ അഭ്യർഥനയോടെയാണ് ജനങ്ങൾക്കിടയിൽ നിലനിന്നുവരുന്ന ജാതി-മത വികാരത്തെ നേരിടാൻ പാർട്ടി ശ്രമിച്ചത്.

എന്നാൽ ചില പ്രത്യേക ജാതി-മത വിഭാഗക്കാരിൽപെട്ട ജനസാമാന്യത്തിന് പീഡനങ്ങൾ അനുഭവിക്കേണ്ടിവരുന്ന ചില മർദനരൂപങ്ങൾ ഉണ്ടെന്ന് പാർട്ടി കണ്ടു. 'മുന്നോക്കജാതി'യിലെ പാവപ്പെട്ടവർക്ക് അതിൽനിന്ന് പീഡനമനുഭവിക്കേണ്ടിവരുന്നില്ലതാനും. പട്ടികജാതിക്കാർ, ജാതിഹിന്ദുക്കളല്ലാത്ത വിഭാഗങ്ങൾ എന്നിവർക്ക് സാമ്പത്തിക ചൂഷണത്തിന്റേതും(അവർ ചില മർദിതവർഗക്കാരിൽപെട്ടവരാകയാൽ) സാമൂഹ്യമർദനത്തിന്റേതുമായ (അവർ ചില മർദിത സമുദായങ്ങളിൽപെട്ടവരാകയാൽ) ഇരട്ടഭാരം വഹിക്കേണ്ടിവരുന്നു. സാധാരണക്കാർ സ്വയം ഐക്യത്തെക്കുറിച്ച് മനസിലാക്കാൻ തുടങ്ങുന്നതിനുവേണ്ട നടപടി കൈക്കൊള്ളാതെ എല്ലാ ജാതി-മത വിഭാഗത്തിലുംപെട്ട സാധാരണക്കാരോട് ഐക്യത്തെക്കുറിച്ച് സാരോപദേശം നടത്തുന്നത് മൗഢ്യമായിരിക്കും. ചില സമുദായങ്ങൾക്ക് നേരെയുള്ള സാമൂഹ്യമർദനം തുടരുന്നിടത്തോളം അതുണ്ടാവുക വിഷമമാണ്. അതുകൊണ്ടാണ് 'മുന്നോക്ക' സമുദായക്കാരോടൊപ്പമെത്തുന്നതിന് പിന്നോക്കവിഭാഗക്കാർക്കും പട്ടികജാതിക്കാർക്കും താൽക്കാലികമായി ഒരിടക്കാലത്തേക്ക് ചില പ്രത്യേക സൗജന്യങ്ങൾ അനുവദിക്കണമെന്ന ആവശ്യത്തെ കമ്യൂണിസ്റ്റ്പാർട്ടി പിന്താങ്ങുന്നത്.

പാർട്ടിയുടെ ഈ വിശാലനയം തികഞ്ഞ ആത്മാർഥതയോടെ പൂർണമായും നടപ്പാക്കാൻ നമ്മുടെ ഗവൺമെന്റ് ശ്രമിച്ചു. വിദ്യാഭ്യാസാനുകൂല്യങ്ങളുടെയും സർക്കാർ സർവീസിലേക്കുള്ള പ്രവേശനത്തിന്റെയും വ്യാപ്തി വർധിപ്പിച്ചും മറ്റും പിന്നോക്കവിഭാഗക്കാർക്ക്-നൂറ്റാണ്ടുകളായി നിലനിന്നുവരുന്ന ജാതിവ്യവസ്ഥയുടെ ഫലമായി പിന്നോക്കം തള്ളപ്പെട്ടവർക്ക്-സമുദായത്തിലെ മറ്റ് വിഭാഗക്കാർക്കൊപ്പമെത്തുന്നതിനുവേണ്ട സഹായങ്ങൾ നൽകി. (രണ്ട് മൂന്ന് പതിറ്റാണ്ടുകൾ മുമ്പുവരെയും തിരുവിതാംകൂറിലും കൊച്ചിയിലും മേലേക്കിടയിലുള്ള സർക്കാർ ഉദ്യോഗങ്ങളൊക്കെ ജാതിഹിന്ദുക്കൾ കുത്തകയാക്കി വെച്ചിരിക്കുകയായിരുന്നുവെന്ന വസ്തുത ഇവിടെ പ്രത്യേകം പ്രസ്താവിച്ചുകൊള്ളട്ടെ).

പിന്നോക്കസമുദായക്കാർക്ക് 'മുന്നോക്ക'ക്കാരോടൊപ്പമെത്താൻ കഴിയുന്നതിനുതകത്തക്ക നടപടികൾ നമ്മുടെ ഗവൺമെന്റ് കൈക്കൊണ്ടതിന്റെ ഫലമായി തങ്ങൾക്ക് സംരക്ഷണവും പിന്തുണയും നൽകുന്നവരെന്ന നിലയ്ക്ക് കമ്യൂണിസ്റ്റ് പാർട്ടിയെയും അതിന്റെ ഗവൺമെന്റി

നെയും നോക്കിക്കണ്ടു. സ്വാഭാവികമായും 'മുന്നോക്ക' ജാതിക്കാരെന്ന് പറയപ്പെടുന്ന ജാതിക്കാരുടെ സാമുദായിക നേതാക്കൾ ആ വിഭാഗത്തിൽപെട്ട സാമാന്യജനങ്ങളെ കമ്യൂണിസ്റ്റുപാർട്ടിക്കും അതിന്റെ ഗവൺമെന്റിനുമെതിരായി അണിനിരത്താൻ ഈ അവസരം ഉപയോഗിച്ചു. 'പിന്നോക്ക' സമുദായക്കാർക്ക് ഒരു നിശ്ചിത ശതമാനം സർക്കാർജോലി സംവരണം ചെയ്യാനുള്ള പദ്ധതിയെ എതിർക്കുകവഴി ഈ നിലയ്ക്കുള്ള ഒരാക്രമണമാണ് മന്നത്ത് പത്മനാഭൻ നടത്തിയത്.

ഈയൊരു പശ്ചാത്തലത്തിലാണ് ജോലി സംവരണപ്രശ്നം ഭരണപരിഷ്കാര കമ്മിറ്റി മുമ്പാകെ വന്നത്. രണ്ട് മുഖ്യ ജീവിതയാഥാർഥ്യങ്ങൾ കമ്മിറ്റി കണക്കിലെടുക്കുകയുണ്ടായി.

ഒന്നാമതായി, വിദ്യാഭ്യാസപരമായും സാംസ്കാരികമായും രാഷ്ട്രീയമായും എല്ലാവിധ വളർച്ചയും ഉണ്ടായിട്ടുണ്ടെന്നിരിക്കിലും പട്ടികജാതിക്കാർ, പട്ടികവർഗക്കാർ, 'പിന്നോക്ക' സമുദായക്കാർ എന്നിവർ തുടർന്നും 'മുന്നോക്ക'ക്കാരുടെ പിറകിലാണ്. തൽഫലമായി ഈ സമുദായക്കാർ നിയമസഭയുടെയും ഗവൺമെന്റിന്റെയും സംരക്ഷണം അർഹിക്കുന്നു. സംരക്ഷണ നടപടികളിൽ ഒന്നാണ് സംവരണം. അത് തുടരണം.

രണ്ടാമതായി, സംസ്ഥാനത്തെ ജനങ്ങൾക്ക് കൈവന്ന സർവതോമുഖമായ അഭിവൃദ്ധിയുടെ അനിവാര്യമായ അനന്തരഫലമായി പിന്നോക്ക സമുദായക്കാരിൽ മേലേക്കിടയിലുള്ള ഒരു ചെറിയ വിഭാഗം അഭിവൃദ്ധിപ്പെട്ടിട്ടുണ്ട്. എന്നാൽ പട്ടികജാതി-പട്ടികവർഗ വിഭാഗങ്ങൾക്കിടയിൽ അതുണ്ടായിട്ടില്ല. 'പിന്നോക്ക' ജാതിക്കാരിൽപെട്ട ഭേദപ്പെട്ട കുടുംബങ്ങളിൽ നിന്നുള്ള അപേക്ഷകർക്ക് സംവരണം കൂടാതെ തന്നെ തുറന്ന മത്സരത്തിലൂടെ വിദ്യാഭ്യാസ സ്ഥാപനങ്ങളിലും സർക്കാർ സർവീസിലും പ്രവേശിക്കാൻ കഴിയുന്നുണ്ട്. ഇങ്ങനെ തുറന്ന മത്സരത്തിലൂടെ വിദ്യാഭ്യാസ സ്ഥാപനങ്ങളിലും സർക്കാർ സർവീസിലും പ്രവേശിക്കാൻ കഴിയുന്നവരിൽ ചിലർ ഭൂപ്രഭുക്കളും മുതലാളിമാരുമായി വളർന്നുവരാനും തുടങ്ങിയിട്ടുണ്ട്.(പട്ടികജാതി-പട്ടികവർഗക്കാരെ സംബന്ധിച്ചിടത്തോളം ഇങ്ങനെ പറയുന്നത് ശരിയായിരിക്കില്ല.) ഇത്തരം കുടുംബങ്ങളിൽ നിന്ന് വരുന്ന അപേക്ഷകർക്ക് 'മുന്നോക്ക' ജാതികളിൽപെട്ട പാവപ്പെട്ടവർക്കുപരി മുൻഗണന നൽകുന്നത് അന്യായമായിട്ടാണ് ജനങ്ങൾ കാണുന്നത്.

ഇത്തരത്തിലുള്ള മുതലാളി കുടുംബങ്ങളിൽ നിന്നോ ഭൂപ്രഭു കുടുംബങ്ങളിൽ നിന്നോ വരുന്ന അപേക്ഷകർക്ക് വിദ്യാഭ്യാസ സ്ഥാപനങ്ങളിലോ സർക്കാർ സർവീസിലോ പ്രവേശനം ലഭിക്കുമ്പോൾ ഈ മുതലാളിമാരുടെ അഥവാ ഭൂപ്രഭുക്കളുടെ കീഴിൽ പണിയെടുക്കുന്നവരുടെ കുടുംബങ്ങളിൽ നിന്നുവരുന്ന മറ്റുള്ളവർക്ക് പ്രവേശനം ലഭിക്കാത്ത സംഭവങ്ങൾ ചൂണ്ടിക്കാണിക്കപ്പെട്ടിട്ടുണ്ട്. പ്രത്യക്ഷത്തിലുള്ള ഈ അനീതി എങ്ങനെ തരണം ചെയ്യാം എന്നതാണ് കമ്മിറ്റിയുടെ മുമ്പിൽ വന്ന പ്രശ്നം.

പ്രശ്നത്തിന്റെ നാനാവശങ്ങളും പരിശോധിച്ചശേഷം കമ്മിറ്റി മൂന്ന് കാര്യങ്ങൾ ശുപാർശ ചെയ്തു. ഒന്ന് പട്ടികജാതിക്കാരുടെയും പട്ടികവർഗക്കാരുടെയും കാര്യത്തിൽ നിലവിലുള്ള സംവരണ വ്യവസ്ഥ മാറ്റമില്ലാതെ തുടരണം. രണ്ട് 'പിന്നോക്ക' സമുദായങ്ങളുടെ കാര്യത്തിൽ ജാതിയെയോ സമുദായത്തെയോ ആസ്പദമാക്കിയുള്ള സംവരണത്തിന് അനുബന്ധമായി സാമ്പത്തിക മാനദണ്ഡം കൂടി അംഗീകരിക്കണം. മൂന്ന് 'പിന്നോക്ക' സമുദായക്കാരുടെ പട്ടികയിൽനിന്നൊഴിവാക്കത്തക്കവിധം ഏതെങ്കിലും വിഭാഗത്തിന്റെ നില സാമൂഹ്യ-സാമ്പത്തികമായും രാഷ്ട്രീയ-സാംസ്കാരികമായും വേണ്ടത്ര മെച്ചപ്പെട്ടിട്ടുണ്ടോ എന്ന് കണ്ടെത്തുന്നതിന് പത്തുകൊല്ലം കൂടുമ്പോൾ സർവെ നടത്തണമെന്നും കമ്മിറ്റി ശുപാർശ ചെയ്തു. ഇന്ന് പിന്നോക്കം നിൽക്കുന്ന ജാതിക്കാർ നാളെ അങ്ങനെയല്ലാതായിത്തീരത്തക്കവണ്ണം അത്രവേഗത്തിലാണ് രാജ്യത്ത് സാമൂഹ്യ-സാമ്പത്തിക, രാഷ്ട്രീയ-സാംസ്കാരിക പുരോഗതി കൈവന്നുകൊണ്ടിരിക്കുന്നത് എന്നതാണ് ഈ ശുപാർശക്ക് പിന്നിലെ യുക്തി. ഇത് സംഭവിക്കുമ്പോൾ സംവരണത്തിന്റെ നേട്ടം അനുഭവിക്കുന്നവരുടെ പരിധി ചുരുങ്ങിവരും.

ഈ റിപ്പോർട്ട് പ്രസിദ്ധീകരിക്കപ്പെട്ടതോടെ, അത് വലിയ കോളിളക്കം സൃഷ്ടിച്ചു. 'മുന്നോക്ക' ജാതിക്കാരിൽ നിന്നും 'പിന്നോക്ക' സമുദായക്കാരിൽനിന്നും എതിർപ്പ് ഉയർന്നുവന്നു. ഇതിൽ ആദ്യം പറഞ്ഞ വിഭാഗത്തിന്റെ എതിർപ്പ് സംവരണം തുടരുന്നതിന്റെ അടിസ്ഥാനത്തിലായിരുന്നു. രണ്ടാമത് പറഞ്ഞ വിഭാഗക്കാരാവട്ടെ, സാമ്പത്തിക മാനദണ്ഡം കൂടി ഉൾപ്പെടുത്തിയതിന് കമ്മിറ്റിയെ കുറ്റപ്പെടുത്തി. ഈ പരാതികളെല്ലാം കോൺഗ്രസ് സമർഥമായി ഉപയോഗപ്പെടുത്തി. 'മുന്നോക്ക' വിഭാഗത്തിലെയെന്ന പോലെ 'പിന്നോക്ക' വിഭാഗത്തിലെയും ജാതി-സാമുദായികവാദ രാഷ്ട്രീയക്കാർ കമ്യൂണിസ്റ്റ് പാർട്ടിക്കെതിരായി കോൺഗ്രസിന്റെ പിന്നിൽ അണിനിരന്നു. കമ്യൂണിസ്റ്റ് മന്ത്രിസഭ പിരിച്ചുവിടപ്പെട്ടതിനെത്തുടർന്ന് നടന്ന ഇടക്കാല തിരഞ്ഞെടുപ്പിൽ കമ്യൂണിസ്റ്റ് പാർട്ടിയെ പരാജയപ്പെടുത്തുന്നതിന് കോൺഗ്രസിനെ സഹായിച്ച രാഷ്ട്രീയ ഘടകങ്ങളിൽ ഒന്ന് ഇതാണ്.

1960-ലെ ഇടക്കാലതിരഞ്ഞെടുപ്പിന് മുമ്പും പിമ്പുമായി ആരംഭിച്ച ഈ രൂക്ഷമായ പോരാട്ടത്തെത്തുടർന്ന് സംസ്ഥാനത്തെ 'മുന്നോക്ക' വിഭാഗത്തിലും 'പിന്നോക്ക' ജാതിയിലുംപെട്ട ഉപരിവർഗ രാഷ്ട്രീയക്കാരുടെ മുഖ്യമുദ്രാവാക്യം ജാതിയെ ആസ്പദമാക്കിയുള്ള സംവരണം, സാമ്പത്തിക പദവിയെ ആസ്പദമാക്കിയുള്ള സംവരണം എന്നതായിത്തീർന്നിരിക്കുകയാണ്.

നായർ സർവീസ് സൊസൈറ്റി നാഷണൽ ഡമോക്രാറ്റിക്പാർട്ടി എന്നപേരിൽ ഒരു പുതിയ രാഷ്ട്രീയ പാർട്ടി രൂപീകരിച്ചു. "സംവരണം എല്ലാ സമുദായങ്ങളിലുംപെട്ട പാവപ്പെട്ടവർക്കുമാത്രം" എന്നതാണതിന്റെ നിലപാട്. പട്ടികജാതി-പട്ടികവർഗക്കാരെ അവർ ഇതിൽനിന്ന്

ഒഴിവാക്കിയിട്ടുണ്ട്. അവർക്ക് വിദ്യാഭ്യാസ സ്ഥാപനങ്ങളിലും സർക്കാർ ജോലിയിലും സംവരണം തുടരണമെന്ന് അവർ വ്യക്തമാക്കിയിട്ടുണ്ട്. എന്നാൽ പിന്നോക്കസമുദായക്കാർക്കുള്ള സംവരണം അശാസ്ത്രീയമാണെന്നാണവരുടെ വാദം. അതിന്റെ നേട്ടം പോകുന്നത് അതർഹിക്കാത്തവർക്കാണെന്നതാണ് അവരതിന് കാരണമായി പറയുന്നത്.

മറുവശത്ത് ഈഴവരുടെ സാമുദായിക സംഘടനകളും സോഷ്യലിസ്റ്റ് റവലൂഷനറി പാർട്ടി എന്ന ഒരു പുതിയ പാർട്ടി സംഘടിപ്പിച്ചു. അതിന്റെ മുഖ്യ ആവശ്യം 'പിന്നോക്ക' സമുദായക്കാർക്കുള്ള സംവരണം വെള്ളം ചേർക്കാത്ത രൂപത്തിലുള്ള ഒന്നായിരിക്കണം-അതായത് യാതൊരു സാമ്പത്തിക മാനദണ്ഡവും ഇല്ലാത്ത സംവരണം എന്നാണ്. (അതിനാൽ അതിന്റെ നേട്ടം പിന്നോക്ക സമുദായങ്ങളിലെ സമ്പന്ന കുടുംബങ്ങൾക്കായിരിക്കും).

ഇരുവിഭാഗക്കാരും പരസ്പരം ഏറ്റുമുട്ടിയെങ്കിലും നായർ സർവീസ് സൊസൈറ്റിയും നാഷണൽ ഡമോക്രാറ്റിക് പാർട്ടിയുമെന്നപോലെ ശ്രീനാരായണ ധർമപരിപാലനയോഗവും സോഷ്യലിസ്റ്റ് റവലൂഷനറി പാർട്ടിയും കമ്യൂണിസ്റ്റ് പാർട്ടിക്കെതിരായി കോൺഗ്രസിന്റെ പിന്നിൽ അണിനിരന്നു. പിന്നീട് നടന്ന തിരഞ്ഞെടുപ്പ് പ്രചാരണങ്ങളിലെല്ലാം തന്നെ 'മുന്നോക്ക' ജാതിയിലെയും 'പിന്നോക്ക' സമുദായങ്ങളിലെയും ഉപരിവർഗ രാഷ്ട്രീയക്കാർ കമ്യൂണിസ്റ്റ് പാർട്ടിക്കെതിരായി കോൺഗ്രസിനോടൊപ്പം നിലകൊണ്ടു.

അവരുടെ പിന്തുണ ഉണ്ടായിരുന്നില്ലെങ്കിൽ 1960-ലെ ഇടക്കാല തിരഞ്ഞെടുപ്പിൽ കമ്യൂണിസ്റ്റ് പാർട്ടിയെ പരാജയപ്പെടുത്താൻ കോൺഗ്രസിന് കഴിയുമായിരുന്നില്ല. ഈ ഉപരിവർഗ രാഷ്ട്രീയക്കാർ എൻ ഡി പി, എസ് ആർ പി എന്നീ രണ്ട് രാഷ്ട്രീയ പാർട്ടികൾ രൂപീകരിച്ചതിന് ശേഷം അവ രണ്ടും 1970-കളിലെ സി പി ഐ(എം) വിരുദ്ധമുന്നണിയിൽ ചേക്കേറി. ഇന്നും അവ രണ്ടും സി പി ഐ(എം) നേതൃത്വത്തിലുള്ള ഇടതുപക്ഷ ജനാധിപത്യമുന്നണി (എൽ ഡി എഫ്)ക്കെതിരായി കോൺഗ്രസിന്റെ നേതൃത്വത്തിലുള്ള ഐക്യജനാധിപത്യമുന്നണി (യു ഡി എഫ്) യിലെ പങ്കാളികളാണ്.

മറുവശത്താകട്ടെ അധ്വാനിക്കുന്ന സാമാന്യജനങ്ങൾ - 'മുന്നോക്ക'ക്കാരിലെന്നപോലെ 'പിന്നോക്ക'ക്കാർക്കിടയിലും ബഹുഭൂരിപക്ഷം -കോൺഗ്രസിനെതിരായി വർധിച്ച തോതിൽ കമ്യൂണിസ്റ്റ് പ്രസ്ഥാനത്തോടൊപ്പം അണിനിരന്നിരിക്കയാണുതാനും. അതിന്റെ ഫലമായി 1960-ലെ ഇടക്കാല തിരഞ്ഞെടുപ്പിൽ 1957-ലെ തിരഞ്ഞെടുപ്പിൽ കിട്ടിയതിനേക്കാൾ കൂടുതൽ വോട്ട് കമ്യൂണിസ്റ്റ് പാർട്ടിക്ക് ലഭിച്ചു. വീണ്ടും 1965-ലെ ഇടക്കാലതിരഞ്ഞെടുപ്പിൽ നിയമസഭാ സീറ്റുകളുടെ അടിസ്ഥാനത്തിൽ നോക്കുമ്പോൾ സി പി ഐ(എം) സംസ്ഥാനത്ത് ഒന്നാമത്തെ പാർട്ടിയെന്ന പദവിയിലേക്ക് ഉയർന്നു. 1987-ലെ തിരഞ്ഞെടുപ്പ് ഉൾപ്പെടെ പിന്നീട് നടന്ന പൊതുതിരഞ്ഞെടുപ്പുകളിലെല്ലാം സി പി

ഐ (എം)ന്റെ നേതൃത്വത്തിലുള്ള സഖ്യം മികച്ച പ്രവർത്തനം കാഴ്ച വെച്ചു. 'പിന്നോക്ക' സമുദായങ്ങൾക്കിടയിലെന്നപോലെ 'മുന്നോക്ക' സമുദായങ്ങൾക്കിടയിലുമുള്ള സാധാരണക്കാരുടെ പ്രബലമായ പിന്തുണ ഈ സഖ്യത്തിനുണ്ടായിരുന്നതാണതിന് കാരണം. അങ്ങനെ സംവരണത്തെച്ചൊല്ലിയുള്ള പോരാട്ടം, കോൺഗ്രസിന്റെ നേതൃത്വത്തിലുള്ള ഉപരിവർഗ രാഷ്ട്രീയക്കാർ ഒരു വശത്തും കമ്യൂണിസ്റ്റ് പാർട്ടിയുടെ നേതൃത്വത്തിലുള്ള അധ്വാനിക്കുന്ന ജനങ്ങൾ മറുവശത്തും അണിനിരന്നുകൊണ്ടുള്ള യഥാർഥ വർഗരാഷ്ട്രീയ പോരാട്ടമാണെന്ന് തെളിഞ്ഞു.

ഈ വർഗ രാഷ്ട്രീയ പോരാട്ടത്തിന്റെ ഫലമായി ജാതിയെയും മതത്തെയും പ്രതിനിധാനം ചെയ്യുന്ന പാർട്ടികൾ കേരളരാഷ്ട്രീയത്തിൽ വർധിച്ച തോതിൽ അപ്രസക്തമായി. ജാതിയെ ആസ്പദമാക്കിയുള്ള രണ്ട് മുഖ്യ കോൺഗ്രസിതര പാർട്ടികൾ-നായൻമാരുടെ എൻ ഡി പിയും ഈഴവരുടെ എസ് ആർ പിയും-ഏറെക്കുറെ നിലവിലില്ലാതായി. ഇവ ഔപചാരികമായി കോൺഗ്രസ്(ഇ) നേതൃത്വത്തിലുള്ള ഐക്യജനാധിപത്യമുന്നണിയിലെ ഘടകകക്ഷികളാണെങ്കിലും തിരഞ്ഞെടുപ്പിൽ സ്ഥാനാർഥികളെ നിശ്ചയിക്കുമ്പോൾ കോൺഗ്രസ്(ഇ) അവയെ ഫലത്തിൽ അവഗണിക്കുന്നു. ഹിന്ദുക്കൾക്കിടയിലെ 'പിന്നോക്ക' വിഭാഗത്തിലും 'മുന്നോക്ക' വിഭാഗത്തിലുംപെട്ട രാഷ്ട്രീയക്കാർ എൻ ഡി പിയുടെയോ എസ് ആർ പിയുടെയോ സ്ഥാനാർഥികളാവുന്നതിലുപരി മുൻഗണന നൽകുന്നത് കോൺഗ്രസ് സ്ഥാനാർഥികളാവാനാണ്.

മതസമൂഹങ്ങളെ പ്രതിനിധാനം ചെയ്യുന്ന രാഷ്ട്രീയ പാർട്ടികളെ-മുസ്ലീംലീഗിനെയും കേരളാ കോൺഗ്രസിനെയും-കുറിച്ച് പറയുകയാണെങ്കിൽ അവയ്ക്ക് ഇപ്പോഴും കേരളരാഷ്ട്രീയത്തിൽ പ്രസക്തിയുണ്ട്. ഈ മതസമൂഹങ്ങളിൽ നിന്നുപോലും കൂടുതൽ കൂടുതൽ ആളുകൾ കോൺഗ്രസ് വിട്ട് ഇടതുപക്ഷജനാധിപത്യമുന്നണിയെ പിന്തുണയ്ക്കാൻ മുമ്പോട്ട് വന്നുകൊണ്ടിരിക്കയാണ്. തങ്ങളുടെ പിന്തുണയില്ലാതെ കേരളത്തിൽ ഒരു പാർട്ടിക്കും ഭരണം നടത്താനാവില്ലെന്ന് വീമ്പിളക്കിയവരാണ് ഈ രണ്ട് പാർട്ടിയുടെയും നേതാക്കൾ. എന്നാൽ 1987-ലെ തിരഞ്ഞെടുപ്പിൽ ഇടതുപക്ഷജനാധിപത്യമുന്നണി വിജയം നേടുകയും സംസ്ഥാനത്ത് ഗവൺമെന്റ് രൂപീകരിക്കുകയും ചെയ്തത് കാണേണ്ട ദൗർഭാഗ്യം അവർക്കുണ്ടായി. കോൺഗ്രസ്(ഇ) നേതൃത്വത്തിലുള്ള യു ഡി എഫുമായും സി പി ഐ (എം) നേതൃത്വത്തിലുള്ള എൽ ഡി എഫുമായും മാറി മാറി കൂട്ടുകൂടി 'കച്ചവടം' നടത്താൻ ഈ പാർട്ടികൾക്കുള്ള ശേഷി അതിവേഗം ക്ഷയിച്ചുവരികയാണുതാനും.

40

അരിയുടെ രാഷ്ട്രീയം

കമ്യൂണിസ്റ്റ് ഗവൺമെന്റ് സ്ഥാപിതമായി ഏതാനും മാസങ്ങൾക്കുശേഷം ഭക്ഷ്യവിതരണം സംബന്ധിച്ച് കേന്ദ്രഗവൺമെന്റ് ഒരു തീരുമാനമെടുത്തു. കേരളം, മദിരാശി, ആന്ധ്ര, മൈസൂർ എന്നീ നാല് ദക്ഷിണേന്ത്യൻ സംസ്ഥാനങ്ങളെ ചേർത്ത് ഒരു ദക്ഷിണ ഭക്ഷ്യമേഖല രൂപീകരിക്കാനാണ് തീരുമാനിച്ചത്. ഈ മേഖലക്കുള്ളിൽ സ്വതന്ത്രവ്യാപാരം അനുവദിക്കുകയും അവിടെ നിന്നുള്ള കയറ്റുമതി തടയുകയും ചെയ്തു. ആന്ധ്രയുടെ കനത്ത ഭക്ഷ്യമിച്ചം കേരളത്തിന്റെ ഭീമമായ കമ്മിയും അതുപോലെതന്നെ മദിരാശിയുടെയും മൈസൂറിന്റെയും ചെറിയ കമ്മിയും നികത്തുന്നതിന് ഉതകുമെന്നായിരുന്നു കരുതിയത്. പരിധിക്ക് മേലുള്ള ശേഖരം വിൽക്കുന്നതിന് കേന്ദ്രഗവൺമെന്റ് നിരക്ക് നിശ്ചയിക്കുകയും ചെയ്തു.

മിച്ച സംസ്ഥാനമായ ആന്ധ്രപ്രദേശിലെ സ്റ്റോക്കുടമകൾ തങ്ങൾക്ക് ഈ നിരക്കിനുമേൽ വില കിട്ടുന്നില്ലെങ്കിൽ തങ്ങളുടെ സ്റ്റോക്ക് വിൽക്കാൻ തയ്യാറാവുകയില്ലെന്ന ഒറ്റക്കാരണത്താൽ ദക്ഷിണ ഭക്ഷ്യമേഖല പ്രാവർത്തികമാകില്ലെന്ന ശരിയായ ഒരു ശങ്ക കേരള സർക്കാരിനുണ്ടായിരുന്നു. ഭക്ഷ്യധാന്യങ്ങളുടെ കാര്യത്തിൽ ഭീമമായ കമ്മി അനുഭവിക്കുന്ന കേരളത്തിന് ഒന്നുകിൽ സ്റ്റോക്കുടമകൾ ചോദിക്കുന്ന ഉയർന്നവില നൽകുകയോ ഭക്ഷണം കൂടാതെ കഴിയുകയോ മാത്രമേ കരണീയമായുണ്ടായിരുന്നുള്ളൂ. ആന്ധ്രയിലെ സ്റ്റോക്കുടമകൾ ചോദിക്കുന്ന വില നൽകുന്നത് നിയമവിരുദ്ധമായിരുന്നു. അതുകൊണ്ടുതന്നെ സംസ്ഥാനസർക്കാരിന് അത് അസാധ്യവുമായിരുന്നു. ഇപ്രകാരം ഭക്ഷ്യധാന്യം നേടിയാൽതന്നെ കേരളത്തിലെ ഉപഭോക്താക്കൾ താങ്ങാനാവാത്ത വില അതിന് നൽകേണ്ടിവരുമായിരുന്നു. ദേശീയ വികസനസമിതിയിലും ഭക്ഷ്യമന്ത്രാലയവുമായി തുടർന്നുന

ടന്ന ചർച്ചകളിലും സംസ്ഥാന പ്രതിനിധികൾ ഈ ആശങ്ക പ്രകടിപ്പിക്കുകയും പുതിയ സംവിധാനം പ്രവർത്തിക്കുന്നില്ലെങ്കിൽ കേരളത്തിന് ഭക്ഷണം ഉറപ്പുവരുത്തുന്നതിനുള്ള ഉത്തരവാദിത്വം കൈയൊഴിയരുതെന്ന് കേന്ദ്രഗവൺമെന്റിനോട് അപേക്ഷിക്കുകയും ചെയ്തു.

ഈ ആശങ്ക ശരിയാണെന്ന് തെളിഞ്ഞു. ദക്ഷിണ ഭക്ഷ്യമേഖല നിലനിന്ന ആദ്യത്തെ ഏതാനും മാസങ്ങളിൽ മാത്രമാണ് കേന്ദ്രഗവൺമെന്റ് അനുവദിച്ച നിരക്കിൽ സാധാരണ വ്യാപാരത്തിലൂടെ ആന്ധ്രയിൽ നിന്ന് കേരളത്തിൽ അരി ലഭിച്ചത്. എന്തായാലും മേഖലക്കുള്ളിൽ അരിയുടെ സ്വതന്ത്രനീക്കംകൊണ്ട് വില അധികനാൾ നിശ്ചിത പരിധിക്ക് താഴെനിർത്താൻ കഴിഞ്ഞില്ല. സ്വകാര്യ വ്യാപാരികൾക്ക് പരിധിയിൽ കവിഞ്ഞ വിലനൽകി അരിവാങ്ങാൻ കഴിഞ്ഞപ്പോൾ ഒരു സംസ്ഥാന ഗവൺമെന്റിനെ സംബന്ധിച്ചിടത്തോളം അത് നിയമവിരുദ്ധമായിരുന്നു. സ്വകാര്യ വ്യാപാരികൾ ആന്ധ്രയിൽ നിന്ന് അരി വാങ്ങി കേരളത്തിൽ കൊണ്ടുവന്ന് ഉപഭോക്താക്കൾക്ക് വിൽക്കുന്ന കാര്യത്തിൽ അതുതന്നെയാണ് വാസ്തവത്തിൽ അവർ ചെയ്തത്. നിശ്ചിത പരമാവധി വിലയേക്കാൾ ഉയർന്ന നിരക്കിൽ അവർ അരി വാങ്ങി അതിനേക്കാൾ ഉയർന്ന വിലയ്ക്ക് വിറ്റു.

നിശ്ചിത വിലനിരക്കിൽ സംസ്ഥാനത്തിന് അരിവാങ്ങാൻ കഴിയുമാറ് ആന്ധ്രയിൽ വിലനിയന്ത്രണം കർശനമായി നടപ്പാക്കുകയോ, അല്ലെങ്കിൽ കേന്ദ്രത്തിന്റെ മറ്റുശേഖരങ്ങളിൽ നിന്ന് കേരളത്തിന് അരി ലഭ്യമാക്കുകയോ ചെയ്യണമെന്ന് കേരളാഗവൺമെന്റ് കേന്ദ്രഗവൺമെന്റിനോടാവശ്യപ്പെട്ടു. എന്നാൽ ഇന്ത്യാഗവൺമെന്റ് അത് രണ്ടും ചെയ്തില്ല. കേരളത്തിന് അരി അയക്കാനുള്ള എല്ലാ ഉത്തരവാദിത്തങ്ങളിൽ നിന്നും അവർ കൈകഴുകി. ആന്ധ്രയിൽ നിന്ന് അരിവാങ്ങാൻ അവർ കേരളത്തോട് പറയുകയും നിയന്ത്രിത വിലയോ അതിൽതാഴെയോ മാത്രമേ നൽകാവൂ എന്ന് ശഠിക്കുകയും ചെയ്തു. വിലയെ സംബന്ധിച്ച നിബന്ധനയിൽ മുറുകെ പിടിച്ച കേന്ദ്രം ആ നിയന്ത്രിത വിലയ്ക്കോ അതിൽ താണ വിലയ്ക്കോ കേരളത്തിനാവശ്യമായ അരി ആന്ധ്രയിൽ ലഭ്യമാക്കാൻ തങ്ങളുടെ അധികാരം എടുത്തുപയോഗിക്കാൻ സന്നദ്ധമായില്ല.

ഇത് കമ്യൂണിസ്റ്റ് ഗവൺമെന്റിന് അധികാരത്തിലിരുന്ന കാലം മുഴുവൻ ഒരു തലവേദനയായിരുന്നു. ആന്ധ്രയിലെയും കേരളത്തിലെയും ഭക്ഷ്യമന്ത്രിമാരുടെയും കേന്ദ്രഗവൺമെന്റിന്റെയും കേരള ഗവൺമെന്റിന്റെയും ഉദ്യോഗസ്ഥൻമാരുടെയും എണ്ണമറ്റ കോൺഫറൻസുകൾ നടത്തി. പ്രധാനമന്ത്രിയോ ആഭ്യന്തരമന്ത്രിയോ പങ്കെടുത്ത ഏതാനും യോഗങ്ങളും നടക്കുകയുണ്ടായി. ഈ കോൺഫറൻസുകളെല്ലാം കഴിഞ്ഞിട്ടും കേരളത്തിന് ആവശ്യമായ അരി ലഭിക്കുന്ന സ്ഥിതിയുണ്ടായില്ല. അങ്ങനെ ആന്ധ്രയിൽ അരിക്കും പരമാവധി വില നിശ്ചയിച്ചുകൊണ്ടുള്ള കേന്ദ്രഗവൺമെന്റിന്റെ ഉത്തരവ് ഒരു പ്രഹസനമായിത്തീർന്നു.

അതേസമയം, പ്രതിപക്ഷത്തെ നേതാക്കൻമാരും പ്രക്ഷോഭകാരികളും-അവർക്കെല്ലാം പുറമെ കേന്ദ്രഗവൺമെന്റിനെ നിയന്ത്രിക്കുന്ന പാർട്ടിയുടെ കേരളാ ഘടകവും ജനങ്ങൾക്ക് അരി ലഭ്യമാക്കുന്നതിൽ സംസ്ഥാന ഗവൺമെന്റിന്റെ 'പിടിപ്പുകേടി'നെതിരെ അക്രമോത്സുകമായ പ്രചരണം അഴിച്ചുവിട്ടു. കേന്ദ്രഗവൺമെന്റിന്റെ സഹായകരമല്ലാത്ത നിലപാടും കേരളത്തിലെ പ്രതിപക്ഷത്തിന്റെ ശത്രുതാമനോഭാവവും പരസ്പര പൂരകമായി വർത്തിക്കുകയും ചെയ്തു. കേന്ദ്രഗവൺമെന്റും കോൺഗ്രസ് പാർട്ടിയുടെ സംസ്ഥാന ഘടകവും കമ്യൂണിസ്റ്റ് ഗവൺമെന്റിനെതിരെ യഥാർഥത്തിൽ ഗൂഢാലോചന നടത്തുകയാണെന്നും അതിന്റെ ഭാഗമായി കേരളത്തിലെ ജനങ്ങളെ പട്ടിണിക്കിടുകയാണെന്നും കേരളാഗവൺമെന്റും കമ്യൂണിസ്റ്റുപാർട്ടിയും ജനങ്ങളോട് വിശദീകരിച്ചു.

ഭക്ഷ്യധാന്യം നേടുന്നതിൽ ഇപ്രകാരം നിസ്സഹായാവസ്ഥയിൽ ആയെങ്കിലും സംസ്ഥാനത്തിനകത്തുനിന്നും പുറത്തുനിന്നും ലഭിക്കുന്ന അരി ശരിയായി വിതരണം ചെയ്യപ്പെടുന്നു എന്ന് ഉറപ്പുവരുത്താൻ കേരളാഗവൺമെന്റ് ശക്തമായ നടപടികൾ സ്വീകരിച്ചു. അതിനുവേണ്ടി സംസ്ഥാനത്തുടനീളം 'ന്യായവിലഷോപ്പുകൾ' ഏർപ്പെടുത്തി. ഓരോ കുടുംബത്തിനും അരി നൽകിയ പഴയ റേഷൻകടകളിൽ നിന്ന് വ്യത്യസ്തമായിരുന്നു ഈ ന്യായവിലഷോപ്പുകൾ. ഒരു നിശ്ചിത വരുമാന പരിധിയിൽ താഴെയുള്ളവർക്ക് മാത്രമേ ന്യായവിലഷോപ്പുകൾ അരി നൽകിയുള്ളൂ. മറ്റുള്ളവർ ആവശ്യത്തിന് സ്വകാര്യകടകളെ ആശ്രയിക്കണം. ഈ കമ്മി സംസ്ഥാനത്തെ മിച്ചപ്രദേശങ്ങൾ എന്ന് കരുതപ്പെടുന്ന ഭാഗങ്ങളിൽ ന്യായവിലഷോപ്പുകൾ തുറന്നില്ല. ആ പ്രദേശങ്ങളിലുള്ളവരും സ്വകാര്യ വ്യാപാരികളെ ആശ്രയിക്കണം എന്നാണ് ഉദ്ദേശിച്ചത്. എങ്കിൽപോലും സംസ്ഥാനത്തെ ജനങ്ങളിൽ നല്ലൊരു വിഭാഗത്തിന്റെ ഭക്ഷ്യാവശ്യങ്ങൾ നിറവേറ്റാൻ ഈ ന്യായവിലഷോപ്പുകൾക്ക് കഴിയുമെന്നാണ് പ്രതീക്ഷിച്ചത്. ആദ്യം ആയിരത്തിൽ താഴെ മാത്രമായിരുന്ന ഈ ന്യായവിലഷോപ്പുകൾ പിന്നീട് ആറായിരത്തോളമായി വർധിച്ചു.

സംസ്ഥാന ഗവൺമെന്റിന് പ്രതിമാസം 20-25 ആയിരം ടൺ അരി കൈവശമുള്ളിടത്തോളം അത് വിജയകരവും ശ്രദ്ധേയവുമായ ഒരു സംവിധാനമായിരുന്നു. ന്യായവിലഷോപ്പുകളുടെ സുഗമമായ പ്രവർത്തനത്തിന് കേന്ദ്രത്തിൽ നിന്നോ മറ്റ് ശേഖരങ്ങളിൽ നിന്നോ വേണ്ടത്ര അരി കിട്ടിയിരുന്നപ്പോഴെല്ലാം വിലനിലവാരം മതിയാംവണ്ണം താണിരുന്നു എന്നാണ് കണക്കുകൾ കാണിക്കുന്നത്. എന്നാൽ ഈ ലഭ്യതക്ക് തടസം ഉണ്ടായിട്ടുള്ളപ്പോഴെല്ലാം(കേരളത്തിന് അരി തരാൻ കേന്ദ്രഗവൺമെന്റ് വീഴ്ചവരുത്തിയതുകൊണ്ട് പലപ്പോഴും അത് സംഭവിച്ചിട്ടുമുണ്ട്) വില ഉയരുകയും ചെയ്തിട്ടുണ്ട്. ഈ ന്യായവിലഷോപ്പ് സമ്പ്രദായം തുടരണമെന്ന കാര്യത്തിൽ കേരളീയർ-രാഷ്ട്രീയവും മറ്റു

മായ എല്ലാ അഭിപ്രായ വൈജാത്യങ്ങൾക്കുപരിയായി-ഏകാഭിപ്രായ ക്കാരായിരുന്നു.

എന്നിരുന്നാലും ഈ ന്യായവിലഷോപ്പുകൾ വിജയകരമായി തുടർന്ന് പ്രവർത്തിക്കണമെങ്കിൽ ചില പ്രശ്നങ്ങൾക്ക്പരിഹാരം കാണേണ്ടതുണ്ടായിരുന്നു. ഈ ഷോപ്പുകളിൽനിന്ന് അരി ലഭിക്കേണ്ട കുടുംബങ്ങളെ തിരഞ്ഞെടുക്കേണ്ടതെങ്ങനെ? ന്യായവിലഷോപ്പുകൾ സ്ഥാപിക്കേണ്ട പ്രദേശങ്ങൾ നിർണയിക്കുന്നതെങ്ങനെ? ന്യായവില ഷോപ്പുകൾക്ക് നൽകുന്ന അരിയുടെ ശരിയായ വിതരണം എങ്ങനെ യാണ് ഉറപ്പുവരുത്തുന്നത്? റേഷനിംഗിന്റെ കാലത്ത് 'വ്യാജ'കാർഡു കൾ ഉപയോഗിച്ച് റേഷനരി കരിഞ്ചന്തയിലേക്ക് തിരിച്ചുവിട്ടിരുന്ന കഥ അങ്ങാടിപ്പാട്ടായിരുന്നു

ഈ പ്രശ്നങ്ങൾ പരിഹരിക്കുന്നതിനാണ് ഗവൺമെന്റ് ജനങ്ങ ളുടെ ഭക്ഷ്യകമ്മിറ്റികൾക്ക് രൂപം നൽകിയത്. ഓരോ പ്രദേശത്തും സ്ഥാപിക്കേണ്ട ന്യായവിലഷോപ്പുകളുടെ എണ്ണം നിർണയിക്കുക, അവ എവിടെ സ്ഥാപിക്കണമെന്ന് നിശ്ചയിക്കുക, ന്യായവിലഷോപ്പ് നടത്തേണ്ട വ്യക്തിയെ തിരഞ്ഞെടുക്കുക തുടങ്ങിയ കാര്യങ്ങളിൽ ബന്ധപ്പെട്ട ഉദ്യോഗസ്ഥൻമാരെ ഉപദേശിക്കുന്നതിന് സംസ്ഥാനത്തെ എല്ലാ പ്രമുഖ രാഷ്ട്രീയ പാർട്ടികളുടെയും പ്രതിനിധികളടങ്ങിയ സമി തികൾ രൂപീകരിച്ചു. ഈ സമിതികൾ താലൂക്ക്-പഞ്ചായത്ത് നിലവാര ത്തിലും മറ്റ് പ്രാദേശിക നിലവാരങ്ങളിലും രൂപീകരിക്കേണ്ടതുണ്ടായി രുന്നു. തിരിച്ചറിയൽ കാർഡ് നൽകേണ്ട താണവരുമാനക്കാരിൽപെട്ട കുടുംബങ്ങളെ തിരഞ്ഞെടുക്കുകയും ഷോപ്പുകൾ മറ്റെല്ലാ വിധ ത്തിലും ശരിയായി പ്രവർത്തിക്കുന്നുവെന്ന് ഉറപ്പുവരുത്തുകയും ചെയ്യേണ്ടത് ഈ സമിതികളായിരുന്നു. ഇത് കൂടാതെ സംസ്ഥാന തല ത്തിലുള്ള ഒരു സർവകക്ഷി ഭക്ഷ്യഉപദേശകസമിതിയും ഉണ്ടായിരു ന്നു. ഈ സമിതി സംവിധാനത്തിന്റെയാകെ പ്രവർത്തനത്തിൽ ഉടലെ ടുത്തേക്കാവുന്ന പ്രശ്നങ്ങൾ കൈകാര്യം ചെയ്തു.

വിതരണം സംബന്ധിച്ച പ്രശ്നത്തിന്റെ പരിഹാരം ജനകീയഭ ക്ഷ്യസമിതിക്കാരുടെ വിജയകരമായ പ്രവർത്തനത്തെ ആശ്രയിച്ചിരു ന്നു. കോൺഗ്രസും മറ്റ് പ്രതിപക്ഷ പാർട്ടികളും ഈ സമിതികളുടെ രൂപീകരണത്തെതന്നെ ചോദ്യം ചെയ്തു. അവരുടെ അഭിപ്രായത്തിൽ ഈ സമിതികൾ കമ്യൂണിസ്റ്റ് പാർട്ടിയെ ശക്തിപ്പെടുത്താൻ ഉദ്ദേശിച്ചു കൊണ്ടുള്ളതായിരുന്നു. സംസ്ഥാനത്തെ എല്ലാ രാഷ്ട്രീയ പാർട്ടികളു ടെയും രാഷ്ട്രീയ സ്വാധീനത്തിന് ആനുപാതികമായി ഓരോ പാർട്ടിയു ടെയും പ്രതിനിധികളടങ്ങിയ സമിതി എങ്ങനെയാണ് പ്രതിപക്ഷ കക്ഷികൾക്കുപരി കമ്യൂണിസ്റ്റ് പാർട്ടിയെ ശക്തിപ്പെടുത്തുന്നതെന്ന് വിശദീകരിക്കാൻ വാസ്തവത്തിൽ അവർക്ക് കഴിഞ്ഞില്ല.

അരിയുടെ ലഭ്യത ആശ്രയിച്ചേ പുതിയ വിതരണ സംവിധാന ത്തിന് പ്രവർത്തിക്കാൻ കഴിയുമായിരുന്നുള്ളൂ. അരിവാങ്ങാൻ ആന്ധ്ര

യിൽ മാത്രമേ സംസ്ഥാനത്തിന് പോകാൻ കഴിഞ്ഞിരുന്നുള്ളൂ. സംസ്ഥാനത്തെ ഓണാഘോഷത്തിന്റെ ആവശ്യം നിറവേറ്റാനാണ് അങ്ങനെ ചെയ്തത്. ആവശ്യമായത്ര ഭക്ഷണം ഉപയോഗിക്കാറുണ്ടായിരുന്ന ഈ ആഘോഷവേളയിൽ ജനങ്ങൾക്ക് പട്ടിണി കിടക്കേണ്ടിവന്നില്ലെന്നത് ആന്ധ്രയിൽ നിന്ന് അരി സംഭരിക്കാനുള്ള പരിശ്രമം വിജയകരമായിരുന്നു എന്നാണ് കാണിച്ചത്. എന്നാൽ ഈ പരിശ്രമത്തെ കേരളാഗവൺമെന്റിനും കമ്യൂണിസ്റ്റുപാർട്ടിക്കും എതിരായ ആക്രമണം അഴിച്ചുവിടുന്നതിനാണ് കോൺഗ്രസിന്റെ നേതൃത്വത്തിലുള്ള പ്രതിപക്ഷം ഉപയോഗിച്ചത്. അരിക്ക് നൽകിയവില അവിശ്വസനീയമാം വിധം ഉയർന്നതാണെന്നും അതുവഴി കമ്യൂണിസ്റ്റുപാർട്ടി സമ്പന്നമായെന്നുമാണ് നിയമസഭക്ക് അകത്തും പുറത്തും ഉന്നയിക്കപ്പെട്ട ആരോപണം. കുത്തകപത്രങ്ങളെ ഉപയോഗിച്ചും യോഗങ്ങളും പ്രകടനങ്ങളും സംഘടിപ്പിച്ചും 'ആന്ധ്ര അരി കുംഭകോണം' എന്ന പേരിൽ പ്രചണ്ഡമായ പ്രചാരണം അഴിച്ചുവിട്ടു. ഈ ഇടപാടിനെക്കുറിച്ച് ജുഡീഷ്യൽ അന്വേഷണം നടത്തണമെന്ന ആവശ്യവും നിരന്തരമായി ഉയർത്തി. പ്രക്ഷോഭം ശക്തമായപ്പോൾ പ്രസ്തുത ആവശ്യം ഗവൺമെന്റിന് അംഗീകരിക്കേണ്ടിവരികയും കേരളഹൈക്കോടതിയിലെ ഒരു സിറ്റിങ്ങ് ജഡ്ജിയെ അന്വേഷണ കമ്മീഷനായി നിയമിക്കുകയും ചെയ്തു.

അരിക്ക് നൽകേണ്ടിയിരുന്നതിനേക്കാൾ ഉയർന്ന വിലകൊടുത്തതായി എന്തെങ്കിലും തെളിവ് കാണിക്കാൻ കമ്മീഷൻ റിപ്പോർട്ടിന് കഴിഞ്ഞില്ല. എന്നാൽ ടെൻഡറുകൾ ക്ഷണിച്ച് ഏറ്റവും താണ ടെൻഡർകാരന് കോൺട്രാക്ട് നൽകിയല്ല അരി വാങ്ങിയത്. അത് സമയമെടുക്കുന്ന ഒരു പ്രക്രിയ ആകുമായിരുന്നുവെന്നും ആ നടപടി സ്വീകരിച്ചിരുന്നുവെങ്കിൽ ആഘോഷത്തിന് വേണ്ട അരി സമയത്തിന് ലഭ്യമാക്കുവാൻ സാധിക്കുമായിരുന്നില്ലെന്നുമാണ് ഗവൺമെന്റ് വിശദീകരണം നൽകിയത്. സാധനം അടിയന്തരമായി വേണ്ടിവരുമ്പോൾ കൂടിയാലോചനയിലൂടെ കോൺട്രാക്ടിൽ ഏർപ്പെടുന്നത് ഗവൺമെന്റ് ചെയ്യാറുള്ളതാണ്. എങ്കിലും കമ്മീഷൻ അതിനോട് വിയോജിച്ചുകൊണ്ടുപറഞ്ഞു -കാരണം എന്തുതന്നെയായാലും ടെൻഡറുകൾ ക്ഷണിക്കേണ്ടത് ഗവൺമെന്റിന്റെ ബാധ്യതയായിരിക്കുന്ന സന്ദർഭങ്ങളിൽ അപ്രകാരം ചെയ്യാതിരിക്കുന്നത് ഗവൺമെന്റിന്റെ വിശ്വാസ്യതയും സത്യസന്ധതയും സംബന്ധിച്ച് ഗുരുതരമായ സംശയം ഉയർത്തുന്നതാണ്.

ഗവൺമെന്റിനെതിരെ കമ്മീഷൻ വ്യക്തമായൊരു വിധി നൽകിയില്ലെങ്കിലും, കമ്പോളത്തിൽ നിലവിലുണ്ടായിരുന്ന പരിത:സ്ഥിതിയിൽ നൽകേണ്ടതില്ലായിരുന്ന വിലയാണ് ഗവൺമെന്റ് നൽകിയതെന്ന് കമ്മീഷൻ കണ്ടെത്തിയതായി ഒരു പ്രചാരണം അഴിച്ചുവിടപ്പെട്ടു. ഇതായിരുന്നു ഗവൺമെന്റിന്റെ പിരിച്ചുവിടലിൽ എത്തിയ 'വിമോചനസമര'ത്തിൽ ഗവൺമെന്റ് വിരുദ്ധവികാരം പരത്തിയ പ്രശ്നങ്ങളിൽ ഒന്ന്. ഈ ഇടപാടിൽ ഭക്ഷ്യമന്ത്രിയോ അദ്ദേഹത്തിന്റെ സഹപ്രവർത്തകരോ

പണം തട്ടിയതായി പ്രതിപക്ഷത്തെ പ്രക്ഷോഭകാരികൾ പോലും ആരോപിച്ചില്ലെന്നത് ശ്രദ്ധേയമാണ്. ഉയർന്നവില നൽകിയതുവഴി നേടിയ പണം പാർട്ടിക്ക് കൈമാറിയെന്നായിരുന്നു ആരോപണം. ഏതെങ്കിലും ഒരു മന്ത്രിയുടെ അഴിമതിയല്ല, സംസ്ഥാനത്തെ ഭരണകക്ഷിയുടെ കൂട്ടായ അഴിമതിക്കെതിരെയായിരുന്നു ആരോപണം.

ഇത് സംസ്ഥാനത്തെയും കേരളത്തിലെയും ചില മന്ത്രിമാർക്കെതിരെ ഉയർന്ന അഴിമതി ആരോപണങ്ങളിൽ നിന്ന് തികച്ചും വ്യത്യസ്തമാണ്. ആ മന്ത്രിമാരിൽ ചിലരെ മന്ത്രിസഭയിൽ നിന്ന് പുറത്താക്കേണ്ടിവരികയും ചെയ്തു എന്നതും ഒരു വസ്തുതയാണ്.

41

ആരോപണവും പ്രത്യാരോപണവും

കേരളത്തിൽ കമ്യൂണിസ്റ്റ് ഗവൺമെന്റിനെതിരെ ഭരണഘടനാ വിരുദ്ധമായ 'വിമോചനസമരം' നയിച്ച കോൺഗ്രസ് പാർട്ടിയുടെ അഖിലേന്ത്യാ നേതൃത്വം ഒരു ധർമസങ്കടത്തിലാവുകയുണ്ടായി-ഭരണ ഘടനാപരമായും രാഷ്ട്രീയമായും സമരത്തിന് യാതൊരു നീതീകര ണവും ഇല്ലായിരുന്നു. എന്നാൽ ഒരു സംസ്ഥാനത്ത് കമ്യൂണിസ്റ്റ് ഗവൺമെന്റ് തുടരുന്നത് എല്ലാ സംസ്ഥാനങ്ങളിലും കോൺഗ്രസിന് ഭീഷണിയായിരുന്നു.

രാജ്യത്തെ മുഴുവൻ ജനങ്ങളും നെഹ്റു ഗവൺമെന്റിനെ തിരഞ്ഞെടുത്തതുപോലെ തന്നെയാണ് സംസ്ഥാനത്തെ ജനങ്ങൾ കമ്യൂണിസ്റ്റുപാർട്ടിയെ തങ്ങളുടെ ഭരണകക്ഷിയായി തിരഞ്ഞെടുത്ത ത്. കേരളത്തിൽ കോൺഗ്രസ് ഗവൺമെന്റിന് അഞ്ചുവർഷം മുഴുവൻ ഭരിക്കാൻ അവകാശമുള്ളതുപോലെതന്നെ കമ്യൂണിസ്റ്റു ഗവൺമെന്റിനും അഞ്ചുവർഷം മുഴുവൻ അധികാരത്തിൽ തുടരാൻ അവകാശമുണ്ടായി രുന്നു. രണ്ട് കാര്യങ്ങളിലുമുള്ള ഒരേയൊരു രാഷ്ട്രീയ ഉപാധി ഗവൺമെന്റിന് ബന്ധപ്പെട്ട പാർലമെന്റിലായാലും നിയമസഭയിലാ യാലും ഭൂരിപക്ഷം അംഗങ്ങളുടെ പിന്തുണ വേണമെന്നതാണ്.

ഈ രാഷ്ട്രീയ മുൻഉപാധി രണ്ടുകാര്യങ്ങളിലും നിലവിലുണ്ടാ യിരുന്നു. രണ്ടുപേരുടെ ഭൂരിപക്ഷമേ ഉണ്ടായിരുന്നുള്ളുവെങ്കിലും ഉറച്ച ഒരു സംസ്ഥാന ഗവൺമെന്റായിരുന്നു കേരളത്തിനുണ്ടായിരുന്നത്. ഏതാനും കമ്യൂണിസ്റ്റ് എം എൽ എമാരെ പ്രതിപക്ഷത്തേക്ക് കാലുമാ റ്റാനുള്ള എല്ലാ ശ്രമങ്ങളും പരാജയപ്പെട്ടു. ഒരംഗത്തിന്റെ ഒഴിവ് നിക ത്താൻ നടത്തേണ്ടിവന്ന ഉപതിരഞ്ഞെടുപ്പിൽ കമ്യൂണിസ്റ്റ് പാർട്ടി വിജ യിക്കുകയും ചെയ്തു.

ഭരണഘടനാപരവും രാഷ്ട്രീയവുമായി കമ്യൂണിസ്റ്റ് ഗവൺമെന്റി

നുണ്ടായിരുന്ന ഈ അസന്ദിഗ്ധമായ സ്ഥാനത്തിന് പുറമെ കമ്യൂണിസ്റ്റുഗവൺമെന്റിന്റെ നയങ്ങൾക്ക് കോൺഗ്രസിന്റെ പിന്തുണക്കാരടക്കം ബഹുജനങ്ങളാകെ ഊഷ്മളമായ പിന്തുണ നൽകി എന്ന ഒരു പ്രായോഗിക യാഥാർഥ്യവും നിലനിന്നു. വാസ്തവത്തിൽ അതാകട്ടെ അഖിലേന്ത്യാ കോൺഗ്രസ് പാർട്ടിയുടെയും കേന്ദ്രഗവൺമെന്റിന്റെയും നയങ്ങൾക്ക് തികച്ചും അനുരോധവുമായിരുന്നു. അതിനാൽ കമ്യൂണിസ്റ്റ് ഗവൺമെന്റിന്റെ പ്രവർത്തനങ്ങളെ എതിർക്കാൻ തത്വാധിഷ്ഠിതമായി കോൺഗ്രസിന് സാധ്യമായിരുന്നില്ല.

അതേസമയം അഞ്ചുവർഷം തികച്ചും അധികാരത്തിൽ തുടർന്നാൽ സംസ്ഥാനത്തെ ജനങ്ങളിൽ കമ്യൂണിസ്റ്റുപാർട്ടിക്കുള്ള സ്വാധീനം ശക്തമാകുകയും രാജ്യത്തെമ്പാടുമുള്ള ജനങ്ങൾ കോൺഗ്രസിനുള്ള യഥാർഥ രാഷ്ട്രീയ ബദലായി കമ്യൂണിസ്റ്റ് പാർട്ടിയെ ഉറ്റുനോക്കുകയും ചെയ്യുന്ന സ്ഥിതിയുണ്ടാകും. കേരളത്തിലെ കമ്യൂണിസ്റ്റുഗവൺമെന്റിന്റെയും കേരളത്തിലെയും ഇതരസംസ്ഥാനങ്ങളിലെയും കോൺഗ്രസ്ഗവൺമെന്റുകളുടെയും പ്രവർത്തനം താരതമ്യം ചെയ്തിട്ടുള്ളവർക്ക് കോൺഗ്രസ് വാഗ്ദാനം ചെയ്ത ഭരണപരിഷ്കാരങ്ങൾ നടപ്പാക്കിയ ഒരു ഗവൺമെന്റിനെയാണ് കേരളത്തിൽ കാണാനായത്.

ഈ പരിത:സ്ഥിതിയിൽ നിന്നാണ് കമ്യൂണിസ്റ്റ് ഗവൺമെന്റിനോടുള്ള കോൺഗ്രസ് പാർട്ടിയുടെ സമീപനത്തിൽ വൈരുധ്യം ഉടലെടുത്തത്. കോൺഗ്രസ് പ്രസിഡന്റ് യു എൻ ധേബറും ജനറൽ സെക്രട്ടറി ശ്രീമന്നാരായണനും പോലുള്ള ചിലനേതാക്കൾ കമ്യൂണിസ്റ്റുഗവൺമെന്റിനെതിരെ ആദ്യംമുതലേ വിഷലിപ്തമായ പ്രചാരണം അഴിച്ചുവിട്ടു. അഖിലേന്ത്യാ നേതാക്കൾക്കിടയിലെ സമാനചിന്താഗതിക്കാരായ വ്യക്തികളും കേരളത്തിലെ ഉന്നതരും ഇടത്തരക്കാരുമായ നേതാക്കളോടൊപ്പം ചേർന്ന് കമ്യൂണിസ്റ്റ് ഗവൺമെന്റിനെ കഴിയുന്നത്രവേഗം പുറത്താക്കണമെന്നാവശ്യപ്പെട്ടുകൊണ്ട് നിരന്തരവും ആസൂത്രിതവുമായ പ്രക്ഷോഭം സംഘടിപ്പിച്ചു. കോൺഗ്രസിന്റെ നേതൃത്വത്തിലുള്ള സംസ്ഥാന ഗവൺമെന്റും കമ്യൂണിസ്റ്റുപാർട്ടിയുടെ നേതൃത്വത്തിലുള്ള സംസ്ഥാന ഗവൺമെന്റും തമ്മിൽ കേന്ദ്രഗവൺമെന്റിന് വ്യത്യാസമില്ലെന്ന് തോന്നത്തക്കവിധം കൂടുതൽ അയവേറിയ നിലപാട് സ്വീകരിക്കാനാണ് പ്രധാനമന്ത്രി നെഹ്റുവിനെയും പ്രസിഡന്റ് രാജേന്ദ്രപ്രസാദിനെയും പോലുള്ള നേതാക്കൾ ആഗ്രഹിച്ചത്.

കമ്യൂണിസ്റ്റുഗവൺമെന്റിന്റെ നിലനിൽപ്പ് മറ്റുസംസ്ഥാനങ്ങളിലെയും കേരളത്തിലെയും കേന്ദ്രത്തിലെയും കോൺഗ്രസ് ഭരണത്തിന് ഗുരുതരമായ ഭീഷണിയായിരുന്നെന്ന കാര്യത്തിൽ ഇരുവരും യോജിച്ചു. എന്നാൽ ഈ ഭീഷണി ഒഴിവാക്കേണ്ടത് എങ്ങനെയെന്ന കാര്യത്തിൽ അവർ വിയോജിച്ചു. 126 അംഗനിയമസഭയിൽ കേവലം രണ്ടുപേരുടെ ഭൂരിപക്ഷം മാത്രമുള്ള കമ്യൂണിസ്റ്റ് ഗവൺമെന്റ് താനേ തകർന്നുകൊള്ളുമെന്നും അതുകൊണ്ട് നിയമപരമായി രൂപീകരിക്കപ്പെട്ട

സംസ്ഥാന ഗവൺമെന്റിനെതിരെ കേന്ദ്രഗവൺമെന്റിന്റെ അധികാരം ഉപയോഗിച്ചുവെന്ന പഴി കേന്ദ്രഗവൺമെന്റും ഭരണകക്ഷിയും കേൾക്കേണ്ടിവരുന്നത് ഒഴിവാക്കാനാകുമെന്നുമാണ് അയവുള്ള സമീപനത്തിനു വേണ്ടിനിന്നവർ പ്രതീക്ഷിച്ചത്. ഈ പ്രതീക്ഷ അസ്ഥാനത്താണെന്ന് വരുകയും കമ്യൂണിസ്റ്റു ഗവൺമെന്റ് വിരുദ്ധ പ്രക്ഷോഭം വേണ്ടത്ര ശക്തമാവുകയും ചെയ്ത ശേഷമാണ് അപ്പോഴും നിയമസഭയിൽ ഭൂരിപക്ഷമുള്ള സംസ്ഥാന ഗവൺമെന്റിനെ പിരിച്ചുവിടുക എന്ന ആശയവുമായി നെഹ്റു പൊരുത്തപ്പെട്ടത്.

തിരഞ്ഞെടുക്കപ്പെട്ട സംസ്ഥാനഗവൺമെന്റിനെതിരായ കേന്ദ്രനടപടിക്കുണ്ടാകാവുന്ന പ്രതികൂല പ്രത്യാഘാതത്തെക്കുറിച്ച് ബോധവാനായിരുന്ന നെഹ്റു കമ്യൂണിസ്റ്റു ഗവൺമെന്റിന്റെ നേതാക്കൻമാരോട് വീണ്ടും ജനവിധി തേടാൻ നിർദേശിച്ചു. പാർട്ടിക്കുണ്ടായിരുന്ന പിന്തുണ രണ്ട് വർഷം അധികാരത്തിൽ ഇരുന്നശേഷം വളരെയേറെ നഷ്ടപ്പെട്ടുവെന്ന് തോന്നുന്നതായി അദ്ദേഹം വിശദീകരിച്ചു. ഈ കൗശലം വിജയിച്ചിരുന്നുവെങ്കിൽ ഭരണഘടനാപരമായി പ്രവർത്തിച്ചിരുന്ന സംസ്ഥാന ഗവൺമെന്റിനെ കേന്ദ്രം പിരിച്ചുവിടുകയെന്ന സന്തോഷകരമല്ലാത്ത നടപടി നെഹ്റുവും അദ്ദേഹത്തിന്റെ ഗവൺമെന്റും സ്വീകരിക്കുമായിരുന്നില്ല. ഈ നിർദേശം സ്വീകരിക്കാൻ കേരളഗവൺമെന്റ് വിസമ്മതിച്ചപ്പോൾ മാത്രമാണ് അദ്ദേഹം സംസ്ഥാന ഗവൺമെന്റിനെ പിരിച്ചുവിട്ടുകൊണ്ടുള്ള നടപടി എടുത്തത്.

ജനങ്ങളാൽ തിരഞ്ഞെടുക്കപ്പെട്ട, അതുകൊണ്ടുതന്നെ അഞ്ചു വർഷം മുഴുവൻ അധികാരത്തിൽ തുടരാൻ അർഹതയുണ്ടായിരുന്ന കമ്യൂണിസ്റ്റ് ഗവൺമെന്റ് ഭരണഘടനാ വിരുദ്ധമായി പ്രവർത്തിച്ചുവെന്ന് പറഞ്ഞാണ് കേന്ദ്രഗവൺമെന്റ് തികച്ചും ഭരണഘടനാവിരുദ്ധമായ ഈ നടപടിയെ ന്യായീകരിച്ചത്. കമ്യൂണിസ്റ്റ് ഗവൺമെന്റിനെതിരായി കോൺഗ്രസ് കമ്മിറ്റി തയ്യാറാക്കിയ 'കുറ്റപത്ര'ത്തിൽ "കമ്യൂണിസ്റ്റു ഗവൺമെന്റിന്റെ ഭരണഘടനാവിരുദ്ധ നടപടികളായി" ചിത്രീകരിച്ചുകൊണ്ട് ഡസൻകണക്കിന് 'ഉദാഹരണങ്ങൾ' നിരത്തി. കമ്യൂണിസ്റ്റുഗവൺമെന്റിനെതിരെ സംഘടിപ്പിക്കപ്പെട്ട 'വിമോചനസമര'ത്തിനും തുടർന്ന് നടന്ന തിരഞ്ഞെടുപ്പ് പ്രചാരണത്തിനും ആശയപരവും രാഷ്ട്രീയവുമായ അടിത്തറയായി വർത്തിച്ചത് പ്രസ്തുത 'കുറ്റപത്ര'മായിരുന്നു. കോൺഗ്രസ് പാർട്ടിയുടെയും സഖ്യശക്തികളുടെയും തിരഞ്ഞെടുപ്പ് പ്രചാരണം കേരളത്തിലും അഖിലേന്ത്യാ തലത്തിലും ലോകമെമ്പാടുമുള്ള കമ്യൂണിസ്റ്റ് ആശയത്തിനും രാഷ്ട്രീയത്തിനും പ്രയോഗത്തിനും എതിരായ സമ്പൂർണമായ ഒരു കടന്നാക്രമണമായിരുന്നു. കമ്യൂണിസ്റ്റ് ലക്ഷ്യത്തിനെതിരായ വെറുപ്പും വിദ്വേഷവും കുത്തിവെക്കുന്ന പ്രചാരണവും ഒപ്പം കമ്യൂണിസ്റ്റു വിരുദ്ധശക്തികളെല്ലാം കൂടി ഒത്തുചേർന്നപ്പോഴുണ്ടായ വീര്യവുമാകുമ്പോൾ കമ്യൂണിസ്റ്റ് പാർട്ടിയെ ഒറ്റപ്പെടുത്താൻ കഴിയുമെന്നാണ് കോൺഗ്രസ്

പാർട്ടി പ്രതീക്ഷിച്ചത്.

ഈ കമ്യൂണിസ്റ്റ് വിരുദ്ധ ജ്വരത്തെ ഫലപ്രദമായി നേരിടണമെങ്കിൽ കമ്യൂണിസ്റ്റുപാർട്ടിയുടെ പ്രചാരണം കേരളത്തിൽ ഒതുങ്ങിനിന്നാൽ മതിയാവില്ലെന്ന് പാർട്ടി കണ്ടു. കമ്യൂണിസ്റ്റ് ഗവൺമെന്റിന്റെ രൂപീകരണവും അത് 28മാസം അധികാരത്തിൽ തുടരുകയും ചെയ്തപ്പോൾ ഉയർന്നുവന്ന പ്രശ്നങ്ങളും അതിനെതിരെ കേന്ദ്രഗവൺമെന്റ് സ്വീകരിച്ച ഭരണഘടനാവിരുദ്ധമായ നടപടികളും രാജ്യത്തുടനീളമുള്ള ജനങ്ങളുടെ മുൻപിൽ കൊണ്ടുവരേണ്ടതുണ്ടായിരുന്നു. അതുകൊണ്ടാണ് പിരിച്ചുവിടപ്പെട്ട മുഖ്യമന്ത്രിയുടെ അഖിലേന്ത്യാപര്യടനത്തോടെ ഒരു പ്രചാരണം സംഘടിപ്പിക്കാൻ പാർട്ടി തീരുമാനിച്ചത്. അത് ഏകദേശം രണ്ടുമാസം നീണ്ടുനിന്നു. ആ പ്രചാരണത്തിൽ ചെയ്ത പ്രസംഗങ്ങളുടെ മുഖ്യ ഉള്ളടക്കം ഇപ്രകാരമായിരുന്നു. കേന്ദ്ര ഗവൺമെന്റിന്റെ ഈ നടപടിയെ ഇന്ത്യൻജനത ഒന്നിച്ചു ചെറുത്തില്ലെങ്കിൽ തിരഞ്ഞെടുക്കപ്പെട്ട ഗവൺമെന്റുകൾക്കെതിരെ ഈ പിരിച്ചുവിടൽ നടപടി ആവർത്തിക്കുന്നതിനും പാകിസ്താനിൽ സംഭവിച്ചതുപോലെ ക്രമേണ പട്ടാള സേച്ഛാധിപത്യത്തിലേക്ക് നയിക്കുന്നതിനും അതിടവരുത്തും. പാർട്ടി സംഘടിപ്പിച്ച ഈ അഖിലേന്ത്യാ പര്യടനപരിപാടി രാജ്യത്തെ പാർലമെന്ററി ജനാധിപത്യം സംരക്ഷിക്കുന്നതിനും ശക്തിപ്പെടുത്തുന്നതിനുമുള്ള ശക്തമായ ഒരു പ്രസ്ഥാനത്തിന് നാന്ദി കുറിക്കുകയാണുണ്ടായത്.

ഈ പ്രചാരണം രാജ്യത്തെ രാഷ്ട്രീയത്തിൽ പെട്ടെന്നൊരു ചലനവും സൃഷ്ടിച്ചില്ലെന്നത് ശരിതന്നെ. എങ്കിൽപ്പോലും രാജ്യത്തെ പാർലമെന്ററി ജനാധിപത്യം സംരക്ഷിക്കുന്നതിനും കോൺഗ്രസ് ഗവൺമെന്റിനെതിരായ ജനാധിപത്യ പ്രതിപക്ഷശക്തികളെ ഒന്നിച്ചുകൊണ്ടുവരുന്നതിനുമുള്ള ഒരു ജനാധിപത്യ പ്രതിപക്ഷം പിന്നീട് വളർത്തിക്കൊണ്ടുവരാൻ അത് അടിക്കല്ലിട്ടു.

ഇവിടെ ഒരു കാര്യം ശ്രദ്ധേയമാണ്. കേന്ദ്രം ഭരിക്കുന്ന കോൺഗ്രസ് പാർട്ടിയും കേരള സംസ്ഥാനത്ത് താൽക്കാലികമായി ഭരണകക്ഷിയായ കമ്യൂണിസ്റ്റുപാർട്ടിയും പാർലമെന്ററി ജനാധിപത്യത്തെക്കുറിച്ച് യഥാക്രമം അവരുടേതായ വ്യാഖ്യാനങ്ങളെയാണ് ആശ്രയിച്ചത്. കമ്യൂണിസ്റ്റ്പാർട്ടിയും അതിന്റെ കേരളാഗവൺമെന്റും ജനാധിപത്യതത്വങ്ങൾ ലംഘിച്ചുവെന്ന് കോൺഗ്രസ് കുറ്റപ്പെടുത്തിയപ്പോൾ കമ്യൂണിസ്റ്റുപാർട്ടിയും കോൺഗ്രസിനെതിരെ അതുപോലുള്ള കുറ്റാരോപണം നടത്തി. ജനങ്ങൾക്കുവേണ്ടിയുള്ള ചില നയപ്രഖ്യാപനങ്ങൾ നടത്തുകയും എന്നാൽ അവയൊന്നും നടപ്പിലാക്കാതിരിക്കുകയും ചെയ്യുന്നതിലാണ് ജനാധിപത്യത്തിന്റെ സത്തയെന്നാണ് കോൺഗ്രസ് വിശ്വസിച്ചത്. നേരെമറിച്ച് കോൺഗ്രസിന്റെ പ്രഖ്യാപനങ്ങളിൽ സാധാരണ ജനതയെ സംബന്ധിച്ചുള്ളതും ജനാധിപത്യപരവുമായതെല്ലാം നടപ്പിലാക്കാൻ ശ്രമിക്കുകയും അതേസമയം ആ നയങ്ങളിൽ തന്നെ പുരോഗമ

നപരമായ മാറ്റങ്ങൾക്ക് വേണ്ടി പോരാടുകയും ചെയ്യുക എന്ന നിലപാടാണ് കമ്യൂണിസ്റ്റുപാർട്ടിക്കുണ്ടായിരുന്നത്. കോൺഗ്രസിന്റെ നയങ്ങളോടുള്ള ഈ ദ്വിമുഖ സമീപനത്തെയാണ് ജനാധിപത്യവിരുദ്ധമായി അവർ വിശേഷിപ്പിച്ചത്. കോൺഗ്രസിന്റെയും കമ്യൂണിസ്റ്റുപാർട്ടിയുടെയും ഈ വിരുദ്ധസമീപനങ്ങൾ തമ്മിലുള്ള സംഘട്ടനമാണ് അടുത്ത അധ്യായങ്ങളിൽ വിവരിക്കുന്നതുപോലെ ദേശീയ രാഷ്ട്രീയത്തെ പിന്നീടുള്ള വർഷങ്ങളിൽ വികസിപ്പിച്ചത്.

42

ചൈനയുമായുള്ള അതിർത്തി തർക്കം

നെഹ്റുവും അദ്ദേഹത്തിന്റെ ഗവൺമെന്റും കേരളാഗവൺമെന്റുമായി ഏറ്റുമുട്ടിയപ്പോൾ തന്നെ ചൈനയുമായുള്ള ഒരു ഏറ്റുമുട്ടലിലേക്കും അവർ നീങ്ങി. ഈ ഏറ്റുമുട്ടൽ മൂന്ന് വർഷത്തിലധികം നീളുകയും ഒടുവിൽ 1962 നവംബറിലെ നാണംകെട്ട സൈനിക പരാജയത്തിൽ അവസാനിക്കുകയും ചെയ്തു. ഈ സംഭവങ്ങൾ നെഹ്റുവിന് ഗുണകരമായി. എങ്ങനെയെന്നാൽ തന്റെ പാർട്ടിയുടെ മുഖ്യരാഷ്ട്രീയ പ്രതിയോഗിയായ ഇന്ത്യൻ കമ്യൂണിസ്റ്റ് പാർട്ടിക്കകത്ത് ഗുരുതരമായ ഒരു ഭിന്നിപ്പുണ്ടാക്കുന്നതിന് അത് വഴിവെച്ചു.

നെഹ്റുവും അദ്ദേഹത്തിന്റെ പാർട്ടിയും ഇന്ത്യയിലെ ബ്രിട്ടീഷ് ഭരണാധികാരികളുടെ നിയമപരമായ അനന്തരഗാമികളായാണ് സ്വയം കരുതിയത്. അവർ അവരുടെ മുൻഗാമികളിൽ നിന്ന് ആഭ്യന്തരഭരണ സംവിധാനങ്ങൾ ഏറ്റെടുത്തതുപോലെ വിദേശരാജ്യങ്ങളുമായുള്ള ബന്ധങ്ങൾ ഇന്ത്യയുടെ അയൽരാജ്യങ്ങളുമായുള്ള അതിർത്തികൾ എന്നിവ സംബന്ധിച്ച് ബ്രിട്ടീഷ്ഗവൺമെന്റിന്റെ സങ്കൽപ്പത്തിലുള്ള വിദേശനയവും സ്വീകരിച്ചു. ജനകീയ ചൈനയുമായി സൗഹൃദവും സഹകരണവും ഉണ്ടായിരുന്നിട്ടും ബ്രിട്ടീഷ് ഭരണാധികാരികൾ നിർവചിച്ചിരുന്നതനുസരിച്ചുള്ള ഇന്ത്യാ-ചൈനാ അതിർത്തിയാണ് ശരിയായ അതിർത്തിരേഖയായി നെഹ്റു കണക്കിലെടുത്തത്.

രണ്ട് രാജ്യങ്ങളെയും തമ്മിൽ വേർതിരിക്കുന്ന തർക്കമറ്റ അതിർത്തിയായി മക്മോഹൻരേഖ എന്നപേരിൽ ബ്രിട്ടീഷ് ഭരണാധികാരികൾ നിർവചിച്ച അതിർത്തിയിൽ ഇന്ത്യക്ക് ഉപയോഗമില്ലാത്ത ഒരു പ്രദേശം വേർതിരിച്ച് കാണിച്ചിരുന്നു എന്ന വസ്തുത നെഹ്റുവിന് അറിയാമായിരുന്നു. നെഹ്റുതന്നെ പറഞ്ഞിട്ടുള്ളതുപോലെ. 'പുല്ലുപോലും വളരാത്ത' ഒരു പ്രദേശമായിരുന്നു അത്. എങ്കിലും ബ്രിട്ടീഷു

കാർ അവകാശവാദം ഉന്നയിച്ചിരുന്നതിൽ "ഒരു ഇഞ്ചുപോലും വിട്ടുകൊടുക്കില്ലെന്നത്" നെഹ്റു ഗവൺമെന്റിന്റെ അഭിമാനത്തിന്റെ പ്രശ്നവുമായി. അങ്ങനെയാണ് രണ്ട് രാജ്യങ്ങളെയും വേർതിരിക്കുന്ന ശരിയായ അതിർത്തി സംബന്ധിച്ച് ഇന്ത്യാഗവൺമെന്റും ചൈനാഗവൺമെന്റും തമ്മിൽ സംഘട്ടനം ഉണ്ടായത്.

നെഹ്റു എങ്ങനെയാണ് ഈ പ്രശ്നം കൈകാര്യം ചെയ്തത്? അദ്ദേഹത്തിന്റെ അഭിപ്രായത്തിൽ നിയമപരമായ അതിർത്തി മക്മോഹൻരേഖ ആയതിനാൽ ഇരുരാജ്യങ്ങളും തമ്മിൽ എന്തെങ്കിലും തർക്കത്തിന്റെ പ്രശ്നമേയില്ലെന്ന് പറഞ്ഞ അദ്ദേഹം ചൈനാഗവൺമെന്റുമായുള്ള പരസ്പര ചർച്ചയിൽ കൂടി സമാധാനപരമായ പരിഹാരത്തിന് യാതൊരു ശ്രമവും നടത്തിയില്ല. താൻ കരുതുന്ന നിയമപരമായ അതിർത്തി ചൈനക്കും സ്വീകാര്യമാകണമെന്ന് ശഠിക്കുകയാണ് അദ്ദേഹം ചെയ്തത്. ഇതായിരുന്നു രണ്ടുരാജ്യങ്ങളും തമ്മിലുള്ള സൗഹൃദത്തിനടിസ്ഥാനമായി അദ്ദേഹം കണ്ടത്. വികസിച്ചുവന്ന യാഥാർഥ്യങ്ങൾ കാണിച്ചതുപോലെ ചൈനക്കാർക്ക് അത് സംബന്ധിച്ച് വ്യത്യസ്ത കാഴ്ചപ്പാടാണ് ഉണ്ടായിരുന്നത്. ഒരു ചൈനാഗവൺമെന്റും മക്മോഹൻരേഖ എപ്പോഴെങ്കിലും അംഗീകരിച്ചിരുന്നില്ലെന്നും ഇരുരാജ്യങ്ങൾക്കുമിടയിലുള്ള അതിർത്തി നിർണയിക്കുന്നതിന് അത് അടിസ്ഥാനമായി സ്വീകരിക്കാനാവില്ലെന്നും ചൈന ചൂണ്ടിക്കാട്ടി. അതിൽ ചൈന 'വഞ്ചിച്ചു' എന്ന കുറ്റാരോപണമാണ് നെഹ്റുവിൽ നിന്നുണ്ടായ പ്രതികരണം. പരസ്പരം കുറ്റാരോപണങ്ങൾ എയ്തുവിട്ടു. അത് സംഘർഷത്തിലേക്കും ഏറ്റുമുട്ടലിലേക്കും രണ്ട് രാജ്യങ്ങളിലെയും സൈനികർ തമ്മിൽ ആവർത്തിച്ചുള്ള വെടിവയ്പിലേക്കും കൊണ്ടെത്തിച്ചു.

1959-ന്റെ രണ്ടാം പാതിയിൽ ഈ സംഭവങ്ങൾ ഉണ്ടായത് കേരളത്തിന്റെ കാര്യത്തിൽ കോൺഗ്രസിന്റെ നയത്തെ സംബന്ധിച്ച് ഭരണകക്ഷിയായ കോൺഗ്രസും കമ്യൂണിസ്റ്റ് പാർട്ടിയും പരസ്പരം പോരടിച്ചിരുന്ന സമയത്തുതന്നെയായിരുന്നു.

ജനസംഘത്തെ(അതിന്റെ ആത്മീയ ഉപദേഷ്ടാവായ ആർ എസ് എസിന്റെയും) പോലുള്ള പ്രതിപക്ഷപാർട്ടികളുടെ പിന്തുണയോടെ കമ്യൂണിസ്റ്റ് പാർട്ടിക്കെതിരെ കോൺഗ്രസ് രാജ്യവ്യാപകമായ പ്രചാരണം സംഘടിപ്പിച്ചു. കേരളാഗവൺമെന്റിന്റെ പിരിച്ചുവിടലിനെ തുടർന്ന് എന്റെ അഖിലേന്ത്യാ പര്യടനം നടന്നുകൊണ്ടിരുന്ന ആഴ്ചകളിൽ കമ്യൂണിസ്റ്റുകാർക്കെതിരെ 'ചൈനീസ് ഏജന്റുമാരെ'ന്ന് ആരോപിച്ചു കൊണ്ട് ആർ എസ് എസുകാർ ശത്രുതാപരമായ പ്രകടനങ്ങൾ നയിച്ചത് ഞാനോർക്കുന്നു. കോൺഗ്രസ് നേതാക്കൾ, നെഹ്റു ഉൾപ്പെടെ ആ പ്രചാരണത്തിൽ ചേർന്നു. 1940-കളിലെ ക്വിറ്റ്ഇന്ത്യാ സമരകാലത്തിന് ശേഷം പിന്നൊരിക്കലും നെഹ്റുവിന്റെ നേരിട്ടുള്ള നേതൃത്വത്തിൽ ഇത്ര വ്യാപകമായി കമ്യൂണിസ്റ്റ് വിരുദ്ധപ്രചാരണം

അഴിച്ചുവിടപ്പെട്ടിരുന്നില്ല.

ഈ പരിത:സ്ഥിതി എങ്ങനെ നേരിടണമെന്ന കാര്യത്തിൽ കമ്യൂണിസ്റ്റ് പാർട്ടിക്കുള്ളിൽ അഭിപ്രായ വ്യത്യാസം ഉയർന്നുവന്നു. ഈ ചൈനാവിരുദ്ധ പല്ലവിയിൽ ചേരണമെന്ന് ആഗ്രഹിച്ച നല്ലൊരുവിഭാഗം പാർട്ടിക്കുള്ളിൽ എല്ലാനിലവാരങ്ങളിലും ഉന്നതനേതൃത്വത്തിലടക്കം ഉണ്ടായിരുന്നു. നേതാക്കൻമാരിലും പാർട്ടിഅംഗങ്ങളിലും അതേപോലെ ശക്തമായൊരു വിഭാഗം അതിനെതിരായിരുന്നു. കൂടിയാലോചനയിലൂടെ സമാധാനപരമായി അതിർത്തിത്തർക്കം പരിഹരിക്കാൻ പാർട്ടി ശ്രമിക്കണമെന്ന് അവർ ആവശ്യപ്പെട്ടു. 1959 നവംബറിൽ മീററ്റിൽ ചേർന്ന ദേശീയ കൗൺസിൽ യോഗത്തിൽ ഇരുവിഭാഗങ്ങളും ഏറ്റുമുട്ടുന്നിടത്തോളം എത്തി. ഒടുവിൽ ഒത്തുതീർപ്പെന്ന നിലയ്ക്കുണ്ടായ പൊതുധാരണയിൽ ചൈനാവിരുദ്ധ വിഭാഗം ഉന്നയിച്ച ആവശ്യത്തിന് വേണ്ടത്ര അംഗീകാരം ലഭിച്ചില്ല.

അതോടെ ഉൾപ്പാർട്ടി തർക്കം മൂത്തു. കൂടുതൽ കടുത്ത രൂപത്തിൽ അത് തുടർന്നു. കോൺഗ്രസിനോടുള്ള പാർട്ടിയുടെ സമീപനത്തിന്റെ പ്രശ്നത്തിൽ പാർട്ടിക്കുള്ളിൽ മുമ്പ് പരസ്പരം പോരടിച്ചിരുന്ന രണ്ട് വിഭാഗങ്ങൾ 'ചൈനാ അനുകൂല' വിഭാഗവും 'ചൈനാ വിരുദ്ധ' വിഭാഗവുമായി സ്വയം രൂപാന്തരപ്പെട്ടു. ഈ പുതിയഘടകം മുമ്പ് കോൺഗ്രസ് അനുകൂല നിലപാട് സ്വീകരിച്ചിരുന്നവരുടെ എണ്ണം വർധിക്കുന്നതിന് സഹായിച്ചു. കോൺഗ്രസിന് എതിരായിരുന്നവരും പാർട്ടിയുടെ നേതൃത്വത്തിൽ 'വലതുപക്ഷം' എന്ന് അറിയപ്പെട്ടവരെ എതിർക്കുന്നവരുമായ അനേകംപേർ 'ചൈനീസ് വഞ്ചനയെ' സി പി ഐ പരസ്യമായി തള്ളിപ്പറയണമെന്ന അഭിപ്രായത്തിലേക്ക് വന്നു. മറ്റൊരു വിധത്തിൽ പറഞ്ഞാൽ, പാർട്ടി വലതെന്നും ഇടതെന്നും രണ്ട് വിഭാഗമായി ക്രമേണ പിളരുന്നതിലേക്ക് നീങ്ങുകയായിരുന്നു. അത് സോഷ്യലിസ്റ്റ് ചൈനയോടുള്ള ശത്രുതയും സൗഹൃദവും എന്ന രൂപം കൈക്കൊള്ളുകയും ചെയ്തു.

1959 അവസാനവും 1960 ആദ്യവും ഉടലെടുത്ത ഉൾപ്പാർട്ടി പരിത:സ്ഥിതി കൂടുതൽ കൂടുതൽ സങ്കീർണമായി. അതിർത്തിയിൽ സംഘർഷം വർധിച്ചതോടെ രാജ്യത്തെ പൊതുജനാഭിപ്രായം ചൈനാ ഗവൺമെന്റിനോട് കൂടുതൽ കൂടുതൽ ശത്രുതാപരമായി. പാർട്ടി നേതൃത്വത്തിലെ ചൈനാവിരുദ്ധ വിഭാഗം അതിർത്തിതർക്കത്തിൽ കൂടിയാലോചനയിലൂടെ ഒത്തുതീർപ്പുണ്ടാകണമെന്ന് ആഗ്രഹിച്ച വിഭാഗത്തിനെതിരെ പരസ്യമായി ശത്രുതാപരമായ നിലപാടെടുത്തു. ഈ പ്രശ്നത്തിന്റെയും മറ്റ് പ്രശ്നങ്ങളുടെയും പേരിൽ പാർട്ടി രണ്ടായി പിളരുമെന്ന് മിക്കവാറും തീർച്ചയായെന്ന് തോന്നി.

ഇന്ത്യാ ഗവൺമെന്റും ചൈനാഗവൺമെന്റും തമ്മിലുള്ള സംഘർഷം ഒടുവിൽ 1962 ഒക്ടോബർ 20ന് അതിർത്തിയിൽ വ്യാപകമായി പരസ്യമായ സൈനികസംഘട്ടനത്തിൽ എത്തിയതോടെ പാർട്ടി

യിലെ ഭിന്നിപ്പ് പരമകാഷ്ഠയിലായി. ഇത് പാർട്ടി നേതൃത്വത്തിൽ പരസ്യമായി 'ചൈനാവിരുദ്ധ' വിഭാഗത്തെ 'ചൈനാ അനുകൂല' വിഭാഗത്തിനെതിരെ ആക്രമണം അഴിച്ചുവിടാൻ കരുത്തുനൽകി. 1962 നവംബറിൽ ചേർന്ന ഒരു ദേശീയ കൗൺസിൽ യോഗത്തിൽ പാർട്ടിയിലെ രണ്ട് വിഭാഗങ്ങളും ഏറ്റുമുട്ടി. യോഗത്തിന് മുമ്പുണ്ടായ സംഭവവികാസങ്ങൾ നേതൃത്വത്തിൽ ചൈനാവിരുദ്ധ വിഭാഗത്തിന് ഭൂരിപക്ഷം ലഭിക്കാൻ സഹായകമാവുകയും അങ്ങനെ ഇന്ത്യൻ അതിർത്തിയിലെ 'ആക്രമണകാരിയായി' ചൈനയെ അപലപിക്കുന്ന പ്രമേയം കൗൺസിൽ അംഗീകരിക്കുകയും ചെയ്തു. പ്രത്യയശാസ്ത്രപരവും രാഷ്ട്രീയവുമായ അർഥത്തിൽ ഇതൊരു വ്യക്തമായ പിളർപ്പായിരുന്നു എങ്കിലും സംഘടനാപരമായി ഇരുവിഭാഗങ്ങളും ഒരു പാർട്ടിയിൽതന്നെ തുടർന്നു.

ഈ ഉൾപ്പാർട്ടി സാഹചര്യം നെഹ്റു ഗവൺമെന്റ് അഴിച്ചുവിട്ട ഉഗ്രമായ ആക്രമണം കൂടിയായപ്പോൾ വഷളായി. ഗവൺമെന്റ് വ്യാപകമായ അറസ്റ്റ് നടത്തി പാർട്ടിയിലെ 'ചൈനാ അനുകൂലികളായ' ആയിരത്തിലേറെ സഖാക്കളെ തടങ്കലിലാക്കി. പാർട്ടി നേതൃത്വത്തിൽ നേരിയ ഭൂരിപക്ഷം ഉണ്ടായിരുന്ന ചൈനാവിരുദ്ധവിഭാഗം അറസ്റ്റിലും തടങ്കലിലും പ്രതിഷേധിക്കാൻപോലും വിസമ്മതിച്ചു. പാർട്ടിയിലെ 'ചൈനാ അനുകൂലികളെ' തള്ളിപ്പറയാൻ അവർ ഭരണകക്ഷിയോടും പ്രതിപക്ഷത്തെ ജനസംഘം പോലുള്ള ചൈനാവിരുദ്ധ ശക്തികളോടുമൊപ്പം കൂടി. ഈ അഭ്യാസത്തിൽ അവർക്ക് ബൂർഷ്വാ പത്രങ്ങളുടെ പൂർണവും പരസ്യവുമായ പിന്തുണയും ഉണ്ടായിരുന്നു. 'ചൈനാ അനുകൂലികളായ' കമ്യൂണിസ്റ്റുകാരെ 'തുറന്നുകാട്ടുന്നതിൽ' സി പി ഐയിലെ ചൈനാവിരുദ്ധ നേതൃത്വവും കുത്തകപത്രങ്ങളും തമ്മിൽ കാപട്യമില്ലാത്ത സഹകരണമുണ്ടായിരുന്നു.

വ്യക്തിപരമായ ഒരു അനുഭവം എന്നുള്ള നിലയ്ക്ക് ഒരു കാര്യം ഞാൻ പറയട്ടെ :'ചൈനാ അനുകൂല' വിഭാഗത്തിൽപെട്ട ഒരാളെന്ന നിലയ്ക്ക് എന്നെ അറസ്റ്റ് ചെയ്യുകയും ജയിലിൽ തടങ്കലിലാക്കുകയും ചെയ്തു. 'ചൈനാ അനുകൂലികളായ' മറ്റ് സഖാക്കളിൽ നിന്ന് വ്യത്യസ്തമായി ഒരാഴ്ചക്ക് ശേഷം എന്നെ മോചിപ്പിച്ചു. അതിന് കാരണം പാർട്ടി അംഗങ്ങളുടെ വൻതോതിലുള്ള അറസ്റ്റും തടങ്കലും സി പി എസ് യു അടക്കമുള്ള സഹോദര പാർട്ടികളുടെ നേതാക്കൾക്കിടയിൽ പ്രതിഷേധവും രോഷവും ഉയർത്തിയതാണ്. ചൈനാവിരുദ്ധ വിഭാഗത്തിന്റെ നേതാക്കൻമാർ വിദേശ സഖാക്കൾക്കിടയിലുണ്ടായ 'തെറ്റിദ്ധാരണ നീക്കാൻ' ആഗ്രഹിച്ചു. അതിനുവേണ്ടി പാർട്ടിയുടെ ചൈനാവിരുദ്ധ ചെയർമാൻ എസ് എ ഡാങ്കെ സോഷ്യലിസ്റ്റ് രാജ്യങ്ങളുടെ തലസ്ഥാനങ്ങളും മുതലാളിത്ത ലോകത്തെ ചില സഹോദര പാർട്ടികളെയും സന്ദർശിക്കണമെന്ന് തീരുമാനിച്ചു. പക്ഷേ അറസ്റ്റ് ചെയ്ത് തടങ്കലിലാക്കപ്പെട്ടവരുടെ കൂട്ടത്തിൽ പാർട്ടി ജനറൽ സെക്രട്ട

റിയും ഉൾപ്പെട്ടിരുന്ന സമയത്ത് വിദേശങ്ങളിൽപോയി നെഹ്റു ഗവൺമെന്റിനുവേണ്ടി വാദിക്കുന്നത് പാർട്ടി ചെയർമാനെ വളരെ വിഷമത്തിലാക്കിയിരുന്നു.

അങ്ങനെ ഇന്ത്യൻ കമ്യൂണിസ്റ്റുകാരെ വൻതോതിൽ അറസ്റ്റുചെയ്യുകയും തടങ്കലിലാക്കുകയും ചെയ്യുന്നതിനെ ന്യായീകരിക്കുന്നതിന് വേണ്ടിയാണ് എന്നെ ജയിലിൽ നിന്നും മോചിപ്പിച്ചത്. എന്തായാലും ജയിലിൽ നിന്ന് പുറത്തുവന്ന ശേഷം ഞാൻ എന്റെ മന:സാക്ഷിക്കൊത്ത് പ്രവർത്തിക്കാൻ തുടങ്ങി. ആദ്യംതന്നെ ഞാൻ ചെയ്ത കാര്യങ്ങളിൽ ഒന്ന് നൂറുകണക്കിന് സഖാക്കളെ അറസ്റ്റ് ചെയ്ത് തടങ്കലിലാക്കിയതിനെ അപലപിച്ചുകൊണ്ട് പാർട്ടി പത്രത്തിന് ഒരു മുഖപ്രസംഗം എഴുതിയതാണ്. എന്നാൽ ചൈനാവിരുദ്ധ വിഭാഗത്തിൽപെട്ട എന്റെ സഹപ്രവർത്തകർ അതിന്റെ പ്രസിദ്ധീകരണം തടഞ്ഞു.

അറസ്റ്റ് ചെയ്ത് തടങ്കലിലാക്കപ്പെട്ടവരിൽ അനേകം പേർ വാസ്തവത്തിൽ ചൈനാവിരുദ്ധരും 'ചൈനാ അനുകൂലികളുടെ' വഞ്ചനയെ തള്ളിപ്പറയുന്നവരുമായിരുന്നുവെന്നതാണ് ശ്രദ്ധേയമായ വസ്തുത. ഒരു ഉദാഹരണം അച്യുതമേനോൻ തന്നെ. അദ്ദേഹം ഒരു കറകളഞ്ഞ ചൈനാവിരുദ്ധ നേതാവായിരുന്നു. എങ്കിൽപോലും ഞാൻ ജയിലിൽനിന്ന് മോചിതനായ ശേഷവും മാസങ്ങൾതന്നെ അദ്ദേഹത്തിന് ജയിലിൽ കിടക്കേണ്ടിവന്നു.

ഈ സംഭവവികാസങ്ങൾ പാർട്ടിയിൽ ആദ്യമേതന്നെ കോൺഗ്രസ് അനുകൂലികളും ഇപ്പോൾ ചൈനാവിരുദ്ധരുമായവർക്ക് ഏറെ സഹായകമായിരുന്നു. കോൺഗ്രസിനോടുള്ള സമീപനത്തിന്റെ പ്രശ്നത്തിലാണ് പാർട്ടി വലതും ഇടതുമായി പിളർന്നതെന്ന സത്യം മറച്ചുവെക്കാൻ അവർ ഈ പരിത:സ്ഥിതി ഉപയോഗിച്ചു. അവരുടെ കോൺഗ്രസ് അനുകൂല നിലപാടല്ല ചില സഖാക്കളുടെ 'ചൈനാ അനുകൂല' സമീപനമാണ് അഭിപ്രായ ഭിന്നതയുടെ മൂലകാരണമെന്ന് വളരെ എളുപ്പത്തിൽ അവർക്ക് വാദിക്കാൻ കഴിഞ്ഞു. അവരുടെ കോൺഗ്രസ് അനുകൂല സമീപനത്തെ ആദ്യമേ തന്നെ എതിർത്തിരുന്ന വലിയൊരു വിഭാഗത്തിന്റെ പിന്തുണ നേടാൻ ഇത് അവരെ സഹായിച്ചു. തർക്കപ്രശ്നം കോൺഗ്രസ് ഗവൺമെന്റിനോടുള്ള സമീപനമായിരുന്നപ്പോൾ നാലാം പാർട്ടി കോൺഗ്രസിൽ ന്യൂനപക്ഷമായിരുന്നവർ, ചൈനീസ് ആക്രമണകാരിയോടുള്ള സമീപനത്തിൽ 'വഞ്ചനക്കെതിരെ ദേശസ്നേഹം' എന്ന നിലയിൽ തർക്കപ്രശ്നം ഉയർത്തിക്കാട്ടിയപ്പോൾ ഭൂരിപക്ഷമായി. ആഭ്യന്തരമായ പ്രശ്നത്തിൽ നാലാം കോൺഗ്രസിൽ ന്യൂനപക്ഷമായിരുന്നവർ ആറാം കോൺഗ്രസിന് ശേഷം പാർട്ടി നേതൃത്വത്തിൽ സാങ്കേതികമായി ഭൂരിപക്ഷമായി മാറി.

എങ്കിൽപോലും അവർ പാർട്ടിയിൽ യഥാർഥത്തിൽ ഭൂരിപക്ഷമായിരുന്നില്ല. പിളർപ്പിന് ശേഷമുള്ള സംഭവങ്ങൾ അത് വ്യക്തമാക്കു

കയും ചെയ്തു. 1964-ലെ പിളർപ്പിന് തൊട്ടുപിന്നാലെ വന്ന 1965-ലെ ഇടക്കാലതിരഞ്ഞെടുപ്പ് അവിഭക്ത പാർട്ടിയിൽ സംസ്ഥാനത്ത് ഭൂരിപക്ഷം സഖാക്കളും 'ചൈനാഅനുകൂലികൾ' എന്ന് വിളിക്കപ്പെട്ട വിഭാഗത്തോടൊപ്പമായിരുന്നു എന്ന് കാണിച്ചു. പശ്ചിമബംഗാളിലും അവിഭക്തപാർട്ടിയിൽ മുൻ 'ചൈനാ അനുകൂല' വിഭാഗത്തിന്റെ നേതൃത്വത്തിലുള്ള സി പി ഐ (എം) ആയിരുന്നു പിളർപ്പിന് മുമ്പും ശേഷവും മറ്റേ വിഭാഗത്തെക്കാൾ ശക്തമെന്ന് വ്യക്തമായി. കേരളം, പശ്ചിമബംഗാൾ എന്നീ രണ്ട് സംസ്ഥാനങ്ങളിൽ 1967-ലെ പൊതുതിരഞ്ഞെടുപ്പിനുശേഷം ഇടതുപക്ഷ നേതൃത്വത്തിലുള്ള കോൺഗ്രസിതര ഗവൺമെന്റുകൾ രൂപീകരിക്കപ്പെട്ടപ്പോൾ 'ദേശസ്നേഹ' (ചൈനാവിരുദ്ധ)വിഭാഗത്തിന് 'വഞ്ചകരായ ചൈനാ അനുകൂല' വിഭാഗത്തിന്റെ നേതൃത്വത്തിലുള്ള കോൺഗ്രസിതര ഗവൺമെന്റുകളിൽ ജൂനിയർ പങ്കാളികളാവേണ്ടിവന്നു.

പ്രധാനമന്ത്രി നെഹ്റു സൃഷ്ടിച്ച ചൈനാ വിരുദ്ധജ്വരം കമ്യൂണിസ്റ്റ് പാർട്ടിയെ ഒരു പിളർപ്പിലൂടെ ദുർബലമാക്കാൻ അദ്ദേഹത്തെ സഹായിച്ചുവെങ്കിലും അതിന്റെ വില അദ്ദേഹത്തിന് തന്നെ നൽകേണ്ടിവന്നു എന്ന വസ്തുതകൂടി പരാമർശിക്കാതിരുന്നാൽ ഈ കഥ അപൂർണമായിരിക്കും. ഇത് ഒരു പിളർപ്പിലൂടെ കമ്യൂണിസ്റ്റ് പാർട്ടിയെ ദുർബലമാക്കാൻ അദ്ദേഹത്തെ സഹായിച്ചുവെങ്കിലും ചൈനാ അതിർത്തിയിലെ സൈനികപരാജയത്തെ തുടർന്ന് അദ്ദേഹത്തിന് തന്നെ അപമാനകരമായ ഒരു സ്ഥിതിവിശേഷത്തെ നേരിടേണ്ടിവന്നു. അദ്ദേഹത്തിന്റെ സുഹൃത്തുക്കളും ആരാധകരും എന്തെല്ലാം ന്യായീകരണങ്ങൾ നിരത്തിയാലും, ഇന്ത്യാ-ചൈന അതിർത്തി പ്രശ്നത്തിൽ അദ്ദേഹത്തിന്റെ നയം അദ്ദേഹത്തിന് വ്യക്തിപരമായും രാജ്യത്തിനാകെത്തന്നെയും ഒരു മഹാദുരന്തമായിട്ടാണ് കലാശിച്ചത് എന്ന വസ്തുത കഴുകിക്കളയാനാവില്ല. ഇന്ത്യാ ചരിത്രത്തെയും നെഹ്റുവിന്റെ ജീവിതത്തെയും നോക്കിക്കാണുന്ന ഒരു നിക്ഷ്പക്ഷ നിരീക്ഷകനും ഇന്ത്യാ-ചൈന അതിർത്തി പ്രശ്നത്തിൽ നെഹ്റുവിന്റെ സാഹസത്തിന് അദ്ദേഹത്തിന് വ്യക്തിപരമായും രാജ്യത്തിനും വലിയ വിലയാണ് നൽകേണ്ടിവന്നതെന്ന് കാണാതിരിക്കാൻ സാധിക്കുകയില്ല.

43

സി പി ഐ ഒരു പിളർപ്പിലേക്ക്

ആയിരത്തിത്തൊള്ളായിരത്തി അമ്പത്തിആറിൽ നടന്ന സി പി എസ് യുവിന്റെ ഇരുപതാം കോൺഗ്രസ് ലോക കമ്യൂണിസ്റ്റ് പ്രസ്ഥാനത്തിന് ഒരു നിർണായക ഘട്ടമായിരുന്നു. കേന്ദ്രക്കമ്മിറ്റി റിപ്പോർട്ടിലെ പുത്തൻ നിർവചനങ്ങളും സ്റ്റാലിന്റെ വ്യക്തിപ്രഭാവത്തെക്കുറിച്ചുള്ള വിമർശനം പ്രത്യേകിച്ചും ലോകത്തെമ്പാടുമുള്ള സഖാക്കളെ ഞെട്ടിച്ചു.

സി പി എസ് യു കോൺഗ്രസിന് ഏതാനും ആഴ്ചകൾക്ക്ശേഷം ചേർന്ന നമ്മുടെ പാർട്ടിയുടെ നാലാം കോൺഗ്രസ് സി പി എസ് യു അതിന്റെ ഇരുപതാം കോൺഗ്രസിൽ സ്വീകരിച്ച വഴിത്തിരിവിനെ ഔപചാരികമായി സ്വാഗതം ചെയ്യുന്ന ഒരു പ്രമേയം അംഗീകരിച്ചു. എങ്കിലും അത് സംബന്ധിച്ച ഉത്കണ്ഠയുടെയും ആകാംക്ഷയുടെയും ശക്തമായ അടിയൊഴുക്കുണ്ടായെങ്കിലും അതൊന്നും പരസ്യമായി പ്രകടിപ്പിക്കപ്പെട്ടില്ല. എന്നിരുന്നാലും കോൺഗ്രസിന് ഏതാനും ആഴ്ചകൾക്ക് ശേഷം സ്റ്റാലിന്റെ വ്യക്തിപ്രഭാവത്തിനെതിരായ വിമർശനത്തെ സംബന്ധിച്ച് കേന്ദ്രക്കമ്മിറ്റി ഏകകണ്ഠമായി ഒരു പ്രമേയം അംഗീകരിച്ചു. സ്റ്റാലിന്റെ അവസാന നാളുകളിൽ അദ്ദേഹം ഗുരുതരമായ തെറ്റുകൾ ചെയ്തുവെന്നും, അതിനെ വിമർശിച്ച സി പി എസ് യു നടപടി ശരിയാണെന്നും അംഗീകരിച്ച കേന്ദ്രക്കമ്മിറ്റിക്ക് സ്റ്റാലിനെ വിമർശിച്ച രീതിയോട് യോജിക്കാൻ കഴിഞ്ഞില്ല.

ലെനിന്റെ കാലശേഷമുണ്ടായ നേട്ടങ്ങൾക്കും പരാജയങ്ങൾക്കുമുള്ള ഉത്തരവാദി സ്റ്റാലിന്റെ വ്യക്തിത്വമല്ല-സി പി എസ് യുവിന്റെ കൂട്ടായ നേതൃത്വമാണെന്ന് കമ്മിറ്റി ചൂണ്ടിക്കാട്ടി. പരാജയങ്ങൾക്കും പിശകുകൾക്കും ഉത്തരവാദി സ്റ്റാലിൻ മാത്രമാണെന്ന് തോന്നത്തക്കവിധമായിരുന്നു ഇരുപതാം കോൺഗ്രസിന്റെ വിമർശനം. അതേസമയം

നേട്ടങ്ങളെ സംബന്ധിച്ച് സ്റ്റാലിനെ പരാമർശിച്ചതുതന്നെ വ്യക്തിപ്രഭാവത്തിന് ഉദാഹരണം എന്ന നിലയ്ക്കായിരുന്നുതാനും. എല്ലാ നേട്ടങ്ങൾക്കും കാരണം സ്റ്റാലിന്റെ വ്യക്തിപ്രഭാവമാണെന്ന് കണ്ട മുൻ പ്രവണതകൾപോലെ തന്നെ ഇതും തെറ്റാണെന്ന് കേന്ദ്രക്കമ്മിറ്റി വിലയിരുത്തി. ഈ അഭിപ്രായ പ്രകടനങ്ങളോടെ കേന്ദ്രക്കമ്മിറ്റി പ്രമേയം സി പി എസ് യുവിന് അയച്ചുകൊടുത്തു.

സി പി എസ് യുവിന്റെ പ്രത്യയശാസ്ത്ര രാഷ്ട്രീയ രേഖയിലെ ഈ വശമൊഴിച്ച് 20-ാം കോൺഗ്രസിൽ ആവിഷ്കരിച്ച സമീപനത്തിന്റെ മുഖ്യ ഉള്ളടക്കത്തെക്കുറിച്ചൊന്നും കേന്ദ്രകമ്മിറ്റി അഭിപ്രായം പ്രകടിപ്പിച്ചില്ല. എന്നിരുന്നാലും സമാധാനപരമായ സഹവർത്തിത്വം, മുതലാളിത്തത്തിൽ നിന്ന് സോഷ്യലിസത്തിലേക്കുള്ള സമാധാനപരമായ പരിവർത്തനം എന്നീ മുഖ്യനിർവചനങ്ങളെ സംബന്ധിച്ച് നിരവധി സഖാക്കൾക്ക് സംശയങ്ങളും അഭിപ്രായവ്യത്യാസങ്ങളും ഉണ്ടായിരുന്നു. നാല് വർഷങ്ങൾക്ക് ശേഷം ചൈനീസ് പാർട്ടി അതിനെ ചോദ്യം ചെയ്യുന്നതുവരെ അവർ ഒരു പാർട്ടി ഘടകത്തിലും തങ്ങളുടെ സംശയങ്ങളും അഭിപ്രായവ്യത്യാസങ്ങളും പ്രകടിപ്പിച്ചിരുന്നില്ല.

അതേസമയം, രണ്ട് യൂറോപ്യൻ കമ്യൂണിസ്റ്റ് പാർട്ടികളിൽ, പോളണ്ടിലും ഹങ്കറിയിലും ചില സംഭവവികാസങ്ങൾ ഉണ്ടായി. പോളണ്ടിലെ പരിത:സ്ഥിതി പെട്ടെന്ന് നിയന്ത്രണാധീനമാക്കാൻ കഴിഞ്ഞെങ്കിലും ഹങ്കറിയിലെ സ്ഥിതിഗതികൾ സോവിയറ്റ്സേനയ്ക്ക് ഇടപെടേണ്ടിവരത്തക്കവിധം അതീവ ഗുരുതരമായി. അതിനെ സി പി ഐ നേതൃത്വത്തിൽ പൊളിറ്റ്ബ്യൂറോ അംഗം ഡാങ്കെ അടക്കമുള്ള ഒരു വിഭാഗം എതിർത്തു. കേരളത്തിൽ, കേന്ദ്രക്കമ്മിറ്റി അംഗം അച്യുതമേനോൻ പാർട്ടിയിൽ നിന്ന് രാജിവെക്കുകപോലും ചെയ്തു.

ഡാങ്കെയും അച്യുതമേനോനും സ്വീകരിച്ച നിലപാടുകൾ ഒരു ഉൾപ്പാർട്ടി പ്രതിസന്ധിയായി വികസിച്ചതൊന്നുമില്ല. അതിന് പ്രധാന കാരണം ഏതാനും മാസങ്ങൾക്ക് ശേഷം നടന്ന പൊതു തിരഞ്ഞെടുപ്പിനെ തുടർന്ന് കേരളത്തിൽ കമ്യൂണിസ്റ്റ് ഗവൺമെന്റ് സ്ഥാപിതമായതോടെ ഇന്ത്യയിലുണ്ടായ തികച്ചും പുതിയ പരിത:സ്ഥിതിയായിരുന്നു. ആ ഗവൺമെന്റിനെ കേന്ദ്രഗവൺമെന്റ് പിരിച്ചുവിട്ടതിനും സാർവദേശീയവും ദേശീയവുമായ ചില സംഭവവികാസങ്ങൾക്കും ശേഷം സി പി ഐ നേതൃത്വത്തിലെ അഭിപ്രായഭിന്നത ഗുരുതരമായ ഒരു പ്രതിസന്ധിയായി വികസിച്ചു.

സി പി എസ് യുവും സി പി സിയും തമ്മിൽ പ്രത്യയശാസ്ത്രപരവും രാഷ്ട്രീയവും പ്രായോഗികവുമായുള്ള കാര്യങ്ങളിലെ ഗുരുതരമായ അഭിപ്രായവ്യത്യാസം പരസ്യമായതാണ് സാർവദേശീയ രംഗത്തുണ്ടായ പ്രധാന സംഭവം. ചൈനീസ് കമ്യൂണിസ്റ്റുപാർട്ടിയുടെ പ്രത്യയശാസ്ത്ര മുഖപത്രത്തിൽ പ്രസിദ്ധീകരിക്കപ്പെട്ട ഒരു ലേഖനം, 20-ാം കോൺഗ്രസിന് ശേഷം സി പി എസ് യു സ്വീകരിച്ച അടിസ്ഥാന

രാഷ്ട്രീയ സമീപനത്തെ ചോദ്യം ചെയ്തു. അതിനെതുടർന്ന് സി പി എസ് യു നേതൃത്വവും സി പി സി നേതൃത്വവും തമ്മിൽ പരസ്യമായ വിവാദം നടന്നു. പരസ്യമായ അനേകം അഭിപ്രായ സംഘട്ടനങ്ങൾക്ക് ശേഷം ബുക്കാറസ്റ്റിൽ ഒരു അനൗപചാരിക കൂടിയാലോചന നടക്കുകയും അഭിപ്രായ ഭിന്നതകൾ ചർച്ച ചെയ്യാൻ കമ്യൂണിസ്റ്റ് പാർട്ടികളുടെ ഒരു ലോകസമ്മേളനം വിളിച്ചുകൂട്ടാൻ തീരുമാനിക്കുകയും ചെയ്തു. മോസ്കോവിൽ നടന്ന ആ സമ്മേളനം മൂന്നാഴ്ച നീണ്ടുനിന്നു. പ്രധാന അഭിപ്രായ വ്യത്യാസങ്ങൾ പരിഹരിക്കാൻ ശ്രമിക്കുന്നതാണെന്ന് പറഞ്ഞുകൊണ്ടുള്ള ഒരു പ്രസ്താവന അംഗീകരിച്ചുകൊണ്ടാണ് സമ്മേളനം അവസാനിച്ചത്.

ഈ മോസ്കോ സമ്മേളനത്തിൽ സി പി ഐയും പങ്കെടുത്തു. അതിനകംതന്നെ മുഖ്യമായ മൂന്ന് പ്രശ്നങ്ങളിൽ പാർട്ടി രണ്ടായി തിരിഞ്ഞിരുന്നു. ഇന്ത്യയിലെ ആഭ്യന്തരപരിത:സ്ഥിതിയും കോൺഗ്രസ് ഗവൺമെന്റിനോട് സ്വീകരിക്കേണ്ട സമീപനവുമായിരുന്നു ഒന്നാമത്തെ പ്രശ്നം. രണ്ടാമത്തേത് ഇന്ത്യയും ചൈനയും തമ്മിൽ അതിർത്തി സംബന്ധവും മറ്റുമായ പ്രശ്നങ്ങളിൻമേലുള്ള സംഘട്ടനം. മൂന്നാമത്തേത് 20-ാം കോൺഗ്രസിൽ ഉന്നയിക്കപ്പെട്ടതും സോവിയറ്റ് പാർട്ടിയും ചൈനീസ് പാർട്ടിയും തമ്മിൽ തുടർന്നുവന്നതുമായ പ്രത്യയശാസ്ത്ര പ്രശ്നങ്ങളിൻമേലുള്ള വിവാദം. സി പി ഐക്കുവേണ്ടി മോസ്കൊ സമ്മേളനത്തിൽ പങ്കെടുത്ത പ്രതിനിധി സംഘത്തിൽ രണ്ട് പ്രവണതകളുടെയും പ്രതിനിധികൾക്ക് തുല്യപ്രാധാന്യമുണ്ടായിരുന്നു. സമ്മേളനത്തിൽ പങ്കെടുത്ത പ്രതിനിധി സംഘത്തിലെ അംഗങ്ങൾക്ക് സമ്മേളനത്തെക്കുറിച്ച് തന്നെ വ്യത്യസ്തമായ ധാരണയാണുണ്ടായത്. മോസ്കോ സമ്മേളന നടപടികൾ റിപ്പോർട്ട് ചെയ്ത ദേശീയ കൗൺസിൽ യോഗത്തിൽ തങ്ങളുടെ വ്യത്യസ്ത വീക്ഷണങ്ങൾ അവർ പ്രകടിപ്പിക്കുകയും ചെയ്തു.

ഈ സംഭവങ്ങളും ഇന്ത്യാ-ചൈന അതിർത്തി സംഘട്ടനവും ഒത്തുവന്നു. 20-ാം കോൺഗ്രസിന് ശേഷം സോവിയറ്റ് പാർട്ടി സ്വീകരിച്ച സമീപനത്തോട് വിയോജിച്ച സഖാക്കളെ 'ചൈനാ അനുകൂലികളായ' കമ്യൂണിസ്റ്റുകാർ എന്ന് വിളിച്ചു. ബൂർഷ്വാ പത്രമാധ്യമങ്ങളും ഭരണകക്ഷിയായ കോൺഗ്രസിന്റെയും ബൂർഷ്വാ പ്രതിപക്ഷകക്ഷികളുടെയും നേതാക്കൻമാരും സി പി ഐയിലെ വലതുപക്ഷ വിഭാഗം പോലും പാർട്ടിയിൽ 'സോവിയറ്റ് അനുകൂല' വിഭാഗവും 'ചൈനാ അനുകൂല' വിഭാഗവും തമ്മിലുള്ള പോരിനെക്കുറിച്ചായി ചർച്ച. രാജ്യത്തെ ഭരണകക്ഷിയായ കോൺഗ്രസിനോടുള്ള പാർട്ടിയുടെ സമീപനത്തെക്കുറിച്ചുള്ള അഭിപ്രായഭിന്നത(മുമ്പേതന്നെ തുടങ്ങിയത്)യുടെ ഗൗരവം അവഗണിച്ച ബൂർഷ്വാ മാധ്യമങ്ങളും ബൂർഷ്വാ രാഷ്ട്രീയ നേതാക്കൻമാരും സാർവദേശീയ പ്രസ്ഥാനത്തിലുണ്ടായ വിവാദവും ഇന്ത്യാ-ചൈന സംഘട്ടനവും മാത്രമാണ് ഉൾപ്പാർട്ടി അഭി

പ്രായ വ്യത്യാസങ്ങൾക്കുള്ള ഒരേയൊരു കാരണമെന്ന് ആരോപിച്ചു. സാർവദേശീയ കമ്യൂണിസ്റ്റ് പ്രസ്ഥാനത്തിനുള്ളിൽ തന്നെ ആഭ്യന്തര സാമ്പത്തിക-രാഷ്ട്രീയ പ്രശ്നങ്ങളിൽ സമരോത്സുകമായ സമീപനം സ്വീകരിച്ച സി പി ഐയിലെ ഇടതുപക്ഷത്തെ 'ചൈനാ അനുകൂലിക' ളായി സി പി എസ് യു തള്ളിപ്പറഞ്ഞു.

ഇത്തരത്തിലുള്ള സംഭവങ്ങളാണ് 1961-ൽ വിജയവാഡയിൽ ചേർന്ന സി പി ഐയുടെ ആറാം കോൺഗ്രസിന് മുമ്പുണ്ടായത്. പ്രതിനിധികൾ വ്യക്തമായും ഇടതും വലതുമായി തിരിഞ്ഞിരുന്നു. സാർവദേശീയവും ദേശീയവുമായ പരിത:സ്ഥിതികളെക്കുറിച്ച് ഇടതുപക്ഷത്തിനും വലതുപക്ഷത്തിനും വ്യത്യസ്തമായ വീക്ഷണമാണ് ഉണ്ടായിരുന്നത്. പാർട്ടി കോൺഗ്രസിലേക്ക് അവർ പ്രത്യേകം രേഖകൾ തയ്യാറാക്കുകയും ചെയ്തു. ഈ ലേഖകൻ ആവിഷ്കരിച്ച മൂന്നാമതൊരു വീക്ഷണവും കോൺഗ്രസിൽ പ്രകടിപ്പിക്കപ്പെട്ടു. എന്നാൽ അത് വളരെ ദുർബലമായിരുന്നു. കോൺഗ്രസിൽ നടന്ന മുഖ്യപോരാട്ടം വലതുപക്ഷവും ഇടതുപക്ഷവും തമ്മിലായിരുന്നു. ഇരുപക്ഷങ്ങൾക്കും തുല്യശക്തിയുണ്ടായിരുന്നതിനാൽ രണ്ട് വിഭാഗങ്ങളുടെയും കരട് പ്രമേയത്തിന് വലിയ ഭൂരിപക്ഷത്തിന്റെ പിന്തുണ ലഭിച്ചില്ല. ഒത്തുതീർപ്പെന്ന നിലയ്ക്ക് 'പൊതുധാരണ'യുടെ അടിസ്ഥാനത്തിലുള്ള ഒരു പ്രമേയം അംഗീകരിക്കുകയും പാർട്ടി പരിപാടി സംബന്ധിച്ച ചർച്ച മാറ്റിവെക്കുകയും ചെയ്തു.

നേതൃസ്ഥാനങ്ങളിലേക്കുള്ള തിരഞ്ഞെടുപ്പായിരുന്നു സങ്കീർണമായ മറ്റൊരു പ്രശ്നം. പ്രതിനിധികളിൽ ഇരുവിഭാഗങ്ങൾക്കും തുല്യശക്തിയുണ്ടായിരുന്നതിനാൽ ഏകകണ്ഠമായി ഒരു പട്ടിക തയ്യാറാക്കാൻ കേന്ദ്രക്കമ്മിറ്റിക്ക് കഴിഞ്ഞില്ല. സുദീർഘമായ വിലപേശലുകൾ നടന്നു. ഒടുവിൽ ഒരു ഒത്തുതീർപ്പിലെത്തി. പാർട്ടി ഭരണഘടന ഭേദഗതി ചെയ്ത് ദേശീയ കൗൺസിൽ അംഗങ്ങളുടെ എണ്ണം വർധിപ്പിക്കാനായിരുന്നു ഒത്തുതീർപ്പ്.

പാർട്ടി കോൺഗ്രസിനുശേഷം ഒരു വർഷം തികയുന്നതിനുമുമ്പ് ജനറൽ സെക്രട്ടറി അജയ്ഘോഷ് അന്തരിക്കുകയും പുതിയൊരു ജനറൽ സെക്രട്ടറിയെ തിരഞ്ഞെടുക്കേണ്ടിവരികയും ചെയ്തു. നാടകം ഒരിക്കൽകൂടി അരങ്ങേറി. പുതിയ ജനറൽ സെക്രട്ടറിയുടെ കാര്യത്തിൽ ഒരു യോജിപ്പിലെത്താൻ കഴിഞ്ഞില്ല. ഒരു വിഭാഗം നിർദേശിച്ച പേര് മറ്റേ വിഭാഗം എതിർത്തു. ഒരു കടുത്ത മത്സരം അത് അനിവാര്യമാക്കി. നീണ്ട വിലപേശലുകൾക്ക് ശേഷം ഒരു പുതിയ സ്ഥാനം-ചെയർമാൻസ്ഥാനം-സൃഷ്ടിച്ചു. 'സോവിയറ്റ് അനുകൂലിയായ' നേതാവ് ഡാങ്കെയെ ചെയർമാനാക്കാൻ സമ്മതിച്ച വിഭാഗം എന്നെ ജനറൽ സെക്രട്ടറിയാക്കുന്നതിനോട് യോജിച്ചു. ഈ പുതിയ നേതൃത്വം ഏതാനും മാസത്തേക്ക് പ്രവർത്തിച്ചു. അതിനുശേഷം ആ സംവിധാനമാകെ തകർന്നു.

സാർവദേശീയമായിട്ടാകട്ടെ, സോവിയറ്റ്-ചൈനീസ് പാർട്ടി

നേതൃത്വങ്ങൾ തമ്മിലുള്ള സംഘട്ടനം രൂക്ഷമായി. മോസ്കോ പ്രഖ്യാപനത്തിൽ ഇരുപാർട്ടികളുടെയും പ്രതിനിധികൾ ഒപ്പുവെച്ചെങ്കിലും 'ഏകകണ്ഠമായ' പ്രസ്താവനയെ എങ്ങനെ വ്യാഖ്യാനിക്കണമെന്ന കാര്യത്തിൽ അഭിപ്രായഭിന്നത പിന്നീടുണ്ടായി. വിവാദം ഇപ്രാവശ്യം കൂടുതൽ കടുത്തു. സോവിയറ്റ് പാർട്ടിയെ 'തിരുത്തൽവാദികളായും' 'അവസരവാദികളായും' ചൈനീസ് പാർട്ടി തള്ളിപ്പറഞ്ഞപ്പോൾ ചൈനീസ് പാർട്ടി നേതൃത്വത്തെ 'ഇടതുപക്ഷ വിഭാഗീയ ചിന്താഗതി' വളർത്തിയതിനും 'സൈനിക-ഫാസിസ്റ്റ് സ്വേച്ഛാധിപത്യം' സ്ഥാപിച്ചതിനും സോവിയറ്റ് പാർട്ടിയും തള്ളിപ്പറഞ്ഞു. പ്രത്യയശാസ്ത്രപരമായ ഈ വിവാദങ്ങൾക്ക് സി പി ഐയിലെ 'സോവിയറ്റ് അനുകൂല' വിഭാഗത്തിലും 'ചൈനാ അനുകൂല' വിഭാഗത്തിലും അതിന്റേതായ പ്രത്യാഘാതമുണ്ടായി. പാർട്ടി അതിവേഗം ഒരു പിളർപ്പിലേക്ക് നീങ്ങുകയായിരുന്നു.

ഇന്ത്യാ-ചൈന അതിർത്തിയിലെ സ്ഥിതിഗതിയും തീക്ഷ്ണമായി. ചൈനീസ് പ്രധാനമന്ത്രിയുടെ ഇന്ത്യാ സന്ദർശനം പ്രയോജനം ചെയ്തില്ല. വാസ്തവത്തിൽ ഇന്ത്യയുടെയും ചൈനയുടെയും നേതാക്കൻമാർ തമ്മിൽ നടത്തിയ അഭിപ്രായ വിനിമയങ്ങൾ അവർ തമ്മിലുള്ള അകൽച്ച വർധിപ്പിക്കുകയാണ് ചെയ്തത്, അതിനെതുടർന്ന് അതിർത്തിയിൽ ചെറിയ ഏറ്റുമുട്ടലുണ്ടാവുകയും പിന്നീടത് ചൈനയുടെ വൻതോതിലുള്ള സൈനികാക്രമണമായി വികസിക്കുകയും ചെയ്തു. ഇന്ത്യൻസേനക്ക് നാണംകെട്ട ഒരു പരാജയം ഏൽപ്പിച്ചശേഷം ചൈനീസ് സേന പിൻവാങ്ങി. രണ്ട് ഗവൺമെന്റുകളും തമ്മിലുള്ള ബന്ധം വഷളായി. അതിന്റെ പ്രത്യാഘാതം സ്വാഭാവികമായും സി പി ഐയിലുണ്ടായി. അതിൽ ഇടതുപക്ഷം ക്രൂരമായ ആക്രമണത്തിന് ഇരയായി.

ഈ സംഭവങ്ങൾക്ക്ശേഷം അജയ്ഘോഷിന്റെ നിര്യാണത്തെത്തുടർന്നുണ്ടായ സംഘടനാപരമായ ഏച്ചുകെട്ടൽ സംവിധാനം തകർന്നു. ഈ ലേഖകനൊഴിച്ച് പാർട്ടി സെക്രട്ടറിയേറ്റിലെ എല്ലാ അംഗങ്ങളും രാജിവച്ചു. ഏതാനും ആഴ്ചകൾക്ക്ശേഷം ഞാനും രാജിവെച്ചു. ഇപ്രകാരം പാർട്ടി നേതൃത്വത്തിൽ ഭൂരിപക്ഷവും വലതുപക്ഷമായിത്തീരുകയും അവർ ഇടതുപക്ഷത്തിനെതിരെ സംഘടനാപരമായ നടപടികൾ ആരംഭിക്കുകയും ചെയ്തു. ഇതിനിടെ വലതുപക്ഷ ചെയർമാനായ ഡാങ്കെ ബ്രിട്ടീഷ് ഗവൺമെന്റിന് സ്വാതന്ത്ര്യത്തിന് മുമ്പ് ഒരു കത്ത് എഴുതിയിരുന്നു എന്നും അത് അനുരഞ്ജന സ്വഭാവത്തിലുള്ളതായിരുന്നു എന്നുമുള്ള വസ്തുത വെളിച്ചത്തായി. ഈ വസ്തുത അന്വേഷണവിധേയമാക്കണമെന്ന് ഇടതുപക്ഷം ആവശ്യപ്പെട്ടു. ഈ സംഘട്ടനം, ഇടതുപക്ഷം ദേശീയ കൗൺസിൽ യോഗത്തിൽ നിന്ന് ഇറങ്ങിപ്പോവുകയും വലതുപക്ഷം അവരെ പാർട്ടിയിൽ നിന്ന് സസ്പെന്റ് ചെയ്യുകയും ചെയ്തതോടെ, ഉച്ചാവസ്ഥയിലെത്തുകയും ചെയ്തു. ഇതായിരുന്നു പിളർപ്പിന്റെ ആരംഭം.

44

കേരളത്തിലെ ഇടതുപക്ഷ സി പി ഐ

ഇടതുപക്ഷ വിഭാഗത്തിൽപെട്ടവരും വലതുപക്ഷം സസ്പെന്റ് ചെയ്തവരുമായ ദേശീയ കൗൺസിൽ അംഗങ്ങളിൽ അനേകം പേർ കേരളത്തിൽ നിന്നുള്ളവരായിരുന്നു. ഭിന്നതക്ക് ആധാരമായ പ്രശ്നങ്ങൾ പാർട്ടി അംഗങ്ങൾക്കിടയിലും അതുപോലെതന്നെ പൊതുജനങ്ങൾക്കിടയിലും വിശദീകരിക്കുന്നതിന് ഒരു പ്രചാരണ പരിപാടി സംഘടിപ്പിക്കാൻ ഇടതുപക്ഷം തീരുമാനിച്ചു. ദേശീയ കൗൺസിലിൽ കേരളത്തിൽ നിന്നുള്ള ഏറ്റവും പ്രമുഖരായ രണ്ട് നേതാക്കളായ എ കെ ഗോപാലന്റെയും എന്റെയും ഒരു അഖില കേരള പര്യടനത്തോടെയാണ് പ്രചാരണം ഉദ്ഘാടനം ചെയ്യപ്പെട്ടത്. ഞങ്ങൾ ഓരോ ജില്ലയും സന്ദർശിച്ചു. എല്ലായിടത്തും പാർട്ടി അംഗങ്ങളുടെയും അനുഭാവികളുടെയും ജനറൽബോഡി യോഗങ്ങളും പൊതുസമ്മേളനങ്ങളും നടത്തി.

ഈ പരിപാടി ഒരു ഗംഭീരവിജയമായിരുന്നു. പാർട്ടി അംഗങ്ങളിൽ ഗണ്യമായ വിഭാഗം ഇടതുപക്ഷത്തോട് അനുഭാവമുള്ളവരാണെന്ന് തെളിഞ്ഞു. ഇടതുപക്ഷം ആരംഭിച്ച സമരത്തിന് ബഹുജനങ്ങളും ആവേശകരമായ പിന്തുണ നൽകി. അതേസമയം സംസ്ഥാനക്കമ്മിറ്റിയിലും ജില്ലാക്കമ്മെറ്റിയിലും കീഴ്കമ്മിറ്റിയിലും കടുത്ത മത്സരമായി. അതിലെല്ലാം ഇടതുപക്ഷമോ വലതുപക്ഷമോ സംഘടന നിയന്ത്രിക്കുന്ന സ്ഥിതിയുമായി. ഒരു വിഭാഗത്തിൽ ഭൂരിപക്ഷം വന്നാൽ മറ്റേ വിഭാഗം പ്രത്യേകം പാർട്ടി രൂപീകരിക്കുന്ന സ്ഥിതിയുണ്ടായി. ദേശീയ കൗൺസിലിൽ നിന്നുള്ള സസ്പെൻഷൻ നടന്നതും ഏതാനും ആഴ്ചകൾക്കുള്ളിൽ തന്നെ പാർട്ടി ഒന്നടങ്കം 'വലതുപക്ഷ സി പി ഐ' എന്നും 'ഇടതുപക്ഷ സി പി ഐ' എന്നുമുള്ള പേരുകളിൽ ഭിന്നിച്ചു.

കേരളത്തിലെ രാഷ്ട്രീയ പരിതഃസ്ഥിതി ഒരു പ്രതിസന്ധിയിലേക്ക് നീങ്ങിക്കൊണ്ടിരുന്ന ഘട്ടത്തിലാണ് പാർട്ടിയിൽ ഈ പിളർപ്പു

ണ്ടായത്. ഏതാനും മാസങ്ങൾക്കുള്ളിൽ, അതായത് 1965 ആദ്യം, നിയമസഭാ തിരഞ്ഞെടുപ്പ് നടക്കാനിരിക്കുകയായിരുന്നു. പ്രധാന പ്രതിപക്ഷ കക്ഷിയായ സി പി ഐ രണ്ടായി പിളർന്ന പരിത:സ്ഥിതി എങ്ങനെ നേരിടണമെന്ന കാര്യത്തിൽ രണ്ട് പാർട്ടികൾക്കും പൊതുജനങ്ങൾക്കും തീരുമാനമെടുക്കേണ്ടിവന്നു.

പുതുതായി രൂപീകരിക്കപ്പെട്ട രണ്ട് സി പി ഐകളും മറ്റ് ഇടതുപക്ഷ ജനാധിപത്യ ശക്തികളോട് ചേർന്ന് കോൺഗ്രസിനെ പരാജയപ്പെടുത്താൻ ഒരു ഐക്യമുന്നണിയുണ്ടാക്കണമെന്നും അതുവഴി ഒരു ബദൽ ഗവൺമെന്റ് രൂപീകരിക്കണമെന്നുമായിരുന്നു ഇടതുപക്ഷ സി പി ഐയുടെ നിലപാട്. പ്രത്യയശാസ്ത്രപരവും രാഷ്ട്രീയവുമായ പ്രശ്നങ്ങളിൽ ഭിന്ന നിലപാടുകളാണുള്ളതെങ്കിലും ഒരു പൊതുപരിപാടിയുടെ അടിസ്ഥാനത്തിൽ ഐക്യമുന്നണിക്ക് രൂപം നൽകുന്ന കാര്യം പരിഗണിക്കണമെന്ന് ഇടതുപക്ഷം വലതുപക്ഷത്തോട് അഭ്യർഥിച്ചു.

വലതുപക്ഷ സി പി ഐ ഈ അഭ്യർഥന നിരസിച്ചു. ഇന്ത്യൻ കമ്യൂണിസ്റ്റ്പ്രസ്ഥാനത്തിന്റെ ഐക്യം മന:പൂർവം തകർത്തവരുമായി ഒരു സന്ധിയുമില്ലെന്ന നിലപാടാണ് ആദ്യം അവർ സ്വീകരിച്ചത്. പിന്നീട് നിയമസഭയിൽ ഒരു അവിശ്വാസപ്രമേയത്തെത്തുടർന്ന് കേരളത്തിലെ കോൺഗ്രസ് ഗവൺമെന്റ് നിലംപതിച്ചു. ഉടനെതന്നെ തിരഞ്ഞെടുപ്പ് ഉണ്ടാകുമെന്ന് വന്നതിനാൽ തിരഞ്ഞെടുപ്പിൽ ഐക്യമുന്നണി ഉണ്ടാകേണ്ടത് ഒരു അടിയന്തര പ്രശ്നമായിത്തീർന്നു. വലതുപക്ഷം അവരുടെ ആദ്യത്തെ നിലപാട് മാറ്റി. പെട്ടെന്നൊരു യോജിച്ച പ്രക്ഷോഭ പരിപാടിക്കുള്ള നിർദേശം നിരാകരിക്കുന്നതിനുപകരം അത്തരമൊരു നടപടി വേണമെന്ന കാര്യത്തോട് യോജിച്ചു. എന്നാൽ ഇടതുപക്ഷവും പ്രതിപക്ഷകക്ഷികളും എങ്ങനെയാണ് യോജിക്കേണ്ടതെന്ന പ്രശ്നത്തിൽ അത് മാറ്റിവെച്ചു.

പ്രത്യയശാസ്ത്രപരമായും പരിപാടിയുടെ അടിസ്ഥാനത്തിലും മുസ്ലീംലീഗും കേരളാ കോൺഗ്രസും എതിർക്കപ്പെടേണ്ട സംഘടനകളാണ്. കോൺഗ്രസിനെതിരെ പൊരുതുന്നവരാണ് എന്നുള്ള നിലയ്ക്ക് ആ സംഘടനകളോട് അയവേറിയ സമീപനം വേണമെന്ന് ഇടതുപക്ഷ കമ്യൂണിസ്റ്റുകാർ ആഗ്രഹിച്ചു. ഐക്യമുന്നണിയുണ്ടാകാതെ തന്നെ ആ സംഘടനകളോട് സീറ്റടിസ്ഥാനത്തിൽ തിരഞ്ഞെടുപ്പ് ധാരണയാകാമെന്നാണ് അവർ അഭിപ്രായപ്പെട്ടത്. ഇത്തരം അടവുകൾ കോൺഗ്രസിനെ പരാജയപ്പെടുത്താൻ സഹായിക്കുന്നതും മുസ്ലീംലീഗിന്റെയോ കേരളാകോൺഗ്രസിന്റെയോ പ്രതിലോമപരമായ വർഗീയ നിലപാടിനോട് സന്ധി ചെയ്യാത്തതുമാണ്.

ഈ പ്രശ്നത്തിൽ സി പി ഐയിലെ ഇടതുപക്ഷവും വലതുപക്ഷവും തമ്മിൽ തീവ്രമായ വാദപ്രതിവാദം നടന്നു. 1965 ഫെബ്രുവരിയിൽ കേരള നിയമസഭയിലേക്ക് നടന്ന ഉപതിരഞ്ഞെടുപ്പിൽ രണ്ട്

സമീപനങ്ങളും പരീക്ഷണവിധേയമായി. സി പി ഐയിലെ വലതുപക്ഷം ആർ എസ് പിയുമായി ചേർന്ന് ശുദ്ധമായൊരു ഇടതുമുന്നണിയുണ്ടാക്കി കോൺഗ്രസിനെയും സി പി ഐയിലെ ഇടതുപക്ഷത്തെയും എതിർത്തു. തിരഞ്ഞെടുപ്പ് ഫലം വലതുപക്ഷത്തിന് ആപൽക്കരവും ഇടതുപക്ഷത്തിന് അഭിമാനകരവും ആയിരുന്നു. ഐക്യമുന്നണിയിലെ ഇടതുപക്ഷം മറ്റ് ചില ഇടതുപക്ഷ പാർട്ടികളുമായി ചേർന്നും ഏതാനും സീറ്റുകളിൽ മുസ്ലീംലീഗുമായി സീറ്റുധാരണ(മറ്റു സീറ്റുകളിൽ ലീഗിനെ എതിർത്തുകൊണ്ടുതന്നെ) ഉണ്ടാക്കിയും തിരഞ്ഞെടുപ്പിൽ, നിയമസഭയിലെ ഏറ്റവും വലിയ കോൺഗ്രസിനെക്കാളും വലിയ, ഒറ്റകക്ഷിയായി പുറത്തുവന്നു. വലതുപക്ഷം ദയനീയമായി പരാജയപ്പെട്ടു. കെട്ടിവച്ചതുക തിരഞ്ഞെടുപ്പ് കമ്മീഷനിൽ നിന്ന് തിരിച്ചു കിട്ടാൻ വേണ്ടത്ര ശതമാനം വോട്ടുപോലും നേടാൻ അവർക്കായില്ല.

ഈ തിരഞ്ഞെടുപ്പ് പോരാട്ടം പ്രത്യയശാസ്ത്രപരവും രാഷ്ട്രീയവുമായ ഒരു വൻസമരമായിത്തീർന്നു. സി പി ഐ വലതും ഇടതുമായി തിരിക്കുന്നതിന് ആധാരമായ എല്ലാ പ്രശ്നങ്ങളും പൊതുജനങ്ങളുടെ ചർച്ചക്ക് വിഷയീഭവിച്ചു. കോൺഗ്രസും സി പി ഐയിലെ വലതുപക്ഷവും ഇടതുപക്ഷത്തെ, രാഷ്ട്രത്തെ 'ഒറ്റുകൊടുത്തവർ' എന്നും 'ദേശീയ ശത്രുവിന്റെ ഏജന്റുമാർ' എന്നും തള്ളിപ്പറയുന്നതിൽ ഒന്നിച്ചു. സി പി ഐയിലെ ഇടതുപക്ഷം ചൈനീസ് 'ആക്രമണകാരി'യുടെ ഉറച്ച ഏജന്റുമാരാണെന്നും അവർ രാജ്യത്തെ അസ്ഥിരീകരിക്കുന്നതിൽ ഏർപ്പെട്ടിരിക്കുകയായിരുന്നുവെന്നും വരുത്താൻ ശ്രമിച്ചുകൊണ്ടുള്ള ഒരു ധവള പത്രം കേന്ദ്രഗവൺമെന്റിന്റെ ആഭ്യന്തരമന്ത്രാലയം പുറപ്പെടുവിച്ചു. ധവളപത്രത്തിലെ ഈ 'തുറന്നുകാട്ടൽ' തിരഞ്ഞെടുപ്പ് പ്രചാരണത്തിൽ സി പി ഐ എടുത്ത് പ്രയോഗിച്ചു.

ഈ കടുത്ത തിരഞ്ഞെടുപ്പ് പോരാട്ടത്തിലെ വിജയത്തോടെ, സി പി ഐയിലെ ഇടതുപക്ഷം അഖിലേന്ത്യാതലത്തിലെ പ്രത്യയശാസ്ത്ര-രാഷ്ട്രീയ സമരത്തിൽ ആദ്യത്തെ വിജയം നേടി.

കേരളത്തിലെ ഈ തിരഞ്ഞെടുപ്പ് പോരാട്ടത്തിന് ശേഷം തിരഞ്ഞെടുപ്പ് കമ്മീഷൻ സി പി ഐയിലെ ഇടതുപക്ഷത്തെ ഒരു സ്വതന്ത്ര പാർട്ടിയായി അംഗീകരിച്ചു. രാജ്യത്ത് രണ്ട് കമ്മ്യൂണിസ്റ്റ് പാർട്ടികൾ ഉണ്ടെന്ന വസ്തുത കമ്മീഷൻ സമ്മതിച്ചു.

വലതുപക്ഷത്തെ സി പി ഐ എന്ന ഏകീകൃത കമ്മ്യൂണിസ്റ്റ് പാർട്ടിയുടെ പേരിൽ വിളിക്കുകയും പുതിയ പാർട്ടിക്ക് സി പി ഐ (മാർക്സിസ്റ്റ്) എന്ന പേര് നൽകുകയും ചെയ്തു. സി പി ഐക്ക് ഏകീകൃത കമ്മ്യൂണിസ്റ്റ് പാർട്ടിയുടെ ചിഹ്നം - അരിവാളും നെൽക്കതിരും-കമ്മീഷൻ തുടർന്ന് നൽകുകയും ഒരു പുതിയ ചിഹ്നം - അരിവാളും ചുറ്റികയും നക്ഷത്രവും - സി പി ഐ (മാർക്സിസ്റ്റ്)ന് നൽകുകയും ചെയ്തു. ചിഹ്നം മാറിയതുകൊണ്ടുള്ള അസൗകര്യമുണ്ടായെങ്കിലും

ഇടതുപക്ഷ സി പി ഐയോട് അനുഭാവമുള്ള സമ്മതിദായകർ ശരിയായിത്തന്നെ തങ്ങളുടെ വോട്ടുകൾ രേഖപ്പെടുത്തി എന്നത് എടുത്തുപറയേണ്ട വസ്തുതയാണ്.

സി പി ഐയിലെ ഇടതുപക്ഷ വിഭാഗം-ഇപ്പോഴത്തെ സി പി ഐ(എം)-ഇന്ത്യൻ കമ്യൂണിസ്റ്റ് പ്രസ്ഥാനത്തിലെ പ്രധാനശക്തിയായി സ്ഥിരപ്രതിഷ്ഠ നേടിയ കാലഘട്ടത്തിന്റെ ആരംഭമായിരുന്നു 1965-ലെ കേരളത്തിലെ തിരഞ്ഞെടുപ്പ് ഫലങ്ങൾ. ഇന്ത്യയിലെ കമ്യൂണിസ്റ്റ് പ്രസ്ഥാനത്തിന്റെ രണ്ട് പ്രമുഖ കേന്ദ്രങ്ങളായ കേരളത്തിലും പശ്ചിമ ബംഗാളിലും ഉണ്ടായ സംഭവവികാസങ്ങളിൽ നിന്ന് രാജ്യത്താകെയുള്ള സി പി ഐ അംഗങ്ങളിൽ വളരെ വിപുലമായ ഒരു വിഭാഗം സി പി ഐ(എം)ലാണെന്ന് തെളിഞ്ഞു. അതുകൊണ്ട് തന്നെ 1967-ലെ പൊതുതിരഞ്ഞെടുപ്പിനുശേഷം കേരളത്തിലും പശ്ചിമബംഗാളിലും രൂപീകരിക്കപ്പെട്ട ഗവൺമെന്റുകൾക്ക് സി പി ഐ(എം)ആണ് നേതൃത്വം നൽകിയത്.

കേരളത്തിലെ ഇടതുപക്ഷ വിഭാഗത്തിന്റെ രാഷ്ട്രീയ സ്വഭാവത്തിന്റെ പ്രത്യേകതകൂടി പരാമർശിക്കാതെ കേരളത്തിലെ ഇടതുപക്ഷ പ്രവർത്തനത്തിന്റെ കഥ പൂർണമാകില്ല. സാർവദേശീയ പ്രത്യയശാസ്ത്രപ്രശ്നങ്ങളിൽ സോവിയറ്റ് നിലപാട് സംബന്ധിച്ച അടിസ്ഥാന വിമർശനത്തിൽ മറ്റ് ഇടതുപക്ഷവിഭാഗത്തോട് യോജിക്കുമ്പോൾതന്നെ ചൈനീസ് നിലപാടുമായി പൂർണമായി യോജിക്കാൻ കഴിയാത്ത ഏതാനും പേരുമുണ്ടായിരുന്നു. ഇടതുപക്ഷ വിഭാഗത്തിൽ അക്കൂട്ടത്തിൽപെട്ട ഒരാളായിരുന്നു ഈ ലേഖകൻ. ആഭ്യന്തരമായ പ്രശ്നങ്ങളിൽ കോൺഗ്രസ് ഭരണത്തിനെതിരെ ഉറച്ച പോരാട്ടം നടത്തേണ്ടതിന്റെ ആവശ്യകതയോട് കേരളത്തിലെ ഇടതുപക്ഷവിഭാഗം ഒന്നടങ്കം യോജിക്കുമ്പോൾതന്നെ അടവുകളുടെ പ്രശ്നത്തിൽ അയവേറിയ സമീപനത്തിനുവേണ്ടി വാദിച്ച ഒരുവിഭാഗവും ഉണ്ടായിരുന്നു. കേരളത്തിലെ ഇടതുപക്ഷത്തിന്റെ ഒരു കൺവൻഷൻ വിളിച്ചുകൂട്ടി ആ കൺവെൻഷൻ ഒരു പ്രസ്താവന അംഗീകരിച്ചു. അതിൽ സാർവദേശീയവും ദേശീയവുമായ പ്രശ്നങ്ങളിലുള്ള അഭിപ്രായവ്യത്യാസം കാണാമായിരുന്നു.

ഈ അഭിപ്രായവ്യത്യാസങ്ങൾ പാർട്ടി കോൺഗ്രസിൽ കൊണ്ടുപോയി. കേരളാ കൺവെൻഷനിൽ പ്രകടിപ്പിക്കപ്പെട്ട ഈ രണ്ടഭിപ്രായങ്ങൾ അവിടെ വീണ്ടും അവതരിപ്പിക്കപ്പെട്ടു. കേരളത്തിൽ മുന്നോട്ട് കൊണ്ടുവന്ന ആശയഗതികളിൽ ചിലത് ഏഴാം കോൺഗ്രസിന്റെ അന്തിമരേഖകളിൽ ചേർത്തു. ഈ ധാരണയുടെ അടിസ്ഥാനത്തിലാണ് കോൺഗ്രസിനുശേഷം എ കെ ഗോപാലനെയും ഈ ലേഖകനെയും പൊളിറ്റ്ബ്യൂറോയിൽ ഉൾപ്പെടുത്തിയത്.

45

രണ്ട് പാർട്ടി കോൺഗ്രസുകൾ

ആയിരത്തിത്തൊള്ളായിരത്തി അറുപത്തിനാല് ഏപ്രിലിലെ ദേശീയ കൗൺസിൽ യോഗത്തിൽനിന്ന് ഇറങ്ങിപ്പോയ ഇടതുപക്ഷക്കാരായ അംഗങ്ങൾ ഏഴാം പാർട്ടി കോൺഗ്രസ് നടത്തുന്നതിനുള്ള ഒരു താൽക്കാലിക കമ്മിറ്റിയായി സ്വയം രൂപം കൊണ്ടു. ഈ കമ്മിറ്റിക്ക് ഒരു കരട് പാർട്ടി പരിപാടിയും സി പി ഐയിലെ രണ്ട് നിലപാടുകൾക്കുമിടയിലുള്ള സമരത്തിന്റെ പുരോഗതി വിശദീകരിക്കുന്ന ഒരു രാഷ്ട്രീയ റിപ്പോർട്ടും അതുപോലെ പാർട്ടി കോൺഗ്രസിൽ അവതരിപ്പിക്കേണ്ട മറ്റ് രേഖകളും തയ്യാറാക്കേണ്ടതുണ്ടായിരുന്നു. കമ്മിറ്റി ഈ കടമ പൂർത്തിയാക്കുകയും ഒക്ടോബർ 31 മുതൽ നവംബർ 7 വരെ കൽക്കത്തയിൽവെച്ച് പാർട്ടി കോൺഗ്രസ് സംഘടിപ്പിക്കുകയും ചെയ്തു.

ദേശീയ കൗൺസിലിലെ വലതുപക്ഷക്കാർ തങ്ങൾ തുടർന്നും അവിഭക്ത കമ്യൂണിസ്റ്റ് പാർട്ടിയെ പ്രതിനിധീകരിക്കുന്നവരാണെന്ന് അവകാശപ്പെട്ടു. ഇടതുപക്ഷക്കാരായ അംഗങ്ങൾ പിളർപ്പൻമാരാണെന്ന് തള്ളിപ്പറഞ്ഞ വലതുപക്ഷക്കാർ അവർക്കെതിരെ വ്യാപകമായ ആക്രമണം അഴിച്ചുവിട്ടു. വലതുപക്ഷം അവരുടെ കോൺഗ്രസ് ഡിസംബറിൽ ബോംബെയിൽവെച്ച് നടത്തി.

അങ്ങനെ രണ്ട് പാർട്ടി കോൺഗ്രസുകൾ നടന്നു. രണ്ടും സി പി ഐയുടെ ഏഴാം പാർട്ടി കോൺഗ്രസാണെന്ന് അവകാശപ്പെട്ടു. ഈ കോൺഗ്രസുകളിൽ നിന്ന് രണ്ട് പാർട്ടികളും രൂപം കൊണ്ടു. ഇരുകൂട്ടരും തങ്ങളാണ് യഥാർഥ സി പി ഐ എന്ന് അവകാശപ്പെട്ടപ്പോൾ തിരഞ്ഞെടുപ്പ് കമ്മീഷൻ രണ്ട് പാർട്ടികൾ ഉണ്ടെന്ന് അംഗീകരിക്കുകയും അവയെ സി പി ഐ എന്നും സി പി ഐ (എം) എന്നും പേരിടുകയും ചെയ്തു.

രണ്ട് പാർട്ടി കോൺഗ്രസുകളും തമ്മിലുള്ള പ്രധാന വ്യത്യാസങ്ങളിൽ ഒന്ന് ബോംബെയിൽ ചേർന്ന വലതുപക്ഷ വിഭാഗത്തിന്റെ കോൺഗ്രസിൽ സോവിയറ്റ് കമ്യൂണിസ്റ്റ്പാർട്ടിയടക്കം നിരവധി സഹോദരപാർട്ടികളുടെ പ്രതിനിധികൾ പങ്കെടുത്തു എന്നതാണ്. ഇടതുപക്ഷവിഭാഗത്തിന്റെ കൽക്കത്ത കോൺഗ്രസിൽ മറ്റ് പാർട്ടികളുടെ സൗഹാർദ പ്രതിനിധികൾ ഇല്ലായിരുന്നു. കൽക്കത്ത കോൺഗ്രസിന്റെ സംഘാടകർ ഇരുചേരികളിലായി (സി പി എസ് യുവും സി പി സിയും) തിരിഞ്ഞ് സഹോദര പാർട്ടികളുടെ പ്രതിനിധികളെ ക്ഷണിക്കേണ്ടതില്ലെന്ന് തീരുമാനിച്ചിരുന്നു.

രണ്ടാമതായി സാർവദേശീയ കമ്യൂണിസ്റ്റ് പ്രസ്ഥാനത്തിൽ വിവാദത്തിലിരിക്കുന്ന പ്രശ്നങ്ങളിൽ വലതുപക്ഷത്തിന്റെ കോൺഗ്രസ് ഒരു രേഖ അംഗീകരിച്ചു. സി പി എസ് യു സ്വീകരിച്ച നിലപാടുകളോട് അവരുടെ പാർട്ടി പൂർണമായും യോജിച്ചു. അതിന് കടകവിരുദ്ധമായി പ്രശ്നമാകെ കൂടുതൽ ഉൾപ്പാർട്ടി ചർച്ചക്കായി മാറ്റിവെക്കുകയാണ് കൽക്കത്ത കോൺഗ്രസ് ചെയ്തത്. അതിന് കാരണം, സി പി എസ് യു നിലപാടുകൾ അപ്പാടെ അംഗീകരിച്ചവരാണ് വലതുപക്ഷമെങ്കിൽ സി പി എസ് യുവിന്റെയോ സി പി സിയുടെയോ നിലപാടുകൾ ഇടതുപക്ഷം അംഗീകരിച്ചിരുന്നില്ല. 'ക്രൂഷ്ചേവ് ലൈൻ' എന്നറിയപ്പെട്ടതിനോടുള്ള എതിർപ്പിൽ ഇടതുപക്ഷം ഒറ്റക്കെട്ടായി നിന്നപ്പോൾ ചൈനീസ് പാർട്ടിയുടെ നിലപാടിനോടും അവർക്ക് അഭിപ്രായ ഐക്യം ഇല്ലായിരുന്നു. അതിനാൽ ഗുരുതരമായ അഭിപ്രായഭിന്നതയുള്ള കാര്യങ്ങളിൽ ചർച്ച മാറ്റിവച്ച താൽക്കാലിക കമ്മിറ്റി ഏകദേശം ഏകാഭിപ്രായമുണ്ടായിരുന്ന ആഭ്യന്തര സാമ്പത്തിക രാഷ്ട്രീയ പ്രശ്നങ്ങളിലാണ് ചർച്ച കേന്ദ്രീകരിച്ചത്.

സി പി ഐ (എം) കൽക്കത്ത കോൺഗ്രസ് ചർച്ചക്ക് മാറ്റിവച്ച പ്രശ്നങ്ങൾ വീണ്ടും ഏറ്റെടുത്ത് അതിൽ ചർച്ച കേന്ദ്രീകരിക്കുന്നതിന് മൂന്ന് വർഷത്തിലധികം വേണ്ടിവന്നു. 1968 മേയിൽ പശ്ചിമബംഗാളിൽ ബർദ്വാനിൽ ചേർന്ന പ്രത്യേക പാർട്ടി പ്ലീനത്തിലാണ് സാർവദേശീയ പ്രസ്ഥാനത്തെ സംബന്ധിച്ച ചില പ്രധാന പ്രശ്നങ്ങളിൽ പാർട്ടിയുടെ വീക്ഷണം വിശദീകരിക്കുന്ന ഒരു രേഖ അംഗീകരിച്ചത്. ആ രേഖ ചില പ്രശ്നങ്ങളിൽ സി പി സിയുടെയും സി പി ഐ (എം)ന്റെയും നിലപാടുകളിലെ വ്യത്യാസം ചൂണ്ടിക്കാട്ടി.

ദേശീയതയുടെ പ്രശ്നത്തിലും കൽക്കത്ത കോൺഗ്രസ് ചർച്ചയും തീരുമാനവും മാറ്റിവെക്കുകയുണ്ടായി. ഈ പ്രശ്നത്തിലും പാർട്ടി നേതൃത്വത്തിലും പാർട്ടി കോൺഗ്രസിൽ സംബന്ധിച്ച പ്രതിനിധികൾക്കിടയിലും ശക്തമായ അഭിപ്രായഭേദം നിലനിന്നു. ഇന്ത്യയിൽ നിന്ന് വേറിട്ട് പോകാനുള്ളതടക്കമുള്ള സ്വയംനിർണയാവകാശം ഇന്ത്യയിലെ വിവിധ ദേശീയ ജനവിഭാഗങ്ങൾക്ക് അനുവദിക്കണമെന്നായിരുന്നു ഒരു അഭിപ്രായം. അതേപോലെ ശക്തമായ മറ്റൊരു അഭിപ്രായം

സംസ്ഥാനങ്ങൾക്ക് വിപുലമായ സ്വയംഭരണാധികാരവും ഗിരിവർഗ ക്കാർക്കും മറ്റും സംസ്ഥാനത്തിന്റെ ചട്ടക്കൂടിനുള്ളിൽ പ്രാദേശിക സ്വയംഭരണാധികാരവും അനുവദിച്ചുകൊണ്ടുവേണം ഇന്ത്യയിലെ ദേശീയജനവിഭാഗങ്ങളുടെ പ്രശ്നം പരിഹരിക്കേണ്ടതെന്നായിരുന്നു. ഈ പ്രശ്നത്തിൽ പാർട്ടി കോൺഗ്രസ് ഭിന്നിക്കരുതെന്നും, ആഭ്യന്തര മായ ചർച്ചകൾ സംഘടിപ്പിക്കാനും പാർട്ടി പരിപാടി ഭേദഗതി ചെയ്യാനും കേന്ദ്രക്കമ്മിറ്റിയെ ചുമതലപ്പെടുത്തണമെന്നും തീരുമാനമാ യി.

ഈ പ്രശ്നങ്ങളിൽ ചർച്ച മാറ്റിവെച്ചത് പാർട്ടി കോൺഗ്രസിന്റെ ഒരു പ്രധാന ദൗർബല്യമാണെന്ന് തോന്നാം. എന്നാൽ അങ്ങനെ പറയു ന്നത് അർദ്ധസത്യം മാത്രമേ ആകുന്നുള്ളൂ. രണ്ട് പ്രശ്നങ്ങൾ ചർച്ച ക്കായി മാറ്റിവച്ച നടപടി, അന്ന് രൂപംകൊണ്ടുവരികയായിരുന്ന സി പി ഐ(എം) അതിന്റെ നിലപാടുകൾ കരുപ്പിടിപ്പിച്ചുകൊണ്ടിരിക്കുകയാ യിരുന്നു എന്നാണ് സൂചിപ്പിച്ചത്. ചർച്ച മാറ്റിവെക്കപ്പെട്ട പ്രശ്നങ്ങളിൽ വ്യക്തതയുണ്ടാകാൻ പാർട്ടിക്കുള്ളിൽ തീവ്രമായ ചർച്ചകൾ ആവശ്യ മായി.

എന്നാൽ ഇതിൽനിന്നെല്ലാം വ്യത്യസ്തമായി രാജ്യത്തെ സാമ്പ ത്തികവും രാഷ്ട്രീയവുമായ പ്രശ്നങ്ങളിൽ സമ്പൂർണമായ അഭിപ്രായ ഐക്യമാണുണ്ടായത്. അതിനാൽ ദേശീയതകളുടെ പ്രശ്നം സംബ ന്ധിച്ച ഭാഗം കൂടാതെതന്നെ പാർട്ടി പരിപാടി അംഗീകരിക്കപ്പെട്ടു. 8 വർഷങ്ങൾക്ക് ശേഷം 1972 ജൂണിൽ നടന്ന ഒമ്പതാം കോൺഗ്രസിൽ വെച്ച് മാത്രമാണ് ഈ പ്രശ്നം ചർച്ച ചെയ്തത്. ജനകീയ ജനാധി പത്യ ഇന്ത്യ ദേശീയതകളുടെ അടിസ്ഥാനത്തിൽ വിപുലമായ സ്വയംഭ രണാധികാരമുള്ള സംസ്ഥാനങ്ങളുടെ യൂണിയനായിരിക്കണമെന്ന് അന്ന് തീരുമാനമായി.

ഇന്ത്യൻ വിപ്ലവത്തിന്റെ തന്ത്രവും അടവുകളുമാണ് പാർട്ടി കോൺഗ്രസ് പ്രധാനമായും ചർച്ച ചെയ്തത്. ഈ പ്രശ്നങ്ങൾ കൈ കാര്യം ചെയ്ത പാർട്ടി പരിപാടിയിൻമേൽ തീക്ഷ്ണമായ ചർച്ച നടന്നു. വിപ്ലവത്തിന്റെ പാതയെക്കുറിച്ചും വിപ്ലവത്തിന്റെ തന്ത്രപരവും അടവു പരവുമായ കടമകൾ നിറവേറ്റുന്നതിന് അണിനിരത്തേണ്ട ശക്തികൾ ഓരോന്നിനെയും കുറിച്ചും മറ്റ് പ്രശ്നങ്ങളെക്കുറിച്ചുമെല്ലാം കോൺഗ്ര സിലെ പ്രതിനിധികൾക്ക് അഭിപ്രായവ്യത്യാസമുണ്ടായിരുന്നു. ആ പ്രശ്നങ്ങളിൽ തീവ്രമായ വിവാദവും നടന്നു. നിരവധി ഭേദഗതികൾ അവതരിപ്പിക്കപ്പെട്ടു. അതിൽ പലതും നേതൃത്വം സ്വീകരിക്കുകയും അതിലേറെ ഭേദഗതികൾ നിരാകരിക്കുകയും ചെയ്തു. ഒട്ടേറെ ഭേദഗ തികളിൻമേൽ വോട്ടെടുപ്പുണ്ടായി. ഒടുവിൽ ഭേദഗതി ചെയ്യപ്പെട്ട കരട് പരിപാടി വോട്ടിനിടുകയും ഏകകണ്ഠമായി അംഗീകരിക്കുകയും ചെയ്തു.

വലതുപക്ഷത്തിന്റെ ബോംബെ കോൺഗ്രസ് കുറച്ചുകൂടി സുഗമ

മായിരുന്നു. കാരണം പിളർപ്പിന് മുമ്പ് സി പി ഐയിലെ വലതുപക്ഷം സ്വീകരിച്ച സമീപനത്തിന്റെ തുടർച്ചയായിരുന്നു അവരുടെ നേതൃത്വം മുന്നോട്ടുവെച്ചത്. സാർവദേശീയ കമ്യൂണിസ്റ്റ് പ്രസ്ഥാനത്തിനുള്ളിൽ തർക്കത്തിലിരുന്ന പ്രശ്നങ്ങളിൻമേൽ ഒരു രേഖ അംഗീകരിക്കുന്നതിന് ആ കോൺഗ്രസിന് ഒരു പ്രയാസവും ഉണ്ടായില്ല. സി പി എസ് യു അനുവർത്തിച്ച സമീപനം അപ്പാടെ അതംഗീകരിക്കുകയും സി പി സിക്കെതിരെ അണിനിരക്കുകയും ചെയ്തു. ഇന്ത്യയും ചൈനയും തമ്മിലുള്ള അതിർത്തി പ്രശ്നങ്ങളിൽ ബോംബെ കോൺഗ്രസിലെ പ്രതിനിധികൾക്ക് ചൈനീസ് ഗവൺമെന്റിനോടുള്ള നിലപാട് ശത്രുതാപരമായിരുന്നു. ഈ പ്രശ്നത്തിൽ അവർ ഇന്ത്യാഗവൺമെന്റിന്റെ സമീപനം അതേപടി അംഗീകരിച്ചു. ഈ രണ്ട് പ്രശ്നങ്ങളെ സംബന്ധിച്ചിടത്തോളം സി പി സിയുടെ നിലപാട് സി പി ഐ (എം) പൂർണമായും അംഗീകരിച്ചില്ലെങ്കിലും സി പി ഐ (എം)നെ 'ചൈനാപക്ഷപാതികൾ' എന്നാണ് വലതുകാർ വിളിച്ചത്.

പുതിയ സി പി ഐ പഴയതിൽ നിന്ന് ഭിന്നിക്കാനുണ്ടായ ഒരു പ്രശ്നം ജനകീയ ജനാധിപത്യം എന്ന തന്ത്രപരമായ മുദ്രാവാക്യം സംബന്ധിച്ചായിരുന്നു. അവിഭക്ത കമ്യൂണിസ്റ്റ് പാർട്ടി 1951-ൽ അംഗീകരിച്ച പാർട്ടി ജനകീയ ജനാധിപത്യം ഇന്ത്യൻ വിപ്ലവത്തിന്റെ ലക്ഷ്യമായി പ്രഖ്യാപിച്ചിരുന്നു. ഇന്ത്യൻ കമ്യൂണിസ്റ്റുകാർ പ്രവർത്തിക്കേണ്ടത് വിപ്ലവജനാധിപത്യത്തിന് വേണ്ടിയാണ്. അത് ബൂർഷ്വാ ജനാധിപത്യമോ തൊഴിലാളി വർഗഭരണമോ അല്ല-ഇങ്ങനെയൊരു നിഗമനത്തിലെത്തിച്ചേരാനുള്ള കാരണം അതാണ്. ബൂർഷ്വാ ജനാധിപത്യ വിപ്ലവത്തിന്റെ കടമകൾ പൂർത്തിയാക്കുകയും ഫ്യൂഡലിസത്തിന്റെയും കൊളോണിയൽ ഭരണത്തിന്റെയും അവശിഷ്ടങ്ങൾ തുടച്ചുനീക്കുകയും ചെയ്തുകൊണ്ട് സോഷ്യലിസത്തിലേക്കുള്ള പരിവർത്തനത്തിന് കളമൊരുക്കുക എന്നതാണ് ഇന്ത്യൻ വിപ്ലവത്തിന് നിറവേറ്റേണ്ട കടമകൾ. അതിന് എല്ലാ സാമ്രാജ്യത്വ വിരുദ്ധശക്തികളെയും ജൻമിത്വ-വിരുദ്ധ കുത്തക-വിരുദ്ധ ജനാധിപത്യശക്തികളെയും മറ്റെല്ലാ ദേശാഭിമാനികളെയും തൊഴിലാളി വർഗത്തിന്റെ നേതൃത്വത്തിൽ ഉറച്ച തൊഴിലാളി-കർഷക സഖ്യത്തിന്റെ അടിസ്ഥാനത്തിൽ യോജിപ്പിച്ച് അണിനിരത്തേണ്ടത് ആവശ്യമാണ്. ജനകീയ ജനാധിപത്യം എന്ന കാഴ്ചപ്പാട് ഉപേക്ഷിച്ച വലതുകാർ അതിനുപകരം 'ദേശീയ ജനാധിപത്യം 'സ്വീകരിച്ചു.

ഇപ്രകാരം തന്ത്രപരമായ ലക്ഷ്യത്തിന്റെ കാര്യത്തിൽ ഇടത്-വലത് കോൺഗ്രസുകൾ വ്യത്യസ്ത നിലപാടുകൾ സ്വീകരിച്ചു. രണ്ട് നിലപാടുകളും തമ്മിലുള്ള വ്യത്യാസങ്ങൾ പദപ്രയോഗങ്ങളിൽ മാത്രമല്ലെന്ന് പിന്നീട് വ്യക്തമാവുകയും ചെയ്തു. സി പി ഐ (എം)നോടുള്ള എതിർപ്പിൽ വലത് സി പി ഐ, ഇന്ത്യൻ ദേശീയ ബൂർഷ്വാസിയുടെ മുഖ്യ രാഷ്ട്രീയ പാർട്ടിയായ ഇന്ത്യൻ നാഷണൽ കോൺഗ്രസു

മായി രാഷ്ട്രീയ സഖ്യമുണ്ടാക്കുന്നതിലേക്ക് ക്രമേണ നീങ്ങി. 1969മുതൽ 1979വരെയുള്ള ഒരു ദശകം പൂർണമായും ഇന്ദിരാഗാന്ധിയുടെ നേതൃത്വത്തിലുള്ള കോൺഗ്രസിന്റെ പൂർണ പങ്കാളിത്തമുള്ള സി പി ഐ(എം) വിരുദ്ധ കേരളാഗവൺമെന്റിന് വലത് സി പി ഐ നേതാവ് നേതൃത്വം നൽകി. സി പി ഐ (എം) നെയും മറ്റ് ഇടതുപക്ഷശക്തികളെയും എതിർക്കുന്നതിൽ വലത് സി പി ഐ കോൺഗ്രസ് പാർട്ടിയുമായി പശ്ചിമബംഗാളിലും അതുപോലെ തന്നെ രാജ്യത്തിന്റെ ഇതരഭാഗങ്ങളിലും കൈകോർത്തുപിടിച്ചു.

പാർട്ടിയുടെ അടിയന്തര കടമകൾ സംബന്ധിച്ച് ഒരു രാഷ്ട്രീയ റിപ്പോർട്ടും ഒരു പ്രത്യേക പ്രമേയവും സി പി ഐ (എം) ഏഴാം കോൺഗ്രസ് ചർച്ച ചെയ്ത് അംഗീകരിച്ചു. പാർട്ടിയുടെ സമരതന്ത്രവും സമകാലീന രാഷ്ട്രീയ പരിതഃസ്ഥിതി ആസ്പദമാക്കി സ്വീകരിക്കേണ്ട പ്രായോഗികമായ അടവുകളും തമ്മിലുള്ള ബന്ധം രാഷ്ട്രീയ റിപ്പോർട്ടിലും കടമകൾ നിർവചിക്കുന്ന പ്രമേയത്തിലും വൈരുധ്യാത്മകമായി അപഗ്രഥിച്ചു. സമരതന്ത്രത്തെ സംബന്ധിച്ചിടത്തോളം വിമർശനം മുഴുവൻ വലതുപക്ഷ അവസരവാദത്തിനെതിരെ ആയിരുന്നു. അതേസമയം റിപ്പോർട്ടും പ്രമേയവും സമകാലീന അടവുകളിലെ ഇടതുപക്ഷ സെക്ടേറിയനിസത്തെയും വിമർശിച്ചു. അടിയന്തര കടമകൾ സംബന്ധിച്ച പ്രമേയത്തിൽ പറഞ്ഞ അയവേറിയ അടവുകൾ സമരതന്ത്രത്തിന്റെ ലക്ഷ്യത്തിന് എതിരാണെന്ന് പ്രത്യക്ഷത്തിൽ തോന്നാമെങ്കിലും വാസ്തവത്തിൽ അത് സമരതന്ത്രത്തിന്റെ ലക്ഷ്യം നേടുന്നതിൽ സഹായകമാണ്.

തൊഴിലാളിവർഗത്തിന്റെ നേതൃത്വത്തിൽ തൊഴിലാളി-കർഷക സമരസഖ്യത്തിന്റെ അടിസ്ഥാനത്തിൽ, ഇന്ത്യൻ സമൂഹത്തിലെ എല്ലാ ജനാധിപത്യ ശക്തികളുടെയും ദേശാഭിമാനികളുടെയും പുരോഗമന ശക്തികളുടെയും ഐക്യമാണ് പാർട്ടി പരിപാടി ആവിഷ്കരിച്ചിട്ടുള്ള സമരതന്ത്രം. രാഷ്ട്രീയ റിപ്പോർട്ടിലും പ്രമേയത്തിലും രൂപം നൽകിയിട്ടുള്ള അടവുകളിൽ ഊന്നിപ്പറഞ്ഞതാകട്ടെ രാജ്യത്തെ എല്ലാ പുരോഗമന ജനാധിപത്യ ശക്തികളുടെയും കഴിയുന്നത്ര വ്യാപകമായ ഐക്യത്തിന്റെ ആവശ്യകതയാണ്. തൊഴിലാളിവർഗത്തോട് മുഖാമുഖം നിൽക്കുന്ന വിഭാഗങ്ങളിലും വർഗങ്ങളിലും തങ്ങളുടെ സഖ്യശക്തികളെ കണ്ടെത്താൻ ബൂർഷ്വാ വ്യവസ്ഥയുടെ പ്രതിസന്ധി തൊഴിലാളി വർഗത്തെ സഹായിക്കുന്നു എന്ന് രാഷ്ട്രീയ റിപ്പോർട്ടിലെ വിശകലനം വ്യക്തമാക്കി. സാമ്രാജ്യത്വ വിരുദ്ധരും ഫ്യൂഡൽ വിരുദ്ധരുമായ എല്ലാ ജനാധിപത്യ ശക്തികളുടെയും ദേശസ്നേഹികളുടെയും വിപുലവും യോജിച്ചതുമായ സമരത്തിലൂടെയാണ് തൊഴിലാളി വർഗനേതൃത്വവും തൊഴിലാളി വർഗത്തിന്റെയും കർഷകജനതയുടെയും സഖ്യവും സ്ഥാപിച്ചെടുക്കേണ്ടത്.

പാർട്ടിയുടെ സമരതന്ത്രത്തിന്റെ ലക്ഷ്യവും അടവുപരമായ കടമ

കളും തമ്മിലുള്ള വൈരുധ്യാത്മകബന്ധം പാർട്ടി കോൺഗ്രസ് അംഗീകരിച്ച മുഖ്യരേഖയും പരിപാടിയും പ്രതിഫലിപ്പിച്ചു. ഭരണഘടനാപരമായ പ്രക്ഷോഭങ്ങൾക്കും ബഹുജനസമരങ്ങൾക്കും വേണ്ടി സാമ്രാജ്യത്വവിരുദ്ധ ഫ്യൂഡൽവിരുദ്ധ ശക്തികളുടെയും ദേശസ്നേഹികളായ ജനാധിപത്യ ശക്തികളുടെയും വിപുലമായ ഐക്യത്തിന് പാർട്ടി പരിപാടി ആഹ്വാനം ചെയ്തു.

ജനങ്ങളുടെ അടിയന്തരാവശ്യങ്ങൾ നിറവേറ്റാൻ പ്രതിജ്ഞാബദ്ധമായ ഐക്യമുന്നണി ഗവൺമെന്റുകൾക്ക് രൂപം നൽകാൻ കഴിയുന്ന പരിത:സ്ഥിതികളും പരിപാടി വിഭാവനം ചെയ്തു. ജനങ്ങൾക്ക് ചില്ലറ ആശ്വാസങ്ങൾ പ്രദാനം ചെയ്യുകയും അവരുടെ സംഘടിത പ്രസ്ഥാനങ്ങളെ ശക്തമാക്കാൻ സഹായിക്കുകയും ചെയ്യുന്ന ചില നടപടികളെടുക്കാൻ ഇത്തരം ഗവൺമെന്റുകൾക്ക് കഴിഞ്ഞേക്കുമെങ്കിലും രാജ്യത്തിന്റെ മൗലികമായ സാമൂഹ്യ-സാമ്പത്തിക പ്രശ്നങ്ങൾക്കോ രാഷ്ട്രീയ പ്രശ്നങ്ങൾക്കോ പരിഹാരം കാണാൻ അവർക്ക് ആവില്ലെന്ന് പാർട്ടി താക്കീത് നൽകുകയും ചെയ്തു. ജനങ്ങൾക്ക് ആശ്വാസം നൽകാൻ അത്തരം ഗവൺമെന്റുകളെ ഉപയോഗിക്കുമ്പോൾതന്നെ, ജനങ്ങളുടെ വർഗപരവും രാഷ്ട്രീയവുമായ ശക്തി വർധിപ്പിക്കേണ്ടതിന്റെ ആവശ്യകത അവരെ പഠിപ്പിക്കുന്നതിന് ഈ അവസരങ്ങൾ ഉപയോഗിക്കണമെന്നും പരിപാടി പാർട്ടിയോട് ആവശ്യപ്പെട്ടു.

തൊഴിലാളി വർഗത്തിന് കൂടുതൽ കൂടുതൽ സഖ്യശക്തികളെ അണിനിരത്തുന്നതിനും തങ്ങളുടെ വർഗത്തിന്റെയും സഖ്യശക്തികളുടെയും ഐക്യം വ്യാപകമാക്കുന്നതിനുമുള്ള സമരായുധങ്ങളായി ഈ ഗവൺമെന്റുകളെ ഉപയോഗിക്കേണ്ടതാണെന്ന് പിന്നീട് മറ്റൊരു രേഖയിൽ കേന്ദ്രക്കമ്മിറ്റി ചൂണ്ടിക്കാട്ടി.

വിവിധ നക്സലൈറ്റ് വിഭാഗങ്ങളും പുറത്തുനിന്ന് സി പി സി നേതൃത്വവും സി പി ഐ(എം)നെതിരെ കുറുവടി എടുത്ത കാര്യങ്ങളിൽ ഒന്ന്, തിരഞ്ഞടുക്കപ്പെട്ട നിയമസഭകളെയും അതിനോട് ഉത്തരവാദപ്പെട്ട ഗവൺമെന്റുകളെയും ഇപ്രകാരം വിപ്ലവകരമായി ഉപയോഗിക്കുന്നത് സംബന്ധിച്ചാണ് . ഏഴാം കോൺഗ്രസിൽ അംഗീകരിച്ച ഈ സമീപനത്തെ 'പുത്തൻ റിവിഷനിസ'മെന്നും 'വലതുപക്ഷ അവസരവാദ'മെന്നും അവർ മുദ്രയടിച്ചു. എന്തായാലും പാർട്ടിയുടെ നിലപാട് ശരിയാണെന്ന് പിന്നീടുള്ള അനുഭവം തെളിയിച്ചു.

മാർക്സിസം-ലെനിനിസം ഇന്ത്യയുടെ വസ്തുനിഷ്ഠ സാഹചര്യങ്ങളിൽ പ്രയോഗിക്കുന്നതിൽ ഇന്ത്യയിലെ കമ്യൂണിസ്റ്റുകാർ നടത്തിയ ഗൗരവപൂർവമായ ഒരു പരിശ്രമമായിരുന്നു സി പി ഐ(എം)ന്റെ ഏഴാം കോൺഗ്രസ് എന്ന് തെളിഞ്ഞു. നേരെമറിച്ച് വലതു സി പി ഐ കോൺഗ്രസാകട്ടെ, ഇന്ത്യൻ ബൂർഷ്വാസിയുടെ പാർട്ടിയും ഇന്ത്യൻ തൊഴിലാളി വർഗത്തിൽ ഒരു വിഭാഗവും തമ്മിലുള്ള വർഗസഹകരണത്തിന്റെ ആരംഭവുമായിരുന്നു.

46

പ്രതിപക്ഷ ഐക്യം

പാർട്ടി കോൺഗ്രസ് കഴിഞ്ഞ് രണ്ടു മാസമാകുന്നതിന് മുമ്പ് കേരളത്തിൽ തൃശൂരിൽ പൊളിറ്റ് ബ്യൂറോ യോഗം ചേരാനിരിക്കെ കേന്ദ്ര ഗവൺമെന്റ് പാർട്ടി നേതൃത്വത്തെ കടന്നാക്രമിച്ചു. തൃശൂരിൽ എത്തിയ ജ്യോതിബസുവും ഞാനും ഒഴിച്ചുള്ള പൊളിറ്റ് ബ്യൂറോ അംഗങ്ങളെല്ലാം അറസ്റ്റിലായി. രാജ്യത്തുടനീളമുള്ള നൂറുകണക്കിന് സഖാക്കളോടൊപ്പം അവർ വിചാരണ കൂടാതെ തടങ്കലിലാക്കപ്പെട്ടു.

കേരള നിയമസഭയിലേക്ക് 1965 ഫെബ്രുവരിയിൽ നടക്കാനിരുന്ന ഇടക്കാല തിരഞ്ഞെടുപ്പിന് മുമ്പായിരുന്നു ഈ അറസ്റ്റുകളും തടങ്കലും നടന്നത്. ഈ തിരഞ്ഞെടുപ്പ് പാർട്ടിയുടെ തിരഞ്ഞെടുപ്പ് ചരിത്രത്തിൽ ഏറ്റവും രൂക്ഷമായ തിരഞ്ഞെടുപ്പ് പോരാട്ടങ്ങളിൽ ഒന്നായിരുന്നു. സംസ്ഥാനത്ത് പാർട്ടിയുടെ പ്രധാന പ്രവർത്തകരെല്ലാം ഇരുമ്പഴിക്കുള്ളിലായി. ഞാനല്ലാതെ പ്രമുഖ പ്രവർത്തകരാരും പ്രചാരണത്തിനില്ലായിരുന്നു. ഈ സന്ദർഭം സി പി ഐ (എം) രാജ്യദ്രോഹികളുടെ ഒരു സംഘമാണെന്നും അവർ രാജ്യത്ത് കുഴപ്പങ്ങൾ സൃഷ്ടിക്കാൻ ഒരുങ്ങുകയാണെന്നും ജനങ്ങൾക്കിടയിൽ പ്രചരിപ്പിക്കാൻ കോൺഗ്രസ് പാർട്ടിയും ഇന്ത്യാ ഗവൺമെന്റും സി പി ഐ നേതാക്കൻമാരും ഉപയോഗിച്ചു. പാർട്ടി നിശ്ചയിച്ച ബഹുഭൂരിപക്ഷം സ്ഥാനാർഥികളും ജയിലിൽനിന്ന് നാമനിർദേശപത്രികകൾ സമർപ്പിച്ചു. ഒരു പാർട്ടിക്കും സംസ്ഥാനത്തോ മറ്റെവിടെയെങ്കിലുമോ ഇത്രയേറെ ദുഷ്കരമായ സാഹചര്യത്തിൽ തിരഞ്ഞെടുപ്പിനെ നേരിടേണ്ടി വന്നിട്ടില്ല.

പാർട്ടി സമ്പൂർണമായും ഒറ്റപ്പെട്ടിരുന്നില്ലെന്നത് ശരിയാണ്. അതിന് മറ്റ് മൂന്ന് ചെറിയ ഇടതുപക്ഷ പാർട്ടികളായ സോഷ്യലിസ്റ്റ്പാർട്ടി, കേരളാ സോഷ്യലിസ്റ്റ്പാർട്ടി, കർഷകതൊഴിലാളി പാർട്ടി എന്നിവയുമായി ഒരു ഐക്യമുന്നണിയുണ്ടായിരുന്നു. കൂടാതെ മുസ്ലീം

ലീഗുമായി പരിമിതമായ ഒരു തിരഞ്ഞെടുപ്പ് ധാരണയും ഉണ്ടായിരുന്നു -ചില മണ്ഡലങ്ങളിൽ പരസ്പരം മത്സരിക്കാതിരുന്നപ്പോൾ മറ്റ് നിരവധി സീറ്റുകളിൽ പരസ്പരം എതിർത്തു. 'ചൈനാ പക്ഷപാതി'കളായ 'രാജ്യദ്രോഹി'കളുടെ പാർട്ടിയെന്ന് മുദ്രകുത്തപ്പെട്ട സി പി ഐ(എം) ജനങ്ങളിൽ നിന്ന് സമ്പൂർണമായി ഒറ്റപ്പെട്ടുകഴിഞ്ഞെന്നും ലജ്ജാകരമായ ഒരു പരാജയം അവർക്ക് ഏറ്റുവാങ്ങേണ്ടിവരുമെന്നും കോൺഗ്രസും അതുപോലെതന്നെ സി പി ഐയും ആർ എസ് പിയും ഉറപ്പിച്ചു. എന്നാൽ ഫലം തികച്ചും വ്യത്യസ്തമായിരുന്നു. സി പി ഐ(എം) ആയിരുന്നു പുതിയ നിയമസഭയിൽ ഏറ്റവും വലിയ ഒറ്റകക്ഷി. സമതുലിതമായ മത്സരമായിരുന്നില്ലെങ്കിലും സി പി ഐ (എം)ന്റെ ലൈൻ ശരിവെക്കപ്പെടുകയാണുണ്ടായത്.

സി പി ഐ (എം)ന്റെ പുതിയ എം എൽ എ മാരിലധികവും ജയിലിലായിരുന്നു. ഒരു നിയമസഭാകക്ഷി രൂപീകരിക്കുന്നതിലോ ഒരു നേതാവിനെ തിരഞ്ഞെടുക്കുന്നതിലോ തിരഞ്ഞെടുക്കപ്പെട്ട നേതാവിനെ ഗവൺമെന്റ് രൂപീകരിക്കാൻ ക്ഷണിക്കണമെന്ന് ഗവർണറോട് ആവശ്യപ്പെടുന്നതിലോ സജീവ പങ്ക് വഹിക്കാൻ അവർക്ക് സാധിച്ചില്ല. നിയമസഭയിലെ ഏറ്റവും വലിയ പാർട്ടി എന്നുള്ള നിലയ്ക്ക് സി പി ഐ (എം)ന്റെ നേതൃത്വത്തിൽ ഒരു ഗവൺമെന്റ് രൂപീകരിക്കുന്ന കാര്യം മറ്റ് വിഭാഗങ്ങളുമായി കൂടിയാലോചിക്കുന്നതിന് പാർട്ടിക്ക് കഴിയുമായിരുന്നു. പാർട്ടിയുടെ എം എൽ എമാർ ജയിലിനു പുറത്തായിരുന്നുവെങ്കിൽ അത്തരമൊരു പരിശ്രമം നടത്താമായിരുന്നു. സി പി ഐ (എം) ഗ്രൂപ്പിന്റെ നേതാവായി തിരഞ്ഞെടുക്കപ്പെട്ട ഞാൻ ഗവർണറെ കണ്ടു. നിയമസഭയിലേക്കു തിരഞ്ഞെടുക്കപ്പെട്ടു വിചാരണ കൂടാതെ ജയിലിൽ കഴിയുന്ന എന്റെ പാർട്ടിയിലെ അംഗങ്ങളെ മോചിപ്പിക്കണമെന്നും ഒരു ഗവൺമെന്റ് രൂപീകരിക്കുന്ന നടപടികളിൽ പങ്കെടുക്കാൻ അനുവദിക്കണമെന്നും ആവശ്യപ്പെട്ടു.

ഗവർണർ ആ അപേക്ഷ തള്ളിക്കളഞ്ഞു എന്ന് മാത്രമല്ല, നിയമസഭ പിരിച്ചുവിടാനും സംസ്ഥാനത്ത് രാഷ്ട്രപതി ഭരണം ഏർപ്പെടുത്താനും ശുപാർശ ചെയ്തുകൊണ്ട് രാഷ്ട്രപതിക്ക് റിപ്പോർട്ട് അയക്കുകയും ചെയ്തു. ഈ ശുപാർശ അംഗീകരിച്ച രാഷ്ട്രപതി സംസ്ഥാനം കേന്ദ്രഭരണത്തിലാക്കുകയും ചെയ്തു.

ഇത് നഗ്നമായൊരു ജനാധിപത്യ വിരുദ്ധ നടപടിയായിരുന്നു. അതിനെതിരെ രാജ്യത്തെമ്പാടും പൊതുജനാഭിപ്രായം കത്തിജ്വലിച്ചു. തടങ്കലിൽ കഴിയുന്ന എല്ലാ സി പി ഐ (എം) നേതാക്കൻമാരെയും പ്രവർത്തകരെയും മോചിപ്പിക്കുന്നതിനുവേണ്ടിയുള്ള ഒരു പ്രസ്ഥാനവും ആരംഭിച്ചു. നിയമജ്ഞർ, പത്രപ്രവർത്തകർ, എഴുത്തുകാർ, ബുദ്ധിജീവികൾ എന്നിവരും സി പി ഐ (എം)മായി ഒരു രാഷ്ട്രീയാഭിമുഖ്യവും ഇല്ലാത്തവരും മാത്രമല്ല, സി പി ഐ (എം)ന്റെ പ്രത്യയശാസ്ത്രപരവും രാഷ്ട്രീയവുമായ സമീപനത്തോട് വിയോജിക്കുന്നവരും

എന്നാൽ ജനങ്ങളുടെ പൗരാവകാശങ്ങളെയും ജനാധിപത്യാവകാശങ്ങളെയും ആദരിക്കുന്നവരുമെല്ലാം വിചാരണ കൂടാതെയുള്ള തടങ്കൽ അവസാനിപ്പിക്കണമെന്ന ആവശ്യത്തിന് പിന്തുണ നൽകി. വിചാരണ കൂടാതെ തടങ്കലിലാക്കപ്പെട്ട നൂറുകണക്കിനാളുകളെ മോചിപ്പിക്കണമെന്ന് അവർ ആവശ്യപ്പെട്ടു. കേരളത്തിലെ ജനങ്ങൾക്ക് തങ്ങൾക്കിഷ്ടമുള്ള ഗവൺമെന്റിനെ തിരഞ്ഞെടുക്കാനുള്ള അവകാശം നിഷേധിക്കാൻ തടങ്കൽനിയമം ആയുധമായി ഉപയോഗിക്കുന്നതിനെ അവർ അപലപിച്ചു. മറ്റ് പ്രശ്നങ്ങളിൽ അഭിപ്രായവ്യത്യാസമുള്ള ജനവിഭാഗങ്ങൾക്കിടയിൽ വിചാരണ കൂടാതെ തടങ്കലിലാക്കുന്നതിന് എതിരായി ഇതുപോലൊരു ഐക്യം വളരെ ചുരുക്കമായേ മുമ്പുണ്ടായിട്ടുള്ളൂ.

ദേശീയ രാഷ്ട്രീയ രംഗത്ത് ഈ സമയത്ത് സുപ്രധാനമായ മാറ്റങ്ങൾ സംഭവിച്ചുകൊണ്ടിരിക്കുകയായിരുന്നു. പ്രധാനമന്ത്രിയായിരുന്ന ജവാഹർലാൽനെഹ്റുവിന്റെ നിര്യാണത്തെത്തുടർന്ന് പ്രധാനമന്ത്രിയായി അധികാരമേറ്റ ലാൽബഹാദൂർ ശാസ്ത്രിയും അന്തരിച്ചു. കോൺഗ്രസിൽ ആഭ്യന്തരമായുണ്ടായ ചില സംഘർഷങ്ങൾക്ക് ശേഷം ഇന്ദിരാഗാന്ധി പ്രധാനമന്ത്രിയായി തിരഞ്ഞെടുക്കപ്പെട്ടു. രൂപയുടെ വിനിമയനിരക്ക് വെട്ടിക്കുറച്ചതായിരുന്നു അവരുടെ ആദ്യത്തെ നടപടികളിൽഒന്ന്. അതാകട്ടെ ആപൽക്കരമായ സാമ്പത്തിക പ്രത്യാഘാതങ്ങൾ സൃഷ്ടിക്കുകയും ചെയ്തു. അത്യാവശ്യ വസ്തുക്കളുടെ വിലകൾ മുമ്പെന്നത്തേക്കാൾ കുത്തനെ ഉയർന്നു. രാജ്യത്തെമ്പാടുമുള്ള ജനങ്ങൾ ഇന്ദിരാഗാന്ധി ഗവൺമെന്റിന്റെ നയങ്ങൾക്കെതിരെ വമ്പിച്ച പ്രകടനങ്ങളും പൊതുപണിമുടക്കുകളും ബന്ദുകളുമായി രംഗത്തിറങ്ങി.

ഇന്ദിരാഗാന്ധി ഗവൺമെന്റിന്റെ നയങ്ങൾ വരുത്തിവച്ച ദുരിതങ്ങൾ കോൺഗ്രസിനെ വിഷമത്തിലാക്കിയ സാഹചര്യത്തിൽതന്നെ ലാൽബഹാദൂർ ശാസ്ത്രിയുടെ അനന്തരഗാമിയെച്ചൊല്ലി ഇന്ദിരാഗാന്ധിയുടെയും മൊറാർജി ദേശായിയുടെയും ഗ്രൂപ്പുകൾ തമ്മിലുണ്ടായ തർക്കത്തെത്തുടർന്ന് ഗ്രൂപ്പുമത്സരങ്ങളും സംഘർഷങ്ങളും ആ പാർട്ടിക്കകത്ത് കൊടുമ്പിരിക്കൊണ്ടു. വരുന്ന നാലാം പൊതുതിരഞ്ഞെടുപ്പിൽ ഇന്ദിരാഗാന്ധിയെയും അവരുടെ പാർട്ടിയെയും പരാജയപ്പെടുത്താൻ എല്ലാ ശ്രമങ്ങളും നടത്തുക-ഇതായിരുന്നു സാധാരണക്കാരുടെയും 'വിമത' കോൺഗ്രസുകാരുടെയും വികാരം.

അതേസമയം കേരളത്തിൽ 1965-ലെ ഇടക്കാല തിരഞ്ഞെടുപ്പിൽ പിളർപ്പൻ സമീപനം സ്വീകരിച്ചതുമൂലം കനത്ത വില നൽകേണ്ടിവന്ന സി പി ഐയും ആർ എസ് പിയുടെ കേരള ഘടകവും സി പി ഐ(എം)നോട് ശത്രുത വെച്ചുപുലർത്തുന്നത് വിപരീതഫലം ഉളവാക്കുമെന്ന് മനസിലാക്കി തടങ്കലിലാക്കപ്പെട്ട സി പി ഐ (എം) നേതാക്കൻമാരെയും പ്രവർത്തകരെയും വിട്ടയക്കണമെന്ന് ആവശ്യപ്പെട്ടുകൊണ്ടുള്ള പ്രക്ഷോഭത്തിൽ പങ്കുചേർന്നു. നടക്കാനിരുന്ന തിരഞ്ഞെ

ടുപ്പിനെ സംബന്ധിച്ചിടത്തോളം, അവർ 1965-ലെ ഇടക്കാല തിരഞ്ഞെടുപ്പ് കാലത്ത് സ്വീകരിച്ചിരുന്നതിനെ അപേക്ഷിച്ച് കൂടുതൽ യുക്തിസഹവും യാഥാർഥ്യബോധത്തോടുകൂടിയതുമായ നിലപാട് സ്വീകരിച്ചു. അവർ സി പി ഐ (എം)നോടും അതിന്റെ ഇടതുപക്ഷ സഖ്യശക്തികളായ സോഷ്യലിസ്റ്റ് പാർട്ടി, കേരള സോഷ്യലിസ്റ്റ്പാർട്ടി, കേരള തൊഴിലാളിപാർട്ടി എന്നിവയോടും ഒപ്പം ചേരാൻ തീരുമാനിച്ചു. എന്നുമാത്രമല്ല, മുസ്ലീംലീഗിനോട് അവർക്കുണ്ടായിരുന്ന ശത്രുതയും ഉപേക്ഷിച്ചു. മുസ്ലീംലീഗുമായി പ്രാദേശിക സീറ്റുധാരണകൾ ഉണ്ടാക്കാൻ മാത്രമല്ല, ഒരു പാർട്ടിയുടെ അടിസ്ഥാനത്തിൽ പൂർണമായൊരു ഐക്യമുന്നണിയുണ്ടാക്കാനും അവർ ഇപ്പോൾ തയ്യാറായി. അതിന്റെഫലം സി പി ഐ (എം), സി പി ഐ, ആർ എസ് പി, സോഷ്യലിസ്റ്റ്പാർട്ടി, കേരള സോഷ്യലിസ്റ്റ്പാർട്ടി, കർഷക തൊഴിലാളിപാർട്ടി, മുസ്ലീംലീഗ് എന്നീ പാർട്ടികളടങ്ങിയ ഒരു സപ്തകക്ഷി മുന്നണി കോൺഗ്രസിനെതിരെ രൂപംകൊണ്ടു എന്നതായിരുന്നു.

സ്വാതന്ത്ര്യസമരകാലത്ത് ജിന്നയുടെ നേതൃത്വത്തിൽ ഉണ്ടായിരുന്ന വർഗീയ-പിന്തിരിപ്പൻ ലീഗിന്റെ പിൻഗാമി എന്ന് നിസ്സംശയം പറയാവുന്ന മുസ്ലീംലീഗിനെക്കുറിച്ച് ഒരു വാക്ക്-ഇടതുപക്ഷ മതേതരശക്തികൾക്ക് ആ പാർട്ടിയുമായി രാഷ്ട്രീയമായി ഒരു ഐക്യമുന്നണിയുണ്ടാക്കുന്നതിനെക്കുറിച്ച് ഒരിക്കലും ചിന്തിക്കാനേ കഴിയുമായിരുന്നില്ല. എന്നാൽ 1960-ലെ ഇടക്കാല തിരഞ്ഞെടുപ്പ് നേരിടാൻ കോൺഗ്രസ് മുസ്ലീംലീഗുമായി ഒരു തിരഞ്ഞെടുപ്പ് മുന്നണി ഉണ്ടാക്കിയിരുന്നു. പക്ഷേ തിരഞ്ഞെടുപ്പിൽ വിജയിച്ചശേഷം മന്ത്രിസഭയിൽ നിന്ന് ലീഗിനെ അവർ പുറത്തുനിർത്തി. ഇതിന്റെ പേരിൽ കോൺഗ്രസിനെതിരെ ലീഗ് നേതാക്കൾക്ക് അമർഷമുണ്ടായി. കോൺഗ്രസിന്റെ അന്തസില്ലായ്മക്കും അനീതിക്കുമെതിരെ പ്രതികാരം ചെയ്യാൻ കാത്തിരിക്കുകയായിരുന്നു മുസ്ലീംലീഗ്. ഈ വസ്തുതകൾ കണക്കിലെടുത്ത് മുസ്ലീംലീഗിന്റെ സഹായത്തോടെ കോൺഗ്രസിനെ തോൽപ്പിക്കാൻ ഇടതുപക്ഷപാർട്ടികൾ തീരുമാനിച്ചു. മുസ്ലീംലീഗിനെ ഒരു പൊതുപരിപാടിയുടെ അടിസ്ഥാനത്തിലുള്ള സപ്തകക്ഷി ഐക്യമുന്നണിയിൽ അവർ ഒരു പൂർണ പങ്കാളിയാക്കി എന്നതാണ് വാസ്തവം. ഏഴ് പാർട്ടികളുടെ പ്രതിനിധികൾ തമ്മിൽ വിശദമായ ചർച്ചകൾ നടന്നു. ഈ ചർച്ചകളുടെ ഒടുവിൽ ഒരു പൊതുപരിപാടി അംഗീകരിക്കുകയും മുന്നണിയിലെ ഏഴ് ഘടകകക്ഷികൾക്കിടയിൽ സീറ്റുകൾ വിഭജിക്കുന്നത് സംബന്ധിച്ച തീരുമാനത്തിലെത്തുകയും ചെയ്തു.

പ്രത്യക്ഷമായിത്തന്നെ വർഗീയപിന്തിരിപ്പൻ പാർട്ടിയായ മുസ്ലീംലീഗുമായി ഇത്തരമൊരു ധാരണയുണ്ടാക്കിയതിൽ സി പി ഐ (എം) ഇടതുപക്ഷ ജനാധിപത്യമുന്നണി വൃത്തങ്ങളിൽ അന്നുമുതൽ വിമർശിക്കപ്പെടുന്നുണ്ട്. ഇപ്രകാരമൊരു തിരഞ്ഞെടുപ്പ് കൂട്ടുകെട്ട് ഉണ്ടാക്കിയത് തെറ്റായിരുന്നില്ലേ എന്ന പ്രശ്നം പാർട്ടിതന്നെ സ്വയം

വിമർശനപരമായി പരിശോധിച്ചിട്ടുണ്ട്. പ്രത്യക്ഷമായും വർഗീയ പിന്തിരിപ്പനായ ഒരു പാർട്ടിയുമായുണ്ടാക്കിയ ഈ തിരഞ്ഞെടുപ്പ് സഖ്യം തികച്ചും താൽക്കാലികമായിരുന്നു എന്നത് പ്രത്യേകം ശ്രദ്ധിക്കേണ്ടതുണ്ട്. അതുപോലെതന്നെ ലീഗുമായി കൂട്ടുകെട്ടുണ്ടാക്കാൻ മുൻകൈയെടുത്ത സി പി ഐ (എം) തന്നെയാണ് പിന്നീട് ലീഗുമായുള്ള ഈ ബന്ധം വലിച്ചെറിയാനും തീരുമാനിച്ചത്. ആദ്യം ഐക്യമുന്നണിയുണ്ടാക്കുകയും പിന്നീടത് വിച്ഛേദിക്കുകയും ചെയ്ത ഈ പ്രക്രിയയിൽ മുസ്ലീംലീഗല്ല, സി പി ഐ (എം)ഉം അതിന്റെ സഖ്യശക്തികളുമാണ് കൂടുതൽ കരുത്താർജിച്ചത്.

1967-ൽ യോജിപ്പുള്ളതും ശക്തവുമായ കോൺഗ്രസ് പാർട്ടിക്കെതിരെയാണ് സി പി ഐ(എം)ഉം അതിന്റെ ഇടതുപക്ഷ സഖ്യകക്ഷികളും മുസ്ലീംലീഗിനെ ഐക്യമുന്നണിയിൽ ഉൾപ്പെടുത്തിയത്. ഇന്നാകട്ടെ, സി പി ഐ(എം), സി പി ഐ, ആർ എസ് പി, ജനതാദൾ, കോൺഗ്രസ്(എസ്), ലോക്ദൾ(ബി) എന്നീ പാർട്ടികളടങ്ങിയ ഇടതുപക്ഷ ജനാധിപത്യമുന്നണി പോരാടുന്നത് കോൺഗ്രസിന്റെ നേതൃത്വത്തിലുള്ളതും മുസ്ലീംലീഗ് ഉൾപ്പെട്ടതുമായ ഐക്യജനാധിപത്യമുന്നണിക്കെതിരെയാണ്. മുസ്ലീംലീഗുമായി കൂട്ടുകൂടാതെ ഇടതുപക്ഷജനാധിപത്യമുന്നണിയെ പരാജയപ്പെടുത്തുന്നതിനെക്കുറിച്ച് കോൺഗ്രസിന് സ്വപ്നം കാണാൻപോലും സാധ്യമല്ല. മുസ്ലീംലീഗിനാകട്ടെ കോൺഗ്രസ്(ഇ)യുമായി കൂട്ടുകൂടാതെ അധികാരത്തിലെത്തുന്ന കാര്യം ആശിക്കാനും കഴിയുന്നില്ല. നേരെമറിച്ച് സി പി ഐ(എം), കോൺഗ്രസ്(ഇ)യ്ക്കെതിരെ ശുദ്ധമായ മതേതരസഖ്യത്തെ നയിക്കുകയും ചെയ്യുന്നു. ദ്വിമുഖ ലക്ഷ്യത്തോടെ സി പി ഐ(എം) കേരളത്തിൽ അനുവർത്തിക്കുന്ന രാഷ്ട്രീയ ലൈൻ-കോൺഗ്രസിനെ പരാജയപ്പെടുത്തുകയും മുസ്ലീംലീഗിനെയും അതുപോലുള്ള സംഘടനകളെയും ദുർബലപ്പെടുത്തുകയും ചെയ്യുക എന്ന സമീപനം- ഇപ്രകാരം പരക്കെ അംഗീകരിക്കപ്പെട്ടിട്ടുണ്ട്.

1966 രണ്ടാം പാതിയിലാണ് സപ്തകക്ഷി ഐക്യമുന്നണി രൂപീകരിക്കപ്പെട്ടതും തിരഞ്ഞെടുപ്പിൽ അത് വിജയിക്കുകയും ചെയ്തത്. 1957-ലെ പരീക്ഷണം പുതിയ രൂപങ്ങളിലും പുതിയ സാഹചര്യങ്ങളിലും ആവർത്തിക്കപ്പെട്ടു. 1957-ൽ ഏകകക്ഷി കമ്മ്യൂണിസ്റ്റ് ഗവൺമെന്റ് രൂപീകരിക്കപ്പെട്ടു. 1967-ൽ സി പി ഐ(എം)ന്റെ നേതൃത്വത്തിൽ പാർട്ടികളുടെ ഒരു സഖ്യം അധികാരത്തിൽ വന്നു. പിന്നീടുള്ള സംഭവങ്ങൾ കോൺഗ്രസിനും കൂട്ടുകക്ഷി രാഷ്ട്രീയം കളിക്കാൻ സാധിക്കുമെന്നാണ് കാണിച്ചത്. കോൺഗ്രസിന് സമാനമനസ്കരായ പാർട്ടികളുമായി സഖ്യമുണ്ടാക്കിയെങ്കിൽ മാത്രമേ സംസ്ഥാനത്ത് കമ്മ്യൂണിസ്റ്റുകാരെയും അവരുടെ സഖ്യകക്ഷികളെയും പരാജയപ്പെടുത്താനും അധികാരത്തിന് പുറത്ത് നിർത്താനും കഴിയൂ എന്ന് വന്നു. മേൽപ്പറഞ്ഞ ഐക്യമുന്നണി കേരളത്തിൽ കൂട്ടുകക്ഷി രാഷ്ട്രീയത്തിന്റെ ആരംഭം കുറിച്ചു.

മറ്റ് പല സംസ്ഥാനങ്ങളിലും 1967-ൽ കൂട്ടുകക്ഷി രാഷ്ട്രീയത്തിന്റെ ആരംഭംകണ്ടു എന്ന വസ്തുതകൂടി പരാമർശിക്കാതിരുന്നാൽ ഈ കഥ അപൂർണമായിരിക്കും. 1967-ലെ തിരഞ്ഞെടുപ്പുകൾക്ക് ശേഷം ഏകകക്ഷിഭരണം ഉണ്ടായ ഒരേയൊരു സംസ്ഥാനം തമിഴ്നാടാണ്. അവിടെ ഡി എം കെ ഒരു ഏകകക്ഷി ഗവൺമെന്റ് രൂപീകരിച്ചു. മറ്റെല്ലാ സംസ്ഥാനങ്ങളിലും സംയുക്ത വിധായക്ദൾ (എസ് വി ഡി) ഗവൺമെന്റുകളാണ് ഉണ്ടായത്. അതിനൊരു അപവാദം പശ്ചിമബംഗാളിലെ ഇടതുപക്ഷമുന്നണി ഗവൺമെന്റ് മാത്രമായിരുന്നു. ഇടതുപക്ഷ നേതൃത്വത്തിലുള്ള ഗവൺമെന്റുകളും എസ് വി ഡി ഗവൺമെന്റുകളും ഒന്നൊന്നായി അട്ടിമറിക്കപ്പെടുകയും തൽസ്ഥാനങ്ങളിൽ കോൺഗ്രസിന്റെ ഏകകക്ഷി ഗവൺമെന്റുകളെ പ്രതിഷ്ഠിക്കുകയും ചെയ്തു. 1970 മധ്യത്തോടെ, തമിഴ്നാട്ടിൽ ഒരു ഏകകക്ഷി ഡി എം കെ ഗവൺമെന്റും കേരളത്തിൽ ഒരു കോൺഗ്രസ്-സി പി ഐ-മുസ്ലീംലീഗ് ഗവൺമെന്റും, മറ്റ് എല്ലാ സംസ്ഥാനങ്ങളിലും കോൺഗ്രസിന്റെ ഏകകക്ഷി ഗവൺമെന്റും എന്ന നിലവന്നു. 1967-ൽ കേരളത്തിൽ രണ്ട് തരത്തിലുള്ള രാഷ്ട്രീയ കൂട്ടുകെട്ടുകൾ-കോൺഗ്രസ് നേതൃത്വത്തിലുള്ളതും സി പി ഐ(എം) നേതൃത്വത്തിലുള്ളതും-കണ്ടു.

47

നാലാം പൊതുതിരഞ്ഞെടുപ്പ്

കമ്യൂണിസ്റ്റ് ഗവൺമെന്റ് സ്ഥാപിതമായി ഒരു പതിറ്റാണ്ടിനു ശേഷം 1967 ആദ്യപാദത്തിൽ ഇടതുപക്ഷ സ്വഭാവമുള്ള രണ്ടാമതൊരു ഗവൺമെന്റ് കേരളത്തിൽ അധികാരത്തിൽ വന്നു. മുൻഗവൺമെന്റിന്റേതിൽ നിന്ന് വ്യത്യസ്തമായി കമ്യൂണിസ്റ്റ് പാർട്ടിയുടെ ഒരു ഏക കക്ഷി ഗവൺമെന്റ് എന്നതിനേക്കാൾ ഇതൊരു കൂട്ടുകക്ഷി ഗവൺമെന്റായിരുന്നു.

പാർട്ടി, നേരത്തെ വിശദീകരിച്ചതുപോലെ 1964-ൽ പിളർന്നു. എങ്കിൽപോലും പിളർപ്പിനുശേഷമുണ്ടായ സംഭവങ്ങളുടെ ഫലമായി കോൺഗ്രസിനെ പരാജയപ്പെടുത്തുന്നതിനും രണ്ടാമതൊരു ഇടതു പക്ഷ ഗവൺമെന്റ് രൂപീകരിക്കുന്നതിനും രണ്ട് വിഭാഗങ്ങളും ഒന്നിച്ചു. ഇരു വിഭാഗങ്ങളിലുംവെച്ച് ശക്തമായ സി പി ഐ(എം) പുതിയ ഗവൺമെന്റിന് നേതൃത്വം നൽകുകയും സി പി ഐയെ അതിലുൾപ്പെടുത്തുകയും ചെയ്തു. മാത്രവുമല്ല, 1957-ൽ പ്രതിപക്ഷത്തിരിക്കുകയും കമ്യൂണിസ്റ്റ് ഗവൺമെന്റിനെ അട്ടിമറിക്കുന്നതിന് കോൺഗ്രസിനോടൊപ്പം നിൽക്കുകയും ചെയ്തിരുന്ന മുസ്ലീംലീഗിന് കോൺഗ്രസിലുള്ള വ്യാമോഹം തീരുകയും രണ്ട് കമ്യൂണിസ്റ്റ് പാർട്ടികളുമായി ഒരു കൂട്ടുകെട്ടിന് സന്നദ്ധമാകുകയും ചെയ്തു. 1957-ൽ കമ്യൂണിസ്റ്റ് ഗവൺമെന്റിനെതിരെ അണിനിരന്ന ആർ എസ് പി, കെ എസ് പി, കെ ടി പി, സോഷ്യലിസ്റ്റ് പാർട്ടി എന്നീ വിഭാഗങ്ങളും സി പി ഐ(എം)ന്റെ നേതൃത്വത്തിലുള്ള പുതിയ സഖ്യത്തിൽ ചേർന്നു.

തിരഞ്ഞെടുപ്പിന് മുമ്പ് ഒന്നിക്കുകയും ഒരു പൊതുപരിപാടി നടപ്പിലാക്കാൻ കൂട്ടായി തീരുമാനിക്കുകയും ചെയ്ത ഏഴുപാർട്ടികളാണ് ഈ സഖ്യത്തിലുണ്ടായിരുന്നത്. അവരംഗീകരിച്ച പൊതുപരിപാടി തന്നെയാണ് തിരഞ്ഞെടുപ്പ് പ്രകടനപത്രികയായി അവതരിപ്പിക്കപ്പെട്ടതും.

അതേ അവസരത്തിൽ കേരളത്തിലെ കോൺഗ്രസ് സംഘടനയിൽ ഒരു വലിയ മാറ്റം സംഭവിച്ചു. കമ്യൂണിസ്റ്റ് പാർട്ടി പിളർന്ന 1964-ൽ തിരുവിതാംകൂർ-കൊച്ചി പ്രദേശങ്ങളിലെ ഗണ്യമായ ഒരു വിഭാഗം കോൺഗ്രസ് നേതൃത്വത്തിനെതിരെ കലാപക്കൊടി ഉയർത്തുകയും കോൺഗ്രസ് ഗവൺമെന്റിനെ താഴെയിറക്കുകയും ചെയ്തു. 'വിമത കോൺഗ്രസു'കാർ എന്നറിയപ്പെട്ട ഈ വിഭാഗം പിന്നീട് കേരളാ കോൺഗ്രസ് എന്നൊരു പുതിയ പാർട്ടി രൂപീകരിച്ചു. തൽഫലമായി സപ്തകക്ഷി ഐക്യമുന്നണിക്ക് രണ്ട് കോൺഗ്രസ് എതിരാളികളുണ്ടായി. കേരളാ കോൺഗ്രസ് ഏറെക്കുറെ ഒരു ക്രിസ്ത്യൻ സംഘടനയായിരുന്നു. അതുകൊണ്ട് ക്രിസ്ത്യൻ സമൂഹത്തെ കോൺഗ്രസിനെതിരെയും സപ്തകക്ഷി കൂട്ടുകെട്ടിനെതിരെയും തിരിച്ചുവിടാൻ അവർക്ക് കഴിഞ്ഞു. ഈ ത്രികോണമത്സരത്തിൽ സപ്തകക്ഷി കൂട്ടുകെട്ട് തകർപ്പൻ വിജയം നേടി. 110 സീറ്റുകളിലധികം സപ്തകക്ഷി കൂട്ടുകെട്ടും 9 സീറ്റുകൾ കോൺഗ്രസും 5 സീറ്റുകൾ കേരളാ കോൺഗ്രസും നേടി.

ഇത് വാസ്തവത്തിൽ ഈ മൂന്നു രാഷ്ട്രീയ ചേരികളുടെ ജനപിന്തുണയുടെ തികച്ചും ശരിയായ പ്രതിഫലനമായിരുന്നില്ല. വാസ്തവത്തിൽ കോൺഗ്രസിന്റെയും കേരളാ കോൺഗ്രസിന്റെയും ഒന്നിച്ചുള്ള ജനപിന്തുണ സപ്തകക്ഷി കൂട്ടുകെട്ടിനുള്ളതിനേക്കാൾ വലുതായിരുന്നു. എങ്കിലും കോൺഗ്രസും കേരളാ കോൺഗ്രസും വേർപിരിഞ്ഞതുകൊണ്ട് അവർക്ക് നിയമസഭയിലുണ്ടായിരുന്ന പ്രാതിനിധ്യം കുത്തനെ കുറഞ്ഞു.

1957-ൽ കമ്യൂണിസ്റ്റ് പാർട്ടി തിരഞ്ഞെടുപ്പിൽ വിജയിക്കാൻ കാരണം അതിന്റെ എതിരാളികൾ ഭിന്നിച്ചുനിന്നതായിരുന്നു. അന്ന് കമ്യൂണിസ്റ്റ് പാർട്ടി ഒറ്റക്ക് തിരഞ്ഞെടുപ്പിൽ മത്സരിച്ചു. നിയമസഭയിൽ നേരിയ ഭൂരിപക്ഷത്തോടെ വിജയിക്കുകയും ചെയ്തു! 1967-ൽ കമ്യൂണിസ്റ്റുകാരുടെ എതിരാളികൾ ഭിന്നിച്ചുനിൽക്കുകയും കൂടാതെ അവരിൽ ചിലർ യഥാർഥത്തിൽ കമ്യൂണിസ്റ്റുകാർക്കൊപ്പം കൂടുകയും ചെയ്തു. അതുകൊണ്ടാണ് സി പി ഐ(എം) നേതൃത്വത്തിലുള്ള കൂട്ടുകെട്ടിന് ഗംഭീരവിജയവും കോൺഗ്രസിനും കേരളാ കോൺഗ്രസിനും സീറ്റുകളുടെ കാര്യത്തിൽ ദയനീയപരാജയവും ഉണ്ടായത്.

1957-ഉം 1967-ഉം തമ്മിലുള്ള മറ്റൊരു വ്യത്യാസം, 1957-ൽ കോൺഗ്രസിതര കക്ഷിയുടെ ഭരണത്തിൽ ഒരു സംസ്ഥാനം മാത്രമേ ഉണ്ടായിരുന്നുള്ളൂ എങ്കിൽ 1967-ൽ ഒരു ഡസനിലധികം സംസ്ഥാനങ്ങളിൽ കോൺഗ്രസിതര ഗവൺമെന്റുകൾ രൂപം കൊണ്ടിരുന്നു. അതിലൊന്ന് പശ്ചിമബംഗാൾ ആയിരുന്നു. കേരളത്തിലാകട്ടെ സി പി ഐ(എം) നേതൃത്വത്തിലുള്ള ഗവൺമെന്റാണ് നിലവിൽ വന്നത്. കേരളത്തിലെ കൂട്ടുകെട്ടിൽ നിന്ന് വ്യത്യസ്തമായി പശ്ചിമബംഗാൾ കൂട്ടുകെട്ട് തീർത്തും ഒരു ഇടതുപക്ഷ മുന്നണിയായിരുന്നു. അതിൽ ഇടതുപക്ഷ

മല്ലാത്ത ഒരു പാർട്ടിയും പങ്കാളിയായിരുന്നില്ല. മറ്റൊരു സംസ്ഥാനമായ തമിഴ്നാട്ടിൽ ഏകകക്ഷി ഡി എം കെ ഗവൺമെന്റായിരുന്നു. ഒറീസയിൽ സ്വതന്ത്രാ പാർട്ടി സഖ്യകക്ഷികളൊന്നുംകൂടാതെ ഒരു കോൺഗ്രസിതര ഗവൺമെന്റ് രൂപീകരിച്ചു. കോൺഗ്രസിതര ഗവൺമെന്റുകളുള്ള മറ്റ് സംസ്ഥാനങ്ങളിൽ (ഹരിയാന, പഞ്ചാബ്, ഉത്തർപ്രദേശ്, ബിഹാർ, മധ്യപ്രദേശ്, രാജസ്ഥാൻ)'റിബൽ' അഥവാ 'വിമത' കോൺഗ്രസുകാർ ഉൾപ്പെട്ട കൂട്ടുകക്ഷി ഗവൺമെന്റുകളാണുണ്ടായിരുന്നത്. അതിൽ മൂന്ന് സംസ്ഥാനങ്ങളിൽ (ബിഹാർ, ഉത്തർപ്രദേശ്, പഞ്ചാബ്) സി പി ഐ പങ്കാളിയായുള്ള കൂട്ടുകക്ഷി ഗവൺമെന്റുകളായിരുന്നു. സി പി ഐ(എം) ഈ കൂട്ടുകക്ഷി ഗവൺമെന്റുകളിൽ ചേരാൻ ക്ഷണിക്കപ്പെട്ടെങ്കിലും പാർട്ടി അത് നിരാകരിച്ചു. കാരണം, ഈ ഗവൺമെന്റുകളുടെ നയങ്ങൾക്ക് രൂപം നൽകുന്നതിൽ പാർട്ടിക്ക് സ്വാധീനിക്കാൻ കഴിയത്തക്കവിധം പ്രസ്തുത സംസ്ഥാനങ്ങളിൽ പാർട്ടിക്ക് ബഹുജനപിന്തുണയില്ലായിരുന്നു.

ദേശീയ രാഷ്ട്രീയത്തിലെ വളരെ പ്രധാനപ്പെട്ട ഒരു വ്യതിയാനമാണ് 1967-ലെ സംഭവങ്ങൾ പ്രതിഫലിപ്പിച്ചത്. അപ്പോഴും കോൺഗ്രസ് തന്നെയാണ് കേന്ദ്രത്തിൽ മേധാവിത്തം പുലർത്തിയിരുന്നതെങ്കിലും രാജ്യത്തെ പകുതിയോളം സംസ്ഥാനങ്ങളിൽ അത് പ്രതിപക്ഷത്തിരിക്കാൻ നിർബന്ധിതമായി. കോൺഗ്രസിന്റെ അധികാരകുത്തകക്കെതിരെയാണ് പ്രതിപക്ഷം പോരാടിക്കൊണ്ടിരുന്നത്. അതിപ്പോൾ ദുർബലമായി. രാജ്യത്തെ രാഷ്ട്രീയ ജീവിതത്തിൽ കോൺഗ്രസിന്റെ പ്രാമുഖ്യം ക്രമേണ നഷ്ടപ്പെട്ടുകൊണ്ടിരുന്ന ഒരു രാഷ്ട്രീയ പശ്ചാത്തലത്തിൽ ഭാവി രാഷ്ട്രീയ സംവിധാനത്തെക്കുറിച്ചുള്ള ചോദ്യങ്ങൾ ഉയർന്നുവരാൻ തുടങ്ങി. എല്ലാ കോൺഗ്രസിതര പാർട്ടികൾക്കും പങ്കാളിത്തമുള്ള ഒരു പുതിയ കൂട്ടുകക്ഷി ഗവൺമെന്റ് കേന്ദ്രത്തിൽ വരുന്നതിനെക്കുറിച്ചുള്ള നിർദേശങ്ങൾ ഉയർന്നുവന്നു.

കേന്ദ്രത്തിൽ ഒരു കോൺഗ്രസിതര കൂട്ടുകക്ഷി ഗവൺമെന്റെന്ന ആശയം സി പി ഐ(എം) കേന്ദ്രക്കമ്മിറ്റി പരിഗണിക്കുകയും തള്ളിക്കളയുകയും ചെയ്തു. രാജ്യത്തെ രാഷ്ട്രീയ ജീവിതത്തിലെ ചേരിതിരിവ് കോൺഗ്രസ് ഒരു ഭാഗത്തും മറ്റെല്ലാ പ്രതിപക്ഷകക്ഷികളും മറുഭാഗത്തുമായിട്ടായിരുന്നില്ല. പ്രതിപക്ഷപാർട്ടികൾ തമ്മിൽ ഗൗരവാവഹവും അതിപ്രധാനവുമായ അഭിപ്രായവ്യത്യാസങ്ങൾ നിലനിന്നിരുന്നു. കമ്യൂണിസ്റ്റുകാർ മറ്റ് കോൺഗ്രസിതര പാർട്ടികളുമായി തങ്ങൾക്കുള്ള അഭിപ്രായവ്യത്യാസം മറച്ചുവെച്ചുകൊണ്ട് എല്ലാവരുമടങ്ങുന്ന ഒരു പ്രതിപക്ഷ സംവിധാനത്തിൽ ചേരാൻ തയ്യാറായില്ല. കോൺഗ്രസിനെതിരെ പാർട്ടി പോരാടുകയും അതിനെ അധികാരത്തിൽ നിന്ന് താഴെയിറക്കാൻ സഹായിക്കുകയും ചെയ്യും. പക്ഷേ അത് സ്വതന്ത്രമായും അതിന്റെ സ്വന്തം പരിപാടിയുടെ അടിസ്ഥാനത്തിലും കോൺഗ്രസിതര പ്രതിപക്ഷങ്ങളിൽ സമാനസ്വഭാവക്കാരായ

വിഭാഗങ്ങളുമായി കൂട്ടുചേർന്നുമായിരിക്കും. അതുകൊണ്ടാണ് സി പി ഐക്ക് പങ്കാളിത്തമുള്ള ബിഹാർ, യു പി, പഞ്ചാബ് എന്നീ സംസ്ഥാനങ്ങളിലെ കൂട്ടുകക്ഷി ഗവൺമെന്റുകളിൽ ചേരാൻ സി പി ഐ(എം) വിസമ്മതിച്ചത്. എങ്കിലും ഈ ഗവൺമെന്റുകളുടെ രൂപീകരണത്തെ സി പി ഐ(എം) സഹായിക്കുകയും ആ ഗവൺമെന്റുകൾക്ക് പിന്തുണ നൽകുകയും ചെയ്തു.

ഈ രാഷ്ട്രീയ പരിതഃസ്ഥിതി കോൺഗ്രസിന് ഒരു വെല്ലുവിളിയായി. അതിന്റെ നേതാക്കൻമാർ കോൺഗ്രസിതര ഗവൺമെന്റുകളെ ഒന്നൊന്നായി മറിച്ചിടുന്നതിനെക്കുറിച്ച് ആലോചിക്കാൻ തുടങ്ങി. രണ്ട് സംസ്ഥാന ഗവൺമെന്റുകൾ സി പി ഐ(എം) ആണ് നയിച്ചിരുന്നത് എന്നതിൽ അവർ പ്രത്യേകിച്ചും അസന്തുഷ്ടിയുള്ളവരായിരുന്നു. ഈ രണ്ട് സംസ്ഥാന ഗവൺമെന്റുകളും തമിഴ്നാട്ടിലെ ഡി എം കെ ഗവൺമെന്റുമായിരുന്നു തകർക്കാൻ പ്രയാസമേറിയവ. ഈ മൂന്ന് ഗവൺമെന്റുകളും സ്വതന്ത്രാ പാർട്ടിയുടെ ഏകകക്ഷി ഗവൺമെന്റുണ്ടായിരുന്ന ഒറീസയിലും ഒഴിച്ച് മറ്റ് കോൺഗ്രസിതര സംസ്ഥാനങ്ങളിൽ ഭരിച്ചിരുന്നത് 'റിബൽ' അഥവാ 'വിമത' കോൺഗ്രസുകാർക്ക് മുഖ്യ പങ്കാളിത്തമുള്ള കൂട്ടുകക്ഷി ഗവൺമെന്റുകളായിരുന്നു. ഈ ഗവൺമെന്റുകളെ ഏതാനും മാസങ്ങൾക്കുള്ളിൽതന്നെ തള്ളിയിടാൻ കഴിഞ്ഞു.

കോൺഗ്രസ് നേതൃത്വത്തെ ഏറ്റവുമധികം വിഷമിപ്പിച്ചത് സി പി ഐ(എം) നേതൃത്വത്തിൽ കേരളത്തിലും പശ്ചിമബംഗാളിലും ഉള്ള രണ്ട് ഗവൺമെന്റുകളായിരുന്നുവെങ്കിലും 'വിമോചനസമരം' സംഘടിപ്പിച്ചുകൊണ്ട് 1957-ലെ കേരള പരീക്ഷണം ആവർത്തിക്കാനും ഗവൺമെന്റിനെ പിരിച്ചുവിടാനും സാധ്യമായിരുന്നില്ല. 1959-ൽ കേരളത്തിൽ നടത്തിയ അട്ടിമറിയുടെ പ്രത്യാഘാതവും അതുമൂലം ജനാധിപത്യവൃത്തങ്ങളിൽ കോൺഗ്രസ് രാഷ്ട്രീയമായി ഒറ്റപ്പെട്ടതും 1959 ആവർത്തിക്കുന്നത് തിരിച്ചടിയുണ്ടാക്കുമെന്ന് കോൺഗ്രസ് നേതൃത്വത്തെ ബോധ്യപ്പെടുത്തിയിരുന്നു.

കേരളത്തിലെയും പശ്ചിമബംഗാളിലെയും കൂട്ടുകക്ഷികൾക്കിടയിലുള്ള ഗുരുതരമായ അഭിപ്രായഭിന്നതകൾ ശരിക്കും മുതലെടുക്കാൻ കഴിയുമെന്ന് കോൺഗ്രസ് നേതാക്കൻമാർക്ക് മനസിലായി. ഈ പരിത:സ്ഥിതിയുടെ ഒരു സവിശേഷത സി പി ഐ(എം)നോട് സി പി ഐക്കുള്ള വൈരമായിരുന്നു. ഈ വൈരം തങ്ങൾക്ക് ഗുണകരമാക്കി മാറ്റാമെന്ന് കോൺഗ്രസ് കണക്കാക്കി. ഭരണസഖ്യത്തിൽ വിള്ളലുണ്ടാക്കാനും അതുവഴി അതിനെ പിളർക്കാനുമുള്ള തന്ത്രങ്ങൾ കോൺഗ്രസ് നേതാക്കൻമാർ മെനഞ്ഞെടുത്തു.

ഭരണസഖ്യത്തെ പിളർക്കുന്ന കോൺഗ്രസ് നയം പശ്ചിമബംഗാളിൽ പ്രയോഗിച്ചു. അങ്ങനെ ആദ്യത്തെ ഇടതുപക്ഷമുന്നണി ഗവൺമെന്റ് അധികാരമേറ്റ് ഒരു വർഷം തികയുന്നതിനുമുമ്പ് നിലംപതിച്ചു. അതിനെത്തുടർന്ന് നടന്ന ഇടക്കാല തിരഞ്ഞെടുപ്പിൽ ഇടതുപ

ക്ഷമുന്നണി വിജയം തൂത്തുവാരുകയും രണ്ടാമത്തെ ഇടതുപക്ഷ മുന്നണി ഗവൺമെന്റ് സത്യപ്രതിജ്ഞ ചെയ്യുകയും ചെയ്തു. രണ്ടാമത്തെ ഇടതുപക്ഷമുന്നണി ഗവൺമെന്റിനേയും ഒരു വർഷത്തിനുള്ളിൽ മറിച്ചിട്ടു. ഇതായിരുന്നു പശ്ചിമബംഗാളിലെ ഇടതുപക്ഷമുന്നണി ഗവൺമെന്റിന്റെ അന്ത്യം.

എന്തായാലും കേരളത്തിലെ കൂട്ടുകക്ഷി ഗവൺമെന്റ് 1967 മാർച്ച് മുതൽ 1969 ഒക്ടോബർ വരെ അധികാരത്തിലിരുന്നു. സി പി ഐ(എം) നേതൃത്വത്തിലുള്ള കേരളാ ഗവൺമെന്റ് നിലംപതിച്ചതിനുള്ള അടിസ്ഥാന കാരണം സി പി ഐ, കേരളാ ആർ എസ് പി, സോഷ്യലിസ്റ്റ് പാർട്ടിയുടെ ഒരു വിഭാഗവും മുസ്ലീംലീഗും സ്വീകരിച്ച സി പി ഐ(എം) വിരുദ്ധ നിലപാടായിരുന്നു. കൂട്ടുകക്ഷിക്കുള്ളിൽ ഈ പാർട്ടികളെല്ലാം ചേർന്ന് ഒരു 'കുറുമുന്നണി' ഉണ്ടാക്കി.

സി പി ഐ(എം)നെതിരായ കുറുമുന്നണിയുടെ രാഷ്ട്രീയവും സംഘടിതവുമായ ആക്രമണവും കൂട്ടുകക്ഷി ഗവൺമെന്റ് രൂപീകരിച്ച് മൂന്നുമാസത്തിനുള്ളിൽ തന്നെ ആരംഭിച്ചിരുന്നു. ഭക്ഷ്യവും സിവിൽ സപ്ലൈസും സംബന്ധിച്ച പ്രശ്നങ്ങളടക്കം സി പി ഐ(എം) അംഗങ്ങളുടെ നേതൃത്വത്തിലുള്ള മന്ത്രാലയങ്ങളിലെ അനവധി പ്രശ്നങ്ങളിൽ 'കുറുമുന്നണി'ക്കാർ സി പി ഐ(എം) മന്ത്രിമാരെ ഒറ്റപ്പെടുത്തി ആക്രമിച്ചു. അതേസമയം സോഷ്യലിസ്റ്റ് പാർട്ടിയിലെ ഒരു വിഭാഗവും, കെ എസ് പി, കെ ടി പി എന്നീ പാർട്ടികളും സി പി ഐ(എം)ന് പിന്തുണ നൽകുകയും 'കുറുമുന്നണി'യിൽ നിന്ന് സ്വയം വിട്ടുനിൽക്കുകയും ചെയ്തു. ഇതെല്ലാം ചെറിയ പാർട്ടികളായിരുന്നു. സഖ്യത്തിലെ വലിയ ഘടകകക്ഷികളെയാണ് സി പി ഐ(എം)നെതിരെ തിരിച്ചുവിട്ടിരുന്നത്.

സി പി ഐ(എം) നേതൃത്വത്തിനെതിരെ 'കുറുമുന്നണി'ക്കാർ ഉയർത്തിയ പ്രശ്നങ്ങളിലൊന്ന് സി പി ഐ(എം) മന്ത്രിമാർക്കെതിരായ 'അഴിമതി' ആരോപണങ്ങളാണ്. ഈ ആരോപണങ്ങളുന്നയിച്ചുകൊണ്ട് മാസങ്ങളോളം അവരൊരു ക്യാമ്പെൻ നടത്തി. അത് 1969 ഒക്ടോബറിൽ, സി പി ഐ (എം) മന്ത്രിമാർക്കും സി പി ഐ(എം)ന്റെ കൂടെ നിൽക്കുന്ന മന്ത്രിമാർക്കും എതിരെ ഉന്നയിക്കപ്പെട്ട ആരോപണങ്ങൾ ഒരു ജുഡീഷ്യൽ അന്വേഷണത്തിന് വിധേയമാക്കണമെന്ന് നിയമസഭാവേദിയിൽ ആവശ്യപ്പെടുന്നതിൽ ചെന്നു കലാശിച്ചു.

ഇത് സംബന്ധിച്ച പ്രമേയത്തിന് രൂപം നൽകിയവർ കൗശലപൂർവം മുഖ്യമന്ത്രിയുടെ പേര് ഒഴിവാക്കി. അതിന് കാരണം ഒരു പ്രമുഖ സി പി ഐ നേതാവ് ഒരു സുഹൃത്തിനുള്ള കത്തിൽ എഴുതിയത് 'കുറുമുന്നണി'ക്ക് കൂടുതൽ ഹിതകരമാംവിധം മുഖ്യമന്ത്രി മന്ത്രിസഭ അഴിച്ചുപണിയുമെന്ന് അവർ പ്രതീക്ഷിച്ചു എന്നാണ്. അതൊരു കടുത്ത കൽപ്പനയായിരുന്നു. ഉടൻതന്നെ സി പി ഐ(എം) അത് തള്ളിക്കളയുകയും ചെയ്തു. നിയമസഭയിലെ ചർച്ചക്കുള്ള എന്റെ മറുപടി

യിൽ ഞാൻ വ്യക്തമാക്കി-പ്രമേയം സഭ അംഗീകരിക്കുകയാണെങ്കിൽ ഗവർണർക്ക് ഞാൻ മന്ത്രിസഭയുടെ രാജി സമർപ്പിക്കും. നിയമസഭ ബഹുഭൂരിപക്ഷത്തോടെ പ്രമേയം അംഗീകരിക്കുകയും ഞാൻ മന്ത്രിസഭയുടെ രാജി സമർപ്പിക്കുകയും ചെയ്തു.

കേരളത്തിലെ കൂട്ടുകക്ഷി ഗവൺമെന്റിന്റെ പതനത്തിന് ഏതാനും മാസങ്ങൾക്കുള്ളിൽതന്നെ പശ്ചിമബംഗാളിലെ ഇടതുപക്ഷ മുന്നണി ഗവൺമെന്റിനെയും തള്ളിയിട്ടു. ഒറീസയിലെ സ്വതന്ത്രാ ഗവൺമെന്റും നിലം പൊത്തി. 1970 മധ്യമായപ്പോൾ ഇന്ത്യയിൽ കോൺഗ്രസിതര ഗവൺമെന്റ് തമിഴ്നാട്ടിൽ മാത്രമായി. തുടർന്നുനടന്ന തിരഞ്ഞെടുപ്പുകളിൽ 1967-ൽ നഷ്ടപ്പെട്ട തമിഴ്നാട് ഒഴികെയുള്ള സംസ്ഥാനങ്ങളും കോൺഗ്രസ് തിരിച്ചുപിടിച്ചു. ഇപ്രകാരം കോൺഗ്രസിന്റെ അധികാരകുത്തക കേന്ദ്രത്തിലും തമിഴ്നാട് ഒഴിച്ചുള്ള സംസ്ഥാനങ്ങളിലും പുനഃസ്ഥാപിച്ചു.

കേരളത്തിലെയും പശ്ചിമബംഗാളിലെയും ഗവൺമെന്റുകളെ മറിച്ചിട്ട സമയത്ത് കോൺഗ്രസ്പാർട്ടിയെ ഒരു പ്രതിസന്ധി വിഴുങ്ങാൻ തുടങ്ങിയിരുന്നു. കോൺഗ്രസിൽ രണ്ട് വിഭാഗങ്ങൾ-ഇന്ദിരാഗാന്ധി നയിച്ച വിഭാഗവും മൊറാർജിയുടെ വിഭാഗവും 1969-ലെ പ്രസിഡന്റ് തിരഞ്ഞെടുപ്പിന് മുമ്പ് പരസ്യമായി ഏറ്റുമുട്ടി. ഇന്ദിരാഗാന്ധിയുടെ വിഭാഗം വി വി ഗിരിയെ പിന്തുണച്ചപ്പോൾ മൊറാർജി വിഭാഗം സഞ്ജീവറെഡ്ഡിയെ പിന്തുണച്ചു. ഇടതുപക്ഷം പിന്തുണ നൽകിയ വി വി ഗിരി തിരഞ്ഞെടുപ്പിൽ വിജയിച്ചു. ഇങ്ങനെയാണ് രണ്ടു കോൺഗ്രസുകൾ ഉണ്ടാകാൻ തുടങ്ങിയത്. അതിൽ ഒന്ന് ഇന്ദിരാകോൺഗ്രസ് എന്നും മറ്റേത് സംഘടനാകോൺഗ്രസ് എന്നും അറിയപ്പെട്ടു.

മൊറാർജി വിഭാഗത്തോടുള്ള എതിർപ്പിന് നയപരമായ പരിവേഷം നൽകുന്നതിൽ ഇന്ദിരാകോൺഗ്രസ് വിജയിച്ചു. രണ്ട് വിഭാഗങ്ങളും തമ്മിലുള്ള ഏറ്റുമുട്ടലിന്റെ സമയത്തുതന്നെ ഇന്ദിരാഗാന്ധി പ്രധാനമന്ത്രി എന്നനിലയിൽ ചില പുതിയ നയപരിപാടികൾ സ്വീകരിച്ചു. രാജ്യത്തെ പ്രമുഖ വാണിജ്യബാങ്കുകളുടെ ദേശസാൽക്കരണം, നാട്ടുരാജാക്കൻമാർക്കുള്ള പ്രിവിപെഴ്സ് നിർത്തലാക്കൽ തുടങ്ങിയവയാണത്. മൊറാർജി ദേശായിയുടെ നേതൃത്വത്തിലുള്ള സംഘടനാ കോൺഗ്രസ് ഈ പരിപാടികളോടെല്ലാം വലതുപക്ഷ നിലപാട് സ്വീകരിച്ചു. മറ്റൊരു വിധത്തിൽ പറഞ്ഞാൽ കോൺഗ്രസിനുള്ളിലെ വിഭാഗീയ വടംവലി നയപ്രശ്നങ്ങളിലെ ഇടതു-വലതു സംഘട്ടനമായി മാറി.

കോൺഗ്രസിലെ ഇടതു-വലതു വിഭാഗങ്ങൾ പരസ്പരം മത്സരിച്ച പ്രസിഡന്റ് തിരഞ്ഞെടുപ്പ് ഉൾപ്പെടെയുള്ള പ്രശ്നങ്ങളിൽ ഇടതുപക്ഷ പാർട്ടികൾക്ക് ഇന്ദിരാപക്ഷത്തെ പിന്തുണക്കേണ്ടിവന്നു. ഇക്കാര്യത്തിൽ രണ്ട് കമ്യൂണിസ്റ്റ് പാർട്ടികളും തമ്മിൽ ഗുരുതരമായ ഭിന്നതയുണ്ടായി. ആ പ്രത്യേക ഘട്ടത്തിലും അപ്പോൾ ഉടലെടുത്തിരുന്ന മറ്റ്

പ്രശ്നങ്ങളിലും ഇന്ദിരാകോൺഗ്രസിനെ പിന്തുണക്കാൻ രണ്ട് പാർട്ടികളും യോജിച്ചെങ്കിലും ഇന്ദിരാകോൺഗ്രസ് അവിഭക്തകോൺഗ്രസിന്റെ തുടർച്ചയായിട്ടാണ് സി പി ഐ(എം) കണ്ടത്. അതുകൊണ്ടു തന്നെ പ്രത്യേക പ്രശ്നങ്ങളിൽ പിന്തുണ നൽകുമ്പോൾ പോലും എതിർപ്പ് മുഴുവൻ കേന്ദ്രീകരിക്കേണ്ടത് ആ പാർട്ടിക്കെതിരെ ആകണമെന്നായിരുന്നു സി പി ഐ(എം)ന്റെ നിലപാട്. നേരെമറിച്ച് സി പി ഐ ചെന്നെത്തിയ നിഗമനം കോൺഗ്രസ് രണ്ടു വിഭാഗങ്ങളായി പിരിഞ്ഞതോടെ ഇന്ദിരാകോൺഗ്രസ് ഇന്ത്യയിലെ വൻകിട ബൂർഷ്വാസിയുടെ പാർട്ടി അല്ലാതായിത്തീർന്നു എന്നാണ്. ഈ ധാരണക്ക് അനുസൃതമായി കോൺഗ്രസിനോട് സഹകരണവും സഖ്യവും എന്ന പുതിയ സമീപനം അവർ സ്വീകരിച്ചു.

അങ്ങനെ കേരളത്തിലെ സപ്തകക്ഷി ഗവൺമെന്റിന്റെ പതനത്തോടെ സി പി ഐയുടെ നേതൃത്വത്തിലുള്ള കമ്യൂണിസ്റ്റ് വിരുദ്ധസഖ്യം രൂപം കൊണ്ടു. അതിന്റെ നേതാവായ അച്യുതമേനോന് ഇന്ദിരാകോൺഗ്രസിന്റെ പിന്തുണ കൂടാതെ ഒരുദിവസം പോലും അധികാരത്തിലിരിക്കാൻ കഴിയുമായിരുന്നില്ല. 1977-ൽ ഇന്ദിരാഗാന്ധി ഗവൺമെന്റ് അധികാരഭ്രഷ്ടമായതിന് ശേഷം മാത്രമാണ് സി പി ഐ കേരളത്തിൽ കോൺഗ്രസുമായി ഒരു ദശകത്തിലധികം നീണ്ടുനിന്ന കൂട്ടുകെട്ട് ഉപേക്ഷിച്ചത്.1969 മുതൽ 1979 വരെയുള്ള ഒരു ദശകം മുഴുവൻ മൗലികമായും കോൺഗ്രസ് ഗവൺമെന്റിന്റെ മുഖ്യമന്ത്രിയായി അച്യുതമേനോൻ തുടർന്നു.

48

നക്സലൈറ്റുകളും ചൈനീസ്പാർട്ടിയും

കേരളത്തിലും പശ്ചിമബംഗാളിലും സി പി ഐ(എം) നേതൃത്വത്തിലുള്ള ഗവൺമെന്റുകൾ രൂപീകൃതമായി ഏതാനും മാസങ്ങൾക്കുള്ളിൽത്തന്നെ രണ്ട് സുപ്രധാന സംഭവങ്ങളുണ്ടായി. ഒന്നാമതായി സി പി ഐ(എം)നുള്ളിൽ നക്സലൈറ്റ് എന്ന് വിളിക്കപ്പെടുന്ന വിഭാഗം ഉടലെടുത്തു. ആ ഗ്രൂപ്പിലെ അംഗങ്ങൾ ചേർന്ന് ഒരു പുതിയ പാർട്ടി രൂപീകരിച്ചു. സി പി ഐ(എം)നെതിരെ ചൈനീസ് പാർട്ടി അഴിച്ചുവിട്ട ഗുരുതരമായ ആക്രമണമാണ് രണ്ടാമത്തേത്. സി പി ഐ(എം) 'റിവിഷനിസ്റ്റുകളായി' തീർന്നു എന്നതായിരുന്നു നക്സലൈറ്റുകളുടെയും ചൈനീസ്പാർട്ടിയുടെയും ശക്തമായ ആക്ഷേപം.

ഈ രണ്ട് സംഭവങ്ങളും മനസിലാക്കുന്നതിന് ഏഴാം കോൺഗ്രസിലേക്ക് തിരിഞ്ഞുനോക്കേണ്ടത് ആവശ്യമാണ്. അതിൽവെച്ചാണ് സി പി ഐയിലെ ഇടതുപക്ഷം ഒരു പരിപാടിയുടെ അടിസ്ഥാനത്തിൽ പ്രത്യേക പാർട്ടി രൂപീകരിച്ചത്. ആ പരിപാടി ഇന്ത്യൻ വിപ്ലവത്തിന്റെ തന്ത്രം വിശദീകരിച്ചു. അടിയന്തരമായി സ്വീകരിക്കേണ്ട അടവുപരമായ രാഷ്ട്രീയസമീപനം ആവിഷ്കരിച്ചു. കേന്ദ്രക്കമ്മിറ്റിയെയും പൊളിറ്റ്ബ്യൂറോയെയും തിരഞ്ഞെടുത്തു. എന്ത് പറഞ്ഞു, എന്ത് പറയുന്നതിൽ പരാജയപ്പെട്ടു എന്ന കാര്യത്തിൽ കോൺഗ്രസ് ശ്രദ്ധേയമായി. രണ്ട് കാര്യങ്ങളിലും നക്സലൈറ്റുകളും സി പി സിയും വിമർശനമുന്നയിച്ചു.

സാർവദേശീയ കമ്യൂണിസ്റ്റ് പ്രസ്ഥാനത്തിൽ വിവാദത്തിലിരുന്ന പ്രത്യയശാസ്ത്ര പ്രശ്നങ്ങളിൽ പാർട്ടി കോൺഗ്രസ് ചർച്ച മാറ്റിവെച്ച കാര്യം ഞാൻ പറഞ്ഞിരുന്നല്ലോ. ഈ നടപടി ചൈനീസ്ലൈൻ സ്വീകരിക്കാനുള്ള വൈമുഖ്യമായി വ്യാഖ്യാനിക്കപ്പെട്ടു. സി പി ഐയിലെ ഇട

തുപക്ഷം ആ ലൈൻ സ്വീകരിക്കുമെന്നാണ് അവർ പ്രതീക്ഷിച്ചിരുന്നത്

വാസ്തവത്തിൽ പ്രതിനിധികളിൽ അധികവും ചൈനീസ് നിലപാട് സ്വീകരിക്കുന്നതിനോട് ചായ്‌വുള്ളവരായിരുന്നു. പ്രത്യയശാസ്ത്ര പ്രശ്നങ്ങളിൽ രൂക്ഷമായ ഭിന്നത ഉണ്ടായിരുന്നതിനാലും, എന്നാൽ ഇന്ത്യൻ വിപ്ലവത്തിന്റെ തന്ത്രത്തിന്റെയും അടവുകളുടെയും പ്രശ്നത്തിൽ സമ്പൂർണമായ അഭിപ്രായ സമന്വയം ഉണ്ടാക്കാൻ കഴിഞ്ഞിരുന്നതിനാലും സാർവദേശീയ പ്രത്യയശാസ്ത്ര പ്രശ്നങ്ങളിൽ കോൺഗ്രസിൽ ഭിന്നിപ്പുണ്ടാക്കുന്നത് അഭിലഷണീയമാണെന്ന് നേതൃത്വം കരുതിയില്ല.

ഈ തീരുമാനം പ്രതിനിധികളിൽ ഒരു വിഭാഗത്തിനും ചൈനീസ് പാർട്ടിക്കും ഇഷ്ടപ്പെട്ടില്ല. എന്തായാലും സി പി ഐ (എം) നേതൃത്വത്തിന്റെ ഈ 'അപഭ്രംശ'ത്തിനെതിരെ ആ സന്ദർഭത്തിൽ പരസ്യമായി രംഗത്തിറങ്ങുന്നത് അഭിലഷണീയമായി അവർ കണക്കാക്കിയില്ല. സി പി ഐ(എം) അവസാനം ചൈനീസ് ലൈൻ സ്വീകരിക്കുമെന്ന് അവർ വിശ്വസിച്ചു.

പാർട്ടി കോൺഗ്രസ് അംഗീകരിച്ച പരിപാടി, അടിയന്തര കടമകളെ സംബന്ധിച്ച പ്രമേയം എന്നിവയും മറ്റ് രേഖകളും കോൺഗ്രസിലെ പ്രതിനിധികളിൽ നല്ലൊരു വിഭാഗവും സി പി സി നേതൃത്വവും ആഗ്രഹിച്ചതിൽനിന്ന് വ്യത്യസ്തമായിരുന്നു. പാർട്ടി കോൺഗ്രസ് രേഖകൾ റിവിഷനിസത്തിനും വലതുപക്ഷ അവസരവാദത്തിനുമെതിരെ പോരാടുമ്പോൾതന്നെ വരട്ടുതത്വവാദത്തിനും ഇടത് സെക്ടേറിയനിസത്തിനും എതിരെ വാളോങ്ങുകയും ചെയ്തു. ഇടത് സെക്ടേറിയനിസത്തിനെതിരെ ശക്തമായ താക്കീത് നൽകുകയും എല്ലാ രാഷ്ട്രീയ പാർട്ടികളുടെയും (ഭരണകക്ഷിയായ കോൺഗ്രസ് ഉൾപ്പെടെ) പിന്നിലുള്ള ബഹുജനങ്ങളോട് അയവേറിയ സമീപനത്തിന് വേണ്ടി ആത്മാർഥമായ ആഹ്വാനം നടത്തുകയും ചെയ്തു. രാഷ്ട്രീയവും സംഘടനാപരവുമായ അഭിപ്രായ വൈജാത്യങ്ങൾക്കുപരി എല്ലാവരുമായി ഐക്യവും സമരവും എന്നതായിരുന്നു അടവുപരമായ സമീപനത്തിന് അടിസ്ഥാനം.

രാഷ്ട്രീയമായ അടവുകൾ സംബന്ധിച്ച പ്രധാന പ്രശ്നത്തോടും ബൂർഷ്വാ പാർലമെന്ററി സ്ഥാപനങ്ങൾ വിപ്ലവകരമായി ഉപയോഗിക്കുന്ന കാര്യത്തിലും പാർട്ടി പരിപാടിയുടെ സമീപനം അയവേറിയതായിരുന്നു. ബഹുജനപ്രക്ഷോഭങ്ങൾക്ക് പകരം പാർലമെന്ററി പ്രവർത്തനങ്ങളെ ആശ്രയിക്കുന്ന വലതുപക്ഷഅവസരവാദത്തെയും പാർലമെന്ററി പ്രവർത്തനങ്ങളോടുള്ള ഇടതു സെക്ടേറിയൻ നിഷേധാത്മക സമീപനത്തെയും നിരാകരിച്ച പരിപാടി തിരഞ്ഞെടുപ്പിലും തിരഞ്ഞെടുക്കപ്പെട്ട സ്ഥാപനങ്ങളിലും കമ്യൂണിസ്റ്റുകാർ പങ്കെടുക്കുന്നതിനെ ന്യായീകരിക്കുകയും ചില പ്രത്യേക സംസ്ഥാനങ്ങളിൽ പരിത:സ്ഥിതികൾ അനുകൂലമായാൽ ഗവൺമെന്റ് രൂപീകരിക്കുന്നതിനുള്ള

സാധ്യത കാണുകയും ചെയ്തു. എന്നാൽ ഈ ഗവൺമെന്റുകൾക്ക് ജനങ്ങളുടെ മൗലികപ്രശ്നങ്ങൾക്ക് പരിഹാരം കാണാൻ കഴിയുമെന്ന എന്ത് വ്യാമോഹത്തിനും എതിരെ പരിപാടി താക്കീത് നൽകി. അതേ സമയം ജനങ്ങളുടെ രാഷ്ട്രീയ ബോധം ഉയർത്തുന്നതിലും രാജ്യത്തിന്റെ സാമൂഹ്യ-സാമ്പത്തിക മണ്ഡലവും രാഷ്ട്രീയ സംവിധാനവും മൗലികമായി അഴിച്ചുപണിയേണ്ടതിന്റെ ആവശ്യകത അവരെ ബോധ്യമാക്കുന്നതിലും ഇത്തരം ഗവൺമെന്റുകളെ ഉപയോഗിക്കേണ്ടതിന്റെ പ്രാധാന്യത്തിലേക്കു അത് ശ്രദ്ധ ക്ഷണിച്ചു.

ചൈനീസ് പാർട്ടി നേതൃത്വം പാർട്ടി പരിപാടി സംബന്ധിച്ചും പാർട്ടി കോൺഗ്രസിന്റെ നയപ്രഖ്യാപന രേഖകൾ സംബന്ധിച്ചുമുള്ള അവരുടെ അഭിപ്രായം രേഖപ്പെടുത്തി. അതേസമയം സി പി ഐ(എം) നേതൃത്വവുമായുള്ള സൗഹൃദം നിലനിർത്തുകയും ചെയ്തു. സി പി ഐ(എം) നേതൃത്വം പാർട്ടി കോൺഗ്രസിന്റെ തീരുമാനങ്ങൾ ആവേശത്തോടെ നടപ്പിലാക്കി. തൽഫലമായി ഇന്ത്യൻ രാഷ്ട്രീയത്തിൽ അതിന്റെ സാന്നിധ്യം പ്രകടമായി. പാർട്ടിയുടെ നേതൃത്വത്തിൽ രണ്ട് സംസ്ഥാന ഗവൺമെന്റുകൾ നിലവിൽവന്നു. ചൈനീസ് പാർട്ടിയുടെ അഭിപ്രായത്തിൽ ഇത് തൊഴിലാളിവർഗ വിപ്ലവത്തിനുള്ള മാർക്സിസ്റ്റ് -ലെനിനിസ്റ്റ് സമീപനത്തിന്റെ ഒരു നഗ്നമായ ലംഘനമായിരുന്നു. ഇതു തന്നെയായിരുന്നു സി പി ഐ(എം)ൽ നിന്ന് പിന്നീട് നക്സലൈറ്റുകളായി മാറിയ വ്യക്തികളുടെയും നിലപാട്.

ആ സമയത്ത് 'മഹത്തായ കുതിച്ചുചാട്ട'വും അതിന് പിന്നാലെ 'സാംസ്കാരിക വിപ്ലവ'വും സംഘടിപ്പിച്ചുകൊണ്ട് ചൈനീസ് പാർട്ടി തന്നെ അതിവേഗം ഇടത്തോട്ടേക്ക് നീങ്ങുകയായിരുന്നു. മറ്റ് കാര്യങ്ങൾക്കൊപ്പം ഈ പ്രസ്ഥാനങ്ങൾക്കും അടിസ്ഥാനമായിരുന്ന പ്രത്യയശാസ്ത്രം ബൂർഷ്വാ പാർലമെന്ററി സ്ഥാപനങ്ങളോടുള്ള നിഷേധമായിരുന്നു. 1983-ൽ ചൈന സന്ദർശിച്ച സി പി ഐ (എം) പ്രതിനിധി സംഘത്തോട് ചൈനീസ് നേതൃത്വം പറഞ്ഞതുപോലെ, അവർക്ക് ബൂർഷ്വാ പാർലമെന്ററി സ്ഥാപനങ്ങളിൽ പ്രവർത്തിച്ചുള്ള അനുഭവം ഇല്ലായിരുന്നു. ബൂർഷ്വാ പാർലമെന്ററി സ്ഥാപനങ്ങളിൽ പ്രവർത്തിക്കുന്നത് വലത് റിവിഷനിസവും അവസരവാദവുമാണെന്ന് അവർ ധരിച്ചു. സി പി ഐ (എം)ന് പിന്നീടുണ്ടായ അനുഭവങ്ങളാണ്, ബൂർഷ്വാ പാർലമെന്ററി സ്ഥാപനങ്ങളെ വിപ്ലവകരമായി എടുത്തുപയോഗിക്കാമെന്നും കേരളത്തിലും പശ്ചിമബംഗാളിലും സംഭവിച്ചതുപോലെ ഗവൺമെന്റുകൾ രൂപീകരിക്കുന്നിടത്തോളം അത് ചെന്നെത്താവുന്നതാണെന്നും ചൈനക്കാരെ ബോധ്യപ്പെടുത്തിയത്.

രാജ്യത്തെ കോൺഗ്രസ് ഗവൺമെന്റിന്റെ വർഗസ്വഭാവത്തിന്റെ കാര്യത്തിൽതന്നെ സി പി ഐ(എം)ന്റെയും സി പി സിയുടെയും വിലയിരുത്തൽ വ്യത്യസ്തമായിരുന്നു. നമ്മുടെ രാഷ്ട്രീയ ചരിത്രത്തിന്റെ ഒരു ഘട്ടത്തിൽ (1980കളുടെ അവസാനത്തോടെ ഇന്ത്യയും ചൈനയും

തമ്മിൽ ഗവൺമെന്റ് നിലവാരത്തിലുള്ള ബന്ധം വഷളാകുന്നതുവരെ) നെഹ്റു ഗവൺമെന്റിനെക്കുറിച്ച് ചൈനീസ് പാർട്ടിക്കുണ്ടായിരുന്ന ധാരണ സോവിയറ്റ് പാർട്ടിക്കുണ്ടായിരുന്നത് തന്നെയായിരുന്നു. നെഹ്റു ഗവൺമെന്റ് സാമ്രാജ്യത്വ വിരുദ്ധമായിരുന്നതിനാൽ ഇന്ത്യയടക്കം ലോകത്തെമ്പാടുമുള്ള കമ്യൂണിസ്റ്റുകാരുടെ കടമ അതിനോട് സഹകരിക്കുക-അതാണവർ വച്ചുപുലർത്തിയ സമീപനം. എന്തായാലും ഇരുരാജ്യങ്ങളും തമ്മിലുള്ള ഗവൺമെന്റുതലബന്ധം വഷളായതിൽ പിന്നെ ചൈനക്കാർ മറുകണ്ടം ചാടി. ഇന്ത്യയിലെ നെഹ്റു ഗവൺമെന്റിനെ ചൈനയിലെ ജിയാങ് കൈഷക്ക് ഗവൺമെന്റുമായി അവർ തുലനം ചെയ്തു. അതിന്റെ അനുസിദ്ധാന്തമെന്നോണം സോഷ്യലിസ്റ്റ് രാജ്യങ്ങളിലെ ഗവൺമെന്റുകളും അതുപോലെ തന്നെ ഇന്ത്യയിലെ വിപ്ലവപാർട്ടികളും കോൺഗ്രസ് ഗവൺമെന്റിനെ താഴെയിറക്കാൻ ആവുന്നതെല്ലാം ചെയ്യണമെന്നായി അവരുടെ നിലപാട്.

സോവിയറ്റ് നിലപാടിനോടും നെഹ്റു ഗവൺമെന്റിനെ പിന്തുണച്ച മുൻ ചൈനീസ് നിലപാടിനോടും നിരന്തരം വിയോജിപ്പ് പ്രകടിപ്പിച്ചിരുന്ന സി പി ഐയിലെ ഇടതുപക്ഷം (സി പി ഐ(എം) രൂപീകരിച്ചവർ) നെഹ്റു ഗവൺമെന്റിനെ എല്ലാരംഗത്തും എതിർക്കുക എന്ന പുതിയ ചൈനീസ് സമീപനം അംഗീകരിക്കാൻ സന്നദ്ധമായിരുന്നില്ല. നെഹ്റു ഗവൺമെന്റിന്റെ വർഗസ്വഭാവവും അതിന്റെ രാഷ്ട്രീയമായ പങ്കും ആത്മസംയമനത്തോടെ വിശകലനം ചെയ്ത സി പി ഐ(എം), നെഹ്റു ഗവൺമെന്റിനെതിരെ ജനങ്ങളുടെ കഴിയുന്നത്ര വിപുലമായ ഐക്യം കെട്ടിപ്പടുക്കുന്നതിനുള്ള രാഷ്ട്രീയവും അടവുപരവുമായ സമീപനം ആവിഷ്കരിച്ചു. ഇതിനർഥം, ചൈനീസ് പാർട്ടി നിർദേശിച്ചതുപോലെ ഗവൺമെന്റിനെ ഉടൻതന്നെ പുറത്താക്കാൻ വേണ്ടി ഇന്ത്യയിലെ വിപ്ലവശക്തികൾ പ്രവർത്തിക്കണമെന്നായിരുന്നില്ല. നെഹ്റു ഗവൺമെന്റിനെതിരായി ബഹുജനജനാധിപത്യ പ്രതിപക്ഷത്തെ ശക്തമാക്കുകയും അതിലൂടെ തൊഴിലാളി വർഗത്തിന്റെ നേതൃത്വത്തിലുള്ള വിപ്ലവശക്തികളെ വളർത്തുകയും ചെയ്യുകയെന്നതായിരുന്നു സി പി ഐ(എം)ന്റെ സമീപനം. ഈ ലക്ഷ്യം സാക്ഷാത്കരിക്കുന്നതിന് ചില സംസ്ഥാനങ്ങളിൽ കോൺഗ്രസിതര ഗവൺമെന്റുകളുടെ രൂപീകരണം പാർട്ടി പരിപാടി വിഭാവനം ചെയ്തു.

അരഡസനിലധികം സംസ്ഥാനങ്ങളിൽ കോൺഗ്രസിനെ പരാജയപ്പെടുത്തിയ തിരഞ്ഞെടുപ്പ് പോരാട്ടത്തിൽ പാർട്ടി ഒരു സുപ്രധാന ശക്തിയായിത്തീരുകയും രണ്ട് സംസ്ഥാനങ്ങളിൽ അതിന്റെ നേതൃത്വത്തിലുള്ള ഗവൺമെന്റുകൾ രൂപീകരിക്കാൻ കഴിയുകയും ചെയ്തപ്പോൾ പാർട്ടിയുടെ സമീപനത്തിന്റെ പ്രായോഗികഫലം വ്യക്തമായി. സി പി ഐ(എം) ഒരു സാധാരണ ബൂർഷ്വാ പാർട്ടിയായിത്തീർന്നതിന്റെ സൂചനയായിട്ടാണ് ചൈനീസ് പാർട്ടി ഈ സംഭവങ്ങളെ കണ്ടത്.

അതേസമയം സി പി ഐ(എം)ന്റെ 'റിവിഷനിസ്റ്റ്' സമീപനത്തി

നെതിരെ അതിനുള്ളിലൊരു കലാപമുള്ളതായി ചൈനീസ് സഖാക്കൾ ശ്രദ്ധിച്ചു. പാർട്ടിയുടെ തന്ത്രപരവും അടവുപരവുമായ സമീപനത്തിൽ അസംതൃപ്തരായിരുന്നവർ നക്സൽ ഗ്രൂപ്പുണ്ടാക്കി. അവർ സി പി സിയുടെ പ്രത്യയശാസ്ത്ര-രാഷ്ട്രീയ നിലപാടുകൾക്ക് സമ്പൂർണ പിന്തുണ നൽകാൻ അഭ്യർഥിച്ചു. ഈ ഗ്രൂപ്പ് പാർട്ടി നേതൃത്വത്തിനെതിരെ പൊതുവിലും പാർട്ടി അധികാരത്തിലിരുന്ന രണ്ട് സംസ്ഥാനങ്ങളിൽ പ്രത്യേകിച്ചും സംഘടിക്കാൻ തുടങ്ങി.

ഈ ഗ്രൂപ്പ് ഉണ്ടായതിനെ ബീജിങ്ങ് റേഡിയോയും ചൈനയുടെ മറ്റ് മാധ്യമങ്ങളും സ്വാഗതം ചെയ്തു. അതാണ് യഥാർഥ മാർക്സിസ്റ്റ്-ലെനിനിസ്റ്റ് പാർട്ടി എന്നവർ കൊട്ടിഘോഷിച്ചു. ചൈനീസ് മാധ്യമങ്ങൾ സി പി ഐ(എം) നേതൃത്വത്തെ റിവിഷനിസ്റ്റായി തള്ളിപ്പറഞ്ഞു.ചൈനീസ് പാർട്ടിയും അതിന്റെ ചെയർമാനുമാണ് തങ്ങളുടേതെന്ന് അവർ പരസ്യമായി പ്രഖ്യാപിച്ചു. ചൈനീസ് മാധ്യമങ്ങൾ ഇന്ത്യയിലെ യഥാർഥ മാർക്സിസ്റ്റ്-ലെനിനിസ്റ്റുകാർ നക്സലൈറ്റുകളാണെന്നു പറഞ്ഞു.

ഈ സന്ദർഭത്തിലാണ് സി പി ഐ(എം) നേതൃത്വവും സി പി സിയും തമ്മിലുള്ള ഗുരുതരമായ അഭിപ്രായവ്യത്യാസത്തെക്കുറിച്ച് പാർട്ടിഅംഗങ്ങൾക്കും പൊതുജനങ്ങൾക്കും സി പി ഐ(എം) കേന്ദ്രക്കമ്മിറ്റി വിശദീകരിച്ച് കൊടുക്കേണ്ടിവന്നത്. ഈ വിഷയത്തിൽ കേന്ദ്രക്കമ്മിറ്റിയുടെ *സി പി സിയുമായുള്ള നമ്മുടെ അഭിപ്രായഭിന്നത* എന്ന പേരിലുള്ള ആദ്യത്തെ ലഘുലേഖയെത്തുടർന്ന് പാർട്ടിയിൽ തീവ്രമായ ചർച്ച നടന്നു. ഈ ചർച്ചകൾ ഒടുവിൽ 1968 മേയിൽ പാർട്ടിയുടെ പ്രത്യേക പ്ലീനത്തിലാണ് എത്തിയത്. അപ്പോഴും പാർട്ടിയിലായിരുന്ന നക്സലൈറ്റുകൾ പ്ലീനത്തിൽ അവസാനപോരാട്ടവും നടത്തി. പാർട്ടിയെ ചൈനീസ് ലൈനിനോട് കൂട്ടിയിണക്കാൻ അവർ ആവുന്നത്ര ശ്രമിച്ചു. പ്ലീനത്തിൽ ഈ ശ്രമം പരാജയപ്പെടുകയും സി പി സിയുടേതിന് എതിരായ ഒരു ലൈൻ പ്ലീനം അംഗീകരിക്കുകയും ചെയ്തപ്പോൾ അവർ പാർട്ടി വിട്ടു. ഇതായിരുന്നു സി പി ഐ(എം) നേതൃത്വത്തിനെതിരായി പ്രത്യയശാസ്ത്രപരവും രാഷ്ട്രീയവും ശാരീരികവുമായി പോലുമുള്ള സംഘടിതമായ ആക്രമണത്തിന്റെ ആരംഭം. "വർഗശത്രുവിനെ ശാരീരികമായി ഉൻമൂലനം ചെയ്യുക" എന്നത് രാഷ്ട്രീയ-പ്രായോഗിക സമീപനമായി സ്വീകരിച്ചിരുന്ന നക്സലൈറ്റുകൾ പൊലീസിനും കോൺഗ്രസ് ഭരണാധികാരികൾക്കും മറ്റ് അധികാരസ്ഥാനങ്ങൾക്കും എതിരെ സാഹസികമായ നിരവധി പ്രവൃത്തികൾ ചെയ്തു. അവർ കമ്യൂണിസ്റ്റ് നേതാക്കൻമാരെയും 'ഉന്മൂലനം ചെയ്തു.' കേരളത്തിൽ സി പി ഐ(എം)ന്റെ സമുന്നതനേതാവായിരുന്ന അഴീക്കോടൻ രാഘവനെ നക്സലൈറ്റുകൾ നിഷ്കരുണം വധിച്ചു. നക്സലൈറ്റുകളുടെ ഈ പ്രവൃത്തികൾക്ക് ചൈനീസ് പാർട്ടിയുടെ പൂർണ പിന്തുണ ഉണ്ടായിരുന്നു.

1968-ൽ പ്രത്യയശാസ്ത്ര പ്രശ്നങ്ങളിൽ നടന്ന പ്ലീനം ഒരു ആരംഭം മാത്രമായിരുന്നു. അതാണ് ചൈനീസ് പാർട്ടിയുടെ ഇടതുപക്ഷസെക്ടേറിയനിസത്തോടും വരട്ടുതത്വവാദത്തോടും വിടപറഞ്ഞ ആദ്യത്തെ സംഭവം. സി പി ഐ(എം)ന്റെ തന്നെ ധാരണകളിൽ ചൈനീസ് പാർട്ടിയുടെ സവിശേഷതകളായ വരട്ടുതത്വവാദത്തിന്റെയും ഇടതുപക്ഷസെക്ടേറിയനിസത്തിന്റെയും പല ഘടകങ്ങളും അടങ്ങിയിരുന്നു. എന്നാൽ സോവിയറ്റ് പാർട്ടിയുടെ റിവിഷനിസത്തിനെതിരെയും ചൈനീസ് പാർട്ടിയുടെ വരട്ടുതത്വവാദത്തിനെതിരെയും നിരന്തരവും തത്വാധിഷ്ഠിതവുമായ സമരം മുമ്പോട്ടുകൊണ്ടുപോകാൻ പാർട്ടി നേതൃത്വത്തിന് 1968-ലെ പ്ലീനത്തിലെ തുടക്കം തന്നെ പര്യാപ്തമായിരുന്നു.

1968-ലെ പ്ലീനത്തിനുശേഷം നടന്ന എട്ടാം പാർട്ടി കോൺഗ്രസിനും തുടർന്നുള്ള പാർട്ടി കോൺഗ്രസുകൾക്കും അതുപോലെതന്നെ പിന്നീടുള്ള കേന്ദ്രക്കമ്മിറ്റി യോഗങ്ങൾക്കും ഏറ്റെടുക്കേണ്ടിവന്ന കടമ റിവിഷനിസത്തിനും വരട്ടുതത്വവാദത്തിനും എതിരായ പോരാട്ടമായിരുന്നു. ഈ കടമ 1970-കളുടെ അവസാനം ചൈനീസ് പാർട്ടിതന്നെ അതിന്റെ ചരിത്രത്തിൽ ഒരു പുതിയ അധ്യായം തുറന്നുകൊണ്ട് ഇടതുപക്ഷ സെക്ടേറിയനിസത്തിനെതിരെ, സാംസ്കാരിക വിപ്ലവത്തിനും അതുണ്ടാക്കിയ പ്രത്യാഘാതങ്ങൾക്കും എതിരെ നിശ്ചയദാർഢ്യത്തോടെയുള്ള പോരാട്ടം ആരംഭിക്കുന്നതുവരെ പൂർത്തിയാക്കാൻ കഴിഞ്ഞിരുന്നില്ല. സോവിയറ്റ് പാർട്ടിയിലും മാറ്റങ്ങളുണ്ടായി. സമ്പൂർണമായും ഒരു പുതിയ സമീപനം സ്വീകരിക്കുന്നതിലാണ് അത് ചെന്നെത്തിയത്. അതാകട്ടെ ചൈനീസ് പാർട്ടി അവരുടെ സമീപനത്തിൽ മാറ്റം വരുത്തി ഏതാനും വർഷങ്ങൾക്ക് ശേഷവുമാണ്. ഈ ഘട്ടത്തിൽ മാത്രമാണ് ചൈനീസ് പാർട്ടിയുമായും സോവിയറ്റ് പാർട്ടിയുമായും സൗഹാർദപരമായ സഹകരണബന്ധം സ്ഥാപിക്കുവാൻ സി പി ഐ(എം)ന് കഴിഞ്ഞത്.

സാർവദേശീയ പ്രസ്ഥാനത്തിലുണ്ടായ സംഭവങ്ങളും നക്സലൈറ്റുകൾ സംഘടിപ്പിച്ച സാഹസിക പരിപാടികളുടെ പരാജയവും നക്സലൈറ്റുകൾ രാഷ്ട്രീയമായും സംഘടനാപരമായും തികച്ചും പാപ്പരായ ഒരു ഗ്രൂപ്പാണെന്ന് തെളിയിച്ചു. ചൈനീസ് പാർട്ടിയുടെ സമീപനത്തിൽ മാറ്റമുണ്ടാകുന്നതിന് മുമ്പുതന്നെ തങ്ങൾ പ്രത്യയശാസ്ത്രപരമായി പാപ്പരാണെന്ന് നക്സലൈറ്റുകൾ തെളിയിച്ചുതുടങ്ങിയിരുന്നു എന്നതാണ് വസ്തുത. നക്സലൈറ്റുകളുടെ സാഹസിക നടപടികളുടെ പരാജയത്തിന്റെയും അവരുടെ രാഷ്ട്രീയവും പ്രായോഗികവുമായ പ്രവർത്തനങ്ങളെക്കുറിച്ച് ശരിക്കും സ്വയംവിമർശനപരമായ ഒരു വിലയിരുത്തൽ നടത്തുന്നതിലുണ്ടായ വീഴ്ചയുടെയും ഫലമായി തങ്ങൾക്കിടയിൽപോലും ഐക്യം നിലനിർത്തുക അവർക്ക് അസാധ്യ

മായി. ഒരു ഡസനിലധികം ഗ്രൂപ്പുകളായി അവർ ഭിന്നിച്ചു. അവയിൽ ഒന്നിനുപോലും രാജ്യത്തൊരിടത്തും ബഹുജനാടിത്തറ ഇല്ലായിരുന്നു. സാർവദേശീയ കമ്മ്യൂണിസ്റ്റ് പ്രസ്ഥാനത്തിൽ അവരെ കൈയേൽക്കാൻ ആരും ഉണ്ടായില്ല. നക്സലൈറ്റുകൾ എന്ന് സ്വയം വിളിക്കുന്ന ഏതാനും ഗ്രൂപ്പുകൾ അങ്ങിങ്ങായി ഇപ്പോഴും ഉണ്ടെങ്കിലും നക്സലൈറ്റുകൾ വാസ്തവത്തിൽ സ്വാഭാവികമരണമടയുകയാണുണ്ടായത്.

49

കേരളം : സി പി ഐ ലൈൻ പ്രയോഗത്തിൽ

ആയിരത്തിത്തൊള്ളായിരത്തി അറുപത്തിഒമ്പത്- എഴുപതിൽ സി പി ഐ(എം) നേതൃത്വത്തിലുള്ള രണ്ട് സംസ്ഥാന ഗവൺമെന്റുകൾ 'ഇടതുവശത്ത്' നിന്ന് ചൈനീസ് കമ്യൂണിസ്റ്റ് പാർട്ടിയുടെ പിന്തുണയോടെ നക്സലൈറ്റുകളുടെയും 'വലതുവശത്ത്' നിന്ന് സി പി എസ് യുവിന്റെയും അതിനോട് ബന്ധമുള്ള മറ്റ് പാർട്ടികളുടെയും ആക്രമണത്തിനിരയായി. സി പി ഐ(എം) നേതൃത്വത്തിലുള്ള രണ്ട് ഗവൺമെന്റുകളെയും തകർക്കാൻ സി പി ഐ കോൺഗ്രസുമായി കൈകോർത്തുപിടിച്ചു.

കേരളത്തിൽ സി പി ഐ നേതാവ് അച്യുതമേനോന്റെ നേതൃത്വത്തിൽ ഒരു സി പി ഐ(എം) വിരുദ്ധ ഗവൺമെന്റ് രൂപീകൃതമായി. ഈ സംഭവം സി പി ഐ(എം) നേതൃത്വത്തിലുള്ള കോൺഗ്രസിതര ഗവൺമെന്റിന്റെ അവസാനനാളുകളിൽ സി പി ഐയും അതിന്റെ 'കുറുമുന്നണി'യും നടത്തിയ അട്ടിമറി ശ്രമങ്ങളുടെ പരിണതഫലമായിരുന്നു. പുതിയ സി പി ഐ(എം) വിരുദ്ധഗവൺമെന്റുണ്ടായത് കോൺഗ്രസിന്റെ പിന്തുണയെ ആശ്രയിച്ചായിരുന്നെങ്കിലും സി പി ഐയും അതിന്റെ 'കുറുമുന്നണി' കൂട്ടാളികളും കോൺഗ്രസ് തന്നെയും ഗവൺമെന്റിൽ കോൺഗ്രസ് പങ്കാളിയാകാതിരിക്കാൻ പ്രത്യേകം ശ്രദ്ധിച്ചു. ഈ പുതിയ ഗവൺമെന്റും കോൺഗ്രസിതര ഐക്യമുന്നണി ഗവൺമെന്റായിരുന്നു എന്ന് അവകാശപ്പെടാനാണ് അത് അപ്രകാരം ചെയ്തത്. പുതിയ ഗവൺമെന്റ് സി പി ഐ(എം) നേതൃത്വത്തിലുള്ള ഗവൺമെന്റിന്റെ നയങ്ങൾതന്നെയാണ് അനുവർത്തിക്കുന്നതെന്നും ആ ഗവൺമെന്റിന്റെ തുടർച്ച തന്നെയാണെന്നും അവർ അവകാശപ്പെട്ടു.

കോൺഗ്രസിന്റെ പിന്തുണയില്ലാതെ ഭരിക്കാൻ കഴിയില്ലെന്ന് വരുന്ന നിമിഷം താൻ രാജിവെക്കുന്നതാണെന്ന് സി പി ഐ നേതാവും

മുഖ്യമന്ത്രിയുമായ അച്യുതമേനോൻ പരസ്യമായി പ്രഖ്യാപിച്ചിരുന്നു. സി പി ഐ(എം) വിരുദ്ധ സഖ്യത്തിലെ മറ്റൊരു ഇടതുപാർട്ടിയായ ആർ എസ് പി, തങ്ങൾ ഗവൺമെന്റിൽ ചേരില്ലെന്നും അച്യുതമേനോൻ ഗവൺമെന്റ് കോൺഗ്രസിനെ ആശ്രയിക്കുന്നുണ്ടോ എന്ന് നിരീക്ഷിക്കുമെന്നും പ്രഖ്യാപിച്ചു. നിയമസഭയിൽ ആദ്യത്തെ ബലപരീക്ഷണത്തിൽത്തന്നെ (അതൊരു ഔപചാരിക പ്രമേയത്തിൻമേലുള്ള വോട്ടെടുപ്പായിരുന്നു) പുതിയ ഗവൺമെന്റ് കോൺഗ്രസ് പിന്തുണ കൂടാതെ ഒറ്റദിവസംപോലും അധികാരത്തിലിരിക്കാൻ സാധ്യമല്ലെന്ന് തെളിഞ്ഞു.

എന്തായാലും സി പി ഐ(എം) നേതൃത്വത്തിലുള്ള ഗവൺമെന്റ് അവസാനനാളുകളിൽ അംഗീകരിച്ച ഭൂപരിഷ്കരണ ബില്ലിന്റെ കാര്യത്തിലാണ് യഥാർഥ ബലപരീക്ഷണം നടന്നത്. 1957-59-ലെ നിയമനിർമാണത്തിൽ ഉണ്ടായിരുന്നതും 1959-ൽ അധികാരത്തിൽ വന്ന കോൺഗ്രസ് ഗവൺമെന്റ് നീക്കം ചെയ്തതുമായ പല ഗുണവശങ്ങളുമുണ്ടായിരുന്ന വ്യവസ്ഥകൾ പുനഃസ്ഥാപിക്കുന്നതായിരുന്നു പ്രസ്തുതബില്ല്. ആ ബിൽ അവസാനമായി പാസാക്കുന്നത് തടയാൻ 'കുറുമുന്നണി' കഴിയുന്നതെല്ലാം ചെയ്തിരുന്നു. അക്കാര്യത്തിൽ സി പി ഐ(എം) നേതൃത്വത്തിലുള്ള ഗവൺമെന്റ് കാണിച്ച വാശി ഗുണം ചെയ്തു. ആ നിയമനിർമാണം സംബന്ധിച്ച് എല്ലാ നടപടിക്രമങ്ങളും പൂർത്തിയാക്കിയ ശേഷം മാത്രമാണ് ഗവൺമെന്റ് മറിച്ചിടപ്പെട്ടത്. മുൻ(1957-59) നിയമനിർമാണം ആദ്യത്തെ കമ്മ്യൂണിസ്റ്റ് ഗവൺമെന്റിനെ സംബന്ധിച്ചിടത്തോളം എത്രമാത്രം അഭിമാനകരമായിരുന്നുവോ അത്രതന്നെ ഇപ്പോഴത്തെ നിയമനിർമാണവും സി പി ഐ(എം) നേതൃത്വത്തിലുള്ള 1967-69ലെ ഗവൺമെന്റിനെ സംബന്ധിച്ചിടത്തോളം അഭിമാനകരമായിരുന്നു.

അപ്പോൾ ചോദ്യമിതായിരുന്നു : ഇനി എന്താണ്? ബില്ലിന് പ്രസിഡന്റിന്റെ അനുമതി ലഭിക്കുമോ? അതോ 1959-ൽ സംഭവിച്ചതുപോലെ അനുമതി തടഞ്ഞുവയ്ക്കുമോ? ബില്ലിന് പ്രസിഡന്റിന്റെ അനുമതി ലഭിച്ചാലും ഇല്ലെങ്കിലും അത് നിയമമായതായി പരിഗണിച്ച് നാട്ടിൻപുറത്തെ പാവങ്ങൾ ബില്ലിലെ വ്യവസ്ഥകൾ അനുസരിച്ചുള്ള അവകാശങ്ങൾ സ്ഥാപിച്ചിരിക്കുന്നതായി സി പി ഐ(എം)ഉം സഖ്യശക്തികളും ഒപ്പം കർഷകസംഘവും കർഷകതൊഴിലാളി യൂണിയനും പ്രഖ്യാപിച്ചു. അഖിലകേരളാടിസ്ഥാനത്തിൽ ആലപ്പുഴ നടന്ന റാലിയിൽ നിയമം നടപ്പാക്കുന്നതിന് പ്രത്യേക തീയതി പ്രഖ്യാപിച്ചു. 1970-ലെ പുതുവത്സരദിനം മുതൽ ഒരു കുടിയാനും ജൻമിക്ക് പാട്ടം നൽകുന്നതല്ലെന്നും കുടിയാൻമാർ ആരും കുടികിടപ്പ് ഒഴിഞ്ഞുകൊടുക്കുന്നതല്ലെന്നും പ്രഖ്യാപിച്ചു. ആ ദിവസം മുതൽ നിയമനിർമാണത്തിലെ പരിധിവ്യവസ്ഥ പ്രാബല്യത്തിൽ വന്നതായി പരിഗണിക്കുമെന്നും പരിധിക്ക് മേലുള്ള ജൻമിമാരുടെ ഭൂമി പിടിച്ചെടുക്കുമെന്നും കർഷകരും നാട്ടിൻപുറത്തെ മറ്റ് പാവപ്പെട്ടവരും പ്രഖ്യാപിച്ചു. സി പി ഐ(എം)മു

മായി സഖ്യത്തിലുള്ള പാർട്ടികളും അവരുടെ നേതൃത്വത്തിലുള്ള പാവപ്പെട്ടവരായ ഗ്രാമീണ ജനതയുടെ ബഹുജനസംഘടനകളും സന്നദ്ധഭടൻമാരെ ചേർക്കുകയും സമരത്തിന്റെ വിജയത്തിന് സംഘടനാപരമായ മറ്റ് ഒരുക്കങ്ങൾ നടത്തുകയും ചെയ്തു.

ഭൂപരിഷ്കരണത്തെ സംബന്ധിച്ചിടത്തോളം സി പി ഐ (എം)ന്റെ നയം, ബഹുജനപ്രക്ഷോഭവും ഒരു ജനകീയ ഗവൺമെന്റ് സ്വീകരിക്കുന്ന ഭരണപരമായ നടപടികളും തമ്മിലുള്ള ബന്ധത്തിന്റെ പ്രശ്നത്തിൽ, പാർട്ടിയുടെ പ്രത്യയശാസ്ത്രപരമായ നിലപാടിന് അനുരോധമായിരുന്നു. ഗവൺമെന്റിന്റെ ഭരണപരമായ നടപടികൾക്ക് പ്രാധാന്യം കൽപ്പിക്കുമ്പോൾതന്നെ ബഹുജനപ്രക്ഷോഭങ്ങൾ ഭരണപരമായ നടപടികൾക്ക് പൂരകമാകേണ്ടതാണെന്നും പാർട്ടി കണ്ടു. ബഹുജനപ്രക്ഷോഭങ്ങൾ ഉണ്ടായില്ലെങ്കിൽ ഉദ്യോഗസ്ഥ ദുഷ്പ്രഭുത്വവും സ്ഥാപിത താൽപര്യക്കാരും ചേർന്ന് പുരോഗമനപരമായ നിയമനിർമാണങ്ങൾ മാന്യമായി നടപ്പിലാക്കുന്നതിനെതിരെ ഗൂഢാലോചന നടത്തും.

ഭൂപരിഷ്കരണം സംബന്ധിച്ച സംഭവവികാസങ്ങൾ അതീവ ഗൗരവമുള്ളതാണെന്ന് കേരളത്തിലെ സി പി ഐ(എം)വിരുദ്ധ ഗവൺമെന്റും കേന്ദ്രത്തിലെ കോൺഗ്രസ് ഗവൺമെന്റും മനസിലാക്കി. നിയമനിർമാണത്തിന് പ്രസിഡന്റിന്റെ അനുമതി തടഞ്ഞുവെക്കുന്നത് വമ്പിച്ച സമരം ക്ഷണിച്ചുവരുത്തുമെന്നും അതിനെതിരെ സി പി ഐയ്ക്കും അതിന്റെ സഖ്യശക്തികൾക്കും (അവർ പ്രസ്തുത നിയമനിർമാണം പാസാക്കിയ കൂട്ടുകക്ഷി ഗവൺമെന്റിലെ പങ്കാളികളായിരുന്നു) ബലം പ്രയോഗിക്കേണ്ടിവരുമെന്നും അവർക്ക് മനസിലായി. കേരളത്തിലെ സി പി ഐ(എം) വിരുദ്ധ ഗവൺമെന്റും കേന്ദ്രത്തിലെ അതിന്റെ രക്ഷാധികാരികളും നാട്ടിൻപുറത്തെ പാവപ്പെട്ടവരുടെ ശത്രുക്കളാണെന്ന് ഏവർക്കും ബോധ്യമാകുമെന്നും വന്നു. ഇക്കാരണത്താൽ ബില്ലിന് പ്രസിഡന്റിന്റെ അനുമതി നൽകിക്കൊണ്ട് പുതിയ നിയമം നടപ്പിലാക്കുന്നതാണ് ഉത്തമമെന്ന് അവർ കരുതി.

നിയമം നടപ്പിലാക്കുന്നതിനുവേണ്ടി ജനങ്ങൾ പ്രത്യക്ഷസമരത്തിൽ ഏർപ്പെട്ടില്ലെങ്കിൽ നിയമം മാന്യമായി നടപ്പാക്കപ്പെടുമെന്ന് വിശ്വസിക്കാൻ സി പി ഐ(എം)ഉം അതിന്റെ സഖ്യശക്തികളും അതുപോലെ തന്നെ പാവപ്പെട്ട ഗ്രാമീണ ജനതയുടെ പൊരുതുന്ന സംഘടനകളും തയ്യാറല്ലായിരുന്നു. ഭൂപ്രഭുക്കൾ കൈവശംവെച്ച നിയമപരമായ പരിധിക്ക് മേലുള്ള മിച്ചഭൂമി ചൂണ്ടിക്കാട്ടാൻ ഗ്രാമങ്ങളിലോരോന്നിലും തയ്യാറെടുപ്പുകൾ നടന്നു. ഈ സ്ഥലങ്ങൾ നാട്ടിൻപുറത്തെ പാവപ്പെട്ടവർ കൈവശപ്പെടുത്താനായിരുന്നു പരിപാടി. നിയമം ഇപ്രകാരം വൻതോതിൽ നടപ്പാക്കുന്നതിനാവശ്യമായ തയ്യാറെടുപ്പുകൾ കർഷകസംഘവും കർഷകതൊഴിലാളി സംഘടനയും ഓരോ ഗ്രാമത്തിലും നടത്തി. പരിധിയിൽ കവിഞ്ഞ ഭൂമി അത് കൈവശപ്പെടുത്തിയ

വ്യക്തികളെ ഏൽപ്പിച്ചുകൊടുക്കണമെന്ന് അവർ ഗവൺമെന്റിനോട് അഭ്യർഥിച്ചു. ഇതാണ് നിയമവ്യവസ്ഥകൾ നടപ്പാക്കിക്കിട്ടുന്നതിന് ഏറ്റവും പറ്റിയ മാർഗമെന്ന് സമരത്തിന്റെ സംഘാടകർ കണ്ടു.

സി പി ഐ(എം)ന്റെയും സഖ്യശക്തികളുടെയും കർഷക, കർഷകതൊഴിലാളി സംഘടനകളുടെയും ഈ നടപടിയെ ബൂർഷ്വാ പത്രങ്ങളും സി പി ഐ(എം) വിരുദ്ധ ഗവൺമെന്റിന്റെ നേതാക്കൻമാരും ഒരു 'ഭൂമികൈയേറ്റ' പ്രസ്ഥാനമാണെന്ന് പറഞ്ഞ് ആക്ഷേപിച്ചു. ഉദ്യോഗസ്ഥൻമാർ മുഖേന ഗവൺമെന്റാണ് നിയമത്തിലെ വിവിധ വ്യവസ്ഥകൾ നടപ്പാക്കേണ്ടതെന്നും സി പി ഐ(എം)ന്റെയും സഖ്യശക്തികളുടെയും നടപടി നിയമവിരുദ്ധമാണെന്നും അവർ അവകാശപ്പെട്ടു. ഈ പ്രചാരവേലയിൽ കോൺഗ്രസുകാരും ചേർന്നു.

ഭൂപരിഷ്കരണനിയമം നടപ്പാക്കുന്നത് അട്ടിമറിച്ചുകൊണ്ട് 'ഭൂമികൈയേറ്റം' സംഘടിപ്പിക്കാൻ ഉദ്യോഗസ്ഥൻമാരുടെ പിൻബലത്തോടെ ഭൂപ്രഭുക്കൻമാരാണ് ശ്രമിക്കുന്നതെന്നായിരുന്നു ഈ ആരോപണത്തിനുള്ള മറുപടി. ഭൂപ്രഭുക്കൻമാരുടെ ഈ 'ഭൂമികൈയേറ്റ'ശ്രമത്തെ പരാജയപ്പെടുത്താൻ ഉദ്ദേശിച്ചുകൊണ്ടുള്ളതായിരുന്നു സി പി ഐ (എം)ന്റെയും സഖ്യശക്തികളുടെയും നേതൃത്വത്തിലുള്ള കിസാൻസഭയുടെയും കർഷകതൊഴിലാളി സംഘടനയുടെയും പ്രക്ഷോഭം. നിരവധി ആഴ്ചകളിൽ, സംസ്ഥാനത്തെ പ്രത്യയശാസ്ത്ര സമരരംഗത്ത് ഏറ്റവും വലിയ ഒരു പ്രശ്നം ഈ 'ഭൂമി കൈയേറ്റ'മായിരുന്നു.

സി പി ഐ നേതാവ് നേതൃത്വം കൊടുത്തുകൊണ്ടുള്ള ഗവൺമെന്റിന് നിയമത്തിലെ വിവിധ വകുപ്പുകൾ നടപ്പിലാക്കുന്നതിന് വേണ്ടി ഭരണപരമായ ചില നടപടികൾ ഏറ്റെടുക്കേണ്ടിവന്നു. നിയമം നടപ്പിലാക്കേണ്ട ഉദ്യോഗസ്ഥൻമാർക്ക് സ്വീകരിക്കേണ്ടിവന്ന നടപടികളിൽ ചിലത് താഴെപറയുന്നു:

കൈവശാവകാശമുള്ള കുടിയാൻമാരുടെ രജിസ്ട്രേഷൻ; ഓരോ ജൻമിയെയും സംബന്ധിച്ച ഭൂപരിധി നിർണയം; മിച്ചഭൂമി ഏതെല്ലാമെന്ന് നിശ്ചയിക്കുക.

മിച്ചഭൂമിയിൽ പ്രവേശിച്ച് കൈവശമാക്കിയ നിരവധി കർഷകതൊഴിലാളികൾക്കും പാവപ്പെട്ട മറ്റ് ജനവിഭാഗങ്ങൾക്കും കിസാൻസഭ സംഘടിപ്പിച്ച ഈ പ്രത്യക്ഷസമരത്തിന്റെ ഫലമായി അവർ കൈവശപ്പെടുത്തിയ സ്ഥലങ്ങൾ ലഭിച്ചു. പ്രത്യക്ഷസമരം ഏറ്റവും ശക്തമായിരുന്ന ജില്ലകളിലും താലൂക്കുകളിലുമാണ് ഭൂപരിധിനിയമം ഏറ്റവും വിജയകരമായി നടപ്പാക്കാൻ കഴിഞ്ഞതെന്നാണ് ഗവൺമെന്റ് ശേഖരിച്ച കണക്കുകൾ വ്യക്തമാക്കിയത്. കുടിയാൻമാർ തങ്ങളുടെ കുടികിടപ്പിൽ ഉറച്ചുനിൽക്കുകയും അതിൽ കൃഷിചെയ്യുകയും അവയ്ക്കൊന്നും പാട്ടം നൽകാതിരിക്കുകയും ചെയ്തതുകൊണ്ടുമാത്രമാണ് അവർക്ക് കുടികിടപ്പവകാശം പോലുള്ള നിയമത്തിലെ ഇതര വ്യവസ്ഥകൾ നടപ്പാക്കിക്കിട്ടിയത്. പ്രത്യക്ഷസമരം മൂലമുണ്ടായ നേട്ടം

നിയമവ്യവസ്ഥകളിലൂടെ ഔപചാരിക പ്രാബല്യം നൽകി അംഗീകരിച്ച ഭരണനടപടികൾക്ക് ഒരുദാഹരണമാണിത്.

ഇപ്രകാരം സമരം ഏറെക്കുറെ വിജയകരമായെങ്കിലും അതിനുവേണ്ടി പോരാടിയവർക്ക് വലിയ ത്യാഗം സഹിക്കേണ്ടിവന്നു. നിയമത്തിലെ വ്യവസ്ഥകൾ നടപ്പാക്കുകയാണെന്ന് അവകാശപ്പെട്ട സി പി ഐ(എം) വിരുദ്ധഗവൺമെന്റ് സമരഭടൻമാരെ ആക്രമിക്കുന്നതിന് വിവേചനരഹിതമായി പൊലീസ് സംവിധാനത്തെ എടുത്തുപയോഗിച്ചു. ഭൂപ്രഭുക്കളും പൊലീസും ഗുണ്ടകളും ചേർന്നുള്ള കള്ളക്കളി പരാജയപ്പെടുത്താൻ ജനങ്ങൾ ഉറച്ചുനിന്നു പോരാടിയ അനേകം പ്രദേശങ്ങളിൽ സമരഭടൻമാർക്കും സംഘാടകർക്കും എതിരെ ഭീകരമായ ആക്രമണം അഴിച്ചുവിട്ടു. സ്ത്രീകളെയും കുട്ടികളെയും പോലും വെറുതെവിട്ടില്ല. സമരത്തിൽ പങ്കെടുത്ത സ്ത്രീകൾ ബലാൽസംഗം ചെയ്യപ്പെട്ട സംഭവങ്ങളുമുണ്ടായി. കോൺഗ്രസ് ഗവൺമെന്റിനെ സംബന്ധിച്ചിടത്തോളം ഇതിൽ അസാധാരണമായൊന്നുമില്ലെങ്കിലും ഒരു സി പി ഐ നേതാവ് നയിച്ച ഗവൺമെന്റിൽ നിന്ന് ഇത് സങ്കൽപ്പിക്കാവുന്നതായിരുന്നില്ല. അങ്ങനെ സി പി ഐ നേതൃത്വത്തിന്റെ പ്രത്യയശാസ്ത്ര-രാഷ്ട്രീയ സമീപനത്തിന്റെ യഥാർഥ കള്ളി പൂർണമായും പുറത്തായി.

ഈ സംഭവങ്ങളെല്ലാം നടന്നത് സി പി ഐ(എം) വിരുദ്ധഗവൺമെന്റിന്റെ ആദ്യത്തെ ഏതാനും ആഴ്ചകളിലാണ്. അന്ന് കോൺഗ്രസ് ഔപചാരികമായി ഗവൺമെന്റിന്റെ ഭാഗമായിക്കഴിഞ്ഞിരുന്നില്ല. എന്തായാലും സി പി ഐ നേതൃത്വത്തിലുള്ള ഗവൺമെന്റും കോൺഗ്രസും തമ്മിൽ ക്രമേണ കൂടുതൽ അടുത്തു. മുഖ്യമന്ത്രി ഒരു നിയമസഭാംഗം അല്ലായിരുന്നതിനാൽ അദ്ദേഹത്തിന് ഒരു ഉപതിരഞ്ഞെടുപ്പിനെ അഭിമുഖീകരിക്കേണ്ടിവന്നു. ഈ ഉപതിരഞ്ഞെടുപ്പിൽ ആദ്യമായി കോൺഗ്രസും സി പി ഐയും വളരെ അടുത്ത് സഹകരിച്ചു. പിന്നീട് നിയമസഭയിൽ ഗവൺമെന്റിന്റെ നില കൂടുതൽ കൂടുതൽ പരുങ്ങലിലായിക്കൊണ്ടിരുന്നതുകൊണ്ട് നിയമസഭയിലേക്ക് ഒരു പൊതുതിരഞ്ഞെടുപ്പ് നടത്തി. ഈ തിരഞ്ഞെടുപ്പിലും സി പി ഐ (എം) വിരുദ്ധ മുന്നണിയാകെ ഒന്നിച്ച് പ്രവർത്തിച്ചു. തങ്ങളുടെ ഗവൺമെന്റ് കോൺഗ്രസിനെ ആശ്രയിച്ചല്ല നിലനിൽക്കുന്നതെന്നുള്ള മുഖ്യമന്ത്രിയുടെയും അദ്ദേഹത്തിന്റെ ആർ എസ് പി കൂട്ടാളിയുടെയും പ്രഖ്യാപനങ്ങൾ കള്ളമായിരുന്നു എന്ന് കൂടുതൽ കൂടുതൽ വ്യക്തമായി.

തിരഞ്ഞെടുപ്പിന് ശേഷം പുതിയ ഗവൺമെന്റ് സത്യപ്രതിജ്ഞ ചെയ്തപ്പോൾ ഏതാനും ആഴ്ചകളിൽ കോൺഗ്രസ് ഗവൺമെന്റിന് പുറത്തുനിന്നു. അതിനുശേഷം ഗവൺമെന്റിന്റെ പൂർണപങ്കാളിയായി ചേർന്നു. സി പി ഐ നേതാവ് മുഖ്യമന്ത്രിയായി തുടരുകയും കോൺഗ്രസിന്റെ നേതാവ് ആഭ്യന്തരമന്ത്രിയായി അധികാരമേൽക്കുകയും ചെയ്തു. അതോടെയാണ് കൂട്ടുകക്ഷി ഗവൺമെന്റിന്റെ നേതൃ

സ്ഥാനത്ത് സി പി ഐ ഔപചാരികമായിരിക്കുകയും യഥാർഥത്തിൽ അവർ ഗവൺമെന്റിലെ ഒരു ജൂനിയർ പങ്കാളിയായിത്തീരുകയും ചെയ്ത പ്രക്രിയ ആരംഭിച്ചത്. തുടർന്ന് ഏകദേശം ഒരു ദശാബ്ദക്കാലത്തോളം കോൺഗ്രസ് മുഖ്യപങ്കാളിയായ ഒരു ഗവൺമെന്റിനെ ഔപചാരികമായി സി പി ഐ നയിച്ചു.

1969-ൽ സി പി ഐ (എം) വിരുദ്ധഗവൺമെന്റിന്റെ രൂപീകരണത്തോടെ കേരളത്തിന്റെ രാഷ്ട്രീയ ചരിത്രത്തിൽ ഒരു പുതിയ ഘട്ടം തുടങ്ങുകയായിരുന്നു. മുമ്പ്, 1959-ലുണ്ടായ കമ്യൂണിസ്റ്റ് വിരുദ്ധ മുന്നണി സി പി ഐയെയും ആർ എസ് പിയെയും കൂടിച്ചേർത്ത് വികസിപ്പിച്ചു. സി പി ഐ (എം) മറ്റ് ചില ഇടതുപക്ഷ ജനാധിപത്യശക്തികളുമായി പ്രതിപക്ഷത്തിരുന്നു.

50

കോൺഗ്രസ് (ഇ)യും വിശാലസഖ്യവും

കോൺഗ്രസ്(ഇ)യുമായുള്ള സഹകരണത്തിന്റെ രാഷ്ട്രീയം ന്യായീകരിക്കാൻ സി പി ഐ നേതാക്കൻമാർ ഒരു വാദഗതി മുന്നോട്ടു വെച്ചു. വർഗപരമായി കോൺഗ്രസ് ഒരു സമ്മിശ്രസംഘടനയാണെന്നും അതിന്റെ അണികളിൽ സാമ്രാജ്യത്വവിരുദ്ധ ശക്തികളും പുരോഗമന വാദികളും അതുപോലെതന്നെ സാമ്രാജ്യത്വാനുകൂലവും പ്രതിലോമപരവുമായ നയങ്ങൾ പിന്തുണക്കുന്നവരും ഉണ്ടെന്ന് അവർ പറഞ്ഞു. 1969-ലെ പിളർപ്പിൽ കോൺഗ്രസിലെ പിന്തിരിപ്പൻ വിഭാഗം ചേർന്ന് സംഘടനാ കോൺഗ്രസ് രൂപീകരിച്ചപ്പോൾ പുരോഗമനവാദികളെല്ലാം ഇന്ദിരാകോൺഗ്രസിൽ നിന്നു എന്നും അവർ വാദിച്ചു. കോൺഗ്രസിലെ പിന്തിരിപ്പൻ വിഭാഗത്തെ എതിർക്കാൻ പുരോഗമന വിഭാഗത്തോടൊപ്പം ചേരുകയാണ് കമ്യൂണിസ്റ്റുകാരുടെയും ഇടതുപക്ഷത്തെ മറ്റാളുകളുടെയും ചുമതലയെന്നും അവർ പറഞ്ഞു.

അതിൽ, തെറ്റായ ആശയസമുദ്രത്തിൽ മുങ്ങിയതാണെങ്കിലും സത്യത്തിന്റെ ഒരു അംശമുണ്ട്. ഏത് ബൂർഷ്വാ പാർട്ടിക്കകത്തും വിവിധ പ്രവണതകൾ ഉണ്ടാവുക സ്വാഭാവികമാണ്. കോൺഗ്രസിനെ സംബന്ധിച്ചും അത് ശരിയാണ്. അതുകൊണ്ടുതന്നെ ഇന്ത്യയിലെ കമ്യൂണിസ്റ്റുകാർ കോൺഗ്രസിനെ ഒരു യഥാർഥ സാമ്രാജ്യത്വ വിരുദ്ധ പ്രസ്ഥാനമാക്കിമാറ്റാൻ ആ സംഘടനകളിൽ പ്രവർത്തിക്കണമെന്ന് മുമ്പൊരു ഘട്ടത്തിൽ കമ്യൂണിസ്റ്റ് ഇന്റർനാഷണൽ അഭിപ്രായപ്പെട്ടിട്ടുണ്ടായിരുന്നു. 1960-കളിൽ പ്രധാനമന്ത്രി ഇന്ദിരാഗാന്ധി, പ്രധാന സ്വകാര്യബാങ്കുകളുടെ ദേശസാൽക്കരണം, പ്രിവിപെഴ്സ് നിർത്തലാക്കൽ തുടങ്ങിയവപോലെ സാമൂഹ്യ-സാമ്പത്തിക നയങ്ങളുമായി ബന്ധപ്പെട്ട പ്രശ്നങ്ങളുടെ കാര്യത്തിൽ മൊറാർജി ദേശായി വിഭാഗവുമായി തെറ്റിപ്പിരിഞ്ഞപ്പോൾ സി പി ഐ (എം) ആ പിളർപ്പിനെ

സ്വാഗതം ചെയ്യുകയും ആ പ്രശ്നങ്ങളിൽ ഇന്ദിരാകോൺഗ്രസിന് സോപാധിക പിന്തുണ നൽകുകയും ചെയ്തു. ദേശസാൽക്കരിക്കപ്പെട്ട മുൻ സ്വകാര്യ ബാങ്കുകളുടെ ഉടമസ്ഥൻമാരുടെയും പ്രിവിപെഴ്സ് നഷ്ടപ്പെട്ട മുൻ നാട്ടുരാജാക്കൻമാരുടെയും താൽപര്യങ്ങൾക്കുവേണ്ടി വാദിച്ച സംഘടനാ കോൺഗ്രസിലെ വ്യക്തികൾക്കെതിരെ പാർട്ടി ഇന്ദിരാകോൺഗ്രസുമായി സഹകരിക്കുകയും ചെയ്തു. 1969 മധ്യത്തിൽ നടന്ന പ്രസിഡന്റ് തിരഞ്ഞെടുപ്പിൽ ഇന്ദിരാകോൺഗ്രസിന്റെ സ്ഥാനാർഥി വിജയിച്ചത് സി പി ഐ(എം), സി പി ഐ എന്നീ പാർട്ടികളുടെയും മറ്റ് ഇടതുപക്ഷ ശക്തികളുടെയും പിന്തുണ കൊണ്ടായിരുന്നു. ആ തിരഞ്ഞെടുപ്പിൽ ഇടതുപക്ഷ പിന്തുണയുണ്ടായിരുന്ന ഇന്ദിരാ കോൺഗ്രസ് സ്ഥാനാർഥി വി വി ഗിരി മൊറാർജിയുടെ സ്ഥാനാർഥി സഞ്ജീവറെഡ്ഡിക്കെതിരെ വിജയം വരിച്ചു.

സി പി ഐ(എം)നെ സംബന്ധിച്ചിടത്തോളം രണ്ട് വിഭിന്ന പ്രശ്നങ്ങളാണ് അതിൽ അടങ്ങിയിരുന്നത്. ഒന്നാമതായി, ബാങ്ക് ദേശസാൽക്കരണം, പ്രിവിപെഴ്സ് നിർത്തലാക്കൽ എന്നിവ പോലുള്ള ചില നയപ്രശ്നങ്ങൾ. ഈ പ്രശ്നങ്ങളിൽ ഇന്ദിരാകോൺഗ്രസിന് പിന്തുണ നൽകിയത് ശരിയായിരുന്നു. പ്രസിഡന്റ് തിരഞ്ഞെടുപ്പിലെ മത്സരം ഈ പ്രശ്നങ്ങളെ അടിസ്ഥാനമാക്കി ആയിരുന്നതിനാൽ സംഘടനാ കോൺഗ്രസ് സ്ഥാനാർഥിയുടെ പരാജയത്തിൽ ഇടതുപക്ഷത്തിന് താൽപര്യം ഉണ്ടാകേണ്ടതായിരുന്നു. അതുണ്ടാവുകയും ചെയ്തു.

രണ്ടാമതായി ഭരണവർഗത്തിന്റെ മുഖ്യപാർട്ടിയായ ഇന്ദിരാ കോൺഗ്രസിനോടുള്ള തന്ത്രപരമായ സമീപനത്തിന്റെ പ്രശ്നവുമുണ്ടായിരുന്നു. ചില പ്രത്യേക പ്രശ്നങ്ങളിൽ ഇന്ദിരാകോൺഗ്രസ് സ്വീകരിച്ച ശരിയായ നിലപാട് സ്വാഗതാർഹമായിരുന്നു. അതിനുള്ള പിന്തുണക്ക് അർഥം അധ്വാനിക്കുന്ന ജനങ്ങളെ അനുക്രമം ആക്രമിച്ചുകൊണ്ടിരിക്കുന്ന ആ പാർട്ടിക്ക് സമ്പൂർണ പിന്തുണ എന്നായിരുന്നില്ല.

സംഘടനാ കോൺഗ്രസിനെതിരെ ഇന്ദിരാകോൺഗ്രസിന് ചില പ്രത്യേക പ്രശ്നങ്ങളിൽ സി പി ഐ(എം) പിന്തുണ നൽകുമ്പോൾ തന്നെ അതിനെ തുടർന്നും പാർട്ടി എതിർത്തുകൊണ്ടിരുന്നു. ഇന്ദിരാ കോൺഗ്രസും സംഘടനാകോൺഗ്രസും തമ്മിലുള്ള ഭിന്നിപ്പ് ഇന്ത്യൻ ബൂർഷ്വാസിയിലെ പുരോഗമനവിഭാഗവും പിന്തിരിപ്പൻവിഭാഗവും തമ്മിലുള്ള നയപരമായ ഭിന്നിപ്പാണെന്ന് സി പി ഐ കണക്കാക്കുകയും ഇന്ദിരാകോൺഗ്രസിന് അവർ പിന്തുണ നൽകുകയും ചെയ്തു. ഈ പ്രശ്നത്തിൽ സി പി ഐ(എം)ന് സി പി ഐയുമായി രൂക്ഷമായ അഭിപ്രായവ്യത്യാസമുണ്ട്.

രണ്ട് കമ്യൂണിസ്റ്റ് പാർട്ടികളും തമ്മിലുള്ള അഭിപ്രായഭിന്നത കേരളത്തിലെയും പശ്ചിമബംഗാളിലെയും സി പി ഐ(എം) നേതൃത്വത്തിലുള്ള ഗവൺമെന്റുകളെ മറിച്ചിടുന്നതിന് കൗശലപൂർവം എടുത്തുപയോഗിച്ച കോൺഗ്രസ് (ഇ), ഇടതുപക്ഷവും സംഘടനാ

കോൺഗ്രസും തമ്മിലുള്ള രാഷ്ട്രീയമായ അഭിപ്രായവ്യത്യാസം തങ്ങൾക്ക് അധികാരത്തിൽ തുടരുന്നതിനും ഉപയോഗിച്ചു. കോൺഗ്രസ് (ഇ)യ്ക്ക് ഇതാവശ്യമായിരുന്നു. കാരണം കോൺഗ്രസിലെ പിളർപ്പിനെത്തുടർന്ന് ഇന്ദിരാകോൺഗ്രസ് ലോകസഭയിൽ ഒരു ന്യൂനപക്ഷമായിരുന്നു. ഇടതുപക്ഷത്തിന് ശക്തിയുള്ളിടങ്ങളിൽ അവരെ ആക്രമിക്കുമ്പോൾ പോലും ഇടതുപക്ഷ മുദ്രാവാക്യങ്ങളുയർത്തുകയും ഇടതുപക്ഷ സ്വഭാവമുള്ള ചില സാമൂഹ്യ-സാമ്പത്തിക നടപടികളെടുക്കുകയും ചെയ്യേണ്ടത് ഇന്ദിരാകോൺഗ്രസിന് അനുപേക്ഷണീയമായിരുന്നു. ഇന്ദിരാകോൺഗ്രസിന് പിന്തുണ നൽകുമ്പോൾ ഈ വസ്തുതകൾ സി പി ഐ കണക്കിലെടുത്തിരുന്നില്ല.

ഇന്ദിരാഗാന്ധി ഗവൺമെന്റ് 1971-ൽ ലോകസഭയിലേക്ക് തിരഞ്ഞെടുപ്പ് നടത്താൻ തീരുമാനിച്ചു. നിലവിലുള്ള ലോകസഭയുടെ കാലാവധി അവസാനിക്കുന്നതിന് ഒരു വർഷം മുമ്പാണ് തിരഞ്ഞെടുപ്പ് നടത്താനുള്ള ഈ തീരുമാനമെടുത്തത്. സഭയിൽ തന്റെ ന്യൂനപക്ഷ പാർട്ടിയെ ഭൂരിപക്ഷപാർട്ടിയായി മാറ്റാൻവേണ്ടി തിരഞ്ഞെടുപ്പ് ഉപയോഗിക്കാനാണ് പ്രധാനമന്ത്രി ആഗ്രഹിച്ചത്. അതിന് ഇടതുപക്ഷപരിവേഷം വേണമായിരുന്നു. അങ്ങനെയാണ് "ദാരിദ്ര്യം നിർമാർജനം ചെയ്യുക" (ഗരീബി ഹഠാവോ) എന്ന മുദ്രാവാക്യം ഉയർത്തിയത്. ഇന്ദിരാകോൺഗ്രസിനെതിരായ മുഖ്യ(ബൂർഷ്വാ) പ്രതിപക്ഷം സംഘടനാ കോൺഗ്രസ്, ജനസംഘം, സ്വതന്ത്രാപാർട്ടി എന്നീ പാർട്ടികളുടെ കൂട്ടുകെട്ടായിരുന്നു. 'മഹാസഖ്യം' എന്നാണ് അതറിയപ്പെട്ടത്. തിരഞ്ഞെടുപ്പ് ഈ രണ്ട് ബൂർഷ്വാ കൂട്ടുകെട്ടുകളും തമ്മിലുള്ള പോരാട്ടമായിത്തീർന്നു. അതിലൊന്ന് ജനങ്ങളുടെ മുമ്പിൽ നിർലജ്ജം പിന്തിരിപ്പൻമാരായി അവതരിച്ചപ്പോൾ മറ്റേത് പിന്തിരിപ്പൻമാർക്കെതിരെ പോരാടുന്നവരായും പ്രത്യക്ഷപ്പെട്ടു.

തിരഞ്ഞെടുപ്പ് രംഗത്തെ രാഷ്ട്രീയ ശക്തികളെ സി പി ഐ (എം) യാഥാർഥ്യബോധത്തോടെ വിലയിരുത്തി. ഭരണവർഗങ്ങൾക്കെതിരായ ഉശിരൻ പ്രതിപക്ഷം എന്നുള്ള നിലയ്ക്ക് ഭരണവർഗങ്ങളുടെ മുഖ്യപാർട്ടിയായ ഇന്ദിരാകോൺഗ്രസിനെ തകർക്കേണ്ടത് ആവശ്യമായിരുന്നു. അതേസമയം ഭരണവർഗങ്ങളുടെ മുഖ്യപാർട്ടിയെ എതിർക്കുന്നതിന്റെ പേരിൽ പിന്തിരിപ്പൻമാരെന്ന് ഏറ്റുപറയുന്ന ശക്തികളുടെ കൂട്ടുകെട്ടായ 'മഹാസഖ്യ'വുമായി ഒത്തുപോകാൻ പാർട്ടിക്ക് ആകുമായിരുന്നില്ല. സി പി ഐ ആകട്ടെ "കൂടുതൽ പിന്തിരിപ്പൻമാർക്കെതിരെ പോരാടുന്നു" എന്ന ന്യായത്തിൽ ഇന്ദിരാ കോൺഗ്രസിനെ പൂർണമായി പിന്തുണക്കുകയും ചെയ്തു.

അഭിപ്രായവ്യത്യാസങ്ങൾ സി പി ഐ(എം)ഉം സോഷ്യലിസ്റ്റ് പാർട്ടിയും തമ്മിലും ഉടലെടുത്തു. 1969 മധ്യത്തെ പ്രസിഡന്റ്തിരഞ്ഞെടുപ്പിൽ അവർ ഇടതുപക്ഷപിന്തുണയുള്ള സ്ഥാനാർഥിക്ക് വോട്ടുചെയ്തെങ്കിലും സംഘടനാകോൺഗ്രസ് ഉണ്ടായതിനെ ആ പാർട്ടി സ്വാഗതം

ചെയ്യുകയും അതിനെ പിന്തുണക്കുകയും ചെയ്തു. സംഘടനാ കോൺഗ്രസിനെ പിന്തിരിപ്പനായും ഇന്ദിരാകോൺഗ്രസിനെ പുരോഗമനവാദികളായും സി പി ഐ കണ്ടു. സോഷ്യലിസ്റ്റ് പാർട്ടിയാകട്ടെ, സംഘടനാകോൺഗ്രസിനെ 'ജനാധിപത്യശക്തിയായും' ഇന്ദിരാ കോൺഗ്രസിനെ ജനാധിപത്യവിരുദ്ധ ശക്തിയായും വിലയിരുത്തി. ഇന്ദിരാകോൺഗ്രസിനെതിരെ സോഷ്യലിസ്റ്റുകാർ 'മഹാസഖ്യ'ത്തിൽ ചേർന്നു.

1971-ലെ ലോകസഭാ തിരഞ്ഞെടുപ്പിലും 1972-ലെ നിയമസഭാതിരഞ്ഞെടുപ്പിലും സി പി ഐ(എം)ന്റെയും സി പി ഐയുടെയും സോഷ്യലിസ്റ്റ് പാർട്ടിയുടെയും രാഷ്ട്രീയ നിലപാടുകൾ തമ്മിൽ പരസ്പരം ഏറ്റുമുട്ടി. യഥാർഥത്തിൽ സി പി ഐ(എം)നെ സംബന്ധിച്ചിടത്തോളം ആ പരിതഃസ്ഥിതി തീർത്തും പ്രയാസമേറിയതായിരുന്നു. സി പി ഐയുടെ പിന്തുണയുള്ള ഇന്ദിരാകോൺഗ്രസിനെയും സോഷ്യലിസ്റ്റ് പാർട്ടിയുടെ പിന്തുണയുള്ള 'മഹാസഖ്യ'ത്തെയും പാർട്ടിക്ക് എതിർക്കേണ്ടിവന്നു. 1940-കളിൽ 'ക്വിറ്റ്ഇന്ത്യാ' സമരപ്രശ്നത്തിലും 1960-കളിൽ ഇന്ത്യാ-ചൈന തർക്കത്തിന്റെ പ്രശ്നത്തിലും എന്നപോലെ പാർട്ടിക്ക് ഇപ്പോഴും ഒറ്റക്ക് പൊരുതേണ്ടിവന്നു. ഒരിക്കൽകൂടി പാർട്ടിക്ക് സ്വയം കുറ്റവിമുക്തമാകാൻ കഴിഞ്ഞുവെന്നത് അഭിമാനകരമാണ്. പശ്ചിമബംഗാളിൽ പാർട്ടി ഉജ്വലനേട്ടം കൈവരിച്ചപ്പോൾ രാജ്യത്തിന്റെ ഇതരഭാഗങ്ങളിൽ സ്ഥിതി ദയനീയമായിരുന്നു. കേരളത്തിൽ കിട്ടിയ സീറ്റുകളുടെ കാര്യത്തിൽ നേട്ടം മോശമായിരുന്നെങ്കിലും പാർട്ടിക്ക് ലഭിച്ച വോട്ടിന്റെ ശതമാനം വെച്ചുനോക്കിയാൽ നേട്ടം ഗംഭീരമായിരുന്നു. 1960-കളിൽ അവിഭക്തപാർട്ടിക്കുണ്ടായിരുന്ന നിലതന്നെ 1970-കളിലും കൈവരിക്കാൻ സി പി ഐ(എം)ന് കഴിഞ്ഞു.

മഹാസഖ്യം ദയനീയമായി പരാജയപ്പെട്ടു. ഇന്ദിരാകോൺഗ്രസും 'മഹാസഖ്യ'വും സ്വീകരിച്ച രാഷ്ട്രീയ നിലപാടുകൾ തമ്മിലുള്ള പോരാട്ടത്തിൽ രണ്ടാമത്തേതിന് കനത്ത പരാജയം ഏറ്റുവാങ്ങേണ്ടിവന്നു. 'മഹാസഖ്യ'ത്തിന്റെ നേതാക്കൾക്ക് തങ്ങളുടെ ലജ്ജാവഹമായ പരാജയത്തിന് യാതൊരു വിശദീകരണവും നൽകാനുണ്ടായില്ല. ഒരു കൊല്ലത്തിന് ശേഷം 1972-ൽ നടന്ന നിയമസഭാതിരഞ്ഞെടുപ്പിൽ അവർ വീണ്ടും പരാജയപ്പെട്ടു. മറ്റ് പാർട്ടികളുടെ പിന്തുണ കൂടാതെ നിൽക്കാൻ കഴിയുമെന്ന് സി പി ഐ (എം) തെളിയിച്ചപ്പോൾ ഇന്ദിരാ കോൺഗ്രസിനെ പരാജയപ്പെടുത്താൻ 'മഹാസഖ്യ'ത്തിന് പിന്നിലുള്ള ബൂർഷ്വാ പാർട്ടികൾ പര്യാപ്തമല്ലെന്ന് അവർ തെളിയിച്ചു. അവർക്ക് തങ്ങളുടെ സമീപനം (പിന്നീട് ചെയ്തതുപോലും) പുനരാവിഷ്കരിക്കേണ്ടിവന്നു.

ഈ കാലഘട്ടത്തിലെ സംഭവങ്ങൾ, താതമ്യേന പുരോഗമനവീക്ഷണമുള്ള പരിപാടികളുടെ അടിസ്ഥാനത്തിലുള്ള ബഹുജനപ്രക്ഷോഭത്തിന്റേതായ ഒരു രാഷ്ട്രീയ സമീപനം സ്വീകരിക്കുന്നതിലേക്ക് നയി

ച്ചു. ഇന്ത്യൻ രാഷ്ട്രീയത്തിന്റെ ഈ പുതിയ ഘട്ടത്തിന്റെ രൂപരേഖ അടുത്ത അധ്യായങ്ങളിലൊന്നിൽ നാം പരിശോധിക്കും. 1971-ലെ ലോകസഭാതിരഞ്ഞെടുപ്പും 1972-ലെ നിയമസഭാതിരഞ്ഞെടുപ്പുകളും കഴിഞ്ഞതോടെ അവിഭക്തകോൺഗ്രസിന് 1967-ൽ നഷ്ടപ്പെട്ട ജനപിന്തുണ ഇന്ദിരാകോൺഗ്രസ് വീണ്ടെടുത്തു. അവിഭക്ത കോൺഗ്രസിന് 1967-ൽ നഷ്ടപ്പെട്ട എല്ലാ സംസ്ഥാനങ്ങളും(തമിഴ്നാട് ഒഴികെ) ഇന്ദിരാ കോൺഗ്രസ് തിരിച്ചുപിടിച്ചു. ദേശീയമായും സ്ഥിതിഗതികൾ ഇന്ദിരാ കോൺഗ്രസിന് കൂടുതൽ അനുകൂലമായി. 1967-ലെ വിശാലമായ കോൺഗ്രസ് വിരുദ്ധ ഐക്യമുന്നണി സി പി ഐ(എം) നേതൃത്വത്തിലുള്ള ഇടതുപക്ഷ പ്രതിപക്ഷമായും, സംഘടനാ കോൺഗ്രസ്, ജനസംഘം, സ്വതന്ത്രാ പാർട്ടി എന്നിവയടങ്ങിയ വലതുപക്ഷ പ്രതിപക്ഷമായും ഭിന്നിച്ചു. ഇതിൽ രണ്ടാമത്തേതിന് ഇടതുപക്ഷത്തിൽ ഒരു വിഭാഗം(സോഷ്യലിസ്റ്റ് പാർട്ടി) പിന്തുണ നൽകി.

51

പശ്ചിമബംഗാൾ സി പി ഐ ലൈൻ പ്രയോഗത്തിൽ

സി പി ഐ കേരളത്തിൽ 1969-ൽ ചെയ്തതുപോലെ, 1970-ൽ പശ്ചിമബംഗാളിലെ സി പി ഐ(എം) നേതൃത്വത്തിലുള്ള ഇടതുപക്ഷ മുന്നണി ഗവൺമെന്റിനെ മറിച്ചിടാൻ കോൺഗ്രസുമായി കൂട്ടുകൂടി. കേരളത്തിൽ സി പി ഐ(എം) നേതൃത്വത്തിലുള്ള ഗവൺമെന്റിന്റെ പതനത്തോടെ ഒരു സി പി ഐ നേതാവ് തലവനായ ഒരു ഗവൺമെന്റുണ്ടായി. പശ്ചിമബംഗാളിൽ ഏകകക്ഷി കോൺഗ്രസ് ഗവൺമെന്റിന് സി പി ഐ പിന്തുണ നൽകി. അവിഭക്തകമ്യൂണിസ്റ്റ് പാർട്ടിയിലെ വലതുപക്ഷം അമ്പതുകളുടെ മധ്യത്തിൽ കോൺഗ്രസ്-കമ്യൂണിസ്റ്റ് ഐക്യം കൂട്ടുകക്ഷി ഗവൺമെന്റുണ്ടാകുന്നിടത്തോളം എത്തിക്കാണാൻ മോഹിച്ചിരുന്നു. അതിന്റെ സാക്ഷാത്കരണമാണ് കേരളത്തിലെയും പശ്ചിമബംഗാളിലെയും ഗവൺമെന്റുകൾ.

പശ്ചിമബംഗാളിൽ കോൺഗ്രസ് ഗവൺമെന്റ് അധികാരമേറ്റ ശേഷം സി പി ഐ (എം)നും അതിന്റെ നേതൃത്വത്തിലുള്ള ബഹുജന സംഘടനകൾക്കും എതിരെ സംഘടിതമായ നീക്കം ആരംഭിച്ചു. അതുപോലെ കേരളത്തിലും സി പി ഐ നേതൃത്വത്തിലുള്ള ഗവൺമെന്റ് സി പി ഐ (എം)നും അതിന്റെ ബഹുജനസംഘടനകൾക്കും എതിരെ പ്രചാരവേലയും മർദനവും അഴിച്ചുവിട്ടു. പശ്ചിമബംഗാളിൽ ഈ അടിച്ചമർത്തൽ കൂടുതൽ ഭീകരമായിരുന്നു. കേരളത്തിൽ 1957-ൽ രാഷ്ട്രീയ മേധാവിത്വം നഷ്ടപ്പെട്ട കോൺഗ്രസ് അതിൽപിന്നെ അധികാരത്തിലെത്താൻ സഖ്യശക്തികളെ ആശ്രയിക്കുകയാണുണ്ടായത്. പശ്ചിമബംഗാളിൽ കോൺഗ്രസ് മുഖ്യരാഷ്ട്രീയ കക്ഷിയായി തുടർന്നെങ്കിലും സി പി ഐ(എം) നേതൃത്വത്തിലുള്ള ഗവൺമെന്റിനെ മറിച്ചിടാൻ സി പി ഐയുടെ സഹായം തേടി. അതിനുശേഷം പശ്ചിമബംഗാളിൽ കോൺഗ്രസിന്റെ മുഖ്യരാഷ്ട്രീയ പ്രതിയോഗിയായ സി പി ഐ

(എം)നെ തുടച്ചുനീക്കാൻ ആവുന്നതെല്ലാം ചെയ്തു. സായുധരായ കോൺഗ്രസ് 'വളണ്ടിയർമാരെ' സംഘടിതമായി ഉപയോഗിച്ച് 'മാർക്സിസ്റ്റുകാരെ നശിപ്പിക്കുക' എന്ന രീതിയാണ് ലക്ഷ്യം നേടാൻ അവർ സ്വീകരിച്ചത്.

കോൺഗ്രസ് ഭരണത്തിൽ 1971-ൽ ലോകസഭയിലേക്കും 1972-ൽ നിയമസഭയിലേക്കും നടന്ന രണ്ട് തിരഞ്ഞെടുപ്പുകളോടെയാണ് 'അർധ ഫാസിസ്റ്റ് ഭീകരവാഴ്ച' എന്ന് അറിയപ്പെട്ട തേർവാഴ്ച ആരംഭിച്ചത്. ലോകസഭാതിരഞ്ഞെടുപ്പിൽ ആരംഭിച്ച 'ബൂത്ത് പിടിച്ചെടുക്കൽ' വിദ്യ പിന്നീട് നിയമസഭാതിരഞ്ഞെടുപ്പുകളിൽ വ്യാപകമാക്കി. സി പി ഐ(എം)ന്റെ സ്ഥിരം ശക്തികേന്ദ്രങ്ങളെന്ന് അറിയപ്പെട്ട നിയോജകമണ്ഡലങ്ങളിൽ നിന്ന് മത്സരിച്ച പ്രശസ്തരായ സി പി ഐ(എം) നേതാക്കൻമാർക്ക് തിരഞ്ഞെടുപ്പിൽ 'പരാജയം' സൃഷ്ടിച്ചു. പൊലീസിന്റെ പൂർണസംരക്ഷണത്തോടെ സി പി ഐ(എം) വോട്ടർമാരെ തുരത്തിവിട്ട കോൺഗ്രസ് 'വളണ്ടിയർമാർ' പോളിങ്ങ് ബൂത്തുകളിൽ കടന്നുകയറി കോൺഗ്രസിന്റെയും സി പി ഐ അടക്കമുള്ള അതിന്റെ സഖ്യകക്ഷികളുടെയും സ്ഥാനാർഥികൾക്ക് അനുകൂലമായി വോട്ട് കുത്തിയിട്ടു. സി പി ഐ(എം) നേതാവ് ജ്യോതിബസു തന്റെ സ്ഥിരം നിയോജകമണ്ഡലത്തിൽ ഈ വിളയാട്ടം നേരിട്ട് കാണുകയും മത്സരത്തിൽനിന്ന് പിൻമാറുകയും ചെയ്തു. അങ്ങനെയാണ് സി പി ഐ (എം)ന് 'ലജ്ജാകരമായ പരാജയം' ഏൽപ്പിച്ചതും കോൺഗ്രസും അതിന്റെ സഖ്യകക്ഷികളും തിരഞ്ഞെടുപ്പിൽ 'വിജയം വരിച്ചതും'.

സി പി ഐ(എം)നും അതിന്റെ ബഹുജനസംഘടനകൾക്കും എതിരെ സംസ്ഥാനത്തുടനീളം ആക്രമണം സംഘടിപ്പിച്ചുകൊണ്ടാണ് കോൺഗ്രസ് പാർട്ടി ഈ 'തിരഞ്ഞെടുപ്പ് വിജയം' ആഘോഷിച്ചത്. സായുധരായ കോൺഗ്രസ് 'വളണ്ടിയർമാർ' അറിയപ്പെടുന്ന സി പി ഐ(എം) പ്രവർത്തകരുടെ വസതികളിൽ കടന്നുകയറി ആളുകളെ പുറത്തേക്ക് വലിച്ചെറിയുകയും അനേകംപേരെ കൊലപ്പെടുത്തുകയും ചെയ്തു. മറ്റ് അനേകംപേർക്ക് ഗുരുതരമായ മുറിവേൽപ്പിച്ചു. അനേകം വീടുകൾ ചുട്ടുചാമ്പലാക്കുകയും നശിപ്പിക്കുകയും ചെയ്തു. പാർട്ടി അംഗങ്ങളും അനുഭാവികളുമായ ആയിരക്കണക്കിനാളുകൾക്ക് ജീവിക്കാൻവേണ്ടി വീടുപേക്ഷിച്ച് അഭയാർഥികളെപ്പോലെ സ്വന്തം സംസ്ഥാനത്ത് മറ്റ് പ്രദേശങ്ങളിൽ അലയേണ്ടിവന്നു. അനേകം പേർക്ക് സംസ്ഥാനം വിട്ടുപോകേണ്ടിവന്നു. ഈ ആക്രമണപരമ്പരയിൽ ഏകദേശം 2000പേർ കൊലചെയ്യപ്പെട്ടു. സ്വാതന്ത്ര്യാനന്തര കാലഘട്ടത്തിൽ ഇതിന് മുമ്പൊരിക്കലും രാജ്യത്തൊരിടത്തും ഇത്തരം ഭീകരവാഴ്ച അടിച്ചേൽപ്പിക്കപ്പെട്ടിട്ടില്ല.

സി പി ഐ (എം)നെ, അതിന്റെ ഉശിരൻമാരായ പ്രവർത്തകരെ, വിപുലമായ അതിന്റെ അനുഭാവിവൃന്ദത്തെ, പാർട്ടിയുടെ നേതൃത്വത്തിലുള്ള ബഹുജനസംഘടനകളിൽ അണിനിരന്നിട്ടുള്ള പതിനായിരക്ക

ണക്കായ തൊഴിലാളികൾ, കർഷകർ, കാർഷികതൊഴിലാളികൾ എന്നിവരെയും മറ്റ് അധ്വാനിക്കുന്ന ജനവിഭാഗങ്ങളെയും 'തകർത്തുകളയാം' എന്നാണ് ഈ ഭീകരവാഴ്ച സംഘടിപ്പിച്ചവർ കണക്കുകൂട്ടിയത്. തൽക്കാലം അവർ വിജയിച്ചു എന്നത് ശരിയാണ്. സി പി ഐ(എം)ന്റെ ശക്തികേന്ദ്രങ്ങളായി അറിയപ്പെട്ടിരുന്ന ഗ്രാമങ്ങളും പട്ടണപ്രദേശങ്ങളും മരുഭൂമിപോലെയാക്കാൻ അവർക്കുകഴിഞ്ഞു. എന്നാൽ ഈ ശ്മശാനമൂകതക്ക് പിന്നിൽ ഒരു യാഥാർഥ്യം പതിയിരുന്നു-പാർട്ടി അംഗങ്ങളും അനുഭാവികളും നിശ്ചയദാർഢ്യത്തോടെ ക്ഷമാപൂർവം ജനങ്ങളുമായുള്ള ബന്ധം നിലനിർത്തിപ്പോന്നു. ജനങ്ങളുടെ ചെറുത്തുനിൽപ്പ് നീറിക്കൊണ്ടിരിക്കാൻ എല്ലാ അവസരങ്ങളും പാർട്ടി നേതൃത്വം സമർഥമായി ഉപയോഗിച്ചു. പാർട്ടിക്കും അതിന്റെ ബഹുജന സംഘടനകൾക്കും പരസ്യമായി രംഗത്ത് വന്ന് പോരാട്ടത്തിന്റെ തീജ്വാല ആളിപ്പടർത്താൻ കഴിയുന്ന മുഹൂർത്തത്തിനായി അവർ കാത്തിരുന്നു. നല്ല നാളേക്ക്വേണ്ടിയുള്ള ഈ കാത്തിരിപ്പിന്റെയും തയ്യാറെടുപ്പിന്റെയും കാലം ദൈർഘ്യമേറിയതായിരുന്നു. 1970-71 മുതൽ 1977വരെ അതു നീണ്ടു.

കോൺഗ്രസ് പാർട്ടി അഴിച്ചുവിട്ട അർധഫാസിസ്റ്റ് ഭീകരവാഴ്ചയുമായി സി പി ഐ നേതൃത്വം സമ്പൂർണമായി സഹകരിക്കുകവഴി ഒരു ജനാധിപത്യ-ഇടതുപക്ഷ പാർട്ടി എന്നുള്ള പരിവേഷം അത് നഷ്ടപ്പെടുത്തി. 1971-ലെ 'തിരഞ്ഞെടുപ്പ്' കൃത്രിമത്തിന്റെ ഫലം സി പി ഐ (എം)ന്റെ ബഹുജനാടിത്തറ നഷ്ടപ്പെട്ടതിനുള്ള തെളിവായി സി പി ഐ ഉയർത്തിക്കാട്ടി. സി പി ഐ(എം)ന്റെ 'സെക്ടേറിയൻ' രാഷ്ട്രീയ ലൈൻ അതിനെ സാധാരണ ജനങ്ങളിൽ നിന്ന് ഒറ്റപ്പെടുത്തിയതിന് തെളിവായി അവർ പ്രഖ്യാപിച്ചു. സി പി ഐ(എം) അതിന്റെ 'സെക്ടേറിയൻ ലൈൻ' ഉപേക്ഷിച്ച് കോൺഗ്രസിന്റെ നേതൃത്വത്തിലുള്ള 'ഇടതുപക്ഷ' ശക്തികളോടൊപ്പം ചേരാനുള്ള സൗഹാർദപരമായ ഒരഭ്യർഥനപോലും അവർ നടത്തിക്കളഞ്ഞു! സി പി ഐയുടെ രാഷ്ട്രീയ ലൈനിന്റെ വിജയം സി പി ഐ(എം)ന്റെ അണികളിൽ ആശയക്കുഴപ്പം സൃഷ്ടിക്കുമെന്നും അതിലെ അംഗങ്ങൾ കൂട്ടത്തോടെ സി പി ഐയിലേക്കും അതിന്റെ പ്രധാന സഖ്യശക്തിയായ ഇന്ദിരാകോൺഗ്രസിലേക്കും കൂട്ടത്തോടെ കൂറുമാറുമെന്നും അവർ ആത്മാർഥമായി വിശ്വസിച്ചു.

സി പി ഐ ലൈനിന്റെ സത്ത കേരളത്തിലും പശ്ചിമബംഗാളിലും ഒന്നുതന്നെയായിരുന്നു. അതായത് കോൺഗ്രസ് (ഇ)യുമായി ചേർന്ന് സി പി ഐ(എം)ന്റെ പ്രവർത്തകരെ ശാരീരികമായി ആക്രമിക്കുക. അതിലുണ്ടായിരുന്ന വ്യത്യാസം കേരളത്തിൽ സി പി ഐ, കോൺഗ്രസിന്റെ സി പി ഐ(എം) വിരുദ്ധ കൂട്ടുകക്ഷി ഗവൺമെന്റിൽ ഒരു പങ്കാളിയായിരുന്നെങ്കിൽ പശ്ചിമബംഗാളിൽ സി പി ഐ(എം)നെതിരായ കോൺഗ്രസ് പാർട്ടിയുടെ ഫാസിസ്റ്റ് ഭീകരവാഴ്ചക്ക് അവർ

ഒത്താശ ചെയ്തുകൊടുത്തു എന്നതാണ്.

ഇന്ത്യയിൽ മറ്റെല്ലായിടത്തും സി പി ഐയുടെ രാഷ്ട്രീയലൈൻ കോൺഗ്രസ് പാർട്ടിയുമായി സഖ്യവും സി പി ഐ(എം)നോട് ശത്രുതയുമായിരുന്നു.

സി പി ഐ(എം)ന്റെ ഒമ്പതാം കോൺഗ്രസ് 1972-ൽ മധുരയിൽ ചേർന്നു. പശ്ചിമബംഗാളിൽ അർധഫാസിസ്റ്റ് ഭീകരവാഴ്ചയും കേരളത്തിലും രാജ്യത്തിന്റെ ഇതരഭാഗങ്ങളിലും ഭീകരമായ അടിച്ചമർത്തലും പാർട്ടി അഭിമുഖീകരിച്ചുകൊണ്ടിരുന്ന ഒരു കാലഘട്ടമായിരുന്നു അത്. പശ്ചിമബംഗാളിലെ അനുഭവംതന്നെയാവും പാർട്ടിക്ക് രാജ്യത്തുടനീളം നേരിടേണ്ടിവരുന്നതെന്ന് പാർട്ടി കോൺഗ്രസ് വിലയിരുത്തി. പശ്ചിമബംഗാളിനെ പിടികൂടിയിരിക്കുന്ന വിപത്തിൽ നിന്ന് രാജ്യത്തിന്റെ ഇതരഭാഗങ്ങളെങ്കിലും രക്ഷപ്പെടാൻ അമിതാധികാര വിരുദ്ധ ശക്തികളുടെയും ഐക്യത്തിന് പാർട്ടി കോൺഗ്രസ് ആഹ്വാനം ചെയ്തു. പശ്ചിമബംഗാളിലെ സംഭവങ്ങൾ യാദൃച്ഛികമായിരുന്നില്ലെന്നും കോൺഗ്രസ് പാർട്ടിയുടെ വർഗനയങ്ങളുടെ അനിവാര്യഫലമാണതെന്നും പാർട്ടി കോൺഗ്രസ് വിലയിരുത്തി.

മറ്റൊരു രാഷ്ട്രീയ പാർട്ടിക്കും ഇല്ലായിരുന്ന ദീർഘവീക്ഷണം സി പി ഐ(എം)ന് ഉണ്ടായിരുന്നു. അതുകൊണ്ടാണ് രാജ്യത്തെ അമിതാധികാരവിരുദ്ധ ജനാധിപത്യശക്തികളെയാകെ അണിനിരത്തിയില്ലെങ്കിൽ ഇന്ത്യൻ ജനതയുടെ ജനാധിപത്യാവകാശങ്ങളും പൗരാവകാശങ്ങളും വർധമാനമായി ആക്രമണത്തിനിരയാവും എന്ന് പാർട്ടിക്ക് മുൻകൂട്ടി കാണാൻ കഴിഞ്ഞത്. ഒമ്പതാം പാർട്ടി കോൺഗ്രസിന്റെ ആഹ്വാനം, ജനങ്ങളുടെ പൗരാവകാശങ്ങളും ജനാധിപത്യാവകാശങ്ങളും സംരക്ഷിക്കുന്നതിനുവേണ്ടിയുള്ള ശക്തമായ ഒരു പ്രസ്ഥാനത്തിന്, മറ്റെല്ലാ പ്രതിപക്ഷകക്ഷികൾക്കും പങ്കുള്ള ബൃഹത്തായ ഒരു പ്രസ്ഥാനത്തിന് പ്രചോദനം നൽകി.

52

കേരളത്തിലെ പ്രതിപക്ഷ ഐക്യം

ഒമ്പതാം കോൺഗ്രസ് അംഗീകരിച്ച അടവുപരമായ രാഷ്ട്രീയ ലൈൻ എല്ലാ അമിതാധികാര-വിരുദ്ധ ശക്തികളുടെയും ഐക്യത്തിന് ആഹ്വാനം ചെയ്തു. അതിനർഥം ഇടതുപക്ഷ ജനാധിപത്യശക്തികൾ കോൺഗ്രസിനെതിരായ ജനാധിപത്യശക്തികളുമായി മാത്രം ഐക്യമുണ്ടാക്കണമെന്നായിരുന്നില്ല. ആ ഐക്യത്തിൽ വ്യക്തിമേധാവിത്വത്തിലേക്കുള്ള കോൺഗ്രസിന്റെ പടിപടിയായ നീക്കത്തിൽ അസംതൃപ്തരായ കോൺഗ്രസുകാരെപ്പോലും മാറ്റിനിർത്തേണ്ടതില്ലെന്നാണ് പാർട്ടി ഉദ്ദേശിച്ചത്.

ഒമ്പതാം പാർട്ടി കോൺഗ്രസ് ഈ രാഷ്ട്രീയ നിലപാട് അംഗീകരിച്ചത് ഔപചാരികമായ അർഥത്തിൽ ഐകകണ്ഠ്യേനയായിരുന്നെങ്കിലും മൗലിക സമീപനത്തിൽ പാർട്ടി നേതൃത്വത്തിന് ഏകാഭിപ്രായം ഉണ്ടായിരുന്നില്ല. അമിതാധികാര വിരുദ്ധശക്തികളുമായി ഐക്യമുണ്ടാക്കുകയെന്നാൽ ബൂർഷ്വാ-ഭൂപ്രഭു വർഗങ്ങളുമായി സന്ധിചെയ്യലാണെന്നും അതാകട്ടെ പാർട്ടിയുടെ സമരതന്ത്രത്തിന് ഹാനികരമാണെന്നും ഒരഭിപ്രായം ഉണ്ടായിരുന്നു.

സി പി ഐ(എം) രൂപീകൃതമായശേഷം ആദ്യത്തെ ആറുവർഷക്കാലം അത് പൂർണമായും തിരഞ്ഞെടുപ്പിലും പാർലമെന്ററി പ്രവർത്തനങ്ങളിലും ഏർപ്പെട്ടിരിക്കുകയായിരുന്നു. 1967 മുതൽ 1969 വരെയുള്ള രണ്ട് വർഷക്കാലത്ത് രണ്ട് സംസ്ഥാനഗവൺമെന്റുകൾക്ക് പാർട്ടി നേതൃത്വം നൽകുകയുണ്ടായി.

രണ്ട് സംസ്ഥാന ഗവൺമെന്റുകളെ കോൺഗ്രസ് മറിച്ചിടുകയും

പശ്ചിമബംഗാളിൽ അർധഫാസിസ്റ്റ് ഭീകരവാഴ്ച അടിച്ചേൽപ്പിക്കുകയും കേരളത്തിൽ അടിച്ചമർത്തൽ ഏർപ്പെടുത്തുകയും ചെയ്തതോടെ രാഷ്ട്രീയ സാഹചര്യത്തിൽ മൗലികമായ മാറ്റം ഉണ്ടായോ എന്നൊരു സംശയം ഉയർന്നുവന്നു.

നിയമപരമായി പ്രവർത്തനം തുടരുകയും പാർലമെന്റിലും സംസ്ഥാനനിയമസഭകളിലും സ്ഥാനമാനങ്ങൾ അലങ്കരിക്കുകയും ചെയ്യുമ്പോൾതന്നെ അനിവാര്യമായ പാർലമെന്റേതര സമരമാർഗങ്ങൾ എന്ന പ്രധാന പരിപാടിക്കുവേണ്ടി പാർട്ടി സ്വയം സന്നദ്ധമാകുകയും അണികളെ സന്നദ്ധരാക്കുകയും ചെയ്യേണ്ടതാണെന്ന് നേതൃത്വത്തിൽ ഒരു വിഭാഗം കരുതി. ബഹുഭൂരിപക്ഷത്തിന്റെ കാഴ്ചപ്പാട് ഇതായിരുന്നില്ല എങ്കിലും ശക്തമായ ഒരു ന്യൂനപക്ഷത്തിന്റെ അഭിപ്രായം അതായിരുന്നു. ഈ കാഴ്ചപ്പാടിനോട് യോജിപ്പില്ലായിരുന്നവർക്ക് തന്നെ ഇന്നത്തെ പരിത:സ്ഥിതിയിൽ സ്വീകരിക്കേണ്ട പ്രത്യേകതന്ത്രങ്ങളെക്കുറിച്ച് വ്യക്തതയുണ്ടായിരുന്നില്ല. അതാകട്ടെ ഓരോ സ്ഥലത്തിനും വ്യത്യസ്തമാണുതാനും.

ഇത്തരം പ്രശ്നങ്ങളാണ് രാഷ്ട്രീയതന്ത്രങ്ങളെക്കുറിച്ച് ഒരു ഏകീകൃതധാരണയുടെ അഭാവം നേതൃത്വത്തിനുണ്ടാകാനിടയാക്കിയത്. ഈ ഐക്യത്തിന്റെ അഭാവം ഒമ്പതാം കോൺഗ്രസിന്റെ നടപടികളിൽ പ്രതിഫലിച്ചു. തന്ത്രപരമായ രാഷ്ട്രീയലൈൻ പൊതുവെ അംഗീകരിക്കുകയും ഏകകണ്ഠമായി അംഗീകരിച്ച ഒരു രാഷ്ട്രീയ രേഖയാക്കുകയും ചെയ്തെങ്കിലും സംഘടനാപരവും പ്രായോഗികവുമായ പ്രശ്നങ്ങളെ സംബന്ധിച്ച് ഉണ്ടാകേണ്ടിയിരുന്ന രേഖ അതോടൊപ്പം ഉണ്ടായില്ല. തന്ത്രപരമായ രാഷ്ട്രീയലൈൻ സിദ്ധാന്തപരമായി പാർട്ടി നേതൃത്വത്തിന് ആ രാഷ്ട്രീയലൈൻ പ്രയോഗത്തിൽ വരുത്താനുള്ള മൂർത്തമായ പദ്ധതി അവതരിപ്പിക്കാൻ കഴിഞ്ഞില്ലെന്നാണ് ഇവിടെ വ്യക്തമായത്.

ഈ കഴിവില്ലായ്മയുടെ പ്രത്യാഘാതം കേരളത്തിലാണ് ആദ്യം അനുഭവപ്പെട്ടത്. 1969-ൽ സി പി ഐ(എം)ന്റെ നേതൃത്വത്തിലുള്ള ഇടതുപക്ഷ ഐക്യമുന്നണി ഗവൺമെന്റിനെ മറിച്ചിട്ടതും അതിനെ തുടർന്ന് പാർട്ടിക്കും അതിന്റെ സഖ്യശക്തികൾക്കും എതിരെ ഭീകരമായ മർദനം അഴിച്ചുവിട്ടതും ഒരു ചോദ്യമുയർത്തി- ഈ പുതിയ സാഹചര്യം എങ്ങനെയാണ് നേരിടുക. അമിതാധികാര വിരുദ്ധശക്തികളുടെ ഐക്യം കെട്ടിപ്പടുക്കണമെന്ന ഒമ്പതാം പാർട്ടി കോൺഗ്രസിന്റെ രാഷ്ട്രീയലൈൻ അനുസരിച്ച് കോൺഗ്രസ് (ഇ)യെയും അതിന്റെ കൂട്ടാളികളെയും എതിർക്കാൻ തയ്യാറുള്ള സി പി ഐ(എം) വിരുദ്ധമുന്നണിയിലെ എല്ലാവരുമായും ഐക്യമുണ്ടാക്കാൻ ശ്രമിക്കണമെന്ന് കേരളത്തിലെ പാർട്ടി നേതൃത്വത്തിൽ ഒരു വിഭാഗം വാദിച്ചു. അവരുടെ അഭിപ്രായത്തിൽ ഇതൊരു പ്രായോഗിക രാഷ്ട്രീയപ്രശ്നമായി മാറുകയായിരുന്നു. കാരണം സി പി ഐ(എം) വിരുദ്ധമുന്നണി

യിലെ കോൺഗ്രസ് (ഇ)യുടെ രണ്ട് സഖ്യകക്ഷികളായ മുസ്ലീംലീഗും കേരളാ കോൺഗ്രസും ക്രമേണ കോൺഗ്രസിൽ നിന്ന് അകലാൻ തുടങ്ങിയിരുന്നു. സി പി ഐ(എം) വിരുദ്ധമുന്നണിക്കെതിരെ മുസ്ലീംലീഗുമായും കേരളാകോൺഗ്രസുമായും ചേർന്ന് പോരാടുന്നത് ഒമ്പതാം പാർട്ടി കോൺഗ്രസ് ഏകകണ്ഠമായി അംഗീകരിച്ച അമിതാധികാര വിരുദ്ധ രാഷ്ട്രീയലൈനിന് അനുരോധമാണെന്നായിരുന്നു ഇക്കൂട്ടരുടെ നിലപാട്.

അതേസമയം മുസ്ലീംലീഗും കേരളാകോൺഗ്രസും പ്രതിലോമകാരികളാണെന്നും ചില കാര്യങ്ങളിൽ അവർ കോൺഗ്രസിനേക്കാൾ പ്രതിലോമകാരികളാണെന്നുമായിരുന്നു കേരളനേതൃത്വത്തിലെ മറ്റൊരു വിഭാഗം വാദിച്ചത്. ഈ കാഴ്ചപ്പാടിനനുസരിച്ച് ഈ രണ്ട് കോൺഗ്രസിതരപാർട്ടികളുമായി സഖ്യമോ ധാരണയോ ഉണ്ടാക്കുന്ന പ്രശ്നമേയില്ലായിരുന്നു. കോൺഗ്രസിനെതിരെ എന്നപോലെതന്നെ കേരളാകോൺഗ്രസിനും മുസ്ലീംലീഗിനും എതിരായ ഇടതുപക്ഷ-ജനാധിപത്യ പ്രതിപക്ഷ ശക്തികളുടെ ഐക്യം ഊട്ടിയുറപ്പിക്കാൻ ശ്രമിക്കുകയാണ് വേണ്ടിയിരുന്നത്.

വാസ്തവത്തിൽ കേരളത്തിലുണ്ടായ ഈ തർക്കം കോൺഗ്രസ് (ഇ) യുടെയും അതിന്റെ ഗവൺമെന്റിന്റെയും അമിതാധികാരവാഴ്ചക്കെതിരായ പോരാട്ടത്തിൽ ജനസംഘത്തിന്റെ പങ്കിനെ സംബന്ധിച്ച് അഖിലേന്ത്യാതലത്തിൽ ഉയർന്നുവന്ന വിവാദത്തിന്റെ മുന്നോടിയായിരുന്നു. ജനങ്ങളുടെ പൗരാവകാശങ്ങൾക്കും ജനാധിപത്യാവകാശങ്ങൾക്കും വേണ്ടിയുള്ള സമരത്തിലും ഇടതുപക്ഷ ജനാധിപത്യശക്തികൾ വലതുപക്ഷശക്തികളിൽ നിന്ന് അകന്നുനിൽക്കേണ്ടതുണ്ടോ അതോ അമിതാധികാരവാഴ്ചക്കെതിരായ പോരാട്ടത്തിൽ അത്തരം ശക്തികളുമായി പരിമിതമായ ധാരണ ആകാമോ എന്നതായിരുന്നു സംഗതമായ ചോദ്യം.

ഈ പ്രശ്നം പൊളിറ്റ് ബ്യൂറോ തന്നെ ചർച്ചചെയ്തു വരികയായിരുന്നു. ഇന്ദിരാഗാന്ധിയുടെ ഭരണത്തിനെതിരായ 'ജനതാതരംഗം' സൃഷ്ടിക്കാനുള്ള സംരംഭത്തിൽ പങ്കെടുക്കുന്നതിനായി പ്രത്യയശാസ്ത്രപരവും രാഷ്ട്രീയവുമായ ഒരു സമരം നടത്തേണ്ടിവന്നു എന്ന് നമുക്കിനി കാണാം. കേരളത്തിൽ വ്യത്യസ്തവീക്ഷണങ്ങൾ ഉയർന്നുവന്നപ്പോൾ പ്രശ്നപരിഹാരത്തിനുള്ള മാർഗം കണ്ടെത്താൻ സ്വാഭാവികമായും പി ബിക്കും ഇടപെടേണ്ടിവന്നു. പ്രശ്നം പരിശോധിച്ച് അനുയോജ്യമായ തീരുമാനമെടുക്കുന്നതിനായി പൊളിറ്റ് ബ്യൂറോയുടെയും കേരള സംസ്ഥാനക്കമ്മിറ്റിയുടെയും ഒരു സംയുക്തയോഗം നടത്താനും തീരുമാനിച്ചു. മിക്കവാറും പി ബി അംഗങ്ങൾ തിരുവനന്തപുരത്ത് എത്തി ഒരു സംസ്ഥാനകമ്മിറ്റി യോഗത്തിലെ ചൂടേറിയ വിവാദം കേട്ടു.

ഇരുവിഭാഗങ്ങളുടെയും പ്രസംഗങ്ങൾ ശ്രദ്ധിച്ചശേഷം പി ബി രണ്ട് പ്രധാന നിഗമനങ്ങളിലെത്തി. ഒന്നാമതായി, മുസ്ലീംലീഗിലെ

മുഖ്യവിഭാഗവും രണ്ട് ഇടതുപക്ഷപാർട്ടി (സി പി ഐയും ആർ എസ് പിയും) കളുമായി കൂട്ടുചേർന്ന് കോൺഗ്രസ് ഭീകരമായ അടിച്ചമർത്തൽ നടത്തിക്കൊണ്ടിരുന്ന കേരളത്തിലെ സവിശേഷ സാഹചര്യത്തിൽ കോൺഗ്രസ് (ഇ) നേതൃത്വത്തിലുള്ള സി പി ഐ(എം) വിരുദ്ധ മുന്നണിക്കെതിരായ സമരത്തിൽ സി പി ഐ(എം)മുമായി ചേർന്ന് പ്രവർത്തിക്കാമെന്ന് മുസ്ലീംലീഗിൽ ഒരു വിഭാഗവും കേരളാ കോൺഗ്രസും മുന്നോട്ടുവെച്ച നിർദേശം തള്ളിക്കളയുന്നത് ശരിയായിരിക്കില്ല. രണ്ടാമതായി ഒരു സവിശേഷ പരിതഃസ്ഥിതി നേരിടുന്നതിന് സ്വീകരിക്കേണ്ട വെറുമൊരു അടവിന്റെ പ്രശ്നമായിരുന്നു ഇത്. തന്ത്രപരമായി നോക്കിയാൽ മുസ്ലീംലീഗും കേരളാകോൺഗ്രസും വർഗീയ പിന്തിരിപ്പൻ ശക്തികളാണെന്നും അവയ്ക്കെതിരെ നിരന്തരവും സന്ധിയില്ലാത്തതുമായ പോരാട്ടമാണ് സി പി ഐ(എം)ഉം സഖ്യശക്തികളും മുന്നോട്ട് കൊണ്ടുപോകേണ്ടതെന്നുമുള്ള കാര്യത്തിൽ പാർട്ടിക്ക് വ്യക്തതയുണ്ടായിരിക്കണം. ഈ ധാരണയോടെ, രണ്ട് പാർട്ടികളുമായും താൽക്കാലിക കരാറുകളിലെത്താൻ പി ബി സംസ്ഥാനക്കമ്മിറ്റിയെ അനുവദിച്ചു.

പി ബിയുടെ ഈ നിർദേശം കേരളത്തിലെ പ്രശ്നത്തിന് താൽക്കാലിക പരിഹാരമുണ്ടാക്കാൻ സഹായകമായി. അതിൽപിന്നെ ഒരു ദശകത്തിലേറെക്കാലം വിശാലമായ പ്രതിപക്ഷഐക്യം സ്ഥാപിക്കുക എന്ന അടിസ്ഥാനത്തിൽ പാർട്ടി പ്രവർത്തിച്ചു. വിശാലമായ പ്രതിപക്ഷഐക്യം എന്ന ഈ സമീപനം അഖിലേന്ത്യാതലത്തിലും ഒരു ദശകത്തോളം പിന്തുടർന്നു- ജനതാപാർട്ടിയുടെയും അതിന്റെ ഗവൺമെന്റിന്റെയും രൂപീകരണം മുതൽ പതനം വരെയാണത്. എന്നാൽ ഈ അടിസ്ഥാനത്തിലുള്ള ഐക്യം അഖിലേന്ത്യാതലത്തിൽ തന്നെ ആദ്യം പൊളിഞ്ഞതാണ് നാം പിന്നീട് കണ്ടത്. ജനതാഗവൺമെന്റിനെ താഴെ ഇറക്കുന്നതിനുവേണ്ടി ജനതാപാർട്ടിയിലെ ജനസംഘ വിരുദ്ധ ശക്തികളുമായി സി പി ഐ(എം) ചേർന്നു. പിന്നീട് കേന്ദ്രക്കമ്മിറ്റിയുടെ നിർദേശമനുസരിച്ച് കേരളത്തിൽ സംസ്ഥാന കമ്മിറ്റി അഖിലേന്ത്യാ മുസ്ലീംലീഗുമായുള്ള കൂട്ടുകെട്ട് അവസാനിപ്പിച്ചു. കേരളാകോൺഗ്രസുമായി ഏതെങ്കിലും വിധത്തിൽ കൂട്ടുകെട്ടുണ്ടാക്കുന്നതല്ലെന്നും തീരുമാനിച്ചു. പക്ഷേ വർഗീയശക്തികളുമായും മറ്റ് ശിഥിലീകരണ ശക്തികളുമായും ഒരു വിട്ടുവീഴ്ചയുമില്ലെന്ന സമീപനം അഖിലേന്ത്യാതലത്തിലും അതുപോലെ കേരളത്തിലും രൂക്ഷമായ ഉൾപ്പാർട്ടി സമരത്തിലേക്കു നയിച്ചു.

ഇപ്രകാരം പ്രതിപക്ഷ ഐക്യം സ്ഥാപിക്കുക എന്ന പാർട്ടി ലൈൻ സ്ഥാപിച്ചെടുക്കുന്നതിൽ ഒമ്പതാം കോൺഗ്രസ് ഒരു സുപ്രധാന സംഭാവനയാണ് നൽകിയത്. നേതൃത്വത്തിൽ ഒരു വിഭാഗം കരുതിയതുപോലെ പാർട്ടിയെ ഇനി ഒരിക്കലും, 1951-ലെ സമഗ്രമായ രാഷ്ട്രീയനിലപാടിൽ തളച്ചിടേണ്ട കാര്യമില്ലെന്ന് വന്നു. രാജ്യം അമി

താധികാരവാഴ്ചയിലേക്കും ഭരണകക്ഷി ഏകവ്യക്തി മേധാവിത്വത്തിലേക്കും നീങ്ങിയത് തികച്ചും ഒരു പുതിയ പരിത:സ്ഥിതിയാണ് സൃഷ്ടിച്ചത്. ഈ സാഹചര്യത്തിൽ വിശാലമായ പ്രതിപക്ഷഐക്യം കെട്ടിപ്പടുക്കേണ്ടത് പാർട്ടിക്കാവശ്യമായിരുന്നു. അമിതാധികാരവിരുദ്ധ ശക്തികളുടെ ഐക്യത്തിന് തിരഞ്ഞെടുപ്പ് രംഗത്തെ സമരം ഒരു പ്രധാന ഘടകമായിരുന്നു. വാസ്തവത്തിൽ പാർട്ടി അപ്പോഴും സമഗ്ര രാഷ്ട്രീയ വീക്ഷണത്തോട് പ്രതിജ്ഞാബദ്ധമായിരുന്നു. എന്നാൽ പ്രായോഗികമായി അമിതാധികാര ശക്തികൾക്കെതിരായ സമരത്തിൽ (തിരഞ്ഞെടുപ്പ് രംഗം ഉൾപ്പെടെ) ഐക്യം എന്നതായിരുന്നു ഏറ്റെടുത്ത അടിയന്തര കടമ.

53

റെയിൽവെ പണിമുടക്കും അതിനുശേഷവും

രാജ്യത്തെ രാഷ്ട്രീയ പരിത:സ്ഥിതി സി പി ഐ(എം)ന്റെ ഒമ്പതാം കോൺഗ്രസ് വിഭാവനം ചെയ്ത ദിശയിൽ തന്നെ അതിവേഗം മാറി. ഇന്ദിരാകോൺഗ്രസിന്റെ മാർഗത്തിൽ ഒരു പ്രതിബന്ധമായി വിശാലസഖ്യം രൂപീകരിക്കാനുള്ള ശ്രമത്തിൽ പരാജയപ്പെട്ട വലതുപക്ഷ പ്രതിപക്ഷ പാർട്ടികൾ തങ്ങളുടെ തന്ത്രം പുനരാലോചിക്കാൻ തുടങ്ങി. ഈ പാർട്ടികളുടെ പുതിയ ശ്രമം കോൺഗ്രസിനെതിരായി ജെ പി പ്രസ്ഥാനത്തിനു പിന്നിൽ അണിനിരന്ന ബഹുജനങ്ങളുടെ പിന്തുണയോടെയുള്ള ഒരു വലതുപക്ഷ പ്രതിപക്ഷത്തിന്റെ ഉദയത്തിലാണ് എത്തിയത്.

ഇടതുപക്ഷ ശക്തികളെയാകെ ഒന്നിച്ചണിനിരത്താനുള്ള ശ്രമങ്ങളും നടന്നു. സി പി ഐ(എം)ന്റെ ഒമ്പതാം കോൺഗ്രസ്, കോൺഗ്രസ് പാർട്ടിക്കെതിരായ വലത്-ഇടത് പ്രതിപക്ഷങ്ങൾ തമ്മിലുള്ള വ്യത്യാസം ഉയർത്തിക്കാട്ടി. അമിതാധികാര വാഴ്ചക്കെതിരായ യോജിച്ച പോരാട്ടം ഉയർത്തിക്കൊണ്ടുവരാൻ ജനാധിപത്യശക്തികൾ തമ്മിലുള്ള ഐക്യം ആവശ്യമാണെന്ന് വ്യക്തമാവുകയും ചെയ്തു. റെയിൽവേ തൊഴിലാളികളുടെ നേതാവായ ജോർജ് ഫെർണാണ്ടസിന്റെ നേതൃത്വത്തിൽ സോഷ്യലിസ്റ്റ് പാർട്ടിയിൽ ഒരു വിഭാഗം സി പി ഐ(എം)നോട് അടുത്തുവന്നു. വ്യവസായതൊഴിലാളികളുടെ അടിയന്തരാവശ്യങ്ങൾ ഉയർത്തിക്കൊണ്ട് ജോർജ് ഫെർണാണ്ടസിന്റെ നേതൃത്വത്തിലുള്ള ട്രേഡ് യൂണിയൻ സംഘടനകളും സി പി ഐ(എം)ന്റെ നേതൃത്വത്തിൽ സി ഐ ടി യുവും ഒരു സംയുക്ത പ്രചാരണപരിപാടി ആരംഭിച്ചു. രാജ്യത്തുടനീളം കോൺഗ്രസ് പാർട്ടിയുമായി ചേർന്നുനിൽക്കുകയും കേരളത്തിൽ കോൺഗ്രസിന്റെ ഒരു കൂട്ടുകക്ഷിയും പശ്ചിമബംഗാളിൽ കോൺഗ്രസിന്റെ അർധഫാസിസ്റ്റ്തേർവാഴ്ചക്ക്

സഹായിയുമായ സി പി ഐയും ട്രേഡ് യൂണിയൻ രംഗത്ത് യോജിച്ച സമരത്തിന്റെ പാതയിലേക്കുവന്നു. ഈ ഐക്യശ്രമങ്ങളുടെ ഫലമായി ഇടതുപക്ഷപാർട്ടികളും അവരുടെ നേതൃത്വത്തിലുള്ള ട്രേഡ് യൂണിയനുകളും ഒരു അഖിലേന്ത്യാ റെയിൽവെ പണിമുടക്കിന് ആഹ്വാനം ചെയ്തു. ആരംഭത്തിൽ ഏതാനും ദിവസങ്ങളിൽ പണിമുടക്ക് പ്രതീക്ഷയിൽ കവിഞ്ഞ വിജയമായിരുന്നു. റെയിൽവെ പണിമുടക്കിന് നേതൃത്വം നൽകിയവർ അതിന് പിന്തുണ പ്രഖ്യാപിച്ചുകൊണ്ട് ഒരു അഖിലേന്ത്യാബന്ദിനും ആഹ്വാനം ചെയ്തു.

1971-72ലെ തിരഞ്ഞെടുപ്പ് പരാജയത്തെ തുടർന്നുണ്ടായ ക്ഷീണത്തിൽനിന്ന് ബൂർഷ്വാപ്രതിപക്ഷകക്ഷികൾ ക്രമേണ കരകയറിക്കൊണ്ടിരുന്ന സന്ദർഭത്തിലാണ് ഈ പണിമുടക്കുണ്ടായത്. മാത്രമല്ല, ഗുജറാത്ത് പ്രക്ഷോഭം ആരംഭിച്ചതും ആ സമയത്തായിരുന്നു. അത് ബഹുജനാടിത്തറയുള്ള ബൂർഷ്വാപ്രതിപക്ഷ നേതൃത്വത്തിലുള്ള ആദ്യത്തെ പ്രക്ഷോഭമായിരുന്നു.

ഈ പണിമുടക്കിനും ബന്ദിനും എതിരെ രോഷംകൊണ്ടത് കോൺഗ്രസിന്റെ പിന്നിൽ അണിനിരന്നിട്ടുള്ള ആളുകളായിരുന്നു. കോൺഗ്രസിനോട് കൂറ് പുലർത്തുന്ന തൊഴിലാളികളുടെ ശക്തമായ അഖിലേന്ത്യാസംഘടനയായ ഐ എൻ ടി യു സി പണിമുടക്കിനെയും ബന്ദിനെയും എതിർത്തു. സംഘടനാകോൺഗ്രസ്, സ്വതന്ത്രാപാർട്ടി, ജനസംഘം എന്നീ വലത്പ്രതിപക്ഷ കക്ഷികൾ പണിമുടക്കിനോട് വലിയ ആവേശമൊന്നും കാട്ടിയില്ല. എന്തായാലും പണിമുടക്കിനും ബന്ദിനും എതിരെയുണ്ടായ വ്യാപകമായ എതിർപ്പിന്റെ പശ്ചാത്തലത്തിലും പ്രതീക്ഷയിൽ കവിഞ്ഞ വിജയമാണ് അതിനുണ്ടായത്. കോൺഗ്രസ് ഗവൺമെന്റിന്റെ ജനവിരുദ്ധനയങ്ങൾക്ക് എതിരെയും കോൺഗ്രസിന്റെ അമിതാധികാരനീക്കത്തിന് എതിരെയും ജനങ്ങളിൽ വളർന്നുകൊണ്ടിരുന്ന അസംതൃപ്തി എത്രത്തോളമാണെന്നാണ് ഈ പണിമുടക്കും ബന്ദും പ്രകടമാക്കിയത്. പണിമുടക്ക് അടിച്ചമർത്താൻ മുമ്പൊരിക്കലുമുണ്ടാകാത്തവിധമുള്ള മർദനവും ഭീകരവാഴ്ചയും ഗവൺമെന്റിന് അഴിച്ചുവിടേണ്ടിവന്നു.

പണിമുടക്കിന്റെയും ബന്ദിന്റെയും പരിമിതമായ വിജയം നൽകിയ രാഷ്ട്രീയപാഠം വളരെ വ്യക്തമായിരുന്നു. ഇടതുപക്ഷ പാർട്ടികളുടെ നേതൃത്വത്തിൽ തൊഴിലാളികളുടെ ഭാഗികമായ ഐക്യത്തിന് ഇത്രവമ്പിച്ച ശക്തിപ്രകടിപ്പിക്കുവാൻ കഴിഞ്ഞെങ്കിൽ, ഇടതുപക്ഷ ജനാധിപത്യപാർട്ടികളുടെ നേതൃത്വത്തിൽ തൊഴിലാളിവർഗത്തിന്റെ സമ്പൂർണമായ ഐക്യത്തിന് രാജ്യത്ത് ഉയർന്നുവരേണ്ട വിശാലമായ അമിതാധികാര വിരുദ്ധ മുന്നണിയുടെ അടിത്തറയാകാൻ നിസ്സംശയം കഴിയും. സി പി ഐ(എം)നെ സംബന്ധിച്ചിടത്തോളം ഒമ്പതാം കോൺഗ്രസിൽ ആവിഷ്കരിച്ച അടവുപരമായ രാഷ്ട്രീയ ലൈൻ ശരിയായിരുന്നുവെന്നതിന്റെ സൂചനയായിരുന്നു പണിമുടക്കാ

ഹ്വാനത്തിന് ജനങ്ങളിൽ നിന്നുണ്ടായ അനുകൂലപ്രതികരണം. അമിതാധികാരനീക്കത്തിനെതിരായ സമരം വലതുപക്ഷ പ്രതിപക്ഷ കക്ഷികൾക്ക് തിരഞ്ഞെടുപ്പ് വിജയത്തിനുള്ള തന്ത്രമായിരുന്നുവെങ്കിൽ ജനങ്ങളെ അണിനിരത്തി സമരം ചെയ്യുന്നത് കോൺഗ്രസ് വാഴ്ചക്കെതിരായ പോരാട്ടത്തിനുള്ള മാർഗമായിട്ടാണ് ഇടതുപക്ഷം കണ്ടത്.

പണിമുടക്ക് മുന്നേറിക്കൊണ്ടിരുന്നപ്പോൾ സമരരംഗത്ത് ചില ദൗർബല്യങ്ങൾ പ്രകടമായി. സി പി ഐയും അതിന്റെ ട്രേഡ് യൂണിയൻ സംഘടനായ എ ഐ ടി യു സിയും, സി പി ഐ (എം), സോഷ്യലിസ്റ്റ്പാർട്ടി എന്നിവയുമായും അവ നേതൃത്വം നൽകുന്ന ട്രേഡ് യൂണിയനുകളുമായും സമരത്തിന് യോജിച്ചെങ്കിലും പണിമുടക്ക് ആരംഭിക്കുന്നതിന് മുമ്പും പണിമുടക്കിന്റെ ആദ്യദിവസങ്ങളിൽ തന്നെയും സി പി ഐയും ഐ എൻ ടി യു സിയും ചാഞ്ചാട്ടം കാണിച്ചുതുടങ്ങിയിരുന്നു. ആദ്യത്തെ ഏതാനും ദിവസങ്ങളിൽ പണിമുടക്കിന്റെയും അഖിലേന്ത്യാബന്ദിന്റെയും വിജയത്തിന് അവർ സഹായിച്ചപ്പോൾ പിന്നീടവർ പ്രക്ഷോഭത്തിൽ നിന്ന് പിൻമാറി. അതോടെ സി പി ഐ(എം)ഉം സോഷ്യലിസ്റ്റ്പാർട്ടിയും സി പി ഐയും സഹകരിച്ച് കൊണ്ടുള്ള യോജിച്ച സമരത്തിന്റെ ഹ്രസ്വകാലം അവസാനിച്ചു.

റെയിൽവേ പണിമുടക്കിനും അഖിലേന്ത്യാ ബന്ദിനും മുമ്പ് സോഷ്യലിസ്റ്റ് പാർട്ടി മഹാസഖ്യത്തിന്റെ പങ്കാളികളിലൊന്നായി സംഘടനാകോൺഗ്രസ്, ജനസംഘം, സ്വതന്ത്രാപാർട്ടി എന്നിവയുമായി സഹകരിച്ച് പ്രവർത്തിച്ചുവരികയായിരുന്നു. പണിമുടക്കിനുശേഷവും ആ പാർട്ടിക്ക് സി പി ഐ (എം)നോടുള്ളതിനേക്കാൾ വലതുപക്ഷപ്രതിപക്ഷത്തോടായിരുന്നു കൂടുതൽ ചായ്‌വ്. ഇതിന്റെ ഫലമായി റെയിൽവെ പണിമുടക്കിനും അഖിലേന്ത്യാ ബന്ദിനുംശേഷം രണ്ട് ബൂർഷ്വാ ചേരികളായി കോൺഗ്രസ്(ഇ)യിൽ നിന്നും മഹാസഖ്യത്തിൽ നിന്നും സ്വതന്ത്രമായി നിൽക്കുന്ന ഇടതുപക്ഷപാർട്ടി സി പി ഐ(എം) അല്ലാതെ മറ്റൊന്നുമില്ലെന്ന നിലവന്നു.

ഇപ്രകാരം ഇടതുപക്ഷങ്ങൾക്കിടയിൽ ഐക്യം പുനഃസ്ഥാപിക്കുക എന്നത് സി പി ഐ(എം)ന് ഏറെ ശ്രമകരമായ ഒരു പണിയായിരുന്നു എന്നാൽ ഒമ്പതാം കോൺഗ്രസിന്റെ രാഷ്ട്രീയ പ്രമേയത്തിൽ ചൂണ്ടിക്കാട്ടിയിരുന്നത് പോലെ സോഷ്യലിസ്റ്റ് പാർട്ടിയെയും സി പി ഐയെയും പോലുള്ള ഇടതുപക്ഷപാർട്ടികൾ തൽക്കാലം രണ്ട് ബൂർഷ്വാചേരികളിൽ ഏതെങ്കിലും ഒന്നിനോടൊപ്പമാണെങ്കിലും അമിതാധികാര വിരുദ്ധശക്തികളുടെ ഐക്യം സ്ഥാപിക്കുകയാണെങ്കിൽ അവർക്ക് ഇടതുപക്ഷജനാധിപത്യമുന്നണിയിൽ ചേരേണ്ടിവരുമായിരുന്നു.

പണിമുടക്കും അഖിലേന്ത്യാബന്ദും വിജയകരമായ സംസ്ഥാനങ്ങളിൽ ഒന്നായിരുന്നു കേരളം. പണിമുടക്കിയ റെയിൽവെ തൊഴിലാളികളും അവരെ പിന്തുണച്ച സമൂഹത്തിലെ ഇതരവിഭാഗങ്ങളും ഭീകര

മായ അടിച്ചമർത്തലിനെ വെല്ലുവിളിച്ചുകൊണ്ട് വീരോചിതമായി പോരാടി. സി പി ഐ (എം) നേതൃത്വത്തിലുള്ള ട്രേഡ് യൂണിയനുകളും മറ്റ് ബഹുജനസംഘടനകളും സി പി ഐ (എം)ന്റെ സജീവപ്രവർത്തകർതന്നെയും സമരം ചെയ്ത തൊഴിലാളികൾക്ക് ആവേശോജ്ജ്വലമായ നേതൃത്വം നൽകി. സി പി ഐ (എം) പൊളിറ്റ്ബ്യൂറോ അംഗവും അഖിലേന്ത്യാ കിസാൻസഭാ പ്രസിഡന്റുമായ എ കെ ഗോപാലൻ ഇതിൽ പ്രത്യേകം പരാമർശം അർഹിക്കുന്നു.ഒരു സ്ഥലത്ത്നിന്ന് മറ്റൊരു സ്ഥലത്തേക്ക് അവിശ്രമം ഓടിനടന്ന അദ്ദേഹം സ്വന്തംവീടുകളിൽ നിന്നും ഇറക്കിവിടപ്പെടുകയും വിവരണാതീതമായ മർദനനടപടികൾക്ക് വിധേയമാവുകയും ചെയ്ത റെയിൽവെ തൊഴിലാളികളുടെ കുടുംബങ്ങൾക്ക് ഒരു ആവേശമായിരുന്നു. റെയിൽവെ തൊഴിലാളികളും അവരെ പിന്തുണച്ചവരും ഭീകരമായ അടിച്ചമർത്തൽ അഭിമുഖീകരിച്ച ഏതാനും ആഴ്ചകൾ രാജ്യത്തെ ഉശിരൻ ബഹുജനപ്രക്ഷോഭത്തിന്റെ ചരിത്രത്തിൽ ഒരു മഹത്തായ അധ്യായമായിരിക്കും.

റെയിൽവെ പണിമുടക്കിന്റെയും കേരളത്തിലെ ബന്ദിന്റെയും ഒരു പ്രത്യാഘാതം സി പി ഐ നേതാവായ അച്യുതമേനോൻ മുഖ്യമന്ത്രിയായിരുന്ന സി പി ഐ(എം) വിരുദ്ധ ഗവൺമെന്റ് ശരിക്കും തുറന്നുകാട്ടപ്പെട്ടു എന്നതായിരുന്നു. റെയിൽവെ പണിമുടക്കും ബന്ദും സംഘടിപ്പിക്കുന്നതിൽ സി പി ഐ അഖിലേന്ത്യാതലത്തിൽ സി പി ഐ(എം)ന്റെ സഖ്യശക്തിയായിരുന്നെങ്കിലും പണിമുടക്കിനും ബന്ദിനുമെതിരെ മൃഗീയമായ മർദനമുറകൾ അഴിച്ചുവിട്ട ഒരു ഗവൺമെന്റിന് നേതൃത്വം നൽകിയത് സി പി ഐയുടെ ഒരു നേതാവായിരുന്നു. സാഹചര്യത്തിന്റെ ഈ വികൃതഭാവം സംസ്ഥാനഗവൺമെന്റിന്റെ ജനവിരുദ്ധ വർഗസ്വഭാവം തുറന്നുകാട്ടാൻ സി പി ഐ(എം)ഉം അതിന്റെ സഖ്യശക്തികളും സ്വാഭാവികമായും എടുത്തുപയോഗിച്ചു.

സംസ്ഥാനത്തെ രാഷ്ട്രീയപരിതഃസ്ഥിതിയിൽ അടിസ്ഥാനപരമായ യാതൊരു മാറ്റവും ഉണ്ടായില്ല. കോൺഗ്രസ്(ഇ)യുടെയും അതിന്റെ സഖ്യകക്ഷികളുടെയും പ്രത്യേകിച്ചും മുസ്ലീംലീഗിന്റെയും കേരളാകോൺഗ്രസിന്റെയും പിന്നിലുള്ള ജനങ്ങൾ സി പി ഐ(എം) വിരുദ്ധഗവൺമെന്റിനോടുള്ള കൂറ് തുടർന്നു. സി പി ഐ(എം) ജനങ്ങൾക്കിടയിൽ നടത്തിയ രാഷ്ട്രീയപ്രചാരണങ്ങളോ റെയിൽവെപണിമുടക്കിന് ജനപിന്തുണനേടാൻ നടത്തിയ പ്രവർത്തനങ്ങളോ സി പി ഐ(എം) വിരുദ്ധമുന്നണിയുടെയും ഗവൺമെന്റിന്റെയും ബഹുജനാടിത്തറക്ക് തെല്ലും പോറലേൽപ്പിച്ചില്ല. സി പി ഐ(എം) വിരുദ്ധസഖ്യത്തിന് ക്ഷതമേൽപ്പിക്കുക എന്നതായിരുന്നു സി പി ഐ(എം)ന്റെയും സഖ്യകക്ഷികളുടെയും കടമ. ഈ കർത്തവ്യം ഗൗരവമായെടുത്തെങ്കിൽ മാത്രമേ പ്രസ്തുതകടമ നിറവേറ്റാൻ കഴിയൂ എന്നാണ് പണിമുടക്കിന്റെയും ബന്ദിന്റെയും വിജയം ചൂണ്ടിക്കാണിച്ചത്.

54

ജെ പി പ്രസ്ഥാനം

ഇടതുപക്ഷ നേതൃത്വത്തിലുള്ള റെയിൽവെ പണിമുടക്കിനും ഭാരത്ബന്ദിനും ശേഷം രാജ്യത്തിന്റെ വിവിധ ഭാഗങ്ങളിൽ നിരവധി ബഹുജനപ്രക്ഷോഭങ്ങൾ ഉയർന്നുവന്നു. പ്രാദേശികമായ സമരങ്ങളിൽ പലതും പൊടുന്നനെ പൊട്ടിപ്പുറപ്പെട്ടതായിരുന്നു. അത് ഒരു രാഷ്ട്രീയ പാർട്ടിയുടെയും നേതൃത്വത്തിലായിരുന്നില്ല. മറ്റ് ചില സമരങ്ങളാകട്ടെ ഏതെങ്കിലുമൊരു ബൂർഷ്വാപാർട്ടിയുടെ നേതൃത്വത്തിലായിരുന്നുതാനും. ഈ സമരങ്ങളോരോന്നും ഇന്ദിരാഗാന്ധിയുടെ നേതൃത്വത്തിലുള്ള കോൺഗ്രസ് ഗവൺമെന്റിനെ തുറന്നുകാട്ടുന്നതും അതിനെതിരായ പോരാട്ടവുമായിരുന്നു. വികസിച്ചുവന്ന പ്രതിപക്ഷ ഐക്യത്തിന്റെ ഭാഗവുമായിരുന്നു അത്.

ആദ്യം വലിയ പ്രക്ഷോഭം ഉണ്ടായത് ഗുജറാത്തിലായിരുന്നു. വിദ്യാർഥികളുടെ അമർഷവും കോപവും പൊടുന്നനെ പൊട്ടിത്തെറിച്ചതോടെ ആരംഭിച്ച ഗുജറാത്ത് പ്രക്ഷോഭം കോൺഗ്രസ് മന്ത്രിമാരുടെ അഴിമതിക്കെതിരായ ശക്തമായൊരു ബഹുജനപ്രസ്ഥാനമായി വളർന്നു. പിന്നീട് അതിനൊരു കൂട്ടായ നേതൃത്വം ഉടലെടുത്തു. നവനിർമാൺസമിതി എന്ന പേരിൽ അറിയപ്പെട്ട ആ നേതൃത്വം യുവാക്കളും ഊർജസ്വലരുമായ ഒരു കൂട്ടം വിദ്യാർഥി പ്രവർത്തകർ അടങ്ങിയതായിരുന്നു. ഒരു വിഭാഗം കോൺഗ്രസ് നേതാക്കൻമാർ സംഘടനയിൽ തങ്ങളുടെ എതിരാളികളെ നേരിടുന്നതിന് ഈ പ്രക്ഷോഭവും നവനിർമാൺസമിതി എന്ന സംഘടനയും ആയുധമായിക്കണ്ടു. അവർ പ്രക്ഷോഭത്തിന് തങ്ങളുടെ എല്ലാ അനുഗ്രഹങ്ങളും ഒത്താശയും നൽകി. ഈ പ്രക്ഷോഭം ഒടുവിൽ ഒരു കോൺഗ്രസ് മുഖ്യമന്ത്രിയുടെ പതനത്തിലും പുതിയ ഒരു മുഖ്യമന്ത്രിയെ അവരോധിക്കുന്നതിലും ചെന്നെത്തി.

ഗുജറാത്തിനുശേഷം ബിഹാറിലും ഒരു പ്രക്ഷോഭമുണ്ടായി. ഉശിരൻ വിദ്യാർഥികളുടെ അമർഷമായിട്ടാണ് പൊടുന്നനെ അത് പൊട്ടിപ്പുറപ്പെട്ടത്. എന്തായാലും ഗാന്ധിയനായി മാറിയ സോഷ്യലിസ്റ്റ് നേതാവ് ജയപ്രകാശ്നാരായൺ അധികം വൈകുന്നതിന് മുമ്പ് രംഗത്തുവരികയും പ്രക്ഷോഭത്തിന് ശക്തമായ പിന്തുണനൽകുകയും ചെയ്തു. അദ്ദേഹം പ്രക്ഷോഭത്തെ ഇന്ദിരാഭരണത്തിനെതിരായ രാഷ്ട്രീയ സമരമാക്കി.

ഗുജറാത്ത് പ്രക്ഷോഭത്തിൽനിന്ന് വ്യത്യസ്തമായി ബിഹാർ പ്രക്ഷോഭത്തിന് സവിശേഷമായ ഒരു രാഷ്ട്രീയസ്വഭാവം ഉണ്ടായിരുന്നു. അത് എല്ലാ കോൺഗ്രസിതരപാർട്ടികളുടെയും പ്രത്യയശാസ്ത്രങ്ങളുടെ ഒരു സംയോജിതപ്രകടനമായിരുന്നു. ഇപ്പോൾ സർവോദയക്കാരനും മുൻകോൺഗ്രസ് സോഷ്യലിസ്റ്റുമായ അദ്ദേഹത്തിന് ഇടതുപക്ഷത്ത് സി പി ഐ(എം) മുതൽ വലതുപക്ഷത്ത് ജനസംഘം, ആർ എസ് എസ് വരെയുള്ള മുഴുവൻ പ്രതിപക്ഷങ്ങളെയും ഒന്നിച്ചണിനിരത്താൻ കഴിഞ്ഞു.

പ്രകടമായ തൊഴിലാളിവർഗ ചായ്വുണ്ടായിരുന്നതും ഇടതുപക്ഷ നേതൃത്വത്തിലുള്ളതുമായ റെയിൽവെ പണിമുടക്കിൽ നിന്നും ഭാരത്ബന്ദിൽ നിന്നും വ്യത്യസ്തമായി, ഗുജറാത്ത്-ബിഹാർ പ്രക്ഷോഭങ്ങളും, ബിഹാർ പ്രക്ഷോഭത്തിനുള്ള ജെ പി നേതൃത്വവും വർഗേതരമായ ജനാധിപത്യരാഷ്ട്രീയ പ്രശ്നങ്ങൾക്കാണ് മുൻതൂക്കം നൽകിയത്. എന്നിരുന്നാലും, അവ 1971-72ലെ മഹാസഖ്യത്തെപ്പോലെ തികച്ചും പ്രതിലോമപരമായ പരിപാടികളുടെ അടിസ്ഥാനത്തിലുള്ളതായിരുന്നില്ല. ജെ പി, ബിഹാർ പ്രക്ഷോഭം ഏറ്റെടുത്തപ്പോൾ ഉയർത്തിക്കാട്ടിയത് ഉന്നതങ്ങളിലെ അഴിമതി, സർവോദയത്തിന്റെ അടിസ്ഥാനത്തിലുള്ള വിദ്യാഭ്യാസപരിഷ്കാരം, തിരഞ്ഞെടുപ്പ് പരിഷ്കാരം തുടങ്ങിയ പ്രശ്നങ്ങളായിരുന്നു. റെയിൽവെ പണിമുടക്കിനെയും ഭാരത്ബന്ദിനെയും പിന്തുണക്കാൻ വിസമ്മതിച്ച മഹാസഖ്യത്തിന് ജെ പി നേതൃത്വത്തിലുള്ള പ്രക്ഷോഭത്തെ പിന്തുണക്കാൻ കഴിയുമെന്നുവന്നു.

ബിഹാർ പ്രക്ഷോഭവും അതിന്റെ ജെ പി നേതൃത്വവും പെട്ടെന്ന് ഒരു അഖിലേന്ത്യോ പ്രക്ഷോഭമായി വികസിച്ചു. ഇടതുപക്ഷനേതൃത്വത്തിലുള്ള പണിമുടക്കും കർഷകസമരങ്ങളും അധ്വാനിക്കുന്ന ജനവിഭാഗങ്ങളെ മാത്രം സ്പർശിച്ചുകൊണ്ടുള്ളതായിരുന്നെങ്കിൽ ജെ പി പ്രസ്ഥാനം തൊഴിലാളിവർഗേതരവിഭാഗങ്ങൾ, ഇടത്തരക്കാർ, ബുദ്ധിജീവികൾ എന്നിവരുടെ ഹൃദയവും മനസും ഇളക്കിമറിച്ചു. സംഘടനാ കോൺഗ്രസ്, സ്വതന്ത്രാപാർട്ടി, ജനസംഘം എന്നിവയുടെ നേതൃത്തിലുള്ള ബൂർഷ്വാ പ്രതിപക്ഷശക്തികൾ ജെ പി പ്രസ്ഥാനത്തിൽ പ്രധാനമായും തങ്ങളുടെ ലക്ഷ്യങ്ങൾക്കും നയങ്ങൾക്കും അനുരോധമായ ഒരു പ്രക്ഷോഭം കണ്ടു. ജെ പി പ്രസ്ഥാനം ദശലക്ഷങ്ങളെ ആകർഷിക്കുകയും ഇടതുപക്ഷ പാർട്ടികളുടെ നേതൃത്വത്തിന് പിന്നിൽ അണിനിര

ത്തുകയും ചെയ്തപ്പോൾതന്നെ അത് വിപ്ലവകരമായ മാർഗത്തിലൂടെ വികസിക്കുമെന്ന അപകടമൊട്ടില്ലായിരുന്നുതാനും.

ഈ കാലഘട്ടത്തിലെ സംഭവങ്ങൾ പ്രധാനമന്ത്രി ഇന്ദിരാഗാന്ധിയെ അത്യധികം പ്രയാസത്തിലാക്കി. 1971ലെയും 72ലെയും തകർപ്പൻ തിരഞ്ഞെടുപ്പ് വിജയങ്ങൾക്ക് ശേഷം ആദ്യമായി അവരെ ഒരു പാർലമെന്റേതര ബഹുജനപ്രസ്ഥാനം വെല്ലുവിളിച്ചു. അതിന്റെ നേതാവാകട്ടെ, ഗാന്ധിയൻ വൃത്തങ്ങളിൽ വിനോബ ഭാവെക്ക് തൊട്ടടുത്ത വ്യക്തിയായി അറിയപ്പെട്ടയാളുമായിരുന്നു. അദ്ദേഹത്തിന്റെ നേതൃത്വത്തിലുള്ള പ്രക്ഷോഭം പിന്തിരിപ്പനെന്നുപറഞ്ഞ് തള്ളിക്കളയാൻ ആകുന്നതായിരുന്നില്ല. അദ്ദേഹം ഉന്നയിച്ച പ്രശ്നങ്ങൾ, പ്രക്ഷോഭത്തിൽ അദ്ദേഹം ഉപയോഗിച്ച ഭാഷ, അദ്ദേഹം സൃഷ്ടിച്ച പൊതുരാഷ്ട്രീയ പരിത:സ്ഥിതി എന്നിവയെല്ലാം അത്രക്ക് ഗാന്ധിയൻരീതിയിലുള്ളതായിരുന്നു. ജെ പി നേതൃത്വത്തിലുള്ള പ്രക്ഷോഭം ഗാന്ധിയൻ ശൈലിയിലായിരുന്നെങ്കിലും അത് ജനങ്ങളെ-വലത്തെ അറ്റംമുതൽ ഇടത്തെ അറ്റംവരെയുള്ള ചിന്താഗതിക്കാരെ-മുഴുവൻ ഇളക്കിമറിച്ചു. സംഘടനാകോൺഗ്രസ്, സ്വതന്ത്രാപാർട്ടി, ജനസംഘം എന്നീ മൂന്ന് ബൂർഷ്വാ പ്രതിപക്ഷകക്ഷികൾ ജെ പി പ്രസ്ഥാനത്തിന് പിന്തുണയായുണ്ടെന്ന വസ്തുത പ്രക്ഷോഭത്തെ ആക്രമിക്കുന്നതിന് അവർ ആയുധമാക്കി. ഈ സാഹചര്യം രാഷ്ട്രീയമായി പരമാവധി മുതലെടുക്കാൻ അവർക്ക് കഴിഞ്ഞു. രാജ്യത്തെ ജനാധിപത്യപരമായി തിരഞ്ഞെടുക്കപ്പെട്ട ഗവൺമെന്റിനെ അസ്ഥിരീകരിക്കാൻ " സാമ്രാജ്യത്വ പിന്തുണയോടെ പിന്തിരിപ്പൻമാർ നടത്തുന്ന ഗൂഢാലോചനയാണെന്ന് പറഞ്ഞ്" ജെ പി പ്രസ്ഥാനത്തെ അപലപിക്കാനും അവർക്ക് വളരെവേഗം കഴിഞ്ഞു.

പ്രധാനമന്ത്രി ഇന്ദിരാഗാന്ധിക്കും ഭരണകക്ഷിയായ കോൺഗ്രസ് പാർട്ടിയിലെ അവരുടെ സഹപ്രവർത്തകർക്കും സി പി ഐയിൽ ശക്തമായൊരു സഖ്യശക്തിയുണ്ടായിരുന്നു. ജെ പി പ്രസ്ഥാനത്തെ സി പി ഐ നേതാക്കൻമാർ 'ഫാസിസ്റ്റായി' അടച്ചാപേക്ഷിച്ചു. രാജ്യത്തിന്റെ ഏതെങ്കിലും ഭാഗത്ത് അവർക്കുണ്ടായിരുന്ന സംഘടിതമായ, എത്ര നിസാരമായ രാഷ്ട്രീയ പിന്തുണയും അധ്വാനിക്കുന്ന ജനവിഭാഗങ്ങളിൽ ജെ പി പ്രസ്ഥാനത്തിന്റെ സ്വാധീനത്തിനെതിരെ അവർ എടുത്തുപയോഗിച്ചു. പശ്ചിമബംഗാളിൽ അർധഫാസിസ്റ്റ് ഭീകരവാഴ്ച അടിച്ചേൽപ്പിക്കുന്നതിൽ നിന്ന് രാജ്യത്തുടനീളം അടിയന്തരാവസ്ഥ ഏർപ്പെടുത്തുന്നതിലേക്ക് പ്രധാനമന്ത്രി ഇന്ദിരാഗാന്ധി നീങ്ങിയ സമയത്ത് പട്നയിൽ "ഫാസിസ്റ്റ് വിരുദ്ധ സമ്മേളനം" പോലും സി പി ഐ സംഘടിപ്പിച്ചു.

ആരംഭത്തിൽ സി പി ഐ (എം)തന്നെ രണ്ട് ചിന്തയിലായിരുന്നു. കോൺഗ്രസ് വാഴ്ചക്കെതിരെ വിപുലമായി അധ്വാനിക്കുന്ന ജനങ്ങൾ അണിനിരന്ന ആദ്യത്തെ പ്രക്ഷോഭമായിരുന്നു ഇതെന്നായിരുന്നു ഒരു

ചിന്താഗതി. റെയിൽവെ പണിമുടക്കിലും ഭാരത്ബന്ദിലും അണിനിരത്താൻ കഴിയാതിരുന്നവരെ ഗുജറാത്തിലും ബിഹാറിലും മറ്റ് സംസ്ഥാനങ്ങളിലും മേഖലകളിലും പടർന്നുപിടിച്ചുകൊണ്ടിരുന്ന ജെ പി പ്രസ്ഥാനം അണിനിരത്തി. ഇടതുപക്ഷ നേതൃത്വത്തിലുള്ള റെയിൽവെ പണിമുടക്കും ഭാരത്ബന്ദും പോലെ ജെ പി പ്രസ്ഥാനം അധ്വാനിക്കുന്ന ജനവിഭാഗങ്ങളുടെ ജീവിതത്തെയും തൊഴിലിനെയും ബാധിക്കുന്ന ഏതെങ്കിലും വർഗസ്വഭാവമുള്ള പ്രശ്നങ്ങളോ ജനകീയ പ്രശ്നങ്ങളോ ഏറ്റെടുത്തില്ല. മാത്രമല്ല ബിഹാറിൽനിന്ന് രാജ്യത്തിന്റെ ഇതരഭാഗങ്ങളിലേക്ക് ജെ പി പ്രസ്ഥാനം അതിവേഗം വ്യാപിച്ചത് ബൂർഷ്വാ പ്രതിപക്ഷപാർട്ടികൾക്ക് ആധികാരികതയും പ്രസ്ഥാനത്തിൽ സ്വാധീനവും ആർജിക്കാൻ സഹായിച്ചു. ജെ പി പ്രസ്ഥാനത്തിൽ ബൂർഷ്വാ പ്രതിപക്ഷ പാർട്ടികൾക്കുണ്ടായ വർധമാനമായ സ്വാധീനം നിർവീര്യമാക്കിയെങ്കിൽ മാത്രമേ അതിന് ഒരു ഉശിരൻ ബഹുജനപ്രസ്ഥാനമാകാൻ കഴിയുമായിരുന്നുള്ളൂ.

ഇപ്രകാരം ജെ പി പ്രസ്ഥാനത്തോടുള്ള സമീപനത്തിന്റെ കാര്യത്തിൽ സി പി ഐ(എം) നേതൃത്വത്തിൽ രണ്ട് വീക്ഷണങ്ങളുണ്ടായിരുന്നു. ജെ പി പ്രസ്ഥാനത്തോടുള്ള ശരിയായ സമീപനം ചില വർഗപരമായ പ്രശ്നങ്ങൾ അദ്ദേഹത്തിന് ഏറ്റെടുക്കാനും സംഘടനാകോൺഗ്രസ്, ജനസംഘം, സ്വതന്ത്രാപാർട്ടി എന്നിവയുടെ കൂട്ടുകെട്ടായ പിന്തിരിപ്പൻ മഹാസഖ്യത്തിന്റെ ദ്രോഹകരമായ സ്വാധീനം നിർവീര്യമാക്കുന്നതിനും സഹായിക്കുമെന്നതായിരുന്നു ഒരു വീക്ഷണം. എന്തൊക്കെയായാലും ജെ പി ഒരു ബൂർഷ്വാനേതാവായിരുന്നു എന്നും അദ്ദേഹം ഇടതുപക്ഷത്തോട് ഒത്തുപോകുന്നതിനേക്കാൾ ബൂർഷ്വാ പ്രതിപക്ഷത്തോടൊപ്പം പോകാനേ തരമുള്ളൂ എന്നുമായിരുന്നു രണ്ടാമത്തെ വീക്ഷണം. ഈ രണ്ടാമത്തെ വീക്ഷണം, കോൺഗ്രസ്(ഇ)യെയും ജെ പി പ്രസ്ഥാനത്തെയും ഒരുപോലെ എതിർക്കുന്നിടത്തേക്ക് സി പി ഐ(എം)നെ കൊണ്ടെത്തിക്കുമായിരുന്നു.

ഈ പ്രശ്നത്തിൽ ഒരു തീരുമാനത്തിലെത്തുന്നതിന് മുമ്പ് രണ്ട് നിലപാടുകളും സംബന്ധിച്ച് ഏറെ ചർച്ചയുണ്ടായി. ചില കാര്യങ്ങളിൽ അഭിപ്രായം മാറ്റിവച്ചുകൊണ്ട് ജെ പി പ്രസ്ഥാനത്തെ പിന്തുണക്കുന്ന വ്യക്തമായൊരു നയം പാർട്ടി സ്വീകരിച്ചു. തീരുമാനമെടുത്തുകഴിഞ്ഞാൽ പാർട്ടിക്ക് കേന്ദ്രത്തിലും സംസ്ഥാനങ്ങളിലും ജനങ്ങളുടെ മുമ്പിൽ ജെ പി പ്രസ്ഥാനത്തിന്റെ സ്വതന്ത്ര പിന്തുണക്കാരായി പ്രത്യക്ഷപ്പെടാൻ എളുപ്പമായിരുന്നു.

ഈ രാഷ്ട്രീയ പശ്ചാത്തലത്തിലാണ് ജെ പി തന്റെ പ്രസ്ഥാനത്തിന്റെ സന്ദേശത്തിന്റെ പ്രചരണാർഥം നടത്തിയ അഖിലേന്ത്യാപര്യടനത്തിന്റെ ഭാഗമായി കേരളം സന്ദർശിച്ചത്. ജെ പി തിരുവനന്തപുരം വിമാനത്താവളത്തിലിറങ്ങുമ്പോൾ വമ്പിച്ച കരിങ്കൊടി പ്രകടനം സംഘടിപ്പിക്കുമെന്ന് സി പി ഐ(എം) വിരുദ്ധമുന്നണിയിലെ സി പി ഐയും

സഖ്യശക്തികളും പ്രഖ്യാപിച്ചു. ജെ പിയെ സ്വാഗതം ചെയ്തുകൊണ്ടുള്ള വമ്പിച്ച പ്രകടനങ്ങൾകൊണ്ട് സി പി ഐ(എം) അതിനെ തിരിച്ചടിച്ചു. എതിരാളികൾ പിടിക്കുന്ന ഓരോ കരിങ്കൊടിക്കും എതിരെ നൂറുകണക്കിന് ചെങ്കൊടികൾ പാറിക്കാനാണ് പരിപാടിയിട്ടത്. ഫലമോ, ജെ പി ഇറങ്ങേണ്ടിയിരുന്ന വിമാനത്താവളം രക്തപതാകകൾ കൊണ്ടുള്ള ചെങ്കടലായി മാറി. കരിങ്കൊടി പ്രകടനത്തിന് ആഹ്വാനം ചെയ്തിരുന്നവർ പരിപാടി ഉപേക്ഷിക്കുന്നതാണ് മാനമെന്ന് തീരുമാനിച്ചു.

കൽക്കത്തയിലും സി പി ഐ(എം)ഉം സഖ്യശക്തികളും ജെ പിയെ സ്വാഗതംചെയ്തുകൊണ്ട് വമ്പിച്ച പ്രകടനങ്ങൾ സംഘടിപ്പിക്കുകയുണ്ടായി. തികച്ചും ഒരു പുതിയ പരിതഃസ്ഥിതിയാണ് ഇപ്രകാരം സംജാതമായിക്കൊണ്ടിരുന്നത്. ജെ പി പ്രസ്ഥാനവുമായി ലയിച്ചുചേരുകയാണ് ബൂർഷ്വാ പ്രതിപക്ഷകക്ഷികൾ ചെയ്തിരുന്നതെങ്കിൽ, സി പി ഐ(എം)അതിന്റെ സ്വതന്ത്രമായ വ്യക്തിത്വം നിലനിർത്തുകയാണുണ്ടായത്. പ്രക്ഷോഭത്തിൽ ഉയർത്തുന്ന പ്രശ്നങ്ങൾ സംബന്ധിച്ചും അതിനായി സംഘടിപ്പിക്കുന്ന പ്രക്ഷോഭത്തിന്റെ രീതിയെക്കുറിച്ചും മൂർത്തമായ അഭിപ്രായങ്ങൾ ഉണ്ടെന്ന് പാർട്ടി വ്യക്തമാക്കുകയും ചെയ്തു. അങ്ങനെ പ്രധാനമന്ത്രി ഇന്ദിരാഗാന്ധിയുടെ അമിതാധികാര നീക്കത്തിനെതിരെ രാജ്യവ്യാപകമായ ഒരു യോജിച്ച പ്രക്ഷോഭത്തിനുള്ള അടിത്തറയൊരുങ്ങി. അതിൽ സി പി ഐ(എം) തനതായ വ്യക്തിത്വം നിലനിർത്തുകയും ചെയ്തു.

55

ആഭ്യന്തര അടിയന്തരാവസ്ഥ

റെയിൽവെ പണിമുടക്കോ ഭാരതബന്ദോ ജെ പി പ്രസ്ഥാനമോ ഇന്ദിരാഗാന്ധിയെ പ്രധാനമന്ത്രിപദത്തിൽ നിന്ന് ഇളക്കിയില്ല. എന്നാൽ അവർക്കെതിരെ ഒരു തിരഞ്ഞെടുപ്പ് കേസിലുണ്ടായ അലഹബാദ് ഹൈക്കോടതിവിധി അതുതന്നെ ചെയ്തു.

ശ്രീമതി ഗാന്ധി പ്രധാനമന്ത്രിയായി തുടരുന്നതിന് ഒരു വിലക്കുമുണ്ടായില്ല. കാരണം പാർലമെന്റിൽ അംഗമല്ലാത്ത ആർക്കും ആറു മാസം മന്ത്രിയായിരിക്കാവുന്നതാണ്. സുപ്രീംകോടതിയിൽ കൊടുത്ത അപ്പീലിൻമേലുണ്ടായ ജസ്റ്റിസ് കൃഷ്ണയ്യരുടെ വിധിയിൽ നിയമപരമായ ഈ നില പ്രത്യേകം പരാമർശിക്കപ്പെട്ടിരുന്നു. പാർലമെന്റിലെ ഒരു അംഗമല്ലാതെ പ്രധാനമന്ത്രിയായി തുടരുന്നത് അവരെ സംബന്ധിച്ചിടത്തോളം രാഷ്ട്രീയമായി അഭികാമ്യമാണോ എന്നതായിരുന്നു പ്രശ്നം.

അതുകൊണ്ടുതന്നെ അവർ താൽക്കാലികമായി പ്രധാനമന്ത്രിപദം ഒഴിയണമെന്നും കേസ് അവസാനമായി തീർപ്പായശേഷം തിരിച്ചുവരാവുന്നതാണെന്നും നിർദേശിക്കപ്പെട്ടു. ഇന്ദിരാഗാന്ധിയെ സംബന്ധിച്ചിടത്തോളം താൽക്കാലികമായി അധികാരമൊഴിയുന്നത് പോലും വിപദ് സാധ്യതയുള്ളതായിരുന്നു. അവർ എന്തായാലും, ആ നിർദേശം തള്ളിക്കളഞ്ഞു. ഇന്ദിരാഗാന്ധിയും അവരുടെ ഉറ്റ സഹപ്രവർത്തകരും ഉപദേശകരും തമ്മിൽ ധൃതിപിടിച്ച ചർച്ചകൾ നടന്നു. ഒടുവിൽ രാജ്യത്ത് ഒരു അടിയന്തരാവസ്ഥ ഏർപ്പെടുത്താൻ തീരുമാനമായി. 1975 ജൂൺ25-26 അർധരാത്രി അടിയന്തരാവസ്ഥ പ്രഖ്യാപിച്ചു.

ആഭ്യന്തര അടിയന്തരാവസ്ഥ പ്രഖ്യാപിക്കുന്ന സമയത്ത് മറ്റൊരു അടിയന്തരാവസ്ഥ പ്രാബല്യത്തിലിരിക്കുകയായിരുന്നു. 1962-ൽ ചൈനീസ് സേന ഇന്ത്യയുടെ അതിർത്തി കടക്കുകയും ഇരുരാജ്യ

ങ്ങളും തമ്മിൽ യുദ്ധം പ്രഖ്യാപിക്കുകയും ചെയ്ത പരിത:സ്ഥിതിയിലാണ് ആ അടിയന്തരാവസ്ഥ പ്രഖ്യാപിച്ചത്. അടിയന്തരാവസ്ഥയുടെ വ്യവസ്ഥകൾ അനുസരിച്ച് ആയിരത്തിൽപരം കമ്യൂണിസ്റ്റ് പ്രവർത്തകരെ, ചൈനാപക്ഷപാതികളെന്ന് മുദ്രയടിക്കപ്പെട്ട സി പി ഐ അംഗങ്ങളെ അറസ്റ്റ്ചെയ്ത് വിചാരണ കൂടാതെ തടങ്കലിലാക്കിയത് നാം കണ്ടു. അതിൽ ബഹുഭൂരിപക്ഷം പേരെയും ഏതാനും വർഷങ്ങൾക്ക് ശേഷവും മറ്റുള്ളവരെ അതിനെത്തുടർന്നും മോചിപ്പിച്ചുവെങ്കിലും അടിയന്തരാവസ്ഥ ഔപചാരികമായി പിൻവലിക്കപ്പെട്ടിരുന്നില്ല. വിദേശ ഭീഷണി നേരിടാനെന്ന പേരിലാണ് 'ബാഹ്യമായ' അടിയന്തരാവസ്ഥ എന്ന മുൻ അടിയന്തരാവസ്ഥ പ്രഖ്യാപിച്ചിരുന്നതെങ്കിൽ പുതിയ അടിയന്തരാവസ്ഥയെ 'ആഭ്യന്തര' അടിയന്തരാവസ്ഥ എന്നാണ് വിളിച്ചത്.

ഇവ രണ്ടും തമ്മിലുള്ള വ്യത്യാസം കേവലം ഔപചാരികമായിരുന്നില്ല. ഉദാരമനസ്കരായ വ്യക്തികൾക്കുപോലും 'ബാഹ്യമായ' അടിയന്തരാവസ്ഥയുടെ പ്രസക്തി മനസിലാക്കാൻ കഴിഞ്ഞിരുന്നു. കാരണം അത് വിദേശഭീഷണി നേരിടാൻ ഉദ്ദേശിച്ചുകൊണ്ടുള്ളതായിരുന്നു. പക്ഷേ 'ആഭ്യന്തരമായ' ഭീഷണിയുടെ പേരിൽ ജനങ്ങളുടെ പൗരാവകാശങ്ങളും ജനാധിപത്യാവകാശങ്ങളും വെട്ടിച്ചുരുക്കുന്നത് അവർക്ക് ദഹിച്ചില്ല. അതിനെ എതിർക്കാതിരിക്കാനും അവർക്ക് കഴിഞ്ഞില്ല. 'ബാഹ്യമായ' ഭീഷണി രാജ്യത്തെയും ജനങ്ങളെ ആകെയുമാണ് നേരിട്ടതെങ്കിൽ 'ആഭ്യന്തരമായ' ഭീഷണി രാജ്യത്തെ ഗവൺമെന്റിന് മാത്രമേ ആപത്തുണ്ടാക്കിയുള്ളു. ആദ്യത്തെ അടിയന്തരാവസ്ഥയുടെ കാര്യത്തിൽ പൗരാവകാശങ്ങളിലും ജനാധിപത്യാവകാശങ്ങളിലുമുള്ള ചില നിയന്ത്രണങ്ങൾ ഗവൺമെന്റിന്റെ ശത്രുക്കൾപോലും അംഗീകരിക്കുന്നവയായിരുന്നു. എന്നാൽ ജനങ്ങളിൽ നിന്നുയർന്ന അമർഷത്തിൽ നിന്ന് നിലവിലുള്ള ഗവൺമെന്റിനെ രക്ഷിക്കാൻവേണ്ടി മേൽസൂചിപ്പിച്ച പ്രകാരമുള്ള നിയന്ത്രണങ്ങൾ അടിച്ചേൽപ്പിക്കുന്നത് ആത്മാഭിമാനമുള്ള ആർക്കും വെച്ചുപൊറുപ്പിക്കാനാവില്ലായിരുന്നു. അതിനാൽ 'ആഭ്യന്തര' അടിയന്തരാവസ്ഥ പ്രഖ്യാപിച്ചപ്പോൾ വ്യാപകമായ അമർഷവും പ്രതിഷേധവും ഉയർന്നു.

പുതിയ 'ആഭ്യന്തര അടിയന്തരാവസ്ഥ' ജനങ്ങളുടെ പൗരാവകാശങ്ങളുടെയും ജനാധിപത്യാവകാശങ്ങളുടെയും കാര്യത്തിൽ 'ബാഹ്യ അടിയന്തരാവസ്ഥ'യെക്കാൾ വളരെ കൂടുതൽ നിയന്ത്രണങ്ങൾ അടിച്ചേൽപ്പിച്ചിരുന്നു. പൗരസ്വാതന്ത്ര്യങ്ങൾക്കെതിരെ, പാർലമെന്ററി ജനാധിപത്യ സംവിധാനത്തിനെതിരെ തന്നെയുള്ള കടന്നാക്രമണം 'ആഭ്യന്തര അടിയന്തരാവസ്ഥ'യിൽ വളരെയേറെ രൂക്ഷമായിരുന്നു. 'ബാഹ്യ അടിയന്തരാവസ്ഥ' നിലവിലിരുന്നപ്പോൾ, ഇന്ത്യാ-ചൈന അതിർത്തിത്തർക്കം യഥാർഥത്തിൽ അതിന്റെ പാരമ്യത്തിലായിരുന്ന സന്ദർഭത്തിൽപോലും പാർലമെന്റിനെതിരെ പ്രത്യക്ഷമായ ആക്രമണമുണ്ടായില്ല. ജനങ്ങളുടെ പൗരസ്വാതന്ത്ര്യങ്ങൾക്കും ജനാധിപത്യാവകാശ

ങ്ങൾക്കും എതിരായ ഓരോ കടന്നാക്രമണത്തെയും കുറിച്ച് ചർച്ചചെയ്യാനും അത് പരസ്യമാക്കാനും പാർലമെന്റ് അംഗങ്ങൾക്ക് കഴിഞ്ഞിരുന്നു. അംഗങ്ങൾ സഭയിൽ ചെയ്ത പ്രസംഗങ്ങൾ വ്യാപകമായി റിപ്പോർട്ട് ചെയ്യാനും സാധിച്ചിരുന്നു. അതായത് പാർലമെന്ററി സ്ഥാപനങ്ങൾ മിക്കവാറും സാധാരണ ഗതിയിൽതന്നെ അന്ന് പ്രവർത്തിച്ചു. പൂർണമായ പത്രസ്വാതന്ത്ര്യവും ഉണ്ടായിരുന്നു.

അതിന് വിപരീതമായി 'ആഭ്യന്തര' അടിയന്തരാവസ്ഥക്കാലത്ത് ബഹുഭൂരിപക്ഷം പ്രതിപക്ഷ എം പി മാരും അറസ്റ്റ്ചെയ്ത് വിചാരണ കൂടാതെ തടങ്കലിലാക്കപ്പെട്ടിരുന്നു. ജയിലിന് പുറത്തുണ്ടായിരുന്ന ഏതാനും പേർക്ക് ഗവൺമെന്റിന്റെ ദുഷ്ചെയ്തികളെ എതിർക്കാൻ പാർലമെന്റ് വേദി ഉപയോഗിക്കാൻ കഴിഞ്ഞു എന്നത് ശരിയാണ്. പക്ഷേ അവരുടെ പ്രസംഗങ്ങൾ പ്രസിദ്ധീകരിക്കുന്നതിന് പത്രങ്ങൾക്ക് നിരോധനം ഏർപ്പെടുത്തിയിരുന്നു. പാർലമെന്റിന്റെ പ്രവർത്തനങ്ങൾ മരവിപ്പിച്ചു, പ്രശ്നങ്ങൾ തുറന്നുകാട്ടാനും അവയെ എതിർക്കാനുമുള്ള നിയമപരമായ അധികാരം പ്രയോഗിക്കുന്നതിൽ നിന്നും പാർലമെന്റിനെ തടഞ്ഞു.

പത്രങ്ങളുടെമേൽ, പ്രത്യേകിച്ചും പ്രതിപക്ഷ പത്രങ്ങളുടെ മേലുള്ള സെൻസർഷിപ്പ് 'ബാഹ്യ'അടിയന്തിരാവസ്ഥക്കാലത്തെക്കാൾ കൂടുതൽ കർക്കശമായിരുന്നു. ഉദാഹരണത്തിന് പ്രസിദ്ധീകരിക്കേണ്ട സർവവും സെൻസറുടെ പരിശോധനക്ക് സമർപ്പിക്കാൻ കമ്യൂണിസ്റ്റ് പത്രങ്ങളോട് ആവശ്യപ്പെട്ടു. അതിൽ സെൻസർ അംഗീകരിച്ചിട്ടുള്ളവ മാത്രമേ പ്രസിദ്ധീകരിക്കാൻ അനുവദിച്ചിരുന്നുള്ളൂ. ഗവൺമെന്റിനോട് വിമർശനം ഉണ്ടായിരുന്ന കുറെ പ്രസിദ്ധീകരണങ്ങൾ അടിയന്തരാവസ്ഥക്കാലം മുഴുവൻ അടച്ചിട്ടപ്പോൾ കമ്യൂണിസ്റ്റ് പത്രം അടക്കമുള്ള മറ്റ് പത്രങ്ങൾ പ്രതിബന്ധങ്ങൾ ഉണ്ടായിട്ടും പ്രസിദ്ധീകരണം തുടരാൻ തന്നെ തീരുമാനിച്ചു.

1940 മുതൽ 1941 വരെ, നിയമവിരുദ്ധ പ്രസിദ്ധീകരണങ്ങൾ പുറത്തുകൊണ്ടുവരാൻ ഞാൻ ശീലിച്ചിട്ടുണ്ട്. 1948 മുതൽ 1950വരെ നിരവധി പ്രസിദ്ധീകരണങ്ങൾ പുറത്ത് കൊണ്ടുവരുന്നതിൽ ഞാൻ ഏർപ്പെട്ടിരുന്നു. പാർട്ടി നിയമവിരുദ്ധമാക്കപ്പെട്ടിരുന്നപ്പോഴാണ് അവയെല്ലാം പ്രസിദ്ധീകരിച്ചത്. പരസ്യമായ ബന്ധങ്ങൾ ഉപയോഗിച്ച് ഏതാനും ആഴ്ചകൾ ഞങ്ങൾ ഒരു മാസിക നടത്തി. പിന്നീടത് അവസാനിപ്പിച്ചു. അങ്ങനെ ഒന്നുനിൽക്കുമ്പോൾ ഞങ്ങൾ മറ്റൊന്ന് തുടങ്ങി. അങ്ങനെ പലതും. 'ആഭ്യന്തര അടിയന്തരാവസ്ഥ'യിൽ പത്രം പ്രസിദ്ധീകരിക്കാൻ അനുവദിച്ചെങ്കിലും അതിന്റെ പ്രസാധകൻ ആഗ്രഹിക്കുന്നതൊന്നും പ്രസിദ്ധീകരിക്കാൻ അനുവദിക്കുന്നതായിരുന്നില്ല സാഹചര്യം. ഫലത്തിൽ ഗവൺമെന്റ് നിയോഗിച്ച ഒരു സൂപ്പർ എഡിറ്ററുടെ അനുവാദം കൂടാതെ ഒരു വാക്കുപോലും 'ആഭ്യന്തര അടിയന്തരാവസ്ഥ'ക്കാലത്ത് അച്ചടിക്കാൻ കഴിഞ്ഞിരുന്നില്ല.

ഈ സന്ദർഭത്തിൽ സി പി ഐ(എം)ന്റെ മലയാളം മുഖപത്രമായ *ദേശാഭിമാനി* ദിനപത്രത്തെ സംബന്ധിച്ച രസകരമായ ഒരു സംഭവം ഞാൻ ഇവിടെ അനുസ്മരിക്കട്ടെ. അച്ചടിക്കേണ്ട ഓരോ വരിയും ഓരോ പദവും സെൻസർ അന്ന് സൂക്ഷ്മപരിശോധന നടത്തേണ്ടതുണ്ടായിരുന്നു. എന്നാൽ ഈ കാലഘട്ടത്തിൽ ഞാൻ എഴുതിക്കൊണ്ടിരുന്ന ചരിത്രകൃതിയുടെ ഒരു ഭാഗം പ്രസിദ്ധീകരിക്കാൻ സെൻസർ പൊതുവായൊരു അനുവാദം നൽകിയിരുന്നതിനാൽ *ഇന്ത്യൻ സ്വാതന്ത്ര്യസമര പ്രസ്ഥാനത്തിന്റെ ചരിത്രം* ഞാൻ തുടർച്ചയായി എഴുതാൻ തുടങ്ങി. അത് സൂക്ഷ്മപരിശോധന കൂടാതെ പ്രസിദ്ധീകരിക്കാൻ സെൻസർ സമ്മതിക്കുകയും ചെയ്തു. ഞാൻ അത് തുടർന്നെഴുതുകയും രണ്ടാഴ്ചയിലൊരിക്കൽ പ്രസിദ്ധീകരിക്കുകയും ചെയ്തു. അടിയന്തരാവസ്ഥ അടിച്ചേൽപ്പിക്കപ്പെട്ട് ഏതാനും മാസങ്ങൾക്ക് ശേഷം ആരംഭിച്ച ഈ ലേഖനപരമ്പര അടിയന്തരാവസ്ഥയുടെ അവസാനത്തോടെ മിക്കവാറും അവസാനിക്കുകയും ചെയ്തു. ഈ ലേഖനങ്ങൾ പിന്നീട് പരിഷ്കരിച്ച് മലയാളത്തിൽ ഒരു പുസ്തകമായി പ്രസിദ്ധീകരിച്ചു. അത് പിന്നീട് ഇംഗ്ലീഷിലേക്ക് വിവർത്തനം ചെയ്യപ്പെടുകയുമുണ്ടായി.

ആ സാഹചര്യങ്ങളിൽ പാർട്ടി പത്രം നടത്തിക്കൊണ്ടുപോവുക ശ്രമകരമായ ഒരു പണിയായിരുന്നു. സെൻസറുടെ ദിനംപ്രതിയുള്ള സൂക്ഷ്മപരിശോധന നടത്തിക്കിട്ടാൻ യാതന സഹിച്ച സഖാക്കൾ ജയിലിലും ഒളിവിലും കഴിഞ്ഞ സഖാക്കളെപ്പോലെതന്നെ പാർട്ടിയെ സേവിച്ചവരാണ്. കാരണം ഓരോ ദിവസവും പത്രംപുറത്തുകൊണ്ടുവരുന്ന ജോലി പാർട്ടിയെ സജീവമായി നിലനിർത്തുന്നതിന്റെ ഭാഗമായിരുന്നു. സെൻസർ അടിച്ചേൽപ്പിച്ച നിയന്ത്രണങ്ങളെല്ലാം ഉണ്ടായിട്ടും നൂറുകണക്കിന് സഖാക്കൾ ജയിലിലോ ഒളിവിലോ കഴിഞ്ഞിരുന്ന ഒന്നരവർഷത്തിലേറെക്കാലത്ത് എല്ലാദിവസവും *ദേശാഭിമാനി* പുറത്തുവന്നു കൊണ്ടിരുന്നു എന്നത് പാർട്ടിക്ക് അഭിമാനകരമായ ഒരു കാര്യമായിരുന്നു. ജയിൽജീവിതവും ഒളിവുജീവിതവും സഹിക്കാൻ സന്നദ്ധമായി അടിയന്തരാവസ്ഥയെ വെല്ലുവിളിച്ചതുപോലെ, അതിന്റെ മറ്റൊരു രൂപമാണ് എല്ലാ നിയന്ത്രണങ്ങളും അതിജീവിച്ച് പാർട്ടിപത്രം നിലനിർത്തിപ്പോന്നത്.

'ബാഹ്യമായ അടിയന്തരാവസ്ഥ'യിൽ പാർട്ടിക്കെതിരെ ഗവൺമെന്റ് പ്രത്യക്ഷമായ ആക്രമണം അഴിച്ചുവിട്ടു. ആഭ്യന്തര അടിയന്തരാവസ്ഥയിൽ ഗവൺമെന്റിന്റെ സമീപനം കുറച്ചുകൂടി വിവേചനപരമായിരുന്നു. പാർട്ടിയെ നേരിട്ട് ആക്രമിച്ചില്ല. ആക്രമണം പ്രധാനമായും വലതുപക്ഷ രാഷ്ട്രീയശക്തികൾക്കെതിരെയാണെന്ന പ്രതീതിയുണ്ടാക്കാൻ ഗവൺമെന്റ് ബോധപൂർവം ശ്രമിച്ചു. ഉദാഹരണത്തിന് സി പി ഐ(എം)ന്റെ പ്രശസ്ത നേതാക്കളായ ജ്യോതിബസു, പാർലമെന്ററി ഗ്രൂപ്പിന്റെ നേതാവായ എ കെ ഗോപാലൻ എന്നിവർ ഉൾപ്പെടെയുള്ള കുറച്ചുപേരെ സ്വതന്ത്രമായി വിട്ടു. അടിയന്തരാവസ്ഥ അവസാ

നിക്കാറായപ്പോൾ മാത്രമാണ് എന്നെ അറസ്റ്റ് ചെയ്തത്. അതേസമയം ഇടത്തട്ടിലുള്ളവരും ലോക്കൽ നിലവാരത്തിലുള്ളവരുമായ വളരെയധികം സഖാക്കളെ രാജ്യത്തുടനീളം അറസ്റ്റ് ചെയ്യുകയോ അവർക്ക് ഒളിവിൽ പോകേണ്ടിവരികയോ ചെയ്തു. സ്വതന്ത്രമായി സഞ്ചരിക്കുവാൻ അനുവാദമുണ്ടായിരുന്നവർക്കുപോലും സാധാരണ രാഷ്ട്രീയ പ്രവർത്തനം അസാധ്യമാക്കിയിരുന്നു. കാരണം പൊതുയോഗങ്ങൾ നിരോധിച്ചിരുന്നു. ഹാൾ മീറ്റിങ്ങുകൾ പോലും നടത്താൻ പലപ്പോഴും അനുവദിച്ചിരുന്നില്ല. മൈക്രോഫോണോ ആംപ്ലിഫയറോ ഒരു സാഹചര്യത്തിലും ഉപയോഗിക്കാൻ കഴിഞ്ഞില്ല.

ഈ വ്യവസ്ഥകൾക്കൊന്നും നമുക്ക് ചെയ്യാൻ കഴിയുന്നതിനെയൊന്നും തടയാനായില്ല. കേരളത്തിലുടനീളം മൈക്ക് കൂടാതെ പ്രസംഗിച്ച എണ്ണമറ്റ യോഗങ്ങൾ ഞാൻ ഓർക്കുന്നു. അത്തരം യോഗങ്ങൾ അടിയന്തരാവസ്ഥയിലെ പ്രത്യേകാധികാരങ്ങളെ ധിക്കരിക്കുന്ന ഒരു രൂപമായിരുന്നു.

അടിയന്തരാവസ്ഥ വലതുപക്ഷ പിന്തിരിപ്പൻ ശക്തികൾക്കെതിരെയാണെന്ന പ്രതീതി ജനിപ്പിക്കാൻ ഗവൺമെന്റ് നടത്തിയ ശ്രമങ്ങൾ മൂലം 'ആഭ്യന്തര അടിയന്തരാവസ്ഥ'ക്കെതിരായ ചെറുത്തുനിൽപ്പ് 'ബാഹ്യഅടിയന്തരാവസ്ഥ'ക്കെതിരായ ചെറുത്തുനിൽപ്പിനേക്കാൾ കൂടുതൽ വ്യാപകമായിരുന്നു. ചൈനാവിരുദ്ധ നിലപാടെടുത്ത കമ്യൂണിസ്റ്റിതരരും കമ്യൂണിസ്റ്റുകാരിലെ വിവിധ വിഭാഗങ്ങളും 'ബാഹ്യ അടിയന്തരാവസ്ഥ'ക്കാലത്ത് അടിയന്തരാവസ്ഥ വിരുദ്ധ നിലപാട് കൈക്കൊണ്ടിരുന്നില്ല. നേരെമറിച്ച് പുതിയ 'ആഭ്യന്തരഅടിയന്തരാവസ്ഥ' കമ്യൂണിസ്റ്റുകാരല്ലാത്ത വിപുലമായ വിഭാഗങ്ങളെയും അതിനെതിരായ പോരാട്ടത്തിൽ അണിനിരത്തി. സംഘടനാകോൺഗ്രസും ജനസംഘവും ആർ എസ് എസുമെല്ലാം ഈ അടിയന്തരാവസ്ഥക്കെതിരെ സജീവമായി രംഗത്ത് വന്നു. ''ബാഹ്യഅടിയന്തരാവസ്ഥ"ക്കാലത്ത് ചൈനാവിരുദ്ധവും അടിയന്തരാവസ്ഥക്ക് അനുകൂലവുമായ നിലപാടെടുക്കുകയും 'ആഭ്യന്തര അടിയന്തരാവസ്ഥയെ' ആദ്യം അനുകൂലിക്കുകയും ചെയ്തവരാണ് സി പി ഐയുടെ നേതാക്കൻമാർ. അവർപോലും ആഭ്യന്തര അടിയന്തരാവസ്ഥയുടെ അവസാനഘട്ടത്തിൽ നഗ്നമായ ജനവിരുദ്ധ വാഴ്ച എന്നു പറഞ്ഞ് അതിനെതിരെ രൂക്ഷമായ വിമർശനവുമായി രംഗത്ത് വന്നു.

അടിയന്തരാവസ്ഥയുടെ മറവിൽ പ്രധാനമന്ത്രിക്ക് ചുറ്റും "ഭരണഘടനാ ബാഹ്യ അധികാരശക്തി" എന്ന് വിശേഷിപ്പിക്കപ്പെട്ട ഒരു ഉപജാപകസംഘം നിലവിൽ വന്നതാണ് സി പി ഐയുടെ നിലപാടിൽ വന്ന മാറ്റത്തിന് കാരണം. ഈ ഉപജാപകസംഘത്തിന്റെ നേതാവ് ഇന്ദിരാഗാന്ധിയുടെ ഇളയപുത്രൻ സഞ്ജയ്ഗാന്ധി ആയിരുന്നു. ഈ ഭരണഘടനാ ബാഹ്യശക്തിയുടെ നെറികെട്ട പ്രവൃത്തികൾ ഉയർത്തിയ ബഹുജനരോഷം കൂടുതൽ കൂടുതൽ ജനങ്ങളെ ഈ സ്വേച്ഛാധിപത്യ

വാഴ്ചക്കെതിരെ അണിനിരത്തി. ആ ഘട്ടമെത്തിയപ്പോൾ ആഭ്യന്തരഅടിയന്തരാവസ്ഥക്ക് പിന്തുണ എന്നതിൽനിന്ന് എതിർപ്പ് എന്ന പരിമിതമായ ഒരു മാറ്റം സി പി ഐ നേതൃത്വം തങ്ങളുടെ നിലപാടിൽ വരുത്തി.

രാജ്യത്തെ പാർലമെന്ററി ജനാധിപത്യ ഭരണഘടന ഭേദഗതി ചെയ്ത് പ്രസിഡൻഷ്യൽ ഭരണസമ്പ്രദായം സ്ഥാപിക്കാൻ ഗവൺമെന്റ് നടത്തിയ ശ്രമമാണ് അടിയന്തരാവസ്ഥക്കെതിരായ ചെറുത്തുനിൽപ്പ് വ്യാപകമാക്കാനുള്ള മറ്റൊരു ഘടകം. ഒരു രാഷ്ട്രീയ പാർട്ടിയോടും ആഭിമുഖ്യമില്ലാത്ത ബുദ്ധിജീവി വിഭാഗം ഈ ഭേദഗതിക്കെതിരെ കോൺഗ്രസിതര പ്രതിപക്ഷ കക്ഷികളുമായി കൈകോർത്തുപിടിച്ചു. ഈ വിധത്തിൽ ഭരണഘടന ഭേദഗതി ചെയ്യുന്ന ബില്ലിനെതിരായ സംഘടിതമായ എതിർപ്പിനെത്തുടർന്ന് അതുപേക്ഷിക്കാൻ ഗവൺമെന്റ് നിർബന്ധിതമായി. എങ്കിലും ഭരണഘടനക്ക് മറ്റനവധി പിന്തിരിപ്പൻ ഭേദഗതികൾ ഗവൺമെന്റ് വരുത്തുകതന്നെ ചെയ്തു. പിന്നീടവ ജനതാഗവൺമെന്റിന് റദ്ദാക്കേണ്ടിവന്നു.

ഭരണവർഗങ്ങൾ ഒരിക്കലും സ്വമേധയാ അധികാരം വിട്ടൊഴിയുകയില്ല. ജനങ്ങളുടെ ഇച്ഛാശക്തിയെ വെല്ലുവിളിക്കാനും നിയമരാഹിത്യവും അക്രമവും കൊണ്ട് അതിനെ നേരിടാനും അവർ ശ്രമിക്കും. അതിനാൽ എന്ത് അനിശ്ചിതാവസ്ഥയും രാജ്യത്തെ രാഷ്ട്രീയ ജീവിതത്തിലെ ഏത് വളവുതിരിവുകളും അഭിമുഖീകരിക്കാൻ കഴിയുംവിധം ജാഗ്രതയോടെ പ്രവർത്തനങ്ങൾ സംഘടിപ്പിക്കാൻ വിപ്ലവശക്തികൾക്ക് കഴിയേണ്ടതാണ്.

രണ്ട് വർഷത്തോളം നീണ്ടുനിന്ന 'ആഭ്യന്തര അടിയന്തരാവസ്ഥ' സി പി ഐ (എം) പരിപാടി നൽകിയ ഈ താക്കീത് ശരിവെക്കുന്നതാണ്.

ജനാധിപത്യം സംരക്ഷിക്കാനും അമിതാധികാരവാഴ്ച ചെറുക്കാനുമുള്ള പോരാട്ടം പുതിയ മാനങ്ങളിലെത്തിയ ഒരു കാലഘട്ടമായിരുന്നു 'ആഭ്യന്തര അടിയന്തരാവസ്ഥ.' റെയിൽവെ പണിമുടക്കിന്റെയും ഭാരതബന്ദിന്റെയും ജെ പി പ്രസ്ഥാനത്തിന്റെയും സംഘാടകരും അവർക്കൊപ്പം 'ആഭ്യന്തര അടിയന്തരാവസ്ഥ'യുടെ കാളരാത്രികളിൽ ഉജ്വലമായ പ്രക്ഷോഭത്തിലേക്ക് വലിച്ചെറിയപ്പെട്ടവരും എല്ലാം ചേർന്നൊരു മഹാപ്രസ്ഥാനമായി. ഈ പ്രസ്ഥാനമാണ് ഇന്ദിരാ കോൺഗ്രസിനെതിരെ 1977 മാർച്ചിലെ വമ്പിച്ച വോട്ടായി മാറിയത്.

56

1977 - ദേശീയരംഗം

ആയിരത്തിത്തൊള്ളായിരത്തി എഴുപത്തിയേഴ് മാർച്ചിലെ ലോകസഭാ തിരഞ്ഞെടുപ്പ് ദേശീയ രാഷ്ട്രീയ സ്ഥിതിഗതികളിൽ സമൂലമായ മാറ്റം വരുത്തി, 30 വർഷത്തെ കോൺഗ്രസ് ഭരണത്തിനുശേഷം രാഷ്ട്രീയ പാർട്ടികളുടെയും ഗ്രൂപ്പുകളുടെയും ഒരു പുതിയ കൂട്ടുകെട്ട്-ജനതാ പാർട്ടി-അധികാരത്തിൽ വന്നു. സി പി ഐ (എം) ഉം അതിന്റെ ഇടതുപക്ഷ സഖ്യശക്തികളായ ആർ എസ് പിയും ഫോർവേഡ് ബ്ലോക്കും ജനതാ ഗവൺമെന്റിന്റെ പിന്നിൽ അണിനിരന്നതോടെ കോൺഗ്രസ് (ഇ)യുടെ കൂട്ടുകക്ഷിയായ സി പി ഐ ഒഴിച്ച് പ്രതിപക്ഷം ഒന്നടങ്കം ജനതാ ഗവൺമെന്റിന് പിന്തുണ നൽകി.

വ്യത്യസ്ത പാർട്ടികൾ ചേർന്നുണ്ടായ ഒരു കൂട്ടുകെട്ടായിരുന്നു ജനതാ പാർട്ടി. അതിന്റെ ഒരറ്റത്ത് ജനസംഘവും ഒപ്പം അതിന്റെ ആത്മീയ ഗുരുവായ ആർ എസ് എസുമായിരുന്നു. ആക്രമണോത്സുകമായ ഹിന്ദുരാഷ്ട്ര വർഗീയ വാദമാണ് ജനസംഘം ഉയർത്തിപ്പിടിച്ചത്. സാമൂഹ്യ- സാമ്പത്തിക പ്രശ്നങ്ങളിൽ വലതുപക്ഷ പിന്തിരിപ്പൻ നിലപാടും അവർ സ്വീകരിച്ചു. ജനസംഘത്തിന്റെ കൂടെ നിന്നതാകട്ടെ സ്വതന്ത്രാ പാർട്ടിയുമായിരുന്നു. ജവാഹർലാൽ നെഹ്റുവിൽ നിന്നും ഇന്ദിരാഗാന്ധി ഏറ്റുവാങ്ങിയ വിദേശ-ആഭ്യന്തര നയങ്ങളോടുള്ള ശക്തമായ എതിർപ്പായിരുന്നു സ്വതന്ത്രാ പാർട്ടിയുടെ മുഖമുദ്ര. ഇന്ദിരാഗാന്ധിയുടെ നേതൃത്വത്തിലുള്ള കോൺഗ്രസിൽ നിന്ന് ഭിന്നിച്ച് വലതുപക്ഷവേദിയിൽ സ്ഥാനമുറപ്പിച്ച സംഘടനാ കോൺഗ്രസും പുതിയ കൂട്ടുകെട്ടിൽ ഉണ്ടായിരുന്നു. മുൻ യു പി മുഖ്യമന്ത്രി ചരൺസിങ്ങ് രൂപീകരിച്ച ഭാരതീയ ക്രാന്തിദളിനും സ്വതന്ത്രാ പാർട്ടിയുടെയും സംഘടനാ കോൺഗ്രസിന്റെയും രാഷ്ട്രീയ വീക്ഷണം തന്നെയാണുണ്ടായിരുന്നത്.

തികച്ചും വലതുപക്ഷ രാഷ്ട്രീയ സ്വഭാവമുള്ള ഈ രാഷ്ട്രീയ

കൂട്ടുകെട്ടുകൾക്ക് നേരെ വിരുദ്ധമായി പൊതുവേ ഇടതുപക്ഷ രാഷ്ട്രീയ ചായ്‌വുള്ള ചന്ദ്രശേഖറുടെ നേതൃത്വത്തിലുള്ള 'യുവതുർക്കി'കളും ഉൾപ്പെട്ടതായിരുന്നു ജനതാപാർട്ടി. കൂടാതെ ഇടതുപക്ഷ സാമൂഹ്യ-സാമ്പത്തിക പരിപാടിയുള്ള സോഷ്യലിസ്റ്റുകാരും അതിലുണ്ടായിരുന്നു. അവരുടെ കൂറ് ആർ എസ് എസ്, ജനസംഘം, സ്വതന്ത്രാപാർട്ടി, സംഘടനാ കോൺഗ്രസ്,ബി കെ ഡി എന്നിവയോടായിരുന്നു.

ഇവയ്ക്കെല്ലാറ്റിനും പുറമെ ഇന്ദിരാഗാന്ധിയുടെ മന്ത്രിസഭയിൽ അംഗങ്ങളായിരുന്നവരും തിരഞ്ഞെടുപ്പ് അടുത്തുവന്നപ്പോൾ മന്ത്രിസഭയിൽ നിന്ന് രാജിവെച്ച് 'ജനാധിപത്യ കോൺഗ്രസ്' (സി എഫ് ഡി) രൂപീകരിക്കുകയും ജനതയുമായി രാഷ്ട്രീയ പ്രവർത്തനങ്ങൾ ഏകോപിപ്പിക്കുകയും ചെയ്ത ഒരു വിഭാഗം കോൺഗ്രസുകാരുമുണ്ടായിരുന്നു.

ഈ രാഷ്ട്രീയശക്തികൾ തിരഞ്ഞെടുപ്പിൽ സ്വതന്ത്രമായി മത്സരിക്കുകയും എന്നാൽ പരസ്പരം പൂർണമായി സഹകരിക്കുകയും ചെയ്തു. തിരഞ്ഞെടുപ്പിനു ശേഷം ഇവയെല്ലാം ഒരു രാഷ്ട്രീയ പാർട്ടിയായി ലയിച്ച് യുവതുർക്കി നേതാവ് ചന്ദ്രശേഖർ പ്രസിഡന്റായി ജനതാ പാർട്ടിയുണ്ടാവുകയും ചെയ്തു.

വിവിധ ഇടതുപക്ഷേതര രാഷ്ട്രീയ ശക്തികളുടെ ഈ കൂട്ടുകെട്ട് ജനതാ കൂട്ടുകെട്ടാവുകയും അതിന് സി പി ഐ (എം)ഉം അതിന്റെ രണ്ട് അഖിലേന്ത്യാ സഖ്യശക്തികളും (ആർ എസ് പി, ഫോർവേഡ് ബ്ലോക്ക്) പിന്തുണ നൽകുകയും ചെയ്തതോടെ രൂപം കൊണ്ട ജനതാ തരംഗം ലോകസഭയിൽ ബഹുഭൂരിപക്ഷം സീറ്റുകളും തൂത്തുവാരി.

ഈ പുതിയ കൂട്ടുകെട്ടിന് അതിന്റേതായ പരിമിതികളും പ്രത്യയശാസ്ത്രപരവും രാഷ്ട്രീയവും അതുപോലെ തന്നെ പ്രായോഗികവുമായ ദൗർബല്യങ്ങളും ഉണ്ടായിരുന്നു. ജനതാ പാർട്ടിയിലെ ഒരു വിഭാഗത്തിന് (സി എഫ് ഡി, യുവതുർക്കികൾ, സോഷ്യലിസ്റ്റുകാർ എന്നിവർക്ക്) ഇടതുപക്ഷസ്വഭാവമോ മധ്യവർത്തി രാഷ്ട്രീയമോ ആണുണ്ടായിരുന്നത്. അതേസമയം ബി കെ ഡി, സംഘടനാ കോൺഗ്രസ്, സ്വതന്ത്രാപാർട്ടി എന്നിവ പ്രത്യക്ഷമായും വലതുപക്ഷക്കാരായിരുന്നു. പ്രത്യയശാസ്ത്രപരമായ പ്രശ്നങ്ങൾക്ക് കാരണം മേൽപ്പറഞ്ഞ രാഷ്ട്രീയ സ്വഭാവമായിരുന്നു. ജനസംഘം രാഷ്ട്രീയമായി വലതുപക്ഷത്തോടൊപ്പമായിരുന്നു. അതിന് പ്രകടമായും ഒരു ഹിന്ദു പുനരുദ്ധാരണ സ്വഭാവവും കൂടിയുണ്ടായിരുന്നു. ഇക്കാരണങ്ങളാൽ കാര്യക്ഷമമായ ഒരു രാഷ്ട്രീയ പാർട്ടിയായി പ്രവർത്തിക്കാൻ വേണ്ട രാഷ്ട്രീയ സമന്വയം നേടാൻ വാസ്തവത്തിൽ ജനതാ പാർട്ടിക്ക് സാധ്യമായിരുന്നില്ല.

പ്രത്യയശാസ്ത്രപരമായും രാഷ്ട്രീയമായും പരസ്പരം പൊരുത്തപ്പെടാത്ത വിവിധ പാർട്ടികളും ഗ്രൂപ്പുകളും ചേർന്ന ജനതാപാർട്ടി

യിൽ നേതാക്കൻമാർ തമ്മിലുള്ള വ്യക്തിപരമായ പൊരുത്തക്കേടുകളും കൂടി ഉണ്ടായിരുന്നു. ജനതാ പാർലമെന്ററി പാർട്ടി നേതാവിനെ തിരഞ്ഞെടുക്കാൻ ചേർന്ന പാർട്ടി എം പി മാരുടെ ആദ്യയോഗത്തിൽ തന്നെ മൂന്നു പേർ തങ്ങളുടെ അവകാശവാദവുമായി മുന്നോട്ടുവന്നു. സംഘടനാ കോൺഗ്രസ് നേതാവ് മൊറാർജി ദേശായി, ബി കെ ഡിയുടെ ചരൺസിങ്ങ്, സി എഫ് ഡിയുടെ ജഗ്ജീവൻ റാം എന്നിവരായിരുന്നു അവർ. ജനതാ എം പിമാർക്കിടയിലുണ്ടായ രൂക്ഷമായ ഭിന്നിപ്പ് തിരഞ്ഞെടുപ്പിൽ ഒരു മത്സരം ഒഴിവാക്കുക അസാധ്യമാണെന്ന പ്രതീതി ഉളവാക്കി. എന്തായാലും, ജനതയുടെ തിരഞ്ഞെടുപ്പ് വിജയത്തിന് കാരണക്കാരായവരും എല്ലാവരും ആദരിക്കുന്നവരുമായ രണ്ട് മഹദ്വ്യക്തികളായ ആചാര്യ കൃപലാനിയുടെയും ജയപ്രകാശ് നാരായണന്റെയും ഇടപെടലിന്റെ ഫലമായി അവസാനം തർക്കം പരിഹരിക്കപ്പെട്ടു. മൊറാർജി ദേശായിയെ പ്രധാനമന്ത്രിയായി തിരഞ്ഞെടുത്തു. ഇത് മറ്റു രണ്ട് സ്ഥാനമോഹികളെയും അസംതൃപ്തരാക്കി. അങ്ങനെ ദുഷിച്ച അന്തരീക്ഷത്തിൽ ജനതാ ഗവൺമെന്റും പാർട്ടിയും രണ്ടു വർഷത്തിലധികം പ്രവർത്തിച്ചു.

അന്തരീക്ഷം മലീമസമാക്കിയ നയപരമായ ഒരു പ്രശ്നം ജനതാ പാർട്ടിയും ജനതാപാർട്ടിയിലെ ഒരു ഘടകമായ ജനസംഘത്തിന്റെ മാർഗദർശിയും നേതാവുമായ ആർ എസ് എസും തമ്മിലുള്ള ബന്ധമായിരുന്നു. ആർ എസ് എസിൽപെട്ട ജനനേതാക്കളുടെയും അംഗങ്ങളുടെയും പ്രവർത്തനങ്ങൾ നിയന്ത്രിച്ചിരുന്ന ആർ എസ് എസ് അങ്ങേയറ്റം അച്ചടക്കമുള്ള ഒരു സംഘടനയായതിനാൽ ഒരാൾക്ക് ഒരേ സമയം ജനതാ പാർട്ടിയിലും ആർ എസ് എസിലും അംഗമായിരിക്കാമോ എന്ന പ്രശ്നം ഉന്നയിക്കപ്പെട്ടു. ഏതാനും വർഷങ്ങൾക്ക് ശേഷം മാത്രമാണ് ഈ പ്രശ്നം രൂക്ഷമായതെങ്കിലും ജനതാപാർട്ടി നിലവിൽ വന്ന് ആദ്യത്തെ ആഴ്ചയിൽ തന്നെ ഈ പ്രശ്നം ഉയർന്നിരുന്നു.

ഇരട്ട അംഗത്വം അഥവാ ഒരേ സമയത്ത് ജനതാ പാർട്ടിയിലും ആർ എസ് എസിലും അംഗമായിരിക്കുന്നത് തടയണമെന്ന് ജനതാ നേതൃത്വത്തിൽ ഒരു വിഭാഗം വാദിച്ചു. ഒരു സംഘടനാ പ്രശ്നമായിട്ടാണ് ഔപചാരികമായി ഈ പ്രശ്നം ഉന്നയിക്കപ്പെട്ടതെങ്കിലും പ്രത്യയശാസ്ത്രപരവും രാഷ്ട്രീയവുമായ ഒരു ഉള്ളടക്കം അതിനുണ്ടായിരുന്നു. ജനതാ പാർട്ടി അംഗങ്ങൾ ഒരു ഹിന്ദു വർഗീയ സംഘടനയുടെ അച്ചടക്കത്തിനു വിധേയമായി പ്രവർത്തിക്കുന്നത് ആ പാർട്ടിക്കു ഭൂഷണമായിരുന്നില്ല.

ജനതാ പാർട്ടിയിലെ ആർ എസ് എസ്, ജനസംഘം ശക്തികൾ ഈ കാഴ്ചപ്പാടിനെ എതിർത്തു. ഏത് ജനതാ പാർട്ടി അംഗത്തിനും ആർ എസ് എസിൽ പ്രവർത്തിക്കാൻ അവകാശമുണ്ടെന്ന് അവർ പറഞ്ഞു. ഇതാണ് ഒടുവിൽ ജനതാപാർട്ടിയുടെ പിളർപ്പിൽ എത്തിച്ചത്.

സോഷ്യലിസ്റ്റുകാരിൽ നിന്ന് വ്യത്യസ്തമായി, സി പി ഐ (എം)

ഉം ആർ എസ് പിയും ഫോർവേഡ് ബ്ലോക്കും ജനതാ പാർട്ടിയിൽ ചേർന്നില്ല; ഇന്ദിരാ കോൺഗ്രസിന് പരാജയം സുനിശ്ചിതമാക്കാൻ ജനതയുമായി ഒരു തിരഞ്ഞെടുപ്പ് ധാരണ മാത്രമേ ഉണ്ടായിരുന്നുള്ളൂ. ഇത് ജനതാ ഗവൺമെന്റിനു പിന്തുണ നൽകുന്നതിന് അവർക്ക് തടസമായില്ല. അതേസമയം ജനതാഗവൺമെന്റിനോട് വിയോജിക്കാനും പ്രത്യേക പ്രശ്നങ്ങളിൽ തങ്ങളുമായി അഭിപ്രായവ്യത്യാസമുണ്ടാകുമ്പോൾ എതിർക്കാൻ പോലുമുള്ള സ്വാതന്ത്ര്യം വെച്ചുപുലർത്തുകയും ചെയ്ത ഈ നയം പല നേതാക്കൻമാർക്കും ഇഷ്ടപ്പെട്ടില്ല. അവർ കമ്യൂണിസ്റ്റു പാർട്ടിയോട് ശത്രുതാപരമായ സമീപനം തുടർന്നു.

എങ്കിലും സി പി ഐ (എം)നെയും അതിന്റെ രണ്ട് ഇടതുപക്ഷ സഖ്യശക്തികളെയും ജനതാപാർട്ടിയുടെയും ഗവൺമെന്റിന്റെയും കൂടെ നിർത്തേണ്ടതിന്റെ ആവശ്യകത ജനതാ പാർട്ടിയുടെ മുഖ്യനേതൃത്വം മനസിലാക്കി. ഇടതുപക്ഷത്തുനിന്ന് തിരഞ്ഞെടുപ്പ് പിന്തുണ ലഭിക്കുമെന്നതിനപ്പുറം ജനതാ പാർട്ടിയെ ഇടതുപക്ഷത്തിന്റെ ഒരു മതേതര ജനാധിപത്യ സഖ്യശക്തിയായി കാണാൻ അത് സഹായിക്കുമെന്നതുകൊണ്ടുള്ള നേട്ടവും അവർ കണ്ടു. എങ്കിൽപോലും പല സംസ്ഥാനങ്ങളിലും പ്രദേശങ്ങളിലുമുള്ള ജനതാപാർട്ടി നേതാക്കൻമാരുടെ കമ്യൂണിസ്റ്റ് വിരോധം ഇരുപാർട്ടികളും തമ്മിലുള്ള ബന്ധം വഷളാക്കുകയും ജനതാപാർട്ടിയും ഇടതുപക്ഷവും പ്രാദേശികമായി പരസ്പരം മല്ലടിക്കുന്നതിന് ഇടയാക്കുകയും ചെയ്തു. ആ പരിത:സ്ഥിതിയിലും അഖിലേന്ത്യാ തലത്തിലുള്ള സഹകരണം ഇരുപാർട്ടികളും തുടർന്നു.

പശ്ചിമബംഗാളിൽ 1977 മാർച്ചിലെ ലോകസഭാ തിരഞ്ഞെടുപ്പിൽ ഇടതുപക്ഷമുന്നണിയും ജനതാപാർട്ടിയും തമ്മിൽ സമ്പൂർണധാരണയുണ്ടായി. എന്നാൽ അതിനെ തുടർന്ന് സംസ്ഥാന നിയമസഭയിലേക്ക് തിരഞ്ഞെടുപ്പ് വന്നപ്പോൾ ഇടതുപക്ഷവും ജനതാപാർട്ടിയും എതിർചേരികളിലായി നിന്നു. ഏതാനും മാസങ്ങൾക്ക് ശേഷം ത്രിപുരയിൽ സംസ്ഥാന നിയമസഭയിലേക്ക് തിരഞ്ഞെടുപ്പ് നടന്നപ്പോൾ രണ്ട് ചേരികളും പരസ്പരം മത്സരിച്ചു. രണ്ട് സംസ്ഥാനങ്ങളിലും കോൺഗ്രസിനെയും ജനതാപാർട്ടിയെയും പരാജയപ്പെടുത്തിക്കൊണ്ട് ഇടതുപക്ഷ മുന്നണി വിജയം നേടി.

ഇപ്രകാരം ന്യൂഡൽഹിയിലെ ജനതാ ഗവൺമെന്റിനെ ഇടതുപക്ഷം പിന്തുണച്ചപ്പോൾ (വാസ്തവത്തിൽ ആ ഗവൺമെന്റുണ്ടാക്കുന്നതിന് സഹായിച്ചവരാണവർ) തന്നെ ഇടതുപക്ഷവും ജനതാപാർട്ടിയും തമ്മിലും ഇടതുപക്ഷവും കോൺഗ്രസ് പാർട്ടിയും തമ്മിലും ബംഗാളിലും ത്രിപുരയിലും രൂക്ഷമായ തിരഞ്ഞെടുപ്പ് പോരാട്ടത്തിൽ ഏർപ്പെടുകയുണ്ടായി. ഈ രണ്ട് സംസ്ഥാനങ്ങളിൽ ഇടതുപക്ഷത്തിനുണ്ടായ തിരഞ്ഞെടുപ്പ് വിജയവും ജനതാപാർട്ടിക്ക് ഏൽക്കേണ്ടിവന്ന അപമാനവും ഒരു കാര്യം തെളിയിച്ചു. രാജ്യത്തിന്റെ ചില ഭാഗങ്ങളിലെങ്കിലും

കോൺഗ്രസിനെതിരായ മുഖ്യശക്തി സി പി ഐ(എം)ഉം അതിന്റെ സഖ്യശക്തികളുമാണ്,ജനതാപാർട്ടിയല്ല.

കേരളത്തിൽ ചിത്രം വ്യത്യസ്തം തന്നെയായിരുന്നു. കോൺഗ്രസിനെയും അതിന്റെ(സി പി ഐ അടക്കമുള്ള)കൂട്ടാളികളെയും എതിർത്ത ജനതയും ഇടതുപക്ഷവും ചേർന്ന സഖ്യം പരാജയപ്പെട്ടു. വോട്ടിന്റെ അടിസ്ഥാനത്തിൽ സി പി ഐ(എം)ന് ജനതയേക്കാൾ എത്രയോ മുന്നിലായിരുന്നു സ്ഥാനമെന്നും വ്യക്തമായി.

ജനതാ പാർട്ടി കോൺഗ്രസിനെതിരായ ഒറ്റകക്ഷിയാണെന്ന അവകാശവാദം അസത്യമാണെന്ന് വ്യക്തമായി. ജനതാപാർട്ടി ഒരു ഒറ്റ പാർട്ടിയല്ല. ഇടതുപക്ഷ കക്ഷികളുടെ സഹായം അതിനുപേക്ഷിക്കാൻ കഴിഞ്ഞതുമില്ല. ജനതാപാർട്ടിയിലെ ഘടകങ്ങൾ തമ്മിലുള്ള രാഷ്ട്രീയ വൈരുധ്യങ്ങളും അതിന്റെ നേതാക്കൻമാർ തമ്മിലുള്ള മത്സരവും മൂലം കോൺഗ്രസ് (ഇ)ക്ക് എതിരായി കാര്യക്ഷമമായ ഒരു ബദലാകാൻ ജനതാപാർട്ടിക്ക് കഴിഞ്ഞില്ല. എന്ന് മാത്രമല്ല ഇടതുപക്ഷം ജനതാ പാർട്ടിയുടെ ഒരു സ്വതന്ത്ര സഖ്യശക്തിയായി നിലകൊണ്ടതു ജനതക്കുള്ളിലെ ഒന്നല്ലെങ്കിൽ മറ്റൊരു രാഷ്ട്രീയ പ്രവണതയെ ശക്തിപ്പെടുത്താൻ പോരുന്ന ഒരു സ്വതന്ത്ര രാഷ്ട്രീയ ശക്തിയായിരിക്കാൻ അവരെ പ്രാപ്തമാക്കി. സോഷ്യലിസ്റ്റുകാരെപ്പോലെ ഇടതുപക്ഷത്തേയും തങ്ങളുടെ സമീപനത്തിലേക്ക് കൊണ്ടുവരാൻ ജനതാനേതാക്കൻമാർക്ക് സാധിച്ചില്ല. എങ്കിൽപോലും ഇടതുപക്ഷത്തിന്റെ പിന്തുണ വേണ്ടെന്ന് വെക്കാൻ ജനതാപാർട്ടിക്ക് കഴിഞ്ഞില്ല. കാരണം തിരഞ്ഞെടുപ്പിൽ കോൺഗ്രസ് പരാജയപ്പെട്ടെങ്കിലും അതൊരു കരുത്തുറ്റ രാഷ്ട്രീയ ശക്തിയായിത്തന്നെ തുടർന്നു.

കോൺഗ്രസ് (ഇ) രണ്ടായി പിളരാൻ തുടങ്ങിയതാണ് മറ്റൊരു പ്രധാന രാഷ്ട്രീയ സംഭവം. നേതൃത്വത്തിൽ സ്വാധീനമുണ്ടായിരുന്ന അംഗങ്ങൾ ഇന്ദിരാഗാന്ധിയെ ഉപേക്ഷിച്ചു തുടങ്ങി. തിരഞ്ഞെടുപ്പ് പരാജയത്തിനു അവരാണ് കാരണം എന്നവർ കുറ്റപ്പെടുത്തി. ഒടുവിൽ അവർ കോൺഗ്രസ് (ഇ) വിട്ട് ഒരു ബദൽ കോൺഗ്രസ് രൂപീകരിച്ചു. ഇന്ദിരാഗാന്ധി നയിച്ച കോൺഗ്രസിനേക്കാൾ ദുർബലമായിരുന്നു പുതിയ സംഘടന എങ്കിലും അതിന്റെ നിലനിൽപ്പും പ്രവർത്തനങ്ങളും ഇന്ദിരാ കോൺഗ്രസിനെ കൂടുതൽ ദുർബലമാക്കുകയാണ് ചെയ്തത്. എന്നാൽ തങ്ങളുടെ എതിരാളിയായി ജനതാപാർട്ടി കോൺഗ്രസ്(ഇ)യേക്കാൾ ശിഥിലവും കോൺഗ്രസ്(ഇ)ക്കും ജനതാപാർട്ടിക്കും ഇടയിൽ നിൽക്കുന്ന രാഷ്ട്രീയ ശക്തികളെ ആകർഷിക്കുന്ന കാര്യത്തിൽ കോൺഗ്രസ്(ഇ)യെക്കാളും കഴിവുകെട്ടതാണെന്നുമുള്ള വസ്തുത മാത്രമാണ് കോൺഗ്രസ്(ഇ)ക്ക് ആശ്വാസം നൽകിയത്.

57

ജലന്ധറും സൽക്കിയയും

സി പി ഐ (എം)ന്റെ ഒമ്പതാം കോൺഗ്രസ് മധുരയിൽ ചേർന്നിട്ട് ഏകദേശം ആറ് വർഷങ്ങൾക്കുശേഷം 1978 ഏപ്രിലിൽ പാർട്ടിയുടെ പത്താം കോൺഗ്രസ് ജലന്ധറിൽ വെച്ച് നടന്നു. വർത്തമാനകാലത്തേക്ക് അതായത് ഇന്ദിരാഗാന്ധി ഗവൺമെന്റിന്റെ അവസാനത്തോടെ ആരംഭിച്ച കാലഘട്ടത്തേക്കുള്ള അടവ് സംബന്ധിച്ച രാഷ്ട്രീയ പ്രമേയം പത്താം കോൺഗ്രസ് അംഗീകരിച്ചു. അതേസമയം ഒമ്പതാം കോൺഗ്രസിനും പത്താം കോൺഗ്രസിനും ഇടയ്ക്ക് നടന്ന സംഭവങ്ങളുടെ പശ്ചാത്തലത്തിൽ അത് സംബന്ധിച്ച് പാർട്ടിയിലുണ്ടായ വൈവിധ്യമാർന്ന അഭിപ്രായങ്ങൾ മൂലം സംഘടനാപരമായ പ്രശ്നങ്ങൾ കൈകാര്യം ചെയ്യാൻ പത്താം കോൺഗ്രസിന് കഴിഞ്ഞില്ല. സംഘടനാപരമായ പ്രശ്നങ്ങൾ ചർച്ച ചെയ്യാനും തീരുമാനമെടുക്കാനും ഒരു പ്രത്യേക പ്ലീനം നടത്താൻ പാർട്ടി തീരുമാനിച്ചു. പ്ലീനം 1978 ഡിസംബറിൽ പശ്ചിമബംഗാളിലെ സൽക്കിയയിൽവെച്ച് നടത്തി. ജലന്ധർ കോൺഗ്രസ് കഴിഞ്ഞ് എട്ട് മാസങ്ങൾക്ക് ശേഷമാണ് സൽക്കിയ പ്ലീനം നടന്നതെങ്കിലും അത് പാർട്ടി കോൺഗ്രസിന്റെ ഒരു ഭാഗം തന്നെയായിരുന്നു.

സി പി ഐ(എം)നെതിരെ ഭരണകക്ഷിയായ കോൺഗ്രസിന്റെ വിഷലിപ്തമായ ആക്രമണം തുടങ്ങിയ സമയത്താണ് ഒമ്പതാം കോൺഗ്രസ് ചേർന്നത്. അടിയന്തരാവസ്ഥയുടെ മുന്നോടിയെന്നവണ്ണം പശ്ചിമബംഗാളിൽ അരങ്ങേറിയ അർദ്ധ ഫാസിസ്റ്റ് ഭീകരവാഴ്ച 1977-ലെ ലോകസഭാ തിരഞ്ഞെടുപ്പിൽ ഇന്ദിരാ കോൺഗ്രസിനേറ്റ പരാജയത്തോടെ അവസാനിച്ചു. പശ്ചിമബംഗാളിലും ത്രിപുരയിലും 1978-ൽ ഇടതുപക്ഷ മുന്നണി ഗവൺമെന്റുകളുടെ രൂപീകരണത്തോടെ വമ്പിച്ച മാറ്റമാണ് രാഷ്ട്രീയ രംഗത്തുണ്ടായത്. സി പി ഐ (എം)ന്റെ നേതൃത്വ

ത്തിലുള്ള ഇടതുപക്ഷ ജനാധിപത്യ മുന്നണിയുടെ ശത്രുക്കളെയും മിത്രങ്ങളെയും അമ്പരപ്പിച്ച ഈ മഹത്തായ രാഷ്ട്രീയ മാറ്റത്തിന്റെ അർഥമെന്തെന്ന് വിലയിരുത്തേണ്ടത് പാർട്ടി കോൺഗ്രസിന്റെ കടമയായി.

സി പി ഐ (എം)ന്റെ നേതൃത്വത്തിൽ നയപരമായി ഗുരുതരമായ അഭിപ്രായവ്യത്യാസങ്ങൾ പൂർണമായും പരിഹരിക്കപ്പെടാതിരുന്ന സന്ദർഭത്തിലാണ് കോൺഗ്രസ് ചേർന്നത്. അക്കാരണത്താൽ രണ്ട് രാഷ്ട്രീയ സമീപനങ്ങൾ കോൺഗ്രസിൽ ഏറ്റുമുട്ടി. കേന്ദ്രത്തിലെ ഭരണമാറ്റത്തിന് അനുകൂലമായ ഒരു സമീപനമാണ് കേന്ദ്രക്കമ്മിറ്റിയിലെ ഭൂരിപക്ഷം പേർ കൈക്കൊണ്ടത്. ന്യൂനപക്ഷാഭിപ്രായം അവതരിപ്പിച്ച വ്യക്തിയാവട്ടെ പാർട്ടിയുടെ മുൻ ജനറൽ സെക്രട്ടറിയായിരുന്ന പി സുന്ദരയ്യ ആയിരുന്നു. അദ്ദേഹം ഒരു ബദൽ സമീപനം കോൺഗ്രസിന് മുന്നിൽ സമർപ്പിച്ചു. സമഗ്രമായ ചർച്ചക്ക്ശേഷം കേന്ദ്രക്കമ്മിറ്റിയിൽ ഭൂരിപക്ഷം സ്വീകരിച്ച സമീപനം കോൺഗ്രസ് അംഗീകരിച്ചു.

രാഷ്ട്രീയ രംഗത്തുണ്ടായ മാറ്റത്തിന്റെയും അതുകൊണ്ടുതന്നെ പുതിയ ഭരണത്തിന്റെയും സ്വഭാവമായിരുന്നു കോൺഗ്രസിൽ ചർച്ചക്ക് വിഷയീഭവിച്ച പ്രശ്നം. അമിതാധികാര വാഴ്ചക്കെതിരെ ബൂർഷ്വാ ജനാധിപത്യം കൈവരിച്ച വിജയമാണ് ലോകസഭാ തിരഞ്ഞെടുപ്പിൽ കോൺഗ്രസിനേറ്റ പരാജയമെന്നായിരുന്നു ഭൂരിപക്ഷത്തിന്റെ നിലപാട്. തൊഴിലാളി വർഗത്തിന് താൽപര്യമുള്ളതാണ് ഇത്തരമൊരു സ്ഥിതിവിശേഷം. അതുകൊണ്ട് അതിനെ സ്വാഗതം ചെയ്യേണ്ട കടമയും അവർക്കുണ്ട്. മുൻ കോൺഗ്രസ് ഭരണം പോലെ ജനവിരുദ്ധമാണ് ഈ പുത്തൻ ഭരണമെന്നും അതുകൊണ്ട് അതിനെതിരായ നിലപാട് സ്വീകരിക്കേണ്ടത് തൊഴിലാളിവർഗത്തിന്റെ കടമയാണെന്നുമാണ് ന്യൂനപക്ഷം അഭിപ്രായപ്പെട്ടത്.

ഒരേ ഭരണവർഗത്തിൽ തന്നെയുള്ള ഏകാധിപത്യ ശക്തികളും ഏകാധിപത്യവിരുദ്ധ ശക്തികളും തമ്മിലുള്ള വ്യത്യാസത്തിന്റെ പ്രാധാന്യം ന്യൂനപക്ഷത്തിന്റെ കാഴ്ചപ്പാടിൽ ഉണ്ടായില്ല. ജനാധിപത്യം സംരക്ഷിക്കുന്നതിനു വേണ്ടിയുള്ള പോരാട്ടത്തിൽ തൊഴിലാളിവർഗവും ബൂർഷ്വാസിയിൽ ഒരു വിഭാഗവും തമ്മിൽ ഐക്യമുണ്ടാക്കുന്നതിന് പാർലമെന്ററി രംഗത്തെ സമരത്തിന്റെ പങ്കും ന്യൂനപക്ഷം കുറച്ചുകണ്ടു. വാസ്തവത്തിൽ അത്തരം സമരമാണ് ലെനിസ്റ്റ് തന്ത്രത്തിന്റെ സത്ത. *ഇടതുപക്ഷ കമ്യൂണിസം ഒരു ബാലാരിഷ്ടത* എന്ന ലെനിന്റെ കൃതിയിൽ ഇത് വ്യക്തമായി പറഞ്ഞിട്ടുണ്ട്.

പുതിയ ഭരണത്തിന്റെ മൗലിക വർഗസ്വഭാവത്തെക്കുറിച്ചോ അത് അനുവർത്തിക്കുന്ന തൊഴിലാളിവർഗ വിരുദ്ധമായ സാമൂഹ്യ-സാമ്പത്തിക നയങ്ങളെക്കുറിച്ചോ കേന്ദ്രക്കമ്മിറ്റിയിലെ ഭൂരിപക്ഷത്തിനോ കോൺഗ്രസിനാകെയോ ഒരു വ്യാമോഹവും ഉണ്ടായിരുന്നില്ല. അതിനാൽ പുരോഗമനവാദികളായ എല്ലാ രാഷ്ട്രീയ ശക്തികളെയും സ്വത

ന്ത്രമായി അണിനിരത്താനും ഒരു ഇടതുപക്ഷ ജനാധിപത്യ മുന്നണിയിൽ ഏകീകരിക്കാനും കോൺഗ്രസ് ആഹ്വാനം ചെയ്തു. ഈ ഇടതുപക്ഷജനാധിപത്യ മുന്നണി, ജനാധിപത്യത്തിനുവേണ്ടിയുള്ള ഒരു വിശാലവേദിയാൽ ശക്തമാക്കേണ്ടതുണ്ടായിരുന്നു. ഈ വിശാലവേദിയിൽ ബൂർഷ്വാ-ഭൂപ്രഭു ഭരണവർഗങ്ങളിലെ അമിതാധികാര വിരുദ്ധ വിഭാഗത്തിന് നിശ്ചയമായും ഒരു സ്ഥാനമുണ്ടായിരുന്നു. അമിതാധികാരവാഴ്ച തകർത്ത് ജനാധിപത്യം വിപുലീകരിക്കാനും അതേസമയം തന്നെ ഇടതുപക്ഷ ജനാധിപത്യശക്തികൾക്കിടയിലുള്ള ഐക്യത്തിനൊരു ചട്ടക്കൂട് പ്രദാനം ചെയ്യാനും കോൺഗ്രസ് പരിമിതമായ ഒരു പരിപാടി ആവിഷ്കരിച്ചു

ജനാധിപത്യം സംരക്ഷിക്കാനും വിപുലീകരിക്കാനും ഒരു വിശാലവേദി രൂപീകരിക്കാൻ തയ്യാറായ പാർട്ടി കോൺഗ്രസ്, അമിതാധികാര വിരുദ്ധ ജനതാപാർട്ടിയുടെയും അതിന്റെ ഗവൺമെന്റിന്റെയും രാഷ്ട്രീയ സ്വഭാവത്തെക്കുറിച്ചും അവയ്ക്കുള്ളിലെ വ്യത്യസ്ത പ്രവണതകളെക്കുറിച്ചും ശരിയായൊരു രാഷ്ട്രീയ വിലയിരുത്തൽ നടത്തി. ജനതാപാർട്ടിയാകെ ബൂർഷ്വാ-ഭൂപ്രഭു ഭരണവർഗങ്ങളിലെ അമിതാധികാര വിരുദ്ധപ്രവണത പ്രതിനിധീകരിക്കുകയും അതുകൊണ്ടുതന്നെ അമിതാധികാര ശക്തിയായ കോൺഗ്രസ്(ഇ)ക്കെതിരായ പോരാട്ടത്തെ സഹായിക്കുകയും ചെയ്യുമ്പോൾതന്നെ അമിതാധികാര ശക്തിയായി വളരാനിടയുള്ള ഘടകങ്ങൾ ജനതാ പാർട്ടിക്കുള്ളിൽതന്നെയുണ്ടായിരുന്നു. ജനതാ പാർട്ടിയിലെ രണ്ട് രാഷ്ട്രീയ ഗ്രൂപ്പുകളായ ബി കെ ഡിയും ജനസംഘവും അമിതാധികാര ശക്തിയായി വളരാവുന്ന പിന്തിരിപ്പൻ പ്രവണതയുടെ പ്രതിനിധികളായിരുന്നു. ഈ ഘടകങ്ങൾക്കെതിരായ സമരവും ജനതാപാർട്ടിയിലെ അമിതാധികാര വാഴ്ചയിലേക്കുള്ള ഏത് പൊതു പ്രവണതക്ക് എതിരായ സമരവും അമിതാധികാര വാഴ്ച തകർത്തെറിയുന്ന പ്രവർത്തനത്തിന്റെ ഭാഗമായിരുന്നു

അമിതാധികാര വാഴ്ചക്കെതിരായും ഇടതുപക്ഷ ജനാധിപത്യശക്തികളെ ഏകീകരിക്കുന്നതിന് വേണ്ടിയുമുള്ള സമരം സാധാരണക്കാരുടെ വ്യാപകമായ പ്രക്ഷോഭങ്ങളും സമരങ്ങളുമായി ബന്ധപ്പെട്ടതായിരുന്നു. ജനതാപാർട്ടിക്കുള്ളിലും ഗവൺമെന്റിലുമുള്ള പിന്തിരിപ്പൻ ശക്തികളെ ഈ സമരങ്ങളിലൂടെ മാത്രമേ പരാജയപ്പെടുത്താനാകുമായിരുന്നുള്ളൂ. അതുകൊണ്ടാണ് ട്രേഡ് യൂണിയൻ പ്രസ്ഥാനത്തിന്റെ ഐക്യത്തിനുവേണ്ടിയും കർഷകരുടെയും കാർഷികതൊഴിലാളികളുടെയും വിദ്യാർഥികളുടെയും യുവജനങ്ങളുടെയും മഹിളകളുടെയും പൊരുതുന്ന സംഘടനകൾ വളർത്തിക്കൊണ്ട് വരുന്നതിന് വേണ്ടിയുമുള്ള പോരാട്ടത്തിന് വമ്പിച്ച പ്രാധാന്യം കൈവന്നത്. അധ്വാനിക്കുന്ന ജനങ്ങളുടെ ഈ സമരങ്ങളിലൂടെയാണ് ഒരു വിശാല പ്രക്ഷോഭവേദി ഉപയോഗിച്ച് അമിതാധികാര വിരുദ്ധശക്തികളുടെ ഐക്യത്തെ ഇടതുപക്ഷ ജനാധിപത്യ ഐക്യമായും തൊഴിലാളിവർഗപാർട്ടിയുടെ

രാഷ്ട്രീയവും സംഘടനാപരവുമായ നേതൃത്വത്തിൽ ഇടതുപക്ഷജനാധിപത്യ ഐക്യത്തെ ജനകീയ ജനാധിപത്യ ശക്തികളുടെ ഐക്യമായും വികസിപ്പിക്കേണ്ടതെന്ന് പാർട്ടി കോൺഗ്രസ് ചൂണ്ടിക്കാട്ടി. ജനാധിപത്യത്തിന് വേണ്ടിയുള്ള വിശാല പ്രക്ഷോഭ വേദിയിലൂടെ ശക്തിപ്പെടുന്ന ഇടതുപക്ഷ ജനാധിപത്യ മുന്നണി ഘട്ടം ഘട്ടമായി ജനകീയ ജനാധിപത്യ മുന്നണിയായി വികസിക്കുന്ന ഈ സമഗ്ര പരിപാടി, പാർലമെന്ററി സമരത്തെത്തുടർന്ന് അധികം കഴിയും മുമ്പേ സായുധ ഗറില്ലാ സമരത്തിലെത്തുന്ന പാർലമെന്റേതര പോരാട്ടത്തിലെത്തുമെന്ന സെക്ടേറിയൻ ആശയം പാടേ നിരാകരിക്കുകയാണ്. പത്താം കോൺഗ്രസ് രേഖകളിൽ രൂപം നൽകിയിട്ടുള്ള പുതിയ കാഴ്ചപ്പാട് പാർലമെന്ററി മാർഗത്തിന്റെയും പാർലമെന്റേതരമായ ബഹുജന സമരങ്ങളുടെയും സമന്വയമാണ് വിഭാവനം ചെയ്യുന്നത്. അത് കൂടുതൽ കൂടുതൽ ജനവിഭാഗങ്ങളെ ഇടതുപക്ഷജനാധിപത്യ മുന്നണിയിൽ അണിനിരത്തുകയും ഇടതുപക്ഷജനാധിപത്യ മുന്നണി അങ്ങനെ ജനകീയ ജനാധിപത്യ മുന്നണിയായി വികസിക്കുകയും ചെയ്യും. ഇടതുപക്ഷ ജനാധിപത്യ മുന്നണി ഒരു ജനകീയ ജനാധിപത്യ മുന്നണിയായി വികസിക്കുന്നതിന് അധ്വാനിക്കുന്ന ജനങ്ങൾക്കിടയിൽ നിരന്തരമായ രാഷ്ട്രീയ പ്രക്ഷോഭം ആവശ്യമാണ്. ജനങ്ങളുടെ ജീവിതവുമായി ബന്ധപ്പെട്ട അടിയന്തര പ്രശ്നങ്ങളിൻ മേലും അതുപോലെ തന്നെ മൗലിക രാഷ്ട്രീയ പ്രശ്നങ്ങളിൻ മേലും ബഹുജനസമരങ്ങൾ സംഘടിപ്പിക്കണം. അധ്വാനിക്കുന്ന ജനങ്ങളുടെ പൊരുതുന്ന സംഘടനകളെ വളർത്തി ശക്തമാക്കണം. ഈ സംഘടനകളുടെ ജനാധിപത്യപരമായ പ്രവർത്തനം ബഹുജനസമരങ്ങളെ കൂടുതൽ ശക്തമാക്കും.

പൊരുതുന്ന ജനങ്ങളുടെ സമരവീര്യവും സമരൈക്യവും വളർത്തുന്ന ഈ സമീപനമാണ് പാർട്ടിയുടെ സൽക്കിയ പ്ലീനത്തിൽ ചർച്ച ചെയ്ത സംഘടനാപ്രശ്നം. സി പി ഐ (എം) നെ ഇന്ത്യൻ തൊഴിലാളി വർഗത്തിന്റെ ബഹുജന വിപ്ലവ പാർട്ടിയാക്കി ഉയർത്തണമെന്നാണ് പ്ലീനത്തിലെ ചർച്ചകളിൽ ഉരുത്തിരിഞ്ഞുവന്ന മുഖ്യമുദ്രാവാക്യം.

സംഘടനാ പ്രശ്നത്തിന്റെ കാര്യത്തിലും മൗലികമായ അഭിപ്രായഭിന്നത ഉണ്ടായിരുന്നു. ഈ ഭിന്നത സൽക്കിയ പ്ലീനത്തിൽ ഉന്നയിക്കപ്പെട്ടു. സുന്ദരയ്യയുടെ നേതൃത്വത്തിൽ ഒരു വിഭാഗം, ബഹുജന പ്പാർട്ടിയെന്ന മുദ്രാവാക്യത്തെ എതിർത്തു. അവരുടെ അഭിപ്രായത്തിൽ അത് വിപ്ലവ പാർട്ടിയെന്ന സങ്കൽപ്പത്തിന്റെ നിഷേധമാണ്. ഒരു ബഹുജനപ്പാർട്ടി സോഷ്യൽ ഡമോക്രാറ്റിക് അവസരവാദ പാർട്ടിയാകാനുള്ള എല്ലാ സാധ്യതയുമുണ്ടെന്ന് അവർ വാദിച്ചു. തീക്ഷ്ണമായ വാദപ്രതിവാദം നടന്നെങ്കിലും ഒടുവിൽ തൊഴിലാളി വർഗത്തിന്റെ ഒരു ബഹുജന വിപ്ലവ പാർട്ടി കെട്ടിപ്പടുക്കാനുള്ള സംഘടനാലൈൻ സൽക്കിയ പ്ലീനം

അംഗീകരിച്ചു. അതിൽ തൊഴിലാളി വർഗത്തിന്റെ പാർട്ടി, ബഹുജന പാർട്ടി, വിപ്ലവ പാർട്ടി എന്നീ മൂന്ന് പ്രയോഗങ്ങൾക്ക് തുല്യ പ്രാധാന്യം നൽകി.

തൊഴിലാളിവർഗത്തിന്റെ ഒരു ബഹുജനവിപ്ലവപാർട്ടി കെട്ടിപ്പടുക്കുന്നതിന്റെ വിശദാംശങ്ങൾ വ്യക്തമാക്കിയ സൽക്കിയ പ്ലീനം അത്തരമൊരു പാർട്ടിക്കുണ്ടാകേണ്ട രണ്ട് സവിശേഷതകൾ ചൂണ്ടിക്കാട്ടി. ഒന്നാമത്തേത് അത്തരമൊരു പാർട്ടി ആശയസമരം സംഘടിപ്പിക്കുകയും സ്വയം ആ പോരാട്ടത്തിൽ മുഴുകുകയും വേണം. ഗാന്ധിസം, നെഹ്റുയിസം, മറ്റ് പെറ്റി ബൂർഷ്വാ പ്രവണതകൾ അതുപോലെതന്നെ ജാതീയവും മതപരവുമായ പ്രവണതകൾ, മറ്റ് ശിഥിലീകരണ വാസനകൾ എന്നീ അന്യവർഗ ചിന്താഗതികൾകെതിരായി തൊഴിലാളി വർഗ പ്രത്യയശാസ്ത്രത്തിന്റെ അധീശത്വം സ്ഥാപിക്കുന്നതിനുള്ള പോരാട്ടം തൊഴിലാളി വർഗത്തിന്റെ വിപ്ലവ പാർട്ടി വളർത്തിയെടുക്കാനുള്ള സമരത്തിന്റെ അഭേദ്യ ഭാഗമാണ്. രണ്ടാമത്തേത് പാർട്ടി അതിന്റെ പ്രായോഗിക സംഘടനാ പ്രവർത്തനത്തിന് കേന്ദ്രീകൃത ജനാധിപത്യം ,വിമർശനവും സ്വയം വിമർശനവും, വ്യക്തി പ്രഭാവത്തിനെതിരായ സമരം തുടങ്ങിയ കാര്യങ്ങളിൽ പ്രസിദ്ധമായ ലെനിനിസ്റ്റ് പാർട്ടി തത്വങ്ങൾ മുറുകെ പിടിക്കണം. പ്രത്യയശാസ്ത്ര സമരത്തിന്റെ ഈ തത്വങ്ങളുടെയും സ്ഫുടം ചെയ്തെടുത്ത ഒരു സംഘടനയുടെയും അടിസ്ഥാനത്തിലുള്ള ഒരു പാർട്ടിക്ക് മാത്രമേ ഇടതുപക്ഷ ജനാധിപത്യ ഐക്യം കെട്ടിപ്പടുക്കാനും അമിതാധികാര വാഴ്ചക്കെതിരായ വിപുലമായ പ്രക്ഷോഭ വേദി ഒരുക്കാനും സാധിക്കുകയുള്ളൂ. തൊഴിലാളിവർഗത്തിന്റെ ബഹുജന വിപ്ലവപാർട്ടി എന്ന സങ്കൽപ്പം ജലന്ധർ കോൺഗ്രസ് വിപുലീകരിച്ച ഇടതുപക്ഷ ജനാധിപത്യ ശക്തികളുടെ ഐക്യമെന്ന കാഴ്ചപ്പാടുമായി അഭേദ്യമായി ബന്ധപ്പെട്ടതാണ്.

58

സി പി ഐയുടെ ഭട്ടിണ്ടാ കോൺഗ്രസും അതിനുശേഷവും

സി പി ഐ (എം) പഞ്ചാബിലെ ജലന്ധറിൽ അതിന്റെ പത്താം കോൺഗ്രസ് നടത്തിയപ്പോൾ സി പി ഐ പഞ്ചാബിലെ ഭട്ടിണ്ടാ നഗരത്തിൽ അതിന്റെ പതിനൊന്നാം കോൺഗ്രസ് നടത്തി. 1964-ൽ സി പി ഐ (എം)ൽ നിന്ന് പിരിഞ്ഞ ശേഷമുള്ള സി പി ഐയുടെ ചരിത്രത്തിൽ ആ കോൺഗ്രസ് ഒരു നിർണായക ഘട്ടമായിരുന്നു.

സി പി ഐ (എം)മുമായി സി പി ഐക്കുള്ള തർക്കം സാർവദേശീയമായ പ്രത്യയശാസ്ത്ര പ്രശ്നങ്ങളിലും ഇന്ത്യാ-ചൈനാ തർക്കത്തിലുമാണെന്ന് അവർ അവകാശപ്പെട്ടിരുന്നത് നമുക്കറിയാം. എന്നാൽ സി പി ഐ, സി പി ഐ (എം)നെ എതിർത്ത യഥാർഥപ്രശ്നം കോൺഗ്രസിനോടും ഇന്ത്യയിലെ കോൺഗ്രസ് ഗവൺമെന്റിനോടുമുള്ള സമീപനം സംബന്ധിച്ചതായിരുന്നു. കേരളത്തിലെയും പശ്ചിമബംഗാളിലെയും ഇടതുപക്ഷഗവൺമെന്റുമായി കുറേ വർഷങ്ങൾ സഹകരിച്ച സി പി ഐ അതിനുശേഷം രണ്ട് ഗവൺമെന്റുകളേയും മറിച്ചിടാൻ കോൺഗ്രസുമായി കൈകോർത്ത് പിടിച്ചപ്പോൾതന്നെ ഇക്കാര്യം വ്യക്തമായിരുന്നു.

ഒരു സി പി ഐ നേതാവ് ഇന്ദിരാഗാന്ധിയുടെ നേതൃത്വത്തിലുള്ള കോൺഗ്രസ് മുഖ്യ രാഷ്ട്രീയ ശക്തിയായ ഒരു സി പി ഐ (എം)വിരുദ്ധ ഗവൺമെന്റിന്റെ പാവ മുഖ്യമന്ത്രിയായതോടെ കേരളത്തിൽ കോൺഗ്രസുമായുള്ള സി പി ഐയുടെ സഹകരണം അതിന്റെ പാരമ്യത്തിലെത്തി. പശ്ചിമബംഗാളിൽ സി പി ഐ (എം)നും അതിന്റെ സഖ്യശക്തികൾക്കും എതിരെ കോൺഗ്രസ് അർദ്ധ ഫാസിസ്റ്റ് ഭീകരത അഴിച്ചുവിട്ടപ്പോൾ സി പി ഐ (എം) നേതൃത്വത്തിലുള്ള ഇടതുപക്ഷ മുന്നണിയെ നേരിടാൻ സി പി ഐയുടെ പശ്ചിമബംഗാൾ ഘടകവും ഇതുതന്നെ ചെയ്തെങ്കിലും അത് കേരളത്തിലുണ്ടായിടത്തോളം എത്തിയി

ല്ല. അവിഭക്ത കമ്യൂണിസിറ്റ് പാർട്ടിയുടെ 1951-ലെ രേഖകളിലെ 'ജന കീയ ജനാധിപത്യം' എന്ന മുദ്രാവാക്യത്തിന് ബദലായി സി പി ഐ ഉയർത്തിയ 'ദേശീയ ജനാധിപത്യ' ത്തിന്റെ യഥാർഥ പൊരുൾ ഇതോടെ വ്യക്തമായി. സി പി ഐ (എം) കോൺഗ്രസിനെതിരെ വർഗപരമായ നിലപാടിൽ ഉറച്ചുനിന്നപ്പോൾ ഭരണകക്ഷിയായ കോൺഗ്രസ് പാർട്ടിയുമായുള്ള വർഗ സഹകരണത്തിനാണ് സി പി ഐ സന്നദ്ധമായത്.

കേരളത്തിൽ സി പി ഐ (എം) നേതൃത്വത്തിലുള്ള ഇടതുപക്ഷ മുന്നണിയെ നേരിടാൻ കോൺഗ്രസുമായുള്ള സി പി ഐയുടെ സമ്പൂർണസഹകരണം എന്ന നയം 1970കളിൽ അനാവരണം ചെയ്യപ്പെട്ടു. ഈ നയം 1975 ജൂൺ 25-ന് ഇന്ദിരാഗാന്ധി അടിച്ചേൽപ്പിച്ച കുപ്രസിദ്ധമായ അടിയന്തരാവസ്ഥക്ക് ദേശീയതലത്തിൽ നൽകിയ ലജ്ജാകരമായ പിന്തുണയിലാണ് കലാശിച്ചത്. അടിയന്തരാവസ്ഥക്കാലത്ത് പട്നയിൽ സാർവദേശീയ 'ഫാസിസ്റ്റു വിരുദ്ധ' സമ്മേളനം കോൺഗ്രസിനുവേണ്ടി സംഘടിപ്പിച്ചത് സി പി ഐയായിരുന്നു. ആ സമ്മേളനത്തിൽ പങ്കെടുത്തവരിൽ നിരവധി സോഷ്യലിസ്റ്റുരാജ്യങ്ങളിൽ നിന്നുള്ള കമ്യൂണിസ്റ്റ് പാർട്ടികളും വർക്കേഴ്സ് പാർട്ടികളും ഉണ്ടായിരുന്നു. ഇന്ദിരാ കോൺഗ്രസിന്റെ അടിയന്തരാവസ്ഥാ വാഴ്ചയെ ഫാസിസ്റ്റു വിരുദ്ധമെന്ന് പറഞ്ഞ് പ്രശംസിച്ച സമ്മേളനം അടിയന്തരാവസ്ഥക്കെതിരെ പോരാടിയ ബൂർഷ്വാ ജനാധിപത്യശക്തികളെ 'ഫാസിസ്റ്റു'കളായി തള്ളിപ്പറഞ്ഞു. ബൂർഷ്വാ ഭരണകക്ഷിയുടെ ജനാധിപത്യ വിരുദ്ധ വാഴ്ചക്ക് പിന്തുണ നൽകുന്ന ഈ സമീപനത്തിലേക്ക് ഒരു വിഭാഗം കമ്യൂണിസ്റ്റുകാർ അധഃപതിക്കുന്ന സ്ഥിതി മുമ്പൊരിക്കലും ഉണ്ടായിട്ടില്ല.

എന്തായാലും അടിയന്തരാവസ്ഥയുടെ അവസാന മാസത്തിൽ സി പി ഐയുടെ രാഷ്ട്രീയ നിലപാടിൽ ക്രമേണ മാറ്റം വരാൻ തുടങ്ങി. പിന്തുണ നൽകാൻ കഴിയുന്ന അതിക്രമങ്ങളായിരുന്നില്ല അടിയന്തരാവസ്ഥയിൽ ഉണ്ടായതെന്ന് സി പി ഐ ജനറൽ സെക്രട്ടറി രാജശേഖരറാവു അടക്കമുള്ള ഭൂരിപക്ഷം നേതാക്കൻമാരും കണ്ടു. കോൺഗ്രസിൽ തന്നെ ഒരു പ്രധാനവിഭാഗത്തിന് തോന്നിയതുപോലെ രാജേശ്വരറാവുവിന്റെ നേതൃത്വത്തിലുള്ള സി പി ഐ ഇന്ദിരാഗാന്ധി ഗവൺമെന്റിന്റെ ജനാധിപത്യ വിരുദ്ധ നയങ്ങളിൽ നിന്ന് ക്രമേണ അകലാൻ തുടങ്ങി. സി പി ഐ നേതൃത്വത്തിൽ മറ്റൊരു വിഭാഗം, സി പി ഐ ചെയർമാൻ എസ് എ ഡാങ്കെയുടെ നേതൃത്വത്തിൽ ഇന്ദിരാഗാന്ധി ഗവൺമെന്റിനും അടിയന്തരാവസ്ഥ ഭരണത്തിനും പിന്തുണ നൽകുന്ന നിലപാട് തുടരണമെന്ന് വാദിച്ചു. ഭട്ടിണ്ടാകോൺഗ്രസ് ഈ രണ്ട് രാഷ്ട്രീയ സമീപനങ്ങളും തമ്മിൽ ഏറ്റുമുട്ടുന്ന വേദിയായി. കോൺഗ്രസിൽ രാജേശ്വരറാവുവിന്റെ ഗ്രൂപ്പ് മേൽക്കൈ നേടുകയും ഡാങ്കെ ഗ്രൂപ്പിനെ ന്യൂനപക്ഷമാക്കിമാറ്റുകയും ചെയ്തു. ഭട്ടിണ്ടാ

കോൺഗ്രസിനു ശേഷം ഡാങ്കെ ഗ്രൂപ്പ് സി പി ഐയിൽനിന്ന് അകന്നു തുടങ്ങുകയും ഒടുവിൽ "യുണൈറ്റഡ് കമ്യൂണിസ്റ്റു പാർട്ടി" എന്ന പേരിൽ ഒരു പാർട്ടി രൂപീകരിക്കുകയും ചെയ്തു.

സി പി ഐ ആദ്യമായി ഒരു കോൺഗ്രസ് വിരുദ്ധ നിലപാട് സ്വീകരിച്ചെങ്കിലും 1964-ൽ അത് സി പി ഐ(എം)യിൽനിന്ന് പിരിഞ്ഞപ്പോൾ എടുത്ത മൗലിക നിലപാട് ഉപേക്ഷിച്ചില്ല. ഒരു ദശാബ്ദക്കാലത്തെ അതിന്റെ പ്രവർത്തനങ്ങളെക്കുറിച്ച്, കോൺഗ്രസ് (ഇ)യുമായി സമ്പൂർണമായി സഹകരിച്ചുകഴിഞ്ഞ ഒരു ദശാബ്ദക്കാലത്തെക്കുറിച്ച് സ്വയം വിമർശനപരമായി ഒരു വാക്ക് പോലും ശബ്ദിച്ചില്ല. സി പി ഐ അതിന്റെ രാഷ്ട്രീയവും അടവുപരവുമായ സമീപനം ന്യായീകരിക്കുമ്പോൾതന്നെ കോൺഗ്രസ് (ഇ) ക്കെതിരെ സി പി ഐ (എം)മുമായി സഹകരണത്തിനും ഐക്യമുന്നണിക്കും വേണ്ടി രംഗത്തിറങ്ങി.

ഭട്ടിണ്ടാ കോൺഗ്രസ് കഴിഞ്ഞ് ദിവസങ്ങൾക്കുള്ളിൽ സി പി ഐ (എം)യുമായുള്ള യോജിച്ച പ്രവർത്തനത്തിന് സംഭാഷണം നടത്താൻ സി പി ഐ മുൻകൈയെടുത്തു. യോജിച്ച പ്രക്ഷോഭത്തിന് അഭിപ്രായ ഐക്യം ഉണ്ടാക്കുന്നതിന് വേണ്ടി ഇരു പാർട്ടികളുടെയും നേതാക്കൻമാർ തമ്മിൽ നിരന്തരം കൂടിക്കാഴ്ചകൾ നടത്തി. പ്രത്യയശാസ്ത്രപരമായി മൗലികമായ അഭിപ്രായഭിന്നതകൾ നിലനിൽക്കുമ്പോൾതന്നെ അധ്വാനിക്കുന്ന ജനവിഭാഗങ്ങളുടെ സമരങ്ങളിലും തിരഞ്ഞെടുപ്പ് പോലുള്ള രാഷ്ട്രീയ പ്രക്ഷോഭങ്ങളിലും ഐക്യം വളർത്തിയെടുക്കുന്നതിനുള്ള മാർഗങ്ങൾ ആരായാൻ രണ്ട് പാർട്ടികളും ശ്രമം തുടങ്ങി.

അതേസമയം ഇരു കമ്യൂണിസ്റ്റ് പാർട്ടികളും ഇങ്ങനെ ക്രമേണ അടുത്തത് ജനതാപാർട്ടിയിൽ ഒരു ചേരിതിരിവ് ഉണ്ടാക്കി. ജനതാ പാർട്ടിയിൽ ആദ്യ ഘടകങ്ങളായിരുന്ന പാർട്ടികളുടെ നേതാക്കൻമാർ തമ്മിൽ വ്യക്തിവിദ്വേഷത്തിന് പുറമേ അവർക്കിടയിൽ നയപരമായി ഗൗരവമായ അഭിപ്രായ വ്യത്യാസങ്ങളും ഉണ്ടായിരുന്നു.

ജനതാ പാർട്ടിയിലെ ഏതെങ്കിലും അംഗമോ നേതാവോ ഒരേസമയം ആർ എസ് എസിലും അംഗമായിരുന്നുകൂടന്ന് ജനതാ പാർട്ടിയിൽ ഒരു വിഭാഗം ആവശ്യപ്പെട്ടു. ഈ പ്രശ്നം ജനതാ പാർട്ടിക്കുള്ളിലും രാജ്യത്തും രൂക്ഷമായ വിവാദം സൃഷ്ടിച്ചു. ജനതാ പാർട്ടിയെ പിന്താങ്ങിയ സി പി ഐ (എം), ആർ എസ് പി , ഫോർവേഡ് ബ്ലോക്ക് എന്നിവയും ജനതാ പാർട്ടിയെ എതിർത്ത സി പി ഐയും 'ഇരട്ട അംഗത്വ'ത്തിനെതിരായ സമരത്തിൽ ഒന്നിച്ചു. മധുലിമായെ ഉൾപ്പെടെയുള്ള പ്രധാനപ്പെട്ട ജനതാ പാർട്ടി നേതാക്കൻമാർ ഇടതുപക്ഷ പാർട്ടികളെയും ജനതയിലെ ആർ എസ് എസുകാരല്ലാത്തവരെയും ഒന്നിച്ചു കൊണ്ടുവരാൻ ശ്രമിച്ചു.

ജനതാ പാർട്ടിയിലുണ്ടായ ഈ ധ്രുവീകരണം, വാസ്തവത്തിൽ സി പി ഐ (എം)ന്റെ പത്താം കോൺഗ്രസ് രേഖകളിൽ വിഭാവനം ചെയ്തിരുന്നതാണ്. ജനതാ പാർട്ടിയിലെ ആർ എസ് എസുകാര

ല്ലാത്തവരുമായി കൈകോർത്തുപിടിക്കാൻ പാർട്ടിക്ക് ഒരു വൈമനസ്യവുമില്ലായിരുന്നു. അവരുമായി കൈകോർത്തുപിടിക്കാൻ ഭരണ കോൺഗ്രസുമായി വിടപറയാൻ ആദ്യം തയ്യാറായ സി പി ഐക്ക് ഒരു പ്രയാസവും ഉണ്ടായില്ല.

സി പി ഐ (എം), സി പി ഐ, ആർ എസ് പി എന്നീ പാർട്ടികളും ജനതാ പാർട്ടിയിലെ ആർ എസ് എസുകാരല്ലാത്തവരും യോജിച്ചപ്പോൾ തന്നെ ജനതാ പാർട്ടി ഗവൺമെന്റിന്റെ ഭാവി തീരുമാനിക്കപ്പെട്ടുകഴിഞ്ഞിരുന്നു. പ്രധാനമന്ത്രി മൊറാർജി ദേശായി രാജിവെക്കാൻ നിർബന്ധിതമാവുകയും ചെയ്തു. ലോകസഭയിലേക്ക് പുതിയ തിരഞ്ഞെടുപ്പ് നടത്തുന്നതിലേക്കാണ് ഈ സംഭവങ്ങൾ വഴിവെച്ചത്.

അഖിലേന്ത്യാ തലത്തിലെ സംഭവവികാസങ്ങൾ കേരള രാഷ്ട്രീയത്തിലും പ്രത്യാഘാതമുളവാക്കി. സി പി ഐ ഒഴിച്ചുള്ള മൂന്ന് ഇടതുപക്ഷ പാർട്ടികൾ തമ്മിലും അവരും കേരളത്തിലെ സി പി ഐ (എം) വിരുദ്ധ ഭരണമുന്നണിയിലെ സി പി ഐയും കോൺഗ്രസ്, കേരളാ കോൺഗ്രസ് എന്നീ പാർട്ടികളിൽ ഓരോ വിഭാഗവും തമ്മിലും സഹകരണം തുടങ്ങി. അവരോടൊപ്പം മുമ്പേതന്നെ സി പി ഐ (എം)നേതൃത്വത്തിലുള്ള മുന്നണിയിൽ ചേർന്ന മുസ്ലീം ലീഗിൽ ഒരു വിഭാഗവും കൂടിയപ്പോൾ കോൺഗ്രസ്(ഇ) നേതൃത്വത്തിലുള്ള സഖ്യത്തിനെതിരെ ഒരു ശരിയായ ബദലായി. സി പി ഐ മുഖ്യമന്ത്രി പി കെ വാസുദേവൻ നായർ തന്റെ മന്ത്രിസഭയുടെ രാജി സമർപ്പിച്ചു. സി പി ഐ (എം),സി പി ഐ, ആർ എസ് പി എന്നീ പാർട്ടികളും കോൺഗ്രസ്,മുസ്ലീംലീഗ്,കേരളാ കോൺഗ്രസ് എന്നീ പാർട്ടികളിൽ ഓരോ വിഭാഗവും ഉൾപ്പെട്ട ഒരു പുതിയ കൂട്ടുമുന്നണി രൂപീകൃതമായി. അതേവരെ നിയമസഭയിൽ ഭൂരിപക്ഷം അവകാശപ്പെട്ടിരുന്ന കോൺഗ്രസ് (ഇ)നേതൃത്വത്തിലുള്ള മുന്നണിക്ക് അത് നഷ്ടപ്പെട്ടു. നിയമസഭയിലേക്ക് പുതിയ തിരഞ്ഞെടുപ്പിന് ഗവർണർ ഉത്തരവായി.

രാഷ്ട്രീയ ശക്തികളുടെ പരസ്പര ബന്ധത്തിൽ ഈ മൗലിക മാറ്റം കേരളത്തിലുണ്ടായ സന്ദർഭത്തിൽതന്നെ അതേപോലൊരു മാറ്റം അഖിലേന്ത്യാതലത്തിലും ഉണ്ടായി. പുതുതായി ഒരു കൂട്ടുകെട്ട് ഉടലെടുക്കുകയും അതിൽ നാല് ഇടതുപക്ഷ പാർട്ടികൾ (സി പി ഐ (എം), സി പി ഐ, ആർ എസ് പി, ഫോർവേഡ് ബ്ലോക്ക്) പരസ്പരബന്ധം സ്ഥാപിക്കുകയും അവർ കോൺഗ്രസിൽ ഒരു വിഭാഗവുമായും ജനതാ പാർട്ടിയുമായും ചേർന്ന് ഒരു മുന്നണി രൂപീകരിക്കുകയും ചെയ്തു. അത് എതിർപ്പിന്റെ കുന്തമുന കോൺഗ്രസിനെതിരായി തിരിച്ചപ്പോൾതന്നെ ജനതാ പാർട്ടിയുടെ മുഖ്യ താങ്ങായ ജനസംഘത്തിനെതിരെയും ഉറച്ച നിലപാടെടുത്തു. ഇടതുപക്ഷവും മറ്റ് ചില മതേതര ശക്തികളും ചേർന്ന ഒരു പുതിയ സഖ്യം രൂപം കൊള്ളാൻ തുടങ്ങി. അതിൽ ജനസംഘത്തെ ഒഴിവാക്കിയിരുന്നു. അതിലൂടെ 1977-ലെ തിരഞ്ഞെടുപ്പിൽ ഐതിഹാസിക പോരാട്ടത്തിനായി അവതരിപ്പിക്കപ്പെട്ട

എല്ലാവരും ചേർന്ന ഐക്യമുന്നണിയുടെ സ്ഥാനത്ത് ഇടതുപക്ഷ മതേതര രാഷ്ട്രീയശക്തികളുടെ ഒരു പുതിയ സഖ്യം സ്ഥാപിതമാവുകയായിരുന്നു.

കോൺഗ്രസിതര പ്രതിപക്ഷത്തിൽ വർഗീയശക്തികളും മതേതരശക്തികളും തമ്മിലുണ്ടായ ഈ ചേരിതിരിവ് വിദൂരവീക്ഷണത്തിൽ നോക്കിയാൽ സുപ്രധാനമായ ഒരു സംഭവമായിരുന്നു. എന്നാൽ ഹ്രസ്വകാലാടിസ്ഥാനത്തിൽ ഇന്ദിരാഗാന്ധി രണ്ടാമതും പ്രധാനമന്ത്രിയാകുന്നതിലാണ് അത് കൊണ്ടെത്തിച്ചത്. ജനതാ പാർട്ടിയിലെ ആഭ്യന്തരകലഹംകൊണ്ട് അതിന്റെ നിഷ്ക്രിയത്വത്തിൽ ജനങ്ങൾ അങ്ങേയറ്റം നിരാശരായി. അതുകൊണ്ട് അവർ ഇന്ദിരാഗാന്ധിക്ക് ഒരവസരം കൂടി നൽകാൻ തീരുമാനിച്ചു.

ലോകസഭാ തിരഞ്ഞെടുപ്പിൽ ഇന്ദിരാഗാന്ധി അഭിമാനാർഹമായ വിജയം നേടിയെങ്കിലും കേരളത്തിൽ അവരുടെ പാർട്ടിയല്ല, ഇടതുപക്ഷമതേതരശക്തികളുടെ മുന്നണിയാണ് വിജയിച്ചത്. അത് എടുത്തുപറയേണ്ട ഒരു വസ്തുതയായിരുന്നു. ന്യൂഡൽഹിയിലെ കോൺഗ്രസ് (ഇ) ഗവൺമെന്റും കേരളത്തിൽ സി പി ഐ (എം) നേതൃത്വത്തിലുള്ള ഇടതുപക്ഷ ജനാധിപത്യ മുന്നണി ഗവൺമെന്റും പരസ്പരം ഒരാഴ്ചക്കുള്ളിലാണ് അധികാരമേറ്റത്. ഇത് കേരളത്തിൽ ഇടതുപക്ഷനേതൃത്വത്തിലുള്ള രണ്ടാമത്തെ കൂട്ടുകക്ഷി ഗവൺമെന്റായിരുന്നു. അതിൽ മൂന്ന് ഇടതുപക്ഷപാർട്ടികൾ കോൺഗ്രസ്, കേരളാ കോൺഗ്രസ്, മുസ്ലീംലീഗ് എന്നീ പാർട്ടികളിൽ ഓരോ വിഭാഗവുമായി പരസ്പരം കൈകോർത്തു പിടിച്ചു.

59

ഉൾപ്പാർട്ടി സമരം

കഴിഞ്ഞ അധ്യായത്തിൽ വിവരിച്ച സംഭവവികാസങ്ങൾ പാർട്ടിയിലാകെ പ്രത്യേകിച്ചും പൊളിറ്റ് ബ്യൂറോയിലും കേന്ദ്രക്കമ്മിറ്റിയിലും ഗുരുതരമായ വിവാദമുയർത്തി. 1979-ൽ ജനതാ ഗവൺമെന്റിന്റെ പതനത്തിന് ശേഷം ആരംഭിക്കുകയും 1980 ജനുവരിയിൽ ഇന്ദിരാഗാന്ധി അധികാരത്തിൽ തിരിച്ചെത്തിയ ശേഷം രൂക്ഷമാവുകയും ചെയ്ത ഈ വിവാദം 1982 ജനുവരിയിൽ വിജയവാഡയിൽ ചേർന്ന പതിനൊന്നാം കോൺഗ്രസിൽ വെച്ചാണ് അവസാനമായി പരിഹരിക്കപ്പെട്ടത്.

മൊറാർജി ദേശായി ഗവൺമെന്റിനെ മറിച്ചിടുന്നതിന്, പ്രത്യേകിച്ചും ആ കളിയിൽ ഇന്ദിരാ കോൺഗ്രസ് സജീവമായി ഇടപെട്ടിരിക്കെ, സി പി ഐയുമായും ജനതാപാർട്ടിയിൽ ഒരു വിഭാഗവുമായും പാർട്ടിയുടെ കേന്ദ്രക്കമ്മിറ്റി കൈകോർത്ത് പിടിച്ചത് ശരിയായിരുന്നോ എന്നാണ് പ്രാഥമികമായി ഉന്നയിക്കപ്പെട്ട പ്രശ്നം. മാത്രമല്ല അതിനെ തുടർന്ന് നടന്ന ഇടക്കാല തിരഞ്ഞെടുപ്പിൽ പാർട്ടി, മറ്റ് ഇടതുപക്ഷ പാർട്ടികൾ, ജനതാപാർട്ടിയിലെ ആർ എസ് എസ് വിരുദ്ധ ശക്തികൾ, കോൺഗ്രസ് (എസ്) എന്നിവയുമായി ചേർന്ന് ഇന്ദിരാകോൺഗ്രസിനും ജനതാപാർട്ടിക്കും ഒരു പോലെ എതിരായ നിലപാട് സ്വീകരിച്ചു. പാർട്ടിയുടെ തിരഞ്ഞെടുപ്പ് മാനിഫെസ്റ്റോയിൽ എല്ലാ കോൺഗ്രസിതര ജനസംഘ വിരുദ്ധ ശക്തികളെയും യോജിക്കാൻ ആഹ്വാനം ചെയ്തു. വിമർശകരുടെ അഭിപ്രായത്തിൽ ഈ നിലപാട് ജനതാ വിരുദ്ധ വേദിയിൽ കോൺഗ്രസ്(ഇ)യെ ശക്തിപ്പെടുത്താനും അതിനെ അധികാരത്തിൽ തിരിച്ചെത്താനുമാണ് സഹായിച്ചത്.

അതിനാൽ ശേഷിച്ച ലോകസഭാ തിരഞ്ഞെടുപ്പ് സംബന്ധിച്ച വിലയിരുത്തലിൽ കേന്ദ്രകമ്മിറ്റിയിൽ വ്യത്യസ്ത വീക്ഷണങ്ങളുണ്ടായി. ജനതാ ഗവൺമെന്റിനെ മറിച്ചിടാനും കോൺഗ്രസിതര ജനസംഘ

വിരുദ്ധ ശക്തികളുടെ തിരഞ്ഞെടുപ്പ് ഐക്യം ഉണ്ടാക്കാനുമായി സ്വീകരിച്ച അടവുപരമായ രാഷ്ട്രീയ ലൈൻ ഭൂരിപക്ഷം പേർ അംഗീകരിച്ചു. കേന്ദ്രക്കമ്മിറ്റിയിൽ ഒരു ന്യൂനപക്ഷം ഈ നിലപാടിനെ എതിർത്തു.

ഈ അഭിപ്രായ വ്യത്യാസം പാർട്ടിയെ ദുർബലമാക്കുന്നതിനായി ബൂർഷ്വാ മാധ്യമങ്ങൾ എടുത്തുപയോഗിച്ചു. പാർട്ടിയിലെ പ്രതിസന്ധിയെക്കുറിച്ചുള്ള കെട്ടുകഥകൾ ബൂർഷ്വാ മാധ്യമങ്ങൾ ഓരോ ദിവസവും പടച്ചുവിട്ടു. ഇന്ത്യാ-ചൈന തർക്കപ്രശ്നത്തിൽ പിളർപ്പിന് മുമ്പ് സി പി ഐയിലുണ്ടായ വിവാദത്തിന് ശേഷം ബൂർഷ്വാ മാധ്യമങ്ങൾ ഇത്രയേറെ ആക്രമണം ഇതിനുമുമ്പ് അഴിച്ചുവിട്ടിരുന്നില്ല. ബൂർഷ്വാ മാധ്യമങ്ങൾ ചൈന പ്രശ്നത്തിൽ ചെയ്തതുപോലെ പാർട്ടിയിലെ ഭിന്നത രൂക്ഷമാക്കാൻ 'ജൂലായ് പ്രതിസന്ധി'യും എടുത്തുപയോഗിക്കാൻ ശ്രമിച്ചു.

പതിനൊന്നാം കോൺഗ്രസിന് മുന്നോടിയായി നടന്ന ഉൾപ്പാർട്ടി ചർച്ചയിൽ പാർട്ടിയിലെ 'ജൂലായ് പ്രതിസന്ധി' എന്ന് വിശേഷിപ്പിക്കപ്പെട്ടതിനാണ് മേൽക്കൈ ഉണ്ടായത്. 1979 ജൂലായ് മാസത്തിൽ ജനതാ ഗവൺമെന്റിന്റെ പതനത്തിൽ പാർട്ടി നേതൃത്വം വഹിച്ച പങ്കിൽ നിന്നാണ് ഈ പ്രയോഗം ഉടലെടുത്തത്. പാർട്ടി കോൺഗ്രസിന് മുമ്പു നടന്ന സമ്മേളനങ്ങളിലെല്ലാം പ്രധാന പ്രശ്നം 'ജൂലായ് പ്രതിസന്ധി'യായി. പാർട്ടി നേതൃത്വത്തിൽ ഭൂരിപക്ഷത്തിന്റെയും ന്യൂനപക്ഷത്തിന്റെയും നിലപാടുകൾ ഓരോ ജില്ലാ സമ്മേളനത്തിലും സംസ്ഥാന സമ്മേളനത്തിലും ഏറ്റുമുട്ടി. ഇക്കാര്യത്തിൽ പശ്ചിമബംഗാൾ സംസ്ഥാന സമ്മേളനം ശ്രദ്ധേയമായി. കാരണം, പ്രതിസന്ധികളിൽ ഭൂരിപക്ഷവും കേന്ദ്രകമ്മിറ്റിയിലെ ഭൂരിപക്ഷ നിലപാടിനെ എതിർത്തു. സമ്മേളനത്തിന് ശേഷം ബൂർഷ്വാ മാധ്യമങ്ങൾ നിറയെ പാർട്ടിയിലെ 'ആസന്നമായ പിളർപ്പിനെ' കുറിച്ചുള്ള ഊഹാപോഹങ്ങളായിരുന്നു.

ഈ പശ്ചാത്തലത്തിലാണ് പതിനൊന്നാം കോൺഗ്രസ് വിജയവാഡയിൽ നടന്നത്. രാജ്യത്തുടനീളമുള്ള പത്രലേഖകർ അവിടെ തമ്പടിച്ചു. ഓരോ ദിവസവും പ്രത്യക്ഷപ്പെട്ട റിപ്പോർട്ടുകളിൽ ചിലത് വസ്തുതകൾ വളച്ചൊടിച്ചുകൊണ്ടുള്ളതായിരുന്നെങ്കിൽ മറ്റ് ചിലത് തികച്ചും കെട്ടുകഥകളുമായിരുന്നു. പാർട്ടി നെടുകെ പിളരാൻ പോകുന്നുവെന്ന പ്രതീതി സൃഷ്ടിക്കുകയായിരുന്നു ആ റിപ്പോർട്ടുകളുടെ ഉന്നം. ഒരു പിളർപ്പുണ്ടാവുകയാണെങ്കിൽ എന്താവും പാർട്ടിക്കും രാജ്യത്തിനും സംഭവിക്കുക എന്ന ഉൽക്കണ്ഠയിലായി രാജ്യത്തുടനീളമുള്ള പാർട്ടിയുടെ സുഹൃത്തുക്കൾ പാർട്ടിയുടെ ശത്രുക്കൾക്ക് ആഹ്ലാദവുമായി. ഈ ഘട്ടത്തിൽ ഒരു പിളർപ്പ് ഉണ്ടാവുകയാണെങ്കിൽ അത് ഒരു പാർട്ടി എന്നുള്ള നിലക്ക് സി പി ഐ (എം) ന്റെയും രാജ്യത്തെ കമ്യൂണിസ്റ്റ് പ്രസ്ഥാനത്തിന്റെയും അന്ത്യത്തിന്റെ ആരംഭം കുറിക്കുമെന്നാണ് അവർ കണക്കുകൂട്ടിയത്.

തീക്ഷ്ണമായ ചർച്ചകളാണ് കോൺഗ്രസിൽ നടന്നത്. 1977-ലെ തിരഞ്ഞെടുപ്പിന് മുമ്പ് കോൺഗ്രസ്(ഇ) ക്കും അതിന്റെ ഗവൺമെന്റിനും എതിരെ നടത്തി വന്ന നിരന്തരമായ പോരാട്ടവും ജനതാ ഗവൺമെന്റിന് നൽകിയ പിന്തുണയുംകൊണ്ട് പാർട്ടിക്ക് നേട്ടമുണ്ടാക്കാമായിരുന്നസ്ഥിതി കളഞ്ഞുകുളിക്കുകയാണ്1979 ജൂലായിൽ സ്വീകരിച്ച നിലപാട് മൂലമുണ്ടായതെന്നാണ് കേന്ദ്രക്കമ്മിറ്റിയുടെ നയത്തെ എതിർത്തവർ വാദിച്ചത്. ജനതാപാർട്ടിക്കാരല്ലാത്തവരുമായി പാർട്ടി കൈകോർത്തു പിടിച്ചതിന് ആധാരമായ പ്രശ്നം അയഥാർഥമായിരുന്നുവെന്ന് അവർ പറഞ്ഞു. ജനസംഘവും അതിന്റെ വർഗീയതയും രാജ്യത്തിനെതിരെ ഇന്ദിരാ കോൺഗ്രസ് ഉയർത്തുന്നിടത്തോളം ആപൽക്കരമല്ലെന്ന് അവർ വാദിച്ചു. മൊറാർജി ദേശായി ഗവൺമെന്റിനെ മറിച്ചിട്ടശേഷം 'അവസരവാദിയായ' ചരൺസിങ്ങിനെ പ്രധാനമന്ത്രിയാക്കിക്കൊണ്ട് മറ്റൊരു ഗവൺമെന്റ് രൂപീകരിക്കാൻ പാർട്ടി സഹായിച്ചതിനെയും വിമർശകർ എതിർത്തു. അവരുടെ അഭിപ്രായത്തിൽ പാർട്ടി സ്വീകരിച്ച ഈ 'തെറ്റായ' നടപടികളാണ് ഇന്ദിരാഗാന്ധി അധികാരത്തിൽ തിരിച്ചെത്തുന്നതിന് വഴിയൊരുക്കിയത്.

പത്താം കോൺഗ്രസിന്റെ രേഖകളിൽ വ്യക്തമാക്കിയിരുന്നതുപോലെ, ജനതാപാർട്ടി കോൺഗ്രസ് (ഇ) യെപ്പോലെതന്നെ ഒരു ബൂർഷ്വാ സംഘടനയാണെങ്കിലും കോൺഗ്രസ് (ഇ)യുടെ അമിതാധികാര വാഴ്ചക്കെതിരെ ഉറച്ച നിലപാട് അത് നിരന്തരം സ്വീകരിച്ചുപോന്നു എന്ന സവിശേഷത ആ പാർട്ടിക്കുണ്ടായിരുന്നു എന്ന് പി ബിയിലെയും സി സിയിലെയും ഭൂരിപക്ഷം അംഗങ്ങളും വാദിച്ചു. അങ്ങനെയാണെങ്കിലും അതിനെതിരെ ജനതാ പാർട്ടിയിലെ ഒരു വിഭാഗം പിന്തിരിപ്പൻ വർഗീയ ശക്തിയായ ആർ എസ് എസിന്റെ ശക്തമായ സ്വാധീനത്തിലാണെന്ന വസ്തുതയുമുണ്ടായിരുന്നു. അതേസമയം ആർ എസ് എസിനെ എതിർക്കുന്ന ശക്തികൾ ജനതാപാർട്ടിയിൽ തന്നെ ഉണ്ടായിരുന്നു. ആ ഘടകങ്ങളെ ഇടതുപക്ഷം ശക്തമാക്കേണ്ടതുണ്ടായിരുന്നു. തൊഴിലാളി വർഗ പാർട്ടി, ബൂർഷ്വാ പാർട്ടികളായ രണ്ട് പാർട്ടികളെയും-കോൺഗ്രസ് (ഇ)യെയോ ജനതാ പാർട്ടിയെയോ-പിന്തുടരാൻ പാടില്ലെന്നും സ്വതന്ത്രമായ നിലപാട് സ്വീകരിക്കണമെന്നും ചൂണ്ടിക്കാണിക്കപ്പെട്ടു. ഇന്ദിരാഗാന്ധി ഗവൺമെന്റിനെ അധികാര ഭ്രഷ്ടമാക്കുന്നതിലും കോൺഗ്രസ്(ഇ)ക്കും ജനസംഘത്തിനും എതിരെ ഇടതുപക്ഷ മതേതര ശക്തികളുടെ തിരഞ്ഞെടുപ്പ് മുന്നണി ഉണ്ടാക്കുന്നതിലും പാർട്ടി പങ്ക് വഹിച്ചത് തൊഴിലാളി വർഗത്തെ ഒരു സ്വതന്ത്രരാഷ്ട്രീയ ശക്തിയാക്കാൻ ഉദ്ദേശിച്ചുകൊണ്ടായിരുന്നു.

പാർട്ടി കോൺഗ്രസ് വേദിയിൽ നടന്ന അഭിപ്രായ പ്രകടനങ്ങളിൽ നിന്ന് പ്രതിനിധികളിൽ ഭൂരിപക്ഷവും സി സി നിലപാടിനൊപ്പമാണെന്ന് വ്യക്തമായിരുന്നു. ഈ പ്രശ്നത്തിൽ കോൺഗ്രസിൽ ഭിന്നിപ്പു

ണ്ടാക്കാൻ ആഗ്രഹിക്കുന്നില്ലെന്ന് പശ്ചിമ ബംഗാൾ ഘടകം പ്രസ്താവിക്കുകയും ചെയ്തു. എന്തായാലും തങ്ങൾ പ്രകടിപ്പിച്ച നിലപാടിൽ ഉറച്ചു നിൽക്കുകയാണെന്ന് പശ്ചിമ ബംഗാൾ പ്രതിനിധി സംഘം വ്യക്തമാക്കി. ഈ പ്രതിനിധി സംഘത്തിന്റെ പ്രസ്താവന കോൺഗ്രസിന്റെ രേഖകളിൽ ഉൾപ്പെടുത്തുന്നതാണെന്നും ഒടുവിൽ തീരുമാനമായി. പശ്ചിമബംഗാൾ പ്രതിനിധി സംഘത്തിന്റെ ഭിന്നാഭിപ്രായം രേഖപ്പെടുത്തിക്കൊണ്ടുതന്നെ 1979 ജൂലായ് മാസത്തിനു ശേഷം പാർട്ടി നേതൃത്വം പിന്തുടർന്ന സമീപനം കോൺഗ്രസ് അംഗീകരിച്ചു. പതിനൊന്നാം കോൺഗ്രസിലെ ചർച്ചകളുടെ ഈ പര്യവസാനം, പതിനൊന്നാം കോൺഗ്രസ് പാർട്ടിയുടെ പിളർപ്പിൽ കലാശിക്കുമെന്ന് പ്രവചിച്ച പാർട്ടി ശത്രുക്കളെ നിരാശരാക്കി. പാർട്ടി മിത്രങ്ങളെ അത് സന്തുഷ്ടരാക്കുകയും ചെയ്തു. സുപ്രധാനമായ നയപ്രശ്നങ്ങൾ പരസ്യമായിചർച്ച ചെയ്യുന്നതിൽ നിന്ന് പാർട്ടി പിന്നോക്കം പോകുന്നതല്ലെന്നും തർക്കങ്ങൾ ജനാധിപത്യപരമായ രീതിയിൽ പരിഹരിക്കാൻ പാർട്ടിക്ക് കഴിയുമെന്നും അത് കാട്ടിക്കൊടുത്തു. സ്വതന്ത്രവും ഉള്ളുതുറന്നതുമായ ചർച്ചകൾക്ക് ശേഷം അന്തിമതീരുമാനത്തിൽ ന്യൂനപക്ഷത്തിനുള്ള വിയോജിപ്പ് രേഖപ്പെടുത്തിക്കൊണ്ട് പാർട്ടിക്കുള്ളിലെ രാഷ്ട്രിയ അഭിപ്രായഭിന്നതകൾ പരിഹരിക്കുന്ന രീതിയാണ് സി പി ഐ (എം)നുള്ളത്.

60

കേരളത്തിലെ എൽ ഡി എഫ്

ദേശീയതലത്തിലെ ഉൾപ്പാർട്ടി സമരമാണ് കഴിഞ്ഞ അധ്യായത്തിൽ വിവരിച്ചത്. അതേസമയം മറ്റൊരുതരം സമരം കേരളത്തിൽ നടന്നുവരികയായിരുന്നു. ഇടതുപക്ഷ പാർട്ടികൾ ഒരു വശത്തും ഇടതുപക്ഷജനാധിപത്യമുന്നണിയിലെ ഇടതുപക്ഷേതര ഘടകങ്ങൾ(ആന്റണി കോൺഗ്രസും മാണി കേരളാ കോൺഗ്രസും)മറുവശത്തുമായുള്ളതായിരുന്നു ഈ സമരം. 1981 ഒക്ടോബർ അവസാനവാരം ആന്റണി കോൺഗ്രസും മാണി കേരളാ കോൺഗ്രസും മന്ത്രിസഭ വിടുന്നതുവരെ ആ സമരം തുടർന്നു. 1982 മേയിൽ ഒരു ഇടക്കാല തിരഞ്ഞെടുപ്പ് നടന്നു. അതിൽ എൽ ഡി എഫിന് പരാജയം നേരിട്ടു,

ആന്റണി കോൺഗ്രസും മാണി കേരളാ കോൺഗ്രസും വഞ്ചിച്ചതുകൊണ്ടാണ് ഈ പരാജയം ഉണ്ടായതെന്ന് പറയാൻ എളുപ്പമാണ്. കാരണം അവർ ആദ്യം എൽ ഡി എഫിൽ ചേരുകയും പിന്നീട് അതിൽനിന്ന് പിൻമാറി എൽ ഡി എഫിനെ അധികാരത്തിൽനിന്ന് പുറത്താക്കാൻ കോൺഗ്രസ് (ഇ)യെ സഹായിക്കുകയും ചെയ്തു. ഈ പരാജയത്തെ ഇപ്രകാരം കാണുന്നത്, 1979-80ൽ കെട്ടിപ്പൊക്കിയ സഖ്യത്തിന്റെ അനിവാര്യ ദൗർബല്യം നാം കാണാതിരിക്കലാവും. സി പി ഐ (എം) കോൺഗ്രസിന്റെ രാഷ്ട്രീയ പ്രമേയത്തിൽ ഉപയോഗിച്ച 'ഇടതുപക്ഷ ജനാധിപത്യ മുന്നണി' എന്നാണ് അതിനെയും വിളിച്ചിരുന്നതെങ്കിലും കേരളത്തിലെ ഈ കൂട്ടുകെട്ടിന് വ്യത്യസ്ത സ്വഭാവമാണുണ്ടായിരുന്നത്.

ബഹുജനസമരങ്ങളിൽ നിന്ന് ഉയർന്നുവരികയും ജനങ്ങൾക്കിടയിലെ വർഗബന്ധങ്ങളിലാകെ മാറ്റം വരുത്തുകയും ചെയ്യുന്ന ഇടതുപക്ഷജനാധിപത്യമുന്നണിയാണ് പാർട്ടി പ്രമേയത്തിൽ വിഭാവനം ചെയ്തത്. എന്നാൽ ഇതിന് വിരുദ്ധമായി കേരളത്തിലെ എൽ ഡി

എഫ് ഒരു ഉയർന്ന പാർട്ടിതല മുന്നണിയായിരുന്നു. സി പി ഐ (എം) നേതൃത്വത്തിൽ, സി പി ഐ, ആന്റണി കോൺഗ്രസ്, മാണി കേരളാ കോൺഗ്രസ് എന്നിവ ചേർന്ന പാർലമെന്ററി കൂട്ടുകെട്ടിനെയാണ് ഇവിടെ ഇടതുപക്ഷ ജനാധിപത്യമുന്നണി എന്ന് വിളിച്ചിരുന്നത്. ഒരു ശരിയായ രാഷ്ട്രീയ ശക്തിയായി പ്രവർത്തിക്കാൻ കഴിയുംവിധമുള്ള ജനപിന്തുണയും പങ്കാളിത്തവും പാർട്ടികളുടെ ഈ കൂട്ടുകെട്ടിനില്ലായിരുന്നു. ഈ സാഹചര്യത്തിൽ ഈ പുതിയ കൂട്ടുകെട്ടിലെ ഘടകങ്ങൾ തമ്മിൽ സംഘട്ടനമുണ്ടാവുക സ്വാഭാവികമായിരുന്നു. ആന്റണി കോൺഗ്രസിനും മാണി കേരളാ കോൺഗ്രസിനും തങ്ങൾ ഈ മുന്നണിയുടെ നിലനിൽപ്പിന് ആവശ്യമാണെന്ന് അറിയാമായിരുന്നതുകൊണ്ട് മുന്നണിയിലെ മറ്റു ഘടകകക്ഷികൾക്ക് മുമ്പിൽ വ്യവസ്ഥകൾ വെക്കാൻ കഴിയുമെന്ന് അവർക്ക് ഉറപ്പുണ്ടായിരുന്നു. മാണി ഗ്രൂപ്പും ആന്റണി ഗ്രൂപ്പും ചേർന്ന് മുന്നണിക്കുള്ളിൽ ഒരു പ്രത്യേക ഗ്രൂപ്പുണ്ടാക്കി. യു ഡി എഫ് പ്രതിപക്ഷത്തിന്റെ കോൺഗ്രസ് (ഇ) നേതൃത്വം എൽ ഡി എഫിന്റെ ഈ ആഭ്യന്തരസ്ഥിതി അതിനെ തകർക്കാൻ സമർത്ഥമായി എടുത്തുപയോഗിച്ചു.

1969-ൽ സി പി ഐ (എം) നേതൃത്വത്തിലുള്ള മുന്നണിയിൽ നിന്ന് രാഷ്ട്രീയ കാരണങ്ങളാൽ വിട്ടുപോവുകയും ഒരു ദശാബ്ദത്തിന് ശേഷം തിരിച്ചുവരികയും ചെയ്ത സി പി ഐ, കേരളാ ആർ എസ് പി എന്നീ പാർട്ടികളിൽനിന്ന് വ്യത്യസ്തമായി ആന്റണി കോൺഗ്രസും മാണി കേരളാ കോൺഗ്രസും സി പി ഐ (എം) നേതൃത്വത്തിലുള്ള മുന്നണിയിൽ ചേർന്നത് തികച്ചും അവസരവാദപരമായ കാരണങ്ങളാലായിരുന്നു. സി പി ഐ(എം) നേതൃത്വത്തിലുള്ള മുന്നണിയിലും ഗവൺമെന്റിലും പങ്കാളിയായിരുന്ന് ശരിക്കും മുതലെടുത്ത അവർ കോൺഗ്രസ് (ഇ)യുമായി പരമാവധി വിലപേശാനാണ് ആ അവസരം ഉപയോഗിച്ചത്. കോൺഗ്രസ് നേതൃത്വത്തിലുള്ള മുന്നണിയിൽ ആന്റണി കോൺഗ്രസും മാണി കോൺഗ്രസും നല്ല പദവികളാണ് നേടിയെടുത്തത്.

ആന്റണി കോൺഗ്രസ്, എൽ ഡി എഫും അതിന്റെ മന്ത്രിസഭയും വിട്ടപ്പോൾ യോജിച്ച അഭിപ്രായം അതിനുള്ളിൽ ഇല്ലായിരുന്നു. അതിന്റെ നേതൃത്വത്തിൽ ഒരു വിഭാഗം എൽ ഡി എഫിൽ തുടർന്നു. പക്ഷേ ആന്റണി കോൺഗ്രസിൽ അവർ ഒരു ന്യൂനപക്ഷം മാത്രമായിരുന്നു. മാണി കേരളാ കോൺഗ്രസിനെ സംബന്ധിച്ചിടത്തോളം ഒരു ന്യൂനപക്ഷംപോലും എൽ ഡി എഫിൽ അവശേഷിച്ചില്ല. തൽഫലമായി എൽ ഡി എഫ് 1982-ലെ തിരഞ്ഞെടുപ്പ് സമയത്ത്, 1980 ജനുവരിയിലെ തിരഞ്ഞെടുപ്പിൽ വിജയിച്ചപ്പോഴത്തേക്കാൾ ദുർബലമായിരുന്നു.

1980 ജനുവരിയെ അപേക്ഷിച്ച് എൽ ഡി എഫ് ദുർബലമായിരുന്നെങ്കിലും 1979 അവസാനം അത് രൂപംകൊണ്ട കാലത്തേക്കാൾ 1982-ൽ രാഷ്ട്രീയമായി കൂടുതൽ ശക്തമായിരുന്നു. കോൺഗ്രസ് (ഇ)

നേതൃത്വത്തിലുള്ള മുന്നണിയുടെ അവിഭാജ്യഭാഗമായിരുന്ന സി പി ഐയും ആർ എസ് പിയും എൽ ഡി എഫിൽ ഉണ്ടായിരുന്നു. ആന്റണി കോൺഗ്രസിലെ ഒരു വിഭാഗം എൽ ഡി എഫിൽ നിന്ന് വിട്ടുപോകാതെ നിൽക്കുകയും ചെയ്തു. അങ്ങനെ സി പി ഐയും ആർ എസ് പിയും ആന്റണി കോൺഗ്രസിൽ ഒരു വിഭാഗവും എൽ ഡി എഫിൽ തുടർന്നു. മുമ്പ് ചൂണ്ടിക്കാണിച്ചതുപോലെ ഈ മുന്നണിക്ക് യഥാർഥത്തിൽ ഒരു ദൗർബല്യമുണ്ടായിരുന്നു. മുന്നണിയായി ഒന്നിച്ചു ചേർന്ന നേതാക്കൻമാരുടെ പാർട്ടികളുടെ പിന്നിലുള്ള ബഹുജനങ്ങളുടെ സമരങ്ങളിലൂടെ ഉരുത്തിരിഞ്ഞുവന്നതായിരുന്നില്ല എൽ ഡി എഫിലെ ഐക്യം; പാർലമെന്ററി രംഗത്തെ പ്രവർത്തനങ്ങളിൽ ഏർപ്പെട്ട നേതാക്കൻമാരുടെ കൂട്ടുകെട്ടിനെയാണ് അത് പ്രതിനിധാനം ചെയ്തത്. സി പി ഐ (എം)നും സി പി ഐക്കും ട്രേഡ് യൂണിയനുകളുണ്ടായിരുന്നു; കർഷകസംഘവും മറ്റ് ബഹുജനസംഘടനകളും അവർക്ക് പിന്നിലുണ്ടായിരുന്നു. എൽ ഡി എഫിലെ മറ്റ് ഘടകകക്ഷികൾക്ക് പിന്നിലും സംഘടിത വിഭാഗങ്ങളും അസംഘടിത വിഭാഗങ്ങളും ഉണ്ടായിരുന്നു. ഈ ബഹുജനങ്ങളുടെ കൂട്ടുകെട്ടാണ് സി പി ഐ (എം) രാഷ്ട്രീയ പ്രമേയത്തിൽ വിഭാവനം ചെയ്തിരുന്നത്. 1979-ൽ രൂപീകരിക്കപ്പെട്ട എൽ ഡി എഫിൽ യഥാർഥത്തിൽ ഇല്ലായിരുന്നതും അതുതന്നെയായിരുന്നു. എൽ ഡി എഫിന്റെ ഘടകകക്ഷികളെ പിന്തുണച്ച ലക്ഷക്കണക്കായ ജനങ്ങളെ ഒന്നിച്ചണിനിരത്താനോ അവരുടെ പിന്തുണയെ ഒരു ശക്തമായ ബഹുജനപ്രസ്ഥാനമാക്കി മാറ്റാനോ ഈ കൂട്ടുകെട്ടിന് കഴിഞ്ഞില്ല.

മുസ്ലീംലീഗിൽ ഒരു വിഭാഗം (ഒരു ചെറുന്യൂനപക്ഷം) എൽ ഡി എഫിൽ ഉണ്ടായതാണ് 1979-ന് ശേഷം അതിനുണ്ടായ മറ്റൊരു ദൗർബല്യം. അതുകൊണ്ടുതന്നെ കോൺഗ്രസ്(ഇ) നേതൃത്വത്തിലുള്ള മുന്നണിയിൽ നിന്ന് വ്യത്യസ്തമായി ഇടതുപക്ഷ മതേതരശക്തികളുടെ മുന്നണിയായിരുന്നു എൽ ഡി എഫ് എന്നവകാശപ്പെടാനും കഴിഞ്ഞിരുന്നില്ല. എല്ലാ പിന്തിരിപ്പൻ വർഗീയ ശക്തികളുമായി കൂട്ടുകൂടുന്ന കോൺഗ്രസ് (ഇ)യെപ്പോലെ അവസരവാദികളായിട്ടാണ് സി പി ഐ (എം)നെയും അതിന്റെ ഇടത് സഖ്യശക്തികളെയും ജനങ്ങൾ കണ്ടത്. കോൺഗ്രസ് (ഇ)യുടെ മുഖ്യ അവലംബമായ ജാതിമത ശക്തികളും മറ്റ് ദേശീയ വിരുദ്ധ ശക്തികളും ചേർന്ന കൂട്ടുകെട്ടിനെതിരെ മതേതര ജനാധിപത്യ ശക്തികളെ അണിനിരത്താൻ എൽ ഡി എഫിന് സ്വാഭാവികമായും കഴിയാതെവന്നു.

പ്രത്യക്ഷമായും വർഗീയമായ ഒരു കക്ഷിയുടെ സാന്നിധ്യം കൊണ്ട് സി പി ഐ (എം) നേതൃത്വത്തിലുള്ള ഇടതുപക്ഷ ജനാധിപത്യമുന്നണി എത്ര ചെറിയ തോതിലാണെങ്കിലും കളങ്കപ്പെട്ടുപോയപ്പോൾ ഓരോ ജാതിമത സംഘടനയുടെയും നേതൃത്വം കോൺഗ്രസ് (ഐ) നേതൃത്വത്തിലുള്ള യു ഡി എഫിനോടൊപ്പമായിരുന്നു. ബഹുഭൂരിപക്ഷം മുസ്ലീങ്ങളും യു ഡി എഫ് ഘടകമായ ഇന്ത്യൻ യൂണിയൻ

മുസ്ലീം ലീഗിലായിരുന്നു. കേരളാ കോൺഗ്രസിൽ ഒരു ചെറിയ വിഭാഗം എൽ ഡി എഫിൽ ചേർന്നപ്പോൾ ക്രിസ്ത്യൻ ജനസമൂഹത്തിലുണ്ടായ ചെറിയ വിള്ളലും അപ്രത്യക്ഷമായി. ക്രിസ്ത്യൻ സമുദായത്തിന്റെ പ്രധാന നേതൃത്വം - പള്ളികൾ ഏറെക്കുറെ യു ഡി എഫിനോടൊപ്പമായിരുന്നു.

ജാതി സംഘടനകൾ നോക്കിയാൽ നായർ, ഈഴവ എന്നിവയുടെയും മറ്റ് സമുദായങ്ങളുടെയും പ്രധാന നേതാക്കൻമാർ യു ഡി എഫിനോടൊപ്പമായിരുന്നു. യു ഡി എഫിന്റെ വിജയം ഉറപ്പുവരുത്താൻ അവരെല്ലാം ആവുന്നതെല്ലാം ചെയ്യാനും തീരുമാനിച്ചിരുന്നു

സംസ്ഥാനത്തെ എല്ലാ ജാതിമത സംഘടനകളും ഒത്തുചേരുകയും അത്തരമൊരു സഖ്യത്തിന് ഇന്ത്യൻ ദേശീയതയുടെ പ്രമുഖ പാർട്ടി നേതൃത്വം നൽകുകയും ചെയ്തിട്ടുപോലും , എൽ ഡി എഫിന് നിയമസഭയിൽ ന്യൂനപക്ഷം സീറ്റുകളേ ലഭിച്ചുള്ളുവെങ്കിലും മൊത്തം രേഖപ്പെടുത്തിയ വോട്ടുകളിൽ 47 ശതമാനവും നേടാൻ കഴിഞ്ഞുവെന്നത് എൽ ഡി എഫിന് അഭിമാനിക്കാൻ വകനൽകുന്നു.

കുറച്ച് ദീർഘവീക്ഷണത്തോടെ സംഭവങ്ങൾ കാണാൻ കഴിയുകയാണെങ്കിൽ ഈ ദൗർബല്യം എൽ ഡി എഫിൽ ഉണ്ടായിരുന്നതും ഒരർഥത്തിൽ ഇന്നും നിലനിൽക്കുന്നതുമാണ് എന്ന് മനസിലാക്കാം.1984 ഡിസംബറിലെ ലോകസഭാതിരഞ്ഞെടുപ്പിന് ശേഷം മുസ്ലീംലീഗുമായുള്ള സഖ്യത്തിൽ നിന്ന് സി പി ഐ (എം)നെ മോചിപ്പിക്കാൻ കേന്ദ്രക്കമ്മിറ്റിക്ക് ഇടപെടേണ്ടിവന്നു. ഇക്കാര്യത്തിൽ കേരളാ പാർട്ടിയിൽ അതിരൂക്ഷമായ ഉൾപ്പാർട്ടി സമരം നടത്തേണ്ടിവന്നു. അതൊടുവിൽ മൂത്ത് സംസ്ഥാന സെക്രട്ടേറിയറ്റ് അംഗങ്ങളെ പുറത്താക്കുന്നതിൽ കലാശിച്ചു. ഈ സമരത്തെത്തുടർന്ന് 1987 മാർച്ചിൽ നടന്ന നിയമസഭാതിരഞ്ഞടുപ്പിൽ തീക്ഷ്ണമായ മത്സരമാണ് നടന്നത്. അതിൽ എല്ലാ ജാതിമത ശക്തികൾക്കുമെതിരെ എൽ ഡി എഫ് ഉറച്ചുനിന്ന് പോരാടുകയും വിജയിക്കുകയും ചെയ്തു. കേന്ദ്രക്കമ്മിറ്റി മുമ്പോട്ട് വെക്കുകയും കൂറോടെ സംസ്ഥാന കമ്മിറ്റി നടപ്പാക്കുകയും ചെയ്ത രാഷ്ട്രീയ ലൈൻ തികച്ചും ശരിയാണെന്ന് തെളിഞ്ഞു.

എങ്കിൽപോലും, ഈ തിരഞ്ഞെടുപ്പ് വിജയം എൽ ഡി എഫിന് പൂർണവും അന്തിമവുമായ വിജയം ഉറപ്പുവരുത്തിയില്ല. 1989 നവംബറിൽ ഒമ്പതാം ലോകസഭയിലേക്ക് നടന്ന തിരഞ്ഞെടുപ്പിന് ശേഷം കേന്ദ്രക്കമ്മിറ്റി ചൂണ്ടിക്കാണിച്ചതുപോലെ, ജനങ്ങൾക്കിടയിൽ ഒരു ചെറിയ മാറ്റം എൽ ഡി എഫിനെതിരെ ഉണ്ടാവുകയാണെങ്കിൽ അതിന് പരാജയം സംഭവിക്കുന്ന സ്ഥിതിയിലായിരുന്നു സംസ്ഥാനത്തെ രാഷ്ട്രീയ ശക്തികളുടെ ബലാബലം. ജനങ്ങളെ കൂടുതൽ കൂടുതലായി യു ഡി എഫിൽനിന്നകറ്റി എൽ ഡി എഫിലേക്ക് മാറ്റുന്ന വിധത്തിൽ രാഷ്ട്രീയവും സംഘടനാപരവുമായ ഒരു പദ്ധതി ആസൂത്രണം ചെയ്യാൻ കേന്ദ്രകമ്മിറ്റി സംസ്ഥാനകമ്മിറ്റിയോട് ആവശ്യപ്പെട്ടു.

നിരന്തരമായ ബഹുജന പ്രക്ഷോഭങ്ങളിലൂടെയും പ്രത്യയശാസ്ത്രപരവും രാഷ്ട്രീയവുമായ പ്രവർത്തനങ്ങളിലൂടെയും ജനങ്ങളെ എൽ ഡി എഫിൽ നിന്നകറ്റിനിർത്തുന്ന അതിരുകൾ പൊളിക്കേണ്ടതുണ്ടായിരുന്നു. ഈ വിധത്തിൽ ജനങ്ങളുടെ വിശ്വാസമാർജിക്കാൻ കഴിയുന്ന മാർഗമാണ് പാർട്ടിയുടെ ദേശീയ രാഷ്ട്രീയ ലൈൻ കേരളത്തിലെ സമൂർത്ത രാഷ്ട്രീയ സാഹചര്യങ്ങളിൽ പ്രയോഗിക്കാനുള്ള ഏറ്റവും ശരിയായ മാർഗം. നാം ചർച്ച ചെയ്ത ഈ ദേശീയ രാഷ്ട്രീയ ലൈൻ വിപുലമായ പ്രചാരവേലയിലൂടെയും രാഷ്ട്രീയവും പ്രത്യയശാസ്ത്രപരവുമായ നിരന്തര സമരത്തിലൂടെയും വർഗ-രാഷ്ട്രീയ ശക്തികളുടെ ബലാബലത്തിൽ അടിസ്ഥാനപരമായ മാറ്റം വരുത്താൻ വേണ്ടിയുള്ളതായിരുന്നു.

61

മതേതര പ്രതിപക്ഷ ഐക്യത്തിലേക്ക്

ആയിരത്തിത്തൊള്ളായിരത്തി എൺപത്തിരണ്ടിലെ തിരഞ്ഞെടുപ്പുകളിൽ എൽ ഡി എഫ് പരാജയപ്പെട്ട് ഒരു വർഷത്തിനുള്ളിൽ ദേശീയ രാഷ്ട്രീയത്തിൽ ഒരു വമ്പിച്ച മാറ്റമുണ്ടായി. 1983-ൽ ആന്ധ്രപ്രദേശും കർണാടകവും കോൺഗ്രസിന് നഷ്ടപ്പെട്ടു. ഈ സംസ്ഥാനങ്ങൾ എന്നും (1967-ലെയും 1977-ലെയും നിർണായകമായ തിരഞ്ഞെടുപ്പുകളിൽപോലും ഈ സംസ്ഥാനങ്ങളിൽ കോൺഗ്രസ് വിജയിച്ചു) കോൺഗ്രസ് ഭരണത്തിലായിരുന്നു. ഇപ്രകാരം ആറ് സംസ്ഥാനങ്ങളിൽ (പശ്ചിമബംഗാൾ, ത്രിപുര ഇടതുപക്ഷ മുന്നണി ഗവൺമെന്റുകൾ, തമിഴ്നാട്, ജമ്മു കാശ്മീർ, കർണാടക, ആന്ധ്രപ്രദേശ്) കോൺഗ്രസിതര മുഖ്യമന്ത്രിമാരുണ്ടായി. കോൺഗ്രസിനുണ്ടായിരുന്ന അധികാരകുത്തക വാസ്തവത്തിൽ തകർക്കപ്പെട്ടു.

കേന്ദ്ര-സംസ്ഥാന ബന്ധങ്ങൾ സംബന്ധിച്ച വിവാദം രൂക്ഷമായതാണ് ആറ് സംസ്ഥാനങ്ങളിൽ കോൺഗ്രസിതര മന്ത്രിസഭകൾ അധികാരത്തിൽ വന്നതിന്റെ പെട്ടെന്നുള്ള ഒരു പ്രത്യാഘാതം. കോൺഗ്രസ്(ഇ) ഇതര മുഖ്യമന്ത്രിമാരുടെ ഒരു സമ്മേളനം സംഘടിപ്പിക്കപ്പെട്ടു. പ്രതിപക്ഷ പാർട്ടികൾ ഭരിക്കുന്ന സംസ്ഥാന ഗവൺമെന്റുകളോട് കേന്ദ്രത്തിലെ കോൺഗ്രസ് (ഇ) ഗവൺമെന്റ് പെരുമാറുന്ന രീതിയാണ് സമ്മേളനത്തിൽ സംബന്ധിച്ചവരെ വ്യാകുലപ്പെടുത്തിയത്. കേന്ദ്ര-സംസ്ഥാന ബന്ധങ്ങളുടെ ഘടനയാകെ അഴിച്ചുപണിയണമെന്ന ആവശ്യം സമ്മേളനത്തിൽ ഉയർന്നുവന്നു. കേന്ദ്രസംസ്ഥാന ബന്ധങ്ങളെക്കുറിച്ച് അന്വേഷിക്കാൻ ജസ്റ്റിസ് സർക്കാരിയയുടെ നേതൃത്വത്തിലുള്ള ഒരു കമ്മീഷനെ പ്രധാനമന്ത്രി ഇന്ദിരാഗാന്ധി നിയമിച്ചു. അതിനെതുടർന്ന് ആന്ധ്രപ്രദേശ് മുഖ്യമന്ത്രി എൻ ടി രാമറാവു പ്രതിപക്ഷ രാഷ്ട്രീയ നേതാക്കളുടെ ഒരു ഉന്നതതല സമ്മേളനം വിളിച്ചുകൂ

ട്ടി. മിക്കവാറും എല്ലാ ദേശീയ പ്രതിപക്ഷപാർട്ടികളും ചില പ്രാദേശിക പാർട്ടികളും ക്ഷണം സ്വീകരിക്കുകയും 1983 മേയിൽ വിജയവാഡയിൽ ചേർന്ന ഉന്നതതലത്തിൽ പങ്കെടുക്കുകയും ചെയ്തു. പ്രതിപക്ഷ ഐക്യത്തിന്റെ ആവശ്യകതയിലേക്ക് വിരൽ ചൂണ്ടിക്കൊണ്ടും വർഗീയശക്തികളുടെയും മറ്റ് ശിഥിലീകരണശക്തികളുടെയും വളർച്ചയിൽ ശ്രദ്ധ ക്ഷണിച്ചുകൊണ്ടുമുള്ള ഒരു പൊതു പ്രസ്താവന അംഗീകരിച്ച ശേഷം ഉന്നതതലം പിരിഞ്ഞു.

വിജയവാഡ ഉന്നതതലത്തിൽ പങ്കെടുത്ത പാർട്ടികളിലൊന്ന് ജനസംഘത്തിന്റെ പുത്തൻ അവതാരമായ ബി ജെ പിയായിരുന്നു. വർഗീയ ശക്തികൾക്കും മറ്റ് ശിഥിലീകരണ ശക്തികൾക്കും എതിരായ പരാമർശം ഇഷ്ടപ്പെടാതിരുന്ന ബി ജെ പി നേതാക്കൻമാർ ഒരു മാസത്തിന് ശേഷം ഡൽഹിയിൽ ചേർന്ന ഉന്നതതലത്തിൽ പങ്കെടുക്കാൻ വിസമ്മതിച്ചു. സിഖ് വിഭജനവാദികളുടെ പ്രവർത്തനങ്ങൾ മൂലം പഞ്ചാബിൽ സംജാതമായ ഗുരുതരമായ സ്ഥിതിവിശേഷമാണ് ഡൽഹി ഉന്നതതലത്തിൽ ചർച്ച ചെയ്യപ്പെട്ട പ്രത്യേക വിഷയം.

പഞ്ചാബിനെ സംബന്ധിച്ച നിരവധി പ്രശ്നങ്ങൾ വ്യക്തമാക്കുന്ന സുദീർഘവും സമഗ്രവുമായ ഒരു പ്രമേയം ഡൽഹി ഉന്നതതലം അംഗീകരിച്ചു. ചന്ദീഗഢ് നദീജലം പങ്കിടൽ, പഞ്ചാബും ഹരിയാനയും തമ്മിലുള്ള അതിർത്തികൾ തുടങ്ങിയവ പോലുള്ള പ്രശ്നങ്ങൾക്ക് അതിൽ പരിഹാരങ്ങൾ നിർദേശിച്ചു. അകാലി നേതൃത്വം കൂടി പങ്കാളിയായിട്ടുള്ളതായിരുന്നു പ്രസ്തുത പ്രമേയം. പഞ്ചാബ് പ്രശ്നം പരിഹരിക്കുന്നതിൽ ഇന്ദിരാഗാന്ധി ഗവൺമെന്റിന് രാഷ്ട്രീയേച്ഛ ഉണ്ടായിരുന്നുവെങ്കിൽ അതിനുള്ള അടിത്തറ പ്രമേയം പ്രദാനം ചെയ്തിരുന്നതാണ്. എന്നാൽ ആ നിർദേശത്തെ ഔദ്ധത്യപൂർവം നിരാകരിക്കുകയാണ് ഗവൺമെന്റ് ചെയ്തത്. പഞ്ചാബിൽ അതിവേഗം വികസിച്ചു വന്ന പ്രതിസന്ധിക്ക് ഒരു രാഷ്ട്രീയ പരിഹാരം തടയുകയാണ് അതു മൂലം സംഭവിച്ചത്.

ഈ ഉന്നതതല സമ്മേളനത്തിൽ ചേരാതിരുന്ന ബി ജെ പി സമ്മേളനത്തിന്റെ രാഷ്ട്രീയ പരിഹാര നിർദേശത്തിൽ വാസ്തവത്തിൽ പങ്കാളിയായിരുന്നില്ല. പിന്നീട് 1983 ഒക്ടോബറിൽ ശ്രീനഗറിലും 1984 ജനുവരിയിൽ കൽക്കത്തയിലും ചേർന്ന ഉന്നതതലങ്ങളിലും ബി ജെ പി പങ്കെടുത്തില്ല.

അതായത് 1983 മേയ് മാസത്തിനും 1984 ജനുവരി മാസത്തിനും ഇടയ്ക്ക് നടന്ന നാല് ഉന്നതതല സമ്മേളനങ്ങളിൽ ബി ജെ പി ഒഴിച്ചുള്ള അഖിലേന്ത്യാ പാർട്ടികളും ചില പ്രാദേശിക പാർട്ടികളുമാണ് പങ്കെടുത്തത്. ഇടതുപക്ഷ മതേതര പ്രതിപക്ഷ പാർട്ടികളടങ്ങിയ രാഷ്ട്രീയ ശക്തികളുടെ ഒരു പുതിയ ചേരി ഉടലെടുക്കുന്നതിന്റെ ആരംഭമായിരുന്നു പ്രസ്തുത സമ്മേളനങ്ങൾ. ഇപ്രകാരം 1967-ലെയും 1977-ലെയും കൂട്ടുകെട്ടുകളിൽ നിന്ന് വ്യത്യസ്തമായ ഒരു പുതിയ

ചേരി ഉദയം ചെയ്തു എന്ന വസ്തുത സുവ്യക്തവും സംശയാതീതവുമായിരുന്നു.

പഞ്ചാബ് പ്രശ്നത്തിൽ ഒരഭിപ്രായ സമന്വയത്തിലെത്താൻ ഡൽഹി സമ്മേളനത്തിന് കഴിഞ്ഞപ്പോൾ കേന്ദ്ര-സംസ്ഥാന ബന്ധങ്ങൾ പൊളിച്ചെഴുതുന്ന കാര്യമാണ് ശ്രീനഗർ സമ്മേളനം ചർച്ച ചെയ്തത്. ഈ സമ്മേളനത്തിൽ വെച്ച് ദേശീയ പാർട്ടികളും പ്രാദേശിയ പാർട്ടികളും തമ്മിൽ അഭിപ്രായ ഭിന്നത ഉടലെടുത്തു. ശക്തമായ സംസ്ഥാനങ്ങളുടെ അഭിപ്രായത്തിൽ ശക്തമായ കേന്ദ്രം വേണമെന്ന് ദേശീയ പാർട്ടികൾ അഭിപ്രായപ്പെട്ടപ്പോൾ കേന്ദ്രം ദുർബലമായിരിക്കണമെന്നാണ് പ്രാദേശിക പാർട്ടികൾ ആവശ്യപ്പെട്ടത്. എന്തായാലും സമഗ്രമായ ചർച്ചകൾക്കുശേഷം ഒരു രേഖ ഏകകണ്ഠമായി അംഗീകരിക്കപ്പെട്ടു. പ്രതിരോധം, വിദേശകാര്യം എന്നീ രംഗങ്ങളിൽ മാത്രമല്ല സാമ്പത്തികാസൂത്രണവും വികസനവും ഏകോപിപ്പിക്കുന്നതിലും കടമകൾ നിറവേറ്റാൻ പര്യാപ്തമായ ശക്തമായൊരു കേന്ദ്രത്തിന്റെ കീഴിൽ കഴിയുന്നത്ര സ്വയംഭരണാവകാശമുള്ള സംസ്ഥാനങ്ങൾ എന്ന അടിസ്ഥാനത്തിൽ രണ്ടിനും തുല്യപ്രാധാന്യം നൽകിക്കൊണ്ടുള്ളതായിരുന്നു പ്രമേയം. ഡൽഹി സമ്മേളനത്തിന്റെ പ്രമേയങ്ങളുമായി നോക്കുമ്പോൾ ബി ജെ പി ഒഴിച്ചുള്ള ദേശീയ പാർട്ടികളും കുറേ പ്രാദേശിക പാർട്ടികളും ചില അടിസ്ഥാന ദേശീയ പ്രശ്നങ്ങളിൽ അഭിപ്രായ ഐക്യത്തിലേക്കാണ് നീങ്ങുന്നതെന്ന് ശ്രീനഗർ സമ്മേളന രേഖകൾ സൂചിപ്പിച്ചു.

ഈ അഭിപ്രായ സമന്വയം 1984 ജനുവരിയിലെ കൽക്കത്താ സമ്മേളനത്തിലേക്കെത്തിയപ്പോൾ സാമ്പത്തികവും രാഷ്ട്രീയവുമായ നിരവധി പ്രശ്നങ്ങളിൽ യോജിപ്പുണ്ടായി. അവിടെ അംഗീകരിച്ച സമഗ്രമായ പ്രമേയം തൊഴിൽ, കൂലിയും ശമ്പളവും, ഭക്ഷ്യവിതരണവും വിലയും തുടങ്ങിയ സുപ്രധാന പ്രശ്നങ്ങളാണ് കൈകാര്യം ചെയ്തത്. കേന്ദ്രത്തിലെ കോൺഗ്രസ് ഗവൺമെന്റിന്റെ കടന്നാക്രമണത്തിന് വിധേയമായ പൗരസ്വാതന്ത്ര്യങ്ങളും ജനാധിപത്യാവകാശങ്ങളും പോലുള്ള രാഷ്ട്രീയ പ്രശ്നങ്ങളും ഈ ഉന്നതതലം ചർച്ച ചെയ്യുകയും യോജിപ്പിലെത്തുകയും ചെയ്തു.

കോൺഗ്രസിതര സംസ്ഥാനങ്ങൾക്കെതിരെ ഇന്ത്യാഗവൺമെന്റ് ബോധപൂർവം ആരംഭിച്ചിട്ടുള്ള നീക്കങ്ങൾ സമ്മേളനം ശ്രദ്ധിച്ചു. ഏതൊരു കോൺഗ്രസിതര ഗവൺമെന്റിനെതിരെയുള്ള എന്ത് ആക്രമണത്തെയും എല്ലാ പ്രതിപക്ഷ പാർട്ടികളും യോജിച്ച് ചെറുക്കേണ്ടതാണെന്ന് പ്രതിനിധികൾ പ്രഖ്യാപിച്ചു. കോൺഗ്രസ് (ഇ)യുടെ അമിതാധികാര വാഴ്ചക്കെതിരെ ഇടതുപക്ഷത്തെയും മറ്റ് മതേതര ജനാധിപത്യ ശക്തികളെയും ഒന്നിപ്പിക്കുന്നതിനുള്ള മറ്റൊരു ചുവടുവെപ്പായിരുന്നു ഇത്.

ഏതാനും മാസങ്ങൾക്കുള്ളിൽ തന്നെ കൽക്കത്ത ഉന്നതതല

ത്തിന്റെ സംയുക്ത പ്രഖ്യാപനം പരീക്ഷണവിധേയമായി. ജമ്മു-കാശ്മീരിലെ ഫാറൂക്ക് അബ്ദുള്ള ഗവൺമെന്റിനെയും ആന്ധ്രപ്രദേശിലെ രാമറാവു ഗവൺമെന്റിനെയും ഗവർണർമാർ പിരിച്ചുവിടുകയും തൽസ്ഥാനങ്ങളിൽ പാവഗവൺമെന്റുകളെ സ്ഥാപിക്കുകയും ചെയ്തു. കോൺഗ്രസ് (ഇ)യും അതിന്റെ കൂട്ടാളികളും ഒരു ഭാഗത്തും കോൺഗ്രസിതര പ്രതിപക്ഷങ്ങൾ മറുഭാഗത്തുമായി ഒരു വലിയ രാഷ്ട്രീയ സമരം നടന്നു. രണ്ട് സംസ്ഥാന നിയമസഭകൾക്കുള്ളിലും രണ്ട് സംസ്ഥാനങ്ങളിലെ ജനങ്ങൾക്കിടയിലും എന്നുവേണ്ട രാജ്യത്താകമാനവും സംഘട്ടനങ്ങളുണ്ടായി. എല്ലാ പ്രതിപക്ഷ പാർട്ടികളും, ബി ജെ പി അടക്കം, ആന്ധ്രപ്രദേശിലെ പ്രതിഷേധ പ്രക്ഷോഭത്തിൽ ചേർന്നു. ഒടുവിൽ രാമറാവു ഗവൺമെന്റിനെ തിരിച്ച് അധികാരത്തിൽ അവരോധിക്കാൻ ഇന്ദിരാഗാന്ധി ഗവൺമെന്റ് നിർബന്ധിതമായി.

ജമ്മു-കാശ്മീർ സമരം ഇത്രത്തോളം വിജയകരമായില്ല. എങ്കിലും അവിടെയും ഗവർണർ പ്രതിഷ്ഠിച്ച ജി എം ഷാ ഗവൺമെന്റിന് അധികാരം വിട്ടൊഴിയേണ്ടി വന്നു. അവിടെ കോൺഗ്രസ് (ഇ)ക്ക് ഡോ. ഫാറൂക്ക് അബ്ദുള്ളയുമായി ഒരു ധാരണയിലെത്തേണ്ടിവന്നു. ഫാറൂക്ക് അബ്ദുള്ളയുടെ പാർട്ടിയും കോൺഗ്രസ് (ഇ)യും തമ്മിൽ ഒരു കൂട്ടുകക്ഷി ഗവൺമെന്റ് ഉണ്ടാക്കാനാണ് അവർ ആവശ്യപ്പെട്ടത്.

ഈ സംഭവവികാസങ്ങൾക്ക് രണ്ട് തരത്തിലുള്ള പ്രാധാന്യമുണ്ടായിരുന്നു. ഒന്നാമത്തേത്, യോജിച്ചുവന്ന പ്രതിപക്ഷത്തിൽ ബി ജെ പി ഉൾപ്പെട്ടിരുന്നില്ല. എന്നതുതന്നെ-വർഗീയശക്തികളും പ്രതിപക്ഷത്തെ മതേതരശക്തികളും തമ്മിൽ ഒരു ചേരിതിരിവിന്റെ ആരംഭം കുറിക്കുകയുണ്ടായി. എങ്കിലും ബി ജെ പിയുമായുള്ള കൂട്ടുകെട്ടിനെക്കുറിച്ച് അപ്പോഴും ചിന്തിക്കുന്നവരായിരുന്നു ഇടതുപക്ഷമൊഴിച്ചുള്ള പ്രതിപക്ഷശക്തികൾ; പ്രതിപക്ഷ ഐക്യം സംബന്ധിച്ച രണ്ട് ധാരണകൾ -ബി ജെ പി ഉൾപ്പെടെ സർവ പ്രതിപക്ഷങ്ങളും ചേർന്ന ഐക്യവും, ഇടതുപക്ഷവും മറ്റ് മതേതര ശക്തികളും ചേർന്ന ഐക്യവും -തമ്മിലുള്ള സമരം ക്രമേണയാണെങ്കിലും വികസിച്ചുവരികയായിരുന്നു.

രണ്ടാമത്തേത്, രാഷ്ട്രത്തെ അഭിമുഖീകരിക്കുന്ന അനേകം സാമൂഹിക-രാഷ്ട്രീയ പ്രശ്നങ്ങളിലും സാമ്പത്തിക പ്രശ്നങ്ങളിലും ഒരു അഭിപ്രായ സമന്വയത്തിന്റെ അടിസ്ഥാനത്തിലുള്ളതായിരുന്നു ഉയർന്നുവന്നുകൊണ്ടിരുന്ന പ്രതിപക്ഷഐക്യം. രാഷ്ട്രീയമായും സാമ്പത്തികമായും ഉള്ള കുറെ നീറുന്ന ദേശീയ പ്രശ്നങ്ങൾ കൈകാര്യം ചെയ്യുന്നതിന് ഡൽഹിയിലും ശ്രീനഗറിലും കൽക്കത്തയിലും ചേർന്ന ഉന്നതതലങ്ങളുടെ അഭിപ്രായ സമന്വയ രേഖകൾ അടിത്തറ പ്രദാനം ചെയ്യുന്നു. അഭിപ്രായ സമന്വയത്തിന്റെ അടിസ്ഥാനത്തിൽ പ്രതിപക്ഷ ഐക്യത്തിനും ഇടതുപക്ഷ മതേതര പ്രതിപക്ഷ കക്ഷികളുടെ പിന്നിലുള്ള ബഹുജനങ്ങളുടെ ഐക്യത്തിനുമുള്ള സാധ്യതകൾ ഉയർന്നുവന്നു.

എങ്കിലും ഈ സാധ്യതകൾ യാഥാർഥ്യമാക്കി മാറ്റുന്നത് അത്ര എളുപ്പമായിരുന്നില്ല. ഉന്നതതല സമ്മേളനങ്ങളിൽ ഒന്നിച്ചുകൂടിയ ഇടതുപക്ഷം ഒഴിച്ചുള്ള പ്രതിപക്ഷ കക്ഷികൾ, തിരഞ്ഞെടുപ്പിൽ മത്സരിക്കുന്നതിനും സംസ്ഥാനങ്ങളിലും കേന്ദ്രത്തിലും അധികാരം പിടിച്ചെടുക്കുന്നതിനുമുള്ള ഐക്യത്തെക്കുറിച്ച് മാത്രമാണ് അപ്പോഴും ചിന്തിച്ചിരുന്നത്. പാർലമെന്റിലും നിയമസഭകളിലും നടക്കുന്ന രാഷ്ട്രീയ സമരങ്ങളെ സഹായിക്കുന്ന യോജിച്ച ഒരു ബഹുജന രാഷ്ട്രീയ ശക്തി വളർത്തിയെടുക്കുക അവരുടെ ലക്ഷ്യമായിരുന്നില്ല. ഇടതുപക്ഷ പാർട്ടികൾക്ക് മാത്രമേ ആ കാഴ്ചപ്പാട് ഉണ്ടായിരുന്നുള്ളൂ. തിരഞ്ഞെടുപ്പ് രംഗത്ത് മറ്റ് പ്രതിപക്ഷ പാർട്ടികളേക്കാൾ ദുർബലമാണെങ്കിലും ഇടതുപക്ഷ പാർട്ടികളുടെ നേതൃത്വത്തിൽ വ്യവസായ തൊഴിലാളികൾ, കാർഷിക തൊഴിലാളികൾ, കർഷകർ, നാട്ടിൻപുറങ്ങളിലെ പാവപ്പെട്ടവർ, പട്ടണങ്ങളിലെ ഇടത്തരക്കാർ, മറ്റ് വിഭാഗങ്ങൾ എന്നിവരുടെ പൊരുതുന്ന നിരവധി സംഘടിത പ്രസ്ഥാനങ്ങൾ ഉണ്ടെന്നതിന്റെ അടിസ്ഥാനത്തിൽ അവർ(ഇടതുപക്ഷ പാർട്ടികൾ) രാഷ്ട്രീയമായി കൂടുതൽ കരുത്തുറ്റവരാണ്.

സംഘടിതരായ അധ്വാനിക്കുന്ന ജനങ്ങൾ ദശലക്ഷക്കണക്കിന് പിന്നിലുള്ള ഇടതുപക്ഷങ്ങളുടെയും കോൺഗ്രസ് (ഇ)യുടെ അമിതാധികാര വാഴ്ച നേരിടുന്ന രാഷ്ട്രീയ പാർട്ടികളുടെയും യോജിച്ച ശക്തി, രാജ്യത്തെ രാഷ്ട്രീയ സംഭവവികാസങ്ങളെ സ്വാധീനിക്കാൻ കഴിയും വിധം ഒരു പുതിയ രാഷ്ട്രീയശക്തികേന്ദ്രമായി മേൽ ചൂണ്ടിക്കാണിച്ചതുപോലെ ഉയർന്നുവരികയായിരുന്നു.

62

ഇന്ദിരാവധം

ലോകസഭയുടെ കാലാവധി അവസാനിക്കാറായതോടെ വികസിച്ചുവന്ന പ്രതിപക്ഷ ഐക്യത്തെ പ്രധാനമന്ത്രി ഇന്ദിരാഗാന്ധി ആശങ്കയോടെ വീക്ഷിച്ചു. ഈ ഐക്യത്തിന്റെ ഭവിഷ്യത്തുകളിൽ അവർ ഭയപ്പെടുകയും അതിനെതിരെ പ്രതികരിക്കാൻ ആഗ്രഹിക്കുകയും ചെയ്തു.

കേരളത്തിലെ അനുഭവത്തിൽ നിന്ന് ഇന്ദിരാഗാന്ധി പഠിച്ചിരുന്നു. അവിടെ കോൺഗ്രസിന്റെ അധികാരകുത്തക വെല്ലുവിളിച്ച 1950-കളിലെ കമ്യൂണിസ്റ്റ് ഗവൺമെന്റിനെ സംസ്ഥാനത്തെ എല്ലാ ജാതി-മത പാർട്ടികളെയും സംഘടനകളെയും ഒരു കമ്യൂണിസ്റ്റ് വിരുദ്ധ മുന്നണിയിൽ അണിനിരത്തിക്കൊണ്ടാണ് നേരിട്ടത്. ഇപ്പോഴും എല്ലാ ജാതി-മത ശക്തികളെയും മറ്റ് ശിഥിലീകരണ ശക്തികളെയും അഖിലേന്ത്യാ അടിസ്ഥാനത്തിൽ ഒന്നിച്ച് കൊണ്ടുവരേണ്ടത് ആവശ്യമാണെന്ന് ഇന്ദിരാഗാന്ധി കരുതി. ഇക്കാര്യത്തിൽ ഇന്ദിരാഗാന്ധിക്ക് മുസ്ലീം ലീഗിന്റെയും മറ്റ് ന്യൂനപക്ഷങ്ങളുടെയും അതുപോലെതന്നെ പട്ടികജാതി പട്ടികവർഗങ്ങളുടെയും പിന്തുണ ഉണ്ടായിരുന്നു.

എന്നിരുന്നാലും കോൺഗ്രസിന്റെ പരമ്പരാഗത അടിത്തറക്ക് കോട്ടം തട്ടി. ഹിന്ദുക്കളിൽ ഭൂരിപക്ഷം (പ്രത്യേകിച്ചും ജാതിഹിന്ദുക്കൾ) കോൺഗ്രസിനെതിരെ തിരിഞ്ഞു. ആർ എസ് എസ് അതിന്റെ രാഷ്ട്രീയാവരണമായ ജനസംഘത്തോടൊപ്പം കോൺഗ്രസിന്റെ മുഖ്യ എതിരാളിയായി രംഗത്തുവന്നിരുന്നു. അതിനാൽ ജനസംഘത്തിന്റെ പ്രധാന പിന്തുണക്കാരായ വിപുലമായ ഹിന്ദു സമുദായത്തിൽ ഒരു വിള്ളലുണ്ടാക്കേണ്ടത് ആവശ്യമായി -ഒന്നുകിൽ ഹിന്ദു വർഗീയതക്കെതിരെ പ്രത്യക്ഷമായ രാഷ്ട്രീയാക്രമണം അഴിച്ചുവിടുക അല്ലെങ്കിൽ ആ ആശയത്തെ ആലിംഗനം ചെയ്യുക.ആദ്യത്തെ മാർഗം മതേതര

ജനാധിപത്യശക്തികൾക്ക് കരുത്തേകും. അതാകട്ടെ ഇന്ദിരാ നേതൃത്വം ആഗ്രഹിച്ചതുമില്ല. അതിനാൽ ഹിന്ദുവർഗീയ വാദികൾക്ക് ജനസംഘത്തേക്കാൾ കൂടുതൽ ആശ്രയിക്കാവുന്ന രാഷ്ട്രീയ ശക്തി കോൺഗ്രസ് (ഇ)ആണെന്ന് കാണിച്ചുകൊണ്ട് ഹിന്ദുക്കളെ പ്രീണിപ്പിക്കാൻ ഗൗരവമായ പരിശ്രമങ്ങൾ നടത്തി.

അതോടൊപ്പം തന്നെ അകാലിദൾ പോലെ ന്യൂനപക്ഷ സമുദായങ്ങളുടെ പ്രതിപക്ഷ പാർട്ടികളിൽ ഭിന്നിപ്പുണ്ടാക്കേണ്ടത് ആവശ്യമാണെന്ന് ഇന്ദിരാകോൺഗ്രസ് കരുതി. ഈ ലക്ഷ്യത്തോടെ അകാലിദൾ നേതൃത്വത്തിന് ഒരു എതിരാളിയായി ഭിന്ദ്രൻവാലയെ ഉയർത്തിക്കൊണ്ടുവന്നു. അയാളെയും അയാളുടെ അനുയായികളെയും അകാലി നേതൃത്വത്തിനെതിരെ കോൺഗ്രസിന്റെ തിരഞ്ഞെടുപ്പ് പ്രചാരണത്തിന് ഉപയോഗിച്ചു. പക്ഷേ കോൺഗ്രസ് സ്വാധീനത്തിൽ നിന്ന് വിട്ടകന്ന ഭിന്ദ്രൻവാല തന്റെ സ്വന്തം ബദൽ നേതൃത്വം സ്ഥാപിച്ചു എന്ന് മാത്രമല്ല കോൺഗ്രസ് ഗവൺമെന്റിന്റെ അധികാരത്തെ വെല്ലുവിളിക്കുകയും ചെയ്തു.

സിഖ് സമുദായത്തിന്റെ സ്വയം നിർണയാവകാശം സാക്ഷാത്കരിക്കുന്നതിന് വേണ്ടിയുള്ള 'ധർമയുദ്ധ' പ്രഖ്യാപനത്തിൽ കലാശിച്ച അകാലി നേതൃത്വത്തിന്റെ രാഷ്ട്രീയവും പ്രായോഗികവുമായ പ്രവർത്തനങ്ങൾ ഭിന്ദ്രൻവാല മുതലാക്കി. ഒരു വിഭാഗം സായുധഭീകരരെ സംഘടിപ്പിക്കുകയും അമൃതസറിലെ സുവർണക്ഷേത്രത്തിൽ ആസ്ഥാനമുറപ്പിക്കുകയും ചെയ്തു. ഗവൺമെന്റ് എന്തുചെയ്യണമെന്നറിയാത്ത സ്ഥിതിയിലായി. ക്ഷേത്രവളപ്പിനുള്ളിൽ നിന്ന് പ്രവർത്തിക്കാൻ ഭീകരസംഘത്തെ അനുവദിക്കുന്നത് ഇന്ത്യൻ ഭരണകൂടത്തിന്റെ മതേതര സ്വഭാവം നഷ്ടപ്പെടുത്തുന്നതിന് സമമായിരുന്നു. നേരെമറിച്ച് ക്ഷേത്രത്തിനുള്ളിൽ താവളമടിച്ച ഭീകരരെ ഗവൺമെന്റിന്റെ സായുധശക്തി ഉപയോഗിച്ച് പുറത്തുചാടിക്കുന്നത് സിഖ്സമുദായത്തെ രോഷാകുലരാക്കുന്നതുമായിരുന്നു. ഒടുവിൽ ഭിന്ദ്രൻവാലയെയും കൂട്ടാളികളെയും പുറത്തുചാടിക്കാൻ പട്ടാളത്തെ ഉപയോഗിച്ചു.

എന്തായാലും ഇന്ത്യാഗവൺമെന്റിന്റെ ആ പ്രയോഗം ഗവൺമെന്റിനും ഇന്ദിരാഗാന്ധിക്ക് വ്യക്തിപരമായും രാജ്യത്തിനാകെയും ഗുരുതരമായ പ്രതികൂല പ്രത്യാഘാതമുണ്ടാക്കി. പട്ടാളനടപടി എത്രതന്നെ അനുപേക്ഷണീയമായിരുന്നെങ്കിലും ഭിന്ദ്രൻവാലക്കെതിരായ ആ നടപടി സിഖുകാരുടെ പാവന ദേവാലയത്തിനെതിരായ ഒരു സൈനികാക്രമണമായി മാറി. അത് സിഖ് സമുദായത്തെ ഗവൺമെന്റിൽ നിന്ന് അകറ്റി. ആ പട്ടാളനടപടിയിൽ നൂറ് കണക്കിന് സിഖുകാർ കൊല്ലപ്പെട്ടു. സിഖുകാരെ സംബന്ധിച്ചിടത്തോളം പ്രിയങ്കരമായിരുന്ന ആ ദേവാലയത്തിന് ഭീകരമായ നാശമുണ്ടായി. സിഖുകാരാകെ രോഷാകുലരായി. ഇന്ത്യൻ പട്ടാളത്തിലെ അനേകം സിഖ് ജവാൻമാർ അതിൽ നിന്ന് ഒളിച്ചോടിയത് ആ സമുദായത്തിന്റെ മനോ

ഗതി വിളിച്ചോതി. ഈ രോഷം പട്ടാളത്തിലെയും പൊലീസിലെയും സിവിൽ സർവീസിലെയും ആയിരക്കണക്കായ സിഖ് ഉദ്യോഗസ്ഥൻമാരിൽ പടർന്നുപിടിച്ചു.

എന്തായാലും 'നീലനക്ഷത്രപദ്ധതി'യുടെ പ്രയോഗത്തിന്റെ പ്രത്യാഘാതം ഏകപക്ഷീയമായി നിഷേധാത്മകമായിരുന്നില്ല. തനിക്ക് സിഖ് സമൂഹത്തിലുള്ള ജനസമ്മതി നഷ്ടപ്പെടുമെന്ന് അറിഞ്ഞുകൊണ്ടുതന്നെ സ്വന്തം കടമ നിറവേറ്റുന്നതിനും ഭീകരരെ വകവരുത്തുന്നതിനും ധീരത കാട്ടിയ ഒരു നേതാവിനെ ഹൈന്ദവ സമൂഹം പ്രധാനമന്ത്രിയിൽ കണ്ടു. ബംഗ്ലാദേശ് ജനതയെ പട്ടാള ഭരണാധികാരികളിൽ നിന്ന് മോചിപ്പിച്ചുകൊണ്ട് ഇന്ത്യൻ ജനതയിലാകെ അവർ മുമ്പ് സൃഷ്ടിച്ച മതിപ്പാണ് ഭിന്ദ്രൻവാലാ ഭീകരരുടെ കോട്ടതകർത്തപ്പോൾ ഹിന്ദുക്കൾക്കിടയിലുണ്ടായത്. ഇത് ആർ എസ് എസ്-ജനസംഘം കൂട്ടാളികൾ ഉയർത്തിയ ആപത്തിന് അതിനേക്കാൾ പരിഹാരമാകുമെന്ന് ഇന്ദിരാഗാന്ധി കണക്കുകൂട്ടി.

ഇന്ദിരാഗാന്ധിയുടെ ദൗർഭാഗ്യത്തിന് അതിന്റെ ഫലം കൊയ്യാൻ അവർ ജീവിച്ചിരുന്നില്ല. അവരുടെ തന്നെ രണ്ട് അംഗരക്ഷകരാൽ അവർ കൊല ചെയ്യപ്പെട്ടു. അത് ഇന്ത്യയിലും പുറത്തുമുള്ള ജനങ്ങളെ രോഷാകുലരാക്കി. കൊലപാതകത്തിലേക്ക് നയിച്ച സംഭവപരമ്പര മനസിലാക്കിയിരുന്നവർക്ക് അതൊഴിവാക്കാൻ സാധിക്കുമായിരുന്നു എന്നറിയാമായിരുന്നു. ബി ജെ പി ഒഴിച്ചുള്ള പ്രതിപക്ഷം യോജിച്ച് മുന്നോട്ട് വെച്ചഉപദേശം അവർ സ്വീകരിച്ചാൽ മാത്രം മതിയായിരുന്നു. 1983 ജൂണിൽ ഡൽഹിയിൽ ചേർന്ന ബി ജെ പി ഒഴിച്ചുള്ള പ്രതിപക്ഷ പാർട്ടികളുടെ ഉന്നതതലം പഞ്ചാബ് പ്രശ്നം രാഷ്ട്രീയമായി പരിഹരിക്കുന്നതിനുള്ള ഒരു കർമപദ്ധതി ആവിഷ്കരിച്ചിരുന്നു. അകാലിദളും ആ സമ്മേളനത്തിൽ പങ്കെടുത്തു. ഈ സമ്മേളനത്തിന്റെ നിർദേശങ്ങൾ ഇന്ദിരാഗാന്ധി സ്വീകരിച്ചിരുന്നുവെങ്കിൽ അത് ഭിന്ദ്രൻവാലാ സംഘത്തെ രാഷ്ട്രീയമായി ഒറ്റപ്പെടുത്താനും പട്ടാളത്തിന്റെയും പൊലീസിന്റെയും നടപടിക്ക് പൊതുജനപിന്തുണ ആർജിക്കാനും സഹായിക്കുമായിരുന്നു.

എന്നാൽ ഇന്ദിരാഗാന്ധിയും അവരുടെ ഗവൺമെന്റും കണക്കുകൂട്ടിയത് മറ്റ് ചിലതാണ്. മറ്റാരുടെയും ഉപദേശവും സഹായവും കൂടാതെ പഞ്ചാബ് പ്രശ്നം അവർക്ക് സ്വന്തമായി പരിഹരിക്കാനും ഭിന്ദ്രൻവാലാ സംഘത്തിന്റെ ഭീഷണി അകറ്റാനും കഴിയുമെന്ന് കാണിച്ചുകൊടുക്കാനാണ് അവർ ആഗ്രഹിച്ചത്. നിശ്ചയദാർഢ്യത്തോടെ ഇന്ത്യൻ പട്ടാളം ഏൽപ്പിക്കുന്ന പ്രഹരത്തിലൂടെ ഭിന്ദ്രൻവാലയെയും കൂട്ടാളികളെയും വകവരുത്തുന്നത് ഇന്ദിരാഗാന്ധിയുടെ തൊപ്പിയിൽ ഒരു തൂവൽ കൂടി ആകുമെന്നും തിരഞ്ഞെടുപ്പ് പോരാട്ടത്തിൽ അതിന് നല്ല ഫലം നേടാൻ കഴിയുമെന്നുമാണ് അവർ ചിന്തിച്ചത്.

പക്ഷേ അതിനേക്കാൾ ദുരന്തപൂർണമായിരുന്നു കൊലപാതക

ത്തിന്റെ അനന്തരഫലം. കൊലയാളികൾ സിഖ് സമുദായത്തിൽപെട്ടവരായിരുന്നു എന്ന വസ്തുത സിഖുകാർക്കെതിരെ രാജ്യത്തുടനീളം വിശിഷ്യാ ഡൽഹിയിൽ കൊള്ളയും കൊള്ളിവെപ്പ് എന്നിവയും കൊലപാതകങ്ങളും ബലാൽസംഗവും സ്വത്ത് നശിപ്പിക്കലും സംഘടിപ്പിക്കാൻ ശരിക്കും എടുത്തുപയോഗിച്ചു. ഹിന്ദുവർഗീയ വാദികൾ, അനേകം കോൺഗ്രസ് (ഇ) നേതാക്കൻമാരടക്കം, സിഖ് സമുദായത്തിനെതിരായ ഈ മനുഷ്യത്വരഹിതമായ കടന്നാക്രമണങ്ങളിൽ പങ്കെടുക്കുകയും നേതൃത്വം നൽകുകയും ചെയ്തു. ഇപ്പോൾ സിഖ് സമുദായത്തിനെതിരെ അഴിച്ചുവിട്ടതുപോലൊരു ഭീകരമായ ആക്രമണത്തിന് വിഭജനത്തിന് ശേഷം ഇതിനുമുമ്പ് ഇന്ത്യക്ക് സാക്ഷ്യം വഹിക്കേണ്ടിവന്നിട്ടില്ല. വർഗീയത ഹിന്ദുക്കൾക്കിടയിൽ സങ്കുചിത വികാരം ഇളക്കി. സിഖ് ജനതക്കിടയിൽ തങ്ങളുടെ സ്ഥാനമുറപ്പിക്കാൻ സിഖ് വർഗീയ വാദികളെയും അത് പ്രേരിപ്പിച്ചു.

ക്രൂരമായ ആക്രമണങ്ങൾ തുടരുമ്പോൾ ഒരു ചോദ്യമുയർന്നു: ഇനിയെന്താണ്? അടുത്ത പ്രധാനമന്ത്രി ആരായിരിക്കണം? ഇന്ദിരാഗാന്ധിയുടെ പിൻഗാമിയായി സ്വീകാര്യനായ ഒരൊറ്റ വ്യക്തിപോലും കോൺഗ്രസ് പാർട്ടിയുടെ പാരമ്പര്യ നേതാക്കൾക്കിടയിൽ ഉണ്ടായിരുന്നില്ല. അതുകൊണ്ട് അവരുടെ പുത്രൻ രാജീവ് ഗാന്ധി പിൻഗാമിയായി നിർദേശിക്കപ്പെട്ടു. അദ്ദേഹത്തെ പ്രധാനമന്ത്രിയാക്കിയതുകൊണ്ട് ഒരു നേട്ടമുണ്ടായിരുന്നു. കോൺഗ്രസിൽ ആരും തന്നെ അദ്ദേഹത്തിന്റെ നിയമനത്തെ വെല്ലുവിളിക്കാൻ മുതിർന്നില്ല. അതേസമയം മറ്റാരെയെങ്കിലും പ്രധാനമന്ത്രിയാക്കിയിരുന്നുവെങ്കിൽ അത് കോൺഗ്രസ് പാർട്ടിയെ പിളർക്കുമായിരുന്നു. ഇന്ദിരാഗാന്ധി മരിച്ച് മണിക്കൂറുകൾക്കുള്ളിൽ രാജീവ് ഗാന്ധി പ്രധാനമന്ത്രിയായി സത്യപ്രതിജ്ഞ ചെയ്തു. അധികം കഴിയും മുമ്പ് അദ്ദേഹം കോൺഗ്രസിന്റെ പ്രസിഡന്റുമായി. തന്റെ മാതാവ് ഒരു പതിറ്റാണ്ടുകാലം വഹിച്ചിരുന്ന ആ രണ്ട് പദവികളും രാജീവ് ഗാന്ധി ഏറ്റെടുത്തു. ഭീകരൻ ഭിന്ദ്രൻവാലയെയും കൂട്ടാളികളെയും വളർത്തിയെടുത്ത സിഖ് വർഗീയ വാദികൾ ഭീഷണിയുയർത്തിയ ദേശീയൈക്യത്തിന്റെ 'പ്രതീകമായി' രാജീവ്ഗാന്ധി ഉയർന്നു.

എട്ടാം ലോകസഭയിലെ തിരഞ്ഞെടുപ്പ് നടത്തുക എന്നതായിരുന്നു പുതിയ പ്രധാനമന്ത്രിക്കും കോൺഗ്രസ് (ഇ) പ്രസിഡന്റിനും അടിയന്തരമായി ഏറ്റെടുക്കേണ്ടിവന്ന ചുമതല. കൊല്ലപ്പെട്ട പ്രധാനമന്ത്രിയുടെ പുത്രനെന്ന നിലയിൽ രാജ്യത്തെമ്പാടുമുണ്ടായ സഹതാപം ശരിക്കും മുതലെടുക്കാനും രാജ്യത്തിന്റെ ഐക്യത്തിൽ ആകാംക്ഷ സൃഷ്ടിക്കാനും തനിക്ക് ലഭിച്ച ചുരുങ്ങിയ സമയം അദ്ദേഹം ഉപയോഗിച്ചു. പൊതുവിൽ ദേശീയ ഐക്യത്തിനും പ്രത്യേകിച്ചും കേന്ദ്രത്തിൽ ഒരു സുസ്ഥിര കോൺഗ്രസ് ഗവൺമെന്റ് ഉണ്ടാക്കുന്നതിനും വേണ്ടി അവർ രാജ്യവ്യാപകമായ ഒരു പ്രചാരവേല സംഘടിപ്പിച്ചു. അതിന്റെ

ഫലമായി ജവാഹർലാൽ നെഹ്റുവിനോ ഇന്ദിരാഗാന്ധിക്കോ പോലും നേടാൻ കഴിയാതിരുന്ന ചരിത്രത്തിൽ ഇതേവരെ ഉണ്ടായിട്ടില്ലാത്ത വമ്പിച്ച ഭൂരിപക്ഷം രാജീവ്ഗാന്ധിയുടെ നേതൃത്വത്തിൽ കോൺഗ്രസ് (ഇ)ക്ക് നേടാൻ കഴിഞ്ഞു.

രാജീവ് ഗാന്ധിയുടെ നേതൃത്വത്തിലുള്ള കോൺഗ്രസിന് രേഖപ്പെടുത്തപ്പെട്ട ആകെ വോട്ടുകളിൽ ഭൂരിപക്ഷവും നേടാൻ സാധിച്ചില്ലെങ്കിലും കോൺഗ്രസ് പാർട്ടിക്ക് മുമ്പ് ഏത് കാലത്തും നേടാൻ കഴിഞ്ഞിരുന്നതിനെ അപേക്ഷിച്ച് കൂടുതൽ വിഹിതം വോട്ട് നേടാൻ സാധിച്ചു.1984 ഡിസംബറിലെ തിരഞ്ഞെടുപ്പിൽ മത്സരിക്കാൻ ഇന്ദിരാഗാന്ധി ജീവിച്ചിരുന്നുവെങ്കിൽ ലഭിക്കുമായിരുന്നതിനേക്കാൾ കൂടുതൽ വോട്ടുകളും സീറ്റുകളും നേടാൻ ശ്രീമതി ഗാന്ധിയുടെ മരണം അവരുടെ പുത്രനെ സഹായിച്ചു.

ഇതാകട്ടെ പ്രതിപക്ഷത്തിന് പൊതുവിലും വലതുപക്ഷ പ്രതിപക്ഷത്തിന് വിശേഷിച്ചും ഒരു തിരിച്ചടിയായി. ജനസംഘത്തിന് കിട്ടിയത് 100 സീറ്റുകളിൽ അൽപ്പം മാത്രം കുറവായിരുന്നപ്പോൾ അതിന്റെ പുത്തൻ അവതാരമായ ബി ജെ പിക്ക് 1984-ൽ രണ്ട് സീറ്റുകൾ മാത്രമാണ് ലഭിച്ചത്. മറ്റു ബൂർഷ്വാ പ്രതിപക്ഷപാർട്ടികളെയും സമ്മതിദായകർ നാണം കെടുത്തി. ഇടതുപക്ഷം കേരളത്തിൽ പരുങ്ങലിലായെങ്കിലും; മൊത്തത്തിൽ നല്ല പ്രകടനം കാഴ്ചവെച്ചു

കേരളത്തിലുണ്ടായ ഈ പരാജയത്തെത്തുടർന്ന് സംസ്ഥാനത്ത് ഒരു ദശാബ്ദക്കാലം അഖിലേന്ത്യാ മുസ്ലീംലീഗുമായി തുടർന്നുവന്ന സഖ്യത്തിൽ നിന്ന് സ്വയം പിൻമാറിക്കൊണ്ട് തിരഞ്ഞെടുപ്പ് തന്ത്രം പുനരാവിഷ്ക്കരിക്കണമെന്ന് കേന്ദ്രക്കമ്മിറ്റി അതിന്റെ തിരഞ്ഞെടുപ്പ് അവലോകനത്തിൽ സംസ്ഥാന കമ്മിറ്റിയെ ഉപദേശിച്ചു. ഒരു തരത്തിലുമുള്ള വർഗീയ ശക്തികളുമായി കൂട്ടുകൂടാതെ ഒരു യഥാർഥ മതേതര പാർട്ടിയായി ഉയർന്നുവന്നാൽ മാത്രമേ ഇടതുപക്ഷത്തേക്ക് കേരളത്തിലെ ജനങ്ങളുടെ വിശ്വാസമാർജിക്കാൻ കഴിയൂ. അങ്ങനെ, കേരളത്തിലെ പാർട്ടിയുടെയും ഇടതുപക്ഷ പ്രസ്ഥാനത്തിന്റെയും ചരിത്രത്തിൽ ഒരു പുതിയ അധ്യായം തുറക്കേണ്ടതുണ്ടായിരുന്നു.

63

ദേശീയ രാഷ്ട്രീയം, 1984-90

രാജീവ് ഗാന്ധി ഗവൺമെന്റിന് പാർലമെന്റിൽ മൃഗീയ ഭൂരിപക്ഷം ഉണ്ടായിരുന്നെങ്കിലും അതിന്റെ രാഷ്ട്രീയ അടിത്തറ എത്രയും ദുർബലമായിരുന്നു. നാല് പതിറ്റാണ്ടോളം കാലത്തിലേറെ യായി കുന്നുകൂടിയിരുന്ന പ്രശ്നങ്ങൾ-പെരുകുന്ന തൊഴിലില്ലായ്മ, അത്യാവശ്യ വസ്തുക്കളുടെ കുതിച്ചുയരുന്ന വിലകൾ, നികുതി വർധ നവും കടബാധ്യതകളും മൂലം വർധിച്ചുവരുന്ന ജീവിതഭാരം തുടങ്ങിയ വയെല്ലാം സാധാരണ ജനങ്ങളെ കോൺഗ്രസ് ഗവൺമെന്റിനെതിരാ ക്കി. കോൺഗ്രസ് ഭരണകക്ഷിയായതുമുതൽ അനുവർത്തിച്ചുവന്ന മുതലാളിത്ത വികസനപാതയുടെ ഫലമായിരുന്നു ഈ പ്രശ്നങ്ങൾ. ഈ മൗലിക രാഷ്ട്രീയ പ്രശ്നങ്ങൾക്ക് പരിഹാരം കാണാൻ തിരഞ്ഞെ ടുപ്പ് വിജയങ്ങൾക്കായില്ല. ക്രമപ്രകാരം തിരഞ്ഞെടുപ്പുകൾ 1985-ൽ നടത്തുകയാണെങ്കിൽ തനിക്ക് പരാജയം സംഭവിച്ചേക്കുമെന്ന് വാസ്ത വത്തിൽ ഇന്ദിരാഗാന്ധി ഭയപ്പെട്ടിരുന്നു. അവർ കൊലചെയ്യപ്പെട്ടതു കൊണ്ട് മാത്രമാണ് രാജീവ്ഗാന്ധിക്ക് ആ തിരഞ്ഞെടുപ്പ് വിജയം ഉണ്ടായത്. തിരഞ്ഞെടുപ്പ് കഴിഞ്ഞ ഉടനെ രാജീവ്ഗാന്ധി പ്രധാനമന്ത്രി യായി അവരോധിക്കപ്പെട്ടു. അദ്ദേഹത്തിന്റെ മുൻഗാമികൾ അധികാര ത്തിൽ ഇരുന്നപ്പോൾ പടച്ചുവിട്ടിരുന്ന പ്രശ്നങ്ങൾ പുറത്തുവന്നു.

അതിനേക്കാൾ പുതിയ പ്രധാനമന്ത്രിയെയും അദ്ദേഹത്തിന്റെ ഗവൺമെന്റിനെയും അലട്ടിയ മറ്റൊരു ദൗർബല്യത്തിന് കാരണം കോൺഗ്രസ് (ഇ)യിലെ ആഭ്യന്തരസ്ഥിതിഗതികളായിരുന്നു. രാജീവ്ഗാ ന്ധിയെ ഏകകണ്ഠമായി തിരഞ്ഞെടുത്തത് ഗവൺമെന്റിന്റെ സുഗമ മായ പ്രവർത്തനത്തിന് ഒരു തരത്തിലും ഉറപ്പുനൽകാത്തവിധം ഗ്രൂപ്പ് വഴക്കുകൾ അതിൽ അഗാധമായിരുന്നു. അതുകൊണ്ടുതന്നെ കാലു

മാറ്റ നിരോധനബിൽ പാർലമെന്റിൽ അവതരിപ്പിക്കുകയായിരുന്നു ഗവൺമെന്റ് ആദ്യം സ്വീകരിച്ച നടപടി.

പാർലമെന്റിലെ ഏതെങ്കിലും അംഗമോ ഒരു വിഭാഗം അംഗങ്ങളോ ആ വ്യക്തിക്കോ വിഭാഗത്തിനോ തങ്ങളുടെ പാർട്ടിയുടെ പാർലമെന്റംഗങ്ങളിൽ മൂന്നിലൊന്നിന്റെ പിന്തുണയില്ലാതെ, ആ പാർട്ടിക്കെതിരെ വോട്ട് ചെയ്താൽ അവന്റെ/അവളുടെ(അവരുടെ) പാർലമെന്റ് അംഗത്വം നഷ്ടപ്പെടും.

ഏത് പ്രതിപക്ഷ പാർട്ടിയേക്കാളും ഇത്തരമൊരു നിയമനിർമാണം എത്രയും ആവശ്യമായി വന്നത് കോൺഗ്രസ് പാർട്ടിക്കാണ്. കാരണം അത്രക്ക് രൂക്ഷമായിരുന്നു ആ പാർട്ടിക്കുള്ളിലെ തമ്മിലടി. രാഷ്ട്രീയാഭിപ്രായ വ്യത്യാസങ്ങളും വളരുകയായിരുന്നു. പാർലമെന്റ് അംഗങ്ങളുടെ തലയ്ക്കുമേൽ ഡിമോക്ലിസിന്റെ വാൾപോലെ കാലുമാറ്റ നിരോധനനിയമം തൂങ്ങിനിന്നില്ലെങ്കിൽ പാർലമെന്റിൽ ഏത് സമയത്തും എന്തും സംഭവിച്ചേക്കുമെന്ന് രാജീവ്ഗാന്ധിക്ക് നിശ്ചയമായിരുന്നു.

പ്രശ്നം പെട്ടെന്ന് പരീക്ഷിക്കപ്പെടുകയും ചെയ്തു. രാജീവ് ഗാന്ധി പാർലമെന്റിൽ ഒരു ബിൽ അവതരിപ്പിച്ചു. മുസ്ലീം ഭർത്താക്കൻമാരാൽ ഉപേക്ഷിക്കപ്പെട്ട ഭാര്യമാർക്ക് ജീവനാംശം ലഭിക്കാനുള്ള അവകാശം നിഷേധിക്കുന്നതായിരുന്നു ആ ബിൽ. ഇന്ത്യൻ ശിക്ഷാനിയമം അത്തരം ഉപജീവനപ്പടി നൽകാൻ വ്യവസ്ഥ ചെയ്യുന്നു. ഇന്ത്യൻ സമൂഹത്തിലെ ഇതര വിഭാഗങ്ങൾക്കെന്ന പോലെ മുസ്ലീങ്ങൾക്കും ഈ നിയമം ബാധകമാണ്. മുസ്ലീം മതമൗലിക വാദികളും വർഗീയ വാദികളും ഇന്ത്യൻ ശിക്ഷാനിയമത്തിലെ ഈ വ്യവസ്ഥയെ വെല്ലുവിളിച്ചു. പക്ഷെ സുപ്രീം കോടതി അതുയർത്തിപ്പിടിച്ചു. പുതിയ നിയമനിർമാണത്തിലൂടെ സുപ്രീം കോടതിവിധി മറികടക്കണമെന്ന് മുസ്ലീം പ്രമാണിമാർ രാജീവ് ഗവൺമെന്റിനോട് ആവശ്യപ്പെട്ടു. വരാൻ പോകുന്ന തിരഞ്ഞെടുപ്പുകളെ മുന്നിൽ കണ്ട രാജീവ്ഗാന്ധി മുസ്ലീം വർഗീയവാദികളുടെ ഈ ആവശ്യത്തിന് മുമ്പിൽ കീഴടങ്ങി.

രാജീവ്ഗാന്ധി ഗവൺമെന്റിന്റെ ഈ നടപടിക്കെതിരെ വ്യാപകമായ പ്രതിഷേധം ഉയർന്നു. കോൺഗ്രസ് പാർലമെന്ററി പാർട്ടിയിൽ തന്നെ അതിൽ എതിർപ്പുണ്ടായി. മന്ത്രിസഭയിൽ രാജീവ്ഗാന്ധിയുടെ ഒരു സഹപ്രവർത്തകനായിരുന്ന ആരിഫ് മുഹമ്മദ്ഖാൻ അതിൽ പ്രതിഷേധിച്ച് രാജിവെച്ചു. ബിൽ പാർലമെന്റിൽ ചർച്ചക്ക് വന്നപ്പോൾ അദ്ദേഹം അതിനെതിരെ പ്രസംഗിച്ചു. എന്തായാലും പാർലമെന്റിൽ കാലുമാറ്റ നിരോധന ബിൽ അംഗീകരിച്ചിരുന്ന പശ്ചാത്തലമായിരുന്നതിനാൽ മുസ്ലീം ബില്ലിനെ അദ്ദേഹം ശക്തമായി എതിർത്തശേഷം അതിന് വോട്ടു ചെയ്തു. രാജീവ്ഗാന്ധി കാലുമാറ്റ നിരോധനനിയമം പാസാക്കിയില്ലായിരുന്നുവെങ്കിൽ ബില്ലിനെ എതിർക്കാൻ സന്നദ്ധമായ ഖാനോടൊപ്പം കോൺഗ്രസ് പാർലമെന്ററി പാർട്ടിയിലെ അനേകം പേർ

അതിനെതിരെ വോട്ടുചെയ്യുമായിരുന്നു.

കോൺഗ്രസ് പാർട്ടിയുടെ സഹജമായ ഗ്രൂപ്പ്മത്സരം മാത്രമല്ല രാഷ്ട്രീയമായ എതിർപ്പും രാജീവ് ഗാന്ധിയും അദ്ദേഹത്തിന്റെ പാർട്ടിയും അഭിമുഖീകരിക്കുകയായിരുന്നു എന്ന് ഈ ഒറ്റ സംഭവം വ്യക്തമാക്കുന്നു. ഇടതുപക്ഷ മതേതര ശക്തികളെപ്പോലെ കോൺഗ്രസ് (ഇ)യും ഹിന്ദു, മുസ്ലീം, സിഖ്, ക്രിസ്ത്യൻ വർഗീയതക്കെതിരെ ഉറച്ച നിലപാട് സ്വീകരിക്കണമെന്ന് കോൺഗ്രസുകാർ വർധമാനമായി ആവശ്യപ്പെട്ടു. വർഗീയസഖ്യങ്ങളെ സംബന്ധിച്ച പ്രശ്നം പഠിക്കാൻ കോൺഗ്രസ് പ്രസിഡന്റ് നിയോഗിച്ച സമിതി വർഗീയ പാർട്ടികളുമായും സംഘടനകളുമായും നിലവിലുള്ള (കേരളത്തിൽ മുസ്ലീംലീഗുമായുള്ളതുപോലെ)എല്ലാ സഖ്യങ്ങളും അവസാനിപ്പിക്കണമെന്ന് ശുപാർശ ചെയ്തു. രാജീവ് ഗാന്ധി ഗവൺമെന്റിന്റെ സാമ്പത്തികനയങ്ങൾക്കെതിരായും അസംതൃപ്തി ഉയർന്നുവരികയായിരുന്നു. സാമ്പത്തികവും രാഷ്ട്രീയവുമായ നയങ്ങളിൻമേൽ കോൺഗ്രസ് പാർട്ടിയിൽ പ്രത്യക്ഷമായൊരു ഭിന്നിപ്പ് സംഭവിക്കുമെന്നായി.

എങ്കിലും രാജീവ് കോൺഗ്രസിനെ ക്ഷീണിപ്പിച്ച പ്രശ്നം രാഷ്ട്രീയമോ സാമ്പത്തികമോ ആയ ഗവൺമെന്റിന്റെ നയങ്ങളായിരുന്നില്ല; രാജീവ് ഗവൺമെന്റിനും രാജീവ്ഗാന്ധിക്ക് തന്നെയും എതിരെ ഉണ്ടായ അഴിമതി ആരോപണങ്ങളായിരുന്നു. തോക്കുകൾ, അന്തർവാഹിനികൾ തുടങ്ങിയവ വാങ്ങുന്നതിൽ ഇന്ത്യാ ഗവൺമെന്റ് ചില ബഹുരാഷ്ട്രകുത്തകകളുമായി നടത്തിയ ഇടപാടുകളുടെ വിശദാംശങ്ങൾ നിശിതമായ വിമർശനത്തിന് വിധേയമായി. ഈ ഇടപാടുകളിൽ ബന്ധപ്പെട്ട കമ്പനികൾ വൻതുകകൾ കമ്മീഷനായി കൈമാറിയെന്നും ഈ അഴിമതിയിൽ നേട്ടമുണ്ടായത് പ്രധാനമന്ത്രിയുമായി അടുപ്പമുള്ള ചിലർക്കാണെന്നും ചില ഇന്ത്യൻ പത്രങ്ങളിലും വിദേശപത്രങ്ങളിലും വന്ന റിപ്പോർട്ടുകൾ കാണിക്കുന്നു. കുറ്റക്കാരെ കണ്ടെത്തുന്നതിന് വിശദമായ അന്വേഷണം നടത്തണമെന്ന് പത്രങ്ങളിലും പാർലമെന്റിലും ശക്തമായ സമ്മർദമുണ്ടായി. ഈ സമ്മർദങ്ങളെ ചെറുത്ത ഗവൺമെന്റിന്റെ നടപടികൾ കുറ്റക്കാരെ രക്ഷിക്കുന്നതായിരുന്നു. രാജീവ്ഗാന്ധി ഗവൺമെന്റിന്റെ പതനത്തിനും ദേശീയ മുന്നണി ഗവൺമെന്റ് അധികാരത്തിൽ എത്തിയതിനും ശേഷം മാത്രമാണ് കുറ്റക്കാരുടെ പേരുകൾ പുറത്തുകൊണ്ടുവരാൻ ഫലപ്രദമായ നടപടികളെടുത്തത്.

ഈ അഴിമതി പ്രശ്നം പാർലമെന്റിനകത്തും പുറത്തുമുള്ള മുഴുവൻ പ്രതിപക്ഷത്തെയും ഒന്നിച്ചണിനിരത്തി. സാമ്പത്തികവും രാഷ്ട്രീയവുമായ നയങ്ങളിൽ പ്രതിപക്ഷത്തിന്റെ ഇടതും വലതും വിഭാഗങ്ങൾ തമ്മിൽ ഗുരുതരമായ അഭിപ്രായഭിന്നതയുണ്ടായിരുന്നെങ്കിലും അഴിമതി ഇടപാടുകളുടെ പ്രശ്നത്തിൽ പ്രതിപക്ഷ ഐക്യമുണ്ടാക്കേണ്ടതാണെന്ന കാര്യത്തിൽ അവർ യോജിച്ചു. പാർലമെന്റിലെ മുഴുവൻ

പ്രതിപക്ഷവും പ്രതിഷേധമുയർത്തുകയും പ്രധാനമന്ത്രിയുടെ രാജി ആവശ്യപ്പെടുകയും ചെയ്തു. പാർലമെന്റ് നിലവാരത്തിൽ ഈ രൂപത്തിലുള്ള പ്രതിഷേധത്തോടൊപ്പം പാർലമെന്റിന് പുറത്തുനടന്ന പ്രക്ഷോഭം ഒടുവിൽ ഏകദിന ബന്ദിൽ ചെന്നെത്തി. രാജീവ്ഗാന്ധി രാജിവെക്കണമെന്ന ആവശ്യത്തിന് പിന്നിൽ ജനങ്ങൾ ഒന്നടങ്കം ഒന്നിക്കുകയായിരുന്നു.

രാജീവ്ഗാന്ധിയെ രാജിവെപ്പിക്കാനുള്ള മുഖ്യ രാഷ്ട്രീയ പ്രശ്നത്തിൽ പ്രതിപക്ഷം ഒന്നിച്ചെങ്കിലും അവർ മൂന്ന് വിഭാഗങ്ങളായി ഭിന്നിച്ചിരുന്നു. സി പി ഐ (എം), സി പി ഐ, ആർ എസ് പി, ഫോർവേഡ് ബ്ലോക്ക് എന്നിവയടങ്ങിയ ഇടതുപക്ഷ പ്രതിപക്ഷമാണ് ഒന്നാമത്തേത്. നെഹ്റു ഗവൺമെന്റ് അധികാരമേറ്റത് മുതൽ അനുവർത്തിച്ചുവന്ന സാമൂഹ്യ-സാമ്പത്തിക നയങ്ങൾക്കെതിരെ പോരാടിക്കൊണ്ടിരുന്ന ഈ പാർട്ടികൾക്ക് പരിപാടികളുടെയും നയങ്ങളുടെയും അടിസ്ഥാനത്തിലുള്ള ഒരു നിലപാടുണ്ടായിരുന്നു. അതാകട്ടെ ബൂർഷ്വാ പ്രതിപക്ഷ പാർട്ടികൾക്കും അതുപോലെതന്നെ കോൺഗ്രസ് (ഇ)ക്കും എതിരായിരുന്നു. ഇടതുപക്ഷ പാർട്ടികൾ കോൺഗ്രസ് (ഇ)യെ പാർലമെന്ററി തലത്തിലും ബഹുജന പ്രക്ഷോഭരംഗത്തും എതിർത്തു. പ്രക്ഷോഭത്തിൽ ലക്ഷക്കണക്കിന് അധ്വാനിക്കുന്ന ജനങ്ങളെ അവർ സംഘടിപ്പിക്കുകയും നയിക്കുകയും ചെയ്തു. വലതുപക്ഷ വർഗീയ പാർട്ടികളായിരുന്നു രണ്ടാമത്തേത്. അതിൽ ബി ജെ പിയായിരുന്നു പ്രധാന ശക്തി. പിന്തിരിപ്പൻ സാമൂഹ്യ-സാമ്പത്തിക നയങ്ങൾക്ക് വേണ്ടി വാദിച്ച് ദേശീയൈക്യത്തിന്റെയും മതേതരത്തിന്റെയും മാർഗത്തിൽ വിഘ്നാതമായി നിന്നു. മൂന്നാമത്തേത് ഇവയ്ക്ക് രണ്ടിനും മധ്യേ നിന്ന ജനതാദളും ദേശീയ മുന്നണിയുമായിരുന്നു. അവർ ഇടതുപക്ഷവുമായി ചേർന്ന് പ്രവർത്തിച്ചു. വലതുപക്ഷത്തെ വിടാൻ അവർ ഇഷ്ടപ്പെട്ടില്ല. ഇടതുപക്ഷ-വലതുപക്ഷ പ്രതിപക്ഷങ്ങളെ തമ്മിൽ വേർതിരിച്ച ചില പ്രശ്നങ്ങൾ കാണിച്ചത് വലതുപക്ഷ പ്രതിപക്ഷം ഇന്ത്യയെ ഹിന്ദുവർഗീയതയുടെ പാതയിലൂടെ തള്ളിവിടാൻ ശ്രമിക്കുകയായിരുന്നുവെന്നും അതേസമയം ഇടതുപക്ഷം മതേതരത്വത്തിനു വേണ്ടി നിലകൊള്ളുകയായിരുന്നുവെന്നുമാണ്. ഈ സന്ദർഭത്തിൽ ഉയർന്നുവന്ന മൂർത്തമായ പ്രശ്നങ്ങൾ പ്രധാനമായും നാലായിരുന്നു. ഒന്നാമത്തേത്, ബി ജെ പിയുടെയും ആർ എസ് എസിന്റെയും നേതൃത്വത്തിലുള്ള വലതുപക്ഷ പ്രതിപക്ഷം. ജമ്മു-കാശ്മീരിന് പ്രത്യേക പദവി നൽകുന്ന ഭരണഘടനയുടെ 370-ാം വകുപ്പ് റദ്ദാക്കണമെന്ന് അവർ ആഗ്രഹിക്കുന്നു. ന്യൂനപക്ഷത്തിനെതിരായ എന്ത് വിവേചനത്തിനും എതിരെ ചില സംരക്ഷണങ്ങൾ ഉറപ്പുനൽകുന്ന ന്യൂനപക്ഷ കമ്മീഷൻ ഉപേക്ഷിക്കണമെന്നും അവർ ആവശ്യപ്പെടുന്നു. ഉറുദുഭാഷക്ക് ഹിന്ദിയുമായി തുല്യത വേണമെന്ന ഉറുദുഭാഷ സംസാരിക്കുന്നവരുടെ

ആവശ്യം നിരാകരിക്കണമെന്നാണ് ഈ വലതുപക്ഷത്തിന്റെ മൂന്നാമത്തെ ആവശ്യം. അവസാനമായി അയോധ്യ, മഥുര, വാരണാസി എന്നിവിടങ്ങളിലെ മുസ്ലീംപള്ളികൾ പൊളിച്ച് തൽസ്ഥാനങ്ങളിൽ ക്ഷേത്രങ്ങൾ പണിയണമെന്നും വർഗീയ വലതുപക്ഷം ആവശ്യപ്പെടുന്നു. ഈ പ്രശ്നങ്ങളിലെല്ലാം ഇടതുപക്ഷം മാത്രമല്ല മധ്യവർത്തികൾ എന്ന് വിളിക്കപ്പെടുന്ന ജനതാദളും ദേശീയ മുന്നണിയും ബി ജെ പിയുടെയും അതിനോടൊപ്പമുള്ള ആർ എസ് എസ് , വിശ്വഹിന്ദു പരിഷത്ത്, ശിവസേന തുടങ്ങിയ സംഘടനകളുടെയും നിലപാടിനെതിരാണ്.

മേൽപ്പറഞ്ഞ പ്രശ്നങ്ങളിൽ ഇടതുപക്ഷവും മധ്യവർത്തിപാർട്ടികളും തമ്മിൽ യോജിക്കുമ്പോൾ തന്നെ അവർ തമ്മിൽ അഭിപ്രായ ഭിന്നതയുമുണ്ടായിരുന്നു. ബി ജെ പിയുമായി ഒരു തിരഞ്ഞെടുപ്പ് ധാരണ വേണമെന്ന രണ്ടാമത്തെ കൂട്ടരുടെ സമീപനം ഇടതുപക്ഷത്തിന്റേതിനേക്കാൾ അയവേറിയതായിരുന്നു. ജനതാദളും ദേശീയമുന്നണിയും നേരിട്ടുള്ള മത്സരത്തെ (കോൺഗ്രസ് (ഇ)ക്കെതിരെ ഒരൊറ്റ പ്രതിപക്ഷ സ്ഥാനാർഥിയാണ് അതുകൊണ്ടുദ്ദേശിച്ചത്) ഒരുവിധത്തിൽ പിന്തുണച്ചപ്പോൾ ഇടതുപക്ഷം അതിനെ എതിർത്തു. ഇടതുപക്ഷ പാർട്ടികളും മധ്യവർത്തി പാർട്ടികളും തമ്മിലും പിന്നീട് അവരും ബി ജെ പിയും തമ്മിലും നടന്ന സുദീർഘമായ ചർച്ചകൾക്ക് ശേഷം ഒരു തീരുമാനത്തിലെത്തി. അഖിലേന്ത്യാടിസ്ഥാനത്തിൽ യാതൊരു തിരഞ്ഞെടുപ്പ് ധാരണയും ഉണ്ടാക്കാതെതന്നെ ഏതാനും ചില സംസ്ഥാനങ്ങളിൽ ജനതാദൾ ദേശീയമുന്നണിയും ബി ജെ പിയും തമ്മിൽ ചില നീക്കുപോക്കുകൾ ഉണ്ടാക്കാമെന്ന കാര്യത്തിലാണ് യോജിപ്പുണ്ടായത്. എന്തായാലും പ്രസ്തുത സംസ്ഥാനങ്ങളെ സംബന്ധിച്ച ഈ തിരഞ്ഞെടുപ്പ് ധാരണയിൽ ഇടതുപക്ഷം കക്ഷിയായിരുന്നില്ല. ജനതാദൾ - ദേശീയമുന്നണി പിന്തുണയോടെ ബി ജെ പി മത്സരിച്ച നിയോജകമണ്ഡലങ്ങളിൽപോലും ഇടതുപക്ഷം ബി ജെ പിയെ എതിർത്തു.

തിരഞ്ഞെടുപ്പ് പ്രചാരണം മുറുകിയപ്പോൾ ഒരു കാര്യം വ്യക്തമായി. കോൺഗ്രസ് (ഇ) പരാജയപ്പെടും. പക്ഷേ ഒരു ഏകകക്ഷി ഗവൺമെന്റോ ഒരു കൂട്ടുകക്ഷി ഗവൺമെന്റ് തന്നെയോ രൂപീകരിക്കാൻ തക്കവണ്ണമുള്ള സീറ്റുകൾ ഇടതുപക്ഷമോ ബി ജെ പിയോ നേടുകയില്ല. അതുകൊണ്ട് കോൺഗ്രസ് (ഇ)പരാജയപ്പെടുകയും ജനതാദളും ദേശീയ മുന്നണിയും ചേർന്ന് ഏറ്റവും ശക്തമായ കോൺഗ്രസിതര കക്ഷിയാവുകയും ചെയ്യുന്ന സാഹചര്യത്തിൽ ജനതാദളിന്റെയും ദേശീയമുന്നണിയുടെയും ഒരു ഏകകക്ഷി ഗവൺമെന്റുണ്ടാവുകയും ഇടതുപക്ഷവും ബി ജെ പിയും അതിനെ പുറത്തുനിന്ന് പിന്തുണക്കുകയും വേണമെന്ന് ഇടതുപക്ഷ പാർട്ടികളുടെ വക്താവ് നിർദേശിച്ചു. ഇതുതന്നെയാണ് പിന്നീടുണ്ടായത്. കോൺഗ്രസ് (ഇ) പരാജയപ്പെടുകയും ദേശീയ മുന്നണിയുടെ ന്യൂനപക്ഷ ഗവൺമെന്റ് കേന്ദ്ര

ത്തിൽ രൂപീകരിക്കപ്പെടുകയും ചെയ്തു. കുറേ സംസ്ഥാനങ്ങളിൽ ഇടതുപക്ഷത്തിന്റെ പിന്തുണയോടെ ജനതാഗവൺമെന്റുകളും രൂപീകരിക്കപ്പെട്ടു. മറ്റ് കുറേ സംസ്ഥാനങ്ങളിൽ ജനതാദൾ-ബി ജെ പി കൂട്ടുകക്ഷി ഗവൺമെന്റുകളും ഏതാനും സംസ്ഥാനങ്ങളിൽ ബി ജെ പിയുടെ ഏകകക്ഷി ഗവൺമെന്റുകളും നിലവിൽവന്നു. കേന്ദ്രത്തിലും ഭൂരിപക്ഷം സംസ്ഥാനങ്ങളിലും കോൺഗ്രസ് (ഇ) പ്രതിപക്ഷത്തായതോടെ ചിത്രം സങ്കീർണമായി.

64

കേരള രാഷ്ട്രീയം 1984-ലെ തിരഞ്ഞെടുപ്പിനുശേഷം

എൽ ഡി എഫിൽ ഒരു ഘടകകക്ഷിയായിരുന്ന അഖിലേന്ത്യാ മുസ്ലീംലീഗുമായുള്ള കൂട്ടുകെട്ടിൽനിന്ന് സ്വയം പുറത്തുവരാൻ 1984 -ലെ തിരഞ്ഞെടുപ്പ് അവലോകനത്തിൽ പി ബിയും സി സിയും സംസ്ഥാനക്കമ്മിറ്റിയെ ഉപദേശിച്ചു. എന്തായാലും ഈ നിർദേശം നടപ്പിലാക്കാൻ സംസ്ഥാനകമ്മിറ്റി നടപടിയെടുക്കുന്നതിന് മുമ്പുതന്നെ എൽ ഡി എഫിൽനിന്നും തെറ്റിപ്പിരിയാൻ അഖിലേന്ത്യാ മുസ്ലീംലീഗ് നീക്കം നടത്തി.

മുസ്ലീം മൗലികവാദികളുടെയും വർഗീയവാദികളുടെയും സമ്മർദത്തിന് വഴങ്ങി രാജീവ്ഗാന്ധി ഗവൺമെന്റ് പാർലമെന്റിൽ അവതരിപ്പിച്ചിരുന്ന മുസ്ലീം വനിതാ ബില്ലിനെതിരെ സി പി ഐ (എം)നടത്തിയ പ്രചാരവേലയാണ് അഖിലേന്ത്യാ മുസ്ലീംലീഗിനെ പ്രകോപിപ്പിച്ചത്. ആ സമയത്ത് എൽ ഡി എഫിൽ പങ്കാളിയായിരുന്ന അഖിലേന്ത്യാ മുസ്ലീംലീഗ്, ബില്ലിനെ പിന്തുണച്ചുകൊണ്ടുള്ള ഒരു യോജിച്ച പ്രചാരണത്തിന് (യു ഡി എഫിന്റെ ഒരു ഘടകകക്ഷിയായിരുന്ന) ഇന്ത്യൻ യൂണിയൻ മുസ്ലീംലീഗുമായി ചേർന്നു.

മുസ്ലീം വനിതാബില്ലിന്റെ പ്രശ്നം ഉയർന്നുവരുന്നതിന് മുമ്പുതന്നെ അഖിലേന്ത്യാ മുസ്ലീംലീഗും സി പി ഐ (എം)ഉം തമ്മിൽ തർക്കമുണ്ടായി. മുസ്ലീം പള്ളികളിലെ ജീവനക്കാർക്ക് പെൻഷൻ നൽകണമെന്ന മുസ്ലീം മൗലികവാദികളുടെ ആവശ്യമായിരുന്നു ആ തർക്കത്തിന് കാരണം. യു ഡി എഫ് മുഖ്യമന്ത്രി കരുണാകരൻ ഈ ആവശ്യം അംഗീകരിക്കുകയും അതൊരു ശരിയായ നടപടിയാണെന്ന് പറഞ്ഞ് അഖിലേന്ത്യാ മുസ്ലീംലീഗ് അതിനെ പ്രശംസിക്കുകയും ചെയ്തു. നേരെമറിച്ച് മുസ്ലീം മൗലികവാദികൾക്ക് കീഴടങ്ങിയ ഒരു നടപടിയായി സി പി ഐ (എം) അതിനെ തള്ളിപ്പറഞ്ഞു.

മുസ്ലീം പള്ളികളിലെ ജീവനക്കാർക്ക് പെൻഷൻ നൽകാനുള്ള ഉത്തരവാദിത്തം ഒരു സമുദായം എന്നുള്ള നിലയ്ക്ക് മുസ്ലീങ്ങൾക്കുള്ളതാണെന്നും അതിനുവേണ്ടി സംസ്ഥാന ഖജനാവിലെ പണം നൽകാൻ പാടില്ലെന്നുമായിരുന്നു സി പി ഐ (എം)ന്റെ വാദം. സി പി ഐ (എം)ന്റെ ഈ നിലപാട് മുസ്ലീം വിരുദ്ധമാണെന്നായിരുന്നു അഖിലേന്ത്യാ മുസ്ലീംലീഗും ഒപ്പം ഇന്ത്യൻ നാഷണൽ മുസ്ലീംലീഗും പറഞ്ഞത്. ഇതിനുശേഷം, മുസ്ലീം വനിതാ ബില്ലിന്റെ പ്രശ്നം വന്നപ്പോൾ അഖിലേന്ത്യാ മുസ്ലീംലീഗ് യു ഡി എഫിലെ അംഗമായിരുന്ന ഇന്ത്യൻ യൂണിയൻ മുസ്ലീംലീഗുമായി ലയിച്ചു. അഖിലേന്ത്യാ മുസ്ലീം ലീഗുമായുള്ള ബന്ധം വിടർത്താൻ മുൻകൈ എടുക്കുന്നതിനുള്ള ആവശ്യം സി പി ഐ (എം)ന് ഉണ്ടായില്ല; അഖിലേന്ത്യാ മുസ്ലീംലീഗ് തന്നെ എൽ ഡി എഫിൽ നിന്നും സ്വയം പുറത്തുപോയി.

ഇതൊരു നിർഭാഗ്യകരമായ സംഭവമായിപ്പോയെന്ന് കുറച്ച് പാർട്ടി അംഗങ്ങൾ (സംസ്ഥാന സെക്രട്ടേറിയറ്റിനുള്ളിൽ തന്നെ ഒരു വിഭാഗം ഉൾപ്പെടെ) പറഞ്ഞു. അവരുടെ വാദഗതി വളരെ ലളിതമായിരുന്നു. എൽ ഡി എഫ് വളരെ ദുർബലമായെന്നും മുസ്ലീംലീഗുമായും കേരളാ കോൺഗ്രസുമായും സഖ്യമില്ലാതെ കോൺഗ്രസ് (ഇ) നേതൃത്വത്തിലുള്ള യു ഡി എഫിനെ പരാജയപ്പെടുത്താനാവില്ലെന്നുമായിരുന്നു അവരുടെ നിലപാട്. ഏകീകൃത മുസ്ലീംലീഗിനെയും രണ്ട് കേരളാ കോൺഗ്രസുകളെയും എൽ ഡി എഫിൽ കൊണ്ടുവരാൻ പാർട്ടി ശ്രമിക്കണമെന്നും അവർ ആവശ്യപ്പെട്ടു. എല്ലാ നിലവാരത്തിലുമുള്ള അനേകം പാർട്ടി അംഗങ്ങളും ആയിരക്കണക്കിന് അനുഭാവികളും ഈ കാഴ്ചപ്പാടിനോട് യോജിച്ചു. ഈ നിലപാടിനെ അനുകൂലിക്കുന്നവർ സെക്രട്ടേറിയറ്റിൽ മിക്കവാറും ഭൂരിപക്ഷമാകുമെന്ന സ്ഥിതിയിൽ കേന്ദ്രപാർട്ടിയോട് സംസ്ഥാന കമ്മിറ്റി സഹായവും പിന്തുണയും അഭ്യർഥിച്ചു. സംസ്ഥാന കമ്മിറ്റിക്ക് പി ബിയുടെ ഒരു കത്തെന്ന നിലയ്ക്കാണ് ആ സഹായം വന്നത്. മുസ്ലീംലീഗും കേരളാകോൺഗ്രസുമായോ മറ്റേതെങ്കിലും ജാതി-മത സംഘടനകളുമായോ എന്തുകൊണ്ട് ഒരു ബന്ധവും പാടില്ലെന്ന് കത്തിൽ വിശദീകരിച്ചിരുന്നു.

സംസ്ഥാന നേതൃത്വത്തിലെ ഈ അംഗങ്ങൾക്ക് കത്തിലെ വിശദീകരണംകൊണ്ട് ബോധ്യം വന്നില്ല. അവർ സംസ്ഥാനസെക്രട്ടേറിയറ്റിലും സംസ്ഥാന കമ്മിറ്റിയിലും ഒരു ന്യൂനപക്ഷമായിരുന്നെങ്കിലും കേന്ദ്ര നേതൃത്വത്തെ തന്നെ വെല്ലുവിളിക്കാൻ തീരുമാനിച്ചു. കേന്ദ്ര നേതൃത്വത്തിന്റെ നിലപാടിനെതിരെ അവർ ഒരു ഉൾപ്പാർട്ടി പ്രചാരണം നടത്തി. 1986 ജനുവരിയിൽ കൽക്കത്തയിൽ ചേരാനിരുന്ന പതിനൊന്നാം കോൺഗ്രസിന് മുന്നോടിയായി നടന്ന സംസ്ഥാന സമ്മേളനത്തിലും അവർ ഇതൊരു വലിയ വിവാദവിഷയമാക്കി. ഈ രാഷ്ട്രീയ നിലപാട് സംസ്ഥാന സമ്മേളനത്തെക്കൊണ്ട് അംഗീകരിപ്പിക്കുവാൻ കഴിയുമെന്ന വിശ്വാസത്തിൽ അവർ അവരുടെ സർവശക്തിയും സമാ

ഹരിച്ചു.സമ്മേളന പ്രതിനിധികളിൽ ശക്തമായ ചേരിതിരിവുണ്ടായി. രണ്ട് രാഷ്ട്രീയ നിലപാടുകളും പരസ്പരം ഏറ്റുമുട്ടി. ആ സമരം തീക്ഷ്ണമാവുകയും ചെയ്തു. പി ബിയും സി സിയും സ്വീകരിച്ചതും സംസ്ഥാന കമ്മിറ്റിയിൽ ഭൂരിപക്ഷം പിന്തുണച്ചതുമായ രാഷ്ട്രീയ നിലപാടിനുവേണ്ടി സമ്മേളനത്തിൽ സംബന്ധിച്ച പി ബി അംഗങ്ങൾ അവരുടെ കഴിവ് മുഴുവൻ പ്രയോഗിച്ചു.

മൂന്ന് ദിവസത്തെ സുദീർഘമായ ചർച്ചകൾക്ക് ശേഷം സംസ്ഥാന കമ്മിറ്റിയിലെ ഭൂരിപക്ഷ നിലപാടിനെ പ്രതിനിധികളിൽ ഭൂരിപക്ഷവും പിന്താങ്ങി. എന്തായാലും അതിനെ എതിർത്ത വിഭാഗം പരാജയം സമ്മതിക്കാൻ തയ്യാറായില്ല. സമരം പാർട്ടി കോൺഗ്രസിലേക്ക് കൊണ്ടുപോകാൻ അവർ തീരുമാനിച്ചു. സമ്മേളന ഹാളിൽ നടന്ന ഈ സമരത്തിന് ബൂർഷ്വാ മാധ്യമങ്ങൾ വലിയ പ്രചാരണം നൽകുകയും പാർട്ടി കോൺഗ്രസിലെ പ്രധാന ചർച്ചാവിഷയം ഇതായിരിക്കുമെന്ന് പ്രവചിക്കുകയും ചെയ്തു.

എന്നാൽ പാർട്ടി കോൺഗ്രസിലെ പരിത:സ്ഥിതി തികച്ചും വ്യത്യസ്തമായിരുന്നു.കേരളത്തിൽ നിന്നുള്ള പ്രതിനിധികളിൽ ന്യൂനപക്ഷത്തിന്റെ നിലപാടിനെ മറ്റേതെങ്കിലും സംസ്ഥാനത്തിലെ ഒരൊറ്റ പ്രതിനിധിപോലും പിന്തുണച്ചില്ല. കേരളാ പ്രതിനിധിസംഘത്തിലെ ഈ ന്യൂനപക്ഷത്തിന്റെ വക്താവ് അവരുടെ നിലപാട് വിശദീകരിച്ചുകൊണ്ട് ഒരു പ്രസംഗം നടത്തി. എന്നാൽ കോൺഗ്രസിൽ ഒരു ഭേദഗതിയും വോട്ടിനിട്ടില്ല. അവരുടെ നിലപാടിന് കോൺഗ്രസിലാകെ അത്രയേറെ എതിർപ്പുണ്ടായി.

സംസ്ഥാന സമ്മേളനത്തിലോ പാർട്ടി കോൺഗ്രസിലോ ഉണ്ടായ പരാജയം പ്രസ്തുത ന്യൂനപക്ഷത്തിൽ ഒരു ചെറിയ വിഭാഗത്തെ നിരുൽസാഹപ്പെടുത്തിയില്ല. പാർട്ടി കോൺഗ്രസിന് ശേഷം നടന്ന സംസ്ഥാനകമ്മിറ്റിയിലും അവർ തങ്ങളുടെ പോര് തുടർന്നു. ഇത് സംസ്ഥാന സമ്മേളനത്തിന്റെയും പാർട്ടി കോൺഗ്രസിന്റെയും തീരുമാനത്തിന്റെ ലംഘനമായിരുന്നതിനാൽ സംസ്ഥാന സെക്രട്ടേറിയറ്റിലെ മൂന്ന് അംഗങ്ങളെയും സംസ്ഥാന കമ്മിറ്റിയിലെ ഒരംഗത്തെയും അവർ വഹിച്ചിരുന്ന പാർട്ടി സ്ഥാനങ്ങളിൽ നിന്ന് നീക്കം ചെയ്തു. ഏതാനും സംസ്ഥാന കമ്മിറ്റി അംഗങ്ങൾക്കെതിരെ അച്ചടക്കനടപടിയും സ്വീകരിച്ചു. ഇത് ഉൾപ്പാർട്ടി പരിതഃസ്ഥിതി മെച്ചപ്പെടുത്തി. വർഗീയ സംഘടനകളുമായി ഐക്യം വേണമെന്ന നിലപാടിനെ പിന്തുണച്ചിരുന്ന അംഗങ്ങളിൽ വളരെയധികം പേർ പാർട്ടി കോൺഗ്രസിന്റെയും സംസ്ഥാനകമ്മറ്റിയുടെയും തീരുമാനങ്ങൾ അംഗീകരിച്ചു.

ഒരു ചെറിയ വിഭാഗം, മുൻ സെക്രട്ടേറിയറ്റംഗവും പാർട്ടി എം എൽ എയുമായ ഒരു വ്യക്തിയുടെ നേതൃത്വത്തിൽ പോര് തുടർന്നു. മുഖ്യ'ശത്രുവായ കോൺഗ്രസ് (ഇ)യെ എതിർക്കുക' എന്ന പാർട്ടിയുടെ വിപ്ലവ ലൈൻ കൂറോടെ നടപ്പിലാക്കി വന്നത് പാർട്ടിയിലെ ഭൂരിപ

ക്ഷമല്ല, തങ്ങളാണെന്ന് ഈ വ്യക്തികൾ അവകാശപ്പെട്ടു. അവർ ഒരു പുതിയ പാർട്ടി രൂപീകരിക്കുകയും അതിന് "മാർക്സിസ്റ്റ് കമ്യൂണിസ്റ്റ് പാർട്ടി ഓഫ് ഇന്ത്യ" എന്ന് പേരിടുകയും ചെയ്തു. കേരളത്തിന് വെളിയിൽ പാർട്ടിയിൽ നിന്ന് പുറത്താക്കപ്പെട്ട മുൻ നക്സലൈറ്റുകളെയും മറ്റും അവർ ബന്ധപ്പെട്ടു. എന്തായാലും ഈ പരിശ്രമങ്ങൾ പരാജയപ്പെട്ടു. കാരണം, കേരളത്തിന് വെളിയിൽ ആരും തന്നെ സി പി ഐ (എം) ന്റേതിനേക്കാൾ 'കൂടുതൽ വിപ്ലവകരമായ' ലൈൻ അനുസരിച്ച് വർഗീയ സംഘടനകളുമായി സഖ്യമുണ്ടാക്കുന്നതിനെക്കുറിച്ച് ആലോചിക്കാൻ തയ്യാറായില്ല

"കോൺഗ്രസാണ് മുഖ്യശത്രു" എന്ന മുദ്രാവാക്യവുമായി പ്രത്യേക പാർട്ടി രൂപീകരിച്ച് ഏതാനും ആഴ്ചകൾക്കുള്ളിൽ ഈ "മാർക്സിസ്റ്റ് കമ്യൂണിസ്റ്റ് പാർട്ടി ഓഫ് ഇന്ത്യ" കോൺഗ്രസിന്റെ നേതൃത്വത്തിലുള്ള യു ഡി എഫുമായി സഖ്യമുണ്ടാക്കി. യു ഡി എഫിന് നൽകിയ ഈ സേവനത്തിന് പ്രതിഫലമായി സി പി ഐ (എം) ന്റെയും എൽ ഡി എഫിന്റെയും ശക്തികേന്ദ്രങ്ങൾ ദുർബലമാക്കി യു ഡി എഫിന്റെ വിജയം ഉറപ്പുവരുത്താമെന്ന വിശ്വാസത്തിൽ "മാർക്സിസ്റ്റ് കമ്യൂണിസ്റ്റ് പാർട്ടി" നൂറോളം നിയോജകമണ്ഡലങ്ങളിൽ സ്ഥാനാർഥികളെ നിർത്തിക്കൊടുത്തു. ഈ 'പുത്തൻ, കൂടുതൽ വിപ്ലവകരമായ' പാർട്ടിക്ക് ജനപ്രീതിയുണ്ടാക്കിക്കൊടുക്കാൻ ബൂർഷ്വാ പത്രങ്ങൾ കോളങ്ങൾ നിറച്ചുകൊണ്ടിരുന്നു.സി പി ഐ (എം)ൽ 'നെടുകെ ഒരു പിളർപ്പുണ്ടായി', 'നൂറുകണക്കിന് ആയിരക്കണക്കിന്' സി പി ഐ (എം) അംഗങ്ങൾ 'മാർക്സിസ്റ്റ് കമ്യൂണിസ്റ്റ് പാർട്ടി'യിലേക്ക് ചേക്കേറുന്നു മുതലായ ഒട്ടനവധി 'റിപ്പോർട്ടുകൾ' പ്രത്യക്ഷപ്പെടാൻ തുടങ്ങി. എൽ ഡി എഫിന്റെ പരാജയം ഉറപ്പാണെന്നും യു ഡി എഫ് തകർപ്പൻ വിജയം വരിക്കാൻ പോവുകയാണെന്നും ഇത്തരം 'റിപ്പോർട്ടു'കളുടെ അടിസ്ഥാനത്തിൽ വിശ്വസനീയമായ പ്രവചനങ്ങൾ വന്നു.

തിരഞ്ഞെടുപ്പ് പ്രചാരണം ചൂടുപിടിച്ചു. എൽ ഡി എഫ് പ്രകടമായും ദുർബലമായിക്കണ്ടപ്പോൾ യു ഡി എഫ് മുമ്പെന്നത്തേക്കാൾ ശക്തവുമായി. ഒറ്റപ്പാർട്ടിയായി തീർന്ന രണ്ട് മുസ്ലീംലീഗുകളും യു ഡി എഫിലായിരുന്നു. കേരളാ കോൺഗ്രസിന്റെ ഇരുവിഭാഗങ്ങളും യു ഡി എഫിൽ തന്നെയായിരുന്നു. മുൻ തിരഞ്ഞെടുപ്പിലും യു ഡി എഫിനോടൊപ്പം പ്രവർത്തിച്ച ആന്റണി കോൺഗ്രസിൽ ഒരു വിഭാഗം കോൺഗ്രസ് (ഇ)യിൽ ലയിച്ചിരുന്നു. സി പി ഐ(എം)ന്റെ സുഹൃത്തുക്കൾ എൽ ഡി എഫ് പരാജയപ്പെടുമെന്ന് ഭയപ്പെട്ടു.

എന്തായാലും സി പി ഐ(എം)ഉം എൽ ഡി എഫും രാഷ്ട്രീയമായി ശക്തമായിരുന്നു. ജാതിമത ശക്തികളുടെ കൂട്ടുകെട്ടായിട്ടാണ് യു ഡി എഫ് പ്രത്യക്ഷപ്പെട്ടതെങ്കിൽ, മതേതര ജനാധിപത്യ ശക്തികളുടെ സഖ്യമെന്ന ആകർഷണം സി പി ഐ(എം)നും എൽ ഡി എഫിനും ഉണ്ടായിരുന്നു. കേരളത്തിലെ ജനങ്ങൾ ഈ സംസ്ഥാന

ത്തെയും രാജ്യത്തെയും പൗരൻമാരായിരിക്കണമോ അതോ അനേകം ജാതികളും മതങ്ങളുമായി അവർ ഭിന്നിക്കപ്പെടണമോ? ഇത്ര ലളിതമായിരുന്നു ജനങ്ങളുടെ മുമ്പിലുള്ള ചോദ്യം.

സംസ്ഥാനത്ത് നിലനിൽക്കുന്ന കുപ്രസിദ്ധമായ ജാതീയ ഭിന്നതകൾ മൂലം, കേരളം സ്വാമി വിവേകാനന്ദൻ ചിത്രീകരിച്ചത് പോലെ "ഒരു ഭ്രാന്താലയമായിത്തീരണമോ?" എന്ന ചോദ്യം സി പി ഐ(എം) പ്രചാരകർ അനുസ്മരിപ്പിച്ചു. ഒരു യഥാർഥ മതേതര ഇന്ത്യയിൽ ഒരു യഥാർഥ മതേതര കേരളത്തിന് അവർ ആഹ്വാനം ചെയ്തു. ഈ പ്രചാരണം എൽ ഡി എഫിന്റെ സ്വാധീനവലയത്തിന് പുറത്തുള്ള ആയിരക്കണക്കായ ജനങ്ങളുടെ മനസിലും ഹൃദയത്തിലും ഒരു അനുഭാവതരംഗം സൃഷ്ടിച്ചു. മതേതരത്വത്തിന് വേണ്ടിയുള്ള പോരാട്ടത്തിന്റെ പൈതൃകം കാത്തുസൂക്ഷിച്ച കോൺഗ്രസുകാർ, വർഗീയാടിസ്ഥാനത്തിലുള്ള ഒരു ഭരണ സംവിധാനത്തേക്കാൾ തങ്ങൾക്ക് കൂടുതൽ സുരക്ഷിതത്വം ഒരു മതേതര സംവിധാനത്തിലാണെന്ന് മനസിലാക്കിയ മുസ്ലീങ്ങളും ക്രിസ്ത്യാനികളും, എല്ലാ ജാതിമത സമുദായങ്ങളുടെയും പുരോഗതിക്കുള്ള ഏറ്റവും നല്ല ഉറപ്പ് ഒരു മതേതര ജനാധിപത്യ സംവിധാനമാണെന്ന് മനസിലാക്കിയ 'മുന്നോക്ക'വും 'പിന്നോക്ക'വുമായ ഹൈന്ദവജാതികളിൽപെട്ട സാധാരണക്കാർ-ഇങ്ങനെ നാനാതരത്തിലുള്ള ആളുകൾ എൽ ഡി എഫിനെ പിന്തുണക്കാൻ തുടങ്ങി. അത്തരം ആളുകളാണ് സി പി ഐ(എം)ന്റെയും എൽ ഡി എഫിന്റെയും രാഷ്ട്രീയ മുതൽ. മറ്റുള്ളവർക്കൊപ്പം അവരെയാണ് എൽ ഡി എഫും സി പി ഐ(എം) ഉം തങ്ങളുടെ തിരഞ്ഞെടുപ്പ് വിജയത്തിന് ആശ്രയിച്ചത്.

വോട്ടെണ്ണിയപ്പോൾ പാർട്ടിയുടെയും എൽ ഡി എഫിന്റെയും ശത്രുക്കൾ അന്തംവിട്ടുപോയി. എൽ ഡി എഫിന് വ്യക്തമായ ഭൂരിപക്ഷം ലഭിച്ചു. എൽ ഡി എഫിന്റെയും സി പി ഐ(എം)ന്റെയും ശത്രുക്കളുടെ ഇച്ഛക്കൊത്ത 'പ്രവചനങ്ങളെ'ല്ലാം ഉണ്ടായിരുന്നിട്ടും ഒരിക്കൽകൂടി, എൽ ഡി എഫ് ഗവൺമെന്റ് രൂപീകരിക്കപ്പെട്ടു. കേരളത്തിന്റെ രാഷ്ട്രീയ ചരിത്രത്തിൽ ഒരു പുതിയ അധ്യായം തുറക്കുകയായിരുന്നു. 1930-കളുടെ ആദ്യപാതിയിൽ നാമ്പെടുത്ത കമ്യൂണിസ്റ്റ് പ്രസ്ഥാനം 1980-കളിൽ മറ്റ് മതേതരശക്തികളെ പുതിയൊരു ഇന്ത്യയിൽ ഒരു നവ കേരളം കെട്ടിപ്പടുക്കുന്നതിലേക്ക് നയിച്ചു.

65

മൂന്നാം കരുണാകര ഗവൺമെന്റ് സത്യപ്രതിജ്ഞതൊട്ടേ തകർച്ച

ആയിരത്തിത്തൊള്ളായിരത്തി എൺപത്തിയേഴിൽ നിലവിൽവന്ന രണ്ടാം നായനാർ ഗവൺമെന്റ് ജനക്ഷേമകരമായ പല നടപടികളും എടുത്തു. അധ്വാനിക്കുന്ന വിവിധ ജനവിഭാഗങ്ങൾക്ക് ആശ്വാസകരമായ ഭരണനടപടികൾക്ക് പുറമേ 1970-കൾ തൊട്ട് കാർഷികവും വ്യാവസായികവുമായ ഉൽപ്പാദന മേഖലയിൽ പ്രകടമായിരുന്ന മുരടിപ്പ് അവസാനിപ്പിക്കാനുള്ള ശ്രമവും തുടങ്ങി. കാർഷികോൽപ്പാദനത്തിൽ ചില്ലറ വർധനവ് കാഴ്ചവെക്കാൻ കഴിഞ്ഞു.

അങ്ങനെ ജനങ്ങൾക്ക് താൽക്കാലികാശ്വാസം നൽകുന്നതോടൊപ്പം തന്നെ രാജ്യത്തിന്റെ ഉൽപ്പാദനമേഖല നല്ല രീതിയിലാക്കാനും ഇടതുപക്ഷപ്രസ്ഥാനത്തിന് കഴിയുമെന്ന് ബോധ്യമായി.

ഇത് സംസ്ഥാനത്തെ രാഷ്ട്രീയ ശക്തികൾ തമ്മിലുള്ള ബലാബലത്തിൽ മാറ്റംവരുത്തി. 1990-ൽ നടന്ന ജില്ലാകൗൺസിൽ തിരഞ്ഞെടുപ്പുകളിൽ ഇടതുപക്ഷ ജനാധിപത്യ മുന്നണിക്ക് ഗംഭീരവിജയം നേടാൻ കഴിഞ്ഞു; ലീഗിന്റെ ശക്തികേന്ദ്രമായ മലപ്പുറം ഒഴിച്ച് മറ്റെല്ലാ ജില്ലകളിലും ഇടതുപക്ഷ ജനാധിപത്യമുന്നണിയുടെ ഭരണം വന്നു.

1987-ലെ നിയമസഭാ തിരഞ്ഞെടുപ്പിലുണ്ടായ വിജയം താൽക്കാലികമല്ലെന്നും അതിന് ശക്തമായ ഒരു ബഹുജനാടിത്തറ ഉണ്ടെന്നും ഇതോടെ വ്യക്തമായി. ഐക്യജനാധിപത്യ മുന്നണിക്കും ഇടതുപക്ഷ ജനാധിപത്യ മുന്നണിക്കും മാറിമാറി അധികാരം നൽകുന്ന കേരളം ഐക്യജനാധിപത്യമുന്നണിയെ ഉപേക്ഷിച്ച് ഇടതുപക്ഷ ജനാധിപത്യ മുന്നണിയുടെ ചേരിയെ മാത്രം സ്വീകരിക്കാൻ പോവുകയാണെന്ന് വ്യക്തമായി.

അതേ അവസരത്തിൽ ഈ വിജയത്തിന് പിന്നിൽ ഇടതുപക്ഷ ജനാധിപത്യ മുന്നണിയുടെ ദൗർബല്യം ഒളിഞ്ഞുകിടന്നിരുന്നു. 1957

തൊട്ട് എല്ലാ തിരഞ്ഞെടുപ്പുകളിലുമെന്നപോലെ ഇപ്പോഴും 50 ശതമാനത്തിൽ കുറഞ്ഞ വോട്ട് കിട്ടി. സീറ്റിൽ ബഹുഭൂരിപക്ഷം നേടുകയാണ് പതിമൂന്ന് ജില്ലാ കൗൺസിലുകളിലും ഇടതുപക്ഷ ജനാധിപത്യ മുന്നണി ചെയ്തത്; വോട്ടർമാർക്കിടയിൽ എത്ര ചെറുതായ രാഷ്ട്രീയ മാറ്റം വന്നാലും ഐക്യജനാധിപത്യമുന്നണിക്ക് സീറ്റിൽ ഭൂരിപക്ഷം നഷ്ടപ്പെടാനിടയുണ്ട്.

ഈ യാഥാർഥ്യത്തെക്കുറിച്ചുള്ള ബോധം ഇടതുപക്ഷ ജനാധിപത്യ മുന്നണിയുടെ അണികളിലുണ്ടായിരുന്നില്ല. അതുകൊണ്ട് 1991-ൽ വീണ്ടും നടന്ന ലോകസഭ-നിയമസഭ തിരഞ്ഞെടുപ്പുകളിൽ ഐക്യജനാധിപത്യമുന്നണിക്ക് ഭൂരിപക്ഷം സീറ്റുകിട്ടിയപ്പോൾ ഇടതുപക്ഷ ജനാധിപത്യമുന്നണിയിൽ നിരാശയും എതിർചേരിയിൽ ആവേശവുമുണ്ടായി.

പക്ഷേ യഥാർഥത്തിൽ 1987-ൽ ഭൂരിപക്ഷം സീറ്റുനേടിയ ഇടതുപക്ഷ ജനാധിപത്യമുന്നണിക്കുണ്ടായ അതേ ദൗർബല്യം 1991-ൽ ഐക്യജനാധിപത്യ മുന്നണിക്കുമുണ്ടായിരുന്നു. സീറ്റിന്റെ കാര്യത്തിൽ ഭൂരിപക്ഷമുണ്ടായിരുന്നുവെങ്കിലും രേഖപ്പെടുത്തപ്പെട്ട വോട്ടുകളിൽ ഭൂരിപക്ഷം ഐക്യജനാധിപത്യ മുന്നണിക്കെതിരായിരുന്നു.

പോരെങ്കിൽ, ഭൂരിപക്ഷം സീറ്റ് നേടിയതുതന്നെ രാജീവ്ഗാന്ധിയുടെ വധത്തെത്തുടർന്ന് കോൺഗ്രസിന് അനുകൂലമായ അനുഭാവതരംഗം ഉണ്ടായിരുന്നതുകൊണ്ടായിരുന്നുതാനും. ആ നിലക്ക് 1987-ൽ ഇടതുപക്ഷ ജനാധിപത്യമുന്നണിക്കുണ്ടായിരുന്നതിനേക്കാൾ രാഷ്ട്രീയമായി എത്രയോ കൂടുതൽ ദുർബലമായിരുന്നു 1991-ൽ ഐക്യജനാധിപത്യ മുന്നണിക്കുണ്ടായിരുന്ന ബഹുജനാടിത്തറ.

കൂടാതെ, ഐക്യജനാധിപത്യ മുന്നണിയുടെ അണികളിൽ 1991 തിരഞ്ഞെടുപ്പ് കാലത്തുണ്ടായിരുന്ന ശക്തിയായ ഐക്യം തിരഞ്ഞെടുപ്പ് അവസാനിച്ചതോടെ ഇല്ലാതായി. മുന്നണിയിലെ വിവിധ ഘടകകക്ഷികൾ തമ്മിൽ തമ്മിലും അവയ്ക്കോരോന്നിനുമകത്തുമുള്ള വൈരുധ്യങ്ങൾ തുടക്കം മുതലേ ഐക്യജനാധിപത്യ മുന്നണിയുടെ ഗവൺമെന്റിനെ വേട്ടയാടിക്കൊണ്ടിരുന്നു. അതിന്റെ പരിസമാപ്തിയാണ് 1994-ൽ മൂർഛിച്ച രാഷ്ട്രീയ സംഘടനാ പ്രതിസന്ധി.

1970-കളിലും 1980-കളിലുമായി കേരളത്തിലെ കോൺഗ്രസ് കരുണാകരൻ കോൺഗ്രസും ആന്റണി കോൺഗ്രസുമായി ഭിന്നിച്ചിരുന്നുവല്ലോ. അങ്ങനെ 1980-ലെ ഇടതുപക്ഷ ജനാധിപത്യ ഗവൺമെന്റിൽ കരുണാകരൻ കോൺഗ്രസും പങ്കാളിയായിരുന്നു. പക്ഷേ പിന്നീടവർ ഇന്ദിരാ കോൺഗ്രസിൽ ലയിക്കുകയും ഇരു കോൺഗ്രസ് ഗ്രൂപ്പുകളും തമ്മിലുള്ള വഴക്ക് താൽക്കാലികമായി അവസാനിപ്പിക്കുകയും ചെയ്തിരുന്നു. അതുകൊണ്ടുകൂടിയാണ് 1991-ലെ തിരഞ്ഞെടുപ്പിൽ വിജയം കൊയ്യാൻ അവർക്ക് കഴിഞ്ഞത്.

പക്ഷേ തിരഞ്ഞെടുപ്പ് കഴിഞ്ഞ് മന്ത്രിസഭാ രൂപീകരണത്തിന്റെ

ഘട്ടം വന്നപ്പോഴേക്ക് തന്നെ ഇരു കോൺഗ്രസുകളും തമ്മിലുള്ള വൈരുധ്യം മൂർച്ഛിച്ചു. അത് ഒതുക്കിത്തീർക്കാൻ കേന്ദ്രനേതൃത്വത്തിന്റെ നിർദേശമനുസരിച്ച് ചില നടപടികൾ എടുത്തുവെങ്കിലും വീണ്ടും പ്രതിസന്ധി മൂർച്ഛിച്ചു. 1994 അവസാനമായപ്പോഴേക്ക് കോൺഗ്രസ് എം എൽ എമാരിൽ 21 പേർ മുഖ്യമന്ത്രിയിലുള്ള അവിശ്വാസം പരസ്യമായിത്തന്നെ പ്രകടിപ്പിച്ചു. അവർ പ്രതിപക്ഷത്തോടൊപ്പം വോട്ടുചെയ്താൽ കരുണാകരൻ മന്ത്രിസഭ താഴെവീഴുമെന്ന് വ്യക്തമായി. അത് താഴെവീണു പുതിയ തിരഞ്ഞെടുപ്പ് നടന്നാൽ കോൺഗ്രസ് ദയനീയമായി പരാജയപ്പെടുമെന്നും തങ്ങൾക്കുതന്നെ ഭാവിയില്ലെന്നുമുള്ള ഭയം കൊണ്ട് മാത്രമാണ് കരുണാകരവിരുദ്ധ കോൺഗ്രസുകാരും സംഘടനയിൽതന്നെ ഉറച്ചുനിൽക്കുന്നത്.

ഇതിനിടയ്ക്ക് അഖിലേന്ത്യാതലത്തിലും കോൺഗ്രസ് തകർച്ചയിലേക്ക് ത്വരിതമായി നീങ്ങിക്കൊണ്ടിരിക്കുകയാണ്. റാവുപക്ഷവും അർജുൻസിങ്ങ് പക്ഷവുമായി അഖിലേന്ത്യാ നേതൃത്വം ഭിന്നിച്ചിരിക്കുന്നു. അർജുൻസിങ്ങ് പക്ഷം ചില നയപ്രശ്നങ്ങൾ കൂടി ഉന്നയിച്ചുകൊണ്ടാണ് റാവുപക്ഷത്തെ നേരിടുന്നത്.

ഇങ്ങനെ ഉന്നയിക്കപ്പെട്ട നയപ്രശ്നങ്ങളിൽ റാവു ഗവൺമെന്റിന്റെ സാമ്പത്തിക നയങ്ങൾ മൂലം ജനങ്ങൾക്കിടയിൽ വളരുന്ന അസംതൃപ്തി, ഹിന്ദു വർഗീയതയോടുള്ള അയഞ്ഞ സമീപനം നിമിത്തം ന്യൂനപക്ഷ സമുദായങ്ങളിൽ വളർന്നുവരുന്ന എതിർപ്പ്, അഴിമതി പ്രശ്നം കൈകാര്യം ചെയ്യുന്ന തെറ്റായ രീതി, കോൺഗ്രസിന്റെ ഉൾപ്പാർട്ടി ജനാധിപത്യം പാലിക്കാതിരിക്കൽ എന്നിവ കൂടി ഉൾപ്പെടുന്നതിനാൽ കോൺഗ്രസ് നേതാക്കൾ തമ്മിലുള്ള ഗ്രൂപ്പ് മത്സരത്തിന് രാഷ്ട്രീയാർഥം കൂടി ഉണ്ടായിരിക്കുന്നു.

ഇതിൽ അർജുൻസിങ്ങ് പക്ഷത്തോടാണ് കേരളത്തിലെ ആന്റണി ഗ്രൂപ്പിന് അനുഭാവമുള്ളതെന്നതിനാൽ ഇവിടത്തെ ഉൾപ്പാർട്ടി പ്രശ്നം കുറെക്കൂടി മൂർച്ഛിക്കാൻ പോവുകയാണ്.

കോൺഗ്രസിനകത്തെന്നപോലെ മുസ്ലീം ലീഗിനകത്തും ഉൾപ്പാർട്ടി സമരം ഇതേകാലത്ത് മൂർച്ഛിക്കുകയുണ്ടായി. ലീഗ് നേതൃത്വത്തിലൊരു വിഭാഗം സുലൈമാൻ സേട്ട് തലവനായിക്കൊണ്ടുള്ള നാഷണൽ ലീഗുണ്ടാക്കി. രണ്ട് ലീഗിൽ നിന്നും വ്യത്യസ്തമായ മറ്റൊരു പാർട്ടി(പി ഡി പി) രൂപീകരിച്ച് മുസ്ലീം നേതാക്കളിലൊരു വിഭാഗം തന്നെ രണ്ട് ലീഗുകാർക്കുമെതിരായി പോരാടിക്കൊണ്ടിരുന്നു. ഐക്യജനാധിപത്യമുന്നണിയിൽ ഇന്നും തുടരുന്ന ഇന്ത്യൻ യൂണിയൻ മുസ്ലീംലീഗും മാണി കേരളയുടെ നേതൃത്വവും മുഖ്യമന്ത്രിക്കെതിരെ ആന്റണി കോൺഗ്രസിന്റെ കൂടെചേരാനുള്ള പ്രവണതയാണ് പ്രകടിപ്പിക്കുന്നത്.

ഇത് കരുണാകരന്റെ മുഖ്യമന്ത്രിസ്ഥാനത്തിന് മാത്രമല്ല ഐക്യജനാധിപത്യമുന്നണിയുടെ രാഷ്ട്രീയഭാവിക്കുപോലും അപകടകരമാ

യിരിക്കുന്നു. ഇന്നുള്ള ആഭ്യന്തര തർക്കങ്ങളെല്ലാം ഒതുക്കിത്തീർത്ത് പുറമേക്ക് ഐക്യം പുനഃസ്ഥാപിക്കാൻ കഴിഞ്ഞാൽപ്പോലും ജനങ്ങളത് വിശ്വസിക്കാൻ പോകുന്നില്ല.

മുഖ്യമന്ത്രിയുടെ കീഴിൽ നടക്കുന്ന അഴിമതികൾ, അവയ്ക്ക് മകുടം ചാർത്തുന്ന ചാരക്കേസും അതിൽ മുഖ്യമന്ത്രിയുടെ വിശ്വസ്ത സുഹൃത്തായ ഐ ജി ശ്രീവാസ്തവക്കുള്ള പങ്കും, വിദ്യാഭ്യാസരംഗത്ത് കരുണാകര ഗവൺമെന്റ് ചെയ്തുകൂട്ടുന്ന തോന്ന്യാസങ്ങളും അവയ്ക്കെതിരെ ജനരോഷങ്ങൾ ഇരമ്പിക്കയറുമ്പോൾ അതിനെ ലാത്തിയടിയിലൂടെയും വെടിവെപ്പിലൂടെയും നേരിടുന്ന രീതി-ഇതെല്ലാം ജനങ്ങളിൽ അങ്ങേയറ്റം വെറുപ്പുളവാക്കിയിരുന്നു. ഈ സാഹചര്യത്തിൽ അടുത്ത തിരഞ്ഞെടുപ്പ് എന്ന് നടന്നാലും, അതിൽ ഐക്യജനാധിപത്യമുന്നണി വീണ്ടും അധികാരത്തിലേക്ക് വരികയില്ലെന്ന് മാത്രമല്ല, മുഖ്യമന്ത്രിയടക്കം ഇന്നത്തെ മന്ത്രിമാരിൽ പലരും എം എൽ എമാർ പോലും ആവാത്ത സ്ഥിതി വരും.

ഈ സാഹചര്യത്തെ ഇടതുപക്ഷജനാധിപത്യ മുന്നണിയും അതിലെ ഏറ്റവും വലിയ പാർട്ടിയായ സി പി ഐ(എം)ഉം എങ്ങനെ കൈകാര്യം ചെയ്യും? ഐക്യജനാധിപത്യ മുന്നണിയിലെ ഘടകകക്ഷികളിലോരോന്നിലും ഊറിക്കൂടിക്കൊണ്ടിരിക്കുന്ന അസംതൃപ്തി ഉപയോഗിച്ച് അസംതൃപ്തവിഭാഗങ്ങളെ ചേർത്ത് ഒരു ബദൽ ഗവൺമെന്റുണ്ടാക്കുകയാണോ? ആണെന്ന് ഇടതുപക്ഷ ജനാധിപത്യ മുന്നണിയുടെ അനുഭാവികളിൽ ചിലർ പറയുന്നു. കരുണാകര വിരുദ്ധ കോൺഗ്രസുകാർ, സേട്ടുവിന്റെ നേതൃത്വത്തിലുള്ള നാഷണൽ ലീഗ് മുതലായവരെ ചേർത്ത് ഇപ്പോൾ തന്നെ ഒരു ബദൽ ഗവൺമെന്റ് ഉണ്ടാക്കുകയും അടുത്ത തിരഞ്ഞെടുപ്പിൽ ഭൂരിപക്ഷം നേടാൻ ശ്രമിക്കുകയുമാണ് വേണ്ടതെന്ന് അവർ കരുതുന്നു. അതിനോട് സി പി ഐ (എം) യോജിക്കുന്നില്ല.

നേരെമറിച്ച്, ഐക്യജനാധിപത്യ മുന്നണിയിലെ അസംതൃപ്ത വിഭാഗങ്ങളെയെല്ലാം തൊഴിലാളി-കർഷകാദി ബഹുജനങ്ങളുടെ പൊരുതുന്ന സംഘടനകളിലൂടെ നടക്കുന്ന പ്രക്ഷോഭങ്ങളിലേക്കും സമരങ്ങളിലേക്കും ആകർഷിക്കുകയാണ് ഇന്നത്തെ പ്രധാന കടമയെന്ന് സി പി ഐ(എം) കരുതുന്നു. ആ ജോലിക്ക് തടസമായിരിക്കും അവസരവാദപരമായ കൂട്ടുകെട്ടുകളുണ്ടാക്കി കരുണാകരന്റേതിന് ബദലായ ഒരു ഗവൺമെന്റുണ്ടാക്കാനുള്ള ശ്രമമെന്ന് പാർട്ടി കരുതുന്നു

വളരുന്ന ഈ ജനശക്തിയുടെ അടിസ്ഥാനത്തിലാണ് ഇന്നത്തെ ഇടതുപക്ഷ ജനാധിപത്യ മുന്നണി അതേപോലെ നിലനിന്നുകൊണ്ട് (കരുണാകര വിരുദ്ധരെയും സേട്ട് ലീഗിനെയും മാണി കേരളയെയും മറ്റും ചേർത്തുകൊണ്ടല്ലെന്നർഥം) അടുത്ത തിരഞ്ഞെടുപ്പ് നേരിടുക. അപ്പോൾ ഐക്യജനാധിപത്യ മുന്നണിയുടെ കൂടെ ഇന്ന് നിൽക്കുന്നവരും ഇടതുപക്ഷ ജനാധിപത്യ മുന്നണിക്ക് പിന്തുണ നൽകും. അങ്ങ

നെ ഇന്നത്തേക്കാൾ കൂടുതൽ ശക്തമായ ഒരിടതുപക്ഷ ജനാധിപത്യമുന്നണി അടുത്ത തിരഞ്ഞെടുപ്പോടെ അധികാരത്തിൽ വരും.

ഈ പുതിയ ഇടതുപക്ഷ ജനാധിപത്യ ഗവൺമെന്റിനാകട്ടെ ഇതേവരെ ഒരു കേരളാ ഗവൺമെന്റിനും ചെയ്യാൻ കഴിഞ്ഞിട്ടില്ലാത്ത വിധം വ്യാപകമായ വികസനപരിപാടി ഏറ്റെടുത്ത് നടപ്പിലാക്കാൻ കഴിയും. അതിലേക്ക് വെളിച്ചം വീശുന്ന ആശയസമുച്ചയമാണ് കഴിഞ്ഞ ആഗസ്റ്റ് അവസാന വാരത്തിൽ നടന്ന കേരള പഠന കോൺഗ്രസിൽ ചർച്ചക്ക് വന്ന അറുനൂറിലേറെ പ്രബന്ധങ്ങൾ.

പ്രാഥമികമായി കാർഷികോൽപ്പാദനത്തിന്റെയും വ്യവസായവൽക്കരണത്തിന്റെയും മേഖലയിലൂന്നിനിന്നുകൊണ്ട് കേരളത്തിന്റെ സർവതോമുഖമായ പുരോഗതിക്കുള്ള പ്രവർത്തനത്തിന്റെ ഒരു രൂപരേഖ, പഠന കോൺഗ്രസിലും തുടർന്ന് ഇപ്പോൾ നടക്കുന്ന സെമിനാറുകളിലും അവതരിപ്പിക്കപ്പെടുന്ന പ്രബന്ധങ്ങളുടെ അടിസ്ഥാനത്തിൽ രൂപപ്പെടുത്താൻ കഴിയും. ആ വികസന കാഴ്ചപ്പാട് നടപ്പിൽ വരുത്തുന്നതിൽ ജാതി മതാദി പരിഗണനകളോ കക്ഷിബന്ധങ്ങളോ നോക്കാതെ കേരളീയരെ മുഴുവൻ പങ്കെടുപ്പിക്കുക-ഇതാണ് സി പി ഐ (എം) ന്റെ കാഴ്ചപ്പാട്.

അതായത് സി പി ഐ(എം)നും മറ്റ് ഇടതുപക്ഷ ജനാധിപത്യ പാർട്ടികൾക്കും മുൻകൈയുള്ളതെങ്കിലും ഐക്യജനാധിപത്യ മുന്നണിയിൽപ്പെട്ടവരടക്കം ജനങ്ങളെയാകെ യോജിപ്പിക്കുന്ന ഒരു കാഴ്ചപ്പാട് വെച്ച് കേരളത്തെ പുരോഗമിപ്പിക്കാനാണ് പാർട്ടി ശ്രമിക്കുന്നത്.

www.ingramcontent.com/pod-product-compliance
Ingram Content Group UK Ltd.
Pitfield, Milton Keynes, MK11 3LW, UK
UKHW042137021026
15589UKWH00003B/885

9 788126 201891